VIETNAMESE-ENGLISH DICTIONARY

Nguyễn Đình-Hoà

CHARLES E. TUTTLE CO.: PUBLISHERS
Rutland, Vermont & Tokyo, Japan

Published by the Charles E. Tuttle Company, Inc.
of Rutland, Vermont & Tokyo, Japan
with editorial offices at
2-6 Suido 1-chome, Bunkyo-ku, Tokyo 112

© 1991 by Charles E. Tuttle Publishing Co., Inc.

LCC Card No. 66-17773
ISBN 0-8048-1712-X

First printing, 1966
First paperback edition, 1991
Third printing, 1993

Printed in Japan

PREFACE

In order to meet a special need in the U. S. A., a **VIETNAMESE-ENGLISH VOCABULARY** was published in Washington, D. C. in the fall of 1955, grouping approximately 9,000 entries. This word list, reproduced by the zerox process, was intended primarily as a study aid to American students of Vietnamese at Columbia University and elsewhere.

The present volume is an enlargement of (and an improvement upon, we hope) the previous glossary. We could, and should, under normal circumstances, spend a few more years to do a more refined job which would better qualify as a dictionary. We should like, for instance, to include at least such features as phonemic transcription of entries, Chinese written symbols for Sino-Vietnamese items, indication of grammatical functions, etc. The demand for a compact, concise — and inexpensive — student's dictionary has, however, become twofold and exerted a strong pressure upon our meager resources to produce something both usable and useful. We will be indeed very happy if this volume can be of any help, in the first place to the Vietnamese high school student, and in the second place to the foreign student of Vietnamese.

This corpus includes both morphemes **and** words most frequently used in the language. Whereas each Vietnamese morpheme always coincides with a separately written syllable, a morpheme or monosyllable does **not always** constitute a syntactic word. We continue, therefore, to list reduplicative patterns (DUP) such as **bươm bướm**, additive constructions such as **bút nghiên**, verb-object compounds such as **ăn tiền**, Chinese loan-compounds, and other polysyllabic borrowed words — from French, Malay, etc. — as independent entries, and not as sub-entries.

As for those morphemes which are not entirely freely used within the framework of Vietnamese structure, they are marked as bound or restricted [R]. Equivalents of Chinese-borrowed elements are given whenever it is thought useful to do so; e. g., **khẩu** R *mouth, opening* [= miệng]. The full significance of this symbol "R" (read "restricted" or "nearly always restricted") is twofold : (1) such an item as **khẩu** is never used alone, but only in compounds, e. g. **hải-khẩu** *mouth of the*

sea,— port, **nhập-khẩu** *to enter port,— to be imported,* etc. ; and
(2) it is not used freely everywhere its native equivalents, **miệng** and
mồm, are found. (One says **miệng tôi,** not *khẩu tôi for 'my mouth'.)

In addition "-R" tells us that the item is used as suffix, whereas
"R-" means that the entry in question is affixed to a stem following it.
For instance, **hóa** when used in the position -R means *to make, -ize,
-fy',* as in **Việt-hóa** *to vietnamize,* **Âu-hóa** *to europeanize.* Such an
item as **vô,** in the position R- denotes *to be without, un-, -less,* as in
vô-ích *useless,* **vô-căn-cứ** *without any ground.*

Items found only in literary language are marked **L,** and reversible
compounds are marked with an asterisk, e. g., **bảo-đảm*.**

Nouns are as often as possible shown with their respective classifiers,
that is to say, words which should precede them in numeration. Thus
giày *shoe* is shown as « classified with [CL] **chiếc** for 'one shoe' and
đôi for 'a pair of shoes'». Each classifier in turn is explained as "classifier
for nouns denoting..." [CL for].

When an item serves more than one grammatical function, a
vertical or single bar appears between such different meanings ; i. e., **cày**
to plow | *plow* CL **cái.**

Interchangeable items are separated by a slash ; e. g., **nói đến/tới**
to speak of. Synonyms [=], antonyms [opp.], and items to be compared
[Cf.] are also provided. The symbol [R V] means that what follows it
is used as a resultative verb of the main verb, e.g., **đi** 'to go', which
accompanies the verb **vứt** 'to throw' to yield 'to throw away'.

When a compound or a phrase is listed immediately following the
English equivalent of a monosyllabic entry (which may or may not be a
bound morpheme), that compound or phrase if used freely has the same
meaning as the entry itself. For example, "**hầu** *in order to* ngõ hầu",
"**biến** R *to spread, popularize* phổ-biến".

The order we follow in listing our entries is the traditional
one, namely, a, ă, â, b, c, ch, d, đ, e, ê, g (and gh), gi, h, i, k, kh,
l, m, n, ng (and ngh), nh, o, ô, ơ, p, ph, q, r, s, t, th, tr, u, ư, v, x, and y.
The order for the tones is as follows : level (unmarked), high rising (´),
low falling (`), low rising (?), high rising broken (~), and low
constricted (•).

It has been thought practical to supply a guide to Vietnamese
pronunciation after this preface.

N. Đ. H.

LỜI TỰA

Mùa thu năm 1955, chúng tôi cho xuất-bản, tại Hoa-thịnh-đốn, Đặc-khu Columbia, cuốn ngữ-vựng VIETNAMESE-ENGLISH VOCABULARY *cốt để làm thỏa-mãn một nhu-cầu đặc-biệt tại nước Mỹ. Cuốn ngữ-vựng ấy, in theo kiểu chụp hình từng trang đánh máy, gồm có chừng chín nghìn tiếng hay từ-ngữ, có mục-đích trước tiên là giúp cho các sinh-viên Hoa-Kỳ học tiếng Việt tại Viện Đại-Học Columbia và những nơi khác.*

Cuốn TỰ - ĐIỂN VIỆT - ANH *này, chúng tôi hy-vọng, đã nhiều lại kỹ hơn cuốn ngữ-vựng nói trên. Bình-thường, đáng lẽ chúng tôi muốn và phải đợi vài năm nữa, làm việc thêm nữa mới dám ra một quyển tự-điển xứng-đáng với danh-hiệu ấy. Chẳng hạn, chúng tôi có ý-định thêm những phù-hiệu ký-âm từng tiếng Việt theo âm-vị, những chữ Hán kèm theo các từ-ngữ Hán-Việt, và chỉ nhiệm-vụ từng tiếng theo văn-phạm. Tuy nhiên, sự đòi hỏi một cuốn tự-điển học-sinh nhỏ, gọn và rẻ đã thúc đẩy chúng tôi, ngay sau khi hồi-hương, mặc dầu phương-tiện ít ỏi, tài-lực sơ-thiển phải cố soạn cuốn sách này mà chúng tôi mong các bạn hiếu-học sẽ thấy vừa có ích, vừa dễ dùng. Một mặt, chúng tôi nghĩ tới các em học-sinh trung-học thân mến và một mặt, chúng tôi được biết những người ngoại-quốc học Việt-ngữ cũng cần một cuốn tự-điển con con.*

Cuốn tự-điển này liệt-kê cả các ngữ-vị lẫn các tiếng thông-dụng. Mỗi ngữ-vị [morphème; morpheme] trong tiếng Việt chỉ có một vần [syllabe; syllable] viết riêng ra (ngày xưa bằng một chữ Hán, ngày nay bằng một số chữ cái La-mã và, trong một câu, cách xa ngữ-vị bên cạnh bằng một khoảng trống hay một gạch nối). Song không phải ngữ-vị (một vần) nào cũng là một tiếng *[mot; (syntactic) word] dùng được trong một câu theo cấu-thức tiếng Việt. Vì thế cho nên chúng tôi vẫn tiếp-tục kê những tiếng trùng-điệp (chỉ bằng dấu DUP) như* bươm bướm*, những danh-từ hay động-từ kép như* bút nghiên*, những từ-ngữ có động-từ và túc-từ của nó như* ăn tiền*, những tiếng Hán-Việt, và những tiếng nhiều vần mượn của Pháp-ngữ, Anh-ngữ, Mã-lai-ngữ, v.v..., làm những tiếng độc-lập, chứ không phải tùy-thuộc vào những tiếng một.*

Ngữ-vị nào không có thể dùng một cách tự-do trong khuôn khổ câu-thức tiếng Việt thì chúng tôi đánh dấu R. Những tiếng Hán-Việt, nếu cần, đều có kèm tiếng nôm tương-đương trong dấu ngoặc vuông, thí dụ, **khẩu** *'R mouth, opening [= miệng]'. Chữ «R» (xin đọc «không dùng một mình») có nghĩa là : (1) một ngữ-vị như* tiếng **khẩu** — *trong nghĩa trên kia — không dùng một mình, mà chỉ dùng trong danh-từ kép như hải-khẩu, nhập-khẩu v. v... và không phải chỗ nào thấy* **miệng,** *tiếng nôm, là ta cũng dùng* **khẩu** *được. (Ta nói* **miệng tôi** *chứ không nói* *khẩu tôi cũng như ta nói* **tiếng Pháp** *chứ không nói* *ngữ Pháp.) Khi bàn đến tiếng* **miệng,** *chúng tôi cũng có chua thêm tiếng Hán Việt* **khẩu** *trong dấu ngoặc vuông [SV...].*

« -R » có nghĩa là tiếng mà ta đang cứu xét được dùng làm tiếp-vĩ-ngữ, còn nếu tiếng đó có thể dùng làm tiếp-đầu-ngữ thì chúng tôi ghi R-.

Tiếng nào ghi chữ L tức là chỉ dùng trong văn-chương thôi. Từ-ngữ nào đánh dấu hoa-thị thì có thể đảo lộn được, thí-dụ, **đảm-bảo*.**

Mỗi danh-từ đều có chua thêm loại-từ. Thí dụ, **giày** *có kèm theo* **chiếc** *và* **đôi.** *Mỗi loại-từ cũng kèm theo các danh-từ dùng sau nó.*

Cái gạch thẳng [|] *ngăn hai nghĩa khác nhau, thí dụ, giữa danh-từ và động-từ* **cày.**

Giữa một cặp như **đến** *và* **tới,** *chúng tôi dùng gạch chéo nghĩa là muốn dùng tiếng nào cũng được.*

Chúng tôi cũng chỉ cả tiếng đồng-nghĩa [=]. *tiếng phản-nghĩa* [opp.], *và những tiếng để người dùng tự-vị tiện bề so sánh và tra cứu* [Cf.].

Khi chúng tôi kê « **hầu** *in order to* **ngõ hầu** » *chúng tôi muốn chỉ rằng* **ngõ hầu** *cũng có nghĩa như* **hầu** *và dùng như* **hầu.** *Cố nhiên trong thí dụ* « **biến** *R to spread, popularize* **phổ biến** » *thì tuy* **phổ-biến** *dùng tự-do có nghĩa như* **biến,** *nhưng* **biến** *thì không dùng một mình được.*

Các mục trong tự-điển này theo thứ-tự tự-mẫu cổ-truyền : a, ă, â, b, c, ch, d, đ, e, ê. g (và gh), gi, h, i, k, kh, l, m, n, ng (và ngh). nh, o, ô, ơ, p, ph, q, r, s, t. th, tr, u, ư, v, x và y. Về các dấu giọng thì chúng tôi theo thứ tự : bằng, sắc, huyền, hỏi, ngã, nặng, nghĩa là **ma, má, mà, mả, mã** *rồi mới* **mạ.**

N. Đ. H.

II. FINALS

(Vowels, Diphthongs, Glides, and their Combinations with Semivowels and Final Consonants)

SPELLING IN QUỐC-NGỮ	NORTH	CENTRAL	SOUTH
-a	-aˑ	-aˑ	-aˑ
-ac	-aˑk	-aˑk	-aˑk
-ach	-ayk	-at	-at
-ai	-aˑy	-aˑy	-aˑy
-am	-aˑm	-aˑm	-aˑm
-an	-aˑn	-aˑŋ	-aˑŋ
-ang	-aˑŋ	-aˑŋ	-aˑŋ
-anh	-ayŋ	-an	-an
-ao	-aˑw	-aˑw	-aˑw
-ap	-aˑp	-aˑp	-aˑp
-at	-aˑt	-aˑk	-aˑk
-au	-aw	-aˑw	-aˑw
-ay	-ay	-aˑy	-aˑy
-ăc	-ak	-ak	-ak
-ăm	-am	-am	-am
-ăn	-an	-aŋ	-aŋ
-ăng	-aŋ	-aŋ	-aŋ
-ăp	-ap	-ap	-ap
-ăt	-at	-ak	-ak
-âc	-ək	-ək	-ək
-âm	-əm	-əm	-əm
-ân	-ən	-əŋ	-əŋ
-âng	-əŋ	-əŋ	-əŋ
-âp	-əp	-əp	-əp
-ât	-ət	-ək	-ək
-âu	-əw	-əw	-əw
-ây	-əy	-əy	-əy
-e	-ɛ	-ɛ	-ɛ
-ec	-ɛk	-ɛk	-ɛk
-em	-ɛm	-ɛm	-ɛm
-en	-ɛn	-ɛŋ	-ɛŋ
-eng	-ɛŋ	-ɛŋ	-ɛŋ

GUIDE TO PRONUNCIATION

I. INITIALS (Consonants)

SPELLING IN QUỐC-NGỮ	NORTH	CENTRAL	SOUTH
b-	b-	b-	b-
c-	k-	k-	k-
ch-	c-	c-	ty
d-	z-	y-	y-
đ-	d-	d-	d-
g-	g-	g-	g-
gh-	g-	g-	g-
gi-	z-	y-	y-
h-	h-	h-	h-
k-	k-	k-	k-
kh-	x-	x-	x-, h-
l-	l-	l-	l-
m-	m-	m-	m-
n-	n-	-n	n-
ng-	ŋ-	ŋ-	ŋ-
ngh-	ŋ-	ŋ-	ŋ-
nh-	ñ-	ny-	ny-
ph-	f-	f-	f-
q-	k-	k-	k-, g-
r-	z-	y̌-	r-
s-	s-	š-	š-
t-	t-	t-	t-
th-	th-	th-	th-
tr-	c-	ṭ-	ṭ-
v-	v-	v-	by-
x-	s-	s-	s-

SPELLING IN QUỐC-NGỮ	NORTH	CENTRAL	SOUTH
-eo	-ɛw	-ɛw	-ɛw
-ep	-ɛp	-ɛp	-ɛp
-et	-ɛt	-ɛt	-ɛk
-ê	-e	-e	-e
-êch	-əyk	-et	-ət
-êm	-em	-em	-əm
-ên	-en	-en	-ən
-ênh	-əyŋ	-ən	-ən
-êp	-ep	-ep	-ep
-êt	-et	-et	-ek
-êu	-ew	-ew	-ew
-i	-i	-i	-i
-ia	-iə	-iə	-iə
-ich	-ik	-ɯt	-ɯt
-iêc	-iək	-iək	-iək
-iêm	-iəm	-iəm	-im
-iên	-iən	-iəŋ	-iəŋ
-iêng	-iəŋ	-iəŋ	-iəŋ
-iêp	-iəp	-iəp	-ip
-iêt	-iət	-iok	-iək
-iêu	-iəw	-iw	-iw
-im	-im	-im	-im
-in	-in	-in	-in, -ɯn
-inh	-iŋ	-ɯn	-ɯn
-ip	-ip	-ip	-ip
-it	-it	-it	-it, -ɯt
-iu	-iw	-iw	-iw
-o	-ɔ	-ɔ	-ɔ
-oa	-waˑ	-waˑ	-waˑ
-oac	-waˑk	-waˑk	-waˑk
-oach	-wayk	-wat	-wat
-oai	-waˑy	-waˑy	-waˑy
-oam	-waˑm	-waˑm	-waˑm
-oan	-waˑn	-waˑŋ	-waˑŋ
-oang	-waˑŋ	-waˑŋ	-waˑŋ
-oanh	-wayŋ	-wan	-wan
-oao	-waˑw	-waˑw	-waˑw

SPELLING IN QUỐC-NGỮ	NORTH	CENTRAL	SOUTH
-oat	-waˑt	-waˑk	-waˑk
-oay	-way	-way	-way
-oăc	-wak	-wak	-wak
-oăm	-wam	-wam	-wam
-oăn	-wan	-waŋ	-waŋ
-oăng	-waŋ	-waŋ	-waŋ
-oăt	-wat	-wak	-wak
-oc	-awk	-awk	-awk
-oe	-wɛ	-wɛ	-wɛ
-oen	-wɛn	-wɛŋ	-wɛŋ
-oeo	-wɛw	-wɛw	-wɛw
-oet	-wɛt	-wɛk	-wɛk
-oi	-ɔy	-ɔy	-ɔy
-om	-ɔm	-ɔm	-ɔm
-on	-ɔn	-ɔŋ	-ɔŋ
-ong	-awŋ	-awŋ	-awŋ
-oong	-ɔŋ	-ɔŋ	-ɔŋ
-op	-ɔp	-ɔp	-ɔp
-ot	-ɔt	-ɔk	-ɔk
-ô	-o	-o	-o
-ôc	-əwk	-əwk	-əwk
-ôi	-oy	-oy	-oy
-ôm	-om	-om	-om
-ôn	-on	-oŋ	-oŋ
-ông	-əwŋ	-əwŋ	-əwŋ, awŋ
-ôông	-oŋ	-oŋ	-oŋ
-ôp	-op	-op	-op
-ôt	-ot	-ok	-ok
-ơ	-əˑ	-əˑ	-əˑ
-ơi	-əˑy	-əˑy	-əˑy
-ơm	-əˑm	-əˑm	-əˑm
-ơn	-əˑn	-əˑŋ	-əˑŋ
-ơp	-əˑp	-əˑp	-əˑp
-ơt	-əˑt	-əˑk	-əˑk
-u	-u	-u	-u
-ua	-uə	-uə	-uə
-(q)ua	-waˑ	-waˑ	-waˑ

SPELLING IN QUỐC-NGỮ	NORTH	CENTRAL	SOUTH
-(q)uach	-wayk	-wat	-wat
-(q)uai	-waˑy	-waˑy	-waˑy
-(q)uan	-waˑn	-waˑŋ	-waˑŋ
-(q)uang	-waˑŋ	-waˑŋ	-waˑŋ
-(q)uanh	-wayŋ	-wan	-wan
-(q)uat	-waˑt	-waˑk	-waˑk
-(q)uay	-way	-way	-way
-(q)uăc	-wak	-wak	-wak
-(q)uăm	-wam	-wam	-wam
-(q)uăn	-wan	-waŋ	-waŋ
-(q)uăng	-waŋ	-waŋ	-waŋ
-(q)uăp	-wap	-wap	-wap
-(q)uăt	-wat	-wak	-wak
-(q)uâc			-wək
-uân	-wən	-wɯŋ	-wɯŋ
-uâng	-wəŋ	-wɯŋ	-wɯŋ
-uât	-wət	-wɯk	-wɯk
-uây	-wəy	-wəy	-wəy
-uc	-uwk	-uwk	-uwk
-(q)ue	-wɛ	-wɛ	-wɛ
-(q)uen	-wɛn	-wɛŋ	-wɛŋ
-(q)ueo	-wɛw	-wɛw	-wɛw
-(q)uet	-wɛt	-wɛt	-wɛk
-uê	-we	-we	-we
-uêch	-weyk	-wet	-wɯk
-uên	-wen	-wen	-wən
-uênh	-weyŋ	-wen	-wɯn
-uêt	-wet	-wet	-wek
-ui	-uy	-uy	-uy
-um	-um	-um	-um
-un	-un	-un	-uŋ
-ung	-uwŋ	-uwŋ	-uwŋ
-uôc	-uək	-wɯk	-wɯk, -wək
-uôi	-uəy	-uy	-uy
-uôm	-uəm	-uəm	-uəm
-uôn	-uən	-uəŋ	-uəŋ
-uông	-uəŋ	-uəŋ	-uəŋ
-uôt	-uət	-uək	-uək
-uơ	-uə	-wəˑ	-wəˑ
-uơn	-uən	-wəŋ	-wəŋ
-uơt		-wək	-wək

SPELLING IN QUỐC-NGỮ	NORTH	CENTRAL	SOUTH
-up	-up	-up	-up
-ut	-ut	-uk	-uk
-uy	-wi	-wi	-wi
-uya	-wiə	-wiə	-wiə
-uych	-wik	-wɯk	-wɯk
-uyên	-wiən	-wiəŋ	-wiəŋ
-uyêt	-wiət	-wiək	-wiək
-uynh	-wiŋ	-wɯn	-wɯn
-uyt	-wit	-wɯt	-wɯk
-uyu	-wiw	-wiw	-wɯw
-ư	-ɯ	-ɯ	-ɯ
-ưa	-ɯə	-ɯə	-ɯə
-ưc	-ɯk	-ɯk	-ɯk
-ưi	-ɯy	-ɯy	-ɯy
-ưn	-ɯn	-ɯŋ	-ɯŋ
-ưng	-ɯŋ	-ɯŋ	-ɯŋ
-ược	-ɯək	-ɯək	-ɯək
-ươi	-ɯəy	-ɯy	-ɯy
-ươm	-ɯəm	-ɯəm	-ɯəm
-ươn	-ɯən	-ɯəŋ	-ɯəŋ
-ương	-ɯəŋ	-ɯəŋ	-ɯəŋ
-ươp	-ɯəp	-ɯəp	-ɯəp
-ươt	-ɯət	-ɯək	-ɯək
-ươu	-ɯəw, -iəw	-ɯw	-ɯw
-ưt	-ɯt	-ɯk‧	-ɯk
-ưu	-ɯw, -iw	-ɯw	-ɯw
-y	-i	-i	-i
yêm	iəm	iəm	iəm
yên	iən	iəŋ	iəŋ
yêng	iəŋ	iəŋ	iəŋ
yêt	iət	iək	iək
yêu	iəw	iw	iw

A

a! *oh! a,* hay quá! *oh how nice!*

a *sickle* CL cái.

A-Căn-Đình *Argentina* | *Argentine.*

a-cít *acid.*

a-dua *to flatter, follow* [person, cause], *curry favor with.*

A-Phú-Hãn *Afghanistan* | *Afghan.*

á! *Oh! Ouch!*

Á *Asia* | *Asian, Asiatic.* Á-Phi *Afro-Asian.* Đông-Nam-Á *Southeast Asia.* Tiểu-Á *Asia Minor.*

Á-Châu *Asia* | *Asian, Asiatic.* Đông-Nam Á-Châu *Southeast Asia.*

Á-Đông *Asia, the East, the Orient* | *Asian, Eastern, Oriental.*

á-kim *metalloid.*

Á-Phi *Asian-African, Afro-Asian.*

Á-Tế-Á *Asia.* Tiểu Á-Tế-Á *Asia Minor.*

à *oh! ah!* thế à? *is that so?* Anh không đi à? *You're not going? Aren't you going?*

à *lass, gal, damsel.*

À-Rập *Arabia* | *Arab, Arabian.* Khối À-Rập *the Arab bloc.*

ạ [polite particle] Vâng ạ *Yes, sir*

ác *to be cruel* độc-ác [opp. **hiền**]; *R evil* [opp. **thiện**].

ác-cảm *antipathy.*

ac-chiến *bloody, fierce fighting* CL trận.

ác-liệt [of a fight, battle, war] *to be violent, fierce.*

ác-mộng *nightmare* CL cơn.

ách *yoke.* ách thực-dân *the yoke of colonialism.*

ai [SV thùy] *who? whoever, everyone, someone, anyone.* Ai đó? *Who's there?* Anh đi với ai? *Whom are you going with?* Ai không hiểu xin giơ tay? *Would he who doesn't understand raise his hand ?* Ai cũng thích cô ấy *Everyone likes her.* Có ai đến hỏi tôi...*If somebody comes and asks for me.* Ai cũng được *Anyone would do.* Ai ai cũng nhớ anh ấy *Everyone misses him.* Ai nấy đều ham học *Everyone is so studious.*

Ai-Cập *Egypt* | *Egyptian.*

Ai-Lao *Laos* | *Laotian* See Lào.

ái *R to love* [= yêu]. tự-ái *pride.*

ái *ouch!*

ái chà! *well, well!*

ái-hữu *association.*

ái-lực *affinity.*

ái-ngại *to feel sorry (for).*

Ái-Nhĩ-Lan *Ireland | Irish.*

ái - quốc *to be patriotic.* lòng ái-quốc *patriotism.* nhà ái - quốc *patriot.*

ái-tình *love.*

ái-tha *to be altruistic.*

ài *defile, pass.*

am *small Buddhist temple; cottage.*

am-hiểu *to know well, be familiar with.* Ông ấy rất am-hiểu vấn đề *He understands the problem.*

am - tường *to know well, be familiar with.*

ám-ảnh *to obsess, beset.* Hình ảnh đó ám-ảnh đầu óc bà ta. *She was obsessed by that idea.*

ám-hiệu *secret signal.*

ám-muội *to be fishy.*

ám-sát *to assassinate.* vụ ám-sát *assassination.*

ám-tả *dictation.*

ám-trợ *to give secret help to.*

an *R peace, tranquillity, safety, security* bình-an [= yên]. Hội-đồng Bảo-an *Security Council.*

an - cư lạc - nghiệp *to live in peace and be content with one's occupation.*

An-Nam *Annam; Vietnam, Central Vietnam | Annamese, Annamite, Vietnamese* [not used nowadays].

an-ninh *security | to be secure.*

an-nhàn *to be leisurely, easy.*

an-tọa *to be seated.*

an-toàn *security, safety | to be secure, safe.*

an-ủi *to comfort.*

án *judgment, sentence, verdict.* tòa án *court of law.* tuyên án *to give the sentence.* chống [or kháng] án *to appeal.*

án-mạng *murder, homicide.*

án treo *suspended sentence.*

áng *literary work* áng văn-chương; *cloud.*

anh [SV huynh] *elder brother* CL người | *you* [used to elder brother, first person pronoun being em], *I* [used by elder brother to younger sibling, second person pronoun being em], *you* [used to young man, first person pronoun being tôi], *he* [of young man] anh ấy, anh ta | *Mr.* anh em *brothers | you | they* anh cả *eldest brother.* anh rể *brother-in-law* [one's sister's husband]. anh ruột *blood brother.* anh họ *cousin* [one's parent's elder sibling's son]. (hai) anh em ông Kim *Mr. Kim and his younger brother (or sister), Mr. Kim and his older brother.*

Anh *Great Britain, England | British, English.* nước Anh *England, Britain.* tiếng Anh *English.* Liên - hiệp - Anh *the British Commonwealth.*

Anh-Cát-Lợi *England | English.*

anh-đào *cherry.* hoa anh - đào *cherry blossom.*

anh-hùng *hero* CL bậc, đấng | *heroic.* nữ-anh-hùng *heroine.*

anh-hùng-ca *epic.*

Anh-quốc *England | English.*

anh-thư *heroine.*

ánh *beam, ray.* **ánh sáng** *beam of light, ray of light; light.* **ánh nắng** *sunlight.* **ánh trăng** *moonlight.*

ảnh *photograph* CL **tấm, bức** [= **hình**]. **tranh ảnh** *pictures, illustrations.* **ăn ảnh** *to be photogenic.* **rửa ảnh** *to develop, to print pictures.* **chụp ảnh** *to take photographs.* **điện-ảnh** *movies.* **nhiếp-ảnh** *photography.*

ảnh-hưởng *influence.* **có ảnh-hưởng** *to influence* [**đến** precedes object]; *to be influential.*

ao *pond* CL **cái.** **ao cá** *fish pond.* **ao sen** *lotus pond.* **ao tù** *pond with stagnant water.*

ao ước* *to long for, yearn for.*

áo [SV **y**] *blouse, shirt, jacket, tunic, etc.* CL **cái;** *clothes, clothing.* **cơm áo** *food and clothing.* **quần áo** *clothes.*

Áo *Austria* | *Austrian.* **nước Áo** *Austria.*

Áo-Môn *Macao.*

áo quan *coffin.*

Áo-quốc *Austria* | *Austrian.*

ào ào *to rush* **chạy ào ào;** [of wind] *to roar* **thổi ào ào,** [of water] *to gush* **chảy ào ào.**

ảo R *fantasy, illusion.* **huyền-ảo** *mysterious.*

ảo-đăng *magic lantern.*

ảo-nhật *parhelion, mock sun.*

ảo-tưởng *illusion.*

áp *to approach, get close; to oppress* **áp-bức,** *repress* **đàn-áp.**

áp-bức *to oppress.*

áp-chế *to oppress.*

áp-dụng *to apply, use* [method, policy].

áp-kế *manometer.*

áp-lực *pressure.* **áp-lực không-khí** *atmospheric pressure.* **áp-lực 3 kg trên một phân-vuông** *pressure of 3 kg per square centimeter.*

áp-xuất *pressure.*

át *to drown out* [noise].

áy náy *to be uneasy* [lest one be forgetful or remiss].

Ă

ắc-quy [Fr. accu] *battery*.

ẳm *to carry* [baby] *in one's arms*.

ăn [SV thực] *to eat* ăn cơm; *to eat or take* [meal], *attend* [banquet]; *to earn; to earn dishonestly; to win;* [opp. thua]; *to bite in*.

ăn bớt *to practice squeezing*.

ăn cắp *to steal, rob, pilfer*.

ăn chơi *to amuse oneself, be a playboy ; to eat for fun*. Cậu ấy ăn chơi lắm *That young man is a real playboy*. Bốn món ăn chơi *hors d'œuvres, four assorted appetizers*.

ăn cướp *to rob, loot, burglarize*.

ăn đắt *to die*.

ăn gian *to cheat*.

ăn giàu *to chew betel*.

ăn hại *to live at the expense of*.

ăn hiếp *to bully, oppress*.

ăn hỏi *to celebrate a betrothal*.

ăn hối-lộ *to take bribe*.

ăn khao *to celebrate* [happy event] *by giving a banquet*.

ăn mày *to beg*. người/kẻ ăn mày *beggar*.

ăn mặc *to dress ; to live*.

ăn mừng *to celebrate*.

ăn nằm *to live as husband and wife*.

ăn năn *to repent, regret*.

ăn non *to quit gambling as soon as one has won*.

ăn ở *to live; to behave*.

ăn quịt *to eat or take without paying*.

ăn tiền *to take bribe ;* [Slang] *to be successful, all right, O.K.*

ăn trầu *to chew betel*.

ăn trộm *to rob, as in house-breaking*

ăn vạ *to make a scene in order to obtain what one wants;* [of child] *to raise a tantrum*.

ăn vã *to eat* [meat, fish, other food] *without rice*.

ăn vận *to dress*.

ăn xin *to beg*.

ăng ẳng [of puppy] *to yap*.

ăng-kết [Fr. enquête] *inquest, investigation* [làm *to make*].

Ăng-lê [Fr. anglais] *English*. tiếng Ăng-Lê *English*.

ăng-ten [Fr. antenne] *antenna*.

ắp *chock full* đầy ắp.

ắt *certainly, surely* ắt hẳn, ắt là.

Â

âm *sound, phone.* bát âm *the eight sounds used in music, produced from silk* ti, *bamboo* trúc, *metal* kim, *stone* thạch, *wood* mộc, *earthenware* thổ, *leather* cách, *and the gourd* bào. ngũ-âm *the five notes in the pentatonic scale.* bán-mẫu-âm *semivowel.* biên-âm *lateral.* hầu-âm *laryngeal.* khẩu-cái-âm *palatal.* mẫu-âm *vowel.* nha-oa-âm *alveolar.* nhuyễn-khẩu-cái-âm *velar.* sỉ-âm *dental.* (song-)thần-âm *(bi)labial.* tắc-âm *stop.* tắc-xát-âm *affricate.* thanh-môn-âm *glottal.* thần-sỉ-âm *labiodental.* thiệt-đầu-âm *apical.* thiệt-diện-âm *frontal.* thiệt-bối-âm *dorsal.* tiểu-thiệt-âm *uvular.* tử-âm *consonant.* ty-âm *nasal.* xát-âm *spirant, fricative.* yết-hầu-âm *pharyngal.* ngữ-âm-học *phonetics.* phát-âm *pronunciation.* nhị-trùng-âm *diphthong.*

âm *female principle, negative principle, minus* [= dương]; *lunar.*

âm-ba *sound wave.*

âm-cực *cathode.*

âm-điệu *tune, air.*

âm-độ *pitch.*

âm-đức *unostentatious virtue.*

âm-giai *musical scale.*

âm-hao *news, tidings.*

âm-học *acoustics.*

âm-hưởng *echo.*

âm-lịch *lunar calendar.*

âm-mưu *plot.*

âm-nhạc *music.*

âm-phù *phonetic symbol.*

âm-phủ *hell.*

âm-sắc *timbre.*

âm-thanh *sound, tone.*

âm-thanh-học *phonology.*

âm-thăm *to be deep, profound.*

âm-tín *news, tidtngs.*

âm-tố *sound element.*

âm-trình *interval.*

âm-vận *rime.*

âm-vận-học *phonology.*

âm-vị *phoneme.*

âm-vị-học *phonemics.*

ấm *to be warm, lukewarm, nice and warm* âm-ấm, ấm áp.

ấm *teapot, kettle* CL cái; *CL for poifuls, kettlefuls.*

ầm *to be noisy | noisily.*

ầm ĩ *to be very noisy | noisily.*

ầm *to be humid, moist, muggy*
  ầm thấp, ầm ướt.

ầm *R to drink* [= uống].

ân *R kind act* [from above], *good
deed, favor* [= ơn] ân-điền, ân
huệ.

ân-cần *to be solicitous, thoughtful.*

ân-hận *to regret, be sorry.*

ân-nhân *benefactor.*

ân-xá *amnesty.*

ấn *to press* [button]; *R to print*
  [= in].

Ấn [East] *India, Indies | Indian;
Indo-.* Ấn-Hồi *Indo-Pakistani.*
Hồi-Ấn *id.* Tây-Ấn *the West
Indies.*

ấn-định *to fix* [price, rate, date...]

Ấn-Độ [East] *India | Indian, Hin-
du ; Indo-*

Ấn-Độ-Dương *Indian Ocean.*

Ấn-Độ Chi-Na *Indo-China.*

Ấn-Độ-Giáo *Hinduism.*

ấn-hành *to print and publish.*

ấn-loát *to print | printing, im-
pression.*

ấn-quán *printing shop.*

ấn-tượng *impression, imprint.*

ẩn *to hide* ẩn nấp *take shelter.* trú
ẩn; *R to be latent, hidden.* ở ẩn
to live in seclusion. hầm trú ẩn *air-
raid shelter.* bí-ẩn *mysterious.*

ẩn dật *to live a secluded life.*

ẩn khuất *to be hidden.*

ẩn náu *to hide oneself, take shelter.*

ẩn nặc *to receive* [stolen goods].

ẩn-núp *to hide, take cover.*

ấp *hamlet, settlement, farm.*

ấp *to sit on* [eggs].

ất *the second Heaven's stem.* See
can.

Âu *Europe | European.* Âu - Mỹ
Occidental, Western. châu Âu
Europe. Bắc - Âu *Scandinavia.*
Tây-Âu *Western Europe.* Đông-
Âu *Eastern Europe.*

âu *sea gull.*

Âu-châu *Europe | European.*

Âu-hóa *to europeanize, be euro-
peanized.*

Âu-Mỹ *Europe and America,
the West | Western, Occidental.*

âu-phục *Western clothes.*

âu-sầu *to be sad, sorrowful, grieved,
concerned.*

Âu-Tây *Occidental, Western.*

ấu *R to be young.* lớp đồng-ấu
first grade [primary school]. thời-
kỳ thơ-ấu *childhood, boyhood,
girlhood, young days.*

ấu *caltrops* CL củ.

ấu-trĩ *to be childish, immature,
in infancy.*

ấu-trĩ-viên *kindergarten.*

ẩu *to be careless, negligent; to dis-
regard rules and regulations.*

ẩu-đả *fight, brawl.*

ấy *that, those.* chính-phủ ấy *that
government.* những quyển sách ấy
those books.

ấy là *that is.*

B

ba [SV **tam**] *three.* thứ ba *third;*
Tuesday. tháng ba *third lunar
month, March.* mười ba *thirteen.*
ba mươi/chục *thirty.* một trăm
ba (mươi/chục) *one hundred and
thirty.* một trăm linh/lẻ ba *one
hundred and three.*

ba [Fr. papa] *dad, pop.*

ba R *wave* [= sóng].

ba ba *turtle* CL con.

ba-đô-ca *bazooka.*

ba hoa *to talk, boast, brag.*

Ba-Lan *Poland | Polish.* nước
Ba - Lan *Poland.* tiếng Ba-Lan
Polish.

ba lăng nhăng *undisciplined,
unorganized, disordered.*

Ba-Lê *Paris.*

ba lông *football* CL quả.

Ba-Nhĩ-Cán *Balkans.*

Ba-Tây *Brazi | Brazilian.*

Ba-ti-luân *Babylon.*

ba-toong [Fr. bâton] *stick, cane.*

ba-tui [Fr. patrouille] *patrol.*

Ba-Tư *Persia, Iran | Persian,
Iranian.*

bá R *one hundred* [= trăm]. Cf.
bách.

bá R *count* bá-tước. Cf. công, hầu,
tử, nam.

bá R *father's elder sibling* [= bác]

bá R *to sow* [seeds]; *to spread*
truyền-bá, *broadcast* quảng-bá.

bá-âm *to broadcast.* đài bá-âm
radio station.

bá-cáo *to publicize, proclaim.*

bá-chủ *lord, master, dominator,
ruler.*

Bá-Đa-Lộc *Bishop of Adran.*

Bá-Linh *Berlin.*

bá-tước *earl, count.*

bà [SV tổ-mẫu] *grandmother* CL
người; *lady | you* [used by grand-
child to grandmother, first person
pronoun being cháu]; *I* [used by
grandmother to grandchild, second
person pronoun being cháu]; *you*
[used to women of certain age,
first person pronoun being tôi];
she [of women of certain age]
bà ấy, bà ta | *Mrs.* đàn bà *woman,
women.* hai bà Trưng *the Trưng
sisters.* bà con *relative; to be
related* [với, to].

bà đỡ *midwife.*

bà nội *paternal grandmother.*

bà ngoại *maternal grandmother.*

bà phước *(religious) sister.*

bà vãi *Buddhist nun.*

bà *bane, poison; bait.*
bà [= bà ấy] *she; her.*
bà vai *shoulder blade.*
bã *residue, waste, dregs.*
bạ *at random, haphazardly.*
bác [SV bá] *uncle* [*father's elder brother*] CL người, ông; *you* |*used to uncle, first person pronoun being cháu*], *I* |*used to nephew or niece, second person pronoun being cháu*], *you* [*used to craftsmen, first person pronoun being tôi*]; *you* [*my child's uncle or auntie*] [*used to friends*]; *she, he* bác ấy bác ta | *Mr., Mrs.*
bác *R to be wide, ample; learned* uyên-bác.
bác *to scramble* [*eggs*].
bác *to reject* [*application, proposal*] bác bỏ.
bác-ái *altruism* | *altruistic.*
bác-bỏ *to reject.*
bác-học *learned man, scholar, scientist* CL nhà.
bác-sĩ *doctor; medical doctor.*
bạc [SV ngân] *silver; money.* đồng bạc *piastre.* giấy bạc *banknote, bill.* kho bạc *treasury.* tiền bạc *money, currency.* thợ bạc *goldsmith, silversmith, jeweler.* tóc bạc *grey hair.* đánh bạc *to gamble.*
bạc *to be discolored, faded.*
bạc *to be ungrateful* bạc bẽo, bội bạc.
bạc-đãi *to treat with indifference, ill-treat.*
bạc-hà *peppermint, mint.*
bách *R one hundred* [= trăm].
bách *to force, coerce* cưỡng bách.
bách-khoa *polytechnical, encyclopedic.* bách-khoa từ-điển *encyclopedia.* Trường Bách - khoa

Bình-dân *The Popular Polytechnic Institute.*
bách niên giai lão [*to newly-married couple*] *may you live together to be one hundred years old.*
bách thảo *botanical.* vườn bách thảo *botanical gardens.*
bách thú *zoological.* vườn bách-thú *zoo.*
bạch *R white* [= trắng].
bạch-chủng *the White Race.*
Bạch-Cung *the White House* CL tòa.
bạch-đinh *commoner.*
bạch-kim *platinum.*
Bạch-Ốc *the White House* CL tòa.
bái *R to bow, kowtow, pay homage to.*
bài *text, lesson, script* | CL *for nouns denoting speeches, newspaper articles, etc. as in* một bài diễn-văn *a speech* | *card* CL con, lá, quân, cây. một cổ bài *a deck of cards.* chơi bài, đánh bài *to play cards.* trang bài *to shuffle cards.* làm bài *to do one's homework.* dàn bài *outline.*
bài *R- to be against.*
bài *mandarin square* [*insignia of office*] bài ngà.
bài-cộng *to be anti-communist.*
bài-ngoại *to be xenophobe.*
bài-trí *to furnish, decorate.*
bài-trừ *to get rid of* [*an evil*].
bài-xích *to disapprove of, be against.*
bãi *flat expanse, field, stretch* [*of grass, sand, etc*]. bãi bể *shore, beach.* bãi cỏ *lawn.* bãi đá bóng *soccer field.* bãi chiến-trường

battlefield. bãi sa-mạc *desert.*
bãi tha ma *graveyard.*
bãi *R- to stop, cease, strike.*
bãi-binh *to cease fighting; to disarm.*
bãi-công *to go on strike.*
bãi-khóa [of students] *to strike.*
bãi-thị [of market vendors] *to strike.*
bãi-trường *school vacation.*
bại *to lose* [battle, war], *be defeated* [= thua]; *to fail* thất bại. đánh bại *to beat, defeat.* [opp. thành, thắng].
bám *to hang on, cling* [lấy to].
ban *section, board, committee, commission.* ban giám-đốc *the Board of Directors.* ban nhạc *orchestra, band.* ban hát, ban kịch *theatrical troupe.*
ban *section of time.* ban ngày *in the daytime.* ban đầu *at the beginning.* ban đêm *during the night.* ban nầy *just now, a short while ago.* ban sáng *this morning.* ban tối *in the evening.* ban trưa *at noon.*
ban *to grant, bestow, confer.*
ban [Fr. balle] *ball* CL quả, trái. đội ban *football team.*
ban-bố *to issue, promulgate* [laws, regulations].
ban-hành *to issue, promulgate, enforce* [laws].
bán *R half* [= nửa].
bán [SV mại] *to sell; to be sold.* bán lại *to resell.* đồ bán nước *traitor, quisling.* Ông ấy buôn bán *He's a merchant, a businessman.* đi mua bán *to go shopping.* bán chịu *to sell on credit.* bán đấu giá *to sell by auction.*

người bán hàng *salesman, salesgirl.*
bán-ảnh *penumbra.*
bán-cầu *hemisphere.* Tây bán-cầu *the Western hemisphere.*
bán-chính-thức *semi-official.*
bán-đảo *peninsula.* bán-đảo Cao-Ly *the Korean Peninsula.*
bán-kính *radius.*
bán-nguyệt *to be semi-circular; bimonthly.*
bán-nguyệt-san *biweekly magazine.*
bán-mẫu-âm *semivowel.*
bán-niên *semester.*
bán sống bán chết [to run] *for one's life.*
bán-thân *bust.*
bán-thân bất-toại *hemiplegia.*
bán tín bán nghi *to be doubtful, dubious.*
bàn *table* CL cái; *tableful.* bàn tay *hand.* bàn chân *foot.* bàn chải *brush.* bàn cờ *chessboard, checkerboard.* bàn đạp *pedal.* bàn ghế *furniture.* bàn giấy *desk; office.* bàn là *iron.* bàn thấm *blotter.* bàn thờ *altar.* bàn tính *abacus.* bàn ủi *iron.*
bàn [SV luận] *to discuss, deliberate* [đến, về *about*] luận bàn, họp bàn.
bàn bạc *to discuss, deliberate.*
bàn cãi *to discuss, debate.*
bản *edition, impression; CL for scripts, songs, plays, statements, treaties, etc.* một bản hiệp-ước *a treaty.* một bản đàn *a piece of music.*
bản *R root, base, origin, source* [= gốc]. căn bản *base, root, background.*

bản-doanh *headquarters.*
bản-đồ *map.*
bản-động *natural movement.*
bản lề *hinge.*
Bản-Môn-Điếm *Panmunjon.*
bản-quyền *copyright.*
bản sao *copy* [of an original document].
bản thảo *draft, rough draft.*
bản-tuyền *natural rotation.*
bản-xứ *local, native.*
bạn [SV hữu] *friend, comrade* CL người. nước bạn *friendly nation.* bạn học *schoolmate, classmate.* bạn cũ *old friend.* bạn già *friend in old age.* bạn trăm năm *spouse.* chúng bạn *friends.*
bạn-bè *friend(s).*
bạn-hữu *friend(s).*
bang *R state, country, nation.* lân-bang *neighboring state.* ngoại-bang *foreign nation,* liên-bang *union, federation.* tiểu-bang *state* [in the union].
bang *R to help, protect.*
bang-giao *international relations.*
báng *R to speak ill of.* nhạo-báng *to ridicule, slander.* phi-báng *to reprove, chide.*
báng *butt, stock* báng súng.
báng *ascites* bệnh báng.
bàng *R to be next to, near, neighboring* lân-bàng.
bàng-quan *looker-on, spectator.*
bàng-thính *to audit* [class, course]. sinh-viên bàng-thính *auditor, non-credit student.*
bảng *sign, placard, blackboard* bảng đen, *bulletin board; publicly posted roll of successful examinees* [with **yết**, **treo** *to post,* **xem** *to look at, consult*].

bánh *cake, pie, pastry.* bánh ngọt *cake.* bánh mì *bread.* một bánh xà-phòng *a cake of soap.*
bánh *wheel.* bánh xe *wheel.* tay bánh *or* bánh lái *steering wheel.*
bành-tô *jacket, coat, overcoat* áo bành-tô.
bành-trướng *to develop, expand, spread.*
bao *to be or have how much, how many; so much, so many; some, any.* bao giờ? *when, what time?* bao lâu? *how long?* bao nhiêu? *how much? how many?* bao nhiêu (là) *how much, how many:* so much, so many. bao xa? *how far ?* Bao giờ cũng được *Any time.* Bao nhiêu cũng được *Any number* (quantity) *will do.* Anh ấy đi bao giờ? *When did he go?* Bao giờ anh ấy đi? *When is he leaving?*
bao *envelope, bag, pack* | *to envelope* bao bọc, *cover* bao trùm, bao-phủ, *include* bao gồm. một bao diêm *a box of matches.* một bao thuốc lá *a pack of cigarettes.* một bao gạo *a bag of rice.*
bao bọc *to envelop, protect.*
bao phủ *to cover up.*
bao-quát *to embrace, include.*
bao-tử *stomach.*
bao vây *to besiege, encircle.*
báo *to announce, notify, report* | *newspaper* CL tờ. nhà báo *journalist.* nhật-báo *daily newspaper.* tuần-báo *weekly.* tòa báo *newspaper office.*
báo *panther* CL con.
báo-cáo *to report* | *report* CL bản Tôi xin trân trọng báo-cáo *I have the honor to report.* bác-cáo hàng tuần *weekly report.*

báo-chí *newspaper and magazine, the press.*

báo-động *alarm, alert.* tình trạng báo-động *state of emergency.*

báo-giới *the press.*

báo-hỉ *wedding announcement.*

báo-hiệu *to give the signal.*

báo-quán *newspaper office.*

báo thù *to avenge oneself.*

báo thức *to wake up,* in đồng hồ báo thức *alarm clock.*

báo-tin *to inform, advise, announce.*

bào *to plane* | *plane* CL cái. vỏ bào *shavings.*

bào R *womb.* bào-huynh or bào-đệ *brothers by the same mother.* anh em đồng-bào *brothers by the same mother; compatriot, fellow countryman.* anh em dị-bào *half-brother, half-sister.*

bào-chế *pharmacy.* nhà bào-chế *pharmacist.*

bào-đệ *younger brother.*

bào-huynh *elder brother.*

bảo *to say (to), to tell* [rằng *that*]. khuyên bảo or răn bảo *to advise.*

bảo R *to insure* bảo-hiểm, *assure, guarantee* bảo-đảm.

bảo R *to protect, guard, preserve* [= giữ].

bảo R *to be precious, valuable* [= quí]

bảo-an *to insure security.* Hội-đồng Bảo-An *the Security Council.*

bảo-anh *child protection.*

bảo-đảm* *to guarantee, assure* | *guarantee, assurance.* thư bảo-đảm *registered mail.*

Bảo-Gia-Lợi *Bulgaria* | *Bulgarian.*

bảo-hiểm *to insure* | *insurance.*

bảo-hoàng *to be royalist, monarchist.* phái bảo-hoàng *the monarchist party.*

bảo-hộ *to protect* | *protectorate.*

bảo-kê *to insure* | *insurance.*

bảo-quyến *your* [precious] *family.*

bảo-tàng-viện *museum.*

bảo-thủ *to be conservative.* đảng bảo-thủ *the conservative party.*

bảo-toàn *to keep intact, preserve.*

bảo-tồn *to preserve.*

bảo-trợ *to protect, sponsor.* quyền bảo-trợ *patronage, sponsorship, auspices.*

bảo-vệ *to preserve, guard, defend.*

bão *typhoon, storm, hurricane* CL cơn, trận. bão tuyết *snowstorm.*

bão-hòa *to saturate* | *saturation.*

bạo *to be daring, brave, bold ;* R *to be cruel, wicked* tàn bạo.

bạo-chính *tyranny.*

bạo-chúa *tyrant.*

bạo-dạn *bold, daring, fearless.*

bạo-động *to be violent* | *violence.* bất-bạo-động *non-violence.*

bát [SV uyển] *eating bowl* CL cái; CL *for bowlfuls.* một bát cơm *a bowl(ful) of rice.*

bát R *eight* [= tám]. đệ-bát *the eighth.* thơ lục-bát *the six-eight meter.*

bát-giác *octagon.*

bạt *to be careless, negligent, rash, reckless* bạt mạng.

bạt *postface, epilogue* lời bạt.

báu *to be precious, valuable* quí báu.

bàu *see* bầu.

bàu-cử *see* bầu-cử.

bay *you* [plural] chúng bay.

bay [SV phi] *to fly.* máy/tàu bay *airplane.* sân bay *airfield.* trường bay *airfield.* sự/cách bay *flight.* mưa bay *drizzle.*

bay *trowel* CL cái.

bày *see* bảy.

bảy *see* bảy.

bắc *to bridge a space with* [*a plank* tấm ván, *brick* gạch], *to build* [*a bridge* cầu], *to put up* [*a ladder* thang].

bắc *north* | *northern, Chinese.* phương bắc *the north.* đông-bắc *north-east.* tây-bắc *north-west.* thuốc bắc *Chinese medicine.* người bắc *northerner.*

Bắc-Băng-Dương *Arctic Ocean.*

Bắc-Bình *Peiping.*

bắc-bộ *the northern part* (of Vietnam).

Bắc-Cực *North Pole.*

Bắc-Đầu *Ursa Major.*

Bắc-Đầu Bội-Tinh *Legion of Honor Medal.*

Bắc-Đại-Tây-Dương *North Atlantic.* Tổ-chức Hiệp-ước Bắc-Đại-Tây-Dương *the North Atlantic Treaty Organization.*

Bắc-Hàn *North Korea.*

Bắc-Kinh *Peking.*

Bắc-Kỳ *North Vietnam, Tonkin* [not used nowadays].

Bắc-Mỹ *North America.*

bắc-phần *the northern part* (of Vietnam).

Bắc-Phi *North Africa.*

bắc-sử *Chinese history* [opp. nam-sử].

bắc-thuộc *Chinese domination.*

Bắc-Việt *North Vietnam.*

băm *thirty* [contraction of ba mươi] băm sáu *thirty-six.*

băm *to chop* [meat].

băn-khoăn *to be worried, unable to make up one's mind.*

bắn [SV xạ] *to fire, shoot* [vào *at*]; *to splash.* săn bắn *to hunt.* bắn tin *to drop a hint, start a rumor, spread the news.*

băng *ice* đóng băng or kết băng *to freeze.*

băng *to be straight* thẳng băng.

băng [Fr. banque] *bank* CL nhà. Tôi ra băng đây. *I'm going to the bank.*

băng [Fr. ruban, bande] *ribbon, band, bandage, tape.*

băng-bó *to dress* [a wound].

Băng-Cốc *Bangkok.*

băng-điểm *freezing point.*

băng-hà *glacier.*

băng-hà [of king] *to die.*

băng-huyết *hemorrhage.*

băng-phiến *naphthalin, moth balls.*

bằng *to be equal to, to be as...as; to be even, level.* bằng lòng *to be satisfied; to consent, agree.* bằng không *if not, or else.* bằng không *as if nothing had happened.* bằng thừa *in vain.* đồng bằng *plains.* thăng bằng *balanced.*

bằng *to be made of* [some material], *run by* [some fuel], *use* [as means], *travel or be transported by.* Cái nhà ấy làm bằng gỗ *That house is made of wood.* Máy này chạy bằng dầu tây *This motor uses kerosene.* Tôi thích viết bằng bút máy *I like to write with a fountain pen.* Anh sẽ đi bằng gì? *How are you going to go?*

bằng R *friend, comrade* bằng-hữu, thân-bằng cố-hữu *my friends.*

bằng *diploma* văn-bằng, *degree* bằng-cấp. [phát *to deliver,* cấp *to confer,* lĩnh *to receive*]. bằng Trung-Học *high school diploma.* lễ phát bằng *graduation ceremony, commencement exercises.*

bằng-cấp *diploma, degree.*

bằng-chứng *evidence, proof.*

bằng-cứ *evidence, proof.*

bằng-hữu *friend(s).* tình bằng-hữu *friendship.*

bằng *to cease completely.* quên bằng *to forget completely.*

bắp *corn* | *CL for ears of corn, cabbages, muscles.* bắp cải *cabbage.* bắp thịt *muscle.* bắp chân *calf* [of leg]. bắp đùi *thigh muscle.*

bắt [SV bộ] *to catch, seize, arrest; to force.* Nó bị bắt rồi *He was arrested.* Nó không thích thì thôi, đừng bắt nó *If he doesn't like it don't force him.*

bắt bẻ *to find fault with, criticize.*

bắt bớ *to arrest.*

bắt buộc *to force, compel, coerce; to be obligatory, compulsory, mandatory.*

bắt chước *to imitate, mimic, copy.*

bắt cóc *to kidnap.*

bắt đầu *to begin, start.*

bắt đền *to demand restitution.*

bắt mạch *to take the pulse.*

bắt nạt *to bully.* bắt nọn *to trick into a confession.*

bắt quả tang *to catch in the act, red-handed.*

bắt tay *to shake hands* [with]; *to start.* Khi chúng tôi bắt tay vào làm việc *When we* (actually) *started to work.*

bắc [of wind] *northern* [only in gió bắc 'northern wind']

bắc *pith; wick* bắc đèn,

bậc *step* [of stairs], *rung* [of ladder] *rank, category, level;* CL *for outstanding men.* bậc vĩ-nhân *great man.*

bấm *to press* [button, etc...]. khuy bấm *snap* (fastener).

bầm *black-and-blue* tím bầm.

bẩm *to report* [to a superior] | [polite particle]. bẩm ông *sir.*

bẩm *to endow* phú-bẩm.

bấn *to be short of* [help, money]. túng bấn *hard up.*

bần R *to be poor* [= nghèo].

bần-đạo I [a poor priest].

bần-nông *poor peasant.*

bần-tăng I [a poor monk].

bẩn *to be dirty, filthy; to be stingy, miserly* keo bẩn. đánh bẩn *or* làm bẩn *to soil.*

bẩn thiu *to be dirty, filthy; to be stingy, parsimonious.*

bận *to be busy, occupied* bận việc, bận bịu, bận rộn. bận lòng *to worry.*

bận *to dress* ăn bận; *to wear.* bận quốc-phục *to wear traditional clothes.*

bận *time, occurrence.* một hai bận *once or twice.* mỗi bận *each time.*

bận rộn *to be busy* | *busily.*

bâng khuâng *to be melancholy, undecided; to miss vaguely.*

bâng quơ *to be vague or indefinite* [in speech].

bấp bênh [of conditions, situation, position] *to be unstable.*

bập bẹ *to jabber, mutter.*

bặt R *not to be* [= chẳng, không].

bất *kind of card game.*

bất-bạo-động *non-violence.*

bất-bình *to be displeased, indignant.*

bất-bình-đẳng *unequal.* hiệp-ước bất-bình-đẳng *unequal treaty.*

bất-can-thiệp *non-interventionism.*

bất-câu *no matter what, no matter which, no matter who.*

bất chấp *regardless.*

bất-chính *to be unrighteous | unrighteously.*

bất-công *to be unjust | unjustly.*

bất-cộng đái-thiên *to be 'deadly enemies; to be in complementary distribution* [phonemics].

bất cứ *any.* bất cứ ai *anybody.* bất cứ lúc nào *any time, any moment.*

bất-di bất-dịch *to be immutable.*

bất-diệt *to be immortal.*

bất đắc dĩ *unwillingly, reluctantly.* Việc ấy, bất đắc dĩ tôi mới phải làm *I had to do it in spite of myself.*

bất đồ *suddenly, unexpectedly.*

bất-đồng *to be different, divergent.* điểm bất-đồng *difference.*

bất-động-sản *real estate.*

bất hạnh *to be unlucky, unfortunate.* kẻ bất-hạnh *the victim.*

bất-hợp-pháp *to be illegal, unlawful.*

bất-hợp-tác *to be uncooperative | non-cooperation.*

bất-hủ [of character, literary work] *to be immortal.*

bất-khả xâm-phạm *to be inviolable, inalienable.*

bất kỳ *any | to be unexpected, unintended.*

bất-luận *regardless of, without distinction. See* vô-luận.

bất lực *to be inefficient, incapable.*

bất lương *to be dishonest, crooked.*

bất quá *at most, only.*

bất tất *to be unnecessary | not necessarily.*

bất-tham-chiến *to be a non-belligerent.*

bất thình lình *to be sudden, to act suddenly | all of a sudden, unexpectedly.* trận tấn-công bất thình lình *surprise attack.*

bất-thường *to be unusual, extraordinary.* phiên họp bất thường của Đại-hội-đồng Liên-Hợp-Quốc *special session of the U. N. General Assembly.*

bật *to snap, switch* [lights] *on.* bật cười *to burst out laughing.*

bật lửa *cigarette lighter* CL cái.

bâu [of flies] *to cluster.*

bấu *to pinch.*

bầu *bottle gourd, calabash* CL quả, trái; *gourdful;* CL *for certain nouns such as in* một bầu không khí thân-thiện *a friendly atmosphere,* bầu nhiệt huyết *enthusiasm.*

bầu *sphere, globe, something round.* có bầu *to be pregnant.*

bầu *friend, pal,* chum bầu bạn.

bầu *to elect; vote* [cho 'for']. ông bầu *manager of theater.*

bầu-cử *to elect* | *elections* CL cuộc.
bây giờ *now, at (the) present (time)*.
bấy giờ *at that time* lúc bấy giờ.
bấy lâu (nay) *so long, since then*.
bấy nhiêu *that much*.
bày [SV bài] *to display, arrange*.
tỏ bày *to express, expose, present*.
trình bày *to present, set forth*.
phô bày *to show (off)*.
bầy [SV quần] *flock, herd, pack*.
bầy tôi *subject(s)* [of a king].
bảy [SV thất] *seven*. mười bảy
seventeen. bảy mươi/chục *seventy*.
thứ bảy *seventh; Saturday*. tháng
bảy *seventh lunar month; July*. một
trăm bảy mươi/chục *one hundred
and seventy*. một trăm linh/lẻ
bảy *one hundred and seven*.
bẩy *to pry up* bẩy lên
bẫy *trap, snare* CL cái. bẫy chuột
mousetrap. đánh bẫy *to trap*. mắc
bẫy *to be trapped*.
bậy *to be wrong; to do wrong; to
be obscene*.
bé [SV tiểu] *to be small, young*.
thằng bé *the little boy*. con bé
the little girl. vợ bé *concubine*.
bè *faction, clique, party* bè lũ, bè
đảng. bạn bè *friends*.
bè *raft* CL chiếc, cái [with đóng
'to build']. tàu bè *boats, ships*.
thuyền bè *boats, ships, craft*.
bè đảng *faction, clique, party*.
bẻ *to criticize* bắt bẻ.
bẻ *to bend* [something long or flexible] *in a curve, to snap, break;
to pick* [fruit, flower]. Cf. vỡ, gãy.
bẽ *to be ashamed, lose face*.
bèn *to do instantly, immediately*
[precedes main verb]. Anh ấy bèn

bảo vợ đi thổi cơm *Right then
he told his wife to go and cook
some rice*.
bẽn lẽn *to be shy, timid*.
béo [SV phì] *to be fat, plump,
stout, obese* [opp. gầy, ốm]; [of
dish] *to be greasy*.
bèo [SV bình] *duckweed, marsh
lentil, water hyacinth*.
bẹp *to be crushed, flattened, put
out of shape*. Tôi bị bẹp lốp *I
had a flat*.
bét *to be the last* [in rank], *the
lowest*.
bét *to be beaten to a pulp* nát bét.
hỏng bét *to fail completely, be
spoiled*. sai bét *completely wrong,
all wet*.
bẹt *to be flattened*.
bê *calf* [of cow] CL con. thịt bê
veal.
bê *to carry with both hands*.
bê-toong/tông [Fr. béton] *concrete*. *Also* bích-toong.
bế *to carry* [a child] *in one's arms*
bồng bế.
bế R *to close* [= đóng].
bế-mạc [of a conference] *to close,
adjourn, end*.
bế-quan tỏa-cảng [to apply] *the
closed-door policy*.
bế-tắc *to be obstructed, deadlocked*.
bề *side, dimension*. bề ngoài *appearance*. bề cao *height*. bề dày
thickness. bề dọc *length*. bề ngang
width. Cha bề trên *Father Superior*.
bể [SV hải] *sea; cistern, tank*. bờ
bể *seashore*. cửa bể *seaport*.
bể [of glassware, china, etc] *to be
broken*. [= vỡ].

bệ *platform, throne.*

Bệ-Hạ *Sire.*

bệ-vệ *to be stately, majestic | majestically.*

bên [SV biên] *side, party.* cả hai bên *both sides.* bên Pháp *in France.* bên kia đường *across the street.*

bến *landing place, pier, port; bus or railroad station.* bến tàu *port; railroad station.*

bền *to be durable, long-wearing.* lâu bền *to be durable, lasting.* vững bền *to be stable, durable.*

bênh *to protect, defend, take the side of.*

bênh-vực *to protect, defend.*

bệnh *ailment, sickness, disease | to be sick.* bị bệnh, lâm bệnh, mắc bệnh *to be taken ill.* khám bệnh, xem bệnh *to give or receive a medical examination.* chữa bệnh *to cure a disease.* con bệnh *patient.*

bệnh-căn *cause of the illness.*

bệnh hoa-liễu *venereal disease.*

bệnh-lý *pathology.*

bệnh-nhân *patient.*

bệnh phong-tình *venereal disease.*

bệnh-tật *illness and infirmity.*

bệnh-tình *venereal disease; patient's condition, ailment's evolution.*

bệnh-viện *hospital, clinic.*

bệnh-xá *dispensary.*

bếp *kitchen* CL nhà, cái; *stove; cook* CL người. làm bếp *to cook.* bếp nước *cooking.* đầu/nhà bếp *cook, chef.*

bi R *stele, slab, tombstone* [= bia].

bi [Fr. bille] *marbles* CL hòn. bắn bi *to shoot marbles.* chơi bi, đánh bi *to shoot marbles.*

bi R *to be sad, sorrowful.*

bi-ai *to be sad, lamentable, tragic.*

bi-đát *to be tragic, heart-rending.*

bi-hài-kịch *tragi-comedy.*

bi-kịch *tragedy, drama* CL tấn.

bi-quan *to be pessimistic* [opp. lạc-quan].

bi-tráng *to be pathetic.*

bí *pumpkin, squash, winter melon* CL quả, trái.

bí R *to be secret, mysterious.*

bí [of comb] *to be very fine-toothed.* lược bí *double-edged, very fine-foothed comb.* Cf. thưa.

bí R *to be obstructed; constipated; to be stumped.*

bí-ẩn *to be hidden, secret.*

bí-danh *pseudonym, penname.*

bí-hiềm *to be mysterious.*

bí-mật *to be secret, mysterious | secretly, mysteriously | secret.* công-tác bí-mật *secret mission.* bí-mật quân-sự *military secret.*

bí-quyết *secret (formula).*

bí-thư *secretary.* đệ-nhất bí-thư (sứ-quán) *first secretary* [of embassy]. tổng-bí-thư *secretary-general.*

bí-thư-trưởng *secretary-general.*

bí ti *to be unconscious.* say bí-ti *to be dead drunk.*

bì *to compare.* không ai bì kịp *incomparable.*

bì R *skin* [= da], *derm, peel; envelope, bag.* bì đạn *cartridge belt.* phong bì *envelope* [for letter]. trừ bì *not counting the wrapping.*

bỉ *to be scornful or contemptuous of* khinh-bỉ; R *to be lowly, vulgar*

thô-bỉ; R- my [humble], as bỉ-nhân
'I, myself'.
Bỉ Belgium | Belgian.
Bỉ-Lợi-Thì Belgium | Belgian [infrequently used].
bỉ-nhân I [a poor writer, etc].
bỉ to be cornered, unfortunate, unlucky [opp. thái].
bỉ-vận ill luck, bad luck.
bị bag, knapsack CL cái.
bị to suffer or experience something unpleasant or disastrous; to be. bị tù to be in jail. bên bị the defendant, the accused [opp. bên nguyên the plaintiff].
bị R to prepare for in advance. chuẩn-bị to be ready. phòng-bị to be vigilant. dự-bị to prepare.
bị-cáo defendant.
bị-cáo-nhân defendant.
bị-động to be passive | passively.
bia [SV bi] tombstone, stone slab, stele bia đá CL tấm. bia miệng public's judgment, public opinion.
bia bull's eye, target [for archers, marksmen]. bia đỡ đạn cannon fodder.
bia [Fr. bière] beer rượu bia.
bìa book cover bìa sách; cardboard. đóng bìa to bind [with a hard cover]
bịa to invent, fabricate. bịa chuyện to make up stories.
bịa đặt to invent, fabricate.
bích R partition, wall [= vách].
bích R emerald [= biếc].
bích-chương poster.
bích-báo newspaper posted on the wall.
bích-toong [Fr. béton] concrete.

biếc [SV bích] to be green or azure blue xanh biếc to be emerald green or deep blue.
biếm R to criticize, satirize châm biếm.
biên to write down, note down, jot down; R to weave, plait [baskets]; R to edit, compile.
biên R edge, border, limit, boundary, frontier. vô-biên boundless.
biên-âm lateral [sound].
biên-bản report, log, minutes CL tờ.
biên-cảnh frontier area.
biên-chép to write, copy, transcribe.
biên-cương frontier, boundaries, border.
biên-giới frontier, border. Biên-giới Hoa-Việt Sino-Vietnamese border.
biên-lai receipt CL tờ.
biên-soạn to edit, compile, write [a book].
biên-tập to edit, write. bộ biên-tập editorial board.
biên-tập-viên editor, writer.
biên-thùy frontier, border.
biến to disappear, vanish biến đi, biến mất.
biến to change, be changed [thành 'into'].
biến disaster, calamity tai biến.
biến R to spread. phổ-biến to popularize.
biến-cải to change, transform.
biến-chuyển to change, develop | change, event, development.
biến-cố event, happening, occurrence.
biến-đổi to change, fluctuate.
biến-hóa to change, evolve.

biến-loạn *rebellion, revolt.*
biến-số *variable.*
biến-thái *variant, allophone, allomorph.*
biến-thể *variant, allophone, allomorph.*
biến-thiên *to change | change.*
biền *R to be parallel, couple* [stylistics] biền-ngẫu.
biền *R military.* võ-biền *military in nature.*
biển [SV hải, dương] *sea, ocean.* bờ biển *seacoast.* bãi biển *seashore, beach.* [= bể].
biển *sign, placard* CL tấm.
biển *R to be miserly.*
biển-lận *to be avaricious; to be fraudulent.*
biển-thủ *to embezzle.*
biện *R to argue, debate, discuss.* hùng-biện *to be eloquent.*
biện-bác *to discuss, argue, explain, debate.*
biện-chứng-pháp *dialectic.*
biện-giải *to explain, explicate.*
biện-luận *to discuss, argue.*
biện-lý *prosecutor.*
biện-pháp *method, measure, means, procedure* [with thi-hành 'to carry out, take'].
biếng *to be lazy, indolent.* làm biếng, lười biếng, biếng nhác.
biết [SV tri] *to know, be aware of;* [SV năng] *can* [to know how to]. Quen biết *to be acquainted with.* Nó không biết bơi. *He can't swim.* biết thế...*had I known that,...*
biết đâu *who knows! perhaps.*

biết điều *to be reasonable.*
biết ơn *to be grateful.*
biệt *to be separated, isolated; to disappear without trace.* phân-biệt *to distinguish. discriminate.* đặc-biệt *to be special, characteristic, typical.* từ-biệt *to say good-bye to.*
biệt-đãi *to treat exceptionally well.*
biệt - động - đội *special mobile troops.*
biệt - hiệu *nickname, penname, pseudonym, alias.*
biệt-lập *to be independent, separate.*
biệt-ly *to be separated, to part | separation.*
biệt-phái *to detail.*
biệt-tài *special talent.*
biệt-thự *countryhouse, manor, villa.*
biệt-xứ *to be exiled, banished.*
biếu *to offer as a gift.* quà biếu *present.* biếu xén *to make* (frequent) *gifts.*
biểu *to say to, tell, order.* Cf bảo
biểu *table, index, scale, meter.* hàn-thử-biểu *thermometer.* đồ-biểu *chart.* biểu chỉ-dẫn *index.*
biểu *R to express, manifest, demonstrate.* tiêu-biểu *to represent, symbolize.* dân-biểu *congressman,* đại - biểu *representative, delegate.*
biểu-chương *petition.*
biểu-diễn *to perform, demonstrate, parade.*
biểu - dương *to show, manifest* [a certain spirit tinh-thần].
biểu-đồng-tình *to express agreement.*
biểu-hiệu *symbol.*
biểu-lộ *to express.*

biểu-ngữ *slogan, banner.*
biểu-quyết *to decide, vote.*
biểu-thị *to express.*
biểu - tình *to demonstrate* [as a crowd] | *demonstration* CL cuộc.
binh *see* bệnh.
binh R *soldier, private* [= lính] | R *military.* nhà binh *the military.* tù binh *prisoner of war.* điểm binh *to review troops.* bộ-binh *infantry (man).* mộ binh *to recruit soldiers.* công-binh *corps of engineers.* pháo-binh *artillery* (man). binh nhất *private E2.* binh nhì *private E1.* tân-binh *recruit.*
binh-bị *military* (affairs). tài-giảm binh-bị *to reduce armaments, to disarm.*
binh-chế *military system or organization.*
binh-chủng *arms, service.*
binh-cơ *strategy.*
binh-dịch *military service.*
binh-đao *pertaining to war; war, warfare, hostilities.*
binh-đội *troops, forces.*
binh-gia *military.*
binh-khí *arms, weapons, war materiel.*
binh-lính *soldiers, troops.*
binh-lực *military power.*
binh-lương *Quartermaster's corps.*
binh-mã *troops (and horses), army.*
binh-ngũ *troops, army ranks.*
binh-nhu *military supplies.*
binh-pháp *strategy, tactics.*
binh-phí *military expenses.*
binh-sĩ *soldier, fighter, serviceman.*
binh-thư *military manual.*

binh-vụ *military affairs.*
bính *the third Heaven's Stem. See* can.
bình *to comment, criticize* phê-bình, bình-phẩm.
bình *vase, pot* CL cái. bình hoa *flower vase.* bình chè *teapot.* bình điện *battery.* bình hương *incense burner.*
bình R *to be level, plain, smooth, calm, peaceful.* công-bình *to be just, equitable.* quân-bình *equilibrium.* trung-bình *average.*
bình-an *to be well, safe.*
bình-dân *common people* | *to be popular, be democratic.* Bình-Dân Học-Vụ *Mass Education.*
bình-đẳng *to be equal, on the same level* | *equality.*
bình-địa *level ground.*
bình-định *to pacify.*
bình-hành *to be or go parallel.*
bình-luận *to comment* [về on] | *commentary, editorial* CL bài. nhà bình luận *commentator.*
bình-luận-gia *commentator.*
bình-minh *dawn, early morning.*
bình-nhật *ordinarily.*
bình-phẩm *to comment, criticize.*
bình-phong *screen* [folding screen] CL tấm, bức.
bình-phục *to recover* [from an illness].
bình-phương *square* [in mathematics].
bình-quyền *equal rights; equality of rights.*
bình-sinh *in one's lifetime.*
bình-thản *to be peaceful, uneventful; to be indifferent.*

bình-thường *to be normal, ordinary, common | ordinarily, normally.*

bình-tĩnh *to be calm, be peaceful. keep calm.*

bình-yên *see* bình-an.

binh R *to hold.* nhà binh bút *writer.*

bịnh *see* bệnh.

bịp *to bluff, cheat. lừa bịp to deceive, dupe.*

bít tất *socks, stockings* [một chiếc " a sock" and một đôi " a pair of"]. bít tất tay *gloves.*

bít tết [Fr. bifteck < Engl. beefsteak] *beefsteak.*

bịt *to cover, stop-up.* bịt mắt *to blindfold.* bịt tai *to cover one's ears.*

bíu *to cling to, hold to.*

bĩu *to purse* [one's lips]. bĩu môi *to purse one's lips scornfully.*

bo bo *to guard jealously.*

bó *to tie in a bundle | bunch, bundle.* băng bó. *to dress* [a wound]. một bó hoa *a bouquet, bunch of flowers.*

bó buộc *to compel, force;* [of a system] *to be strict, severe.*

bò *to crawl, creep go on all fours* loài bò sát *the reptiles.* bánh bò *yeast cake, foam cake.*

bò [SV ngưu] *cow, ox, bull* CL con. trâu bò *livestock.* sữa bò *milk.* thịt bò *beef.* xe bò *oxcart.* bò cái *cow.* bò đực *bull.* bò con *calf.* bò sữa *milch cow.* bò rừng *wild ox.*

bỏ [SV đầu] *to put, cast; to leave, abandon, give up.*

bỏ dở *to leave* [something] *unfinished.*

bỏ mình *to die* [vì 'for'].

bỏ phiếu *to cast a vote, vote.* miễn bỏ phiếu *to abstain.*

bỏ qua *to let go, overlook, pardon; to let go, pass by, throw away* [a chance].

bỏ quên *to forget, leave out.* Tôi bỏ quên cái bút máy trong lớp *I left my fountain pen in the classroom.*

bỏ sót *to omit, leave out, miss.*

bỏ tù *to jail, put in jail, throw in jail.*

bõ *to be worthwhile.* bõ công *to be worth the trouble.* cho bõ giận *to satisfy one's anger.*

bõ *old servant.*

bọ *insect, worm, flea* CL con. bọ chó *dog flea, tick.* sâu bọ *insect(s).*

bọ cạp *scorpion* CL con.

bọ hung *beetle* CL con.

bọ ngựa *praying mantis* CL con.

bóc *to peel* [fruit] bóc vỏ, *open* [mail, thư]. cướp bóc *to loot, rob, raid.*

bóc lột *to rob; to exploit.*

bọc *to wrap, cover, pack | package, parcel, bundle.* bao bọc *to envelop; to protect, support.* đùn bọc *to protect, support, aid* [relatives].

bói *to divine, prophesy.* thầy bói *blind fortune-teller or soothsayer.* xem bói *to consult a fortune-teller.*

bói cá *kingfisher* chim bói cá.

bom [Fr. bombe] *bomb* CL quả,

trái. ném/thả bom *to drop bombs.*
máy bay thả bom *bomber.* bom
khinh khí *hydrogen bomb.* bom
lửa *incendiary bomb.* bom nguyên-
tử *atom bomb.* . bom nổ chậm
time bomb.
bỏm bẻm *to chew* [betel] *with a
full mouth* nhai bỏm bẻm.
bon bon [of vehicles] *to run fast.*
bón *to fertilize.* đồ bón *fertilizer.*
phân bón *manure, fertilizer.*
bón *to feed* [rice to infant] bón
cơm.
bón *to be constipated* táo bón.
bọn *small group of people* [dero-
gatory]. nhập bọn *to affiliate
oneself* [với 'with']. cùng một
bọn *to belong to the same gang.*
bọn thực-dân *the colonialists.*
bong *to get loose, come off.* Cho
thêm hồ vào không có nó bong
*Put some more gum on, or it
would come off*
bong bóng *bubble, toy balloon,
bladder.*
bóng [SV ảnh] *shadow, shade,
silhouette; light.* bóng cây *shade
of a tree.* bóng nắng *sunlight.*
bóng trăng *moonlight.* chiếu/chớp
bóng *to show movies.* rạp chớp
bóng *movie theater.* nghĩa bóng
figurative meaning.
bóng [SV cầu] *ball, balloon* CL
quả, trái. bóng đèn *light bulb*
CL cái. bóng bàn *ping pong.*
bóng truyền *volley ball.* bóng
rổ *basket ball.* bóng tròn *soc-
cer.* bóng bầu dục *football,
rugby.* đá bóng *to play soccer.*
bóng *to be shiny.* đánh bóng *to
polish.*
bóng mát *shade* [out of the sun].

bóng nắng *sunlight, sunshine.*
bóng trăng *moonlight.*
bòng *grapefruit, pomelo* CL quả,
trái [= bưởi].
bỏng *to be burnt, scalded.*
bỏng *popcorn* bỏng rang, *rice
crispies* bỏng cốm.
boong [Fr. pont] *deck of a ship.*
bóp *to squeeze with one's hand.*
bóp cò *to pull the trigger.* bóp
còi *to blow the horn.* bóp cổ
to strangle, choke. đấm bóp *to
massage.*
bóp [Fr. portefeuille] *wallet, bill-
fold* bóp tằm phơi.
bóp [Fr. poste de police] *police
station.*
bóp thuốc lá *cigarette holder.*
bọt *foam, bubble, suds, lather.*
nước bọt *saliva.* bọt bể *sponge.*
bọt xà-phòng *soap suds.*
bô *chamber pot, bedpan.*
bô bô *to speak loudly and incon-
siderately* nói bô bô.
bô lão *village elder.*
bố *father* CL người; *chap, fellow,
lad* | *you* [my father], *I* [your
father]. bố mẹ *parents.* bố vợ
wife's father. bố chồng *husband's
father.* (hai) bố con ông Xuân
*Mr. Xuân and his child; Mr.
Xuân and his father.*
bố R *to spread, publish; to arran-
ge, distribute;* bố-cáo *to proclaim,
announce.* tuyên-bố *to announce,
make a statement.* công-bố *to
make public.* phân-bố *to distri-
bute.*
bố *to terrorize* khủng-bố, *raid.*
bố-thí *to give alms.*
bố-trí *to deploy* [troops].

bồ *friend, pal, chum.*

bồ *bamboo basket* CL cái. bồ giấy
wastepaper basket.

bồ câu *pigeon,* squab CL con.
chim bồ câu *id.*

bồ côi *to be an orphan* [also mồ
côi]. bồ côi cha *fatherless.* bồ
côi mẹ *motherless.*

Bồ-Đào-Nha *Portugal | Portu-
guese.*

bồ-đề *boh tree* [Buddhism].

bồ hòn *soapberry.*

bồ hóng *soot*

bồ hôi *sweat, perspiration* [also
mồ hôi].

bồ nhìn *see* bù nhìn.

bồ nông *pelican.*

bổ *to split* [wood củi], *to open*
[grapefruit, bưởi, *melon,* dưa,
coconut, dừa].

bổ *to be nourishing, nutritious; R to
add to, mend, supplement, com-
plement.* thuốc bổ *tonic.* tu bổ
to repair, restore [buildings]. vô bổ
to be of no use.

bổ *to name, appoint* bổ nhiệm.

bổ-dụng *to appoint, nominate.*

bổ-ích *to be useful, interesting.*

bổ-khuyết *to fill* [lacuna, position].

bổ-nhiệm *to appoint.*

bổ-túc *to complement, supplement.*

bộ *set, series, pack* [of cards], *suit*
[of clothes], *service, collection,
assortment, etc.* bộ ba *trio.*

bộ *section, part,* [government] *de-
partment, ministry.* Bộ Ngoại giao
Ministry of Foreign Affairs.

bộ *appearance, mien.* làm bộ *to be
conceited.* làm bộ *to pretend to.*

bộ *R step* [= bước]; *land.* đi/cuốc
bộ *to go on foot.* trên bộ *on land.*
đi đường bộ *to take a land route.*

bộ-binh *infantry(man).*

bộ-điệu *gesture, attitude.*

bộ-đội *troops, army.*

bộ-hành *pedestrian* khách bộ-hành

bộ-lạc *tribe.*

bộ-môn *department, section, field
of specialization or endeavor.*

bộ-trưởng *minister, secretary.* Phụ-
tá Bộ-trưởng *Assistant Secretary.*

bộ xương *skeleton.*

bốc *to take with one's fingers.* ăn
bốc *to eat with one's fingers.*

bốc [of smoke, khói, *vapor* hơi] *to
rise, emanate.*

bốc [Fr. boxe] *boxing.* đánh bốc
to box [fight].

bộc *R servant.* lão-bộc *old servant.*
nô-bộc *servant, slave.* nghĩa-bộc
loyal servant.

bộc *R to display, show, manifest.*
bộc-lộ *to reveal.*

bộc-phát *to explode, break out
suddenly.*

bôi *to smear, coat, apply* [cream,
lotion, pomade].

bôi nhọ *to soil, discredit, dishonor.*

bối *R back* [= lưng].

bối *R age group.* đồng-bối *contem-
porary.* tiền-bối *senior, predecessor.*

bối-cảnh *background.*

bối rối *to be uneasy, perplexed,
troubled, confused, bewildered.*

bồi *to bank up with earth; R to
nourish, strengthen.*

bồi [Fr. boy] *houseboy, waiter.*

bồi *R to indemnify, reimburse*
đền-bồi.

bồi-thường to pay damages [cho to].

bồi-thẩm assessor, juror.

bồi-thẩm-đoàn jury.

bội to double, multiply. gấp bội manifold. thập bội tenfold.

bội R to violate, break [promise, trust]. phản-bội to betray.

bội-bạc to be ungrateful.

bội-nghĩa to be ungrateful, unfaithful vong-ân bội-nghĩa.

bội-phản* to betray.

bội-phần manifold, many times, extremely. Điều đó đã khiến chúng tôi bội phần sung sướng That made us extremely happy.

bội-số multiple.

bội-thực to have an indigestion.

bội-tín to violate a trust | breach of trust.

bội-tinh medal. danh-dự bội-tinh medal of honor. Bắc-đầu Bội-tinh Legion of Honor Medal.

bội-ước to break a promise, violatç a pledge | breach of promise.

bôn R to run, flee.

bôn-ba to run after [honors and wealth]. to wander, roam.

bôn-đào to flee.

bôn-tầu to run after [honors and wealth], to wander, roam.

bốn [SV tứ] four. mười bốn fourteen. bốn mươi/chục forty. thứ bốn fourth. một trăm bốn mươi/ chục one hundred and forty. một trăm linh/lẻ bốn one hundred and four. See tư.

bồn vase, basin bồn nước, flower bed bồn hoa. bồn tắm bathtub.

bồn chồn to be anxious, uneasy, worried.

bồn see bản.

bồn-phận duty, obligation.

bộn to be disorderly, confused, in a mess bề bộn.

bông [SV miên] cotton. cây bông cotton plant. vải bông cotton cloth, flannelette. áo bông quilted robe. chăn bông padded blanket, quilt. bông gạo kapok.

bông [SV hoa] flower; [SV đóa] CL for flowers; earring bông tai CL chiếc for one, đôi for a pair. một bông hồng a rose. pháo (cây) bông fireworks. vườn bông park. Cf. hoa.

bông [Fr. bon] coupon, ration card.

bông to kid, jest. bông đùa, nói bông, bông lơn, bông phèng.

bồng to carry [a child] in one's arms; to present [arms súng].

bồng bột to be enthusiastic, ardent, eager.

bồng-lai fairyland.

bổng to rise [in the air], soar skyward. nhấc bổng lên to lift off the ground. lên bổng xuống trầm [of voice, tone] to go up and down, be melodious. điệu trầm bổng intonation. [opp. trầm].

bổng salary, pay, bonus, premium, allowances. niên-bổng yearly salary. nguyệt-bổng monthly salary. lương bổng salary, pay. hưu-bổng pension. Sở hưu-bổng Retirement Bureau.

bỗng to act suddenly | suddenly [precedes main verb] bỗng chốc, bỗng không, bỗng nhiên. bỗng dưng all of a sudden, withuot rhyme or reason.

.t *flour, powder, farina.* bột mì *wheat flour.* bột ngô *corn meal.* bột gạo *rice flour.* thuốc bột [medıcinal] *powder.* có bột *starchy.* nhựa bột *gluten. Cf.* phấn.

bơ [Fr. beurre] *butter.* phết bơ *to butter.*

bơ bơ *to be shameless.*

bơ phờ *to be disheveled; to be tired, worn out.*

bơ vơ *to be abandoned, helpless, friendless.*

bở *hello! hey!*

bờ *edge, rim,. bank, limit, border.* bờ cõi *limits, frontier, territory.* bờ hè *sidewalk.* bờ ruộng *path at edge of ricefield.* bờ bể, bờ biển *seashore, seacoast.* lên bờ *to go ashore.* bờ hồ *lakeshore.*

bở *to be friable, crumbly; to be gainful.* Làm chỗ ấy bở lắm *One earns a lot of extra money in that position.*

bỡ ngỡ *to be new and inexperienced.*

bợ *to flatter servilely.*

bơi *to swim* [=lội]; *to row, paddle* [=chèo]. bể bơi *swimming pool.* cái bơi chèo *oar, paddle.* bơi lội *swimming.*

bới *to dig with fingers or paws; to dig up* [story chuyện, work việc]. *find* [fault tội, mistake lỗi]. bới lông tìm vết *to go out of the way to discover weak points.*

bởi *because, since, for | because of, by, on account of, due to.* bởi thế/vậy *therefore, because of that.* bởi đâu/sao ? *why ?* bởi vì *because, since.*

bơm [Fr pompe] *to pump, inflate | pump, inflator* CL cái. Bơm hộ

tôi cái bánh sau. *Could you put some air in my rear tire, please.*

bờm *mane* [of horse ngựa, lion sư-tử, etc.]

bợm *to be clever, artful, skillful.*

bớn *to kid, jest, tease* đùa bỡn.

bợn *dirt, stain, spot.*

bớp *to slap, smack* bớp tai.

bớt [opp. thêm] *to lessen, reduce, lower, decrease* giảm bớt; *to wane, abate, let up; to be better in health.* bỏ bớt *to reduce, cut down.* Họ bớt cho tôi năm phần trăm. *They gave me a five per cent discount.* Chúng tôi đang tính bớt nhân-viên. *We are planning a reduction in force.* Hôm nay chị đã bớt chưa? *Do you feel better today?* bớt lời *to speak less, be less talkative.* bớt mồm, bớt miệng *to talk less, scold less.* bớt một thêm hai *to bargain, haggle.* ăn bớt *to practice squeezing.*

bu *mother; you* [to mother], I [to child].

bu *coop.* bu gà *chicken coop.*

bú *to suckle.* cho bú *to nurse, breastfeed.* thôi bú *to wean.*

bú dù *monkey* CL con.

bù [of hair, đầu, tóc] *to be ruffled, disheveled.*

bù *to make up, compensate for* đền bù. chẳng/chả bù với *contrast.* Anh ấy bây giờ hoang lắm, chả bù với lúc trước, bủn xỉn lắm kia ! *He is very spendthrift now. Such a change, because he used to be very stingy.*

bù loong [Fr. boulon] *bolt.*

bù lu bù loa *to cry, wail, moan.*

bù nhìn *scarecrow* CL **người**, con. **chính-phủ bù nhìn** *puppet government.*

bù trừ *to compensate, make up.* **quỹ bù trừ** *compensation fund.*

bụ [of child] *to be plump, chubby.*

búa *hammer* CL **cái. búa đinh** *claw hammer.* **một nhát búa** *a hammer stroke.*

bùa [SV **phù**] *written charm, amulet* CL **đạo**; *philter* **bùa mê, bùa yêu.** *talisman* **bùa hộ-mạng/mệnh, bùa hộ-thân.**

bụa *R to be a widow* **góa bụa.**

bục *platform, rostrum, dais.*

bục [of bottom of box] *to give way.*

búi *to tie, gather* [hair into a bun], *bun.*

búi tó *bun.*

bùi *to have a nutty flavor, be tasty.* X. **nghe cô ta nói bùi tai quá ừ ngay.** X. *pleased by her words, said yes right away.*

bùi ngùi *to be sad, melancholy.*

bụi [SV **trần**] *dust* | *to be dusty.* **phủi bụi** *to dust.*

bụi *mourning.* **có bụi** *to be in mourning.*

bụi *clump, bush, thicket.*

bụi bậm *dusty.*

bún *soft noodles made of rice flour, vermicelli.* **mềm như bún** *to be very soft.* **bún tàu** [= **miến**] *glass noodles.*

bùn *mud, mire* | *to be muddy.* **rẻ như bùn** *to be dirt-cheap.*

bùn lầy *to be marshy, swampy.*

bủn rủn *to be paralyzed, flabby, limp.*

bủn xỉn *to be very stingy.*

bung *to burst, bust, come apart* **bung ra.**

bung *to cook very long, stew.*

bung xung *shield; puppet; scapegoat, victim.*

búng *to flip one's fingers* | *fillip, flick.*

bùng *to flare up, blow up* [precedes or follows main verb]. **cháy bùng** *to go up in flames.* **bùng nổ** [of hostilities] *to break out.*

bùng binh *piggy bank.*

bủng *to be jaundiced* **bủng beo.**

bụng [SV **phúc**] *belly, stomach, tummy; heart.* **bụng chân** *calf* [of leg]. **tốt bụng** *to be good-hearted.* **xấu bụng** *to be mean.* **đau bụng** *to have a stomachache.* **bụng chửa/to** *to be pregnant.* **bụng dạ** *heart, feelings.*

buộc *to bind, fasten, tie, tie up; to compel, force.* **bắt buộc** *to compel, force, coerce; to be obligatory, compulsory, mandatory.* **buộc tội** *to accuse, prosecute.* **buộc lòng** *against one's will.*

buổi *half a day, session, event, performance; time, as in* **thời buổi này** *these times.* **cả hai buổi** *all day, morning and afternoon.* **buổi chiều** *afternoon.* **buổi sáng** *morning.* **buổi tối** *evening.* **buổi trưa** *noon.* **buổi bình-minh** *dawn.* **buổi hoàng-hôn** *twilight* **buổi họp** *meeting.* **buổi lễ** *ceremony.*

buồm [SV **phàm**] *sail* CL **lá, cánh.** [with **dương, kéo** *to set, unfurl,* **hạ** *to lower*]. **thuyền buồm** *sailboat.* **cột buồm** *mast.*

buôn *to buy in* [in order to sell later]; *to trade or deal in.* **bán**

buôn *to sell wholesale.* con/lái buôn *merchant.* buôn bán *to carry on business.* buôn lậu *to deal in smuggled goods.* hãng buôn *firm.* tiệm buôn *store.* buôn người *slave trade.* buôn son bán phấn *to be a prostitute.* buôn thúng bán mẹt *to be a small vendor or merchant.* buôn nước bọt *to work as a middleman for a commission.*

buồn *to be sad* buồn bã, buồn bực, buồn rầu; *to be uninteresting; to be ticklish; to have need or desire to, to feel like.* buồn cười *to want to laugh; to be funny.* buồn đái *to want to pass water.* buồn ia *to want to go to the bathroom.* buồn ngủ *to be sleepy; to be drowsy.* buồn nôn, buồn mửa *to be nauseous, nauseating.* có máu buồn *to be ticklish.* Hôm nay tôi chẳng buồn ăn *I have no appetite, I don't feel like eating today.*

buồn bực *to be annoyed, displeased, angry.*

buồn rầu *to be sad, melancholy.*

buông [SV phóng] *to let go, release; to lower* [curtain, mosquito netting màn], *drop* [hint], *utter* [words lời]. buông tha *to release, spare.*

buồng [SV phòng] *room, chamber; cage.* buồng ngực *thorax.* buồng ăn *dining room.* buồng giấy *office.* buồng học *classroom; study room.* buồng khách *living room, parlor.* buồng ngủ *bedroom.* buồng tắm *bathroom.* buồng the *lady's chamber.*

buồng *bunch* [of bananas chuối, areca nuts cau], *CL for liver,*

buồng gan, *lung,* buồng phổi, *ovary,* buồng trứng.

buốt [of pain] *to be sharp,* [of wind gió, cold, etc.] *to be sharp, cutting.* lạnh buốt *to be ice-cold.*

buột *to slip, get loose.* buột miệng *to make a slip of the tongue.*

búp *bud, shoot.* ngón tay búp măng *tapered fingers.*

búp-bê [Fr. poupée] *doll* CL con.

búp-bế *see* búp-bê.

bút *writing brush, pen.* bút chì *pencil.* bút máy *fountain pen.* bút mực *pen.* quản bút *penholder.* nét bút *handwriting, calligraphy.* người cầm bút *writer.* tùy-bút *diary, memoirs, essay.* tuyệt-bút *fine piece of writing.* ngòi bút *pen-nib.* chủ-bút *editor* [of newspaper]. bút lông *writing brush.* bút nguyên-tử *ball-point pen.* bút lông ngỗng *quill.*

bút-chiến *polemic* [between writers].

bút-đàm *pen conversation.*

bút nghiên *pen and ink-slab; writing materials; academic activities.*

bút-tích *written document.*

bút-toán *accounting.*

bụt *buddha.* Ông bụt *Buddha.* lành như bụt *as gentle as a lamb.*

bứ *to be filling; to be fed up.*

bự *to be big.* một ông bự *a V.I.P.*

bứa *mangosteen* CL quả, trái.

bừa *to harrow | harrow* CL cái. cầy bừa *to farm.*

bừa *to be disorderly, untidy* bừa bãi, bừa bộn; *to be left unattended; to act disorderly or indiscriminately* [follows main verb]. Viết bừa đi. *Write anything you like, go ahead and write.*

bữa *meal* bữa ăn, bữa cơm; *par. of the day, day.* bữa nay *today.* bữa chén *banquet.* bữa nọ *or* bữa trước *the other day.* bữa (ăn) trưa *lunch.* bữa (ăn) tối *dinner, supper.* bữa hôm *that day.* bữa mốt *day after tomorrow.* bữa qua *yesterday.* mấy bữa rày *these few days.*

bựa *food particles between or on teeth.*

bức *to be hot and sultry* [subject giời/trời] oi bức, nóng bức. nhiệt-kế bức *maximum thermometer.*

bức *to oppress* áp-bức.

bức *CL for walls* tường, *paintings* tranh, *curtains, hangings* màn, *letters* thư *etc.* Bức Màn Sắt *the Iron Curtain.*

bức-xạ *radiation.*

bực *to be displeased, annoyed, vexed* buồn bực, tức bực, bực tức, bực mình, bực dọc.

bực *see* bậc.

bửn *see* bẩn.

bưng *to carry* [tray khay] *with both hands.*

bưng *to cover, stop* [nose, mouth]. tối như bưng *to be pitch-dark.*

bưng *maquis. Resistance area* bưng biền.

bứng *to uproot, pull up* [a tree cây].

bừng [of flames, lửa] *to flare up, blaze up;* [of face mặt] *to blush; to open* [eyes] *suddenly.* tưng bừng [of atmosphere] *to be festive, lively.*

bước *to step* | [SV bộ] *step.* rảo bước *to quicken one's step.* lùi bước *to step back.* lùi năm bước *five steps back!* bước đi! *go away! scram!.* từng bước một *step by*

step. một bước tiến *a step forward.* bước thấp bước cao *to limp, hobble.*

bước sóng *wave length.*

bưởi *pomelo, grapefruit* CL quả, trái [with bổ 'to open']. một múi bưởi *a grapefruit section.*

bươm bướm [SV hồ-điệp] *butterfly* CL con.

bướm [SV điệp] *butterfly* CL con. ong bướm *flirtation.*

bương *huge bamboo species.*

bướng *to be stubborn, bull-headed, headstrong* bướng bỉnh. cãi bướng *to argue stubbornly.*

bươu *lump, bump* [on forehead trán, head đầu].

bướu *hump* [of camel or dromedary lạc-đà] CL cái; *goiter* bướu cổ.

bứt *to pick, pluck off* [flower hoa, leaf lá]; *to scratch* [head đầu, ear tai], *pull* [one's own hair tóc].

bưu-chính *postal service.* Tổng-giám-đốc Bưu-chính *Postmaster General.*

bưu-cục *post office.*

bưu-điện *postal service, post office.*

bưu-kiện *parcel post; postal matter.*

bưu-phẩm *postal matter, mail item.*

bưu-phí *mailing cost, postage.*

bưu-phiếu *money order.*

bưu-tá *postman, mailman.*

bưu-thiếp *postcard.*

bưu-vụ *postal service.*

bưu-xa *mail truck.*

bửu *see* bảo.

C

ca *to sing* [= hát] ca hát, xướng ca. bài ca *song, melody.* danh-ca *famous singer.* đồng-ca, hợp ca *chorus.*

ca [Fr. cas] *case.*

ca-dao *folk song, folk ballad.*

ca-khúc *song.*

ca-kịch *play, theater.*

ca-lô [Fr. calot] *forage-cap.*

ca-lô-ri [Fr. calorie] *calory.*

ca-nhạc *music and song.*

ca-nô [Fr. canot] *boat, speed-boat.*

ca-tụng *to praise, eulogize.*

ca-vát [Fr cravate] *necktie.* thắt/ đeo ca-vát *to wear a tie.*

cá [SV ngư] *fish* CL con; *fish* [as a dish, **món**]. câu/đánh cá *to fish.* ao cá *fish pond.* người đánh cá *fisherman.* thuyền đánh cá *fishing boat.* cá hộp *canned fish.* cá mắm *salted fish.* cá nước ngọt *fresh water fish.* cá nước mặn *salt water fish.* cá ươn *spoiled or rotten fish.* cá (ông) voi *whale.* cá sấu *crocodile.*

cá *R individual, unit.* lục-cá-nguyệt *semester.* tam-cá-nguyệt *quarter, term.*

cá *to bet, wager* đánh cá [= cuộc]

cá-nhân *individual* | *to be personal.* chủ-nghĩa cá-nhân *individualism.*

cá-tính *personality, individuality.*

cà *eggplant, aubergine* CL quả, trái. cà chua *tomato.* cà tím *eggplant.* cà độc dược *datura.* màu hoa cà *lilac-colored.* cà tô-mát *tomato.*

cà cuống *a coleopteron used as condiment* CL con.

cà kê *to drag out.*

cà khẳng *to be tall and skinny.*

cà khịa *to pick a quarrel* [a fight] *with.*

cà lăm *to stutter, stammer.*

cà mèng *good-for-nothing.*

cà nhom *to be very skinny.*

cà nhắc *to limp.*

cà-phê [Fr. café] *coffee; coffee bean.* pha cà-phê *to make coffee.* ấm pha cà-phê *coffee pot, coffeemaker.* cối xay cà-phê *coffee mill.* một tách cà-phê *a cup of coffee.* cà-phê sữa *coffee with milk.*

cà-rốt [Fr. carotte] *carrot* CL củ.

cà rá [Fr. carat] *carat, diamond, ring* [= nhẫn].

cà kheo *stilts.* đi cà kheo *to walk on stilts.*

cà sa *monk's robe.*

cà vạt *see* ca-vát.

cả *to be the oldest, the biggest; to be old* già cả; *to be vast, immense.* con cả *eldest child.* anh cả *eldest brother.* cả gan *to be so bold, daring as to.* đũa cả *big chopticks used to stir rice while cooking or to serve it.*

cả *all, the whole* | *at all* hết cả, sốt cả. cả ngày *all day long.* cả nhà *the whole family.* cả thảy, cả thảy *in all, all told, altogether.* tất cả *all, the whole; in all.* cả hai *both.* hết cả *all, the whole.* Không ai đến cả. *Nobody came at all.* Tôi chả đi đâu cả. *I'm not going anywhere.*

cả *even, also* cả đến, đến cả.

các *the various* [pluralizer]. Thưa các ông các bà ! *Ladies and gentlemen!* đủ các thứ... *all sorts of...*

các *R council-chamber, pavilion* [= gác]. nội-các *cabinet.*

các [Fr. carte] *card, visiting card* CL tấm.

các *to pay* [an extra sum] *in a trade-in.* Tôi đổi xe phải các hai nghìn *I had to give him two thousand in addition to my car.* Các tiền tôi cũng không dám. *Even if you give me some money. I wouldn't dare do it.*

các-hạ *L Sir, Excellency.*

cạc *see third* các.

cạc cạc *to cackle.*

cách *manner, way, fashion* cách-thức. một cách ... -ly, *as in* một

cách nhanh chóng *quickly, r*

cách *R to change, reform*

cách; *to revoke, fire* cách-c

cách *to be distant from* xa cá separated from. Nhà anh ấy các nhà tôi có cái vườn rau. *Only a vegetable garden separates his house from mine.* cách một giờ uống một thìa *a spoonful every other hour.* hấp cách thủy *to steam* [using a jacketed saucepan, a double-boiler].

cách-biệt *to be distant, separate.*

cách-bức *indirect, distant.*

cách-cảm *telepathy.*

cách-chức *to revoke, fire, dismiss.*

cách-điện *to insulate.* vật cách-điện *insulator.*

cách-mạng *revolution* CL cuộc | *revolutionist, revolutionary* CL nhà. cuộc cách-mạng kỹ-nghệ *the Industrial Revolution.* Phong-trào Cách-mạng Quốc-gia *the National Revolutionary Movement.*

cách-mệnh *see* cách-mạng.

cách mô *diaphragm* hoành-cách-mô.

cách-ngôn *maxim, aphorism.*

cách-nhật [of fever sốt] *recurrent.*

cách-trí *natural science.*

cai *R to superintend, oversee, watch over* cai-quản | *foreman* CL người; *corporal* CL viên. cai kho *keeper of storehouse.*

cai *to abstain from, to quit* [habit]. cai sữa *to be weaned.* cai thuốc phiện *to give up smoking opium.*

cai-quản *to supervise, manage, administer.*

cai-trị *to administer, govern, rule.*

ject, thing; CL for most
~s denoting inanimate things
~d some nouns denoting small
~sects [such as ants **kiến,** bees
ong etc.]; CL for single actions,
single strokes, single blows. cái
đẹp the beautiful. một cái bàn a
[or one] table. cái nào? which one?
cái này this one. cái ấy/đó that
one. mấy/vài cái a few. mấy cái?
how many? tắm một cái to take
a bath [or shower]. tát một cái to
slap once, give a slap. ợ một cái
to burp once. Hễ tôi mua cái nào là
nó đánh mất cái ấy. He lost every
single one I bought.
cái to be female [opp. đực]. bò
cái cow. chó cái bitch. mèo cái
she-cat. Cf. **mái** [used of chick-
ens] and **đàn bà** [used of human
beings].
cái to be main, principal, largest.
đường cái main road, highway. rễ
cái main root. sông cái big river
[Red River in North Việt-nam].
ngón tay cái thumb.
cái solid part [as in soup] [opp.
nước].
cài to fasten [clothes **áo,** buttons
khuy, hair **tóc, đầu** etc.]. cài
cửa to bolt the door. cài khuy
to button.
cải cabbage bắp cải, cải bắp, tur-
nip, beets củ cải, mustard greens
rau cải. cải hoa cauliflower.
cải R to change, reform [= đổi]
biến-cải, canh-cải, hoán-cải.
cải biến* to change.
cải-cách to reform | reform CL sự,
cuộc. cải-cách ruộng đất [or điền
địa] land reform. cải-cách xã-hội
social reform.

cải-chính to deny, rectify.
cải dạng to disguise oneself.
cải-giá [of widow] to marry again.
cải hóa to change, convert.
cải-hối* to repent.
cải-lương to improve, reform |
renovated theater, modern play.
cải-táng to reinter [a body].
cải-tạo to reform, reconstruct |
reform.
cải-thiện to improve, ameliorate.
cải-tiến to improve, ameliorate.
cải-tổ to reorganize, reshuffle [ca-
binet **nội-các,** outfit **cơ-quan**].
cải-trang to disguise oneself [as,
làm].
cải-lão hoàn-đồng to rejuvenate.
cải-tử hoàn-sinh to revive, resus-
citate.
cãi to argue, deny, retort, contrad-
ict, discuss, quarrel. bàn cãi to
discuss, debate. cãi nhau to
quarrel.
cãi cọ to quarrel.
cãi lộn to quarrel.
cãi vã to argue, debate.
cam orange CL quả, trái. [with
bóc to peel, bổ to open, vắt to
squeeze]. nước cam orange juice,
orange drink, orangeade. mầu
da cam orange-colored. mứt cam
marmalade. một múi cam an
orange section.
cam to be resigned [to] cam chịu,
đành cam, đành cam chịu; to
agree, guarantee cam-đoan, cam-
kết.
cam R to be sweet [= ngọt], be
pleasant.
cam-du glycerin.

Cam-Địa *Gandhi* thánh Cam-Địa.

cam-đoan *to guarantee, pledge.*

cam-kết *to promise, pledge, guarantee*

cam-khổ *sweet and bitter; prosperity and adversity.*

cam-lộ *sweet dew; favors.*

cam phận *to be content with one's lot.*

cam tàu-mã *gum boil, gum ulcers.*

cam-thảo *licorice.*

cam tích *rickets, swelling of the belly.*

Cam-túc *Kansu.*

cam-vũ *seasonable rain, timely rain* [after long drought].

cám *bran.*

cám [SV cảm] *to be affected by.*
cám ơn *to thank; thank you.*

cám dỗ *to tempt, seduce.*

cảm *to feel, be affected by* [= cám], *be touched, be moved* cảm-động. cảm ơn *to thank; thank you.* cảm thấy *to feel.* thiện-cảm *sympathy.* đa-cảm *very sensitive.* mặc-cảm *complex.*

cảm *to catch cold* cảm-gió, cảm-hàn, cảm-phong; *to get a sunstroke* cảm-nắng, cảm thử.

cảm *R to dare* [= dám].

cảm-động *to be moved, touched* | *emotion.*

cảm-giác *to feel* | *feeling, sensation.*

cảm-hóa *to move, influence, convert.*

cảm-hứng *inspiration.*

cảm-kích *to be touched, moved.*

cảm-phục *to admire.*

cảm-tạ *to thank.*

cảm-tình *sympathy, affection; feeling, sentiment.*

cảm-thông* *to comprehend, communicate.*

cảm-tử *to volunteer for death.* quân cảm tử *suicide troops.*

cảm-tưởng *impression, imprint.*

cảm-xúc* *to be moved, affected, stimulated, stirred.*

cạm *trap.* cạm bẫy *id.*

can *to concern, involve, interest* [đến precedes object] liên-can; *to be implicated; to be convicted for.* bị-can *the accused.* Nó đã can án rồi. *He already has a criminal record.* không can gì/chi *it doesn't matter.* can gì/chi mà sợ *no need to be afraid.*

can *to stop a quarrel or a fight; to dissuade, advise* [against something]; *R to intervene, interfere.* Hai người đánh nhau, tôi phải can ra. *They got into a fight and I had to pull them apart.*

can *one of the system of ten Heaven's Stems used for indicating serial order or reckoning years.* [thập can *the ten Heaven's Stems* are : giáp, ất, bính, đinh, mậu, kỷ, canh, tân, nhâm, quí]. Cf. chi.

can *R liver* [= gan].

can *R shield* [= khiên, mộc].

can-đảm *to be courageous* | *courage* CL lòng.

can-đường *glycogen.*

can-hệ *to be vital, important.*

can-ngăn *to advise* [against something].

can-qua *war, warfare* [shields and spears].

can-thiệp *to intervene, interfere.*

cán *straight handle* [of a tool such as broom **chổi**, knife **dao**, hammer **búa**], *staff* [of flag **cờ**].

cán *to run over; to grind.*

cán R *to manage, attend to* | R *skill, talent* năng-cán, tài-cán.

cán-bộ *cadre.* cán-bộ tuyên-truyền *propaganda cadre.* cán-bộ y-tế *health technician.*

cán-sự *technician.* cán-sự y-tế *health technician.*

càn *to be inconsiderate, arbitrary* càn dở.

cản *to hinder, stop, block, prevent* ngăn cản.

cản-trở *to hinder, prevent, obstruct.*

cạn *to be dried up* khô cạn, *be shallow* nông cạn; *to empty* [cup, **chén**]. trên cạn *on land.* cạn lời *to have no more to say.* cạn tiền *to be without any money left* cạn túi *to be penniless*

cáng *stretcher, litter, palanquin* CL **cái** | *to carry on a stretcher or litter.* người khiêng cáng *stretcher-bearer.*

cáng đáng *to take charge of.*

càng *to do increasingly* | *all the more, the more.* càng ngày càng *nghèo poorer and poorer every day.* càng uống càng **khát.** *the more you drink the more thirsty you feel* càng hay *so much the better.* càng tốt *so much the better.*

càng *shaft* [of carriage, **xe**], *claw or nipper* | of crab, **cua** |.

cảng R *port, harbor* hải-cảng *seaport.* thương-cảng *commercial port.* xuất-cảng *to export.* nhập-cảng *to import.* Hương-Cảng *HongKong.* Trân-Châu-Cảng *Pearl Harbor.*

canh *soup, broth* [with **rưới** *to sprinkle, pour over the rice,* **húp** *to drink*].

canh *to watch over* | *two-hour watch.* lính canh *sentry, guard.* canh một *first watch* [of the night]. chòi canh *watch-tower.*

canh R *to plow* [= **cầy**]. người lính canh *tenant farmer.*

canh R *to change, alter, reform.*

canh *the seventh Heaven's Stem. Cf.* can.

canh-cải *to change.*

canh-chủng *to farm, plant.*

canh gác *to watch.*

canh giữ *to guard, defend.*

canh-nông *agriculture* CL **nền** | *agricultural.*

canh-phòng *to watch, defend, be vigilant.*

canh-tác *to cultivate, farm.*

canh tân *to modernize.*

cánh *wing* [of bird **chim**], *door-leaf* cánh cửa, *petal* [of flower, **hoa**], *wing* [of political party]; CL *for sails* buồm, *fields* đồng. cất cánh [of a plane] *to take off.* hạ cánh [of a plane] *to land.* cánh tay phải *the righthand man.* vây cánh, cô cánh *supporter, hireling, follower, lackey.*

cành *branch, bough, twig, limb.*

cảnh *landscape, view, scenery, sight, scene, site, spectacle; condition, state, plight, situation* tình cảnh; *stage setting; scene* [play]. tả cảnh *to describe* | *description.*

cảnh R *to warn* cả h cáo; *to arouse, alarm.*

cảnh-bị *to guard* | *guard, police.*

cảnh-binh *policeman.* sở cảnh-binh *police department.*

cảnh-cáo *to warn.*

cảnh-huống *situation, plight.*

cảnh-ngộ *situation, plight.*

cảnh-sát *police, policeman.* lính cảnh-sát. sở cảnh-sát *police station.*

cảnh-sát-cuộc *police station.*

cảnh-trí *landscape, sight, view, scenery.*

cảnh-tượng *spectacle, scene, view.*

cảnh-vật *nature; spectacle.*

cạnh *side, edge, ridge* | *to be beside* ở cạnh *(to be) by the side of,* next to. bên cạnh nhà tôi *next to my house.* khía cạnh *angle, aspect.* nói cạnh *to drop a hint against, hint at.*

cạnh *R to quarrel, wrangle, struggle.*

cạnh-tranh *to compete* [với *with*] | *competition.* sinh - tồn cạnh-tranh *struggle for life.* Họ có nhiều vốn lắm, ta cạnh tranh sao được. *They have a lot of capital. How can we compete with them ?*

cao [SV **cao**] *to be tall, high; to excel* [in *a game*]; *to be exalted, lofty, noble.* làm cao *to be conceited.* nêu cao *to uphold.* bề cao *height.* độ cao *altitude.* nhày cao *high jump.* tự-cao tự-đại *to be conceited, haughty.*

cao *ointment, unguent* thuốc cao.

cao cả *to be great, noble* | *greatly, nobly.*

cao-cấp *to be high-ranking, top ranking, top level.* nhân-viên

cao-cấp của Bộ Kinh-tế *hig ranking officials of the Depart ment of National Economy.*

cao-cường *superior, excellent.*

Cao-Đài *Caodaist* | *Caodaism.* Hộ-Pháp Cao-Đài *the Caodai Pope.*

cao-đẳng *high level.* trường Cao-đẳng *college, university.* Trường Cao-đẳng Sư phạm *Higher School of Pedagogy, Teachers College.*

cao-độ *pitch, height, altitude.*

cao-học *advanced studies.*

cao-hứng *to be inspired.*

cao-lâu *restaurant.* ăn cao-lâu *to eat at the restaurant.*

cao lớn *tall, towering.*

cao-lương mỹ-vị *exquisite dishes, the best food.*

Cao-Ly *Korea* | *Korean* [= Triều-tiên, Hàn-quốc]. Bắc Cao-Ly *North Korea.*

Cao-Mên *Cambodia* | *Cambodian.*

Cao-Miên *Cambodia* | *Cambodian.*

cao-minh *to be intelligent, foreseeing, enlightened.*

cao-nguyên *uplands, highlands.* Vùng Cao-nguyên có nhiều triển-vọng về tương-lai *The Highlands hold many hopes for the future.*

cao-niên *to be elderly, old.*

cao quý *to be noble.*

cao ráo *high and dry* [literally].

cao sang *noble.*

cao su [Fr. caoutchouc] *rubber.* cây cao - su *rubber tree.* rừng cao su, đồn-điền cao su *rubber plantation.* xe cao-su *rickshaw* [obs.]. súng cao su *sling.* giây cao su *rubber band*. **kẹo cao su** *chewing gum*. **cao su hóa-học** *synthetic rubber*.

cao-tăng *eminent monk*.

cao-tần *high frequency*.

cao-thượng *to be noble, magnanimous*.

cao-trào *high tide*.

cao-vọng *ambition*.

cao xa *to be far-reaching, exalted; utopian, unrealistic*.

cao-xạ *anti-aircraft*. **súng cao-xạ** *anti-aircraft gun*.

cao xanh *L sky, heaven*.

cáo *fox* CL **con** [= **chồn**]. *to be foxy, sly, clever, crafty* **cáo già**.

cáo *R to announce, report; R to indict; to feign* [*illness*, etc.] *so as to take leave or decline invitation*. **báo-cáo** *to report*. **cảnh-cáo** *to warn*. **quảng-cáo** *to advertise* | *advertisement*. **bị-cáo** *the defendant*. **tố-cáo** *to denounce, charge*. **vu-cáo** *to slander*. **kính cáo, cẩn cáo** *respectfully yours* [at the end of announcement].

cáo-bạch *leaflet, handbill, announcement, advertisement*.

cáo-bệnh *to feign illness*.

cáo-biệt *to take leave of*.

cáo-chung *to announce its own end*. **Chế-độ thực-dân đã cáo-chung** *The colonialist regime has bowed out (been ended)*.

cáo-giác *to denounce*.

cáo-phó *death announcement*.

cáo-thị *announcement, proclamation, notice*.

cáo-tố* *to denounce*.

cáo-trạng *charge, indictment*.

cáo-tri *to inform, notify*.

cáo-từ *to take leave; say goodbye*.

cào *to scratch, claw; to rake* | *rake* CL **cái**.

cào cào *grasshopper, locust* CL **con**.

cảo *rough draft*. **Sách này thành cảo từ năm ngoái**. *The first draft of this book was completed last year*.

cạo *to scrape, scratch, graze, peel, shave*. **cạo đầu** *to have or give a haircut*. **cạo mặt, cạo râu** *to shave*. **dao cạo** *razor*. **thợ cạo** *barber*.

cạo giấy *scribe, clerk, bureaucrat*.

cạp *rim, edge* | *to edge* [a mat, chiếu].

cát [SV **sa**] *sand*. **bãi cát** *beach, sandbank*. **cồn cát** *sand dune*. **đống cát** *sand pile*. **đất cát** *sandy soil*. **đất-cát** *land* [as property]. **đãi cát** *to pan sand*. **đường cát** *granulated sugar*.

cát *R to be lucky, happy, auspicious* [= **lành**; opp. **hung**].

cát-tuyến *secant*.

cau *to frown* **cau mày, cau mặt**.

cau *areca palm*. **buồng cau** *bunch of areca nuts*. **quả cau** *areca nut*. **giầu/trầu cau** *betel and areca*.

cáu *to be angry* [with **phát, nổi** *to become*].

cáu *dirt*.

cáu kỉnh *to be furious*.

cáu tiết *to be furious*.

càu nhàu *to grumble*.

cay [SV **tân**] *to be peppery-hot; to have a passion for* [card game, etc.] **cay cú; to hate**.

cay đắng *bitter, miserable, painful.*

cay độc *cruel.*

cay nghiệt *stern, cruel.*

cay *small crab* dát như cáy *to be a coward, be shy, be a chicken.*

cày *see* **cầy.**

cạy *to pry up* **cạy lên,** *pry open* **cạy ra.**

cạy *to rely on as an asset.* trông cạy, nhờ cạy *to rely or depend on.* Nó cạy có tiền khinh bạn. *He thinks that since he has money he can look down on his friends.*

cắc *dime* [= hào].

cắc-kè *chameleon, gecko* CL con.

căm *to bear a grudge against* căm hòn, căm tức.

căm-thù *to hate and resent.*

cắm *to plant, thrust, pitch* [tent lều]. cắm trại *to camp.* chạy cắm đầu (cắm cồ) *to run head first.* cắm sừng *to cuckold.*

cằm *chin.* râu cằm *beard* [as opposed to râu mép, *mustache*].

cặm cụi *to be absorbed* [in a task].

căn R *root* [= rễ]. *cause, origin, source.* thâm-căn cố-đế *to be deep-rooted.*

căn *flat, apartment, compartment* căn nhà, căn phố.

căn-bản *base, basis, fundamentals, background* | *to be basic, fundamental.* Trung-tâm Giáo-dục Căn-bản *Fundamental Education Center.*

căn-cơ *to be thrifty, economical.*

căn-cứ *basis, base* | *to base* [vào on]. căn-cứ hải-quân *naval base.* Chúng tôi căn-cứ vào nhiều tài-liệu

lịch-sử *We base our research [on] many historical data.*

căn-cước *identity.* giấy căn cước *identity card.*

căn dặn *to repeat* [advice, suggestion, recommendation], *remind.*

căn-duyên *origin, cause.*

căn-nguyên *root; source, cause.*

căn-số *root* [math]. căn-số bậc hai *square root.*

cắn [of dog chó, rat chuột, snake rắn] *to bite, sting;* [of dog] *to bark* [= sủa].

cắn răng *to bear, endure.*

cắn rứt [of remorse or one's conscience lương-tâm] *to gnaw.*

cằn *to be stunted, dwarfed* cằn cỗi.

cằn nhằn *to grumble, complain.*

cặn *deposit, residue, lees, dregs* cặn bã.

cặn kẽ *to be careful, thorough, detailed.*

căng *to stretch* [hide da, string giây].

căng [Fr. camp] *camp.*

căng thẳng [of situation] *to be tense.*

cẳng *paw; leg* [= chân]. chạy ba chân bốn cẳng *to run at full tilt.* rộng cẳng *to have much freedom, much leeway.*

cắp *to carry under one's arms. Cf.* đội, vác, khuân, khiêng, sách, gánh, quảy, mang.

cắp *to steal, swipe, pilfer* ăn cắp. kẻ cắp *thief.* ăn cắp vặt *petty theft.* Anh ấy tính hay ăn cắp *He's a kleptomaniac.*

cặp *pair, couple.* cặp vợ chồng *married couple.*

briefbag, briefcase CL **cái.**
to nip, grip. **cặp tóc** *hairpin.*
. *to assign* [*to a specific job*] **cắt cử, cắt đặt.** **cắt lượt, cắt phiên** *to assign on a rotation basis.*
cắt [SV **tiễn**] *to cut, carve* [**meat thịt** etc.]. **cắt** (**làm, ra làm**) **hai/đôi** *to cut in two.* **cắt nghĩa** *to explain.* **cắt tóc** *to get a haircut, to give a haircut* [**cho** 'to']. **cắt áo** *to make a dress.*
câm [SV **á**] *to be dumb, mute* | *to hold one's tongue, shut up* **câm hầu, câm miệng, câm mồm, câm họng.** **giả câm giả điếc** *to play dumb.*
cấm *to forbid, prohibit, ban* [**ngặt, tiệt** *strictly*]. **cấm hút thuốc** *no smoking.* **cấm bóp còi** *no horn-blowing.* **cấm đỗ xe** *no parking.* **cấm vào** *do not enter.* **cấm khạc nhổ** *no spitting.* **cấm rẽ bên trái** *no left turn.* **cấm dán giấy** *post no bill.* **ngăn cấm** *to forbid.* **nghiêm - cấm** *to prohibit categorically.*
cấm-chỉ *to prohibit, forbid.*
cấm cố *to detain.*
cấm địa *forbidden area.*
cấm đoán *to interdict.*
cầm *to hold, take hold of; to retain,* R *to capture, arrest, detain* **cầm bắt, giam cầm;** *to stop* [*bleeding*]; *to hold back* **cầm được** [*tears* **nước mắt, giọt-lệ**]. **cầm đầu** *to lead.* **nhà cầm quyền** *the authorities.* **cầm lấy** *to take.*
cầm *to pawn.* **tiệm cầm đồ** *pawnshop.*
cầm R *lute, guitar, musical instrument* [= **đàn**]. **dương-cầm** *piano.*

khẩu-cầm *harmonica.* **phong-cầm** *organ.* **vĩ-cầm** *violin.* **lục-huyền-cầm, tây-ban-cầm** (*Spanish*) *guitar.* **Hạ-uy-cầm** *Hawaiian guitar.*
cầm R *bird* [= **chim**]. **gia-cầm** *domestic poultry.*
cầm bằng *to consider as.*
cầm cập *to tremble like a leaf* **run cầm cập.**
cầm chắc *to be dead sure.*
cầm chừng *to take one's time, take it easy.*
cầm cự *to resist.*
cầm lái *to drive* [*car* **xe hơi**] *fly* [*plane* **máy bay, phi-cơ**].
cầm-thú *animals.*
cầm [Fr. commissaire de police] *police officer.* **ông cầm** *police-officer.* **sở cầm** *police precinct.*
cẩm R *brocade* [= **gấm**] | R - *to be elegant, flowery.*
cẩm-thạch *marble.*
cân *to weigh; to equal, balance* | *scales, weighing machine; Vietnamese pound, catty* **cân ta,** *French kilogram* **cân tây.** **Cái này cân nặng ba ki-lô** *This weighs three kilograms.* **lên cân** *to gain weight.* **xuống cân** *to lose weight.* **sụt cân** *to lose weight.* **đòn cân mậu dịch** *balance of trade.* **đòn cân lực-lượng** *balance of power.*
cân R *kerchief, towel* [= **khăn**].
cân R *tendon, sinew, muscle, nerve* [= **gân**].
cân-đối *to be well-proportioned.*
cân-não *nerves and brain.* **chiến-tranh cân-não** *war of nerves.*
cân nhắc *to weigh* [*pros and cons*].

cắn *see* cặn.

cắn *to deduct* cắn trừ.

cần *to be needed, urgent, pressing* cần kíp, cần cấp, *necessary, essential* cần-thiết, *important* cần yếu; *to need* cần đến, cần dùng. Tôi không cần *I don't care.*

cần *pole, rod.* cần câu *fishing rod.*

cần R *to be industrious, hard-working* chuyên-cần, cần mẫn.

cần *water parsnip, celery* rau cần.

cần cù *to be industrious.*

cần-kiệm *to be thrifty.*

cần-lao *to be laborious.* giai-cấp cần-lao *laboring classes.*

cần-mẫn *to be industrious.*

cần-thiết *to be essential.*

cẩn R *to be cautious* cẩn-thận, *respectful* kính cẩn. bất cẩn *to be careless.*

cẩn *to inlay, incrust* [= khảm].

cẩn-phòng *to be vigilant.*

cẩn-thận *to be careful, cautious, attentive.*

cận R *to be near* [= gần, opposite viễn]. thiển-cận [of opinion] *to be shallow.* lân-cận *to be neighboring.* thân-cận *to be close, intimate.*

cận-đại *modern times* | *to be modern.*

cận-điểm *punctum proximum.* tháng cận-điểm *anomalistic month.*

Cận-Đông *Near East.*

cận-kim *to be modern.*

cận-sử *modern history.*

cận-thị *to be short-sighted.*

cận-vệ *imperial guard.*

cấp *to be urgent, pressing* khẩn-cấp.

cấp *to grant, bestow, confer.* cung-cấp *to supply.* trợ-cấp *to subsidize.*

cấp *level, rank, degree, grad⟨* cấp *diploma, degree.* hạ-cấp *echelon.* thượng-cấp *higher eche⟨* sơ-cấp *first degree.* trung-cấp *in⟨ mediate level.* cao-cấp *high degre⟨ high-ranking.* giai-cấp [social⟩ *class.*

cấp-bách *to be urgent, pressing.*

cấp-bằng* *diploma, degree.*

cấp-cứu *to give emergency aid* (to) | *first aid.*

cấp-số *progression* [math.] cấp số cộng *arithmetic progression.* cấp số nhân *geometric progression.*

cấp-tiến *to be progressive.* Đảng Xã-Hội Cấp-Tiến *the Radical-Socialist Party.*

cấp-tốc *to be swift, urgent* | *urgently.* lớp huấn-luyện cấp-tốc *intensive, short training course.*

cập R *to reach, come up to* [=đến, tới]. đề-cập *to bring up, touch on.*

cập kề *to reach marriageable age.*

cất *to put away, hide; to lift, build.* [house, school, factory]; [of horse] *to rear; to buy wholesale* cất hàng, buôn cất. cất cánh [of plane] *to take off.* cất tiếng *to raise one's voice.*

cất *to distill.*

cật [SV thận] *kidney* CL quả, trái.

cật vấn *to interrogate, grill.*

câu [SV cú] *phrase, expression, sentence, clause, proposition.* đặt câu *to construct a sentence.* câu chuyện *story, conversation.* câu chửi *insult.* câu nói *utterance, sentence.* câu thơ *line of verse.*

câu *to fish.* cần câu *fishing rod.* lưỡi câu *fishhook.* đi câu *to go*

g. **câu khách** *to try to at-
customers.* **cần câu cơm** *me-
of livelihood.*

.-lạc-bộ [social] *club.*

u-lưu *to detain.*

âu-nệ *to stick to much to the
formalities.*

câu thúc *to hold, detain.*

cấu *to pinch.*

cấu R *to complete, construct, form.*

cấu-tạo *to create, engender, build |
structure.*

cấu-thành *to form, complete.*

cấu-thức *structure.*

cầu [SV kiều] *bridge* CL **chiếc,
cái. cầu vồng** *rainbow.* **cầu thang**
staircase. **cầu Huýt-tôn** *Wheaton's
bridge.*

cầu *to seek* [= **tìm**], *request*
[= **xin**], *pray.* **yêu-cầu** *to request.*

cầu *shuttlecock* CL **quả;** R *ball*
[= **bóng**]. **bán-cầu** *hemisphere.*
địa-cầu *the earth, globe.* **hoàn-cầu**
the world. **khinh-khí-cầu** *balloon,
dirigible.* **túc-cầu** *football, soccer.*
nhỡn-cầu *eyeball.*

cầu *toilet, latrine* **cầu tiêu.**

cầu bơ cầu bất *to be a vagrant,
homeless,*

cầu cạnh *to request* [favors].

cầu chì *fuse.*

cầu chúc *to wish.*

cầu cống *bridges and locks.* **Kỹ-sư
cầu-cống** *civil engineer.*

cầu-cứu *to ask for help.*

cầu-hồn *requiem mass* **lễ cầu hồn.**

cầu kinh *to pray.*

cầu-khẩn *to beg, plead.*

cầu-khuẩn *coccus, cocci.*

cầu kỳ *to be far-fetched.*

cầu-nguyện *to pray,*

cầu-thủ *ball player.*

cầu-phương *quadrature* [as of
circle, hình tròn].

cầu-trường *to rectify* [curve].

cầu R *dog* [= **chó**]. **hải-cầu** *seal.*

cầu-thả *to be negligent, careless,
sloppy.*

cầu-trệ *beast* [dog and hog].

cậu [SV cữu] *mother's* (younger)
brother **cậu ruột** CL **người, ông |** *you*
[my uncle, first person pronoun
being **cháu**], *I* [your uncle, second
person pronoun being **cháu**]; *you*
[my father, my daddy, first person
pronoun being **con**], *I* [your father,
second person pronoun being **con**],
you [to young boys, first person
pronoun being **tôi**] | CL *for
young boys.* **cậu họ** *mother's male
cousin.* **anh/chị em con cô con cậu**
first cousins [A calls B's mother
cô, and B calls A's father **cậu**].
Cf. **mợ.**

cây [SV thụ, thảo, mộc] *plant,
tree* [name of species follows];
tree CL **cái** [with **giồng, trồng**
to plant, **tưới** *to water,* **xén** *to
trim,* **chiết** *to graft,* **chặt, đẵn,
đốn** *to fell, cut down,* **leo, trèo**
to climb]; CL *for objects shaped
like sticks; wood* [= **gỗ**]. **một cây
nến** *a candle.* **một cây rơm** *a
stack of straw.* **nhà cây** *wooden
house.* **vườn ương cây** *nursery.*
cây ăn quả, cây ăn trái *fruit tree.*
cây con *sapling.* **cây Nô-en** *Christ-
mas tree.* **cây cảnh** *dwarf tree.* **bóng
cây** *tree shade.* **cành cây** *branch.*
lá cây *leaf.* **gốc cây** *foot of a
tree, stump.* **thân cây** *tree-trunk.*

ngọn cây *tree-top*. rễ cây *tree root*. vỏ cây *tree bark*. cho leo cây. *to keep* [*somebody*] *waiting in vain*.

cây bông *fireworks*.

cây bút *writer*.

cây cối *trees, vegetation*.

cây số *milestone; kilometer*.

cấy *to transplant* [*rice seedlings*]. cầy cấy *to till, cultivate, farm* [*land*]. cấy huyết *hemoculture*.

cầy [SV canh] *to plow* | *plow* CL cái. lưỡi cầy *ploughshare*.

cầy *dog* CL con [= chó]. ngu như cầy *very stupid*. cầy hương *civet-cat*.

cậy *persimmon* [= hồng].

co *to shrink, contract* quanh co *winding*.

có *to exist; to have, possess, own* | there is/are. giàu có *to be wealthy*. hiếm có *to be rare*. ít có *to be rare*. có vợ, có chồng *to married*. Anh (có) mua không ? *Are you going to buy* ? Tôi có đến *I did come there*. có (hay) không ? *yes or no* ?.

có lẽ *perhaps, maybe, probably*.

có (lẽ) phép *to be polite*.

có lý *to be reasonable, logical*.

có mang *to be pregnant*.

có một (không hai) *to be unique*.

có nghĩa *to be loyal*.

có thể *can, could, to be able to* | *perhaps, maybe, possibly*.

có tiếng *to be well-known, famous, noted*.

có tội *guilty*

có vẻ *to seem to, appear to*.

cò *stork, egret* CL con.

cò *trigger*. bóp cò *to pull the trigger*.

cò *police chief*.

cò *postage-stamp* CL con [= tem].

cò kè *to bargain*.

cỏ [SV thảo] *grass, herb* [with cắt, làm *to cut*]. bãi cỏ *lawn*. máy cắt cỏ *lawn mower*. rau cỏ *vegetables*. ăn cỏ *to be herbivorous*. giặc cỏ *bandit*. đồng cỏ *meadow*. làm cỏ *to mow, cut the grass; to kill*. cỏ dại *weeds*. cỏ khô *hay*.

cỏ-vê [Fr. corvée] *fatigue duty* [with làm *to perform*].

cọ *to rub, polish, mop, scour*.

cọ *palm tree*.

cọ xát *friction*.

cóc [SV thiềm] *toad* CL con. cóc tía, cóc vàng *somebody wealthy (but stupid)*.

cóc [Slang] *not to* [= không, chẳng, chả] | *anything* cóc khô. Tôi cóc cần *I don't care*. Nó có biết cóc gì đâu ! *He doesn't know beans about it*.

cóc *in* bắt cóc *to kidnap*.

cọc *stake, picket, post; pile* [of coins]. đặt cọc *to make a down payment, a deposit*.

coi [= xem] *to see, look at, watch, consider*. trông coi *to watch*. ˙coi chừng *to watch out*. coi sóc *to look after, take care of*. Đề nó viết coi *Let him write, and we'll see*.

còi *whistle, horn, siren*. thổi còi *to blow the whistle, to whistle*. còi báo động *air-raid alarm*. cấm bóp còi *no horn-blowing*.

cõi *region, country, space, world*.

com-pa *compasses.* com-pa đo dày *callipers.* com-pa tỉ-lệ *proportional compasses.*

còm *to be lean, skinny.*

con [SV tử] *child* CL **người, đứa,** *or* **thằng** [for sons only]. *you* [my child], *I* [your child]. con giai/trai *son.* con gái *daughter.* con cả *first-born child.* con út *the youngest child.* Cha nào con ấy *Like father, like son.* (hai) bố con anh Ninh *Ninh and his child, Ninh and his father.* cha truyền con nối *hereditary.*

con [SV tiểu] *to be small, young.* trẻ con *child* (ren); *childish.* chó con *puppy.* mèo con *kitty.* lợn con *piglet.* bàn con *small table.* dao con *small knife.* cây con *sapling.*

con CL *for animals and certain inanimate things.* một con ngựa *a* [or one] *horse.* một con dao *a knife.* một con số *a number, figure, digit.* một con đê *a dike, levee.* một con đường *a road.* một con sông *a river.*

con *girl* [up to ten years of age]; [term used to refer to "contemptible" women]. con Tâm *little Tâm.* Cf. thằng.

con bạc *gambler.*

con buôn *merchant.*

con cà con kê *nonsense, cock-and-bull story.*

con cả *first-born child, oldest child.*

con cái *children, offspring.*

con cháu *offspring.*

con côi *orphan.*

con dâu *daughter-in-law.*

con đầu lòng *first-born child.*

con đội *jack* [automobile].

con đỡ đầu *godson, goddaughter.*

con hoang *illegitimate child.*

con mọn *little child, baby, infant.*

con niêm *fee stamp.*

con nít *child(ren).*

con nuôi *adopted child.*

con ở *maid, servant.*

con quay *top* [toy].

con rạ *the baby next to the first.* Cf. con so.

con rể *son-in-law.*

con so *the first baby.* Cf. con rạ.

con số *figure, number, digit.*

con Tạo L *the Creator.*

con thơ *young child.*

con thứ *the second-born child.* Cf. con cả, con trưởng.

con thừa-tự *heir.*

con trưởng *first-born child, oldest child.* Cf. con cả, con thứ.

con út *youngest child.*

con tin *hostage.*

còn [SV tồn] *to remain; to have left* | *there is* [or are] *left* | *still, yet, also, in addition.* Chậm còn hơn không *Better late than never.* số tiền còn lại *the remaining amount, the remainder, the balance.* còn như *as to, as for.* Tôi còn ba mươi đồng *I have thirty piastres left.* Tôi chỉ còn (có) ba mươi đồng thôi. *I only have thirty piastres left.* Tôi còn (có) ba mươi đồng nữa. *I have thirty more piastres.*

còn con *to be smallish, insignificant, negligible* [DUP con].

cong *to be curved.* đường cong *curve.*

cong cong *to be curved.*

cong queo *to be winding.*

cóng *to be numb.*

còng *to be bent, hunch-backed.*

cổng *to carry pick-a-back.* **cổng rắn cắn gà nhà** *to bring the enemy home.*

cọng *see* **cộng.**

cóp *to glean, pick up, gather, amass* **cóp nhặt.**

cóp [Fr. copier] *to copy, cheat* [at examination].

cọp *tiger* CL **con** [= **hồ, hùm**].

cót két *to grate, creak.*

cọt kẹt *see* **cót két.**

cô *father's sister, aunt* **cô ruột** CL **người** ; *young lady, young woman* | *you* [used to an aunt, first person pronoun being **cháu**], *I* [used by aunt to **nephew** or niece, second person pronoun being **cháu**]; *you* [used to unmarried young women, first person pronoun being **tôi**]; *she* **cô ấy, cô ta** | *Miss;* CL *for young girls.* **cô dâu** *bride.* **cô đỡ** *widwife.* **cô họ** *father's female cousin.* **anh / chị em con cô con cậu** *first cousins* [A calls B's mother **cô,** and B calls A's father **cậu**]. Cf. **chú, dương.**

cô [= **côi**] *R to be isolated, alone, lonely* **thân cô thế cô;** *R to be orphan.*

cô-độc *to be lonely.*

cô-đơn *to be lonesome.*

cô-lập *to stand in isolation* | *isolated.* **chính-sách cô-lập** *isolationism.*

cô-nhi *orphan.*

cô-nhi-viện *orphanage.*

cô-phụ L *widow, lonely woman.*

cố *to make an effort, try, endeavor* [with **đi, lên**]. **cố sức** *to endeavor.* **cố hết sức** *to try, to do one's best.*

cố *great-grandfather* [= **cụ**]; *Catholic priest, missionary* **cố đạo;** *Father* [So-and-so].

cố R *to pawn* [= **cầm**].

cố R *reason* [= **cớ**] | R- *old, former, the late, as in* **cố-tổng-thống Magsaysay** *the late President Magsaysay* | R- *intentional, premeditated, as in* **cố-sát** *homicide, murder.*

cố R *to be firm, strong* **kiên-cố,** R *to be innate, original* **cố-hữu.**

cố R *to turn one's head around, regard, care for.* **chiếu-cố** *to (deign to) patronize.*

cố-chấp *to be obstinate, stubborn.*

cố-đô *old capital city.*

cố-gắng *to make efforts, effort.*

cố-hương *native village.*

cố-hữu *old friend.*

cố-hữu *natural, innate.*

cố-nhân *old friend.*

cố-nhiên *to be of course, natural* | *of course, naturally.* **lẽ cố nhiên** *of course, naturally.*

cố-quốc *native land.*

cố-sát *to commit murder.*

cố-tật *defect, infirmity, disability.*

cố-tình *purposely.*

cố-tri *old acquaintance.*

cố-vấn *adviser, counselor.*

cố-ý *purposely.*

cổ *neck; collar* **cổ áo,** *wrist* **cổ tay, ankle** **cổ chân.** **hươu cao cổ** *giraffe.* **nghển cổ, vươn cổ** *to*

stretch one's neck. tóm cổ, túm cổ.
to nab, grab. cổ họng throat.
cổ R to be old, ancient [= cũ, xưa;
opp. kim]; to be old-fashioned.
đời thượng-cổ ancient times. đồ
cổ antique. thời trung-cổ the
Middle Ages. Viện Khảo-cổ
Institute of Historical Research,
Institute of Archeology. Trường
Bác - cổ French School of Far
Eastern Studies.
cổ R drum [= trống].
cổ R merchant [= thương].
cổ R to be blind [= mù].
cổ R leg [= vế]; share, stock.
cổ cánh friends, acquaintances [of
office-holders].
cổ-điền to be classical | classics.
văn-phái cổ-điền classicism.
cổ-đông shareholder.
cổ-động to campaign, propagandize.
cổ-hủ to be old-fashioned.
cổ-kính to be ancient.
cổ-phần share, stock.
cổ-phong ancient customs.
cổ-sử ancient history.
cổ-tích vestiges. truyện cổ-tích story,
legend.
cổ-truyền to be traditional.
cổ-tượng mammoth.
cổ-võ to stimulate, excite, encou-
rage.
cổ-xúy to applaud, eulogize, ad-
vocate.
cỗ set; banquet, feast. một cỗ bài
a deck of cards. một cỗ áo quan
[quan tài] a coffin, một cỗ xe
a chariot. ăn cỗ to attend
a banquet. cỗ cưới wedding feast.
cốc [= ly] glass [any shape], tumbler
CL cái. cốc rửa mắt eye-cup.

cốc to rap someone's head with
the knuckle of one's finger.
cốc cormorant.
cốc R valley, ravine.
cốc R cereal, grain. ngũ cốc, mễ-
cốc cereals.
cộc to be short-sleeved cộc tay,
be short.
cộc lốc [of reply] to be curt.
côi R to be orphaned bồ/mồ
côi. mồ côi bố/cha to be fa-
therless. mồ côi mẹ to be
motherless.
côi cút to be orphaned.
cối mortar, mill. cối xay rice-
hulling mill cối giã mortar, rice
polisher. súng cối mortar. súng cối
xay machine gun. cối xay cà-phê
coffee-mill.
cỗi see cội.
cỗi to be stunted cằn cỗi.
cội R root, origin.
cội rễ root, origin.
cốm grilled rice.
cộm to bulge.
côn stick, club, staff thiết-côn
iron staff. đoản-côn club.
Côn-Đảo Poulo Condore.
côn-đồ ruffian, hooligan, hoodlum.
Côn-Lôn Poulo Condore.
Côn-Minh Kunming.
côn-trùng insects.
côn-trùng-học entomology.
cồn (sand) dune.
cồn to turn, to heave, surge.
cồn [Fr. alcool] alcohol.
cồn [Fr. col] collar.
cồn [Fr. colle] paste, gum.
công peacock CL con.

công *duke* công-tước. Cf. hầu, bá, tử, nam.

công *efforts*, R *labor; credit; wages, salary* tiền công. Làm như thế chỉ mất công thôi *It was just a waste of labor.* Mỗi tháng họ phải giả đến năm vạn tiền công thợ *Each month they have to pay up to fifty thousand piastres in wages.* bãi-công, đình-công *to go on strike.* lao-công *labor.* phân-công *division of labor.* thành-công *to succeed.*

công R *to be fair, equitable, just* công bằng, công-bình. bất công *to be unfair.*

công *to be public, common* [opp. tư]. của công *public funds.* trường công *public school.* xung công *to confiscate.* chiếm công vi tư *to use or appropriate public funds*

công R *to attack* | R *offensive* [opp. thủ]. thế công *offensive.* tấn-công *to attack* | *offensive.* tổng-tấn-công *general offensive.* phản-công *to counter-attack* | *counter-offensive.* tổng-phản-công *general counter-offensive.*

công-an *public security; police, secret service; policeman, G-man.*

công-an-viên *security officer.*

công-báo *official gazette.*

công-bằng *to be just, equitable, fair* | *justly, fairly, equitably.*

công-binh *army engineer.*

công-bình see công-bằng.

công-bố *to announce publicly, publish, make public.*

công-bộc *public servant.*

công-bội *geometrical ratio.*

công-cán *official mission.*

công-cán ủy-viên *chargé de mission.*

công-chính *public works.*

công-chúa *princess* CL bà, cô.

công-chúng *the public.*

công chuyện *business.*

công-chức *government worker, public servant, government employee.*

công-cộng *to be public.* y-tế công cộng *public health.*

công-cuộc *task, work, job, undertaking.*

công-cử *to elect* | *general elections.*

công-danh *titles, honors, position, career.*

công-dân *citizen.* công dân giáo dục *civic education.*

công-dụng *use.* công-dụng hòa bình của nguyên-tử-năng *the peaceful uses of atomic energy.*

công-đàn *public forum.*

công-điền *village-owned ricefield.*

công-điện *official telegram.*

công-điệp *official letter, note.*

công-đoàn *labor union.*

công-đức *virtue, morality.*

Công-giáo *Catholicism* | *Catholic.*

công-hàm *diplomatic note.*

công-hãm *to attack.*

công-hiệu *to be effective, efficient* | *efficiency, effect.*

công-ích *general good, public good.*

công-kênh *to carry* [somebody] *astride on one's shoulder.*

công-khai *to be done in the open or publicly.*

công-kích *to attack.*

công-lập [of school, hospital, etc] *to be public.*

công-lao *labor, work, credit.*
công-lệ *rule, law.*
công-luận *public opinion, public forum.*
công-lý *justice.*
công-minh *to be fair.*
công-nghệ *craft; industry.*
công-nghiệp *work.*
công-nhân *worker.*
công-nhật *to be paid by the day.*
công-nhận *to recognize, grant.*
công-nhiên *publicly.*
công-nho *public funds.*
công-phá *to attack, sack.*
công-pháp *public law.*
công phạt *to have violent aftereffects.*
công-phẫn *to be indignant.*
công-phu *toil, labor.*
công-quản *administration, authority.*
công-quỹ *public funds.*
công-sai *arithmetical ratio.*
công-sản *public property.*
công-sở *government office.*
công-sứ *envoy, minister.*
công-tác *work, task, job, assignment, operation.*
công-tâm *sense of justice.*
công-thự *government building.*
công-thế *offensive.*
công-thổ *public-owned land.*
công-thức *formula.*
công-tố-viên *prosecutor.*
công-tử *mandarin's son; dude, dandy.*
công-tước *duke.*
công-trái *public debt; government bond.*

công-trường *square; work camp.*
công-trình *undertaking; engineering.*
công-ty *firm, company, corporation.*
công-văn *official letter, official document.*
công việc *work, job, business, task.*
công-viên *public park.*
công voa [Fr. convoi] *convoy.*
công-vụ *civil service.*
công-xa *government car.*
công-xuất *power* [of motor].
công xưởng *workshop, shop.*
cống *sewer.* cống ngăn (canal) *lock.*
cống R *to offer as a tribute.*
cống *successful examinee at village level* cống-sinh, hương cống [old system].
cống-hiến *to contribute.*
cồng *gong.*
cồng kềnh *to be cumbersome.*
cổng *gate, entrance; level crossing.*
cộng *to add* [RV lại]. *tính cộng sum, addition.* 2 cộng với 3 *two plus three.* tổng-cộng *total.*
cộng R *to be common; communist* cộng-sản. bất cộng đái thiên *to be deadly enemies;* [of sounds] *to be in complementary distribution.* Trung-Cộng *Chinese Communists.* chống cộng, phản-cộng, bài-cộng *anti-communist.* diệt cộng *to exterminate communists.*
cộng-đồng *to be common, collective.* Kế-hoạch phát-triển cộng-đồng *Community development project.* phòng-thủ cộng-đồng *collective defense.*
cộng-hòa *republic* | *to be republican.*

cộng-hưởng *to enjoy together.*

cộng-hưởng *resonance.*

cộng-phi *communist bandits.*

cộng-sản *communism | to be communist.*

cộng-sự-viên *colleague.*

cộng-tác *to collaborate* [với with].

cộng-tồn *to co-exist.*

cốt *it is essential to; to aim at; the essential is* cốt là, cốt nhất | R *bone* [= xương]. Tôi chỉ cốt làm tròn bổn-phận *I am concerned only with fulfilling my duty.* xương cốt *bones.* hài cốt *remains.* nòng cốt *foundation.* nước cốt *essence, quintessence.*

cốt-giao *ossein.*

cốt cán *loyal cadre, party veteran* [communist].

cốt-nhục *blood relationship* CL tình.

cốt-nhục tương tàn *inter-familial quarrel; internecine war.*

cốt sắt *steel framework.* xi măng cốt sắt *concrete.*

cốt-tủy *marrow; essence, quintessence.*

cốt-tử *to be essential.*

cốt-yếu *to be basic, essential, vital.*

cột [SV trụ] *pillar, column, pole, post, poster.* cột cờ *flagpole.* cột buồm *mast.* cột cây số *milestone.* cột giây thép *telegraph pole.* cột trụ, trụ cột *pillar, mainstay.*

cột *to tie up, chain* [RV lại].

cơ *occasion, opportunity, circumstances* cơ hội, thời cơ. thừa cơ *to seize an opportunity.* sa

cơ (thất thế) *to fail.* thấ to lose the opportunity. tùy (ứng biến) *to adapt oneself* the circumstances. nguy cơ dang cơ R *foundation; property, patr* mony.

cơ R *odd* [= lẻ; opp. ngẫu] | *regiment.*

cơ R *machine, machinery, mechanism;* -R *airplane, as in* chiến-đấu-cơ *fighter,* oanh-tạc-cơ *bomber,* phản-lực-cơ, phún-xạ-cơ *jet plane.* nông-cơ *farm machinery.* động-cơ *engine, motor.* hữu-cơ [chemistry] *organic.* vô-cơ *inorganic.*

cơ R *dearth, hunger, famine.*

cơ *muscle* [anatomy]. cơ nhị-đầu *biceps.* cơ tam-đầu *triceps.* cơ vòng *sphincter.*

cơ-bản *to be fundamental, elementary.*

cơ-cấu *structure.*

cơ-đồ *family estate, undertaking.*

Cơ-Đốc *Christ, Christianity* | *Christian.*

cơ-giới-hóa *to mechanize.*

cơ-hàn *hunger and cold.*

cơ-học *mechanics.*

cơ-hồ *well-nigh, very nearly, almost.*

cơ-hội *opportunity* [with nhân, lợi-dụng *to take advantage of, to avail oneself of*].

cơ-khí *mechanism, machinery.*

cơ-man *to be innumerable, countless.* cơ man nào là... *so many...* cơ man nào mà kể *enormous quantities, countless numbers.*

cơ-mật *secret.*

cơ-mưu *ruse.*

ang ability, function.

quan organ, organism, agency, oundation. Cơ-quan Nguyên-tử-năng Quốc-tế *International Atomic Energy Agency.* Cơ-quan Mãi-dịch Trung-ương *Central Purchasing Agency.* Cơ-quan An-toàn Hỗ-tương *Mutual Security Agency.* Cơ-quan Văn-hóa Á - Châu *Asia Foundation.*

cơ-số base [math].

cơ-sở installation, organ, establishment.

cơ-thể organism.

cơ-thể-học anatomy. Cơ-thể Học-viện *Institute of Anatomy.*

cớ reason, excuse, pretext. cớ sao ? vì cớ gì ? *why ? for what reason ?* chứng-cớ evidence, proof. Lấy cớ đi học buổi tối *under the pretext of going to night school.*

cờ [SV kỳ] flag, banner CL lá. [with **may, làm** to make]; colors. hạ cờ *to lower the flag.* kéo cờ *to raise or hoist the flag.* treo cờ *to display flags.* phất cờ, vẩy cờ *to wave the flag.* cột cờ *flagpole.* cán cờ *flagstaff.* cờ rũ *flag at half-mast.* lễ chào cờ *flag-raising ceremony, salute to the colors.* cờ trắng *flag of truce.* mở cờ trong bụng *to be jolly glad.*

cờ [SV kỳ] chess cờ tướng, cờ chiếu tướng. đánh cờ *to play chess.* con cờ, quân cờ *chessman.* bàn cờ *chessboard.* cao cờ *to be a good chess-player.* một nước cờ *a move* [with đi to make]

cờ bạc *to gamble | gambling.*

Cờ Đen *Black Flag (Rebels).*

Cờ Vàng *Yellow Flag (Rebels).*

cởi *to get* [something from a tree, roof, hole| *by means of a stick.* cởi *to untie, unfasten, unbutton; to take off* [clothes **quần áo,** shoes **giày,** etc.] [RV ra]. cởi trần *to be half naked.* cởi chuồng *to be naked.* cởi mở *to liberalize, ease, relax* [control, restrictions]. cởi *see* cưởi.

cơm [SV phạn] cooked rice, food [Cf. gạo, lúa, thóc]. bữa cơm *meal.* cơm tẻ *ordinary rice.* cơm rang, cơm chiên *fried rice.* cơm nguội *cold rice.* cơm nếp *glutinous rice.* nấu / thổi cơm *to cook rice.* làm cơm *to cook, prepare a meal.* ăn cơm *to eat.* cơm tây *French food.* cơm đen *opium.* cơm cá mắm *jail food.*

cơm áo *food and clothing.*

cơm nước *food, meals.*

cơm toi *wasted money.*

cơn outburst, fit. cơn mưa *squall of rain.* cơn giận *fit of anger.* cơn dông *storm.* cơn ho *an attack of coughing.* cơn gió *a gust (or blast) of wind.* cơn sốt *fit of fever*

cớn *to rut* động cớn.

cợt *to joke, kid, jest* cười cợt, đùa cợt, riễu cợt.

cu-li [Fr. coolie] *coolie.*

cú owl CL con. cú mèo *screeching owl.* mắt cú *peevish eyes.* hôi như cú *to stink.*

cú R sentence [= câu]. thơ bát cú *eight-line poem.*

cú [Fr. coup] *blow;* [football, soccer] *shot.*

cú-pháp *syntax.*

cù *to tickle* [= thọc lét].

cù lao [Malay pulau] *island* CL hòn [= đảo].

cù lao *Lour parents' (painful) task of rearing children.*

củ *bulb, edible root, tuber.* một củ hành tây *an onion.* một củ khoai lang *a sweet potato.* một củ khoai tây *a potato.*

củ soát *to check, verify.*

cũ [SV cựu] *to be old, used, second-hand, former* [opp. mới]. bạn cũ *old friend.* sách cũ *secondhand book.* quần áo cũ *used clothes.* như cũ *as before, as previously* Cf. già. cồ.

cũ kỹ *to be old, oldish.*

cũ rích [of story] *very old.*

cụ *great-grandfather* cụ ông, *great-grandmother* cụ bà | *you* [used to great-grandparent], *I* [used by great-grandparent], *you* [used to old people]; *he, she* | *Mr., Mrs.* ông cụ già *old man.* sư cụ *head monk.* Hai cụ (nhà) ta có mạnh không ? *Have your parents been well ?*

cụ *R to fear* [= sợ].

cụ *R all the whole* | *R implement, tool.* dụng-cụ *tool, instrument.* khí-cụ *tool, implement.* nhạc-cụ *musical instrument.* nông-cụ *farm tool, farm equipment.* quân-cụ *military equipment.*

cụ-thể *to be concrete, tangible* | *concretely* [opp. trừu-tượng].

cụ-thể-hóa *to concretize.*

cụ-tượng *to be concrete.*

cua *crab* CL con. ngang như cua *to be stubborn.*

của *possession, property, riches* của cải | *to belong to* | *of, by.* của công *public funds, state property.* Ông ấy lắm của lắm. *He's very wealthy.* Họ chuyên khối của sang Pháp *They transferred a lot of money to France.* Quyền tự-vị này của ai ? *Whom does this dictionary belong to ?* Whose *dictionary is this ?* Cuốn tiểu thuyết của ông ấy viết *the novel which he wrote.* cái va-li của ông Nam *Mr. Nam's suitcase.* của tôi *my.* của ông ấy *his.* (Bút) của ai người ấy dùng *Everyone uses his own (pen).* Thừa của cũng không cho nó *Even if I had money to throw away I wouldn't give it to him.*

của bố-thí *alms.*

của chìm *hidden wealth.*

của đáng tội,... *to be very fair, to be truthful.* (Nói) của đáng tội nó cũng muốn giúp anh nó nhưng không có tiền *Actually he does want to help his brother, but simply doesn't have any money.*

của đút *bribe.*

của gia-tài *family heritage.*

của gia-bảo *heirloom.*

của hối-lộ *bribe.*

của nổi *material wealth; real estate.*

của hồi-môn *dowry.*

của phi-nghĩa *ill-acquired wealth.*

cúc *daisy, chrysanthemum* hoa cúc.

cúc [= khuy] *button.*

cúc *R to nourish, feed* cúc-dục.

cúc *R to humble oneself* cúc cung.

cục *ball, piece, broken piece* [of brick gạch, stone đá], *clod,*

lump [of sugar **đường**]. cục máu
a *clot of blood.* cục nước đá *ice
cube.* đóng cục *to clot.*
cục *to be rude, vulgar, brutal* cục
cằn, cục súc, *boorish* cục-kịch,
cục-mịch.
cục R *position, situation, circums-
tances; office, bureau, agency.*
bưu-cục *post office.* chi-cục *branch
office.* phân-cục *branch office.*
tổng-cục *head office. See* cuộc.
cục-diện *situation.*
cục-súc *to be brutish.*
cục tác [of hens] *to cackle.*
cúi *to bend over, bow down* [RV
xuống] [head **đầu**, back **lưng**].
cùi *pulp, meat* [of fruit, nut]; *crust.*
cùi *elbow* cùi chỏ.
cùi *to be a leper* [= hủi]. bệnh
cùi *leprosy.* trại cùi *leper colony.*
củi *firewood, fuel.* kiếm củi *to gather
twigs.* chở củi về rừng *to carry
coals to Newcastle.* thời buổi gạo
châu củi quế *times when rice
and firewood are as scarce and
expensive as pearls and cinnamon
respectively.*
cũi *cage, kennel.* cũi chó *doghouse.*
tháo cũi sổ lồng *to be freed,
emancipated.*
cúm *influenza, flu, grippe* bệnh
cum.
cùm *to shackle* | *fetters, chains,
shackles.*
cụm *clump, tuft, grove.*
cun cút *quail.*
cùn [of a knife dao, etc.] *to be dull,
blunt;* [of intelligence] *to become
dull* [RV đi].
cũn cởn [of clothing] *to be too
short* ngắn cũn cởn.

cung *bow* CL cái; *arc* [math]. bắn
cung *to shoot arrows.*
cung *to declare, testify, give evi-
dence* cung khai. hỏi cung *to
interrogate.* khẩu-cung *oral state-
ment.* phản-cung *to retract one's
statement.*
cung *palace, temple, dwelling.*
hoàng-cung *imperial palace.* đông-
cung *heir apparent, crown prince.*
thiên-cung *the arch of Heaven.*
tử-cung *womb.* Bạch-Cung *the
White House* CL tòa.
cung R *to supply* | *supply* [opp.
cầu].
cung *first note in the classical pen-
tatonic scale sounding like do.* Cf.
thương, giốc, chủy, vũ.
cung R *to be reverent, respectful.*
cung-cấp *to supply, provide.*
cung-cầu *supply and demand.* luật
cung-cầu *the law of supply
and demand.*
cung-chúc *to address respectful
wishes.* Cung chúc Tân-niên *Happy
New Year.*
cung-dưỡng *to feed, take care,
support* [parents].
cung-điện *palaces.*
cung-hiến *to offer.*
cung-hình *castration* [as punish-
ment].
cung-khai *to declare, admit, con-
fess.*
cung-kính *to be respectful.*
cung-nữ *imperial maid.*
cung-ứng *to answer, fill* [a need].
cung-phi *imperial concubine.*
cúng *to offer sacrifices, make offer-
ings* (to) cúng lễ, cúng bái. thày
cúng *priest.* đồ cúng *offerings.*

cùng *to follow | with, and.* **cùng nhau** *with one another, together.* **cùng một lúc** *at the same time, simultaneously.* **Anh em cùng cha khác mẹ** *half-brothers.* **Ông cùng hai đồng-chí trốn sang ngoại-quốc** *He and two associates of his fled abroad.* **tam cùng** [communist] *the three "togethers"* (*eat together, live together, work together*).

cùng *the end | to be poor, destitute, without resources* **cùng khổ, cùng khốn, cùng quẫn** **chiến-đấu cho tới cùng** *to fight to the end.* **vô cùng** *ad infinitum | extremely* [precedes or follows adjective]. **kỳ cùng** *until the end, to the last.* **hang cùng ngõ hẻm** *nooks and corners.*

cùng *to rap on the head.*

củng *R to consolidate.*

củng-cố *to strengthen, consolidate.*

cũng *also, too* [precedes main verb]; *all right* [optionally follows **kẻ**]; [should not be translated in inclusive statements having indefinites **ai, gì, nào, đâu, bao giờ**]. **Tôi cũng đi** *I'm going, too.* **Tôi cũng không biết bơi** *I can't swim either.* **Ai cũng thích** *Everybody likes it.* **Cái nào cũng được** *Any one will do.* **Cái gì nó cũng ăn** *He eats everything (or anything).* **Đâu nó cũng đi** *He goes everywhere.* **Bao giờ ông ấy cũng mang ô** *He always carries an umbrella.* **Anh ấy (kẻ) cũng khá** *He is all right, He is pretty good.* **Sách này (kẻ) cũng dùng tạm được** *This book (isn't the best, but) can be used for the time*

being. **Hôm nào nó cũng đi** *He goes to the movies every*

cuốc *to dig out, dig up | pick*(*CL* **cái.**

cuốc *to walk* **cuốc bộ.**

cuốc *moor hen CL* **con** [DUP **cuốc**].

cuốc [Fr. *course*] *ride* [in rickshaw, pedicab, taxi].

cuộc *CL for games, parties, meetings, actions, etc* [= **cục**]. **công cuộc** *job, work, undertaking.* **thời cuộc** *situation.* **Quốc-gia Nông-tín-cuộc** *National Agricultural Credit Bureau.*

cuộc *to bet, wager* **đánh cuộc** [=**cá**] **Tôi cuộc với anh này** *I bet you.* **được cuộc** *to win a bet.*

cuối *end; bottom* [of list] | *last* **cuối cùng** | *at last, finally.* **cuối năm nay** *at the end of this year.* **đoạn cuối** *the end* [of story, book, film]. **từ đầu chí cuối** *from beginning to end.*

cuội *pebble CL* **hòn** ; *calculus.*

cuỗm *to steal, filch, swipe.*

cuồn cuộn [of waters] *to whirl.*

cuốn [SV *quyển*] *to roll,* [of wind, water] *to carry away | roll, volume; CL for books.* **Họ cho chúng tôi ba chục cuốn sách hóa học** *They gave us thirty chemistry books.*

cuốn *vermicelli roll, using a lettuce leaf as wrapping, pork and shrimps as fillings.*

cuốn gói *to pack off and clear out.*

cuộn *to roll up | roll* [of paper **giấy**], *spool* [of thread, **chỉ**].

cuống *stalk, stem; stub.* **Anh có giữ cuống vé không?** *Did you keep the stubs?*

to be panic-stricken, be
ous, lose one's head, be at a
s luống cuống.
ng cuồng to lose one's head.
ống quít to lose one's head.
uống họng oesophagus.
cuống phổi bronchia.
cuống ruột thừa appendix [ana-
  tomy].
cuồng to be mad, crazy, insane
  điên cuồng; R- to be raging,
  violent; to be numb.
cuồng-nhiệt to be fanatic(al).
cuồng-phong furious gale, tempest.
cuồng-tín to be fanatic(al).
cuồng-vọng crazy ambition.
cúp [Fr. couper] to cut [hair tóc],
  reduce [salary lương].
cúp [Fr.coupe] cup, trophy cúp.
Đa-vít Davis cup.
cụp to close [umbrella, ô]; [of tail,
  ears] to droop.
cút to scram. cút đi! scram! beat
  it! get lost!
cút kít wheelbarrow CL xe.
cụt to be too short; to be lame,
  crippled cụt chân. cụt đầu head-
  less. cụt đuôi tailless. cắt cụt to
  cut, chop.
cư R to dwell, reside, live [= ở].
  di-cư to migrate, move, evacuate.
  định-cư to settle [refugees]. hồi-cư
  to come back to the city [after
  evacuation]. tản-cư to evacuate.
  dân-cư inhabitant, population.
cư-dân* inhabitant, population.
cư-ngụ to dwell, reside, live.
cư-sĩ retired scholar; retired official.
cư-trú to dwell, reside, live.
cư-xử to behave.

cứ R evidence, proof bằng - cứ,
  chứng-cứ; R base, basis. cứ như,
  cứ theo according to. không/chẳng
  cứ not necessarily.
cứ to continue to [precedes main
  verb], act despite advice or warning.
  Cứ đi đi! Go ahead [never mind]
  Cứ nói đi ! Keep talking! Go
  ahead and tell them!
cứ-điểm base.
cừ to be excellent cừ khôi, smart,
  outstanding.
cừ stake.
cừ canal, drain.
cử to appoint, send [an official].
  tuyển-cử to elect. công cử to elect.
  được cử giữ chức..., được cử
  làm... to be appointed...
cử R to lift [weight tạ]; to begin;
  to move; to raise [army binh].
  nhất cử lưỡng tiện to kill two
  birds with one stone.
cử-chi gesture, attitude.
cử-động to move | motion, move-
  ment.
cử-hành to perform, celebrate [a
  ceremony buổi lễ].
cử-nhân bachelor [degree]; bache-
  lor's degree, licentiate.
cử-tọa audience.
cử-tri voter.
cứ cycle, epoch, period. ở cứ to be
  confined, give birth to.
cứ to abstain from [= kiêng].
cứ standard, norm.
cự to scold.
cự R to be big, large, important.
cự to resist chống cự, kháng cự.
cự-phách celebrity, prominent
  figure.

cự-tuyệt *to refuse, reject.*

cưa *to saw, amputate ;* [slang] *to overcharge* | *saw* CL cái. thợ cưa *sawyer.* mạt cưa *sawdust.* xưởng cưa, nhà máy cưa *sawmill.* máy cưa, cưa **máy** *power saw.* hình răng cưa *serrate, serrulate.*

cứa *to cut, saw off* [with a dull knife]; *to charge* [high fees].

cửa [SV môn, hộ, song] *door* cửa lớn, cửa ra vào, *window* cửa sổ, *entrance* cửa vào, *exit* cửa ra. nhà cửa *house (s), housing.* cánh cửa *door leaf.* bậc cửa *threshold.* quả đấm cửa *door-knob.* then cửa *door latch.* ngưỡng cửa *threshold.*

cửa bể *seaport.*

cửa chớp *shutters.*

cửa công *court, tribunal.*

Cửa-Hàn *Tourane.*

cửa hàng *store, shop.*

cửa Khổng *the Confucianist School.*

cửa nhà* *house, household; housing.*

cửa ô *city gate.*

cửa Phật *Buddhist temple.*

cửa sông *estuary.*

cửa tiệm *store, shop.*

cựa *spur* [of rooster].

cựa *to move, stir* cựa cạy, cựa quậy, *toss* cựa mình.

cực *to be desperately in need.* cực chẳng đã *against one's will.*

cực -R *pole* [geography and physics], *extreme* |R- *extremely, very* cực kỳ [precedes verb]. âm cực *cathode.* dương cực *anode.* Bắc-cực *North Pole.* Nam-cực *South Pole.* điện-cực *electric pole.* từ-

cực *magnetic pole.* cực cùng tên *like poles.* cực khác tên *opposite or unlike poles.* cực đẹp *awfully pretty.* cực khó *extremely difficult.*

cực-diện *polar surface.*

cực-đại *maximum.*

cực-điểm *maximum, extreme, climax.* đến/tới cực-điểm *to the utmost.*

cực-đoan *extreme* | *extremist.*

cực-độ *extreme degree, limit.*

Cực-Đông *Far East, the Orient.*

cực-hữu *extreme right.*

cực khổ *to be poor; miserable.*

cực-kỳ *extremely.*

cực-lạc *extreme happiness; paradise.*

cực-lực *strongly, energetically, categorically* [precedes cải-chính to deny].

cực-quang *aurora borealis.*

cực-tả *extreme left.*

cực-thịnh *height, zenith, apogee.*

cực-tiểu *minimum.*

cửi *loom.* dệt cửi *to weave.* khung cửi *loom.*

cưng *to cherish, coddle, pamper.*

cưng cứng *to be rather hard* [DUP cứng].

cứng [CV cương] *to be hard; stiff, tough, rigid* [opp. mềm].

cứng cáp *to be robust, strong.*

cứng cỏi *to be firm.*

cứng cổ *to be stubborn, headstrong, pig-headed.*

cứng đầu *to be stubborn, headstrong, pig-headed.*

cứng đờ [of body, limb] *to be stiff.*

cứng họng *to be speechless, dumbfounded* [because at one's wit's end].

cứng lưỡi *to be speechless, dumbfounded.*

cứng ngắc *to be rigid.*

cứng rắn *to be firm, resolute.*

cước R *foot* [=chân]. căn cước *identity.*

cước *postage, transportation charges* tiền cước.

cước-chú *footnote.*

cước-phí *postage.*

cưới [SV hôn, thú] *to marry, wed.* đám cưới *wedding procession.* lễ cưới *wedding ceremony.* ăn cưới *to attend a wedding* [banquet] áo cưới *wedding gown, wedding dress.* cỗ cưới, tiệc cưới *wedding banquet.* cưới chạy tang *wedding which takes place earlier than scheduled because somebody in either family is going to die.*

cưới hỏi *marriage, wedding.*

cưới xin *marriage, wedding.*

cười [SV tiếu] *to smile, laugh; to laugh at, ridicule, mock.* mỉm cười *to smile.* buồn cười *to feel like laughing; to be funny.* bật cười *to burst out laughing.* chê cười *to laugh at, ridicule.* trò cười *laughing stock.* cười chúm chím *to smile.* cười gằn *to chuckle.* cười gượng *to smirk.* cười khì *to laugh a silly laugh.* cười khúc khích *to giggle.* cười nụ *to smile.* cười ầm, cười ồ, cười như nắc nẻ, cười rũ rượi *to roar with laughter, cachinnate.* cười nôn ruột, cười vỡ bụng *to shake or to split one's sides with laughing.*

cười cợt *to joke, jest.*

cưỡi [SV kỵ] *to ride* [horse **ngựa**, water buffalo **trâu**, etc.].

cưỡi hạc *to die.*

cườm *glass bead.*

cương *reins* cương ngựa. cầm cương *to hold the reins.*

cương R *to be hard, inflexible, unyielding* [= cứng; opp. nhu].

cương R *law, principle.* đại-cương *outline* | *general.* tam cương *three fundamental bonds* [prince and minister, father and son, husband and wife].

cương R *border, frontier* biên-cương.

cương-mô *retina.*

cương mục *summary, outline.*

cương-quyết *to be determined* | *with resolution.*

cương-thường *constant obligations of morality.*

cương-tỏa *restrictions* [to one's freedom]; *officialdom.*

cương-trực *to be upright.*

cương-yếu *fundamentals, essentials.*

cường R *to be strong, powerful* [=mạnh]. Tam-cường *Big Three.* phú-cường *to be prosperous* [as a nation]. liệt-cường *the world powers.*

cường-độ *intensity.*

cường-hào *village bully.*

cường-lực *force* [as an instrument].

cường-quốc *power* [great nation].

cường-quyền *brute force, strength.*

cường-thịnh *to be prosperous, flourishing.*

cường-toan *acid.*

cường-tráng *hale and hea₁ty, vigorous, robust.*

cưỡng *to compel, force, coerce.* miễn

cưởng *to be reluctant, be unwilling* | *reluctantly, unwillingly.*

cưởng-bách *to force, coerce.* lao-công cưởng-bách *forced labor.* cưởng-bách giáo-dục *compulsory education.* cưởng-bách tòng-quân *compulsory military service.*

cưởng-dâm *to rape.*

cưởng-gian *to rape.*

cướp *to rob, loot, ransack* ăn cướp; *to usurp* [throne, ngôi]. kẻ cướp *robber, bandit, pirate.* cướp bóc *to rob, loot.*

cứt *excrement, faeces;* dung [= phân]. cứt sắt (*iron*) *dross, slag, cinder, scoria.* mầu cứt ngựa *khaki.*

cưu *to support* cưu mang.

cứu *to save, rescue.* cầu cứu *to seek help.* cấp cứu (*to give*) *first aid.*

cứu R *to study, examine, investigate, do research* nghiên-cứu, khảo-cứu.

cứu-cánh *the end* [opp. phương-tiện *the means*].

cứu giúp *to help.*

cứu hỏa *to put out a fire.* lính cứu hỏa *fireman.*

cứu-quốc *national salvation.*

cứu-tế *to aid* | *aid, relief.*

cứu-thế *to save, redeem the world.* Chúa Cứu-thế *the Savior.* Dòng Chúa Cứu-thế *the Redemptorists.*

cứu-tinh *the savior.*

cứu-thương *ambulance.* nữ cứu-thương *nurse, Red Cross worker.* xe cứu-thương *ambulance* (*car*).

cứu-vãn *to save* [situation tình thế].

cứu-viện *to aid, assist* | *reinfo ments.*

cứu vớt *to rescue, save.*

cứu xét *to consider.*

cừu *sheep* CL con. cừu cái *ewe.* cừu non *lamb.* thịt cừu *mutton.* cừu đực *ram.* người chăn cừu *shepherd.*

cừu R *enemy, adversary* cừu địch, cừu thù.

cừu-thị *to be hostile.*

cửu R *nine* [= chín]. đệ-cửu *the . ninth.*

cửu R *to be lasting, enduring* trường-cửu, *eternal* vĩnh-cửu.

cửu-chương *multiplication table.*

cửu-hạn *long period of drought.*

Cửu-Long(-Giang) *the Mekong River.*

cửu R *mother's* (*younger*) *brother* [= cậu].

cửu R *coffin, bier* linh-cửu.

cựu R *to be old, used* [= cũ]; R- *former* [opp. tân]. thủ-cựu *to be conservative.* cựu giám-đốc *former director.* tay kỳ-cựu *old timer, veteran.* cựu-binh-sĩ, cựu-chiến-binh *war veteran.* tống cựu nghinh tân *to bid farewell to the Old Year and to welcome the New Year.*

cựu-học *traditional training, Sino-Vietnamese studies.*

Cựu-Kim-Sơn *San Francisco.*

cựu-nho *traditionally-trained scholar.*

Cựu-Thế-Giới *the Old World.*

cựu-trào *former dynasty; veteran* | *to be old-fashioned, outdated.*

cựu-truyền *to be traditional.*

Cựu-Ước *Old Testament.*

CH

/ phụ] father CL người;
ɔlic) father | I [used by father
ild, second person pronoun
con], you [used by child to
father, first person pronoun being
con]; you [used to Catholic
priest]. Cha nào con ấy *Like fa-
ther like son.* cha mẹ *parents.*
Đức cha *Monsignor.* thằng cha
guy, fellow. cha chú [Slang] *to
be great, terrific.* cha truyền con
nối *hereditary.* anh em cùng cha
khác mẹ *half-brothers.* chị em
cùng cha khác mẹ *half-sisters.*
hai cha con ông Cảnh *Mr. Cảnh
and his child, Mr. Cảnh and his
father.*

chá *to gild, silver* [jewel].

chà *oh!* [exclamation of surprise or
admiration]. úi chà! *well, well!*

chà là *date-palm; date.*

Chà-và *Malay; Javanese; Indian.*

chà xát *to rub.*

chả *meat pie or burger.* giò chả
pork pies.

chả *not to be, not to do* [= chẳng,
không]. Anh chả cần nói tôi cũng
biết *I know it, you don't have
to tell me.*

chả giò *Saigon meat rolls.*

chạ *to be mixed, mingled* chung chạ.

chác *R to barter* đổi chác; *to earn*
kiếm chác.

chạc *to borrow, eat, buy without
paying* ăn chạc, mua chạc.

chạch *small, long eel.* đê con chạch
levee.

chai *bottle* CL cái; *bottle(ful).* đóng
chai *to bottle.* chai bố *large bot-
tle.* chai con *small bottle.* nút
chai *cork.* Mở chai sâm-banh ra!
Open the bottle of champagne.

chai *corn* chai chân, *callus, callo-
sity* | *to be callous.*

chài *fishing net.* dân chài lưới
fishermen. thuyền chài *fishing
boat.* phường chài *fishermen* [as
a guild].

chải *to comb, brush* [hair đầu, tóc,
etc.], *card* [wool len], *curry*
[horse ngựa]. bàn chải *brush* CL
cái. bàn chải (đánh) răng *tooth-
brush.* bàn chải quần áo *clothes
brush.* bàn chải tóc *hairbrush.*

chải chuốt *to be meticulous* [about
dressing, writing].

chám *olive* CL quả. hình quả/miếng
chám *lozenge, diamond.*

Chàm *Champa | Cham.*

chàm *indigo, dark blue; indigo dye.*

chạm *to carve, sculpt.* thợ chạm *sculptor.*

chạm *to collide* [**vào, phải** against], **clink** [glasses, **cốc**]. lễ chạm mặt, lễ chạm ngõ *pre-engagement ceremony.* chạm trán *to confront.*

chan *to overflow* chứa chan, chan-hòa, dampen, soak. chan canh *to pour broth* [on the rice].

chán *to have enough of, be (sick and) tired of, be fed up with* [followed by noun or preceded by verb]; *to be boring, dull, tedious, tiresome.* chán xi-nê *to be tired of movies* Đi / xem xi nê (đã) chán chưa ? *Are you tired of going to the movies yet?* Quyển sách này chán lắm *This book is very dull.*

chán *to have no lack of, have plenty of* chán gì. Khu ấy có chán (gì) nước *That section of town has plenty of water.*

chán chê *to be satiated; to be plentiful.*

chán chường *to be tired of* [person, regime].

chán đời *to be tired of the world, be tired of living.*

chán nản *to be discouraged.*

chán ngán *to be (sick and) tired of.*

chán ngắt *to be very dull, wearisome.*

chán phè *to be dull, monotonous, colorless.*

chán vạn *many, a great many.*

chạn *screened larder.*

chang chang [of sunlight] *blinding.*

chàng *young man | L you* [wife to husband; first person p noun being thiếp]. chàng rể *son-i law.* anh chàng *the fellow, the chap, the guy, the lad.* chàng và nàng *he and she.* một chàng thanh niên *a young man.*

chàng *chisel* CL cái.

chạng háng *to straddle.*

chạng vạng *twilight.*

chanh *lemon, lime* CL quả, trái. nước chanh *lemon or lime juice;* lemonade, limeade. (nước) chanh quả *lemonade, limeade.*

chánh *chief, head* ông chánh; *see* chính.

chánh-án *presiding judge.*

chánh-chủ-khảo *chairman of examination board.*

chánh-hội *chairman of (village) council.*

chánh-sự-vụ *division chief.*

chánh tổng *canton chief.*

chánh-văn-phòng *chief of cabinet.*

chạnh *to be moved* chạnh lòng.

chạnh *to pronounce* [ra, as].

chao *lamp shade.*

chao ôi ! *alas!*

cháo [SV chúc] *rice gruel, congee* cháo hoa. cơm hàng cháo chợ *to eat at the restaurant or at the market, to be without a home.* thuộc như cháo *to know by heart.*

chào *to greet, salute.* chào khách *to seek customers.* chào đời *to be born.* chào hàng *to try to sell merchandise.* câu chào *greeting.* Chào ông [or bà, anh, etc.] *Good morning, good afternoon, good*

...ng. Chào thân-ái *Fraternally*
...rs. bắn hai mươi mốt phát súng
...ào to *fire a 21-gun salute.*
...o mào *peewit, lapwing* CL con.
mũ chào mào *forage-cap.*
:hảo *frying pan* [shaped like a skullcap].
chảo *rope, cable.*
chạp *the 12th month of the lunar year; December* tháng chạp. giỗ chạp *festivals.*
chảo chuộc *bullfrog* CL con.
chát *to be tart, strong.* chua chát [of words] *to be bitter.*
chát *thump.*
chau *to knit* [eyebrows mày].
cháu [SV tôn] *grandchild,* [SV diệt,sanh]*nephew, niece* CL người, đứa, thằng [male] *or* con [female] | *you* [used to grandchild, nephew or niece], *I* [used by grandchild, nephew or niece], *I* [used by children to elders or by adults of low status to superiors], *he, she* [of children]. cháu nội *son's child.* cháu ngoại *daughter's child.* con cháu *offspring.* cháu gái *granddaughter, niece.* cháu giai/trai *grandson, nephew.*
chay [SV trai] *to fast, have spare diet, have a lenten diet* [as a religious duty]. ăn chay *to be a vegetarian.* làm chay *to conduct an expiatory mass.*
chay tịnh *to be pure, chaste.*
cháy *to burn in a conflagration* | *there is a fire of* | *burnt rice at the bottom of the pot* [= xém]. một đám cháy *a fire.* đốt cháy *to set fire to.* chữa cháy *to put out a fire.* Cái nhà lá đầu kia bị cháy.

The thatched cottage at the other end was burned down. Họ sợ cháy nhà *They are so afraid of fires.* Cháy ! *Fire !*
chảy [SV lưu] *to run, flow;* [of metals] *to melt;* [of fabrics] *to stretch;* [of conta ner] *to leak.* trôi chảy [of speech. operation] *to run smoothly.* dễ chảy *fusible.*
chảy máu cam *to have a nosebleed, epistaxis.*
chạy [of people, vehicles, ships] *to run;* [of clock, machine] *to run;* [of goods] *to sell well;* [of work] *to get done; to flee* [war, loạn, giặc]; *to save* [furniture, etc. from fire, flood, etc.]; *to seek* [money, food, medicine, recommendation, position] chạy chọt. sách bán chạy nhất *best-seller.* chạy như tôm tươi *to sell like hot cakes.* người chạy giấy *messenger.* (cưới) chạy tang *to move up the date (of a wedding) because somebody in the family is going to die.*
chắc *to be firmly based, firm, certain, sure ; to feel sure* chắc bụng, chắc dạ, chắc ý; [of grainhead, crab] *to be solidly filled out* | *firmly, certainly, surely.* chắc ở..., chắc vào... *to count on...*
chắc chắn *to be firm, stable, steady, sturdy; certain; reliable.*
chăm [SV cần] *to apply oneself to; to be hard-working, industrious.*
chăm chỉ *to be studious, industrious.*
chăm chú *to be attentive.*
chăm nom *to look after, take care of.*
chăn *blanket* CL cái [= mền]. đắp chăn *to cover oneself with a*

blanket. chăn bông *quilted blanket.*
chăn dạ/len *woollen blanket.*
chăn điện *electric blanket.* trùm
chăn *to be a fence-sitter.*
chăn *to tend* [animals]. thằng bé
chăn trâu *buffalo boy.* nghề chăn
nuôi *cattle raising, animal hus-
bandry.*
chăn chiếu *to live as husband
and wife, sharing sleeping mat
and blanket.*
chăn gối *to live as husband and
wife, sharing blanket and pillow.*
chắn *to stop, bar.* cái chắn bùn
mudguard. kính chắn gió *wind-
shield.*
chắn *sort of card game.*
chắn [SV ngẫu] [*of a number,
amount*] *to be even* [opp. lẻ]. số
chẵn *even number.* một nghìn đồng
bạc chẵn *just one thousand
piastres, one thousand even.*
chặn *to stop, block, chock* chặn
lại. cái chặn giấy *paper-weight.*
chăng *to stretch* [string, rope
giây], *spread* [net **lưới**], *hang*
[mosquito net **màn**].
chăng? [*final particle denoting
doubt*] *it seems to me, I presume,
I suspect.* Anh ấy ốm chăng?
Could he be sick? Phải chăng ông
ấy bị thất-vọng? *I wonder if he
was disappointed. Could it be that
he was disappointed?* phải chăng
[*of price*] *to be reasonable.* và
chăng *besides.*
chẳng *to tie up; to use* [somebody
else's money, belongings] tiêu
chẳng, dùng chẳng | *ties.* Không
chẳng không rễ *without family
ties.*

chằng chịt *interlaced, inter...*
chẳng [SV bất] *not to be, ...
do* [precedes main verb] [= kh...
chả]. cực chẳng đã *against or...
will.* Tôi chẳng thiết *I don't car...*
chẳng bao giờ *never.*
chẳng bao lâu *soon.*
chẳng bõ *not to be worthwhile.*
chẳng cứ *not necessarily, not only.*
chẳng hạn *for example, as an
example, for instance.*
chẳng qua *at most; actually
speaking.* Nó làm thế chẳng qua
là để mẹ nó bằng lòng. *He did
it only to please his mother.*
Cái đó chẳng qua chỉ là để ông
ấy khỏi mất sĩ-diện đó thôi.
That was only to save his face.
chẳng thà *it would have been
better, it would be preferable.*
chặng *stage, leg* [of trip]; *portion,
section; range* [of mountains].
chắp *to join, assemble.* chắp tay
to clasp hands.
chắp nối *to connect, assemble, join.*
chắp nhặt *to gather.*
chắt [SV tằng tôn] *great-grand-
child.* cháu chắt *offspring.*
chắt *to drain off.*
chắt bóp *to be thrifty.*
chặt *to cut off, amputate, chop,
cut up* chặt ra, *cut down* chặt xuống.
chặt cổ, chặt đầu *to behead.*
chặt *to be tight | tightly* chặt chẽ.
thắt chặt tình hữu-nghị giữa hai
nước *to tighten the friendship
between the two countries.* buộc
chặt *to tie securely.* đóng chặt *to
shut tight.* đạy chặt *to close tight*
[with a lid].

to light, kindle, ignite.
pin, needle. nam châm magnet.
n biếm to attack, ridicule.
.m chế to adjust.
.âm chích to criticize.
hầm chọc to tease.
châm chước to be tolerant, excuse.
châm-cứu acupuncture.
châm-ngôn saying, precept.
chấm [SV điểm] dot, point, period |
to put a dot, period; to select; to cor-
rect, grade [papers bài]; to reach,
dip [food in sauce, salt, pepper.
or pen in ink]. chấm câu to stop,
dấu chấm period. hai chấm colon.
chấm phầy semicolon. chấm thi
to serve on an examination board.
chằm chậm slowly [DUP chậm].
chậm [SV trì] to be slow, halting
chậm chạp [opp. nhanh]; to be
late [opp. sớm]; to be slow-...-ed |
slowly. đến chậm to be late, arrive
late. Đồng hồ tôi chậm năm phút
My watch is five minutes slow.
chậm trí khôn slow-witted.
chậm chạp to be slow, sluggish
[DUP chậm].
chậm chậm [DUP chậm].
chậm rãi [of speech] to be slow
and poised.
chậm trễ to be late, tardy.
chân [SV túc] foot, leg [Cf. cẳng];
base. gẫy chân to break one's
leg què chân to be lame. bàn
chân foot. ngón chân toe. bắp chân
calf. cồ chân ankle. gót chân heel.
móng chân toenail. có chân (trong)
to be a member (of). ba chân
bốn cẳng to run at full tilt.
chân núi foot of a mountain. đi

chân to go on foot. đi chân
không to go bare-footed. lỗ chân
lông pore. chân trời horizon.
chân vịt propeller. kiềng ba chân
tripod [used as cooking stove].
chân R to be right, true, sincere
[= thật, thực; opp. giả].
chân-chính to be true, genuine,
legitimate.
chân-dung portrait.
chân-giá-trị true value.
chân-không vacuum.
Chân-lạp Cambodia [obs].
chân lấm tay bùn to toil hard.
chân-lý truth.
chân nam đá chân siêu [of drun-
kard] to stagger.
chân-tài real talent.
chân tay limbs; follower, henchman.
chân-thành to be sincere, honest.
chân-thật to be honest.
chân thiện mỹ the true, the good,
the beautiful.
chân tướng true face, true iden-
tity.
chân ướt chân ráo to be newly
arrived.
chẳn R to shake, vibrate chấn-
động. địa-chấn earthquake.
chấn R to encourage, activate;
to organize.
chấn-chỉnh to reorganize, improve,
revamp.
chấn-động to move, shake, perturb.
chấn-hưng to develop, restore,
improve, help prosper.
chần to parboil, pour boiling water
on.
chần chừ to be hesitant, undecided.

chần R *to examine, treat* [medically].

chần R *to bring relief to the distressed* chần-tế. phát chần *to distribute relief goods.*

chần-bần *to help the needy.*

chần-bệnh *to examine, treat.*

chần-cấp *to bestow, grant* [relief].

chần-cứu *to save, assist, rescue.*

chần-đoán *to diagnose.*

chần-mạch *to feel the pulse.*

chần-tế *to bring relief to the needy.*

chận *to stop, block, bar, obstruct* chận lại, chận đứng.

chận hậu *to cut off the enemy's retreat.*

chấp *to reproach, bear a grudge* Nó còn bé, anh chấp nó làm gì ? *He's just a kid, don't mind him.*

chấp *to give* [as an advantage, as a headstart]. Tao chấp mày đi trước *I'll let you go first* [in children's game]. Tôi chấp anh hai quả [Tennis] *I'll give you two points as a headstart.*

chấp R *to hold; to approve* [application **đơn**]; R *to manage, execute.*

chấp R *juice.* dưỡng-chấp *chyle.* nhũ-chấp *milk.*

chấp-chính *to assume governmental powers.*

chấp-hành *to execute* | *executive.* ủy-ban chấp-hành *executive committee.*

chấp nhận *to accept, approve, admit.*

chấp nhất *to be full of grudge or resentment.*

chấp-ủy *member of Executive Committee.*

chập *salvo; volley,* CL *for whippings, thrashings.* Bố nó vừa đánh cho nó một chập *His father just gave him a sound drubbing.*

chập *to join, bring together.* hai cái chập lại *the two together.*

chập *moment, instant.* chập tối *at nightfall.*

chập chà chập chững DUP chập-chững.

chập choạng *to know imperfectly; to stagger.* Giời lúc ấy chập choạng tối *It was twilight.*

chập chờn *to be flickering; to be not quite asleep* ngủ chập chờn.

chập chững [of child] *to totter.* Cháu mới chập chững biết đi *He's beginning to walk.*

chất *matter, material, substance;* R *disposition.* chất lỏng *liquid.* chất đặc *solid.* chất khí *gas.* chất nổ *explosive.* chất sắc *pigment.* tính-chất *nature.* vật-chất *matter; material.* tư-chất *character, aptitude.* khoáng-chất *mineral.* lục-diệp-chất *chlorophyl.* địa-chất-học *geology.*

chất *to pile up, heap up* chồng chất, chất đống.

chất-phác *to be sincere, simple-mannered.*

chất-vấn *to question, examine.*

chật *to be narrow* chật chội, chật hẹp; [of clothing] *to be tight* [opp. rộng]; [of room] *to be crowded.* chật như nêm cối *packed like sardines.*

chật ních *to be overcrowded.*

chật vật [of life] *to be hard, difficult; to work hard* [for a living].

châu *pearl* CL hạt; *L tear* hạt châu; *something precious* châu ngọc.

châu *administrative unit in the highlands.*

châu *see* chu.

châu *to converge.*

châu *continent.* châu Á *Asia.* châu Âu *Europe.* châu Phi *Africa.* châu Mỹ *America.* năm châu *the five continents.* Âu-châu *Europe.* Á-châu *Asia.* Phi-châu *Africa.* Mỹ-châu *America.* Úc-châu *Australia.*

châu chấu *grasshopper* CL con.

châu-thành *city.*

châu-thổ *delta.*

chấu *R grasshopper* châu chấu.

chầu *to attend, wait upon.* phiên chầu *(imperial) audience.* sân chầu *court* [in front of throne].

chầu *party, round* [of beer bia, noodles phở].

chầu chực *to wait to see* (a V. I.P.].

chầu giời *to die, pass away.*

chầu Phật *to die, pass away.*

chầu rìa *to sit by and watch* [a game].

chậu [SV bồn] *wash basin, washbowl, pot* CL cái; *CL for bowlfuls, potfuls.*

chấy *head louse* CL con. Cf. rận. bệnh chấy rận *typhus.*

chầy *pestle* CL cái. Cf. cối.

chầy *to be late, tardy.* (chẳng) chóng (thì) chầy *sooner or later.*

che *to cover, hide, shelter; to get protection, take shelter.* che ô, che

dù *to be under an umbrella.*

che chở *to protect.*

che đậy *to cover up, conceal.*

chè [SV trà] *tea* [both the leaves and the beverage]. nước chè *tea* [the beverage]. ấm/bình chè *teapot.* bộ đồ chè *tea set.* pha chè *to brew tea.* rượu chè *alcohol* | *to be a drinker.* chè hạt/hột/nụ *tea buds.* chè tươi/xanh *green tea.* chè (ướp) sen *lotus tea.* chè hoa nhài *jasmine tea.*

chè *pudding, custard, dessert dish using such ingredients as soybeans, sugar, peas, lotus seeds, etc.*

chẻ *to split, cleave* [wood].

chém [SV trảm] *to cut, chop; to behead* chém cổ, chém đầu. máy chém *guillotine.*

chen *to creep in, elbow one's way through a crowd; to jostle* chen chúc.

chén [SV bôi] *cup* [= tách], *eating bowl* [= bát]; *cupful, bowlful* | *to eat (and drink)* đánh chén. cạn chén *to empty one's cup* [of wine].

chèn *to chock* [wheel, etc.]; *to force* [opponent, cyclist, motorist] *out of his path.*

chẽn [of clothing] *to be very tight.*

cheo *betrothal, engagement (fee).* nộp cheo *to pay the engagement fee to the village.*

cheo leo *to be perched way up high.*

chéo *to be slanted, tilted, diagonal.*

chèo *to row* [a boat] | *oar, paddle* bơi chèo, mái chèo.

chèo *comedy, farce.*

chép *to copy, transcribe, note down, write down.* ghi chép *to note down.*

chép *carp* cá chép.

chép *to smack* [lips, **miệng, môi**].

chét *to fill* [crack, hole].

chét *flea* bọ chét.

chẹt *to crush, run over; to be strangled, crushed in between.* Xe chẹt con chó *A car ran over the dog.* chết chẹt *to be run over; to be caught between two fires.*

chê *to belittle, spurn, slight, scorn, find fault with* [opp. **khen**]. chê cười *to laugh at, ridicule, mock.*

chê bai *to criticize, scorn.*

chê chán* *to be satiated* | *a lot of, loads of.*

chê cười *to laugh at, mock, ridicule.*

chế *to jeer, mock, scoff (at)* chế bác, chế riễu.

chế *to manufacture; to process.* bào-chế *to prepare drugs.* sáng-chế *to invent.* phép chế sắt *the metallurgy of iron; iron-smelting.*

chế *R system* | *R to moderate, limit, control* hạn-chế, tiết-chế. pháp-chế *legislation.* binh-chế *military system.* học-chế *educational system.* quan-chế *civil service.* qui-chế *statute.*

chế-biến *to adapt.*

chế-chi *to prevent, hold back.*

chế-dục *to restrain one's desire.*

chế-định *to determine, decide.*

chế-độ *system, regime, -ism.* chế-độ quân-chủ *monarchy.* chế-độ tiền-tệ *monetary system.* chế-độ thuế má *tax system.* chế-độ khoa-cử *civil service examination system.*

chế-ngự *to control, restrain, bridle.*

chế nhạo *to mock, jeer.*

chế-phục *uniform; mourning clothes.*

chế-tác *to create, invent.*

chế-tạo *to manufacture, make.* nhà chế-tạo *manufacturer.*

chếch *to be tilted, slanting.*

chêm *to wedge; to add, break in* nói chêm vào.

chễm-chệ *to sit in a solemn, haughty manner.*

chênh *to be tilted, slanting; to be at variance.*

chênh chếch *oblique, tilted, slant.*

chênh lệch *to be uneven, unequal* | *difference, variance.*

chếnh choáng *to be tipsy, groggy, tight.*

chềnh mảng *to be negligent, be neglectful; to neglect.*

chết [SV tử] *to die;* [of timepiece, machine] *to stop* | *extremely, awfully* [follows main verb]. xác chết *corpse.* giết chết *to kill.* đánh chết *to beat to death.* cái chết của ông ấy *his death.* chết vì *to die of, die from, die for.* đâm chết *to stab to death.* cắn chết *to bite, sting to death.* chết chưa! *chết chưa!* oh, my gosh!

chết dở (sống dở) *to be between life and death, have (financial) trouble.*

chết điếng *to be half-dead* [because of pain, shock].

chết đói *to starve to death.*

chết đuối *to be drowned.*

chết giấc *to swoon.*

chết hụt *to escape death* [very narrowly].

chết (mê chết) mệt *to be madly in love with.*

chết ngạt *to be asphyxiated, suffocated.*

chết ngắt *to swoon, faint, be unconscious.*

chết non *to die young.*

chết oan *to die because of someone's injustice or error, die innocently.*

chết sống *life and death* | *at any cost, in any case, in any event.* Chết sống nó cũng đi. *He is going at any cost.*

chết toi *to die of a communicable disease, die in an epidemic.*

chết tươi *to die on the spot, die in one's boots.*

chết yểu *to die young.*

chệt *Chinese, Chinaman* CL chú.

chi [= gì] *what ? something, anything, everything.* chi bằng *wouldn't it be better to...* Anh muốn chi? *What do you want ?* Anh muốn chi cứ bảo tôi *If you want something (anything) just tell me.* Nói chi nó cũng cười *He laughs at everything.* Không can chi *It doesn't matter.* Can chi mà phải... ? *Why did you have to... ?* hèn chi *no wonder.* huống chi *all the more reason, especially when.* phương chi *all the more reason.* vị chi... *that makes...* vội chi *what's the hurry ?*

chi R *branch* [= cành]; *limb.* tứ-chi *the four limbs.*

chi *twelve Earth's Stems* địa-chi *used for showing order or reckoning years :* tý, sửu, dần, mão, thìn, tỵ, ngọ, mùi, thân, dậu, tuất, hợi.

chi *to pay, disburse, spend* [opp. thu] | *out.*

chi *character* chi. chữ chi *zigzag.*

chi-bộ *cell* | of a political party].

chi-cấp *to allot, grant, provide.*

chi chít *thickly set; all over.*

chi-cục *branch office.*

chi-dụng *to pay, to spend.*

chi-điếm *branch office.*

chi-đội *detachment* [army].

chi-hội *branch* [of association, society].

chi-li *to be stingy, watch* [từng every].

chi-lưu *tributary.*

chi-nhánh *branch office.*

chi-phí *to spend* | *expenses, expenditures.*

chi-phiếu *check.*

chi-phối *to control.*

chi-thu *expenditures and receipts.*

chi-tiết *detail.* đầy dủ chi-tiết *detailed, in full details.*

chi-tiêu *to spend.*

chí *will, resolution* ý-chí; *ambition, aim, purpose in life* chí-khí, chí-hướng. đồng-chí *comrade.* khoái chí *to be happy.* bất-đắc-chí *to be discontent.* thiện-chí *good will.*

chí R *to arrive, reach* [= đến, tới]| *to, until.* từ bắc chí nam *from the north to the south.* từ đầu chí cuối *from beginning to end.* tự cổ chí kim *from ancient times.* làm chí chết *to work very hard.*

chí R- *very, quite, most.* chí phải *quite right.* chí hiếu *very pious.* chí lý *quite right.* chí chết, chí chạp, chí tử [Slang] *to the utmost, to death.*

chí -R solstice. hạ-chí summer solstice. đồng-chí winter solstice.

chí R magazine tạp-chí; R annals; R inscription.

chí chóe to quarrel, argue.

chí-hướng ambition, aim, purpose in life.

chí-khí will, purpose, integrity.

chí-lý to be most reasonable.

chí-nguyện to volunteer [volunteer.

chí-nhật solstices.

chí-sĩ retired mandarin or scholar, man of character, revolutionary.

chí-thú to be serious.

chí-tuyến tropic.

chí-tuyến Giải Tropic of Cancer.

chí-tuyến Ma-kết Tropic of Capricorn.

chì lead. bút chì pencil. cầu chì fuse.

chị she, her [= chị ấy].

chỉ R finger [= ngón tay] | to show, point out, indicate. chỉ đường to show the way, direct traffic. chỉ bảo to teach, guide.

chỉ only, merely, simply, but [thôi or mà thôi ending the sentence]| R to stop, cease đình-chỉ; to stop [hemorrhage huyết, pain thống]. cấm chỉ to forbid.

chỉ thread, string CL sợi for a piece, cuộn for a spool; line [on palm tay]. kim chỉ needle and thread, needlework. xem chỉ tay to read palm.

chỉ imperial decree chiếu-chỉ, thánh-chỉ, chỉ-dụ; aim, purpose tôn-chỉ.

chỉ R paper [= giấy]. chứng-chỉ certificate.

chỉ-dẫn to explain, inform.

chỉ-đạo to guide, steer. ủy-ban chỉ-đạo steering committee.

chỉ-định to designate.

chỉ-giáo [of superior, teacher] to show, teach.

chỉ-huy to command, control | commander. bộ chỉ-huy command.

chỉ-nam compass kim chỉ-nam; guide (book).

chỉ-số index.

chỉ-tệ paper money.

chỉ-thị directive.

chỉ-thiên to point to heaven. bắn chỉ thiên to shoot into the air.

chỉ-thống sedative.

chỉ-trích to criticize.

chị [SV tỉ] elder sister chị gái, chị ruột CL người, bà | you [used to elder sister by younger sibling, first person pronoun being em]; I [used to younger sibling by elder sister, second person pronoun being em], you [to young women, first person pronoun being tôi], she chị ấy, chị ta | Mrs. chị dâu one's elder brother's wife, sister-in-law. chị họ female cousin. hai chị em bà Chân Mrs. Chân and her older sister, Mrs. Chân and her younger brother (or sister). hai chị em ông Lai Mr. Lai and his older sister. chị Hằng L the moon. chị hai maid. Cf. anh, em.

chia [SV phân] to be divided; to divide [làm, into], separate, share, distribute. chia đôi/hai to divide in two. ch a ba to divide in three. phân chia, chia cắt to divide, partition.

chia buồn to share the sorrow [với, of], present one's condolence.s chia lìa *to separate.*

chia phôi *to separate.*

chia rẽ *to divide* [a group of people].

chia tay *to part.*

chia uyên rẽ thúy *to separate two persons in love.*

chia xẻ *to share* [với, with].

chìa *to hold out* [RV ra].

chìa *key* chìa khóa, *spatula.*

chìa vôi *spatula-like stick used to spread lime on betel leaf.* chim chìa vôi *wagtail.*

chĩa *pitchfork, fork.*

chĩa *to point* [gun, súng] [at, vào].

chích *to prick, draw* [blood, máu, huyết]; *to give an injection* [= tiêm]. chích thuốc *to give or get injections.*

chích *wren.*

chích *R a single one; single* [= chiếc].

chích *thief, burglar* chú chích.

chích-ảnh *lonely shadow.* cô-thân chích-ảnh *to be lonely, lonesome.*

chích chòe *blackbird* chim chích chòe.

chiếc [SV chích] *CL for vehicles* xe, *boats* thuyền, tàu, *planes* máy bay, *bridges* cầu *etc.*

chiếc *R alone* đơn chiếc, chiếc bóng | *one of a pair.* Cf. đô, một chiếc giầy *a shoe.* một chiếc bít-tất *a sock.* một chiếc đũa *a chopstick.* một chiếc hoa tai *an earring.* chiếc (giầy) bên trái *the left one* [shoe].

chiệc *Chinese, Chinaman* [= chệt]

chiêm [of (rice) harvest] *fifth lunar month.*

chiêm *R to look up* (to), *admire; to observe.*

chiêm *R to divine.*

Chiêm *Cham.*

chiêm-bao *to dream* [thấy of] | *dream* CL giấc [with nằm to have].

chiêm-bốc *to divine, cast lots.*

chiêm-nghiệm *to experiment.*

chiêm-ngưỡng *to revere, worship.*

Chiêm-Thành *Champa.*

chiêm-tinh-học *astrology.*

chiếm *to seize* [territory], *usurp* [throne ngôi], *win* [prize giải], *occupy* [house nhà, territory].

chiếm-cứ *to occupy forcibly, take possession of.*

chiếm-đoạt *to appropriate, usurp.*

chiếm-đóng *to occupy* [enemy's territory].

chiếm-giữ *to appropriate; to withhold.*

chiếm-hữu *to possess* [econ.].

chiên *to fry* [= rán].

chiên *sheep* [= cừu] CL con. con chiên *the faithful, the congregation.*

chiến *R to struggle, fight.* đại-chiến *World War.* tuyên-chiến *to declare war.* đình-chiến *armistice.* hiếu-chiến *warlike.* huyết-chiến *bloody battle.* kháng-chiến *resistance.*

chiến [Slang] *to be very good, terrific.*

chiến-bại *the vanquished.*

chiến-binh *fighter, soldier.* cựu-chiến-binh *veteran.*

chiến-công *feat of arms, service.*

chiến-cụ *war materiel.*

chiến-cục *war situation.*

chiến-cuộc *war situation.*

chiến-dịch *theater of war; campaign, operation* [with **mở** to launch] chiến-dịch chống nạn mù chữ *anti-illiteracy campaign.* chiến-dịch tố-cộng *anti-communist campaign,*

chiến-đấu *to fight, struggle.*

chiến-địa *battlefield.*

chiến-hạm *battleship, warship* CL chiếc.

chiến-hào *fighting trench.*

chiến-họa *the scourge of war.*

chiến-hữu *comrade in arms.*

chiến-khu *war zone, maquis.*

chiến-lợi-phẩm *booty.*

chiến-lũy *fortifications, line.* chiến-lũy Maginot *the Maginot line.*

chiến-lược *strategy.*

chiến-phạm *war criminal.*

Chiến-quốc *the Warring States* [China].

chiến-sĩ *fighter, soldier.*

chiến-sự *war, warfare, fighting.*

chiến-thắng *the victor* | *to be victorious.*

chiến-thuật *tactics.*

chiến-thuyền *warship.*

chiến-thư *ultimatum, declaration of war.*

chiến-tình *war situation.*

chiến-tranh *war* CL cuộc, trận, *warfare, hostilities.* chiến-tranh nguội *the cold war.* chiến-tranh tâm-lý *psychological warfare.*

chiến-trận *battle, war.*

chiến-trường *battlefield* CL bãi.

chiến-tuyến *line of battle, front.*

chiến-tướng *fighter;* (football) *player.*

chiến-xa *tank* CL chiếc.

chiền chiện *skylark.*

chiêng *gong* CL cái.

chiếng *direction.* giai tứ chiếng *adventurer.*

chiết *to graft* chiết cây.

chiết *R to bend, break, destroy.*

chiết *to deduct, take off, reduce.*

chiết-khấu *reduction, discount.*

chiết-ma *misfortune, ill-treatment.*

chiết-quang *refringent, refracting.*

chiết-tính *detailed statement of account.*

chiết-trung *happy medium; eclectic.*

chiêu *R to welcome; R to advertise, announce, proclaim; R to levy, raise.*

chiêu-đãi-viên *hostess* [airline].

chiếu [SV tịch] *sleeping mat* CL chiếc [single] *or* đôi [pair]; *seat, rank.* giải chiếu *to spread, roll out the mat.* cuộn chiếu *to roll up the map.* chăn chiếu *to live as husband and wife.*

chiếu *to shine; to project* [pictures], *project* [point on plane]. rạp chiếu bóng *movie theater.* chiếu điện *to X-ray.* phản-chiếu *to reflect.*

chiếu *R permit, document; L edict, imperial order* | *to base upon* chiếu theo.

chiếu-chỉ *imperial edict.*

chiếu-cố *to care to patronize...; to take care of, pay attention to.*

chiếu-hội *visa* [on document].

chiếu-khán *visa* [on passport].

chiếu-lệ *for form's sake.*

chiều [of time, giời/trời] *to be* (late) *afternoon, early evening* | (late) *afternoon, early evening* CL buổi.

chiều *direction, course; side, dimension; manner, method.* chiều dài *length.* chiều gió *direction of the wind.* chiều cao *height.* chiều ngang *width, breadth.* chiều sâu *depth.* coi chiều như *to look as if.* ra chiều *to seem to, appear to.* trăm chiều *in every way, in every respect.* đường một chiều *one-way street.*

chiều *to please* [people, customer]; *to pamper, spoil* [child]; *to treat with kindness and consideration* chiều chuộng, chiều đãi.

chim [SV cầm, điểu] *bird* CL con. chim chóc *birds.* lồng chim *bird cage.* (cá châu) chim lồng *somebody who does not enjoy any freedom.* tổ chim *bird's nest.*

chim *to court, woo, flirt, seduce* chim chuột.

chim muông *birds and beasts.*

chìm [SV trầm] *to sink, be submerged; to be hidden, concealed.* của chìm *hidden wealth.* ba chìm bảy nổi *many ups and downs.*

chìm đắm* *to be engulfed in* [pleasure, passion].

chín [SV cửu] *nine.* mười chín *nineteen.* chín mươi *ninety.* một trăm chín (mươi) *one hundred and ninety.* một trăm linh/lẻ chín *one hundred and nine.*

chín *to be ripe* [opp. xanh], *be cooked* [opp. tái, sống]. nghĩ (cho) chín *to think over carefully.* chín tới *done to a turn.*

chín chắn *to be mature.*

chinh *R to make an expedition against.* thân chinh [of monarch] *to direct a war in person.* tòng chinh *to enlist.* quân viễn-chinh *the Expeditionary Forces.*

chinh-chiến *war, warfare.*

chinh-phạt *to send a punitive expedition against.*

chinh-phu *warrior, fighter.*

chinh-phụ *warrior's wife.*

chinh-phục *to subdue, conquer.*

chính *to be principal, main, chief* [opp. phụ 'secondary' or phó 'second, vice-, assistant']. *Also* chánh. cửa chính *main gate.* bản chính *the original* [as opposed to bản phụ *a carbon copy,* bản sao *a copy*].

chính *R to be righteous, just, upright* [opp. tà]. *Also* chánh, quân, dân, chính *the army, the people and the government.* cải tà qui chính *to mend one's ways.*

chính *exactly, just, precisely.* chính giữa *in the middle.* chính tôi *I myself.* chính ra *at bottom in the main, actually.* cải-chính *to deny.*

chính *R to administer, govern; R government. Also* chánh. bạo-chính *tyranny.* công-chính *public works.* hành-chính *administration.*

chính-bản *the original.*

chính-biến *political upheaval, coup d'etat.*

chính-chuyên [of woman, gái, đàn bà] *to be virtuous.*

chính cống *real, real McCoy.*

chính-cung hoàng-hậu *official queen.*

chính-danh *to give a correct name.*

chính-diện *right side; face front.*

chính-đại *straight-forward, upright.*

chính-đáng *to be legitimate, proper, correct*

chính-đảng *political party.*

chính-đạo *the right way, the correct way* [opp. tà-đạo].

chính-giáo *orthodox religion.*

chính-giáo *the State and the Church.*

chính-giới *political circles, government circles.*

chính-khách *politician.*

chính-kiến *political views.*

chính-nghĩa *righteous cause, cause.*

chính-nguyệt *the first lunar month* [= tháng giêng].

chính-phạm *author of a crime, principal to a crime* [as opposed to **tòng-phạm**, *accessory*].

chính-phủ *government.* vô chính-phủ *anarchy.*

chính-qui [of army] *regular.*

chính-quyền *political power* [with cướp, dành, nắm *to seize*]; *government.*

chính-sách *policy.*

chính-sự *political affairs, government affairs, politics.*

chính-tả *orthography; dictation.*

chính-thất *legal wife, first wife.*

chính-thể *form of government, regime.* chính-thể cộng-hòa *republican regime.* chính-thể quân-chủ *monarchy.*

chính-thị *exactly, precisely.*

chính-thống *orthodox.*

chính-thức *to be official, formal* | *officially, formally.* bán chính-thức *semi-official.*

chính-tình *political situation.*

chính-tông *authentic, genuine, real, real McCoy.*

chính-trị *politics, policy* | *to be political.* nhà chính-trị *politician, statesman.* khoa-học chính-trị *political science.*

chính-trị-cục *politburo.*

chính-trị-gia *statesman, politician.*

chính-trị-học *political science.*

chính-trị-phạm *political prisoner.*

chính-trị-viên *political commissar.*

chính-trực *righteous, upright.*

chính-xác *to be accurate.*

chính-yếu *to be important, vital.*

chinh *right, straight, correct* nghiêm-chinh, tề-chỉnh | *R to adjust, rearrange, repair, amend* tu-chỉnh.

chỉnh-đốn *to reorganize, revamp.*

chỉnh-huấn *to reeducate.*

chỉnh-lưu *to rectify (electric) current.*

chỉnh-lý *to readjust.*

chỉnh-tề* *to be correct; to be tidy, in good order.*

chĩnh *jar* [to store r ce, salt, etc]. chuột sa chĩnh gạo *to get a windfall* [like a mouse falling into a jar of rice].

chít *to wrap* [turban khăn *around one's head*, scarf khăn].

chít *great-great-great-grandchild.*

chịt *strongly, in* giữ chịt *to hold back strongly.*

chịu *to bear, stand, endure, tolerate, put up with; to consent; to give up; to receive, acknowledge.* dễ chịu *to be agreeable, pleasant, comfortable; to feel fine.* khó chịu *to be unpleasant, uncomfortable; to feel unwell.* không (thể) chịu được *unbearable.* Họ không chịu điều-kiện ấy. *They wouldn't buy that condition.* Chịu chưa? *Do you give up?* Chịu rồi *I give up* [I cannot go on with the game, cannot guess]. ăn chịu *to buy food on credit.* bán chịu *to sell on credit.* mua chịu *to buy on credit.*

chịu cực *to take pain to.*

chịu đựng *to bear, put up with.*

chịu khó *to take pain to; to be patient, long-suffering* chịu thương chịu khó.

cho *to give; to add; to let, allow, permit | to, for | as a favor, for you* [follows main verb] | *until* cho đến. cho ăn *to feed.* cho mượn *to lend* [tool, money]. cho vay *to lend* [money]. Ông ấy vừa cho con gái chiếc xe Huê-Kỳ *He just gave his daughter an American car.* Cho thêm nước vào đi ! *Add some water. Put some more water in.* Cho đường vào đi ! *Put the sugar in.* Anh ấy làm việc cho đến chín giờ, rồi đi xem xi-nê. *He worked until 9 o'clock then went to the movies.* cho (kỳ) được *until one succeeds, until one gets what is wanted.* cho nên, thế cho nên, vì thế cho nên *that is why.* Xin anh hiểu cho *Please understand.* Để tôi viết cho *Let me write it for you.* Ông ấy không cho tôi thôi *He wouldn't let me quit* [go, resign]. Ba có cho đâu mà mày lấy ! *Daddy didn't give you the permission. Why did you take it ?* Đưa cái chổi đây cho tôi *Please hand me the broom.* Anh ấy làm cho một nhà thầu *He works for a contractor.* Ăn cho (nó) no vào *Eat until you're full. Make sure you have plenty.* Nhớ lấy vé cho tôi nữa nhé. *Remember to buy a ticket for me, too.* Muốn cho chóng việc *In order to expedite things, in order that things may go fast.* Nó đại-diện cho ai·? *Who(m) does he think he represents?* Tôi thay mặt cho ông giám-đốc chúng tôi. *I speak on behalf of our director.* cho đến nay *up to now, so far, thus far.* để cho *in order that.* cho hay *to let know, inform.*

cho *to think, maintain* [rằng, là **that**].

cho hay *L that proves, that shows that . . .*

cho không *to give, grant.*

cho phép *to permit, allow, authorize.*

chó [SV khuyển, cầu] *dog* CL con. chó săn *hunting dog, police dog.* chó cái *bitch.* chó sói *wolf.* cũi chó *dog kennel, dog house.* chó con *puppy.* chó mực *black dog.* đồ chó *what a dog!* chó giữ nhà *watchdog, house dog.* chó má *scoundrel, cad.* Coi chừng chó dữ! *Beware of dogs!*

chỏ *elbow* cùi chỏ.

chõ *earthenware pan in a double-boiler* [used to steam glutinous rice] CL cái.

chõ *to stick out.* chõ miệng [mõm, mồm] vào *to poke one's nose in* [other people's business].

choạc *to open wide; to spread* [legs, chân].

choán *to take up, occupy* [room, chỗ].

choang *to be brightly lit* sáng choang.

choáng *to be dazzling* choáng mắt, *to be conspicuously smart.*

choáng váng *to feel dizzy.*

choàng *to throw over or around.* áo choàng *cloak.*

choảng *to stick, beat, hit, come to blows* choảng nhau.

choắt *to become dwarfed, stunted* choắt lại. bé loắt choắt *tiny.*

chọc *to pierce, puncture; to tease, annoy, bother* chọc ghẹo, chọc tức. nhà chọc giời/trời *skyscraper.*

chọc giời khuấy nước *to be daring, bold.*

chọc tiết *to bleed.*

chóe *ornamental jar.*

chóe *bright red* đỏ chóe.

choèn choèn *very shallow* nông choèn choèn.

choi choi *warbler.*

chói [of light] *to dazzle, blind* chói mắt; [of noise] *to deafen* chói tai; [of pain] *lightning.*

chói lọi *to be brilliant, radiant, blazing.*

chòi *shed, hut; watchtower, sentry box* chòi canh.

chọi *to oppose, equal; to fight, rival, compete with* chống chọi, đối chọi [với precedes object]. Tôi không chọi nổi hắn đâu *I can't compete with him.* chọi gà *cock fight.* chọi dế *cricket fight.* chọi chim họa-mi *nightingale fight.* chọi trâu *buffalo fight.* đôi chọi [of two lines] *well coupled.*

chòm *tuft* [of hair]. *clump* [of trees] *bunch* [of flowers], *group* [of stars]

chỏm *peak, summit* [of mountain], *top* [of head, tree]; *tuft of hair grown on shaven head of little child.* lúc còn dễ chỏm, thời dễ chỏm *childhood.*

chọn *to choose, select* [làm as] lựa chọn. kén chọn *to select carefully; to be choosy.* kén cá chọn canh *to be choosy.*

chọn lọc *to select* | *select.*

chọn lựa* *to select.*

chong *to keep* [đèn lamp] *lighted.*

chong chóng *pinwheel* CL cái; *propeller.*

chóng *to be quick, fast, rapid, speedy* | *rapidly, quickly* nhanh chóng. Chóng lên *Quick! Hurry up!* (chẳng) chóng (thì) chầy *sooner or later.*

chóng mặt *to feel dizzy.*

chóng vánh *to be prompt, speedy.*

chòng *to tease* chòng ghẹo.

chòng chành *to sway, roll, be unstable.*

chòng chọc *to stare* [vào, at] nhìn chòng chọc.

chõng *bamboo bench, bamboo bed.*

chóp *summit, peak, top.* chóp bu *top man.*

chót *to be the last in a series* [= cuối]; *be last, lowest ranking* [= bét]. giờ chót *the last hour, the last minute.* ngày chót *the last day* [before deadline]. hạn chót *deadline.* bậc chót *the highest or lowest rank.* hàng chót *the last row.* hạng chót *the lowest class.* màn chót *last scene, end* [of play].

chót *to have done or acted already.* [followed by main verb and preceded optionally by **đã**]. Con chót dại ăn cắp, xin ông tha cho. *I have been stupid enough to steal, please forgive me.*

chót vót *to be very tall, towering* cao chót vót.

chồ *bathroom, toilet, privy, latrine* chuồng chồ, nhà chồ.

chỗ *place, location, site, spot; room, space; seat* chỗ ngồi. chỗ ở *residence; address.* chỗ làm *place of work.* chỗ buôn bán *place of business* hết chỗ rồi *no seats left, no vacancy, full house, full bus.* Chỗ anh em tôi nói thật *Since we are friends I'm going to tell you the truth.*

chốc *moment, instant.* chốc nữa *in a while.* bỗng chốc *suddenly.* chốc chốc lại *every now and then.* chốc lát *short moment.* phút chốc *in a jiffy.*

chốc *scabs* [on scalp].

chối *to deny, refuse.* từ chối *to refuse.*

chối *to be gorged with.*

chối cãi *to deny.*

chối từ* *to refuse, decline.*

chồi *bud.*

chổi *broom* CL cái. sao chổi *comet.* cán chổi *broomstick.*

chỗi *to rise.*

chồm *to jump up, spring up.*

chôn [SV mai] *to bury, inter* [dead, money, idea in one's mind].

chôn cất *to bury, inhume.*

chôn chân *to stay put.*

chôn rau cắt rốn *native place.*

chôn sống *to bury alive.*

chôn vùi *to bury.*

chốn *place, spot.*

chồn *fox* CL con.

chồn *to be tired* (in chồn chân).

chông *caltrops, spikes, stakes.*

chông gai *spikes and thorns; difficulties, hardships, dangers.*

chống [SV kháng] *to oppose, resist* chống lại; *to support; to support oneself on, lean against.*

chống án *to appeal* [a case].

chống chọi *to resist.*

chống-chế *to defend oneself.*

chống cự *to resist.*

chống giữ *to hold out, defend.*

chống nạnh *arms akimbo.*

chống trả *to oppose, resist.*

chồng [SV phu, quân] *husband* CL người [with lấy **to marry**, bỏ to **divorce**]. mẹ chồng *mother in-law.* bố chồng *father-in-law.* con chồng *stepchild.* ế chồng *to be unable to find a husband.*

chồng *to pile up* | *pile.*

chồng *to point upward.* nằm chồng gọng *to lie with one's legs in the air.* ngã chồng gọng, ngã chồng kềnh *to fall on one's back.*

chộp *to seize, catch, nab.*

chốt *axle. bolt, pin.* vấn-đề then chốt *the key problem.*

chột *to be one-eyed* chột mắt.

chột *to be scared* chột bụng, chột dạ

chột *to be stunted.*

chơ vơ *abandoned, forlorn, without protection.*

chớ *do not, let us not.* chớ có, chớ nên. Anh chớ có mua nhé! *Don't you buy it.* chớ hề *never.*

chở see chứ.

chờ to await, wait (for) [= đợi] đợi chờ, chờ đợi.

chở to take, transport, transfer, carry; to be transported chuyên chở; to eat. chở củi về rừng to carry coals to Newcastle. xe chở hàng truck, goods train, freight train

chợ [SV thị] market, marketplace. hội chợ fair, exposition. phiên chợ market day. chợ đen black market. chợ phiên fair. chợ giời open-air market (where used things are sold). kẻ chợ town (folk), city (people).

Chợ-Lớn Cho-Lon, Saigon's Chinatown.

chơi [SV du] to play, amuse oneself chơi đùa; to play [game, musical instrument, cards, sport]; to be a fan of, collect, keep [as a hobby]; to indulge in; to take part in | not seriously, for fun [follows main verb] [opp. thật]. sân chơi playground. trò chơi game. đồ chơi plaything, toy. đi chơi to go for a walk, go out; to go and visit. đến chơi to come for a visit, come and visit. chơi bi to shoot marbles. chơi đáo to play hopscotch. chơi dương-cầm to play the piano. chơi bài to play cards. chơi cờ to play chess. chơi ten-nít to play tennis. chơi bóng rổ to play basketball. chơi tem to collect stamps, be a philatelist. chơi lan to collect orchids. chơi đồ cồ to collect antiques. chơi chim họa-mi to keep nightingales. chơi gái to frequent prostitutes. chơi họ to take part in a mutual savings and loan group. ăn chơi to eat for fun, as in bốn món ăn chơi hors d'œuvres, assorted appetizers. nói chơi to say in jest. chơi chơi not to play for money, to play [card game] for fun. dễ như chơi as easy as ABC. giờ (ra) chơi break. chơi chữ to play on words. làng chơi the pleasure world. gái làng chơi prostitute(s). khách làng chơi bawdy-house customer(s). Ông ấy (ăn) chơi lắm. He's a real playboy.

chơi ác to play a dirty trick [on somebody].

chơi bời to be a playboy, lead a gay life.

chơi khăm to play a nasty trick [on somebody].

chơi lu bù to have round after round of fun [literally and pejoratively].

chơi trèo to keep company with older or wealthier people; to dare to be against elders.

chơi vơi to be in a precarious position.

chơm chởm to be shaggy.

chớm to start to, begin to, be about to.

chớm nở [of feelings] to be budding.

chớn limit. quá chớn to go beyond the limit.

chờn vờn to flutter about.

chớp [of heaven, giời, trời] to lighten; to blink, wink chớp mắt; [slang] to swipe; to project, show [movies, ảnh, bóng] | lightning. nhanh như chớp as fast as lightning. chỉ trong chớp mắt in a *wink.* cửa chớp *shutters.* Không biết đứa nào chớp mất của tôi cái đồng hồ *Somebody swiped my watch.*

chớp ảnh *to project movies.*

chớp bóng *to project movies.* rạp chớp bóng *movie theater.*

chớp nhoáng *with lightning speed.* chiến tranh chớp nhoáng *lightning war, blitzkrieg.*

chợp *to doze off* chợp mắt.

chớt nhả *to use a non-serious language.*

chợt *suddenly or unexpectedly* [precedes main verb]; *alternately.* Cửa chợt mở. *The door suddenly swang open.* Tôi chợt nhớ *I remembered suddenly.* chợt nói chợt cười *alternately talking and laughing.*

chu R *circle, revolution* [= vòng]. *Also* châu.

chu R *to be complete, entire. Also* châu.

chu R *boat* [= thuyền], *Also* châu.

chu-cấp *to support, assist, help.*

chu chéo *to yell, holler.*

chu-du *to travel (around).*

chu-đáo *to be perfectly done, be perfectly taken care of.*

chu-kỳ *cycle, period* [of recurring phenomenon].

chu-mật *to be secret; to be complete.*

chu-niên *anniversary.* đệ-thập chu-niên *tenth anniversary.*

chu-sai *precession.*

chu-san *weekly magazine.*

chu-tất *to be perfect; to pay all back.* Anh cứ ứng ra, lúc về tôi xin chu-tất *Please advance the money, I'll refund you when I come back.*

chu-toàn *to be perfect; to be safe, intact.*

chu-tri *circular* [which is sent around].

chu-vi *circumference.*

chú [SV thúc] *uncle* [father's younger brother] chú ruột CL người, ông; *husband of one's aunt* [cô] [= dượng] | *you* [used to uncle by nephew or niece, first person pronoun being **cháu**], *I* [used to nephew or niece by uncle, second person pronoun being **cháu**]; *you* [used to Chinese, Indians, etc., first person pronoun being **tôi**]; *you* [my child's uncle] [used also to friends]; *he, him* chú ấy, chú ta | *CL for Chinese, Indians* | *Mr., Old.* chú ruột *father's younger brother.* chú họ *father's male cousin.* chú thím tôi *my uncle and his wife.* cô chú tôi *my aunt and her husband.* hai chú cháu anh Hiền *Hiền and his uncle; Hiền and his nephew* [or *niece*]. anh/chị em con chú con bác *first cousins* [A calls B's father **chú**, and B calls A's father **bác**]. *Cf.* bác, thím, dượng.

chú *to note, annotate, explain, mark* ghi chú. cước chú *footnote.* bị-chú *note.*

chú R *to pour; to fix one's mind on* chăm chú, chuyên chú.

chú *incantation, conjuration* **thần chú.**

chú-âm *to phoneticize, show the pronunciation.*

chú chẹt *Chinese, Chinaman.*

chú chiệc *Chinese, Chinaman.*

chú-cước *explanatory notes, marginal notes.*

chú-dẫn *to note, annotate.*

chú-giải *to annotate.*

chú khách *Chinese, Chinaman.*

chú-lực *to concentrate or apply one's strength on.*

chú-minh *to annotate.*

chú-mục *to pay attention to.*

chú rể *bridegroom.*

chú-tâm *to concentrate on.*

chú tiểu *novice* [in Buddhist temple].

chú-trọng *to pay attention to, attach importance to* [đến, tới precedes object].

chú-ý *to pay attention* [đến, tới precedes object] | *Attention!*

chủ *owner. master, boss, lord* [= chúa]; *landlord (ông) chủ nhà, landlady (bà) chủ nhà; host, hostess.* chủ nhà [opp. khách]; *management, employer* [opp. thợ]. địa-chủ *landlord, landowner.* điền-chủ *landlord.* gia-chủ *head of family.* nghiệp-chủ *manager of industry.* thân-chủ *client.* tự-chủ *independent.* khổ chủ *the victim* [of robbery and the like]. chủ nợ *creditor.* chủ quán *innkeeper.*

chủ-bút *editor-in-chief, editor.*

chủ-chiến *to advocate war.*

chủ-đề *main subject, main topic.*

chủ-đích *main objective, chief aim, chief goal.*

chủ-động *to be active, principal.* vai chủ động *hero* [of a story].

chủ-giáo *bishop.*

chủ-hòa *advocate of peace.*

chủ-hôn *to conduct a wedding ceremony* [preceded by đứng].

chủ-khảo *head examiner.*

chủ-lực *main force, main stay.*

chủ-mưu *instigator.*

chủ-nghĩa *doctrine, ideology, -ism.*

chủ-nhân *boss, master* chủ-nhân ông; *management* [as opposed to labor, công-nhân].

chủ-nhật *Sunday* [= chúa nhật].

chủ-nhiệm *director, editor.*

chủ-quan *to be subjective* [opp. khách-quan].

chủ-quyền *sovereignty* | *sovereign.* có chủ-quyền *to be sovereign.*

chủ-sự *chief of a bureau.*

chủ-tâm *aim, intention.*

chủ-tế *officiating priest.*

chủ-tể *chief, master, lord.*

chủ-tệ *standard currency.*

chủ-tịch *chairman.* phó chủ-tịch *vice chairman.*

chủ-tịch-đoàn *presidium.*

chủ-tinh *province chief.*

chủ-tọa *to preside over* [a meeting].

chủ-từ *subject.*

chủ-trương *to advocate, assert, maintain* | *thesis, position.*

chủ-ý *main idea, chief purpose, primary intention.*

chủ yếu *to be essential, important.*

chua *to note, annotate.*

chua *to be sour, acid.* cà chua *tomato.*

chua chát *bitter, ironical.*

chua me *oxalis.*

chua ngoa *talkative, lying.*

chua xót *painful.*

húa *lord, prince, God.* vua chúa *kings and princes.* bạo - chúa *tyrant.* chúa Trời *God.* công-chúa *princess.*

chúa-nhật *Sunday.*

chúa sơn-lâm *the tiger.*

chúa-tề *chief, master, leader, lord.*

chùa [SV tự] *Buddhist temple* CL ngôi, cái. đình chùa *temples.* thày chùa *monk.*

chùa chiền (Buddhist) *temples.*

chuẩn R *to approve, ratify* phê-chuẩn, *grant, permit* ưng-chuẩn.

chuẩn R *standard* tiêu-chuẩn.

chuẩn-bị *to prepare to get ready.*

chuẩn-chi *to order a payment.*

chuẩn-cứ *proof, test, criterion.*

chuẩn-đích *definite aim, goal, norm.*

chuẩn-định *to fix, decide.*

chuẩn-độ *title* [of gold], *grade, content* [of ore], *strength, title* [of solution]

chuẩn hứa *to authorize, concede.*

chuẩn-kim *guaranty.*

chuẩn-miễn *to exempt.*

chuẩn nhận *to accept, approve.*

chuẩn nhập *temporary admission.*

chuẩn-phê *to approve.*

chuẩn-tắc *regulation, by-law.*

chuẩn-thẳng *standard, norm.*

chuẩn-úy *student officer, candidate officer; midshipman, warrant officer senior grade.*

chuẩn-xác *to be precise, accurate.*

chuẩn-y *to approve.*

chúc R *candle, torch.*

chúc *to wish, congratulate, celebrate.* cầu chúc *to wish.* Chúc mừng

năm mới *or* Cung-chúc tân-niên *Happy New Year.*

chúc-thư *last will and testament.*

chúc tụng *to wish, compliment, praise.*

chúc *to bend down, point downward.*

chục *group of ten.* hai chục *twenty.*

chúc R *gruel, congee* [= cháo].

chúc từ *speech.*

chui *to steal, slip in through a narrow opening; to cede* [a card].

chúi *to bury* [one's nose, head in some business].

chùi *to wipe, clean, polish.*

chum *water jar.*

chúm *to purse, round* [lips]. mẫu-âm chúm (môi) *rounded vowel.*

chùm *bunch* [of grapes, keys, flowers].

chũm *button-shaped areca-nut calyx.*

chũm chọe *cymbals.*

chụm *to assemble, join, gather.*

chun *to be elastic.*

chun chủn *short, tiny.*

chùn *to slow down, stop.*

chùn chụt *(to kiss or suck) noisily.*

chung *to be common, mutual; to have or do in common.* ở chung *to live or room together.* chung tiền *to pool money.* nhà chung *Catholic mission.*

chung R *to finish* [= hết]. thủy-chung *to the end; from beginning to end; to be loyal, faithful.* hữu thủy vô chung *to be unfaithful, disloyal.* chung *the end* [used at the end of books or articles]. lâm-chung *to be about to die.*

chung *R bell* [= chuông].

chung chạ *to share* [with other people].

chung đúc *to amalgamate, create.*

chung đụng *to share with other people.*

chung-kết *finale.*

chung quanh *around* [= xung quanh].

chung qui *in the final analysis.*

chung-thân *all one's life.* tù chung-thân *life emprisonment.*

chúng [pluralizer for certain personal pronouns] | *R group, people.* công-chúng *the public.* dân-chúng *the people.* đại-chúng *the masses.* quần-chúng *the masses, the populace.* Hợp-chúng-quốc *the U.S.A.*

chúng bạn *friends.*

chúng bay *you* [plural]. *Also* bay.

chúng cháu *we* (your grandchildren, your nephews, your nieces).

chúng con *we* (your children).

chúng em *we* (your younger siblings).

chúng-khẩu đồng-từ *all reporting the same; to be unanimous.*

chúng mày *you* [arrogant].

chúng mình *we* [inclusive, i. e., you, (he) and I; you, (they) and I]. Cf. chúng ta, mình, ta.

chúng nó *they, them. Also* nó.

chúng-nghị-viên *Representative.*

chúng-nghị-viện *House of Representatives.*

chúng ông *we* [very arrogant].

chúng-sinh *all living creatures; wandering souls.*

chúng ta *we* [inclusive, i. e., you, (he) and I; you, (they) and I].

Cf. chúng mình, ta, mình.

chúng tôi *we* [exclusive, i. e., he and I, they and I, but not you].

Cf. chúng ta, chúng mình.

chúng tớ *we* [exclusive, i. e., he and I, they and I, but not you].

chùng [of rope, string] *to be loose, slack,* [of trousers] *to be long, hanging.*

chùng chình *to loiter; to procrastinate.*

chủng *R species, kind, sort* chủng-loại; *race* nhân-chủng, chủng-tộc. Bạch-chủng *the White Race.* Hắc-chủng *the Black Race.* Hoàng-chủng *the Yellow Race.* diệt-chủng *to exterminate a race.*

chủng *to vaccinate.* chủng đậu *to vaccinate against smallpox.*

chủng-loại *sort, kind, variety, type, species.*

chủng-tộc *race, people.*

chuốc *to seek, bring upon oneself* [worry, profit, honors] chuốc lấy; *R to pour* [= rót] [wine, liquor, so as to get the person drunk].

chuộc *to buy back* [lost or pawned object], *redeem; to make amend for, redeem, atone for* [fault, mistake]; *to try to win* [someone's heart] mua chuộc.

chuôi *handle* [of knife, **dao**], *hilt.*

chuối *banana* CL quả, trái. một buồng chuối *a bunch of bananas.* một nải chuối *a hand of bananas.* vườn chuối *banana grove.* giồng cây chuối, trồng cây chuối *to stand on one's head.* (trượt) vỏ chuối *to slip on a banana skin; to fail an examination.*

chuỗi a string [of beads], necklace; file, series, succession. chuỗi hạt trai pearl necklace. một chuỗi ngày dài dằng dặc a succession of long, long days. chuỗi tràng hạt rosary.

chuội to bleach, whiten [raw silk, tơ].

chuôm small pond. Cf. ao.

chuồn to take French leave, clear out, sneak out.

chuồn dragonfly chuồn chuồn. mũ cánh chuồn mandarin's bonnet.

chuồn chuồn dragonfly CL con.

chuông bell CL quả, cái. bấm chuông to ring the bell [by pushing button]. dánh chuông, thỉnh chuông to strike the bell with a mallet. dật chuông, rung chuông to ring the bell [by pulling a cord or rope]. lắc chuông to ring the bell [by shaking it]. gác chuông bell tower. chuông bấm, chuông điện electric bell.

chuồng cage, shed, shelter, coop, stable, sty. lúc gà lên chuồng at nightfall. chuồng bò stable [for oxen]. chuồng chim bồ-câu pigeon house. chuồng chồ latrine, privy. chuồng chó dog kennel. chuồng gà chicken coop, chicken house. chuồng heo, chuồng lợn pig sty. chuồng ngựa stable, stall. chuồng phân manure shed, dunghill. chuồng tiêu latrine, privy. chuồng xí latrine, privy. chuồng trâu buffalo stable.

chuộng to be fond of, like, esteem. tham thanh chuộng lạ to like exotic things. chiều chuộng to pamper, esteem. kính chuộng to respect and esteem. yêu chuộng to love.

chuốt to polish, refine, chải chuốt to be particular about one's clothing, style of writing.

chuột rat, mouse, cobaye CL con, chú. bả chuột rat poison, rat's bane. bẫy chuột mouse trap. dưa chuột cucumber. ướt như chuột lột drenched to the skin.

chuột bạch white mouse, white mice.

chuột bọ rodents.

chuột chù muskrat.

chuột cống sewer rat.

chuột đồng field mouse.

chuột nhắt mouse, mice.

chuột rút cramp.

chụp to spring upon and seize suddenly chụp lấy; to take [photograph] chụp ảnh, chụp hình, chụp bóng. Chụp lấy cổ nó Grab him.

chụp ảnh to take a photograph (of); to have one's picture taken.

chụp đèn lamp shade.

chụp hình to take a photograph (of); to have one's picture taken.

chút tiny little bit [= tí] chút ít, chút đỉnh, chút xíu. một chút a little bit. đôi chút a little...

chút great-great-grandchild. Cf. cháu, chắt, chít.

chút con a small child, the only child.

chút đỉnh a little bit, a touch of.

chút ít a tiny bit.

chút lòng the least feeling.

chút phận modest condition.

chút thân humble life.

chút tình the minimum of feeling.

chút xíu a tiny bit.

chuy to pluck, plough [student].

chùy *mallet, hammer; blow.*

chủy *fourth note in the classical pentatonic scale sounding like sol.* Cf. cung, thương, giốc, vũ.

chuyên *to transfer* [liquid, merchandise]; *to transport, carry* chở chuyên; *to transfer* [money illegally].

chuyên *to concentrate on* chuyên-tâm; *to be devoted, specialize in* chuyên-môn (về). chuyên về. gái chính-chuyên *faithful woman.*

chuyên-cần *to apply oneself, be industrious.*

chuyên-chế *absolute, dictatorial, arbitrary, autocratic.*

chuyên-chính *dictatorship.* vô-sản chuyên-chính *dictatorship of the proletariat* [communist term]. nhân-dân chuyên-chính *dictatorship of the people.*

chuyên-chú *to apply oneself, be attentive.*

chuyên-gia *specialist, technician.*

chuyên-khoa *specialty, advanced and specialized course; second cycle* [three years] *of secondary education, as opposed to* phổ-thông.

chuyên-mại *monopoly.*

chuyên-môn *specialty* | *to specialize in* |noun-object followed by về]; *to be technical.* nhà chuyên môn *expert, technician.* về phương-diện chuyên-môn *from the technical point of view.* danh-từ chuyên-môn *technical terms, jargon.* không chuyên-môn *non-specialized, unskilled; non technical.*

chuyên-nghiệp *specialist, professional* CL nhà.

chuyên-nhất *to be devoted to one thing.*

chuyên-nhượng *concession.*

chuyên-quyền *despotism, autocracy, dictatorship.*

chuyên-tâm *to concentrate on* (with fixed intention).

chuyên-trách *to be responsible.* nhà chuyên-trách *responsible authorities.*

chuyên-trị [of doctor] *specialist in.* Bác-sĩ chuyên-trị bệnh ngoài da *Dermatologist.*

chuyên-tu *to give or get special training.* lớp chuyên-tu *special session, seminar* [on certain subject].

chuyên-viên *expert.*

chuyến *trip, journey, voyage, flight* [as a unit, single event]; *time.* chuyến đi *the outward trip.* chuyến về *the homeward trip; on the way back.* chuyến mười giờ *the 10 o'clock train* [bus, plane, etc.]. chuyến xe lửa năm giờ *the five o'clock train.* chuyến xe Saigon-Baclieu *the Saigon - Baclieu bus.* Đi Nam-vang một chuyến. *To go to Phnom Penh* (once). Đi cùng một chuyến *to travel together.* mấy chuyến? *how many times, how many rounds?* nhiều chuyến *many times.* chuyến này *this time.* chuyến trước *last time.* chuyến sau *next time.* chuyến tầu đêm *the night train.*

chuyền *to pass, hand; to pass from place to place; to carry, transfuse, transfer.*

chuyển *to move, budge; to change* [direction]; *to transmit, hand over, transfer, convey* chuyển-đạt, chuyển

giao. lay chuyển *to move, shake,
unhinge.* biến-chuyển *to change.*
di-chuyển *to move.* thuyên-chuyển
to move (personnel) around. Tôi
nói mãi nó không chuyển. *I kept
telling him, but he just would-
n't change.*

chuyển-biến* *to change.*

chuyển bụng *to start to have
labor pains.*

chuyển dạ *to start to have labor
pains.*

chuyển-đạt *to transmit, convey.*

chuyển-đệ *to transmit, forward.*
Kính gửi Ông Tỉnh-trưởng, nhờ
Ông Quận-Trưởng chuyển-đệ *To
the Province Chief, care of the
District Chief.*

chuyển-động *to move | movement,
motion.*

chuyển-giao *to hand over* [autho-
rity, government office].

chuyển-hóa *mutation.*

chuyển-hoán *complete evolution.*

chuyển-hướng *to change direction*

chuyển-nhượng *to transfer, cede.*

chuyển-tả *to transcribe, record.*

chuyển-vận *to transport; to set
in motion.*

chuyện *talk, conversation* trò
chuyện; *story, tale* [kể *to tell,*
bày, bịa, vẽ *to fabricate*];
business công chuyện; *quarrel,
scene, trouble.* nói chuyện *to
talk, converse, speak, chat* [với
with, về, đến, tới *about, of*].
cuộc nói chuyện *talk, conversation.*
buổi nói chuyện *talk, speech.* bắt
chuyện *to enter a conversation,
engage in conversation.* câu chuyện

talk, subject of a talk. nói chuyện
gẫu *to talk idly.* chuyện ngắn *short
story.* chuyện phim *film story,*
movie story, screen play. chuyện
tình *love story.* sinh chuyện *to
pick a quarrel, make a fuss, start
some trouble.* Có chuyện gì thế ?
What's the matter?

chuyện trò* *to converse, talk, chat.*

chuyện vãn *to converse, talk, chat.*

chuyết *R to be awkward*
[= vụng] | *R- my.*

chuyết-kinh *my wife.*

chuyết nội *my wife.*

chuyết-thê *my wife.*

chuyết-tác *my* (literary) *work.*

chư *R- all, every.*

chư-tăng *all the monks.*

chư-tướng *all the generals.*

chư-vị *gentlemen | every one of...*

chư-hầu *all the vassals; satellite,
vassal.* nước chư-hầu *satellite
country.*

chứ [conjunction] *and not, but not.*
Tôi là người Mỹ, chứ không
phải là người Anh *I'm American,
not English.* Chị mua thịt nạc,
chứ đừng mua thịt mỡ *Buy some
lean meat, don't get the fat part.*
Chứ (còn) ai (nữa) *Sure, who
else?!* Chứ (còn) gì (nữa) *Sure,
what else?!* Chứ sao *sure, how
else?* [= chớ].

chứ! [final particle] *I suppose,
I'm sure, I'm certain, shan't we?
shall we?* Anh cũng đi chứ ?
You're coming along, aren't you?
Có chứ! *Sure, Of course.
Certainly. Yes, indeed.* Chúng ta
đi ăn chứ! *Let's go and eat, shall*

we? Có thể chứ! *You see, I ex-*
pected all that to happen. Khẽ
chứ! *Gently! Not so loud!* Học
đi chứ, nói chuyện mãi. *Stop*
talking and study your lesson.
chứ lị *naturally, of course; surely,*
certainly.

chừ *now, at present, at the pre-*
sent time.

chữ [SV tự, từ] *letter* [of the
alphabet],*(written) character, word,*
type, script, written language,
handwriting. hay chữ *to be learned,*
erudite [well-versed in (Chinese)
letters]. chữ cá *letter of the al-*
phabet, capital letter. chữ đại-tự
large character. chữ đẹp, chữ tốt
nice handwriting or calligraphy;
to have a nice handwriting. chữ
hán, chữ nho *Chinese characters.*
chữ hoa *capital, letter, monogram.*
chữ nôm *demotic script.* chữ đậm
boldface type. chữ ngả *italics.*
chữ nghĩa *literary knowledge.* chữ
thảo, chữ tháu *grass style* (calli-
graphy). chữ xấu *poor handwrit-*
ing or calligraphy; to have a
poor handwriting. không biết chữ
to be illiterate. chữ như gà bới
to have a horrible handwriting.
biết chữ *to be literate.* chữ Anh
English (written). chữ ký *signa-*
ture. chữ thập *cross.* chữ thập
ngoặc *swastika.* chữ trinh *virginity,*
faithfulness, loyalty [in woman].

chưa *not yet* [precedes main verb
in statements] | *yet?* [final particle
in questions]. Anh (đã) ăn cơm
chưa ? *Have you eaten yet?* Chưa,
tôi chưa ăn. *Not yet. (I haven't*
eaten yet). Tôi cũng chưa. *I haven't*
(yet) either. Tôi chưa hề ăn sầu-

riêng (bao giờ). *I have never*
eaten durian.

chứa *to contain, hold; to take in,*
put up [boarders, visitors]; *to store*
[goods]; *to harbor, keep* [stolen
goods, dishonest people]. hồ chứa
nước *reservoir.* Phòng ăn của
chúng tôi chứa được năm trăm
người *Our dining room can hold*
five hundred people. Bà ấy làm
nghề chứa trọ *She runs a board-*
ing-house. kho chứa hàng *ware-*
house, storehouse. nhà chứa
brothel.

chứa chan *to be overflowing (with).*

chứa chấp *to conceal, hide.*

chứa chất *to pile up, accumulate.*

chứa gá *to keep or run a gambling*
den.

chứa thổ đổ hồ *to keep a brothel*
and run a gambling house.

chừa *to give up, abstain from,*
quit [habit, vice] chừa bỏ; *to set*
aside; to avoid. chừa thuốc phiện
to quit smoking opium. chừa
thuốc lá *to quit smoking (ciga-*
rettes). chừa rượu *to quit drink-*
ing. Anh nhớ đề chừa một chỗ
cho tôi nhé. *Please remember to*
save one seat for me. Chừa ra
hai phân *Leave a margin of two*
centimeters. Tôi chừa mặt lão ta.
I won't have anything to do with
him.

chửa *not yet* | *yet?* see chưa.

chửa *to be pregnant.* Bà ấy lại
chửa nữa à? *Is she pregnant*
again? Ừ, chửa ba tháng rồi *Yes,*
three months. bụng mang dạ chửa
to be pregnant, big with child.
chửa con so *to be pregnant for*

the first time. chửa con dạ *to be pregnant the second time.* chửa vượt mặt *to be very big with child.* chửa hoang *to be pregnant without being married.*

chữa *to repair, alter, mend* sửa chữa, chữa lại; *to correct, grade* [papers **bài**], *cure* [disease **bệnh**, person]. chữa cháy *to put out a fire.* chữa chạy *to try to save* [patient, situation].

chữa lửa *to put out a fire.* lính chữa lửa *fireman.*

chữa thẹn *to save one's face by saying something.*

chức *office, position, title, function* | *function* [chemistry]. cách-chức *to fire, dismiss.* công-chức *government employee.* giáng-chức *to demote.* nhậm-chức *to enter on duty.* thăng-chức *to promote.* viên-chức *employee, staff.* phong chức *to bestow a title.* thiềm-chức *we* [used by government official].

chức R *to weave* [= dệt].

chức-chưởng *function, title.*

chức-dịch *village notable, village authorities.*

chức hàm *honorary title.*

chức-nghiệp *occupation, career.*

chức-phẩm *office grade, rank.*

chức-phận *duty, office.*

chức-quyền *authority, function.*

chức sắc *dignitaries, authorities.*

chức-trách *responsible authorities* CL **nhà.**

chức-tước *function and title.*

chức-vị *position, office, rank and function.*

chức-vụ *function, duty.*

chực *to wait, await, watch for.* chầu chực *to wait long* [to get some paper, to see an official].

chực *to be on the point of, be about to* [precedes main verb]. chực sẵn *to be ready, stand ready.*

chửi *to insult, abuse, call names, curse.*

chửi bới *to insult.*

chửi chữ *to abuse, insult indirectly.*

chửi mắng *to insult, offend, scold.*

chửi rủa *to abuse and curse.*

chửi thề *to use abusive language, swear all the time.*

chưn *see* chân.

chưng *to stew, steam.* bánh chưng *rice cake, four-cornered dumpling made of glutinous rice wrapped in rush or bamboo leaves and boiled.*

chưng *because* vì chưng, bởi chưng.

chưng *to show off, display.* sáng chưng *very bright.*

chưng bày *to display, exhibit.*

chưng-diện *to dress up to show off; to decorate.*

chưng dọn *to display, arrange.*

chứng R *proof, evidence* bằng-chứng, chứng-cớ ; R *witness* chứng-nhân, nhân-chứng | *to bear witness to, testify, demonstrate* chứng-minh, *certify* chứng-thực, chứng nhận.

chứng *illness, defect, vice, ailment, tic; symptom* triệu-chứng. hay có chứng đau bụng *to have frequent stomachaches.* giở chứng, sinh chứng *to become vicious, wicked.* Nó vẫn chứng nào tật ấy *He remains incorrigible.*

chứng-bệnh *symptom.*

chứng-bệnh-học *symptomatology.*
chứng-chỉ *certificate.*
chứng-cớ *evidence, proof.*
chứng-cứ *proof, evidence.*
chứng-giải *to prove.*
chứng-giám *to be a witness, certify, appreciate.*
chứng-gian *false evidence, false witness.*
chứng-khoán *certificate.*
chứng-kiến *to eye-witness.*
chứng-minh *to prove, demonstrate.*
chứng-minh-thư *certificate, laissez-passer.*
chứng-nghiệm *to verify.*
chứng-nhân *witness.*
chứng-nhận *to certify.*
chứng-phiếu *certificate.*
chứng-quả *to be a witness.*
chứng-tá *witnesses.*
chứng-thư *certificate, act.*
chứng-thực *to certify, prove.*
chứng-tỏ *to prove.*
chứng-từ *document, proof.*
chừng *foreseeable degree, measure, extent | about, approximately* **chừng-độ.** *chừng* nầy *this time, this much.* chừng *ấy,* chừng *nấy then, that amount.* chừng *nào when, how much?* có chừng *moderate | moderately.* coi chừng *to watch out, be cautious.* độ chừng, phỏng chừng, chừng độ *about, approximately.* không biết chừng *one cannot foretell, perhaps.* quá chừng *excessively, to the extreme.* vừa chừng *moderately.* nghe chừng *it seems that.* ý chừng *it seems that.* Nghe anh ta tán chừng *nào* cô ấy lại ghét chừng (n)ấy. *The*

more he sings the more she hates him.
chừng độ *moderation.*
chừng mực *moderation.*
chửng *at one stretch, at one gulp.* ngã bổ chửng *to fall back.* nuốt chửng *to swallow without chewing.*
chững [of child] *to totter* chập chững.
chững *to be correct, proper* chững chạc, chững chàng.
chước *ruse, expedient, stratagem* mưu chước. bắt chước *to imitate, copy, ape.*
chước *to excuse, exempt.*
chước R *to pour* [= rót].
chước R *to deliberate.*
chước-định *to decide.*
chước-đoạt *to decide.*
chước-lượng *to weigh, judge, appraise.*
chước-miễn* *to excuse, dispense.*
chưởi *see* chửi.
chườm *to apply* [cataplasm, compress, ice bag].
chương *to swell, puff up.*
chương *chapter* [of a book].
chương R *insignia, medal* huy-chương, huân-chương.
chương R *to be beautiful, elegant.* văn-chương *literature.*
chương R *rules, regulations, laws, charter.* hiến-chương *charter.*
chương-cú *chapter and sentence.*
chương-minh *to be clear.*
chương-trình *program, project, plan; program of studies, curriculum; program, playbill.* chương-trình trung-học *high school curriculum.* chương-trình Anh-văn *the*

English program. chương-trình
nghị-sự *agenda*.

chướng *to be unpleasant, indecent,
senseless*.

chướng R *to be unhealthy, un-
wholesome*.

chướng *obstacle, hindrance*.

chướng-khí *unhealthy air*.

chướng mắt *unpleasant to the
eyes*.

chướng-ngại *to hinder, obstruct*.

vật chướng-ngại *obstacle*.

chướng-ngại-vật *obstacle, bar-
ricade, roadblock*.

chướng tai *unpleasant to the ears*.

chưởng R *to hold, manage*.

chưởng-ấn *keeper of the seal;
chancelor* [of embassy].

chưởng-bạ *registrar*.

chưởng-khế *notary*.

chưởng-lý *prosecutor*.

D

da [SV bì] *skin, hide, leather.*
nước da *complexion.* thuộc da *to
tan.* lột da *to skin.* lên da non
[of wound] *to heal up.* người da
đen *colored person, negro, negress.*
người/mọi da đỏ *Indian, Redskin.*
nhà máy thuộc da *tannery.* da láng
patent leather. da cồ ngựa *cor-
dovan.* da lợn *pigskin.* cái da
bọc cái xương *to be emaciated,
gaunt.*

da dẻ *complexion.*

dã *to neutralize* [alcohol, liquor
rượu, poison độc].

dã R *savage, wild; R rustic, un-
couth.* thôn-dã *countryside.*

dã-ca *pastoral song, folk song.*

dã-cầm *wild birds.*

dã-chiến *field combat, fighting in
the countryside.*

dã-dân *country people, peasant-
(ry).*

dã dượi *to be tired, worn out.*

dã-man *savage, barbarian.*

dã-nhân *peasant, boor; orang utan.*

dã-sử *chronicle.*

dã-tâm *savage ambition.*

dã-thú *country pleasures; wild
beast.*

dã-tràng *little crab which carries
sand on the beach.*

dạ [polite particle] *yes!* (I'm here,
I'm coming, I heard you); [=vâng]
*yes, you're right; yes, I'll do
that; no, it's not so (you're right).*
Ninh ơi! Dạ. Ninh! *Yes (mum-
my).* Ba gọi sao không dạ ?
[to child] *Daddy called you.
Why didn't you answer ?* Anh
không đi à? *Aren't you going?*
Dạ. *No.* gọi dạ bảo vâng *to say
"dạ" when summoned and vâng
when told something,— to be
obedient, well-behaved.*

dạ *felt; wool.* mũ dạ *felt hat.* chăn
dạ *woollen blanket.* áo dạ *woollen
dress.*

dạ R *night* [= đêm].

dạ *stomach, abdomen; heart, cou-
rage.* hả dạ *content, satisfied.* chắc
dạ, vững dạ *to be sure.* sáng dạ
intelligent. bụng dạ, lòng dạ *heart.*
gan dạ *courageous.* tối dạ *dull,
slow-witted.* bụng mang dạ chửa
to be pregnant. trẻ người non dạ
young and immature. ghi lòng tạc
dạ *to remember for ever.*

dạ-bán *midnight.*

dạ-ca *serenade.*

dạ con *uterus.* chửa ngoài dạ con *extra-uterine pregnancy.*

dạ dày *stomach* [= bao tử].

dạ-du *night walk, walking at night or in sleep.*

dạ-đài *hell.*

dạ-điều *nocturnal bird.*

dạ-hành *night journey.*

dạ-hội *evening party.*

dạ-hợp *magnolia.*

dạ-hương *hyacinth.*

dạ-khách *night visitor, night guest; thief, burglar.*

dạ-khúc *serenade.*

dạ-lữ-viện *inn, doss house.*

dạ-minh-châu *carbuncle.*

dạ-nghiêm *curfew.*

dạ-quang *to be luminous.*

dạ-sắc *night landscape.*

dạ-vũ *night rain.*

dạ-xoa *ugly creature.*

dạ-yến *evening party, night feast.*

dác-lâu *conning tower.*

dạc *to be worn out, threadbare.*

dai *to be tough, leathery; solid, durable, resistant* dai sức | *endlessly, ceaselessly.* sống dai *to live long.* nói dai *to be persistent in speech.*

dai dẳng *to drag out.*

dai nhách [of meat] *to be very tough.*

dái *genitals.* hòn dái *testicles.* dái tai *ear lobe.*

dái *R to fear. be afraid.*

dái *to be long, lengthy.* bề dài, chiều dài *length.* kéo dài *to stretch,*

drag on. nằm dài *to lie, stretch oneself.* thở dài *to sigh, heave a sigh.*

dài giòng [of speech, writing] *to be long-winded, lengthy, verbose, wordy.*

dài lê thê *to be very long, hanging, flowing.*

dài lưng *to be lazy, idle.*

dài lướt-thướt *to be very long.*

dài lượt-thượt *to be very long.*

dải *belt, band, ribbon.* dải núi *range mountain.* dải sông *river.*

dãi *saliva* nước dãi. trông thèm rỏ dãi *to make one's mouth water.* yếm dãi *bib.*

dãi *to be exposed, lie open.*

dãi dầu *to be exposed* [to the elements].

dại *to be stupid, imprudent, unwise* [opp. khôn]; *wild; berserk, insane, mad* [with hóa to become, to go]; *numb.* khờ dại *dumb.* chó dại *mad dog.* bệnh chó dại *rabies.*

dại dột *to be dumb, foolish, stupid.*

dám *to dare, venture.* Không dám *I dare not* [accept your thanks, compliments or apologies], *do not mention it, not at all, you're welcome.*

dạm *to touch up; to request, offer marriage; to offer* [for sale].

dạm bán *to offer for sale.*

dạm hỏi *to propose marriage.*

dạm mua *offer of purchase.*

dạm vợ *to propose marriage.*

dan *to extend, spread out, hold out.* dan tay *to hold hands.*

dan díu *to be in love with, have an affair with.*

dán *to stick, paste, glue.* cấm dán giấy *stick no bills.* dán mũi vào cửa kính *to press one's nose against the shop window, to window-shop.*

dàn *to put in order, arrange, display.*

dàn bài *to outline a piece of writing; outline.*

dàn binh *to deploy troops.*

dàn cảnh *to stage a play.* nhà dàn cảnh *stage manager, producer.*

dàn trận *to deploy troops for a battle.*

dàn xếp *to make arrangements, arrange, settle.*

dạn *to be accustomed to, hardened to; to be bold, daring, brave* bạo dạn; *to be shameless, brazen.*

dạn dày *to be shameless, brazen.*

dạn mặt *to be shameless, brazen.*

dang *to spread out, stretch out, extend.*

dang mai *syphilis.*

dáng *air, attitude, appearance; posture, bearing, gait.* ra dáng *to look, appear.* có dáng *to look well.* làm dáng *to be coquettish, be particular about one's appearance.*

dáng bộ *air, look; behavior, conduct.*

dáng cách *manner, way, behavior.*

dáng chừng *it seems that, it appears that, it looks as if.*

dáng dắp *manner, air.*

dáng đi *gait, bearing.*

dáng điệu *air, look attitude, appearance.*

dạng *R form, shape* hình dạng; *R air, appearance* bộ-dạng. giả dạng *to pretend, feign.*

danh *R name; reputation, r̶ fame* danh giá, danh tiếng, danh, trứ-danh | *R- famous.* danh *alias.* có danh, hữu-d̶ *famous, celebrated.* giả danh *pretend to be* [làm *follows*]. ha̶ danh *fame-thirsty.* hiếu danh *fame-thirsty.* vô danh *unknown, unnamed, unidentified, anonymous.* công-danh *honors (of office).* điểm danh *to call the roll.*

danh-bạ *roll, roster.*

danh-bút *famous writer, well-known author.*

danh-ca *famous singer, famous songstress.*

danh-cầm *famous musician.*

danh-công *famous craftsman.*

danh-dự *honor; honorary.*

danh-đô *famous city.*

danh-gia *famous family.*

danh-giá *reputation; honorable.* làm mất danh-giá *to dishonor, disgrace.*

danh-hiền *famous sage.*

danh-hiệu *name, appellation.*

danh-họa *famous painting or painter.*

danh-ký *famous songstress.*

danh-lam *famous temple.*

danh-lợi *fame and wealth; officialdom.*

danh-môn *famous family.*

danh-nghĩa *name, appellation.* lấy danh nghĩa gì? *in what name?*

danh-ngôn *famous words.*

danh-nhân *famous man, celebrity.* danh nho *famous scholar.*

danh-pháp *nomenclature.*

danh-phẩm *famous* [literary] *work.*

phận *high position.*
-sách *name list, roll, roster.*
.h-sĩ *famous scholar.*
.nh-sơn *famous mountain.*
anh-sư *famous teacher; famous doctor.*
danh-tài *person of talent, genius.*
danh-tập *nomenclature.*
danh-thắng *famous site.*
danh-thần *famous mandarin.*
danh thiếp *visiting card.*
danh-thơm *good name, good reputation.*
danh-tiết *reputation, moral integrity*
danh-trước *famous writing.*
danh-từ *substantive, noun* [in grammar]; *vocabulary, terminology.*
danh-tướng *famous general.*
danh-vị *reputation, honor* [in office]; *dignity.*
danh-viên *famous park.*
danh-vọng *fame, renown* [in office]; *aspiration, ambition.*
danh-xưng *appellation.*
danh-y *famous physician.*
dành *to set aside, put aside.* dành riêng *reserve; to save, economize* để dành.
dành dụm *to save.*
dành dành *cardania grandiflora.*
dao *knife* CL con. mài dao *to sharpen, grind a knife.*
dao R *to shake, oscillate, swing.*
dao R *ballad.* ca-dao *folk ballad.* đồng-dao *children's song.* phong-dao *folk ballad.*
dao cạo *razor.*
dao cầu *apothecary's chopper.*
dao díp *pocket knife.*

dao-động *to oscillate, swing.*
dao-động đồng bộ *synchronous oscillations.*
dao-động-đồ *oscillogram.*
dao-động-ký *oscillograph.*
dao găm *dagger.*
dao khúc *popular ballad.*
dao mổ *scalpel.*
dao phay *kitchen knife; butcher's knife, cleaver.*
dao rựa *cleaver.*
dạo *times, period.* dạo ấy *at that time* [past]. dạo trước *before, previously.* dạo này *these days.* dạo nọ *at that time* [past]. một dạo *once.*
dạo *to wander, stroll, take a walk.*
dạo *to try.* dạo đàn *to play a few bars.*
dát *to laminate, make thinner, roll.*
day *to turn* [one's back lưng].
dày [SV hậu] *to be thick* [opp. mỏng]; *to be thick, dense* [opp. thưa]. mặt dày *shameless, brazen.*
dày công *many efforts; with great efforts.*
dạy [SV giáo] *to teach, instruct, train, drill, educate; to order.* dễ dạy *docile.* khó dạy *unruly, unmanageable.* mất dạy *ill-bred.*
dạy bảo *to educate, teach, instruct.*
dạy dỗ *to teach, bring up.*
dạy học *to teach (school).*
dăm *a few, some* dăm ba.
dăm [of stones] *tiny, small.*
dăm *splinter.*
dặm [SV lý] *mile; road.* dặm Anh *English mile;* nghìn dặm *far-away.*
dẫn *to press; to contain* [oneself]; *to emphasize; to put down violently.*

dăn dỗi *to be angry because hurt, sulk.*

dặn *to enjoin, instruct, advise* dặn dò. lời dặn *instructions* [for use, in manual, etc.]; *advice, injunction.*

dăng *to spread out, stretch out.*

dăng *to pull.*

dăng co *to pull* [in struggle, argument].

dăng dai *to drag out.*

dăng dặc *to be endless.*

dặng *to clear one's voice.*

dắt *to lead by the hand, guide; to carry.*

dắt díu *to go or come together.*

dâm *to be lustful, sexy, lewd.* khiêu dâm *sexy.* cưỡng-dâm, hiếp dâm *to rape.* đa-dâm *lustful.* loạn-dâm *incest.* thông-dâm *to commit adultery.* thủ-dâm *to masturbate.*

dâm-bôn *to be lustful, lewd.*

dâm bụt *hibiscus.*

dâm dục *lust, lewdness.*

dâm-đãng *lustful, debauched.*

dâm-loạn* *incest.*

dâm-ô *obscene, lewd.*

dâm-phụ *adulteress.* Cf. gian-phu.

dâm-thư *pornography.*

dấm dúi *secretly, by stealth.*

dầm *to dip, soak, macerate.* đái dầm *to wet the bed.* mưa dầm *to drizzle for days.*

dầm *paddle, oar.*

dầm dề *to be soaked, drenched.*

dầm mưa *to work, walk or stay in the rain.*

dầm sương *to work, walk, or stay in the dew* [or fog].

dẫm *to step, trample* [lên, vào on].

dậm *to pound the floor.*

dậm dật *to be stirred, be excited, be stimulated.*

dân *citizen* công dân; *subject, inhabitant; population* cư - dân, dân-cư, *people* dân-chúng, dân-tộc, nhân-dân; *nationality, citizenship.* Lão ấy dân tây *He's a French citizen.* vào dân kẻng *to be naturalized American.* làm dân một nước độc-lập *to be a citizen of an independent country.* bình-dân *the masses* | *people's, popular; democratic.* công-dân *citizen.* tứ-dân *all four classes of traditional Vietnamese society* [scholars, farmers, artisans, merchants]. lê-dân *the masses.* lương-dân *law-abiding citizen.* muôn dân *the entire population.* nhân-dân *the people.* thứ-dân *the common people.* di-dân *emigrant, immigrant; migration.* mị-dân *demagogue.* thân-dân *to be close to the people.* .quân, dân, chính *the army, the people and the government.* nông-dân *peasant.*

dân-biểu *deputy.*

dân-chính *civil administration.*

dân-chủ *democracy* | *democrat(ic).*

dân-chúng *the people, the public, the masses.*

dân-công *laborer, slave laborer* [communist].

dân-cư* *population, inhabitants.*

dân dụng *civilian* [use].

dân đen *the masses; commoner.*

dân-đinh *village inhabitant.*

dân-đoàn *militia.*

dân-đức *moral standing, public virtue.*

dân-gian *the people, the population.*
dân-hữu *of the people.* See dân-hưởng, dân-trị.
dân-hưởng *for the people.* See dân hữu, dân-trị.
dân-khí *the people's spirit.*
dân-luật *civil law.*
dân-lực *the strength of the people.*
dân-nguyện *aspirations of the people.*
dân-phong *popular customs.*
dân-phu *laborer, coolie.*
dân-quân *militia(man), minute man.*
dân-quần *the people, the public, the masses.*
dân-quốc *republic.* Đại-Hàn Dân-quốc *the Republic of Korea.*
dân-quyền *civic rights.*
dân-sinh *people's livelihood, welfare of the people.*
dân-số *population* [of country, area].
dân-sự *civilian* [as opp. to military quân-sự]. hàng-không dân-sự *civil aviation.*
dân-tặc *enemy of the nation.*
dân-thanh *public opinion, the voice of the people.*
dân thày *white-collared workers.*
dân thợ *workmen, artisans, craftsmen.*
dân-tình *popular feeling.*
dân-tộc *people* [as a nation]. quyền dân-tộc tự-quyết *right of self-determination.* dân-tộc thiều-số *ethnic minority.*
dân-trí *intellectual standard of the people.*
dân-trị *by the people.* See dân-hữu, dân-hưởng.

dân-tục *popular customs.*
dân-tuyển *elected by the people.*
Dân-ước-luận *the Social Contract.*
dân-vọng *see* dân-nguyện.
dân-ý *popular opinion, people's will.* cuộc trưng-cầu dân-ý *referendum.*
dẫn *to push; to rush, charge* dẫn thân, dẫn mình.
dằn *the third Earth's stem.* See chi.
dằn *gradually, little by little, by degrees* [follows main verb].
dằn *to beat* [cho *precedes object*]. Dằn cho nó một trận *Beat him.*
dằn-dà *slowly, little by little.*
dằn-dằn *gradually, little by little, by degrees* [precedes or follows main verb].
dẫn *to guide, lead, conduct; to cite, quote, invoke* viện-dẫn. chỉ dẫn *to show, guide.* tiêu-dẫn *preface.*
dẫn-bảo *to advise.*
dẫn-chứng *to produce evidence or proof; to cite, quote.*
dẫn-cưới *to carry (or send) wedding presents.*
dẫn dâu *to accompany the bride.*
dẫn-dụ *to induce; to explain through examples.*
dẫn-đạo *to guide.* ủy-ban dẫn-đạo *steering committee.*
dẫn đầu *to lead* [race, contest].
dẫn-điện *to conduct electricity.*
dẫn-đường *to show the way.*
dẫn-giải *to explain and comment.*
dẫn-hỏa *to be inflammable.*
dẫn-khởi *to bring about, provoke.*
dẫn-kiến *to introduce* [somebody to see somebody].
dẫn-lực *attraction.*

dẫn-nhiệt *to conduct heat.*

dẫn rượu *to be slow, walk slowly* [like somebody carrying wine tray in a religious procession].

dẫn-sách *to cite, quote* [from classical books].

dẫn-thân *to come in person.*

dẫn-thủy (nhập-điền) *to irrigate* [ricefields].

dẫn-tiến *to introduce* [somebody to a high official].

dẫn-xác *see* dẫn-thân.

dận *to trample, tread, step on* [ga gas].

dâng *to offer* [tribute, gift, petition].

dâng [of water] *to rise.*

dập *to put out* [fire lửa] dập tắt; *to bury, inter, cover* vùi dập; [of tube-like things] *to be broken; to hit, knock.* dập liễu vùi hoa *L to brutalize a woman.*

dấp *to wet, soak.*

dập-dìu *to come in great number; to come often.*

dập tắt *to put out, stamp out* [a fire].

dập vùi* *to ill-treat.*

dật *to live in retirement, in seclusion* an-dật, ẩn dật; *to be lustful* dâm dật; *to be abundant* dư dật.

dật cư *to live in retirement, in seclusion.*

dật-dục *sensuality, lust.*

dật-hứng *to be worked up, enthusiastic.*

dật-lạc *pleasures.*

dật-sĩ *retired scholar, retired official.*

dật-sử *strange story, unusual tale.*

dâu *daughter-in-law* con dâu, na dâu [with làm *to be*]; *bri* cô dâu. đón dâu, rước dâu *to g* and get the bride at her parents' home. đưa dâu *to accompany the bride to her new home. Cf.* rể.

dâu *mulberry* CL quả. dâu ta *mulberry.* dâu tây *strawberry.*

dâu-gia *related family* [by marriage].

dấu *sign, mark, accent mark, accent, tone mark; stamp, seal* CL con. đánh dấu *to mark; to put accent mark.* đóng dấu *to stamp, affix the stamp or seal.*

dấu *to love, cherish* yêu dấu.

dấu chấm *period, full stop.*

dấu chấm phầy *semicolon.*

dấu hiệu *sign.*

dấu hỏi *question mark, mark for low rising tone.*

dấu huyền *mark for falling tone. grave accent.*

dấu mũ *circumflex accent; mark for secondary stress.*

dấu nặng *mark for low constricted tone; dot.*

dấu ngã *mark for creaky rising tone; tilde.*

dấu ngoặc (đơn) *parenthesis.*

dấu ngoặc kép *inverted commas, quotation marks.*

dấu ngoặc vuông *bracket.*

dấu phầy *comma.*

dấu sắc *mark for high rising tone or primary stress; acute accent.*

dấu than *exclamation mark.*

dấu vết *trace, vestige.*

dầu [SV du] *oil, petroleum.* mỏ dầu, giếng dầu *oil well.* đèn dầu

il lamp. máy ép dầu oil press.
nhà máy lọc dầu oil refinery.
hãng dầu oil company. giấy dầu
oil paper used for wrapping. xì-
dầu soy sauce. lau dầu to lubricate.
dầu [= dù] though, although mặc
dầu, dầu mà, dầu rằng. Cf. dù,
dẫu, tuy.
dầu ăn salad oil, table oil.
dầu bạc-hà peppermint oil, tiger
balm.
dầu cá (thu) cod-liver oil.
dầu chầu abrasin oil.
dầu chòi camphor oil.
dầu dừa coconut oil.
dầu đậu phọng peanut oil.
dầu hắc tar.
dầu hỏa oil, petroleum.
dầu hôi oil, petroleum.
dầu lạc peanut oil.
dầu lòng to be kind enough to.
dầu mà although, though, even
though.
dầu rằng although, though, even
though.
dầu sao (chăng nữa) at any
rate, anyway.
dầu ta national oil, vegetable cil.
dầu tây kerosene.
dầu thầu-dầu castor oil.
dầu thông oil of turpentine.
dầu xăng gasoline.
dẫu though, although, despite the
fact that, in spite of the fact
that dẫu rằng. Cf. tuy, dù, dẫu.
dẫu mà though, although, despite
the fact that, in spite of the
fact that.
dẫu rằng though, although. despite

the fact that, in spite of the
fact that.
dậu the tenth Earth's stem. See chi.
dây [SV thằng] string, cord CL sợi.
dặt dây to pull the strings. nhảy
dây to skip, thang dây rope
ladder. một sợi dây a piece of
string. một cuộn dây a spool of
string.
dây chuyền necklace.
dây cương bridle.
dây dưa to drag, get involved.
dây điện electric wire.
dây đồng brass wire.
dây gai hemp rope.
dây giầy shoe lace, shoe string.
dây kẽm gai see dây thép gai.
dây lưng sash, belt.
dây thép steel wire [clothesline];
electric wire; wire, telegram [with
đánh to send].
dây thép gai barbed wire.
dây tơ-hồng marriage bonds, ma-
trimonial ties.
dây xà-tích silver chain.
dây xích chain. phản-ứng dây xích
chain reaction.
dây xích-thằng see dây tơ-hồng.
dây xoắn torsion wire.
dấy to raise [troops binh, army
quân], cause to revolt [loạn].
dấy lên to rise up, rebel.
dậy to wake up ngủ dậy, thức dậy;
to get up, stand up đứng dậy;
to sit up ngồi dậy.
dậy đắt [of noise] to resound.
dậy thì to reach puberty. tuổi dậy
thì puberty.
dè to be moderate, be reserved dè dặt.

dè *to foresee, expect; to have consideration for* **kiêng dè. không dè** *unexpectedly.* **nào dè, ai dè, dè đâu** *who would suspect...*

dè-dặt *to be reserved, be cautious, be careful.*

dè-dụm *to save.*

dè xẻn *to save here and there.*

dẻ *hazel nut* **hạt dẻ.**

dèn dẹt *to be rather flattened.*

deo-dẻo *to be rather pliable and soft* [DUP **dẻo**].

dẻo *to be pliable and soft.* **chất dẻo** *plastic.* **mềm dẻo** *to be supple, flexible, diplomatic.*

dẻo chân *to be agile.*

dẻo-dai *to be resistant and supple.*

dẻo-dang *to be resistant.*

dẻo sức *to be untiring, indefatigable.*

dẻo tay *to be agile.*

dép *sandal, slipper* CL **chiếc** *for one,* **đôi** *for a pair.*

dẹp *to put away, arrange, put in order* **dẹp lại**; *to put down, quell, repress* [riot, rebellion **loạn**] **dẹp đi. dẹp chỗ cho** *to make room for.* **dẹp đường** *to clear the way.*

dẹp an *to pacify.*

dẹt *to be flat or flattened.*

dê [SV **dương**] *goat* CL **con** | *to be lascivious, lewd.* **dê cái** *she-goat.* **dê con** *kid.* **dê đực** *he-goat.* **dê cụ, dê già, già dê** CL **lão** *old rake, old debauchee.*

dế *cricket* **dế mèn** CL **con. chọi dế** *cricket fight.*

dè *to despise, scorn* **khinh dè.**

dễ [SV **dị**] *to be easy, be simple* **dễ dàng** [opp. **khó**]; *lenient.*

dễ bảo *to be docile, obedient.*

dễ chịu *to be pleasant, nice, comfortable, rather well-off.*

dễ có (*it wouldn't be*) *easy to have.*

dễ coi *to look nice.*

dễ-dái *to be easy, easy-going, tolerant, lenient, not strict.*

dễ-dàng *to be easy.*

dễ dạy *to be docile.*

dễ nghe *to be pleasant to the ear.* **dễ nghe nhỉ!** [in response to appeal, entreaty] *oh, yeah!*

dễ thương *to be lovely, charming.*

dễ thường *perhaps, maybe.*

dễ tính *see* **dễ dãi.**

dện *spider* CL **con. mạng dện** *cobweb.*

dệt [SV **chức**] *to weave.* **thợ dệt** *weaver.* **máy dệt** *loom.* **thêu dệt** *to adorn, embellish* [story]; *to invent, fabricate* [story].

di *to change position; to move* **di-chuyền. bất di bất dịch** *unchanged.*

di R *to leave behind.*

di R *barbarian* **man-di.**

di R *to kill.* **tru di tam tộc** *to kill the culprit's family, his mother's and his wife's.*

di R *to sustain, nourish.*

di R *mother's younger sister* **di-mẫu** [= **dì**].

di-bút *posthumous writing.*

di-cảo *posthumous manuscript.*

di-chiếu *imperial will, testament left by a dead king.*

di-chúc *will.*

di-chuyền *to move, transfer.*

di-cư *to move, migrate* | *exodus,*

migration. dân di-cư refugee(s).
sở di-cư (nhập-cảnh) immigration
service.

di-dân immigrant | to migrate, colo-
nize.

di-dịch to move, change.

di dưỡng to nourish, sustain [cha-
racter tính tình, tinh thần]

di-độc to transmit germs.

di-giá [of king] to move, travel.

di-hài remains [dead body].

di-hận hate, rancor.

di-hình L mortal remains.

di-họa to bring about disastrous
consequences.

di-huấn teachings, sayings left by
a deceased person.

di-hương memory of dead lover.

di-lưu to transmit to posterity.

di-mệnh will, last wishes.

di-nghiệp heritage, inheritance.

di-ngôn last wishes, will.

di-phương to leave a good name
for posterity.

di-sản inherited property; heritage.
di-sản văn-hóa cultural heritage.

di-táng to move a corpse to ano-
ther tomb.

di-thư will.

di-thực to migrate, transplant.

di-tích vestiges.

di-tinh (to have) nocturnal emissions.

di-tồn to survive.

di-trú to migrate.

di-truyền to transmit to one's
heir | hereditary, atavistic.

di-truyền-học genetics.

di-truyền-tính atavism.

di-tượng portrait [of deceased
person].

di-văn posthumous writings.

di-vật relics, souvenir.

dí to press on. bẹp dí completely
crushed.

dì [SV di] mother's younger sister
dì ruột CL bà, người; step-mother
dì ghẻ | you [used by child to
mother's younger sister, first person
pronoun being cháu or to step-
mother, first person pronoun being
con], I [used by aunt, second person
pronoun being cháu, or by step-
mother, second person pronoun
being con]. Cf. già. dì hai father's
concubine. anh/chị em con dì con
già first cousins [A calls B's
mother dì, and B calls A's
mother già].

di [of water] to leak, ooze; to
whisper dỉ tai. không dỉ hơi to
keep one's mouth shut.

di [han, sét] to be or get rusty
han dỉ.

dĩ R already | R to stop; to be
able to khả dĩ | the reason why.
bất đắc dĩ unwillingly, reluc-
tantly, against one's will. Chúng
tôi cố tìm một biện-pháp khả
dĩ ngăn ngừa sự gian lậu
We are trying to find some
measure which can prevent fraud.
Cái này còn khả dĩ chứ
cái kia thì không được This
one may pass, but the other one
won't do. Sở dĩ chúng tôi đề
nghị như thế là vì... (The reason
why) we have made that sugges-
tion (was) because... gia dĩ more-
over, in addition, also.

dĩ chí so much so that, to the point
that.

dĩ hạ *from now on, hereafter.*
dĩ hậu *from now on, hereafter.*
dĩ-nhiên *natural, obvious | naturally, of course* lẽ dĩ nhiên.
dĩ-thượng *above, heretofore.*
dĩ-tiền *above, heretofore.*
dĩ-vãng *the past | past* [= quá khứ].
dị *R to be strange, odd* kỳ-dị [= lạ]; *R to be different* [= khác].
dị *R to be easy* [= dễ]. bình-dị [character] *simple.* dung-dị *easy.* giản-dị *simple.*
dị-bang *foreign country.*
dị-bào *to have different mothers.* anh em dị bào *half-brothers.*
dị-cảnh *foreign land.*
dị-chất *different nature.*
dị-chủng *foreign race, alien race.*
dị-dạng *strange species, strange form.*
dị-địa *foreign land.*
dị-điểm *point of divergence.*
dị-đoan *superstition | to be superstitious.*
dị-đồng *to be different.*
dị-giáo *heresy.*
dị-hình *odd shape.*
dị-kỳ* *to be strange, extraordinary.*
dị-loại *different species, different class.*
dị-năng *extraordinary talent.*
dị-nghị *to contest, dispute; to comment, talk, criticize.*
dị-nhân *extraordinary man, outstanding man.*
dị-quốc *foreign nation.*
dị-tài *extraordinary talent.*
dị-tâm *to switch allegiance.*
dị-thuyết *heresy.*

dị-thường *to be strange, uncommon, extraordinary.*
dị-tính *opposite sex.*
dị-tộc *different family.*
dị-tướng *strange physiognomy.*
dĩa [= dĩa] *plate* CL cái; *fork* CL cái.
dịch *to move over* dcịh ra; *to change | mutation; the Book of Changes* kinh Dịch, Dịch-kinh. xê dịch *to move around.* dịch ra/sang một bên *to move over to one side.* (bất di) bất dịch *to be motionless, unchanged.*
dịch *to translate* dịch nghĩa, phiên-dịch, thông dịch [từ... ra..., from... into...]. phỏng dịch *to translate and adapt.* bài dịch *translation.* người dịch *translator.* bản dịch tiếng Việt, bản dịch Việt-văn *Vietnamese translation, Vietnamese version.* dịch từng chữ *to translate word for word, literally.* dịch thoát *to give a free translation.*
dịch *epidemic* dịch lệ, dịch tế; *cholera* dịch tả; *plague* dịch hạch; *vogue, fad.*
dịch *R work, service* [= việc]. binh-dịch, quân-dịch *military service.* hiện-dịch *active service.*
dịch *liquid, fluid* dịch-thể. dung-dịch *solution.* dịch nhân *nuclear juice.* dịch tràng *intestinal juice.* dịch tụy *pancreatic juice.* dịch vị *gastric juice.*
dịch-âm *to transliterate; to transcribe Chinese characters* (chữ nho) *or demotic characters* (chữ nôm) *into Roman script* (quốc-ngữ).
dịch-bản *translation.*

ịch-giả *translator.*
dịch-hạch *plague.*
dịch-hoán *to change.*
Dịch-kinh *the Book of Changes.*
dịch-lệ *epidemic.*
dịch-tả *cholera.*
dịch-thể *liquid, fluid.*
dịch-thuật *to translate.*
dịch-văn *translation.*
dịch-vụ *service.*
diếc *gudgeon.*
diệc *heron.*
diêm *match* CL cái, que [= quẹt];
    R *salt, saltpeter, sulphur.* một
    bao diêm *a box of matches.* đánh
    diêm *to srike a match.*
diêm-dúa *to be dressed neatly
    and elegantly.*
diêm-điền *salt marsh.*
diêm-la *the ruler of hell; Hades,
    Dis, Pluto.*
diêm-phủ *hell.*
diêm-sinh *sulphur.*
diêm-thuế *salt tax.*
diêm-trường *salt marsh; salt
    factory.*
diêm-vương *the ruler of hell;
    Hades, Dis, Pluto.*
diềm *fringe.*
diễm *R to be glamorous, volup-
    tuous* diễm-lệ, kiều-diễm.
diễm-ca *love song.*
diễm-dương *spring sky.*
diễm-khúc *love song.*
diễm-lệ *to be glamorous, volup-
    tuous, lovely, attractive.*
diễm-phúc *happiness.*
diễm-sắc *great beauty, rare beauty.*
diễm-thi *love poem.*

diễm-tình *love.*
diễm-tuyệt *exceptional beauty.*
diên *R to prolong* diên-trường.
diên *R to follow one's course.*
diên-cách *successive changes.*
diên-cải *to change, reform.*
diên-hải *See* duyên-hải.
diên-kỳ *to postpone, delay.*
diên-thỉnh *to invite.*
diên-thọ *to prolong life.*
diên-trì *to linger, loiter.*
Diến - điện   *Burma; Burmese*
    [= Miến-Điện]
diễn *to perform* trình diễn; *to relate,
    explicate.* diễn ra *to take place.*
diễn-âm *to transliterate, transcribe
    phonetically.*
diễn bày *to present, show, exhibit.*
diễn-binh *military parade.*
diễn-ca *to put* [story] *into verse.*
diễn-dịch *to translate and interpret;
    to deduct.* phép diễn-dịch *deduc-
    tive method.*
diễn-dụ *to advise, persuade, exhort.*
diễn-đài *rostrum, forum, tribune.*
diễn-đàn *platform, rostrum, forum.*
diễn-đạt *to express, convey.*
diễn-giả *speaker, lecturer.*
diễn-giải *to present, explain.*
diễn-giảng *to lecture.*
diễn-kịch *to present a play, act
    in a play.*
diễn-nghĩa *to annotate, explain.*
diễn-tả *to express, describe, depict.*
diễn-tấu [of musician] *to play,
    perform.*
diễn-thuyết *to deliver a speech,
    give a lecture, talk, speak.*
diễn-tiến *to progress, evolve.*

diễn-từ *speech, address.*

diễn-văn *address, speech* CL bài, bản.

diễn-viên *performer* (actor or actress), *speaker.*

diễn-võ *military exercise.*

diện R *face; surface* [= mặt]. mất sĩ-diện *to lose face.* phương-diện *aspect.* bình-diện *plane.* đại-diện *to represent.*

diện *to be well dressed, be dressed with elegance and taste; to show off* [clothing, jewels, car] trưng-diện.

diện-bộ *looks, appearance.*

diện-đàm *interview, talk, conversation.*

diện-đồ *view.* diện-đồ góc/bên *side-view.*

diện-hội *meeting, interview.*

diện-kiến *to see in person | interview, visit, audience.*

diện-mạo *physiognomy, mien, countenance.*

diện-mục *countenance.*

diện-tích *area* [extent]. cách tính diện-tích *quadrature, squaring.*

diện-tích-kế *planimeter.*

diện-tiền *facade, front | in front of one's eyes.*

diện-trình *to report in person.*

diếp *lettuce* rau diếp.

diệp R *leaf* [= lá]. vàng diệp *leaf gold.* diệp-lục-chất *chlorophyl.*

diệt *to destroy, exterminate* tiêu diệt, hủy diệt. tru-diệt *to kill.* bất-diệt *immortal, indestructible.* tận-diệt *to destroy completely.*

diệt-chủng *genocide.*

diệt-cộng *to exterminate communists.*

diệt-khuẩn *germicide.*

diệt-một *to exterminate.*

diệt-ngư-lôi-hạm/đỉnh *torpedo-boat destroyer.*

diệt-tuyệt *to destroy completely, annihilate.*

diệt-vong *to exterminate; to die out | extermination, destruction, extinction.*

diêu R *to be subtle.*

diêu-nhiên *to be infinitesimal.*

diều kite [the toy] CL cái [with chơi, thả *to fly*]; kite [the bird] diều-hâu CL con; *gizzard.*

diều-hâu kite CL con.

diệu R *to be marvelous, wonderful, miraculous* kỳ diệu, thần diệu. tuyệt diệu *wonderful, terrific.*

diệu-dược *efficacious medicine.*

diệu-kế *clever stratagem.*

diệu-kỳ* *to be wonderful, marvelous.*

diệu-thuyết *mysterious doctrine.*

diệu-toán *See* diệu-kế.

diệu-vợi *to be far-fetched, difficult, complicated.*

diễu *to go, march, parade; to loaf.*

dím *hedgehog* CL con.

dìm *to immerse, plunge; to bury, suppress, hush up* [RV đi]; *to abase.*

dinh *palace; military camp* [= doanh]; R *company of 500 soldiers* [= doanh]. dinh Độc-lập *Independence Palace.*

dinh R *to nourish* dinh dưỡng.

dinh-cơ *palaces; estate.*

dinh-dưỡng *dietetics, nutrition.*

dinh-điền *to cultivate new lands, develop farming.* Phủ Tổng-ủy

Dinh-diền *General Commissariat for Agricultural Development.*

dinh-thất *building, palace. residence.*

dinh-thự *palace, building.*

dinh-trại *barracks.*

dính *to stick; to be sticky.*

dính-dáng *to be implicated, involved* [đến/tới in].

dính dấp *See* dính dáng.

dính-líu *See* dính dáng.

dính-ngộ *to be intelligent.*

díp *tweezers; spring* [of carriage].

díp *jeep* xe díp CL chiếc.

dịp *rhythm, beat, cadence.*

dịp *opportunity, occasion.* nhân dịp, trong dịp, vào dịp *on the occasion of.* dịp tốt *good opportunity.* gặp dịp *to find the opportunity.* lỡ dịp *to miss the opportunity.* sẵn dịp, thừa dịp *to seize an opportunity.*

dịp *arch.*

dìu *to lead by the hand, guide* dìu dắt.

dìu dắt *to lead.*

dìu-dịu *to soften, calm down.*

dịu *to be soft, sweet* êm dịu; *to taste or sound sweet* ngọt dịu; [of weather, noise, color] *to subside from an extreme.*

dịu-dàng *to be gentle, graceful.*

dịu-giọng *to lower the tone, back down.*

do [= tro] *ashes.* mầu do *grey.*

do *to be caused by, be due to* | *by, because of.* do đó *because of that hence, whence.* Sách ấy do hai học-giả Việt-Nam cùng viết. *That book was authored jointly by two*

Vietnamese scholars. căn-do, duyên-do, nguyên-do *cause, origin.* tự-do *freedom.*

do R *to spy, inspect.*

do-dự *to hesitate, waver, be hesitant, be unable to make up one's mind.*

Do-thái *Jew* | *Jewish.* nước Do-thái *Israel.* người Do-thái lang thang *the wandering Jew.*

Do-thái-giáo *Judaism.*

do-thám *to spy* | *spy* CL người, tên. máy bay do-thám *reconnaissance plane.*

dó *plant whose bark is used to make paper.*

dò *to watch, spy on, seek information about; to fathom* [river sông, ocean bề], *feel* [one's way đường], *sound* [somebody] thăm dò.

dò hỏi *to seek information, make an inquiry.*

dò-la *to get information; to spy on.*

dò lại *to check, read over.*

dò xét *to investigate.*

dọ *see* dò.

dỏ *basket, hamper.*

dọa *to threaten, intimidate, menace* đe dọa, hăm dọa.

dọa dẫm *to threaten.*

dọa nạt *to threaten.*

doãn R *to authorize, allow.*

doãn-hứa *to authorize, sanction, concede.*

doãn-nạp *to accept.*

doanh *see* dinh.

doanh R *to be full, abundant* doanh-mãn.

doanh R *enterprise, business* doanh-nghiệp, doanh-thương.

doanh-hư *to be inscontant, fickle.*

doanh-lợi *profit, gain.*

doanh-mãn *to be prosperous, abundant, plentiful.*

doanh-nghiệp *trade, business.*

doanh-thương *trade, business.*

dóc *to boast, bluff.* nói dóc, tán dóc *to talk chaff, draw the long bow.*

dóc tổ *bluffer, humbug.*

dọc *length, height* [as opposed to width **ngang**]; *lengthwise; along* theo dọc. bề dọc, chiều dọc *length.* dọc đường *on the way, enroute.* dọc sông *all along the river.*

dọc ngang *to be powerful or influential, rule the roost.*

doi *promontory.*

dõi *lineage, descent* dòng dõi | *to follow, pursue, trail* theo dõi.

dọi *plumb-line.*

dom *prolapsus of the rectum.* Cf. trực-tràng.

dóm *to light* [a small fire] dóm lửa, dóm bếp.

dòm *to peer, peep, look, spy.* ống dòm *binoculars, opera glasses, field glasses* CL cặp, đôi " *a pair*".

dòm dỏ *to watch, spy.*

dòm ngó *to look (furtively), spy.*

dòm nom *to watch, spy.*

don *hedgehog* CL con.

dón *to stand on tiptoe.*

dón-dén *to proceed with circumspection; to walk stealthily, walk on tiptoe.*

dòn *to be crispy, brittle, breakable;* [of laughter] *to be clear.*

dọn *to arrange, put in order* dọn dẹp, *clear* [table] RV đi; *to pre-*

pare; to move dọn nhà. dọn cơm, dọn bàn *to set the table* [RV ra]; *to clear the table* [RV đi]. thu dọn, xếp dọn *to arrange, put in order, gather.*

dọn dẹp *to arrange, rearrange, set in order.*

dọn đi *to move* [one's residence].

dọn hàng *to open a shop; to display one's goods* [RV ra]; *to remove one's goods* [RV đi].

dọn nhà *to clean up the house* [and move the furniture around]; *to move* [one's residence].

dong *See* dung.

dong *to run around.*

dong dỏng *to be tall, slender* dong dỏng cao.

dòng *course* [of river **sông**], *current, stream.* dòng điện *electric current.* dòng nước *the stream.* dòng thời-gian *the course of time.*

dòng *descent, parentage, lineage* dòng dõi, dòng giống; *religious order.* con dòng *thoroughbred child; blue-blood person.* dòng họ nhà tôi *my family.* Dòng Tên *the Jesuit order.* Dòng Chúa Cứu Thế *the Redemptorists.* dòng tôn-thất *the imperial family.* nhà dòng *monastery.* thày dòng . *monk, friar.* nối dòng *to carry on lineage* (tradition).

dòng *to let* [rope] *hang down; to lower* [something] *by means of a rope.*

dòng-dõi *(noble) descent.* dòng dõi nhà võ-tướng *descendant of military mandarins.*

dòng đạo *religious order.*

dỏng *to be tall, slender* DUP dong dỏng.

dỏng *See* dũng.

dỏng *to be upright.*

dỏng-dạc [of voice, gait] *to be poised, sedate, solemn.*

dọng *See* giọng.

dô *to jut out* dô ra, *stick up* dô lên.

dô-kě (Fr. jockey) *jockey.*

dỗ *to coax, wheedle, cajole* [crying child into silence]; *to flatter, seduce, inveigle* [young girl]. cám dỗ *to tempt, seduce.* dạy dỗ *to instruct, advice, teach* [morally]. dỗ ngon dỗ ngọt *to seduce by sweet promises.*

dỗ dành *to coax, wheedle, cajole.*

dốc *to be sloping, steep* | *slope, incline, hill* [with lên *to go up,* xuống, dỗ *to go down*]. dộ dốc của dường cong *slope of a curve.*

dốc *to empty; to devote entirely.* dốc bầu tâm sự *to unbosom oneself.*

dốc bụng *to be determined to... with all one's heart.*

dốc chí *to be determined to... with all one's heart.*

dốc lòng *to be determined to... with all one's heart.*

dốc ống *to empty one's money-box or one's piggy bank; to empty one's purse.*

dôi *to be left over or beyond; to make more than needed* [follows main verb, precedes ra].

dối *to be false, be deceitful; to lie* nói dối, *cheat* lừa dối; *to be done hastily, in a sloppy manner* dối dá. giả dối *to be a hypocrit.* gian dối *to be dishonest.*

dối *to make one's last recommendations before death.*

dối dá *to do hastily, in a sloppy manner.*

dối giá *to be false, deceitful.*

dối già *to do as a joy in one's old age.*

dối trá *to be false, deceitful.*

dồi *to stuff* [= nhồi] | *pudding sausage.* dồi lợn *pork sausage.* dồi tiết *blood sausage, blood pudding.*

dồi *to throw up; to flip, toss* [coin in game].

dồi-dào *to be plentiful, abundant.*

dội *to bound, rebound, bounce back, resound.* tiếng dội *echo.* vang dội *to echo.*

dội *to pour* [trans. and intrans].

dồn *to amass, gather* [RV lại] ; *to do repeatedly* [follows main verb]. bước dồn *to quicken one's steps.* hỏi dồn *to press with questions.* dánh dồn *to beat repeatedly.* dổ dồn [of eyes] *to turn, focus* [vào *precedes object*] duổi dồn *to follow, pursue.* gọi dồn *to call several times.* bị dồn vào... *to be pushed or driven back against...*

dồn-dập *to come in great quantities, numbers, etc.*

dông *to dash off, sneak out.* Thôi dông đi! *Let's go!*

dông *storm* dông tố CL cơn.

dông dài *to babble, chat; to loiter, linger.*

dộng *chrysalis* [of silkworm].

dộng *to knock, rap, hit.*

dốt *to be illiterate, ignorant* dốt nát; *to be dull, slow-witted, stupid.* thằng dốt *ignoramus.*

dốt đặc *to be completely ignorant.*

dột [of roof] *to be leaking.*

dơ [= nhơ] *to be dirty, unclean, soiled* [with ở *to be*]; *to be shameful.* quần áo dơ *dirty clothes.* làm dơ *to soil* [lit. and fig.].

dơ bẩn *to be dirty, unclean.*

dơ dáng *to be shameless.*

dơ dáy *to be dirty, filthy, disgusting.*

dơ đời *to be shameless.*

dơ mắt *to be unpleasant to the eye.*

dớ dẫn *to be silly. ninny.*

dở *to open* [book, pot], *turn* [page] [RV ra]; *to get out, disclose, resort to* [trick].

dở *to be unfinished, half-done* dở chừng; *poor, mediocre, awkward, unskillful; to be a little mixed-up* dở người. dở ngô dở khoai *neither corn nor sweet potatoes,—neither fish nor fowl.* dở ông dở thằng *neither fish nor fowl, having no defined status.* sống dở chết dở *to be more dead than alive.* bỏ dở *to leave unfinished.*

dở chừng *to be half-done, unfinished.*

dở dạ [of pregnant woman] *to start to have labor.*

dở dang *to be left undone, unfinished.*

dở giời [of weather] *to change; to be under the weather, be unwell.*

dở gió [of weather giời, trời] *to start to be windy.*

dở hơi *to be mixed-up, cracked.*

dở miệng *to have no appetite.*

dở người *to be mixed-up, cracked.*

dở tay *to be busy doing something.*

dở việc *to be busy doing something.*

dỡ *to dish* [rice cơm from the pot] [RV ra]; *to dismantle, tear down* [house] [RV xuống, đi]; *to unload* [merchandises hàng].

dơi [SV phức] *bat* CL con.

dời [SV di, thiên] *leave.* dời dời *to move, to move, transfer change.* dù cho vật dời sao dời *L despite all changes.*

dời đời* *to move, change.*

dớn-dác *to be bewildered, scared.*

dờn *to be dark blue, dark green.*

dợn *to be wary, ripple, undulate.*

dớp *bad luck, ill luck.*

du R *to play, amuse oneself* [= chơi], *walk, stroll;* R *to travel;* R *to swim.*

du R *to flatter.*

du R *elm.*

du-côn *scoundrel, ruffian, hoodlum, hooligan, rascal.*

du-dân *nomad.*

du-dương [of music, voice] *to be melodious, lovely, enchanting.*

du-đàm *to be a roving ambassador.*

du-đãng *to be a vagabond, to roam.*

du-đạo *highwayman.*

du-hành *to travel.*

du-hiệp *knight errant.*

du-học *to go abroad to study.* Hội-đồng Du-học *Commission on Overseas study.*

du-học-sinh *overseas student, Vietnamese student abroad.*

du-hứng *pleasure of traveling.*

du-hý *amusement, entertainment.*

du-khách *traveler, tourist, sightseer.*

du-kích *guerrilla;* quân du-kích *guerrilla man, guerillero.* chiến-tranh du-kích *guerrilla warfare.*

du-ký *traveling notes.*

du-lãm *excursion, pleasure trip.*

du-lịch *to travel.* Nha Quốc-gia Du-lịch *National Office of Tourism.* khách du-lịch, nhà du-lịch *traveler, tourist.* du-lịch vòng quanh thế-giới *to travel around the world.*

du-mị *to flatter.*

du-mục *nomad, herdsman* dân du-mục.

du-ngoạn *to travel for pleasure, see sights.*

du-nhàn *to be idle.*

du-nhân *traveler, tourist.*

du-nịnh *to flatter.*

du-phiếm *to roam, walk around.*

du-sơn *excursion in the mountain.*

du-thủ du-thực *vagrant, vagabond.*

du-thuyết *to be a roving ambassador.*

du-thuyền *pleasure boat, yacht.*

du-tử *traveler, tourit, roamer, vagabond.*

du-xích *vernier; sliding-gauge.*

du-xuân *spring walk | to enjoy the spring.*

dù [= ô] *umbrella* CL cái, cây; *parachute.* nhảy dù *to parachute* [xuống down]; *to be an upstart, get an important position through the back door.* lính nhảy dù, quân nhảy dù *paratrooper.*

dù *though, although* dù mà, dù rằng. Dù anh (có) muốn đi (chăng) nữa, người ta cũng không đề cho anh làm. *Even if you want to, people wouldn't let you do it.* dù sao chăng nữa *anyway, at any rate.*

dụ *edict, decree, notice, order* [from above] CL đạo | *to instruct, compare.* dẫn dụ *to induce.* khuyến-dụ *to advise.* thí dụ, ví dụ *example | for example.*

dụ *to induce, entice, lure* dụ dỗ.

dụ-chi *edict, decree.*

dụ-dỗ *to induce, seduce, entice.* dụ dỗ vị-thành-niên *abduction of a minor.*

dụ-hoặc *to seduce, entice.*

dụ-ngôn *metaphor.*

dủ *to deign* dủ lòng thương *to feel sorry for.*

dú *to shake off* [dust bụi], *dust off* [blanket chăn, mat chiếu, etc.].

dua *to flatter* a dua.

duần *R bamboo shoot* [= măng].

dục *R desire, want; lust* tình dục. lửa dục *the flame of desire.* dâm dục *covetous, lustful; desire.* thị-dục *desire, passion.*

dục *R to bring up, rear, educate.* giáo-dục *to educate | education.* đức-dục *moral education.* thề-dục *physical education.* trí-dục *intellectual education.*

dục *R to bathe* [= tắm].

dục-anh *to bring up children.*

dục-cầu *to seek, look for.*

dục-hải *the sea of passion.*

dục-giới *the world of passion.*

dục tài *to nourish talent, promote talent.*

dục-thành *to bring up, educate.*

dục-tình *desire, passion, lust.*

dục-vọng *desire, lust.*

duệ *R to be shrewd, perspicacious.*

duệ *R descendant, scion* miêu-duệ.

duệ-trí *to be shrewd, perspicacious.*

duệ-triết *to be intelligent, clever, smart.*

dúi *to slip, insert.*

dùi *awl* CL cái | *to punch, bore, pierce* dùi thủng. dùi mài *to work hard, toil.*

dùi *cudgel, bludgeon, stick, club.*

dùi-cui *policeman's club, bludgeon.*

dùi đục *carpenter's hammer.*

dùi lỗ *to pierce, perforate.*

dùi trống *drumstick.*

dụi *to rub* [eyes], *rub out* [cigarette ashes tàn thuốc lá], *crush out* [fire].

dúm *to gather with one's fingers* | *pinch, handful.*

dúm *to be wrinkled, wizened* [RV lại]. dăn dúm *wrinkled, out of shape.*

dúm-dó *to be battered, out of shape.*

dúm lại *to assemble, amass, gather.*

dụm *to save, put aside* dành dụm.

dun *to push, shove; to urge, cause to, lead to, induce* dun dủi.

dun *worm* CL con. thuốc dun *vermifuge.*

dún *to bend.*

dún-dẩy *to waddle, strut, slouch.*

dún vai *to shrug one's shoulders.*

dùn *to back out.* bần dùn *to be hesitant, be unable to make up one's mind.*

dung *R to contain* | *R countenance* dung-nhan, dung-mạo. nội-dung *content* [of statement, letter, etc.]. chân-dung *portrait.*

dung *to tolerate* dung-tha, dung-thứ, dung túng. bao dung, khoan dung *to be tolerant.*

dung *R to be ordinary, common-place.*

dung-dị *to be easy and simple.*

dung-dịch *solution* [of solid in liquid].

dung-điểm *point of fusion.*

dung-độ *degree of fusion.*

dung-giải *to dissolve.*

dung-hạnh *behavior, conduct*

dung-hoà *to reconcile, compromise between.*

dung-hợp *to amalgamate.*

dung-lượng *volume, capacity.*

dung-mạo *physiognomy.*

dung-môi *solvent.*

dung-nạp *to accept, admit, tolerate.*

dung-ngôn *trivial words.*

dung-nhan *look, countenance.*

dung-phu *common man.*

dung-quang *good looks.*

dung tha *to pardon.*

dung thân *to take refuge.*

dung-thứ *to pardon.*

dung-tích *capacity.*

dung-túng *to tolerate, abet; allow tacitly, wink at.*

dúng *to dip* [in vat containing liquid, dye].

dùng [SV dụng] *to use, utilize, employ; to resort to* dùng đến; *to eat, have.* Ông đã dùng cơm [bữa] chưa? *Have you eaten yet?* cách dùng *instructions for use.* cần dùng *to need; to be needed, be necessary.* đồ dùng *tool.* đủ dùng *to be sufficient, be enough.* tin dùng *to have confidence in.*

dùng dằng *to be undecided, wavering.*

dũng [= dõng] *R to be brave, courageous* | *R courage.* anh-dũng *courageous.*

dũng-cảm *to be brave, courageous.*

dũng-khái *to be proud.*

dũng-khí *courage, ardor.*

dũng-mãnh *to be courageous, valiant.*

dũng-sĩ *valiant man, knight-errant.*

dũng-tâm *courage, bravery.*

dụng *R to use, employ* [= dùng]. hữu-dụng *useful.* vô-dụng *useless.* công-dụng *use.* tác-dụng *(practical) use, application.* tuyển-dụng, *to recruit.* bổ-dụng *to appoint.* lưu-dụng *to retain* [employee who has reached retirement age]. sử-dụng *to apply, use.* lợi-dụng *to take advantage of, avail oneself of.* lạm dụng *to abuse.* trọng-dụng *to give an important position to.* vật-dụng *things which are of general use.* thực-dụng *practical use.*

dụng-công *to try hard, endeavor.*

dụng-cụ *instrument, tool, implement, equipment.*

dụng-độ *expenses, expenditures.*

dụng-ích *usufruct.*

dụng-phẩm *instrument, tool, implement.*

dụng-quyền *to use one's authority.*

dụng-tâm *to do purposely.*

dụng-tình *to do purposely.*

dụng-võ *to use force, resort to force.*

dụng-ý *to have the intention of.*

duỗi [opp. co] *to stretch, spread out* [arms tay, legs chân] [RV ra].

duy *L only; but.* Duy (chỉ) có ông ấy là trong sạch. *Only he was honest.*

duy-danh-luận *nominalism.*

duy-dân *laicism.*

duy-dụng-luận *pragmatism.*

duy-động *dynamism.*

duy-đức-luận *moralism.*

duy-giác-luận *sensualism.*

duy-ích-luận *utilitarianism.*

duy-kỷ *to be egoistic, selfish.*

duy-linh *spiritualism.*

duy-lợi *utilitarianism.*

duy-lý *rationalism.*

duy-mỹ *esthetism, art for art's sake.*

duy-ngã *egoism.*

duy-nhất *to be the only one, be the sole, be unique.*

duy-tâm *idealism.*

duy-tân *modernism.*

duy-tha *altruism.*

duy thần *spiritualism.*

duy-thể *realism.*

duy-thực *realism.*

duy-tình *sentimentalism.*

duy-trí *intellectualism.*

duy-trì *to maintain, preserve.*

duy-vật *materialism.* duy-vật biện-chứng [communist] *dialectic materialism.* duy-vật sử-quan *historical materialism.*

duyên *predestined affinity.* có duyên *to be bound to meet as friends or husband and wife; to have both grace and graciousness.* kết duyên *to get married* [với to]. xe duyên L *to get married* [với to]. vô duyên *not to be bound to meet as friends or husband and wife; to lack grace and graciousness.*

duyên R *along.*

duyên-cớ *reason, cause.*

duyên-do *reason, cause, origin.*

duyên-hải *seacoast* | *coastal.*

duyên-khởi *origin, beginning.*

duyên-kiếp *predestined affinity.*

duyên-nợ *predestination, fate.*

duyên-phận *fate.*

duyên-số *predestined affinity.*

duyên Tần-Tấn *conjugal ties, marriage ties.*

duyến *gland.*

duyệt *to examine, inspect, review, censor* | *éxperience* lịch-duyệt. kiểm-duyệt *to censor.* bị kiểm-duyệt *censored.*

duyệt-binh *to review troops* | *review, parade.*

duyệt-lãm *to read over.*

duyệt-lịch* *to be experienced.*

duyệt-y *to approve.*

dư *the earth; the people.* địa-dư *geography.*

dư *surplus* thặng dư; *difference, balance* số dư | *to be residual, superfluous.* còn dư [of magnetism, etc.] *residual, remanent.*

dư-âm *echo.*

dư-ba *eddy, ripple, repercussion.*

dư-cát-tuyến *cosecant.*

dư-dả *to have more than enough; to be plentiful.*

dư-dật *to have more than enough; to be plentiful.*

dư-dụ *to be abundant.*

dư-dụng *to be superfluous.*

dư-đảng *remnants of a party.*

dư-địa *empty land, empty spot.*

dư-đồ *world map.*

dư-huệ *favor.*

dư-hưởng *last echo.*

dư-khoản *surplus, excess (of money).*

dư-lợi *surplus income.*

dư-luận *public opinion.*

dư-lực *excess of strength.*

dư-nghiệp *inheritance.*

dư-niên *late years of one's life.*

dư-số *remainder.*

dư-thặng* *surplus.*

dư-thừa *to be superfluous, left over.*

dư-vật *rest, remnants, surplus items.*

dừ *to be very well cooked, tender.*

dử *to lure* [by means of bait **mồi**].

dữ [SV hung] *to be fierce, ferocious, wicked;* [of date, omen] *to be bad, unlucky* [opp. **lành**]; *awfully, tremendously* [follows main verb]. thú dữ *wild beast.* tiếng dữ *bad reputation.* tin dữ *bad news.* Bài này khó dữ! *This lesson is awfully difficult.*

dứ-dội [of fighting] *to be violent;* [of noise] *to be tremendous, formidable.*

dứ-đòn [of parent] *to love to use corporeal punishment.*

dứ-kiện *datum, data.*

dứ-tợn *to be ferocious, cruel, wicked.*

dự *to participate (in), take part in* tham-dự; *to be involved in* can-dự.

dự *to prepare R.*

dự-án *bill, draft law.*

dự-bị *to prepare; to be preparatory.* năm dự-bị trường Đại-Học Văn-Khoa *the freshman year at the Faculty of Letters.*

dự-cảm *to have a presentiment of.*

dự-cáo *to notify in advance, warn.*

dự-cảo *draft, rough copy.*

dự-chiến *to take part in the fighting.* nước dự-chiến *belligerent country.*

dự-định *to plan to, expect.*

dự-đoán *to predict, foresee, forecast.*

dự-khuyết *to be alternate* [delegate, member, etc.], *stand-in.*

dự-kiến *preconceived idea, prejudice* | *to foresee, forewarn.*

dự-liệu *to predict, foresee, forecast.*

dự-mưu *plot conceived beforehand.*

dự-ngôn *prediction.*

dự-phòng *to take preventive measures.*

dự-thảo *draft, rough copy.*

dự-thẩm *examining magistrate.*

dự-thí *to take an examination.*

dự-thính *to attend* [lecture].

dự-tính *to estimate; to plan to.*

dự-toán *to estimate.*

dự-tri *to have a presentiment of.*

dự-trù *to provide for.*

dự-trữ *to stock up.*

dự-ước *preliminary agreement.*

dưa [SV qua] *melon* CL quả, trái; *salted vegetables, pickled mustard-greens.* dưa giá *pickled bean sprouts.* dưa hành *pickled scallions.* dưa chuột, dưa leo *cucumber.* dưa hấu, dưa đỏ *watermelon.* dưa bở *mealy cantaloupe.* dưa gang *large cucumber.* dưa hồng *honeydew.* vỏ dưa *melon rind.* hạt dưa *melon seed.* cắn hạt dưa *to crack melon seeds.*

dứa [= trái thơm] *pineapple* CL quả, trái [with bổ *to open,* gọt *to skin*]. nước dứa *pineapple juice.* khoanh dứa *pineapple ring.* lõi dứa *pineapple core.*

dừa [SV da] *coconut* CL quả, trái. cây dừa *coconut palm.* vỏ dừa *coconut husk.* sọ dừa *coconut shell.* cùi dừa *coconut meat, copra.* nước dừa *coconut milk.* bổ dừa *to split open a coconut.* nạo dừa *to scrape the meat out.* gáo dừa *coconut-shell dipper.* dầu dừa *coconut oil.*

dựa *to lean* [vào *against*], *rely on.*

dựa *See* nhựa.

dựa-dẫm *to lean on, depend on; to loaf.*

dực *R wing* [of bird, army, political party, ball team] [= cánh]. hữu-dực *right wing.* tả-dực *left wing.*

dưng *See* dâng.

dưng *to be a stranger.* người dưng (nước lã) *a stranger not related to us.* bỗng dưng *all of a sudden, unexpectedly.*

dưng *to be idle* ở dưng. ngồi dưng *to sit idle.* ăn dưng ngồi rồi *to be completely idle.*

dừng [= ngừng] *to stop short* [RV lại]. dừng bước *to stop walking.* dừng bút *to stop writing.* dừng chân *to stop walking.*

dừng dưng *to be indifferent.*

dửng mỡ *to be wild, stirred up.*

dựng *to erect, raise* [stele bia, statue tượng]; *to build, construct* xây dựng; *establish, create* gây dựng. dựng cờ khởi nghĩa *to raise the flag of rebellion, lead a revolt.* xây dựng *to build, construct; to be constructive.* dựng vợ gả chồng *to marry* [young people] *off.* dựng tóc gáy [of story] *to make one's hair stand on end.*

dựng đứng *to raise, stand* [something] *up; to make up, fabricate* [story].

dược R *medicine, cure* [= thuốc]; R *pharmacy.* Trường Đại-Học Y-Dược, Y-Dược Đại-Học-đường *Faculty of Medicine and Pharmacy.* độc-dược *poison.* linh-dược, thần-dược, tiên-dược *miraculous cure.*

dược-chí *pharmacopeia.*

dược-cục *pharmacy.*

dược-dịch *potion, mixture.*

dược-học *pharmacy* [as a subject of study].

dược-khoa *pharmacy, pharmaceutics* [as branch of study].

dược-liệu *drugs, pharmaceutical products.*

dược-phẩm *drugs, pharmaceutical products.*

dược-phòng *apothecary's shop, pharmacy, store.*

dược-sĩ *pharmacist, druggist.*

dược-sư *pharmacist, druggist.*

dược-tế *potion.*

dược-thảo *medicinal plants, herbs.*

dược-tính *medicinal property.*

dược-vật *pharmaceutical product.*

dược-vật-học *pharmacology.*

dưới *to be below, under, beneath, underneath* ở dưới; *to be the lower; to be down at* | *below, under, beneath, underneath.* dưới biển *on the sea, in the sea.* dưới đáy biển *in the bottom of the sea.* dưới chân *at the foot of.* dưới đất *on the floor, under the earth.* dưới nước *in the water, on the water.* dưới mặt nước *under the water.* dưới nhà *downstairs.* dưới trần *down below, here below* (in this world of dust). bụng dưới *abdomen.* cấp dưới *lower echelon.* người dưới, kẻ dưới *one's inferiors.* nhà dưới *outbuilding in the back* [where kitchen and servants quarters are located]. tầng dưới *ground floor, street floor.* môi dưới *lower lip.* hàm dưới *lower jaw.*

dương *poplar* CL cây. thùy-dương *weeping willow.*

dương *male principle, positive principle; plus* [opp. âm]; *solar.*

dương *to make known, show off.*

dương R *goat* [= dê].

dương R *ocean* [=đại-dương] | *R-occidental, western.* Ấn-độ-dương *Indian Ocean.* Bắc-băng-dương *Arctic Ocean.* Đại-tây-dương *Atlantic Ocean.* Nam-băng-dương *Antarctic Ocean.* Thái-bình-dương *Pacific Ocean.* Đông-dương *Indo-China.* Nam-dương (Quần-đảo) *Indonesia.* Tây-dương *occidental, western.* xuất-dương *to go abroad.*

dương *to open* [umbrella ô]; *to pull* [bow **cung**]; *to show off* [power **oai, uy**]. dương vây *to show off, brag, boast.*

dương-bản *positive* [of photograph].

dương-cầm *piano.*

dương-cực *positive pole, anode.*

dương-danh *to make oneself a name.*

dương dương *to show off* dương dương tự-đắc.

dương-diện *positive electricity.*

dương-gian *this world—as opposed to the world beyond.*

dương-hải *sea, ocean.*

dương-lịch *solar calendar, Western calendar.*

dương-liễu *poplar and willow; willow.*

dương-mai *syphilis.*

dương-mao *pubic hair.*

dương-nhật *the sun.*

dương-số *positive number.*

dương-thanh *loud-speaker.*

dương-thế *this world — as opposed to the world beyond.*

dương-tính *male nature.*

dương-vật *penis.*

dường *semblance, degree, manner* [= nhường]. dường ấy *like that, that degree, that much.* dường bao, dường nào *how much, so much.* khéo biết dường nào *how clever!* dường như (là) (*it seems to me*) *that.*

dưỡng R *to nourish; to support* [as dependents] phụng-dưỡng, cấp-dưỡng; *to keep* [pets] [= nuôi].

dưỡng-bệnh *to convalesce, be in convalescence.*

dưỡng-chấp *chyle.*

dưỡng-dục *to bring up, rear.*

dưỡng-đường *hospital, clinic.*

dưỡng-già *to spend one's remaining days.*

dưỡng-khí *oxygen.*

dưỡng-lão *to spend one's remaining days.*

dưỡng-mẫu *adoptive mother, foster mother.*

dưỡng-mục *to preserve one's eyesight.*

dưỡng-nữ *adopted daughter, foster daughter.*

dưỡng-phụ *adoptive father, foster father.*

dưỡng-sinh *to nourish, feed, bring up, rear.*

dưỡng sức *to conserve one's energy—by rest.*

dưỡng-thành *to form, develop.*

dưỡng-thân *to rest; to nourish one's parents.*

dưỡng-tử *adopted son, foster son; foster child.*

dượng *stepfather* bố dượng; *one's paternal aunt's husband* [= chú].

dượt *to train, practice, drill* tập dượt.

dứt *to cease, terminate, end, come to an end; to break off* chấm dứt.

dứt bệnh *to be cured, recover.*

dứt khoát *to be clear-cut, leave no ambiguity, settle a question, clinch the matter.*

dứt lời *upon these words, so saying* nói dứt lời.

dứt tình *to break off* [relationship, friendship, love affair, conjugal love].

Đ

đa *banyan.* cây đa *banyan tree.*

đa *rice pancake, rice wafer.*

đa R *much, many* [= nhiều]; R-poly- [opp.thiều].tối-đa *maximum.* quá đa *too, excessively.* đa ngôn đa quá *to speak a lot (and sin a lot).*

đa-âm *to be polysyllabic, polytonic.*

đa-cảm *to be sensitive, sentimental.*

đa-dâm *to be lustful, lewd.*

đa-dục *to be lustful, lewd.*

đa-đa *partridge* CL con.

đa-đoan [of human affairs] *to be complicated, involved.*

đa-giác *to be polygonal* | *polygon* hình đa giác.

đa-hôn *polygamy.*

đa mang *to be preoccupied with many things at a time, have too many irons in the fire.*

đa-nghi *to be suspicious, distrustful, mistrustful.*

đa-ngôn *to talk too much.*

đa-phu *to be polyandrous.*

đa-phúc *to be fortunate, have many blessings.*

đa-sầu *to be sentimental(ist).*

đa-số *majority.* lãnh-tụ đa-số *majority leader.* đại-đa-số *the great majority, vast majority, an overwhelming majority.*

đa-sự *to be meddlesome, be given to meddling, be officiously intrusive.*

đa-tạ *thank you very much, many thanks.*

đa-tài *to have many talents, be talented, be versatile.*

đa-thần-giáo *polytheism.*

đa-thê *to be polygynous, polygamous* | *polygamy; polygyny.*

đa-thức *polynomial.*

đa-tình *to be sensual, amorous; be sensitive, sentimental.*

đa-tư-lự *to worry too much, feel great care and anxiety.*

đá [SV thạch] *stone* CL hòn, viên, tảng [with giải, đồ **to cover**, lát **to pave**]. rắn như đá *hard as stone.* cối đá *stone mortar.* hầm đá *quarry.* hang đá *cave, cavern.* mưa đá *hail.* núi đá *rocky mountain.* nước đá *ice.* nhũ đá *stalactite, stalagmite.* than đá *coal.*

đá *to kick* [somebody, shuttlecock cầu, ball **ban, banh, bóng**].

đá bật lửa *flint.*

đá bọt *pumice stone.*

đá bồ-tát *feldspar.*

đá bùn *schist.*

đá cẩm-thạch *marble.*

đá cuội *gravel.*

đá dăm *broken stones, pebble, gravel.*

đá đẽo *freestone, ashlar.*

đá hoa *marble; tile* [for floors and ornamental work] *gạch đá hoa.*

đá lửa *flint, silex.*

đá mã-não *agate.*

đá mài *whetstone, grindstone.*

đá nam-châm *magnet.*

đá nhám *pumice stone.*

đá ong *laterite.*

đa phiến-ma *gneiss.*

đá sỏi *gravel.*

đá thử vàng *touchstone.*

đá vàng *oath of love.* nghĩa đá vàng *love, marriage.*

đá vân-mẫu *mica.*

đá vôi *limestone.*

đà *spring, start, bound.* lấy đà *to take a spring or flight.*

đà *R transliteration of ta, da in foreign words, as* A di đà phật 'Amitabha' [exclamation like 'Thank Heaven' 'God bless him'].

đà-điểu *ostrich.*

Đà-giang *Black River* [in North Vietnam],

Đà-nẵng *Tourane.*

đả *R to hit, strike, beat* [= *đánh*]. loạn-đả *fight.* ẩu-đả *fight.*

đả-đảo *to topple, overthrow, knock down | down with…*

đả-động *to touch, dwell* [đến, tới on], *mention.* Tôi không dám đả động gì đến chuyện ông ấy say rượu *I didn't dare mention his being drunk.*

đả-kích *to attack, criticize.*

đả-phá *to hit, strike, attack, destroy, demolish.*

đả-thương *assault and battery; to wound.*

đả-tiêu *to annihilate, destroy.*

đã *to have already* [done so-and-so] [precedes main verb, sentence ending optionally with rồi] | *already; first* [occurs at the end of sentence] | *to satisfy, satiate* [thirst, anger]. Tôi đã đọc cuốn sách ấy (rồi) *I (have) already read that book.* Đã thế/vậy thì… *If it's so…; if so (is the case)..* Đã thế/vậy mà lại… *Despite all that…* Đã hay rằng… *Granted that…* cho đã đời *until full satisfaction, to satiety.* cực chẳng đã *unwillingly, reluctantly.* Chúng ta hãy ăn đã. *Let's eat first.*

đạc *R to measure, survey* [land, estate].

đạc-điền *to measure land, survey land | land survey.*

đai [SV đái] *sash, belt; hoop, rim.* đai lưng *belt.* đai ngựa *belly band* [on horse]. đai nồi *life belt.* đai thùng *cask hoop.* đánh đai *to hoop, bind or fasten with hoops.*

đái *to urinate, make water* đi đái. nước đái *urine.* nước đái quỷ *ammonia (water).* bọng đái *urinary bladder.*

đái *R band* [= *đai*]. *See* đới.

đái [SV đội] *to support with the head.* bất-cộng đái thiên *to be deadly enemies;* [of sounds] *to be in complementary distribution.* ái-đái *to love and honor.*

đái dầm *to wet the bed.*

đái đường *diabetes.*

đái tội (lập công) *to carry the weight of one's fault.*

đái vãi *to wet one's pants.*

đài *calyx, flower cup* đài hoa; *base, pedestal.*

đài *tower, monument, radio station, observatory* | *noble - mannered.* thiên-văn-đài *observatory.* lâu-đài *palace.* vũ-đài, võ-đài *ring, arena.*

đài R *to carry with a pole* đài tải.

đài R- (L) *your.*

đài R moss [= rêu].

đài bá-âm *broascasting station.*

Đài-Bắc *Taipei.*

đài-các *nobility* | *to be noble-mannered, aristocratic.*

đài điện-thị *television station.*

đài gương *a beautiful woman.*

đài kỷ-niệm *memorial monument.* dài kỷ-niệm chiến-sĩ trận vong *War Dead Memorial.*

Đài-Loan *Taiwan, Formosa.*

đài phát-thanh *broadcasting station.*

đài-tải *to carry, transport.*

đài thiên-văn *observatory.*

đài-trang *beautiful woman.*

đài vô-tuyến-điện *radio station.*

đải *to blanch, flay* [soybeans đậu]; *to wash, pan* [sand cát for gold].

đải R *to be negligent, lazy.*

đải *to treat* thết đãi, *entertain.*

đãi L *to wait, R to treat* đối đãi, đãi ngộ. bạc-đãi *to treat badly.* chiều đãi, hậu-đãi, trọng-đãi *to treat well.* ngược-đãi *to persecute.* biệt đãi, ưu đãi *to give special treatment.*

đãi-bôi *to invite because one has to.*

đãi-công *to go on a slowdown strike.*

đãi-đằng *to treat.*

đãi-ngộ *to treat.*

đãi-nọa *to be lazy.*

đãi thời *to wait for better times, be a fence-sitter.*

đại *frangipani.*

đại *to act despite inability, advice, warning or dissuasion* [follows main verb which is optionally preceded by cứ].

đại R *big, great* [= to, lớn]; R-*very.* cự-đại *big, large.* vĩ-đại *great, grandiose.* phóng-đại *to enlarge.* tự-cao tự-đại *conceited.*

đại R *generation, time.* mãn-đại *all one's life.* tứ đại đồng đường *four generations under the same roof.* cận-đại *modern (times).*

đại R *to substitute, represent* [= thay].

đại-ác *very cruel.*

đại-ân *great favor.*

đại-bác *cannon, artillery* CL khầu.

đại-bại *to suffer great defeat, be beaten hollow.*

đại-bán *the greater part, for the most part.*

đại-bản-doanh *headquarters.*

đại-biến *upheaval, big change, revolution.*

đại-biện *chargé d'affaires.*

đại-biểu *to represent* [cho precedes object] | *delegate, representative.* đoàn đại-biểu *delegation.*

đại-binh *the main body of an army ; a great army.*

đại-châu *continent.* ngũ đại-châu *the five continents.*

đại-chiến *World War* CL cuộc, trận. thế-giới đại-chiến lần thứ nhì *World War II.*

đại-chủ-giáo *cardinal.*

đại-chúng *the people, the masses* | *popular, universal.*

đại-chúng-hóa *to popularize, put within reach of the masses.*

đại-cố *big change, great misfortune; deep mourning.*

đại-công *to be very just, fair, disinterested, impartial.*

đại-công *great meritorious service; nine months' mourning.*

đại-cục *general situation, general state of things.*

đại-cương *outline* | *to be general.*

đại-danh *(your) great name, great fame.*

đại-danh-từ *pronoun.*

đại-diện *to substitute* [cho for], *represent* | *delegate, representative.*

đại-dinh *see* đại-bảnh-doanh·

đại-dương *ocean.*

Đại-dương-châu *Oceania.*

đại-đa-số *great majority, vast majority, overwhelming majority.*

đại-đảm *great courage.*

đại-đao *big saber, long-handled scimitar.*

đại-đạo *fundamental doctrine, the Way.*

đại-đăng-khoa *success at examination.*

đại-đế *God.*

đại-đề *roughly speaking, in general, grosso modo.*

đại-điền-chủ *big landowner, big landlord.*

đại-điền *great affairs of state; great ceremonial.*

đại-điện *throne room.*

đại-đình *imperial court.*

đại-đô *large city, metropolis.*

đại-độ *tolerance, generosity.*

đại-đội *battalion.*

đại-động-mạch *aorta.*

đại-đồng *universal concord, harmony.* chủ-nghĩa đại-đồng *universalism.*

đại-đởm *great courage.*

đại-gia *great family.*

đại-hải *ocean.* văn tràng-giang đại-hải *long-winded style.*

đại-hàn *great cold.*

Đại-Hàn *(Great) Korea.*

đại-hạn *drought.*

đại-hạn *great limit,* — *death.*

Đại-Hiến (- chương) *Magna Charta.*

đại-hiền *great sage.*

đại-hình *crime.* Tòa án đại-hình *Criminal court.*

Đại-Hòa *Japan.*

đại-hoàng *rhubarb.*

Đại-học *the Great Learning, one of the Four Books.*

đại-học *higher education; university, college, faculty* trường đại-học. giáo-sư đại-học *(university) professor·* viện đại-học *university.*

đại-học-đường *college, faculty, university.*

đại-học-hiệu *college, faculty, university.*

Đại-Hồi *Pakistan; Pakistani | Pan-Islamism.*

đại-hội *festival; congress, general assembly.*

đại-hội-đồng *general assembly.*

đại-hồng-thủy *flood, deluge.*

đại-hùng-tinh *Ursa Major.*

đại-huynh *you (my older brother); you (my friend).*

đại-hỷ *great rejoicing; marriage, wedding.*

đại-khái *general outline; roughly speaking, in the main.*

đại-khoa *civil service examination.*

đại-lãn *very lazy.*

đại-lễ *big ceremony.*

đại-loại *generally, in general.*

đại-loạt *generally speaking, in general.*

đại-lộ *avenue, boulevard.*

đại-luận *Great Discourse.*

đại-lục *continent, mainland.*

đại-lược *summary, abstract.*

đại-lượng *to be tolerant, generous.*

đại-lý *agent, dealer.* đại-lý độc-quyền *sole agent.*

đại-lý-tài *financier.*

đại-mạch *barley.*

đại-nạn *great misfortune.*

đại-nghị *parliamentary.*

đại-nghĩa *great cause.*

đại-nghịch *high treason.*

đại-nghiệp *great enterprise.*

đại-ngôn *big talk.*

đại-nguyên-soái *generalissimo.*

đại-nhân *high-ranking mandarin; Your Excellency*

đại-nhiệm *great responsibility.*

đại-nho *great scholar.*

đại-nương *my lady.*

đại-phàm *generally (speaking), all, for the most part.*

đại-phản *high treason.*

đại-phong *typhoon, storm, hurricane.*

đại-phu *great mandarin (in ancient China).*

đại-phú *wealthy man.*

đại-phúc *great happiness.*

đại-quan *great mandarin; overall view.*

đại-quân *great army.*

đại-qui-mô *large-scale.*

đại-số *algebra; algebraic.*

đại-số-học *algebra [the subject].*

đại-súy *generalissimo.*

đại-sư *great master; great priest.*

đại-sứ *ambassador.* tòa đại-sứ *embassy.*

đại-sứ-quán *embassy.*

đại-sự *big affair, big business, important matter; deep mourning.*

đại-tá *[army] colonel; [navy] captain.* Cf. trung-tá, thiếu-tá.

đại-tác *(your) masterpiece, (your) composition.*

đại-tài *great talent.*

đại-tang *deep mourning.*

đại-tật *grave illness.*

Đại-tây-dương *the Atlantic Ocean.* Tổ-chức Minh-ước Bắc Đại-tây-dương *North Atlantic Treaty Organization.*

đại-thánh *great saint.*

đại-thắng *great victory.*

đại-thẩm-viện *Supreme Court.*

đại-thần *high dignitary, high-ranking mandarin.*

đại-thế *circumstances, conditions.*

đại-thế *general state of affairs.*

đại-thống *imperial throne.*

đại-thử *heat wave; dog days.*

đại-thừa *Mahayana — form of Buddhism prevalent in China and Vietnam.* Cf. tiểu-thừa.

đại-thương *big business.*

đại-tiện *to go to the bathroom, have a bowel movement* đi đại-tiện Cf. tiểu-tiện.

đại-toàn *to be perfect.*

đại-tràng *large intestine.*

đại-trí *great mind.*

đại-triết *great philosopher, great thinker.*

đại-triều *imperial audience.*

đại-trước *masterpiece.*

đại-trượng-phu *great man.*

đại-tự *large characters.*

đại-tướng *lieutenant-general.* Cf. thống-tướng, trung-tướng, thiếu-tướng.

đại-úy [army] *captain;* [navy] *lieutenant.* Cf. trung-úy, thiếu-úy.

đại-văn-hào *great writer.*

đại-vương *emperor; Sire.*

đại-xá *amnesty.*

đại-ý *main point, gist.*

đại-yếu *to be essential.*

đam *R to have an intense desire for* đam mê.

đam mê *to have an intense desire for.*

đám *crowd, throng; festival, fete* | *CL for crowds, clouds, fields, etc.* đám đông *crowd, throng.* đám bạc *group of gamblers.* đám cỏ *lawn.* đám cưới *wedding procession.* đám ma, đám tang *funeral.* đám rước *procession, parade.* đám tiệc *dinner (party).* đám người biểu-tình *the crowd of demonstrators.* một đám mây trắng *a white cloud.*

đàm *R spittle, sputum* [= đờm].

đàm *R to talk, converse* khẩu-đàm. nhàn-đàm *idle talk.* thường-đàm *ordinary conversation; colloquial.*

đàm-đạo *to talk, converse, discuss.*

đàm-luận *to talk, discuss.*

đàm-phán *to talk, negotiate, confer.* cuộc đàm-phán Việt-Pháp *French-Vietnamese talks.*

đàm-suyễn *asthma.*

đàm-thoại *to converse* | *conversation.*

đàm-thuyết *to talk, confer.*

đàm-tiếu *to laugh at.*

đảm *R bile, gall bladder* [= mật]. can-đảm *courageous.* đại-đảm *great courage.* thắt-đảm *to be scared.*

đảm *to be capable, be resourceful, have ability, be a good business woman* | *R to bear (the responsibility).* bảo-đảm *to guarantee.*

đảm-bảo* *to guarantee* | *guarantee.*

đảm-chấp *bile.*

đảm-dịch *bile.*

đảm-đang *to take charge (ably) of; to be capable, be resourceful.*

đảm-khí *courage.*

đảm-khiếp *to be coward.*

đảm-lính *to assume the responsibility of, take charge of.*

đảm-lực *courage, daring.*
đảm-lượng *courage.*
đảm-nhận *to assume* [duty], *accept* [responsibility].
đảm-nhiệm *to assume* [duty].
đảm-phụ *contribution.*
đạm *R to be weak, insipid, light* [= nhạt, lạt]; *R nitrogen* chất đạm. lãnh-đạm *cold, indifferent.* thanh-đạm *simple, frugal.* điềm đạm *cool, poised, meek.*
đạm-bạc [of meal] *to be simple, frugal.*
đạm-chất *nitrogen.*
đạm-khí *nitrogen.*
đạm-mạc *to be cold, indifferent.*
đạm-nhã *to be sober, simple.*
đạm-nhiên *to be indiffereni.*
đạm-sắc *light color.*
đạm-thủy *fresh water.*
đạm-tình *indifference.*
đan *to knit* [sweater áo len], *weave* [mat chiếu, basket rổ, net lưới, cane chair ghế mây], *braid.*
đan [also đơn] *R red.*
đan [also đơn] *R pill.*
đan-chiếu *imperial edict* [with red seal].
đan-dược *elixir of life, cure-all.*
Đan-Mạch *Denmark | Danish.*
đan-quế *L the moon.*
đan tâm *red ginseng.*
đan-thanh *red and green painting; beautiful painting.*
đan-trì *imperial palace.*
đán *R dawn, morning.* nhất đán *overnight.* Nguyên-đán *New Year's day,* New Year's Festival [lunar calendar].

đán-tịch *morning and evening,* — *short period of time.*
đàn [SV cầm] [= đờn] *musical instrument, string instrument* [piano, guitar, mandolin, violin, etc.] CL cây, cái [with chơi, đánh *to play,* gảy *to pluck,* kéo *to play* (with a bow)] | *to play.* lên giây đàn *to tune the instrument.* dạo đàn *to try out, play a few bars.*
đàn *flock, herd, school, band.*
đàn *altar; R rostrum, terrace.* diễn-đàn *tribune.* đăng-đàn *to go up to the rostrum.* văn-đàn *literary forum.* Nữu-Ước Luận-đàn-báo *the New York Herald Tribune.*
đàn *R to accuse, charge, censor.*
đàn *R to press; elastic.*
đàn *R to give alms; R sandal* bạch đàn.
đàn anh *elder('s rank).*
đàn áp *to repress, quell, suppress.*
đàn bà *woman, women, female.*
đàn-địch *to play the guitar and the flute, play musical instruments.*
đàn em *younger('s rank).*
đàn-hạch *to question severely, impeach.*
đàn-hặc *to incriminate, censure, admonish.*
đàn-hương *sandalwood.*
Đàn-hương-sơn *Honolulu.*
đàn-ông *man, men; male.*
đàn-tính *elasticity.*
đàn việt *to give alms to Buddhist monks.*
đản *R birthday* [of saints, gods]. Gia-tô Thánh-đản *Christmas.* Phật-đản *Buddha's Birthday.*
đản *R egg.*

đản *R to exaggerate, lie.*

đản-bạch-chất *albumin.*

đản-nhật *birthday.*

đản-ngôn *lie.*

đản tử *lie.*

đạn *bullet, slug* CL **hòn, viên;** *R missile.* **hỏa-đạn** *missile.* **súng đạn** *guns and bullets, warfare, hostilities.* **Tên cướp bị hai phát đạn** *The hold-up man got two bullet wounds.*

đạn-dược *ammunition.*

đạn đại-bác *cannon ball.*

đạn trái-phá *shell.*

đang [also **đương**] *to be engaged in* [doing so-and-so], *be in the midst of* [doing something] [precedes main verb].

đang *to have the heart* [tâm] *to* [do something] **đang tay, đang tâm.**

đang đêm *in the middle of the night.*

đang khi *while.*

đang lúc *while.*

đang tay *to have the heart to* [do something].

đang tâm *to have the heart to* [do something].

đáng *to deserve, merit; to be worthy of* **xứng đáng;** *R suitable, proper, appropriate, adequate* **đích đáng, thích-đáng,** *legitimate* **chính đáng.**

đáng chê *to be blamed.*

đáng đời *to deserve well.*

đáng giá *to be worth* [so much].

đáng khen *to be praiseworthy, laudable.*

đáng kiếp *to deserve well.*

đáng lẽ *instead of.*

đáng lý *instead of.*

đáng mặt *to be worthy of* [being something].

đáng thương *to be pitiful, pitiable.*

đáng tiền *to be worth its price, be worth the money.*

đáng tội *to deserve punishment.* (nói) **của đáng tội** *to be fair.*

đáng-trách *to be blamed.*

đàng *See* **đường.**

đảng *gang, band; (political) party* **đảng chính-trị, đảng phái, chính đảng. chủ đảng, đầu đảng** *gang-leader, party head.* **đảng Bảo-thủ** *the Conservative Party.* **đảng Lao-động** *the Labor Party.* **đảng Cộng-hòa** *the Republican Party.* **đảng Dân-chủ** *the Democratic Party.* **đảng Cộng-sản** *the Communist Party.* **đảng Xã-hội** *the Socialist Party.* **đảng Cấp-(tiến) xã-(hội)** *the Radical Socialist Party.*

đảng-bộ *committee* [of a party].

đảng-chương *party program.*

đảng-hữu *comrade.*

đảng-phái *parties and factions* | *to be partisan.* **óc đảng-phái** *partisanship.*

đảng-tranh *party struggle.*

đảng-trị *one-party system, one-party rule.*

đảng-trưởng *party head, party leader.*

đảng-viên *party member, party man.*

đảng-ủy *committee* [of a party].

đãng *to be absent-minded, be forgetful* **đãng trí, đãng tính. lơ đãng** *forgetful.*

đẵng -R *to be dissolute; to waste.* du đẵng *vagabond, ruffian.* phóng đẵng *debauched.*

đẵng-phí *to waste.*

đẵng-phụ *loose woman, dissolute woman.*

đẵng-tính *to be absent-minded* | *absent-mindedness.*

đẵng-trí *to be absent-minded, forgetful.*

đẵng-tử *vagabond; libertine.*

đanh [also đinh] *nail, screw* [with đóng *to drive in,* vặn *to screw*]. búa đanh/đ nh *claw hammer.* đầu đanh *boil, pimple.*

đanh ba *pitchfork, trident.*

đanh đá *to be resolute; be impertinent.*

đanh ghim *pin.*

đanh khuy *nut.*

đanh ốc *screw.*

đanh thép [of voice, character] *to be steel-like, firm, energetic, forceful.*

đánh *to hit, strike, beat, combat, fight; to rub, polish; to play* [cards, chess, etc...], *play* [string instrument]; *to levy* [tax]; *to eat, sleep, dress; to move* [tree]; *to drive* [car]; *to beat, stir.* Nó đánh ba bát cơm *He downed three bowls of rice.* Tôi đánh một giấc cho đến sáng *I slept through until daybreak.* Anh ấy đánh cái sơ mi cũ *He put on an old shirt.* đánh ầm một cái *with a crash.*

đánh bả *to poison* [watchdog].

đánh bạc *to gamble.*

đánh bài *to play cards.*

đánh bạn *to befriend.*

đánh bạo *to venture to.*

đánh bẫy *to trap, ensnare.*

đánh bể *to break* [glassware, chinaware].

đánh bi *to shoot marbles.*

đánh bóng *to polish; to stump, shade off.*

đánh cá *to fish; to bet, wager.*

đánh chân mày *to fix the eyebrows.*

đánh chén *to eat and drink.*

đánh chết *to beat to death.*

đánh cờ *to play chess.*

đánh cuộc *to bet, wager.*

đánh dấu *to mark; to put the accent mark or diacritic.*

đánh dẹp *to repress, suppress, quell.*

đánh diêm *to strike a match.*

đánh đằm *to sink* [transitive].

đánh đập *to beat.*

đánh đĩ *to be a prostitute, act like a prostitute.*

đánh điện *to telegram, wire.*

đánh địt *to blow a fart.*

đánh đòn *to beat, flog.*

đánh đổ *to bet, wager.*

đánh đổ *to spill.*

đánh đôi (đánh đọ) *to team up, gang up.*

đánh đổi *to swap, trade-in.*

đánh đu *to swing; join the company.*

đánh đùng *all of a sudden* đánh đùng một cái.

đánh ghen *to make a scene because one is jealous.*

đánh giá *to appraise.*

đánh gianh *to weave grass together.*

đánh giặc *to go to war, fight the rebels.*

đánh giây thép *to send a telegram, wire* [cho to].

đánh giày *to polish shoes, shine shoes.* kem đánh giày *shoe polish.*

đánh gió *to rub a sore spot, rub out a cold.*

đánh gươm *to fence.*

đánh hơi *to smell, scent.*

đánh láng *to polish.*

đánh liều *to risk.*

đánh lông mày *to trim or pencil one's eyebrows.*

đánh luống *to furrow.*

đánh lưới *to catch with a net.*

đánh má hồng *to apply rouge.*

đánh máy (chữ) *to type.*

đánh mất *to lose, mislay.*

đánh móng tay *to polish one's fingernails.*

đánh nhau *to fight each other.*

đánh phấn *to powder one's nose.*

đánh quần *to play tennis.*

đánh rắm *to blow a fart.*

đánh rơi *to drop.*

đánh số *to number.*

đánh tháo *to attack in order to set free a prisoner.*

đánh thuế *to levy taxes.*

đánh thuốc (độc) *to poison.*

đánh thức *to wake* [somebody] *up.*

đánh tranh *to weave grass.*

đánh tráo *to swap.*

đánh trận *to go to war.*

đánh trống *to beat drum.* vừa đánh trống vừa ăn cướp.

đánh trống lảng *to evade the subject.*

đánh trống lấp *to change the subject in order to avoid embarrassment.*

đánh vảy *to scale* [a fish].

đánh vần *to spell* [a word].

đánh vật *to wrestle.*

đánh võ *to box, wrestle.*

đánh vỡ *to break* [chinaware, glassware].

dành *to resign or consent to* [precedes main verb] dành lòng. Tôi dành phải đợi đến sang năm *I had no choice but to wait until next year.*

dành-hanh *to be wicked, naughty.*

dành-phận *to resign oneself to one's lot, be content with one's lot.*

dành rằng *though, although* đã dành rằng.

đao R *knife* [= dao]; *scimitar.* binh-đao *war, hostilities.* dạ-đao *long-handled sword.* đoản-đao *dagger.*

đao-kiếm *sabre and sword, weapons.*

đao-phủ *executioner.*

đao-thương *war, hostilities.*

đáo *hopscotch* [with chơi, đánh *to play*].

đáo R *to reach, arrive at* [= đến].

đáo-để [Familiar] *extremely, excessively* [follows verb].

đáo-kỳ *to reach the deadline.*

đáo-lý *to be reasonable, logical.*

đào *peach* CL quả, trái; *young girl; actress* đào hát, *movie star* đào chớp bóng, đào xi-nê. cây đào *peach tree.* hoa đào *peach blossom.* anh-đào *cherry.* hạnh đào *apricot.* trúc-đào *oleander.*

đào to dig, dig up, excavate, sink [well **giếng**].

đào R to escape, flee, be on the run **bôn đào**. **tại đào** running away.

đào R wave **ba-đào**.

đào R to mold, model, create, make.

đào-binh deserter.

đào chú to form, create.

đào-danh to avoid fame, shy away from honors.

đào-dưỡng to cultivate.

đào hát actress. Cf. **kép hát**.

đào-hoa to be lucky in love.

đào-học to play hooky.

đào kép actors and actresses, the cast.

đào-kiềm rosy cheeks, — pretty girl.

đào-luyện to train.

đào-lý students, disciples.

đào mỏ to be a gold-digger.

đào-nạn to flee danger.

đào-nặc to take refuge.

đào-ngũ to desert.

đào-nguyên Arcadia, Fairyland.

đào non young girl.

đào-quân deserter.

đào-tạo to train, form.

đào-tàu to escape, flee.

đào-thải to select. **tự-nhiên đào-thải** natural selection.

đào-thế to retire from the world.

đào-thoát to escape, run away.

đào tơ* young girl.

đào vong* to run away, flee.

đào yêu* young girl.

đảo island CL **hòn**. **bán-đảo** peninsula. **quần-đảo** archipelago. Côn-

đảo Poulo Condre. **hoang-đảo** deserted island.

đảo R to turn over, turn around, turn upside down, overthrow. **đả-đảo** to topple, overthrow, knock down | down with. **khuynh-đảo** to overthrow.

đảo R to pray **cầu-đảo**.

đảo-bế bankruptcy.

đảo-chính coup d'etat.

đảo-điên* to be upside down; to be unhappy; to be shifty, disloyal.

đảo-loạn to overthrow, upset.

đảo-lộn to turn upside down, upset.

đảo nghịch to rebel.

đảo ngược to turn upside down, upset.

đảo-vũ to pray for rain.

đạo ethical way of acting, duty, the way; doctrine, religion; Taoism; Christianity; R road, way, route, orbit | to lead, guide. **đạo** làm con a child's duty, one's duty as a child. **đạo** Khổng (-tử) Confucianism. **đi đạo** to be a Catholic. **xích-đạo** equator; Ecuador. **quỹ-đạo** orbit. **đạo** Gia-tô Catholicism. **đạo** Hồi-hồi Islamism. **đạo** lão Taoism; **đạo** Phật Buddhism. **đạo** Thiên-chúa Christianity. **đạo** Tin-lành Protestantism. **bần-đạo** I a poor priest. **cố đạo** missionary. **nhân-đạo** humanity. **hướng-đạo** guide. **chỉ-đạo**, **dẫn-đạo** to guide, steer.

đạo R to steal, rob. **cường-đạo** highwayman.

đạo CL *for armies, laws, decrees, edicts, etc...* một đạo quân, một đạo binh *an army.* một đạo luật *a bill.* một đạo sắc-lệnh *a decree.*

đạo-cô *Taoist priestess.*

đạo-diễn *producer, stage manager* [radio, theater, T.V.].

đạo-đức *virtue, morality, goodness.*

đạo-gia *Taoist.*

đạo-giáo *Taoism.*

đạo-hạnh *virtue.*

đạo-học *ethics.*

đạo-kiếp *robbers, burglars.*

đạo-lý *doctrine, principle, morals.*

đạo mạo *to be serious-looking, distinguished-looking.*

đạo-nghĩa *moral principle.*

đạo-nhân *Taoist priest.*

đạo-phi *brigand, bandit.*

đạo-sĩ *Taoist priest.*

đạo-sư *Taoist priest.*

đạo-tặc *brigand, pirate.*

đạo-văn *to plagiarize.* tội đạo-văn *plagiarism.*

đạo-viện *monastery, temple.*

đáp *to answer, reply* phúc-đáp; *to return* [favor] báo đáp. đối đáp *to answer questions.* hiếp đáp *to oppress, bully.* bồi-đáp *to return.* ứng-đáp *to answer questions.* vấn đáp *question and answer; oral examination* thi vấn-đáp. Phúc-đáp quí-công-văn ngày... *In reply to your letter of...*

đáp *to catch, take* [train, boat, plane].

đáp-án *answer.*

đáp biện *to reply.*

đáp-lễ *to return* [call, visit, present].

đáp-phúc* *to answer.*

đáp-từ *reply* [to speech].

đáp-ứng *to answer* [need].

đạp *to kick* [with sole or heel] [một cái *once*], *tread, step on.* bàn đạp *pedal.* xe đạp *bicycle.* xe đạp nước *water wheel.*

đạp-đồ *to topple, overthrow, kick down, push down.*

đạp mái [of cock] *to copulate with his hen.*

đạp-thanh *spring stroll.*

đạt *to reach* [aim mục-đích], *realize; to transmit* chuyền-đạt, *convey, express* diễn đạt, đạo đạt; *to prosper* phát-đạt. đề-đạt *to communicate, advise, inform.* thông-đạt *to inform, advise.* tiến-đạt *to introduce* [to a superior]. Muốn đạt được mục-tiêu ấy, ta phải làm việc xuốt ngày đêm *In order to reach that goal ,we will have to work day and night.*

đạt-đáo *to reach, realize.*

đạt-đạo *universal doctrine.*

đạt-lý *to master the principles, understand the principles fully.*

đạt nhân *sophisticated man; successful man.*

đạt-thấu *to comprehend fully, possess.*

đạt-thức *to know well, master, possess.*

đạt-tôn *to be widely respected.*

đạt-trí *penetrating mind.*

đạt-truyền* *to transmit.*

đạt-vận *good fortune.*

đau [SV thống] *to be aching, hurt; to be ailing, be suffering, be sick* ốm đau; R- *to have a* ...-*ache.* làm đau *to hurt* [transitive]. Răng tôi đau *My teeth are aching.* Tôi (bị) đau răng *I have a toothache.* Hết đau chưa? *Is the pain gone yet?* Vẫn còn đau. *It still hurts.*

đau bao-tử *to have stomach trouble.*

đau bão *to have a stomachache.*

đau bụng *to have a stomachache.*

đau dạ-dày *to have stomach trouble.*

đau đẻ *to have labor pains.*

đau-đớn *to be painful, suffering, sorrowful.*

đau-khổ *to suffer* [morally].

đau-lòng *to be heart-rending.*

đau màng óc *to have meningitis.*

đau mắt *to have sore eyes.* bệnh đau mắt *eye trouble, conjunctivitis.*

đau mắt hột *to have trachoma.*

đau ốm* *to be sick, be ill (frequently).*

đau răng *to have a toothache.*

đau ruột *to have intestinal trouble.*

đau thương *to be sorrowful.*

đau tim *to have heart trouble.* bệnh đau tim, chứng đau tim *heart disease.* cơn đau tim *heart attack.*

đau yếu *to be (frequently) ill.*

đay *jute.*

đay-nghiến *to reproach, reprimand or scold bitterly.*

đáy [SV để] *bottom, base.* không đáy *bottomless.* tận đáy lòng *from the bottom of one's heart.*

đày *to deport, banish, exile; to ill-treat* đày đọa. Ông ấy bị đày đi Côn-đảo *He was deported to Poulo Condore.*

đày ải *to exile; to ill-treat.*

đày-đọa *to ill-treat.*

đày-tớ *servant.*

đáy *bag, sack* CL cái.

đắc R *to obtain* [= được] [opp. thất]. sở-đắc *gain, income; talent, ability.* tự-đắc *conceited.* tương-đắc [of friends] *to like each other, to agree with each other.*

đắc-chí *to be self-satisfied, be proud of oneself.*

đắc-dụng *to be useful, usable.*

đắc-đạo *to reach enlightenment.*

đắc-địa *good spot, propitious location.*

đắc-kế *to succeed in one's scheme.*

đắc-lợi *to reap up profit, be profitable, be advantageous.*

đắc-lực *to be able, capable.*

đắc-nghi *to be proper, be suitable.*

đắc-sách *good method, clever method.*

đắc-sủng *to have the good graces* [of king, superior].

đắc-thắng *to be victorious.*

đắc-thế *to be favored* [by luck, success].

đắc-thời *to have the opportunity, be lucky.*

đắc-tội *to be guilty.*

đắc-ý *to be satisfied, content.*

đặc [SV cố] *to be thick* [opp. lỏng], *strong* [opp. loãng], *condensed; to be massive, full, solid* [opp. rỗng]; *to coagulate, solidify.*

sữa đặc có đường *sweetened condensed milk.* Ông ấy thích uống nước chè đặc *He likes very strong tea,* He likes his tea very strong. Đặc quá, cho thêm nước vào. *It's too thick (strong).* Add some water. thề đặc *solid state.* dốt đặc *thick-headed.* đông đặc *jam-packed.* tối-đặc *pitch-dark.*

đặc R *to be special* đặc-biệt.

đặc-ân *privilege, special favor.*

đặc-bí *to be narrow, be narrow-minded.*

đặc-biệt *to be special, characteristic, typical.*

đặc-cách *as an exception.*

đặc cán mai *to be very stupid.*

đặc-chất *peculiar matter.*

đặc-dị *to be distinctive.*

đặc-đãi *to treat especially well.*

đặc-điểm *characteristic.*

đặc-huệ *special favor.*

đặc-hứa *concession.*

đặc-khóa *special examination.*

đặc kịt *to be dense* [of crowd].

đặc-nhiệm *special mission.*

đặc-phái *to send on a special mission.*

đặc-phái-viên *special correspondent.* tin của bản-báo đặc-phái-viên *by our special correspondent.*

đặc-phát *to be sporadic.*

đặc-quyền *privilege, prerogative.*

đặc-sai *to send on a special mission.*

đặc-sắc *characteristic feature | to be brilliant, outstanding.*

đặc-sứ *minister plenipotentiary; special envoy.* tòa đặc-sứ *legation.*

đặc-tài *exceptional talent, special gift.*

đặc-thù *to be special.*

đặc-tính *special character, peculiarity.*

đặc-ước *special agreement.*

đặc-viên *special agent.*

đặc-vụ *special mission.*

đặc-xá *special amnesty.*

đăm-chiêu [of look, air] *absorbed, worried, anxious.*

đăm-đăm *to stare at, look fixedly at.*

đắm *to be drowned, sink; to be engulfed in* [passion] *say* đắm. bị đắm tàu *ship-wrecked.* vụ đắm tàu, vụ tàu đắm *shipwreck.*

đắm-đuối *to be engulfed in* [passion]; [of look] *to be full of love.*

đằm *to be calm, deep.*

đằm *to be wet, soaked* ướt đằm.

đằm ấm *to be gentle, sweet, cosy, warm.*

đằm-đìa *to be wet, soppy.*

đằm-thắm *to be profound, be sweet.*

đẫm *to be wet, soaked* ướt đẫm; *to wallow in* [water nước, mud bùn].

đậm *See* đậm.

đắn-đo *to weigh the pros and cons, hesitate.*

đẵn *to chop, fell* [tree] | *section, piece.*

đăng *to insert, publish, print; R to register.* Bảo hôm nay có đăng tin ấy không ? *Did today's paper carry that piece of news.* Sao anh không đăng báo ? *Why don't you put an ad in the paper ?*

đăng R *lamp, lantern, light* [= đèn] hải-đăng *lighthouse.*

đăng-bạ *to register.*

đăng-cực *to be crowned.*
đăng-đài *to go up to the ring or the rostrum.*
đăng-đàn *to go up to the rostrum.*
đăng-đồ *to set out, go on a trip.*
đăng đường [of high mandarin] *to come to court.*
đăng-hỏa *lamp and fire, — studies.*
đăng-khoa *to pass the examination.*
đăng-ký *to register.*
đăng lính *to enlist in the army.*
đăng-lục *to register.*
đăng-quang *to be crowned.*
đăng-tải *to carry, publish* [news, story].
đăng-ten [Fr. dentelle] *lace.*
đăng-tiên *to go up to Fairyland, — to die.*
đăng-trình *to set out, go on a trip.*
đăng-vị *to ascend the throne.*
đắng [SV khổ] *to taste bitter, be bitter.* mướp đắng *bitter melon.*
đắng cay* *to be bitter and hot, — bitter, miserable, painful.*
đắng ngắt *to be very bitter.*
đằng *side, direction.* đằng nào? *which way? which direction?* đằng này *over here; instead.* đằng ấy *over there; you folk.* đằng kia *over there, yonder.*
đằng R *climbing plant, vine.* tử-đằng *wisteria.*
đằng-đẵng *for a long time.*
đằng-hắng *to clear one's throat.*
đằng-là L *concubine.*
đằng-thẳng *to be serious, correct.* Đằng thẳng ra,... *Actually speaking..., strictly speaking..., in principle, in theory.*

đăng-vân *to be flying* [of supernatural beings].
đẳng *rank, grade, level;* R- *iso-, equi-.* bình-đẳng *equal (ity).* sơ-đẳng *elementary (level).* trung-đẳng *intermediate (level).* cao-đẳng *higher level.* đồng-đẳng *similar.* đệ-ngũ-đẳng *the fifth class.*
đẳng-áp *constant pressure.*
đẳng-cấp *grade, level; class, caste.*
đẳng-chu *isoperimeter.*
đẳng-hạng *rank, category.*
đẳng-khuynh *isoclinal.*
đẳng-kích *isometric.*
đẳng-lượng *isodynamic.*
đẳng-nhiệt *isothermic.*
đẳng-phương *radical.* trục đẳng-phương *radical axe.*
đẳng-sắc *isochromatic.*
đẳng-thế *equipotential.*
đẳng-thời *isochronic.*
đẳng-thứ *rank, order.*
đẳng-thức *equality.*
đẳng-tích *constant volume.*
đẳng-tính *homogeneity.*
đẳng-trật *rank, grade.*
đặng *see* được.
đắp *to pile up, pack* [earth đất, stone đá], *construct* [mound u, dike đê, road đường]; *to fill up* [gap, lack]; *to cover oneself with* [blanket chăn, mền, mat chiếu].
đắp điếm *to cover, protect.*
đắp đổi *to live from day to day, from hand to mouth.*
đắt [= mắc] *to be expensive, costly* đắt tiền [opp. rẻ]; [of goods] *to be in great demand* [opp. ế] đắt khách; [of shop or shopkeeper] *to have plenty of business* đắt

hàng; [of words, advice] *to be worth considering*. Bà lấy đắt quá! *You're charging too much*. Dạo này ông có đắt hàng không? *How is business these days ?* Ông ấy nói không đắt lời. *Nobody pays any attention to what he says*. đắt như tôm tươi *to sell like hot cakes*.

đắt chồng [of young girl] *to have many suitors*.

đắt đỏ [of living đời sống] *to be dear, expensive*.

đắt vợ [of young man] *to be highly eligible*.

đặt *to place, put; to set up* [rules, institutions]; *to write, construct* [sentences]; *to fabricate, invent, make up* bày đặt, bịa đặt; *to order* [goods to be delivered]; *to make a deposit or down-payment* đặt tiền, đặt trước; *to stake* [money]. bịa đặt *to fabricate*. xếp đặt *to arrange*. cách đặt câu *syntax*. Cha mẹ đặt đâu con ngồi đấy. *A girl marries the young man her parents have selected for her*. một tên bù nhìn do ngoại-bang đặt lên *a figurehead installed by foreigners*.

đặt bày* *to fabricate, invent* [stories].

đặt cọc *to give earnest money, make a deposit, advance*.

đặt đề *to fabricate, invent* [stories].

đặt điều *to fabricate, make up stories*.

đặt đít *to sit down*.

đặt lưng *to lie down*.

đặt mình *to lie down*.

đặt tên *to name, give a name, give a nickname* [cho " to "].

đâm *to prick, stab; to pound* [rice]; *to grow, sprout, issue; to hit, collide* [vào against]; *to become, turn into, change suddenly* đâm ra. Ông ấy bị đâm chết *He was stabbed to death*. Ông ấy bị ô-tô đâm chết *He was hit by a car and died*. Đâm lao (thì) phải theo lao. *Once you have started something you must see it through*. đâm cuồng, đâm khùng *to go crazy, go berserk*. đâm hoảng *to become panicky*. đâm liều *to become bold*. đâm lười *to get lazy*. đâm lo *to become worried*.

đâm bị thóc, chọc bị gạo *to play two adversaries against each other*.

đâm bổ *to rush, hurry*.

đâm bông *to bloom, blossom*.

đâm chồi *to issue buds or shoots*.

đâm đầu *to throw oneself* [vào, xuống 'into'].

đâm nụ *to issue buds*.

đâm sầm *to run into* [suddenly].

đấm *to punch, hit with one's fist* | *fist* CL nắm, quả; *punch, blow* CL quả, cái. quả đấm cửa *door-knob*. đấm một cái *to punch once, give one punch*.

đấm bóp *to massage*.

đấm đá *to fight, come to blows* [and kicks].

đấm họng *to bribe*.

đấm mõm *to bribe*.

đầm [Fr. dame] *French lady, Western lady* bà đầm. nhảy đầm *to dance*.

đầm-ấm [of home atmosphere] *to be cosy and nice, sweet, happy*.

đầm-đìa *to be wet, soaked*.

đắm *to wallow in the water or in the mud; to be soaked, drenched* ướt đắm. đắm máu *blood-soaked, bloody.* đắm mồ hôi *sweating all over.*

đậm *to be strong, not watery,* [of color] *dark.*

đậm-đà [of words] *to be warm, friendly.*

đần *to be dull, be simple, be foolish, be silly* ngu đần.

đần độn *to be dull, simple, silly, slow-witted, thick-headed.*

đắng CL *for gods, heroes.* đắng Tạo-hóa *God, the Creator.* đắng Cứu-thế *the Savior, Jesus Christ.* một đắng anh hùng *a hero.*

đập *to smash, pound, break, beat* [RV vỡ, bể]; *to thresh;* [of heart] *to beat.* đánh đập *to beat often.* Tim bệnh nhân ngừng đập *The patient's heart has stopped beating.*

đập *dam* đập nước CL cái.

đất [SV địa, thổ] *earth, soil; land; ground, floor; estate, landed property, territory* đất đai. quả đất, trái đất *the earth.* ruộng đất *land, ricefield.* ăn đất *to die.* giời đất *sky and earth,— the universe.* dưới đất *on the floor; under the ground.* dưới mặt đất *under the ground.* động đất *earthquake.* nồi đất *earthen pot.*

đất bồi *silt.*

đất cát *land* [as property].

đất đai *territory.*

đất khách *foreign land.*

đất nước *country, land, nation.*

đất phù-sa *silt.*

đất sét *clay.*

đất thánh *graveyard, cemetery.*

đất thó *clay.*

đâu *where? somewhere, anywhere, everywhere, nowhere* | *to be where?* Anh đi đâu đấy? *Where are you going ?* Cháu muốn đi đâu cứ lấy xe đạp chú mà đi. [Uncle to nephew] *If you want to go somewhere you can take my bicycle.* Muốn đi đâu thì đi. *Go anywhere you like.* Tôi chả thiết đi đâu cả. *I'm not interested in going anywhere.* Đâu nó cũng đi. *He goes everywhere. He would go any place.* Tìm đâu cũng không thấy. *It can't be found anywhere. It can be found nowhere.* cô Trang đâu? *Where's Miss Trang.* Cô Trang ở đâu ? *Where does Miss Trang live?* Không đi đến đâu. *It doesn't lead anywhere.* đâu đâu *everywhere* [cũng *precedes verb*]. đâu đây *somewhere, some place around here.* đâu đấy, đâu đó *somewhere.* đâu nào? *where ?* đâu ra đấy *everything where it belongs,— everything in order, every part well done, well, properly.* Biết đâu.. *Who knows?..* bỗng đâu, dè đâu, hay đâu, ngờ đâu *suddenly, who would suspect, who would expect.* nghe đâu (như) *people say, it seems that.* (nghe) đâu như *it seems that, seemingly, apparently.* chuyện không đâu vào đâu *nonsense.*

đâu [particle of negation] *not, not at all.* đâu có nó! Tôi đâu có đi! Tôi có đi đâu! *I didn't go, I did not go.* Tôi không đi đâu, đừng đợi. *I'm not going, don't wait for me.* Anh ấy đâu có thích sầu riêng! Anh ấy có thích sầu riêng đâu! *He doesn't like durians!* Anh ấy không thích sầu riêng đâu, đừng mua. *He doesn't like durians, don't buy any.*

đấu *to fight* chiến đấu, *struggle* tranh-đấu; [communist] *to denounce, accuse* [landlords, bourgeois elements, etc.] *in public trial* đấu tố. Chiều nay Cảnh-sát đấu với Quan-thuế *The Police is playing (soccer) the Customs this afternoon.* trận đấu *fight, match.* bán đấu giá *to sell by auction.*

đấu [SV đầu] *a peck.* một đấu ngô *a peck of corn.*

đấu dịu *to back down, give up one's previous tough position.*

đấu-giá *auction.*

đấu gươm *duel; fencing.*

đấu hạm *warship.*

đấu-khẩu *to quarrel.*

đấu kiếm *duel; fencing.*

đấu-lý *to debate, reason.*

đấu-thầu *bid.*

đấu-thủ *fighter, boxer, wrestler; opponent.*

đấu-tố [communist] *to denounce, accuse* [landlords, bourgeois elements, etc.] *in public trial.*

đấu-trí *to match wits.*

đấu-trường *field where (communist) public trials are held.*

đấu võ *to box, wrestle.*

đấu-xảo *exposition, fair* CL cuộc.

đầu *head; beginning, start; front end, end.* ban đầu *(at) the beginning.* bắt đầu *to begin, start.* bạc đầu *to get old.* cạo đầu *to get a haircut; to give a haircut* [cho to].

cầm đầu *to lead, direct, head.* chém đầu *to behead.* cộc đầu *to bump one's head* [vào *against*]. cúi đầu *to bow one's head.* cứng đầu *stubborn.* gật đầu *to nod.* gội đầu *to wash one's hair, have a shampoo.* hói đầu, sói đầu *bald.* làm đầu *to have a permanent, have one's hair set.* lắc đầu *to shake one's head.* chải đầu *to comb one's hair, brush one's hair.* dẫn đầu *to lead* [race]. nhức đầu *to have a headache.* đương đầu *to face, cope* [với *with*]. trọc đầu *with a shaven head.* từ đầu đến chân *from head to foot.* từ đầu đến cuối *from beginning to end.* đầu đường xó chợ *in the street.*

đầu R *to cast; to hand oneself over;* R *to flee.* Nó đầu đơn kiện bố vợ *He started a lawsuit against his father-in-law.*

đầu *songstress, geisha* ả đầu, cô đầu.

đầu bếp *head cook, chef.*

đầu bò *to be stubborn, be hard-headed.*

đầu cánh *wing tip.*

đầu cầu *bridgehead.*

đầu-cơ *to speculate.*

đầu cua tai nheo *cock-and-bull (story), nonsense.*

đầu đanh *boil.*

đầu-đề *title; examination question.*

đầu đinh *boil.*

đầu-độc *to poison.*

đầu đuôi *the beginning and the end, the long and short.* Kể hết đầu đuôi đi. *Tell us all about it.*

đầu gió *draft.* Đừng đứng đầu gió. *Don't stand in the draft.*

đầu gối *knee.*

đầu hàng *to surrender.*

đầu hồi *gable.*

đầu lâu *head* [on skeleton], *skull.*

đầu lòng *first-born.*

đầu-mục *leader.*

đầu Ngô mình Sở *to be incoherent, incomprehensible.*

đầu-phiếu *to cast a vote, vote.* miễn đầu-phiếu *to abstain.* quyền đầu-phiếu *right to vote.*

đầu phục *to surrender, submit oneself.*

đầu quân *to enlist* [in army].

đầu sỏ *chief, leader, ringleader, gang leader.*

đầu tắt mặt tối *to toil hard, be extremely busy.*

đầu têu *to instigate, promote.*

đầu thai *to be reincarnated* [làm *into*].

đầu thú *to surrender oneself.*

đầu thừa đuôi theo *odds and ends.*

đầu tiên *first; at first.*

đầu R *bushel* [= đấu].

đầu *stool* ghế đầu. Bắc-đầu *Ursa Major, Dipper.* Bắc-đầu Bội-tinh *Legion of Honor Cross.*

đậu [= đỗ] *bean, pea, haricot.*

đậu [= đỗ] [of birds] *to perch;* [of vehicles] *to stop, park;* [of candidate] *to pass an examination.* Đậu xe đây được không? *Is it all right to park here?*

đậu *small pox* đậu mùa [with lên *to have,* **giồng, trồng, chủng** *to inoculate against*]. thủy đậu *chicken pox.*

đậu đen *black beans.*

đậu đũa *string beans.*

đậu H(ò)a-lan *green peas.*

đậu-khấu *nutmeg.*

đậu lào *typhoid fever.*

đậu mùa *small-pox.*

đậu nành *soybeans.* sữa đậu nành *soy milk.*

đậu phọng [= lạc] *peanuts.*

đậu phụ *bean-curds.*

đậu tương *soybeans.*

đậu xanh *green beans.*

đây *to be here* | *here, this place; this; now* | *I* [arrogant or familiar]. Tôi đây *Here I am.* Tôi ở đây. *I live here.* ở đây, tại đây *here, at this place.* Lại đây *Come here.* rồi đây *hereafter, from now on.* Chúng tôi đi đây *We're leaving now.* Đây là VTVN. *This is VTVN.*

đấy *to be there* | *there, that place* | *that.* Ai đấy? *Who's there?* Who *is it?* Anh Lâm đấy! *That's Lam.* Anh Lâm ở đấy. *Lâm lives there.* ở đấy, tại đấy *there, at that place.* Đấy là ông l hinh *That is Mr. Thinh.* từ đây đến đấy *from here to that place; between now and then.* từ đấy (về sau), từ đấy (trở đi) *ever since that time.*

đấy [final particle in questions containing ai, gì, chi, nào, đâu, sao, bao giờ]. Ai học tiếng Ăng-lê đấy? *Who's studying English?* Con làm gì đấy? *What are you doing, sonny?* Chị muốn mua cái nào đấy? *Which one do you want to buy?* Anh đi đâu đấy? *Where are you going?* Sao đấy? *What*

happened? What's the matter?
Bao giờ các ông đi đấy? *When are you leaving?*
đấy [final particle denoting that the speaker admits something rather grudgingly] *I must admit, I'll admit, I'll grant that.* Được không? — Được đấy! Nhưng hơi nhanh quá. *Is it all right? — It's all right, I suppose. But it's a little too fast.* Phim ấy mầu đẹp lắm đấy, nhưng truyện phim không có gì. *The colors in that movie are gorgeous, but the plot is nothing.* Anh ấy dịch khá đấy chứ! *He did a good translation, don't you think?*
đầy [SV mãn] *to be full, filled; to have fully, be fully.* đầy năm, đầy tuổi tôi [of infant] *to be fully one year old.* không đầy... *not quite..., less than...* Xăng đổ đầy rồi. *We have a full tank of gas.* Đổ đầy cho tôi. [To gas station attendant] *Fill her up.*
đầy ắp *full to the brim.*
đầy bụng *to have an indigestion.*
đầy dẫy *full to the brim, full of.*
đầy đặn *to be plump, shapely;* [face] *to be round.*
đầy đủ *to be full, complete; well-provided.*
đầy tớ *servant.*
đầy tràn *to overflow.*
đầy *to push, shove.* thúc đầy *to push, urge.* đầy mạnh *to push, promote.*
đẫy [= béo] *to be fat* béo đẫy; *to be full.* Lão ấy đẫy túi rồi. *He already filled his pockets.*
đẫy-đà *to be big and fat, plump.*

đậy *to cover* [with a lid or stopper].
đe *to threaten* đe dọa, đe nẹt. mối đe dọa *danger, threat, menace.*
đe *anvil* CL cái.
đè *to press down, crush, squeeze; to oppress* đè ép, đè nén.
đè-bẹp *to crush; to overwhelm.*
đẻ [SV sinh, sản] [= sinh] *to be born; to bear* [child **con**], *lo lay* [eggs **trứng**], *to bring forth, to give birth* [**ra** to]; [of animals] *to throw;* [of bitch, she-wolf, she-bear] *to whelp;* [of sow] *to farrow* | *mother; you* [my mother]. sinh đẻ *to have children.* con đẻ *blood child* [as opposed to adopted child]. đau đẻ *to be in labor.* đẻ non *to have a premature baby.* sinh năm đẻ bầy *to have many children.* ngày sinh tháng đẻ *date of birth.* tiếng mẹ đẻ *mother tongue.* đẻ sinh đôi *to have twins.* đẻ sinh ba *to have triplets.*
đem *to take or bring along* [RV **đến** to a place, **đi** away, **lại** forth, about, **lên** up, **về** back, **vào** in, **xuống** down]. Anh đem cái thư này lại cho ông Quảng hộ tôi *Please take this letter to Mr. Quang.*
đen [SV hắc] *to be black; to be unlucky* đen đủi [opp. đỏ]. cơm đen *opium.* tối đen *pitch dark.* người Mỹ da đen *American negro.* bôi đen *to blacken.* nhuộm đen *to dye in black.* đổi trắng thay đen *to be shifty, change, be unfaithful.* số đen, vận đen *bad luck.* dân đen *commoner.* tây đen *Indian.*

đèn [SV đăng] *lamp* CL cái, cây; *light* CL ngọn. đèn pin/bin *flashlight*. đèn điện *electric light*. đèn pha *searchlight, headlight (of a car)*. bật đèn *to switch on the light*. tắt đèn *to switch off the light*. bóng đèn (điện) *light bulb*. chao đèn, chụp đèn *lamp shade*.

đeo *to wear, put on* [jewelry, glasses **kính**, watch **đồng hồ**, mask **mặt nạ**, weapon, etc.]; *to be plagued by* [disease **bệnh**].

đeo đuổi *to pursue, stick to* [career].

đèo *mountain pass*.

đèo *to carry* [on one's vehicle].

đẽo *to whittle, trim, square; squeeze* [money **tiền**], *extort*.

đẹp [SV mỹ] *to be beautiful, pretty, attractive, handsome*. sắc đẹp, vẻ đẹp *beauty*. làm đẹp lòng *to please*. làm đẹp mặt *to do honor to*. cái đẹp *the beautiful*.

đẹp duyên *to marry* [với, cùng precedes object].

đẹp đẽ DUP đẹp.

đẹp giai [of man] *to be handsome*. *Also* đẹp trai.

đét *to be dried up, withered, thin*.

đét *to whip*.

đê *dike* CL con, đường. Đê vỡ, vỡ đê. *The dike broke.*

đê R *to be lowly* đê hạ, đê hèn, đê mạt, đê tiện.

đê-điều *dikes, levees, dams*.

đê mê *to be drunk, beside oneself*.

đế *sole* [of shoe], *base, stand; root*. thâm căn cố đế *deep-rooted*.

đế R *emperor, ruler; imperialism*. hoàng-đế *emperor*. phản-đế *anti-*

imperialist. phong, thực, cộng, đế *the feudalists, colonialists, communists and imperialists*.

đế-chế *monarchy*.

đế-đô *capital city*.

đế-quốc *empire, imperialist*.

Đế-Thiên Đế-Thích *Angkor Vat*.

đế-vương *king, emperor, ruler*.

đề *fig-tree* CL cây.

đề *to write, inscribe, address* [a letter]. Thư này đề cho ai? *Whom will this letter be addressed to?* quí-thư đề ngày... *your letter dated...*

đề *subject, title*. đầu-đề *subject* [of exam]. luận-đề *thesis, theme*. nhan-đề *title* [of book].

đề *to propose, move* [RV ra]; R *to raise, lift*.

đề-án *proposal*.

đề-biện *to defend* [thesis].

đề-cao *to uphold*.

đề-cập *to mention, touch on, bring up* [a problem] [đến, tới preceding object].

đề-cử *to nominate*.

đề-hình *judge in criminal court*.

đề-huề *concord, harmony*.

đề-khởi *to put forth* [proposal].

đề-lao *jail*.

đề-mục *title* [of book, article, etc.], *heading*.

đề-nghị *to suggest, propose, move* | *suggestion, proposal, motion* CL lời, bản [with **đưa ra** or **đệ-trình** *to submit*, **chấp-thuận** *to approve*, **thông quá** *to pass*, **ủng-hộ** *to support, second*].

đề-phòng to take precautions. Beware of pickpockets! Đề phòng kẻ cắp!

đề-tài subject, topic.

đề-xuất to put forth, propose.

đề-xướng to put forth, advance [theory, etc.]

đề to place, put; to let, leave; to cede, sell, dispose of; to divorce đề chồng, đề vợ. in order to đề mà. in order that, so that đề cho. Đề xe đạp đẩy Leave your bike here. Đề cửa đấy nhé! Leave the door open, will you? Đề yên cho nó bú. Let him [the baby] have his bottle. đề lại to leave behind; to resell. đề tang to be in mourning. đề dành to put aside, save. đề phần cơm to save some food [for somebody]. đề ra to put aside, save. đề ý to be careful; to heed, pay attention [with đến or tới 'to']; to notice. đề bụng to keep [information, feeling] to oneself.

đề R bottom [= đáy].

đề-áp mortgage.

đề-kháng to resist | resistance. tiêu-cực đề-kháng passive resistance.

đễ R respect for elders.

đệ to submit [resignation, petition]. Kính gửi Ngoại-trưởng X. nhờ Đại-Sứ Y. chuyền-đệ. To Foreign Secretary X. through Ambassador Y.

đệ R- [prefix for ordinal numbers equivalent to English suffix -th; the cardinal has to be Sino-Vietnamese, and the construction is đệ-numeral-noun]. đệ-nhất first. đệ-nhị tham-vụ second secretary [of

embassy]. đệ-tam quốc-tế Third Internationale. đệ-ngũ chu-niên fifth anniversary.

đệ R younger brother [= em giai/trai] | I [slang]. ngu-đệ, tiểu-đệ L I (, your little or stupid brother). hiền-đệ L you (, my sweet little brother). Đệ chịu thôi. No, I can't do that.

đệ-trình to submit [proposal, plan, etc.].

đệ-tử disciple.

đếch [Slang] no, not [= không, chẳng, chả]. Nó đếch cần He doesn't care, he doesn't give a damn.

đêm [SV dạ] night. ban đêm at night. đêm ngày night and day. nửa đêm midnight. xuốt ngày đêm night and day. thức xuốt đêm to stay up all night.

đêm hôm during the night, late at night.

đếm to count. không đếm sia đến to ignore. đếm từ một đến mười to count from 1 to 10. không đếm xiết countless, innumerable. thật thà như đếm very honest.

đếm-sia to take into account, take into consideration.

đệm mattress | to cushion. đệm lò so spring mattress. chữ đệm, tiếng đệm cushion word, middle name, middle initial. Anh lấy cái này đệm cho nó êm Here, use this as a pillow.

đến [SV chí, đáo][= tới] to arrive (at), come (to), reach | at, to, up to, down to, until, about. even cả đến, đến cả. đến nay to date. từ trước đến nay thus far, so far. tính đến hôm nay up to this day, until today. từ đầu đến cuối from beginning to end. từ đầu đến chân from head to foot. nói đến to speak or talk about, speak of. nghĩ đến to think of. Đến giờ rồi It's time, Time's up. đến đầu đến đũa, đến nơi đến chốn in a complete way, carefully, thoroughly. đến nỗi to such a degree that. đến tuổi to come of age.

đền Taoist temple, temple CL ngôi [with lập to build]; palace. Đền này thờ đức Khổng-tử This temple is dedicated to Confucius.

đền to compensate for, return. đền ơn to return a favor. đền tội to pay for one's sin. bắt đền to claim damages.

đền bồi to pay back [moral debt].

đền bù to pay back, make up for.

đềnh đoảng to be negligent, careless; indifferent.

đều to be equal, even, regular|both, all, in both or all cases. đều đều regularly. chia đều to divide equally. Mọi người đều biết Everyone knows. Anh ấy đi học đều He goes to class regularly. đồng đều equal, even, uniform.

đều đặn to be well-proportioned, even, regular.

đều to be ill-bred, vulgar; obscene; mean đều cáng, đều giả.

đi [SV khứ, tẩu, hành] to go, depart, walk|away, forth. đi bách bộ to take a walk. đi bộ to walk. đi chợ to go to market. đi học to go to school. đi chơi to go for

a walk, visit. đi tuần to patrol. đi đái, đi giải, đi tiểu, đi tiểu-tiện to pass water. đi cầu, đi đồng, đi đại-tiện, đi ỉa, đi ngoài, đi ra sau to go to the bathroom. Hôm nay em có đi được không? Did he [baby] have any bowel movement today? Đường này đi một chiều This is a one-way street.

đi [final particle] come on, (let us) be sure to. Chúng ta đi đi! Let's go. Học đi! Do your work.

đi [RV] away, off, out. đem đi to take away. xóa đi to cross off, erase.

đi buôn to be a businessman.

đi đạo to be a Catholic.

đi đời lost, finished, done for; to be a non-Catholic.

đi đứt lost, finished.

đi ở to be a servant, a maid.

đi thi to take an exam.

đi tu to become a monk.

đi vắng to be absent.

đì đùng [of large firecrackers] to crackle.

đĩ prostitute, harlot, whore [with làm 'to be'] | to be flirtatious, flirty, wanton đĩ thõa.

đìa R many. nợ đìa (ra) head over ears in debt.

đỉa leech CL con. dai như đỉa to be obstinate, persistent.

đĩa saucer, plate, dish CL cái | plateful. đĩa bay flying saucer. đĩa hát record, disk. ném đĩa to throw the discus. bát đĩa chinaware. một đĩa thịt gà a plateful of chicken; a dish of chicken.

địa R *earth, land* [= đất]; *geo-graphy* [abb. of địa-dư, địa-lý]. diền-địa *lands, ricefields*. lục địa *continent*. kinh thiên động địa *earth-shaking*. Chương-trình năm thứ hai có nhiều sử-địa *The second-year program has a lot of history and geography*.

địa-bạ *land register*.

địa-bàn *compass*.

địa-cầu *globe, earth* [real size or miniature] CL quả.

địa-chấn *earthquake*.

địa-chấn-học *seismology*.

địa-chấn-ký *seismograph*.

địa-chất-học *geology*.

địa-chi *Earth's Stem*. See chi.

địa-chỉ *address*.

địa-chính *land registry*.

địa-chủ *landowner, landlord*.

địa-danh *place name*.

địa-dư *geography* | *geographical*. Cf. địa-lý.

địa-điểm *point, location, site*.

địa-đồ *map, plan*.

địa-hạ *underground* [agent].

địa-hạt *district; field, domain, realm, sphere*.

địa-hình *topography, terrain*.

địa-lôi *underground mine*.

địa-lợi *geographical advantage; produce of the land*.

địa-lý *geomancy; geopraphy* | *geo-graphic(al)*. Cf. địa-dư. thày địa-lý *geomancer*. Hôm nay chúng tôi thi địa-lý *We have a geography test today*.

địa-ngục *hell* [opp. thiên-đường/đàng].

địa-ốc *real estate*.

địa-phận *territory*.

địa phủ *hell*.

địa-phương *locality* | *local*. dân địa phương *local or native people*. óc địa-phương *regionalism*. địa-phương-quân . *local militia(man)*.

địa-tầng *stratum, layer*.

địa-thế *terrain*.

địa-tô *land rent*.

Địa-Trung-Hải *the Mediterranean (Sea)*.

địa-vị *(social) position*. Anh hãy đứng vào địa vị hắn *Put yourself in his position, in his shoes*.

đích *bull's eye, target; goal, objec-tive, aim, purpose* mục-đích. chủ-đích *main purpose*.

đích-đáng *to be proper, appropriate, adequate*.

đích-thân *in person, personally, oneself, myself, yourself, etc*.

đích-thị *exactly, precisely*.

đích-tôn *one's eldest son's eldest son*.

đích-xác *to be exact, precise*.

địch *flute* CL ống.

địch [SV địch] *to be a match for, oppose, resist* cự-địch, đối-địch, địch lại | *enemy, adversary, foe, rival* cừu-địch. quân địch *enemy troops, the enemy*. vô-địch *without equal, invincible; champion* CL nhà, tay.

địch-quân *enemy troops, the enemy*.

địch-quốc *enemy nation*.

địch-thù *enemy, foe*.

địch-thủ *opponent, rival, competi-tor*.

điếc [SV lung] *to be deaf.* điếc
tai; *to be deaf; to be deafening.*
vừa câm vừa điếc *deaf and
dumb, deaf-mute.* giả điếc *to
feign deafness.*

điếc đặc *to be as deaf as a post.*

điếm R *inn, shop; watchhouse*
điếm canh. chi-điếm *branch store.*
lữ-điếm *inn, hotel.* phạn-điếm
restaurant. tửu điếm *wine
shop.* gái điếm *call girl,
prostitute.*

điếm đàng* *to have loose customs.*

điếm nhục *dishonor, shame.*

điềm [SV tường] *omen, presage.*
điềm lành *good omen.* điềm dữ
bad omen. điềm gở *bad omen.*

điềm R *to be calm, serene* điềm
đạm.

điềm-nhiên *to be or keep calm,
unruffled.*

điềm-tĩnh *to be or keep calm,
unruffled.*

điểm *point, dot* [= chấm]; *point*
[in discussion]; *mark* [in school]
điểm số | *to dot, count.* kiểm-
điểm *to review.* giao-điểm *intersec-
tion.* khởi-điểm*starting point, point
of departure.*nhược-điểm *weakness,
shortcoming.* quan-điểm *viewpoint.*
ưu-điểm *strong point, quality.*
yếu-điểm *essential point.* cực-điểm
maximum, extreme, climax. băng-
điểm *freezing point.* địa điểm
position, location. khuyết-điểm
shortcoming, lacuna. tô-điểm *to
adorn, embellish.* trang-điểm *to
make-up.* chỉ-điểm *to point out,
show; to inform.*

điểm-binh *review* [of troops].

điểm cận-nhật *parhelion, mock-
sun.*

điểm-chỉ *to place one's fingerprint*
| *informer.*

điểm-danh *to call the roll.*

điểm-huyệt *to hit a mortal point*
[Chinese boxing]; *to choose burial
spot.*

điểm-số *mark, grade* [of student].

điểm-tâm *breakfast.*

điểm-trang* *to adorn oneself.*

điểm tranh-tụng *litigious point.*

điểm viễn-địa *apogee.*

điểm-xuyết *to adorn, deck.*

điên *to lose one's mind, be mad,
crazy, insane* [with hóa or phát
'to become']. nhà (thương) điên
insane asylum, mental hospital.
Mày điên à? *Are you out of your
mind?*

điên-cuồng *to be mad, insane.*

điên-dại *foolish, stupid.*

điên-đảo *upside down; shifty.*

điền R *ricefield* [= ruộng]. chủ
điền *landowner.* mặt vuông chữ
điền *to be square-faced.* dinh-(or
doanh-)điền *land exploitation,
agricultural development.* công-điền
*ricefield which belongs to the
village.* tư-điền *privately-owned
ricefield.*

điền *to fill out* [a blank], *fill* [a
vacancy] điền vào.

điền-chủ* *landowner.*

điền-địa *land, ricefield.* cải-cách
điền-địa *land reform.* Bộ Điền thổ
và Cải-cách Điền-địa *Department
of Landed Property and Land
Reform.*

điền-khí *farm tool, farm imple-
ments.*

điền-kinh *track* [sport]. cuộc thi điền-kinh *track meet.*

điền-sản *landed property.*

điền thổ *land, farmland.*

điền-viên *fields and gardens,* — *country life.*

điền *classical book, classical example, literary allusion; statute, code, compendium.* cổ-điền *ancient classics; to be classic(al).* kinh-điền *the classics.* tự-điền *or* từ-điển *dictionary.*

điền *to be handsome, good-looking* điền giai.

điền-cố *literary allusion.*

điền-tích *literary allusion.*

điện *palace, temple.* cung-điện *imperial palace.* Điện Độc-lập *Independence Palace.*

điện *electric(al)* | *electricity, telegram, wire* điện-tín, điện văn [with **đánh, gửi** *to send*]. đánh điện *to telegram.* nhà máy điện *power plant.* xe điện *streetcar, trolley car.* đèn điện *electric light.* đồ điện *electrical supplies.* thợ điện *electrician.* bàn là điện *electric iron.* quạt điện *electric fan.* Anh giả tiền điện chưa? *Did you pay the light bill?* công-điện *official telegram.*

điện-ảnh *movies, cinematography.*

điện-áp *tension, voltage.*

điện-báo *telegraphy.* vô-tuyến điện báo *wireless telegraphy.*

điện-cực *electrode.*

điện-dung *electric capacity.*

điện-động [of force] *electromotive.*

điện-giải *electrolysis.*

điện-học *electricity* [as a subject of study].

điện-kế *galvanometer.*

điện-khí *electricity.*

điện-lực *electric power.*

điện-năng *electric power.*

điện-thế *voltage.*

điện-thị *television.*

điện-thoại *telephone* [with **gọi** *or* **đánh** *'to call'*]. Tôi vừa gọi điện-thoại cho anh ấy *I just called him on the phone.* phòng điện-thoại *telephone booth.*

điện-tích *electrolysis.*

điện-tín *telegram.* đánh điện-tín *to wire.*

điện trở *(electrical) resistance.*

điện từ *electromagnet(ic).*

điện-tử *electron.* kỹ-sư điện-tử *electronic engineer.*

điện-văn *telegram* CL bức. Nguyên văn bức điện-văn đó như sau *That telegram reads as follows.*

điếng [of pain] *killing,* [of news] *shocking* điếng người.

điệp R *butterfly* hồ-điệp [= bướm].

điệp R *like, repetitious* trùng điệp. trùng trùng điệp điệp *innumerable, countless.*

điệp R *diplomatic note.* thông-điệp *note.* kháng-điệp *protest.* phúc-điệp *reply.*

điệp điệp *heaped up.*

điệp-khúc *chorus* [of a song].

điệp-văn *dispatch.*

điêu *to be lying, false.* nói điêu *to lie.*

điêu ác *false, lying.*

điêu đứng *to be miserable.*

điêu-khắc *to carve, sculpt.* nhà điêu-khắc *sculptor.*

điều linh *to be miserable, suffering.*

điều-luyện *accomplished.*

điều ngoa *to be lying, false.*

điều-tàn *to be dilapidated, in ruins.*

điều trá *to be lying, false.*

điếu *(smoking) pipe; CL for cigarettes, cigars, pipes.* điếu cày *farmer's pipe.*

điếu R *to present condolences* điếu-tang.

điếu-văn *oration* [at funeral].

điều *to be bright red.*

điều *word; thing, action, circumstance, affair, etc; article, clause, item, provision.* Bà ấy lắm điều lắm *She is a chatter-box, She invents stories.* Điều ấy rất dễ hiểu *That is very easy to understand.*

điều R *to arrange, order, direct.*

điều-chỉnh *to regularize, set in order, regulate, adjust.*

điều-dưỡng *to get medical care, to give medical care.* nữ-điều-dưỡng *nurse.*

điều-đình *to arrange, negotiate.*

điều-độ *moderation* | *to be moderate.*

điều-động *to mobilize, activate, put to work.*

điều-giải *to mediate.*

điều-hòa *to reconcile, adjust, regulate, coordinate.*

điều-khiển *to manage, control, command, conduct.*

điều-khoản *terms, conditions, stipulations.*

điều-kiện *condition* [circumstance or requirement]. với điều-kiện là *on condition that.* vô-điều-kiện *unconditional.* điều-kiện làm việc *working conditions.* điều-kiện sinh sống, điều-kiện sinh-hoạt *living conditions.* điều-kiện vật chất *material conditions.* điều-kiện tối-thiểu *minimum requirements.* điều-kiện bắt buộc *pre-requisite.* điều-kiện cần và đủ *necessary and sufficient condition.*

điều-lệ *rule, regulation, by-law.*

điều-tra *to investigate.* Việc này chúng tôi cần điều-tra thêm *We have to investigate further into this matter.* Sở Điều-tra Liên-bang *the Federal Bureau of Investigation.*

điều-trần *petition* CL bản.

điều-trị *to give or receive medical treatment.* Ông ấy phải vào nằm nhà thương điều-trị *He had to be hospitalized.*

điều-ước *treaty.* Cf. hiệp-ước.

điểu R *bird* [= chim]. đà-điểu *ostrich.*

điểu-loại-học *ornithology.*

điệu *appearance, aspect, posture, attitude, gesture, manner, air; tune, aria, song.* Nó làm điệu không thấy tôi *He pretended not to see me.* Anh ấy nhớ nhiều điệu lắm. *He remembers lots of tunes.* Tôi thích huýt sáo điệu đó *I like to whistle that tune.*

điệu *to take away* [person].

điệu bộ *appearance, posture, manner, gesture.*

đinh *nail* CL cái, chiếc. đinh ghim *pin.* đinh ốc *screw.* búa đinh *claw hammer.* Đóng cái đinh vào tường *to drive a nail into the wall.* đầu đinh *boil.*

đinh *the fourth Heaven's Stem.* See can.

đinh *village inhabitant, male individual.* bạch-đinh *commoner.* thành đinh *to become an adult member of the village community.* Làng này có năm trăm xuất đinh. *This village reports five hundred male individuals.*

đinh-hương *clove.*

đinh-hương-hoa *lilac.*

đinh ninh *to be sure, be certain.* Tôi cứ đinh ninh là thứ bẩy. *I thought (wrongly) that it will be on Saturday.*

đính *to paste, glue, stick; pin, join, enclose; sew on* [button]. bản sao đính-hậu *a copy of which is enclosed herewith.*

đính chính *to rectify, deny. Also* đính-chánh.

đính-hôn *to be engaged.*

đính-ước *to promise.*

đình *communal house in the village containing shrine of tutelary deity* CL ngôi, cái; *R hall, palace, courtyard.* gia-đình *family.* tụng-đình *court of justice.* triều-đình *imperial court.*

đình *to stop, delay, postpone, adjourn* đình lại. tạm đình *to suspend temporarily.*

đình *top of mosquito netting* đình màn.

đình bản *to cease publication; to close* [a newspaper]. Báo ấy đã bị đình-bản *That newspaper has been suspended.*

đình chỉ *to stop, cease.*

đình-chiến *to stop fighting* | *armistice, truce* CL cuộc. hiệp-định đình-chiến *armistice (agreement).* Hội Đình-chiến *Armistice Day.*

đình-công [= bãi-công] *to go on strike* | *strike* CL cuộc.

đình-đốn *to stop, stagnate.*

đình-thí *civil service examination held at the imperial court in Hue.* Cf. hương-thí, hội-thí.

đình trệ *to put off, stop-up, slow down.*

đỉnh *top, summit, peak.*

đỉnh *a tiny bit* chút đỉnh, tí đỉnh.

đỉnh *incense burner, dynastic urn.*

đỉnh *R boat, ship* [= tầu]. tiềm-thủy-đỉnh *submarine.*

định *to fix, determine, decide, plan (to).* nhất-định *to make up one's mind.* Tôi định Tết này đi Đalat. *I am thinking of going up to Dalat for the Tet vacation.* ấn định *to fix.*

định-cư *to be settled; to settle (refugees).*

định-đoạt *to decide. determine.*

định-giới *to delimit.*

định-kỳ *fixed time, agreed deadline.*

định-liệu *to make arrangements.*

định-luật *(scientific) law.*

định-lượng *quantitative.*

định-lý *theorem.*

định-mệnh *destiny, fate.* thuyết định-mệnh *determinism.*

định-nghĩa *to define* | *definition.*

định-số *fixed number.*

định-sở *fixed address.*

định-thức *formula, fixed pattern.*

định-tinh *fixed star.*

định-tính *qualitative.*

định-túc-số *quorum.*

đít *buttock* mông đít, *bottom, rear end.* lỗ đít *anus.* dết đít *to spank.* đá đít *to kick in the pants.*

đít-cua [Fr. discours] *speech* [with đọc 'to deliver'].

điu hiu [of sight, landscape] *to be desolate, gloomy.*

đo *to measure, gauge, survey.* đắn đo *to weigh* [one's words].

đo lường *to measure.*

đó [= đấy] *that, those | there, that place.* đó là *that's.* ai đó? *who is there? who is it?* cái đó *that, that thing.* chỗ đó *that place, that spot, there.* nay đây mai đó *to move around, be drifted around, be bohemian-like.*

đò *ferry-boat* đò ngang [with chở or lái 'to steer', chèo 'to row']. bến đò *wharf, pier.* cô lái đò *barge girl.*

đỏ [SV hồng] *to be red; to be lucky* [opp. đen, sui]. đỏ mặt *to blush.* tàu đỏ *Red China, Red Chinese.* đèn đỏ *red light.* cuộc đỏ đen *gambling.*

đọ *to compare.* đọ tài *to vie* [với 'with'].

đóa CL *for flowers* [= bông]. đóa hoa biết nói *live flower.*

đọa *to be decadent.* đày đọa *to ill-treat.*

đoái *to have pity for* đoái hoài, đoái thương [with đến preceding object].

đoái *R to change, exchange.* hối-đoái *exchange.*

đoài *L west western. See* tày.

đoan *R to be correct, righteous* đoan-chính, đoan-trang.

đoan *R origin, beginning.* đoan-ngọ or đoan-ngũ *Double Five festival* [on 5th day of 5th lunar month]. cực-đoan *extreme.*

đoan *to guarantee* cam-đoan.

đoan [Fr. douane] *the customs.* thuế đoan *duties.* lính đoan *customs officer, customs inspector.* nhà đoan *customs (authorities).*

đoan kết *to promise.*

đoán *to guess, predict.* đoán trước *to predict.* đoán quyết *to guess with certainty, be absolutely sure.* đoán sai/lầm *to guess wrong.* đoán đúng/trúng *to guess right.* phán-đoán *to judge | judgment.* tiên-đoán *to predict.* phỏng đoán *to guess, predict.*

đoàn *band, flock, detachment, body, train.* sư-đoàn *division* [army unit]. công-đoàn *trade union, labor union.* đại-đoàn *brigade* [U.S.]. liên-đoàn *group, corps, regiment; league, confederation.* tiểu-đoàn *battalion.* trung-đoàn *regiment.* quân-đoàn *army corps.*

đoàn-kết *to unite | unity, union.*

đoàn-thể *group, organization, body community.*

đoàn-tụ *to be together.*

đoản *R to be short, brief* [= ngắn] [opp. trường]. sở-đoản *shortcoming.*

đoản-mệnh *to be short-lived; short life.*

đoản-số *to be short-lived; short life.*

đoản-thiên tiểu-thuyết *short story, novelette.*

đoạn *section, part, passage, paragraph.* Anh dịch hộ tôi đoạn này *Please translate this passage for me.* đoạn đầu *the opening paragraph.* đoạn cuối *the conclusion,*

the last paragraph, the last chapter.
tam-đoạn-luận *syllogism.*
đoạn *satin.*
đoạn *R to cut* | *then* [= rồi]. nói
đoạn *so saying.* gián-đoạn *to
interrupt.*
đoạn-đầu-đài *guillotine.*
đoạn-hậu *to cut off the retreat.*
đoạn-huyền *to be a widow.*
đoạn-mại *definitive sale.*
đoạn-trường *painful; pains, mis-
fortunes.*
đoạn-tuyệt *to break off.* đoạn-
tuyệt ngoại-giao với *to sever
diplomatic relations with.*
đoảng *to be good-for-nothing,
worthless, useless.*
đoành *bang!*
đoạt *to seize, usurp, grab* [power,
money], *win* [prize, title]. chiếm
đoạt *seize, usurp.*
đọc [SV độc] *to pronounce, read*
[silently or aloud] | *to be read,
pronounced.* bạn đọc *reader.* đọc
kinh *to say a prayer.* đọc lại *to
reread, repeat.* Chữ này đọc thế
nào? *How is this word pronounced?*
đói [SV cơ] *to be hungry* đói
bụng, đói lòng [opp. no]. đói
kém *famine.* chết đói *to starve.*
nhịn đói *to be without food, go
on a hunger strike, fast.*
đòi *to demand* [food, money,
payment], *claim* [damage, one's
rights, etc.], *summon.* trát đòi
or giấy đòi *summons, warrant.*
đòi *maid, servant* tôi đòi.
đòi *R to follow, imitate* theo đòi,
học đòi, emulate dua đòi.
đom-đóm [SV huỳnh] *firefly,
glowworm* CL con.

đóm *bamboo fragment.*
đỏm *to be overfastidious about
appearance and dress.*
đon đả *to show willingness to help.*
đón [= rước] *to go to greet or meet,
welcome, receive* đón tiếp, đón
chào, đón rước, nghênh đón.
đòn *lever; carrying pole* đòn gánh,
balance rod đòn cân; *stroke, blow.*
phải đòn *to be slapped.* trận đòn
flogging, whipping, thrashing.
đong *to measure* [capacity], *buy*
[cereals].
đóng [SV bế] *to close, shut* [door
cửa, book sách], *drive in* [nail
đinh, stake cọc], *make* [shoes
giày], *build* [boats thuyền, ships
tàu, raft bè, furniture bàn
ghế], *bind* [books sách], *pay*
[dues tiền, taxes thuế]; [of
troops] *to be stationed.*
đóng bộ *to be dressed up.*
đóng chai *to bottle.*
đóng dấu *to stamp, put the seal
on.*
đóng đai *to girdle.*
đóng góp *to contribute* [one's
share].
đóng khung *to frame; to dress
up.*
đóng trò *to act.*
đóng vai *to play the part of.*
đóng vảy *to heal, skin over.*
đọng *to accumulate,* [of water]
to stagnate.
đô *R to supervise, command, do-
minate.*
đô *R metropolis, capital city.* thủ-
đô *capital.* kinh-đô *imperial city.*
cố-đô *ancient capital.* dế-đô *im-
perial city.*

đô-đốc *vice admiral.* phó đô-đốc *rear admiral.* thủy sư đô-đốc *Admiral of the Fleet.*

đô-hộ *to dominate, rule | domination, rule.*

đô-hội *big metropolis* phồn hoa đô-hội.

đô-sảnh *city hall* tòa đô-sảnh.

đô-thành *city.* sân vận-động đô-thành *city stadium.*

đô-thị *city.* Bộ Kiến-thiết và Thiết-kế Đô-thị *Department of Reconstruction and Town Planning.*

đô-trưởng *mayor (of twin-cities of Saigon and Cholon).* Cf. thị-trưởng, đốc-lý.

đố *to dare, defy, challenge* thách đố. câu đố *riddle.* bài tính đố *problem* [mathematics].

đố *R to be jealous* đố-ky.

đồ *thing, object, baggage, material, furniture, utensil, tool; sort of, son of.* đồ ăn *food.* đồ chơi *toy.* đồ dùng *tool.* đồ đạc *furniture.* đồ hộp *canned food.* đồ uống *drink, beverage.* đồ cổ *antiques.* đồ khốn nạn! *what a rat!*

đồ *R picture, map, chart.* bản đồ, địa đồ *map.*

đồ *road R* [= đường]. thế đồ *path of life.* tiền đồ *future.*

đồ *to expect; plot* mưu đồ. bất đồ *unexpectedly,*

đồ *R to exile.*

đồ *scholar, student in Sino-Vietnamese classics, disciple.* thày, ông đồ *old scholar-teacher.* môn-đồ *disciple.* sinh-đồ *student.* tăng-đồ *monk.*

đồ-biểu *diagram.*

đồ-đệ *disciple, student.*

đồ-hình *solitary confinement.*

đồ sộ *to be imposing, impressive.*

đồ-tể *butcher.*

đồ-thị *graph.*

đổ *to pour, spill* đánh đổ, *throw away* đổ đi; *to be poured, spilled, fall, topple over, turn over, crash, collapse; to impute, shift* [responsibility, fault, etc], *lay* [blame] đổ lỗi, đổ thừa. cuộc đổ máu *bloodshed.* đổ đồng *on the average; the total prize.* đổ mồ hôi *to perspire, sweat.* Giời đổ mưa. *It started to pour down.* Nó đổ (oan) cho tôi. *He accused me wrongly.* Đảng ấy âm-mưu lật đổ chính-phủ quốc-gia *That party is plotting the overthrow of the national government.*

đổ *to gamble R* đổ-bác. tứ đổ tường *the four social evils* [tửu, sắc, yên, đổ *wine, women, opium and gambling*].

đổ-bác *gambling.*

đổ-bộ [of troops] *to land.*

đổ mồ-hôi *to perspire profusely.*

đổ trường *gambling den.*

đổ xô *to rush in.*

đổ *see* đậu.

đổ-quyên *rhododendron; water rail.*

độ *time, period | degree, measure | approximately.* độ nọ *before, during that period.* độ này *these days, lately.* độ chừng *about.* nhiệt-độ *temperature.* trình-độ *extent, degree, level.* điều-độ *moderation, temperance.* tốc-độ *speed.* Cô ấy độ ba mươi (tuổi) *She is about 30.* Độ này tôi không hay gặp anh ấy *I don't see much of him lately*. Nó sốt đến 40 độ *He has a temperature of 40°*. cực-độ *extreme degree, limit*. cường-độ *intensity*.

độ-lượng *tolerance; generosity*.

độ-thế *to help mankind*.

độ-trì *to help, assist*.

đốc *to oversee, supervise, manage* quản-đốc, *direct* giám-đốc | *director, principal, doctor* [Fr. docteur]. tổng-đốc *province chief*.

đốc-công *foreman*.

đốc-lý *mayor* [thị-trưởng *preferred now*]. tòa đốc-lý *city hall*.

đốc-phủ(-sứ) *district chief*.

đốc-sự *office manager*.

đốc-thúc *to encourage, urge*.

đốc-tơ/tờ [Fr. docteur] *medical doctor*.

độc *to be poisonous, venomous, malicious, harmful, cruel*. hơi độc *poisonous gas*. nước độc *deadly climate* [of malaria-infested areas]. nọc độc *venom*. thuốc độc *poison*. đánh thuốc độc *to poison*. đầu độc *to poison*. Ngài uống thuốc độc tự-tử *He drank poison to kill himself*.

độc R *to be alone, solitary* cô-độc, *by oneself* đơn-độc, *mono-*.

độc R *to read* [= đọc].

độc ác* *to be cruel, be wicked*.

độc-bản *reader* [book]. quốc-văn độc-bản *Vietnamese reader*.

độc-bình *flower vase*.

độc-chất-học *toxicology*.

độc chiếc *to be single, alone*.

độc-dược *poison*. cà độc-dược *belladonna*.

độc-đảng *one-party*.

độc-đoán *to be arbitrary, dogmatic*.

độc-giả *reader*.

độc hại *to be harmful*.

độc huyền *monochord*.

độc-lập *to be independent* | *independence* CL nền.

độc-mộc *dugout*.

độc-ngữ *monologue, soliloquy*.

độc-nhất *only, sole, unique* độc nhất vô nhị.

độc-quyền *monopoly* [with giữ, nắm *to hold*]. đại-lý độc-quyền *sole agent*.

độc-tài *to be dictatorial* | *dictator* CL nhà, tay; *dictatorship* CL nền.

độc-tấu *to play solo* | *solo*.

độc-thạch *monolith* | *to be monolithic*.

độc-thân *to be single, unmarried*.

độc-thần *monotheism*.

độc-tố *toxin*.

độc-xà *viper*.

độc-xướng *to sing a solo* | *solo*.

đôi [SV song] *pair, couple; two times, twice...* chia đôi *to divide in two*. sinh đôi *to be twins*. đẻ sinh đôi *to have twins*. (một) đôi khi *sometimes, occasionally*. xứng đôi (vừa lứa) *to make a nice couple*. tốt đôi *to make a well matched couple*. Cậu đã có đôi bạn chưa? *Are you married (yet)?* tay đôi *by two; bilateral*. chơi or đi nước đôi *to play double*.

đôi ba *two or three, a few*.

đôi bạn *husband and wife*.

đôi bên *the two parties, the two sides*.

đôi co *to dispute, contend*.

đối hỏi *to explain oneself.*

đối mươi *twenty* [years of age].

đối ta *L the two of us* [man and woman].

đối tám *sixteen* [years of age].

đối *couplet* đối liên | *to reply* đối đáp, *to oppose, cope with.* cân-đối *to be well-balanced, well proportioned.* phản-đối *to oppose, be against.* tuyệt-đối *to be absolute.* tương-đối *to be relative.* câu đối *couplet, parallel scrolls.*

đối-chất *to confront* [witnesses].

đối-chiếu *to compare, contrast* [two entities].

đối-diện *to face.*

đối đãi *to treat, behave* [toward 'với'].

đối-đáp *to answer, reply.*

đối địch *to oppose, resist.*

đối-kháng *to resist, oppose.*

đối-lập *to stand in opposition* | *opposition.* đặng đối-lập *the opposition party.*

đối-ngoại [of policy] *foreign.*

đối Nhật [of treaty] *to be signed with Japan.* hòa-ước đối Nhật *Japanese Peace Treaty.*

đối-nội [of policy] *domestic.*

đối-phó *to face, deal, cope* [với with].

đối-phương *the opposing party, the enemy, the adversary.*

đối-thoại *conversation, dialog.*

đối-thủ *rival, opponent.*

đối-tượng *object, external thing,*

đối với *towards, vis-a-vis, regarding.*

đối-xứng *to be symmetrical.*

đồi *hill* CL quả, trái, ngọn.

đồi R *to deteriorate, decline* suy-đồi.

đồi-bại *to be decadent, corrupt, depraved.*

đồi-mồi *sea turtle.*

đồi-phong (bại tục) *to be immoral; depraved customs.*

đổi *to change, alter* thay đổi, *exchange, barter, switch, trade in* đánh đổi [lấy 'for']. thay đổi *to change, be changed.* trao-đổi *to exchange.* sao đổi ngôi *shooting star* đổi ý-kiến *to change one's mind.* Anh đổi hộ tôi cái giấy một trăm. *Could you change this 100-piastre bill for me?* vật đổi sao dời *change.*

đổi chác *to barter, trade, exchange.*

đổi dời *to change.*

đổi thay* *L to change.*

đỗi *measure, degree.* quá đỗi *excessively.*

đội *to wear or carry on one's head.*

đội *company* [of soldiers], *team, squad; sergeant* [= trung-sĩ]. đại-đội *company.* trung-đội *platoon.* tiểu-đội *squad.* phân-đội *section.* đội banh Ngôi sao Gia-định *the "Giađinh Star" Soccer Team.*

đội lốt *to pretend to be, pose as.*

đội-ngũ *army ranks.*

đội ơn *to be grateful.*

đội sổ *to be at the bottom of a list.*

đội-trưởng *sergeant, master-sergeant.*

đội-xếp *policeman, constable* CL ông, thầy. xe đội-xếp *police car.* Anh ấy bị đội xếp phạt *The cop gave him a ticket.*

đôm đốp *clapping of hands.*

đốm *spot, speckle.*

đôn đốc *to urge, stimulate.*

đốn *to be lousy, wretched, miserable* [with **đâm, đồ, sinh** to become].

đốn *to cut down, fell* [a tree].

đốn đời *to be degrading, miserable.*

đốn kiếp *to be degrading, miserable.*

đốn mạt *to be degrading, miserable.*

đồn *post, camp, fort.*

đồn *to spread a rumor* đồn đại. tin đồn *rumor, report.* phao tin đồn *to spread a rumor.*

đồn điền *plantation, concession, grant.*

đồn trú *to camp, be stationed.*

độn *to stuff, fill, pack, line | false chignon, false bun* độn tóc.

độn *to be stupid, dull, witless* đần độn, ngu độn, trì độn.

độn R *to escape.*

độn thổ *to vanish underground.*

đông [SV đông] *east.* phương đông *the East.* rạng đông *dawn.* Viễn-Đông *Far East.* Trung-Đông *Middle East.* Cực Đông *Far East.* Á-Đông *Asia.* Đông-Á *East Asia.* Cận-Đông *Near East.* đông nam *southeast.* đông bắc *northeast.*

đông [SV đông] *winter* mùa đông. ba đông L *three years.*

đông *to freeze, congeal, coagulate, clot* [RV lại]. thịt đông *meat cooked then set.*

đông [of people] *to be crowded;* [of place] *to be crowded with.* phần đông *the majority.* đám đông *crowd.* đông như kiến *to be numerous.* Thành-phố này đông dân-cư lắm *This city is very crowded.* Họ đông con lắm *They have too*

many chidren. Làm gì mà đông thế này? *What brought this crowd here?* Họ xúm đông quanh cái xe buýt. *The crowd gathered around the bus.*

Đông-Á *East Asia.* Đại-Đông-Á *Greater Asia.*

Đông-Âu *East Europe.*

đông-chí *winter solstice.*

đông-cung *crown prince.*

Đông-Dương *Indo-China | Indo-Chinese.*

đông đảo *in crowds; crowded.*

đông đúc [of crowd, population] *to be dense, heavy.*

Đông Đức *East Germany.*

Đông-Kinh *Tonkin* [obs.]; *Tokyo.*

Đông-Nam-Á(-Châu) *Southeast Asia | Southeast Asian.* Tổ-chức Hiệp-ước (Liên-phòng) Đông-Nam-Á(-Châu) *South East Asia Treaty Organization.*

đông-phương *the east, the Orient.*

đông-sàng *son-in-law.*

Đông Tam Tinh *Manchuria.*

đông-tây *east and west.* Uỷ-ban Thẩm-định Hồ-tương Giá-trị Văn-hóa Đông-Tây *Committee for the Mutual Appreciation of Cultural Values of East and West.*

đông trùng hạ thảo *cordyceps robertii* [organism believed to shift between insect and plant].

đông-y *Oriental medicine, Sino-Vietnamese medicine.*

đống *heap, pile, mass.* đống rơm *stack of straw.* chất đống *to pile up, heap up.*

đồng *field, ricefield, prairie* CL cánh. đi đồng *to go to the bathroom.* ngoài đồng *in the ricefields.*

đồng *copper, bronze, brass* hoàng-đồng, bạch-đồng *white brass.* thôi đồng *verdigris.* trơ như đá vững như đồng *stable, steadfast, immovable.* hơi đồng *smell of cash,* — *lure of profit.*

đồng *coin, piastre.* đồng xu *cent, penny.* đồng hào *dime.* đồng ván 20-*sou coin.* đồng bạc *piastre* [coin or bill].

đồng *medium, sorcerer* ông đồng, *sorceress* bà đồng.

đồng R *to be of the same* [so-and-so]; *to have the same* [so-and-so]; *to do together* [= cùng] bất-đồng *to be different.* tương-đồng *to be similar to each other.* hội-đồng *meeting, council, assembly.*

đồng R *boy, child, youth.* nhi-đồng *boy, child.* mục-đồng *shepherd boy.* thần-đồng *prodigy.* tiểu-đồng *small houseboy.*

đồng áng *ricefields.* công việc đồng áng *farm work.*

đồng-âm *to be homophonous* | *homophone, homonym.*

đồng-ấu *child(ren).* lớp đồng-ấu *first grade.*

đồng-bang *compatriot.*

đồng-bào *compatriot, countryman; blood brother.*

đồng-bằng *plains, delta.*

đồng-bóng *to be fickle, inconstant, inconsistent.*

đồng-chí [political] *comrade.*

đồng-chủng *congener, like, fellow-man*

đồng-cỏ *pasture, prairie.*

đồng-dạng *to be identical, similar.*

đồng-dao *children's song.*

đồng-hóa *to assimilate* [people, culture].

đồng-học *schoolmate, school fellow, fellow student.*

đồng-hồ *timepiece, watch, clock* [with đề 'to set', lên giây 'to wind,']. đồng hồ báo thức *alarm clock.* đồng hồ đeo tay *wrist watch.* đồng hồ quả quít *pocket watch.* đồng hồ treo *wall clock.* đồng hồ điện *electric clock.*

đồng-hương *compatriot.*

đồng không nhà chống *scorched earth.*

đồng-liêu *colleague.*

đồng-loã *accomplice.*

đồng-loại *fellow, fellowman.*

đồng-minh *to be in alliance* | *the Allies; alliance, league.*

đồng-môn *condisciple.* hội đồng-môn *alumni association.*

đồng nát *scrap iron.*

đồng-nghĩa *to be synonymous* [với 'with'] | *synonym.*

đồng-nghiệp *colleague, co-worker.*

đồng-nhất *to be identical, same.*

đồng-phạm *accomplice.*

đồng-song *fellow student, school-mate, classmate.*

đồng-sự *colleague, co-worker.*

đồng-tâm *to be in agreement.*

đồng-thanh *unanimously.*

đồng-thời *at the same time* [với 'as'].

đồng-tịch đồng sàng *to share a mat and a bed,* — *to live as husband and wife.*

đồng tiền *money.*

đồng-tính *of the same sex.* **đồng-tính luyến-ái** *homosexual love.*

đồng-trinh *virgin.*

đồng-tử *pupil, apple* [of the eye].

đồng-tử-quân *boy scout. Also* hướng-đạo-sinh.

đồng-văn *to share a language or a writing system.*

đồng-ý *to agree* [với 'with']. **bất-đồng-ý** *to disagree.*

đồng [of speech] *to be indirect.*

đồng R *to lead, direct, manage.*

đồng-lý *director, chief, head.* **đồng-lý văn-phòng** *director of cabinet* [in a ministry]. **đồng-lý sự-vụ** *director of affairs, service chief.*

động *to move* **cử-động,** *agitate* **vận-động** [*dynamic* [opp. **tĩnh** *static*]. **hành-động** *to act* | *act.* **bạo-động** *violence.* **hoạt-động** *to be active* | *activity.* **vụ động** *đắt earthquake.* **cảm động** *moved, touched.* **phát-động** *to start.*

động *to touch* | *as soon as.* Động ăn một tí là đau bụng *As soon as I eat a little bit of it I get a stomachache.*

động R *cave, hole.*

động-binh *to mobilize* | *mobilization.*

động-cơ *motor, engine; motive.* máy bay bốn động-cơ *four-engine plane.*

động cởn *to rut.*

động-đậy *to move, stir.*

động-học *dynamics.*

động-kinh *epilepsy, convulsion.*

động-lực *moving force.*

động-mạch *artery.*

động-năng *kinetic.*

động-phòng *nuptial chamber.*

động-sản *personal estate, chattels.*

động-sinh-học *animal physiology.*

động-tác *movement, action, work, doing.*

động-tâm *affected, touched* [by *emotion*].

động-thủy-học *hydraulics.*

động-tĩnh *movement and rest; development.* Anh nên chờ xem động-tĩnh ra sao *You'd better wait to see how things develop.*

động-từ *verb.*

động-vật *animal, animate being, zoological.*

động-vật-học *zoology.*

động-viên *to mobilize* [soldiers, or civilians for a job] | *mobilization.* **tổng-động-viên** *general mobilization.*

đốp *clapping* [of hands], *smack* [of bullet].

độp *sound of a heavy thing falling on the ground.*

đốt *finger-joint, toe-joint, phalanx.*

đốt *to light, burn, five, set fire to.* đốt pháo *to fire crackers.*

đốt [of insects] *to sting, bite.*

đột R- *to act suddenly, abruptly, unexpectedly.*

đột-khởi *to break out suddenly.*

đột-kích *to attack suddenly* | *surprise attack, rush attack, assault* CL trận.

đột-ngột *suddenly, abruptly, unexpectedly, by surprise.*

đột-nhập *to break into, burst into* [vào *precedes object*].

đột-nhiên *suddenly, unexpectedly.*

đột xuất *to burst out of.*

đớ *to be dumbfounded* đớ mặt, đớ người.

đờ *to be motionless, indolent, lazy.* lờ đờ *to be indolent, sluggish,* [of eyes] *dreamy, drowsy.* cứng đờ *stiff.*

đờ đẫn *to be stupid, unintelligent.*

đỡ *to ward off, parry* [a blow]; *to shield* [from a missile]; *to help* [by taking the burden into one's own arm]; *to prop, catch* [ball, object]; *to deliver* [child]. cô đỡ, bà đỡ *midwife.* cha đỡ đầu *godfather.* giúp đỡ *to help, assist.* làm đỡ *to help* [in work]. nâng đỡ *to help, back.*

đỡ *to decrease, diminish, subside; to improve in health.*

đỡ đần *to help, assist.*

đỡ đầu *to sponsor.*

đỡ đẻ *to assist in childbirth, deliver* [baby].

đỡ lời *to speak in reply to.*

đới R *zone* [of earth]. nhiệt-đới *torrid zone.* hàn-đới *frigid zone.*

đời [SV thế] *life, existence* CL cuộc; [SV đại] *generation, times; world; reign* | *laic, lay.* mãn đời, suốt đời, trọn đời *throughout one's life.* đi đời *to be a non-Catholic.* qua đời *to pass away.* ở đời này *in this world.* đời này *in our days, these days.* (có) đời nào *never* [verb preceded by lại]. (Có) đời nào tôi lại nói dối anh! *How can I possibly lie to you ?*

đời đời *eternally, perpetually, for ever.*

đời sống *living, livelihood, life, existence;* đời sống đắt đỏ *high cost of living.*

đợi [SV đãi] *to wait for, await* chờ đợi, đợi chờ. mong đợi, trông đợi *to expect, hope for.*

đợi thời *to bide one's time.*

đơm *to fill* [dish with food] *neatly.*

đơm *eel-pot* CL cái.

đờm *spittle, spit, sputum, phlegm* [with khạc, nhổ to expectorate].

đờm *see* đảm.

đơn *application, application form* mẫu đơn, *petition* [with làm to make, đầu, nộp to submit]; *invoice* đơn hàng, *hóa đơn, doctor's prescription* đơn thuốc [with kê, cho to write].

đơn R *to be single, lone* cô đơn; [of clothing] *to be unlined, be of one layer* [opp. kép]; [of number] *to be odd.* chăn đơn *thin blanket.*

đơn *See* đan.

đơn bạc *ingratitude.*

đơn độc *alone, isolated, solitary.*

đơn-giản *to be simple, not complicated.*

đơn-số *odd number.*

đơn-sơ *to be simple, meager, modest.*

đơn thân *to be single, alone.*

đơn-tính *unisexed, unisexual.*

đơn-trị *uniform.* hàm số đơn-trị *uniform function.*

đơn từ *requests and petitions.*

đơn-vị *unit* [of measurement]; *(administrative or military) unit.*

đớn hèn *miserable, wretched.*

đờn *See* đàn.

đớp [of animals, insects] *to snap up, snatch, catch.*

đợt *wave* đợt sóng; *wave, stage.* Chiến-dịch Tố-Cộng đợt nhì *The*

2nd wave of the anti-communist campaign.

đu to swing, sway | swing, seesaw CL cái, cây. đánh đu to swing.

đu đủ papaya CL quả, trái. đu đủ ướp lạnh iced papaya.

đú to jest đú mỡ.

đủ to be sufficient; to have enough [object follows]; there is/are enough... [opp. thiếu]. Ngần này sách đủ không? Are these books sufficient? Anh có đủ tiền không? Do you have enough money? đầy đủ complete. Trong buồng đó (có) đủ cửa sổ không? Are there enough windows in that room?.

đủ ăn to have enough to eat, to be well-off.

đủ dùng to be sufficient, enough.

đủ mặt all sorts (of), everyone.

đua to compete. trường đua (ngựa) race track. thi đua to emulate | emulation. đua ngựa horse race. ngựa đua race horse Họ đua nhau mở trường tư They are certainly opening private schools right and left.

đua chen to compete.

đua đòi to copy, imitate.

đùa to amuse oneself nô đùa, chơi đùa; to joke, kid, jest. Tôi nói đùa đấy I was just kidding.

đùa bỡn to joke, jest.

đùa nghịch to play, fool around.

đũa chopstick CL chiếc for one, đôi for pair. đậu đũa string beans. đũa ngà ivory chopsticks. đũa cả big flat chopsticks used in stirring and serving rice.

đúc to cast, mold [metal]; to cast

[statue]. bánh đúc rice-cake made of rice flour, and lime water. rèn đúc to produce, create, forge. Thằng Bình giống bố như đúc Little Bình is just a chip off the old block.

đục to chisel, drill, make [a hole], perforate.

đục to be turbid, muddy, troubled.

đục R disorder, discord lục đục.

đục ·chạm to carve.

đục khoét to hollow out; to extort money.

đục ngầu cloudy, turbid, muddy, dirty [water].

đui to be blind, sightless [= mù].

đùi thigh. quần đùi shorts, knee-breeches.

đúi silk, shantung.

đùm to wrap, envelope, cover.

đùm bọc to protect, help, assist [one's kin].

đun to cook, boil, heat.

đun to push, propel.

đun bếp to light the kitchen stove.

đun nấu to cook, prepare meals.

đùn to thrust, push back, to reject, to shift [responsibility] on to some-body. ỉa đùn to move one's bowels in . one's pants [said of a child], to go in one's pants.

đụn pile, heap. chín đụn mười trâu to be very wealthy, roll in weath.

đúng to be exact, correct, precise | exactly, correctly, precisely. ba giờ đúng 3 o'clock sharp.

đùng suddenly, unexpectedly. lăn đùng ra chết to die suddenly.

đùng boom! bang!

đùng đùng loudly, violently.

đủng đỉnh *to go slowly, leisurely.*

đúng *crotch* [of trousers].

đụng *to collide with, touch on.* *knock against, hurtle;* đừng đụng đến tôi, *don't touch me.* chung đụng *to have in common, share.*

đuốc *torch* CL ngọn, bó.

đuôi *tail* CL cái; *end.* đuôi sam *pigtail.* đầu đuôi *head and tail, top and bottom.* theo đuôi *to imitate, to follow.* nối đuôi *end to end, bumper to bumper.*

đuôi nheo *sheat-fish's tail.* cờ đuôi nheo *triangular banner.*

đuối *to be tired, exhausted.* chết đuối *to be drowned.* yếu đuối *weak, feeble.* đắm đuối *to give oneself up to, passionate.* cá đuối *ray-fish.*

đuổi *to run after, chase* đuổi theo, *to drive away, expel, fire, dismiss, to pursue* theo đuổi.

đúp [Fr. double] *duplicate, two-fold; to repeat* [a grade in school].

đụp *triple, three times, thrice.*

đút *to insert.* của đút *bribe.* đút lót, đút tiền *to bribe.* đút nút chai *to cork the bottle.*

đụt *coward, yellow, chicken.*

đừ *to be immobile. immovable.* mệt đừ *exhausted, worn out.*

đưa *to take, bring, give, hand; to lead, guide; to see* [someone] *off* tiễn đưa.

đưa chân *to direct one's steps towards, venture into.* đưa chân ai ra ga *to see someone off at the station.*

đưa dâu *to accompany the bride* [to the home of her husband].

đưa đà *to push, propel.*

đưa đám *to follow the funeral procession.*

đưa đường *to guide, direct, show the way to.*

đưa ma *see* đưa đám.

đưa mắt *to cast a glance at.*

đưa tình *to ogle.*

đứa *individual,* CL *for children or low-statused adults.* đứa bé, đứa trẻ *child.* đứa ở *house servant.*

đức *virtue;* [honorific prefix] *His Majesty, Monsignor, His Holiness.* Đức Khổng-Tử *Confucius.* đức Phật *Buddha.* nhân đức *kind, humane, generous, magnanimous.* thất đức *to have done a reprehensible thing.*

Đức *Germany* | *German.* Đông-Đức *East Germany.* Quốc-Xã Đức *the Nazis.*

đức-dục *moral education, ethical instruction.*

đức-độ *to be virtuous and tolerant.*

đức-hạnh *virtue* | *virtuous.*

đức-tính *virtue, quality.*

đực *to be male* [of all animals except chickens]; *masculine* giống đực [opp. cái].

đực *to be stupefied, astounded* đực mặt, đực người.

đứng [SV lập] *to stand* [RV dậy, lên];*to be standing;* [of water, wind, clock] *to stop.* đứng làm *to serve as.* dựng đứng *to erect.* đứng ngoài *to keep oneself outside.*

đứng đắn *to be serious, correct.*

đứng đầu *to be at the head of, be a leader of, be chief of.*

đứng giá *stationary, stable price.*

đứng lại *stop! halt!*
đứng tuổi *to be middle-aged.*
đừng *to restrain* [emotion, tears] |
do not, let us not. **không đừng được**
not to be able to hold oneself back.
Anh đừng (có) đi. *Don't go.*
đựng *to contain, hold.* **chịu đựng**
to bear, endure.
được *to be acceptable, correct, fine,*
O.K., all right; to obtain, get
[game, harvest **mùa**; *permission*
phép, *authority to do something*]
to win [game **cuộc**, battle **trận**]
[opp. **thua**]; *to beat, defeat*
[somebody]; *to be, be allowed to*
[first verb in series]; *-R -able,*
-ible [second verb in series]. **Thế**
này có được không? *Is this all*
right? **Em Toàn được thầy giáo**
khen. *Toan was praised by the*
teacher. **50 giáo sư được chọn**
đi dự khóa tu-nghiệp Anh văn.
Fifty teachers were selected to par-
ticipate in the English workshop.
ăn được *edible.* **làm được** *feasible.*
được kiện *to win one's case* [in
court].
được mùa *to have a good harvest.*
đười ươi *orang-utang.*
đượm *to be imbibed with a scent.*
đương *see* đang.
đương *to face, resist, oppose* đương
đầu.
đương-cục *authorities* CL **nhà.**
đương-nhiên *to be evident, natu-*
ral | *naturally.*
đương-qui *angelica polymorpha.*
đương-sự *interested party, appli-*
cant.
đương thì *in full youth.*
đương thời *(of) the time, (at)*
that time.

đường *sugar.* **nước đường** *syrup.*
đường mật *sugar and honey.*
đường *road, way, street* CL **con** |
line, trajectory. **lên đường,**
to set out, off, to start out. **dọc**
đường *on the way, enroute.* **lạc**
đường *to be lost.* **lầm đường lạc**
lối *to be astray.*
đường R *hall, temple, palace.* **học-**
đường *school.* **từ-đường** *shrine,*
worship hall.
đường cái *highway, main road.*
đường chéo góc *diagonal.*
đường cong *curved line, curve.*
đường đột *abruptly, suddenly,*
unexpectedly.
đường đời *path of life.*
đường đường *signifiedly, ma-*
gnificently.
đường giây nói *telephone line,*
cable.
đường hẻm *narrow street, back*
street.
đường hoàng *openly, in the open.*
đường kính *diameter.*
đường nằm ngang *horizontal.*
đường phân giác *bissectrice.*
đường phèn *sugar-candy, rock*
sugar.
đường sắt *rail, railroad.*
đường tắt *short cut.*
đường thẳng *straight line.*
đường thẳng đứng *vertical.*
đường thẳng góc *perpendicular.*
đường tiệm cận *asymptote.*
đường tròn *circumference, circle.*
đường xích đạo *equator.*
đứt [of string, thread, wire, rope]
to be broken, snapped, [of skin]
to be cut | *definitive.* **ăn đứt** *to be*
sure to win. **bán đứt** *to sell.* **cắt**
đứt *to cut or snap off.*

E

e *to be shy bashful* e lệ; *to fear* [rằng 'that'] e ngại.

e dè *to be circumspect, cautious.*

è cồ *to wear a heavy load, have to pay.*

éc éc [of pig] *to squeal.*

em *younger sibling* em ruột CL đứa, người; [SV đệ] *younger brother* em giai, em trai CL thằng, cậu, người, ông; [SV muội] *younger sister* em gái CL con, cô, người, bà | *I* [used by younger sibling to elder brother or elder sister, second person pronoun being anh or chị respectively]; *you* [used by elder brother or elder sister to younger sibling, first person pronoun being anh or chị respectively]; *I* [used by young lady to her sweetheart or by wife to husband, second person pronoun being anh]; *you* [used by young man to his sweetheart or by husband to wife, first person pronoun being anh]; *you* [used to young child]; *he, she* [of young child]. em dâu [one's younger brother's wife] *sister-in-law.* em họ *cousin (male or female)* [one's parent's younger sibling's child]. em rể [one's younger sister's husband] *brother-in-law.* em út *youngest brother or sister.* anh em *brothers; you; they.* anh em, chị em *brothers and sisters.* (hai) anh em ông Kim *Mr. Kim and his younger brother (or sister); Mr. Kim and his older brother.* (hai) chị em bà Chân *Mrs. Chân and her younger brother (or sister). Mrs. Chân and her older sister.* hai chị em ông Lai *Mr. Lai and his older sister.* Cf. anh, chị.

én *swallow* CL con.

eng éc [of pig] *to squeal | squeal.*

eo *straits* eo bể.

eo đất *isthmus.*

eo éo *to scream.*

eo-hẹp [of financial situation] *not too bright.*

eo óc *confused noise.*

eo ôi ! *interjection showing disgust, surprise.*

éo le [of situation] *to be tricky, full of surprises.*

èo họe *to be difficult, choosy.*

èo lả *to be weak, thin, feeble.*

ép *to squeeze, press, extract, press out* [*oil, wine, etc.*]; *to force* ép nài, ép uổng.

ép duyên *to force a woman to marry against her will.*

ép nài *to insist, urge* [someone] *to do something.*

ép uổng *to force, compel.*

ẹp *to be crushed, flattened.*

ét [Fr. aide-chauffeur] *driver's assistant.*

Ét-Tô-Ni *Estonia | Estonian.*

ét-xăng [Fr. essence] *gasoline.* cây (ét-)xăng, cột (ét-)xăng *gasoline pump.* thùng ét-xăng *jerry-can; gasoline drum; gas tank* [in car]. trạm ét-xăng *gas station.*

Ê

ê *to be numb, sore, aching.*

ê *to be ashamed* ê mặt. ê quá! *what a shame.* ê bêu! *shame on you.*

ê [exclamation] *hey!*

ê a *to make noises loudly and unceasingly* [as a child studying primer aloud].

ê ẩm *tired, exhausted.* đau ê ẩm *a dull pain.*

ê chẻ [of pain] *to be great.*

ê chệ *shameful, odious.*

ê hề *to be abundant.*

ẽ *to have no customer* ẽ hàng; [of man or woman] *to have trouble getting wife* (ẽ vợ) *or husband* (ẽ chồng).

ếch *frog* CL con. ếch nhái *frog and tadpole.* vồ ếch *to fall on one's face.*

êm [of music, voice] *to be soft,* [of weather] *to be calm,* [of seat, cushion] *to be soft.* êm như ru *sweet.*

êm-ái *to be soft, tender, sweet, melodious.*

êm-ẩm *peaceful, tranquil, calm.*

êm-đềm *see* êm ẩm.

êm tai *pleasing to the ear, melodious.*

êm thắm *to be amicable, peaceful | amicably.*

ép [interjection] *Rickshaw coming!*

êu [interjection used call a dog].

G

ga [Fr. gas] *accelerator* [*with* dận *to step on*].

ga [Fr. gare] *railroad station, bus station* nhà ga. xếp ga *station-master*.

ga *gauge.*

gá *to harbor* [gamblers].

gà [SV kê] *chicken, fowl* CL con. trứng gà *egg*. cuộc chọi gà *cockfight*. chuồng gà *fowl-house, hen house*. bu gà, lồng gà *chicken coop*.

gà chọi *fighting cock.*

gà con *chick.*

gà giò *chicken.*

gà gô *young partridge.*

gà mái *biddy, hen.*

gà mờ *dim, obscure.* mắt gà mờ *dim-sighted.*

gà nòi *pure-bred cock.*

gà rừng *wood-grouse, grouse.*

gà sống *rooster.*

gà tây *turkey.*

gà thiến *capon.*

gà trống *rooster.*

gả *to give* [one's daughter] *in marriage.*

gã *individual, young man.*

gạ *to court, woo, seduce* [a young girl]; *to coax, cajole, wheedle.*

gác *to put, place, set on.* gác chân lên bàn *to put one's legs on the table.*

gác *upper story.* thang gác *staircase.* trên gác *upstairs.*

gác [Fr. garde] *to mount guard* | *guard, sentry, watchman, door-keeper.* canh gác *to mount guard.*

gác bỏ *to set aside.* gác bỏ ngoài tai *not to listen, to pay no attention to.*

gác thượng *upper story, top floor.*

gạc *antlers* [of deer].

gạc *compress.*

gạch *brick* CL viên *for an unbroken one, and* hòn *for a broken piece.* lát gạch *to pave* [*with* bricks *or* tiles]. lò gạch *brick kiln.* nhà gạch *brick house.*

gạch *to draw* [a line]; *to cross out* gạch đi.

gạch cua *red-yellow fat inside the shell of a crab.*

gai *thorn.* chông gai *thorns and spikes.* gai ốc *goose pimples.* dây thép gai *barbed wire.*

gai *hemp.* dây gai *hemp string.*

gai mắt *to shock the eyes.*

gái *girl; female* [as opposed to male giai/trai]. mê gái *madly in love with a girl.* giai/trai gái *boy and girl, man and woman, male and female; to fool around with women.* nhà gái *the bride's family.* em gái *younger sister.* con gái *daughter; young girl.* cháu gái *granddaughter; niece.*

gái giang hồ *prostitute, streetwalker, whore.*

gái góa *widow.*

gài *to bolt, button, pin, fasten; to button up* gài cúc, gài khuy, gài nút.

gãi *to scratch.* gãi đầu gãi tai *to scratch one's ears.* gãi vào chỗ ngứa *to touch the right chord.*

gam [Fr. gramme] *gram.*

gan [SV can] *liver* CL buồng, lá. | *to be courageous, brave, tough.* bền gan *to keep patience.* nhát gan *timid, shy, coward.* cả gan, *audacious, bold.* non gan *chickenhearted.*

gan *sole* [of foot], *palm* [of hand].

gán *to pawn, pledge.*

gàn *to dissuade* gàn quải; *to block, prevent.*

gàn *to be crazy, cracked, dotty, silly, stupid, foolish* gàn dở.

gạn *to decant; to press with questions* gạn hỏi.

gang *span* [measure], *space between the end of thumb and the end of the middle finger when extended* gang tay; *short period* gang tấc.

gang *cast iron.*

ganh *to compete* ganh đua.

ganh tị *to envy, be jealous of.*

gánh *to carry with a pole and two containers; to shoulder, take charge* | *pole load; troupe* [of perambulating actors and actresses gánh hát *or* of *circus people* gánh xiếc]. đòn gánh *carrying pole.* gánh vác *to shoulder* [a responsibility].

gánh hát *troupe, theatrical company.*

gánh nặng *burden, load.*

gáo *dipper* CL cái, gáo dừa *dipper made of coconut shell.*

gào *to scream, roar, howl, cry, shout.* kêu gào hòa-bình *to clamor for peace.*

gạo [SV mễ] *raw rice.* [Cf. cơm, lúa, thóc] | *to study hard.* cơm gạo *rice, food.* giã gạo *to pound rice.* vo gạo *to wash rice.* xay gạo *to husk rice.* học gạo *to study hard.* kiếm gạo *to earn one's living.*

gạo kapok *bông gạo.*

gạo ba giăng *three-month rice.*

gạo cằm *black glutinous rice.*

gạo chiêm *summer rice.*

gạo mùa *autumn rice.*

gạo nếp *glutinous rice.*

gạo tẻ *ordinary, non-glutinous rice.*

gạt *to level off, scrape off; to reject, brush aside; to ward off* [blow].

gạt *to trick, cheat, deceive* lừa gạt, lường gạt.

gạt lệ *to brush away one's tears.*

gạt nợ *to give security for a loan.*

gạt nước mắt *see* gạt lệ.

gàu *scoop, bailer, pail for drawing water.*

gàu dai *bucket with long ropes, operated by two persons.*

gàu sòng *bucket with a long handle, hung from a tripod and operated by one person.*

gay *very red.* đỏ gay *rubicund.*

gay gắt *bad tempered, complaining.*

gay go [of situation] *to be tense, hard,* [of fight] *fierce.*

gáy *nape; back* [of book]. làm rợn tóc gáy *to make one's hair stand on end.*

gáy *to crow.* lúc gà gáy *at cockcrow.*

gáy chim gáy *turtledove.*

gảy *to pluck* [a string instrument].

gãy [of tooth, bone, stick, stick-like object, etc.] *to be broken; to break, snap* bẻ gãy, đánh gãy. Cf. vỡ. gãy chân *to break one's leg.*

gãy gọn [of speech] *to be concise, neat.*

gậy *stick, cane.* chống gậy *to lean on a stick.*

găm *point, prick.* dao găm *dagger.*

gặm *to gnaw, nibble.*

gắn *to glue, joint* [broken pieces], *fix.* gắn xi *to seal (up) with sealing wax.* gắn bó *to be attached to...*

găng *to be tense, tight, taut.*

găng [Fr. gant] *glove* CL chiếc *for one,* đôi *for a pair* [đeo *to wear,* bỏ, tháo *to take off*].

gắng *to make efforts* cố gắng, gắng công, gắng sức.

gắng gượng *to act unwillingly, against one's wishes.*

gắp *to pick up with chopsticks.*

gắp *skewer.* gắp cá *a skewer of fish.*

gắp thăm *to draw lots.*

gặp *to meet, encounter* gặp gỡ; *to see, run across.* gặp dịp *to find the favorable occasion, fortunate.*

gặp gỡ *unexpected meeting; to meet, to encounter.*

gặp nhau *to meet one another.*

gắt *to be strong, violent, harsh, biting; to grumble (at), scold. chide.* đỏ gắt *fiery red.*

gắt gao *keen, desperate, intense.*

gắt gỏng *to be in a temper, lose one's temper, be grouchy.*

gặt *to reap, harvest* gặt hái. vụ gặt *harvest.* thợ gặt *reaper.*

gấc *monordica.* ăn mày đòi xôi gấc *hard to please, difficult.*

gấm *brocade, embroidered silk, damask.*

gấm vóc *brocade and satin,— beautiful.*

gầm [of tigers] *to howl, yell, roar* gầm thét.

gầm *to bow one's head in shame or anger* cúi gầm.

gầm *space underneath* [table, bed], *underpass.* dưới gầm trời này *in this world.*

gặm [of rodents] *to gnaw.*

gân [SV cân] *nerve; tendon; sinew; vein* [as seen from outside] gân xanh; *nervure.* lấy gân *to flex one's muscles.* hết gân *to be worn out.*

gân cổ *to harden the neck.* gân cổ cãi *to disprove obstinately.*

gân guốc *to be all thews and sinew.*

gần *to be near, close; to be about to* [precedes main verb]; *nearly, almost.* gần đây *not far from here; recent(ly).* họ gần *near relation, close relative.* gần đó *thereabout.*

gần gũi *side by side, alongside.*

gần xa* *everywhere, every place, far and wide.*

gấp *to fold, close* [a book].

gấp *to be urgent; -R pressing; to do in a hurry.*

gấp *to be* [so many times] *more than.* gấp đôi/hai *double.* gấp bội *manifold, multiply.*

gấp rút *to be urgent, pressing.*

gập *see* gấp.

gập ghềnh *uneven, broken, rough, bumpy.*

gật *to nod* gật đầu. ngủ gật *to fall asleep while sitting or standing.*

gật gà gật gù DUP gật gù.

gật gù *to nod repeatedly.*

gâu *the barking of a dog.*

gấu [SV hùng] *bear* CL con. ăn như gấu *to eat gluttonously.* hỗn như gấu *very impolite.*

gấu *hem, fringe* [of dress], *cuffs* [of trousers].

gầu *dandruff, scurf.*

gẫu *to chat idly* chuyện gẫu.

gây *to bring about, cause, occasion* gây ra/nên.

gây dựng *to create, constitute, establish, set up.*

gây gấy *to feel feverish.*

gây giống *to crossbreed.*

gây gổ *to pick a quarrel.*

gây hấn *to incite wars, to provoke hostilities.*

gây loạn *to incite a rebellion.*

gây oán *to create enemies.*

gây sự *to try to pick a quarrel with...*

gây thù *to create enemies.*

gầy [= ốm] *to be thin, skinny, emaciated, lean, gaunt* [opp. béo, mập].

gầy còm *to be very thin.*

gầy gò *to be thin, skinny.*

gầy mòn *to grow thin, to lose flesh, weakened, enfeebled.*

gầy nhom *all skin and bones, gaunt, emaciated.*

gầy *see* gẫy.

gẫy *see* gầy.

gậy *stick, cane* CL cái. chống gậy *to lean on a cane; to walk in one's father funeral, leaning on a cane.* bọ gậy *mosquito larvae.*

gậy gộc *sticks.*

ghe *junk, sampan, bark, craft, boat* CL chiếc [= thuyền].

ghe chài *junk, fishing junk.*

ghé *to stop off at; to approach* [mouth miệng], *lean* [ear tai].

ghè *to break, crush, strike, hit.*

ghẻ *itch, scabies.* cái ghẻ *acarid.*

ghẻ *to be cold, indifferent* ghẻ lạnh. dì ghẻ, mẹ ghẻ *stepmother.*

ghẻ lạnh *to be indifferent.*

ghẻ lở *itch, scabies.*

ghẹ *at the expense of...* ăn ghẹ *to sponge on.* đi ghẹ xe *to get a ride with somebody.*

ghém *salad, mixed (raw) vegetables* rau ghém.

ghen *to be jealous, envious.* máu ghen *jealousy.*

ghen-ghét *to be jealous, covet, hate.*

ghen tuông *to be jealous* [in love].

ghẹo *to tease, bother* trêu ghẹo.

ghẹo gái *to flirt girls.*

ghép *to assemble, joint, couple, unite.* cách ghép chữ *syntax.*

ghét *dirt, filth* [rubbed off body skin].

ghét *to detest, hate.* thù ghét *to hate, resent.* yêu cho vọt, ghét cho chơi *spare the rod and spoil the child.*

ghét bỏ *to abandon because of hate.*

ghét cay ghét đắng *to hate someone's guts.*

ghê *to be horrified* [so as to tremble], *shiver, shudder, have one's teeth on edge*], *to be horrible, terrible* | *terribly.*

ghê gớm *frightful, awful, formidable.*

ghê người *frightful, awful.*

ghê răng *to set the teeth on edge.*

ghê sợ *terrific, awful, terrible, horrible.*

ghê tởm *sickening, disgusting, nauseous, repulsive.*

ghế *chair, seat, bench, stool* CL cái; *cabinet post.*

ghế *to stir* [boiled rice in pot] *with chopsticks before lowering the fire and putting the lid on.*

ghế bành *armchair, easy chair.*

ghế dài *bench, seat.*

ghế dựa *chair* [with a back].

ghế đầu *stool, tabouret.*

ghế ngựa *wooden bed* [made of two or four boards resting on trestles].

ghế trường kỷ *wooden sofa, settee, couch.*

ghế xích-đu *rocking chair.*

ghếch *to lean on, lean against, rest on.* ghếch chân *to set, put one's feet up on an object.*

ghềnh *fall, waterfall, cataract.* lên thác xuống ghềnh *up hill and down dale.*

ghi *to record, note.* ghi tên *to register one's name, enlist.* ghi lòng tạc dạ *to remember* [favor] *for ever.* đáng ghi nhớ *noteworthy.*

ghi [Fr. aiguille] *switch on railroad.* bẻ ghi *to shunt, switch off (rail).* phu bẻ ghi *pointsman.*

ghi chép *to note, make a note of something; to inscribe, write down.*

ghi nhận *to acknowledge* [receipt of something].

ghi nhớ *to remember.*

ghi tên *to put down one's name, sign up, register.*

ghì *to hold tight, hold fast, tighten.* ôm ghì *to clasp, hug, embrace.* trói ghì *to tie up.*

ghim *pin* | *to pin.*

ghim băng *safety pin.*

ghính *See* gánh.

go *woof, weft.*

gò *mound, knoll* CL cái· gò má *cheekbone.*

gò *to tighten, fasten, pull fast.* gò bó [of written style] *to be affected.*

gò cương *to draw in the rein, pull in the reins, to rein.*

gò đồng *hillock.*

gò gẫm *to forge* [written style].

gò lưng *to bend (the back).*

gò má *cheekbone.*

gò vai *acromion.*

gõ *to knock on, nap, rap.* chim gõ mõ *woodpecker.* gõ đầu trẻ *to teach.*

gõ lại *to straighten* [warped metal surface].

góa *to be widowed.* góa chồng *to be a widow.* góa vợ *to be a widower.*

góc *angle, corner; portion, fraction, piece* [of a cake] góc vuông *right angle.* góc nhọn *acute angle.*

gói *to wrap up, pack* | *parcel, package, pack, bundle.* một gói thuốc lá *a pack of cigarettes.*

gòi *special Vietnamese dish made of raw fish and vegetables.*

gọi [= kêu] *to call, hail, summon; to name.* gọi là *to be named...* | *as a matter of form.* kêu gọi *to appeal to, call upon.* lời gọi, tiếng gọi *call, appellation, appeal.*

gọi cổ phần *to call upon shareholders.*

gọi cửa *to knock.*

gom *to gather together* [money] gom góp.

gòn *cotton, wadding.*

gọn *to be neatly arranged, dressed or written; to be methodical, systematic, in order.* văn gọn *concise style.*

gọng *rim, frame, framework.* gọng ô *umbrella-frame.* ngã chồng gọng *to fall on one's back with arms and feet pointing upward.*

gọng kìm *prongs, tines* [of pincers]; *two-pronged* [attack].

goòng [Fr. wagonnet] *tip cart, tip wagon.*

góp *to contribute, donate; to pay jointly with others or on installment.* chung góp *to contribute — of a group.* góp phần *to contribute one's share* [vào 'to']. giả/trả góp *to pay in installments.*

góp chuyện *to take part in a conversation.*

góp mặt *to take a hand in, participate in.*

góp nhặt *to amass little by little, accumulate.*

góp vốn *to join capital in a business.*

gót *heel* [of foot, shoe]. theo gót *to follow.* nhẹ gót *to have a quick stop.* quay gót *to turn around.*

gót sen *L pretty girl.*

gọt *to peel* [fruit] *with knife, sharpen* [pencil].

gô *partridge* gà gô.

gô *to tie, tie up, bind* [RV lại].

gồ *to be prominent, jutting out, protruding, projecting.*

gồ ghề *uneven, rough, broken, hilly, bumpy, unsmooth.*

gỗ [SV mộc] [= cây] *wood, timber, lumber.* gỗ cứng *hardwood.* than gỗ *wood-coal.* đống gỗ *wood pile.* mọt gỗ *woodeater.* bè gỗ *raft of timber.* bằng gỗ *wooden.*

gỗ dán *veneered wood.*

gốc [SV bản] *foot* [of a tree]; *CL for trees; root. origin* nguồn gốc; *principal, capital* tiền gốc.

gốc [chemistry] *radicle, radical.*

gốc gác *origin, descent.*

gốc lái *principal and interest.*

gốc ngọn *from the beginning to the end; thoroughly* đầu đuôi gốc ngọn.

gốc tích *origin, descent.*

gộc [slang] *big, large, huge.*

gối *pillow, cushion, bolster* CL cái | *to rest one's head* (đầu) [vào on]. áo gối *pillowcase.* nhồi gối *to stuff a pillow.*

gối *knee* đầu gối. quỳ gối, xuống gối *to kneel down.* mỏi gối *to be tired* [after sitting, walking]. bó gối *to be at a loss, be helpless.*

gối [SV mộc] *latania, macaw-tree.*

gội *to wash* [one's hair đầu]. tắm gội *to bathe, wash up.*

gốm *pottery* đồ gốm.

gồm *to total up; to include, comprise, consist of* gồm có. bao gồ. *to include, embrace.*

gôn |Fr goal] *goal in soccer or football; goalkeeper.*

gông *cangue; stocks* [used on criminals].

gông cùm *yoke, slavery.*

gồng *a magic power of making onself invulnerable to weapons.*

gồng *to carry* [with a pole] gánh gồng, gồng gánh.

gột *to clean* [with brush and water]; *to produce, make.*

gột rửa *to clean and to wash; to get rid of.*

gở [of an omen điềm] *to be ill* [opp. lành].

gỡ *to unravel, disentangle, extricate, clear up* [knot, embarrassing situation], *recover* [money lost at gambling]; -R *free, as in* ăn gỡ.

gỡ mình, *to get oneself out* [of a jam].

gỡ đầu *to comb out one's hair.*

gỡ gạc *to profit, take advantage of.*

gỡ nợ *to pay off a debt.*

gỡ tội *to exculpate, disculpate, clear oneself.*

gời See gửi.

gợi *to arouse, awaken, revive* [emotion, memories], *strike up* [conversation], *whet* [desires].

gớm *to be horrified; to be horrible, terrible, dreadful, disgusting.*

gờm *to be scared of, afraid of.*

gợn [of water] *to be rippled, wavy* | *flaw* [in gem].

gợn sóng *undulating, wavy.*

gợt *to scum, skim.*

gù *to coo* [of dove] | *turtledove.*

gù *to be hunch-backed* gù lưng.

gụ *a kind of tough furniture wood.*

gục *to bend down* [one's head đầu]. ngã gục xuống *to slump down.*

guốc *wooden shoe or clog* CL chiếc for o·e, đôi for a pair.

guồng *propeller; spinning wheel; machine, machinery.* guồng máy *machinery, apparatus.*

gừ [of dog] *to snarl, to growl.*

gửi *to send, forward, remit, dispatch; to entrust, leave in someone's care.*

gửi lại *to commit, entrust someone with something; to send back to.*

gửi lời *to send a message.*

gửi rề [of a son-in-law] *to live in one's wife's family.*

gửi thân *to die.* gửi thân ở nơi đất khách quê người *to die in a foreign country.*

gừng [SV khương] *ginger* CL củ *for root,* nhát *for slices.* mứt gừng *candied ginger, gingersnap.*

gươm *sabre, sword* CL lưỡi, thanh [mang, đeo *to carry,* tuốt. rút *to draw*]. Hồ Gươm *the Sword Lake.*

gượm *to wait, postpone.* Gượm đã! *Hold it!*

gương [SV kính] *mirror* CL cái, tấm; *example* CL tấm. gương ảnh (*photographic*) *plate.* làm gương *to give the example* [cho 'to']. soi gương *to look in the mirror.* theo gương, noi gương *to follow the example of.*

gương mặt *appearance, face.*

gương mẫu *model, example.*

gương thuốc ảnh *sensitive plate.*

gương tốt *good example.*

gương tự-sắc *autochrome plate.*

gượng *to make efforts* cố gượng, gắng gượng; *-R to act reluctantly* | *forced, unnatural, affected, constrained.*

GI

gì [= chi] *what?* cái gì, những (cái) gì; *anything, everything, something.* Ông hỏi gì ạ? *What can I do for you, Sir?* cái gì? những gì? *What?* Anh muốn gì? *What do you want?* Anh muốn gì cứ bảo tôi *If you want something (anything) just tell me.* Nói gì nó cũng cười *He laughs at everything,* không can gì? *It doesn't matter.* Can gì mà phải...? *Why did you have to...?* hèn gì *no wonder.* gì bằng *wouldn't it be better to...*

gia *R* house, household, home, family [= nhà]. quốc-gia *state,* nation. đại-gia *great family.* nhạc-gia *in-laws.*

gia *-R* -ist, -er, -ian, etc., as chính-trị-gia 'statesman, politician' khoa-học-gia 'scientist'; *R-* my [in speaking of relatives older than oneself] as gia-mẫu 'my mother' gia-phụ 'my father'. thông-gia *relation by marriage.* tề gia nội-

trợ *housekeeping.* binh-gia *the military.* nông-gia *farmer.*

gia *R to increase* [= thêm]. tăng-gia *to increase.*

gia-ân *to grant a favor.*

gia-bảo *family treasure.*

gia-biến *family disaster.*

gia-bộc *domestic, servant.*

gia-cảnh *family situation.*

gia-cầm *domestic birds.*

gia-chánh *home economics.*

gia-chủ *head of family.*

gia-cư *habitation, dwelling, abode.*

gia-dĩ *moreover, besides, furthermore.*

gia-dụng *family use.*

gia-đinh *servant, attendant.*

gia-đình *family, home.* vô-gia-đình *homeless; anti-family.* có gia-đình *to have a family* [wife and children].

gia-giảm *to increase and decrease, --to make necessary adjustments.*

gia-giáo *family education.*

gia-hạn *to extend* [a period], *renew.*

gia-hương *native village.*

gia-lễ *family rites.*

gia-mẫu *L my mother.*

Gia-Ná-Đại *Canada | Canadian.*

gia-nghiêm *L my father.*

gia-nhân *servants.*

gia-nhập *to enter, participate in, join.*

gia-phả *family register.*

gia-phong *family tradition.*

gia-phụ *L my father.*

gia quyến *family, relatives, dependents.*

gia sản *family inheritance.*

gia-súc *domestic animals.*

gia-tài *family inheritance.*

gia-tăng* *to increase.*

gia-tẩu *L my sister in-law.*

gia-thanh *the family reputation.*

gia-thất *family, household.* thành gia-thất *to get married.*

gia-thế *genealogy, family situation.*

gia-thúc *L my uncle.*

gia-tiên *ancestors, forefathers.*

gia-tiểu *women and children* [of a family].

gia-tốc *to speed up, accelerate.*

gia-tộc *family, tribe, household.*

gia-tôn *L my father.*

gia-trạch *house, domicile, abode.*

gia-trọng *to add weight* [as an evidence] [opp. giảm khinh]. trường hợp gia-trọng *aggravating circumstances.*

gia-truyền *to be hereditary.*

gia-trưởng *head, chief of the family.*

gia-tư *family fortune.*

gia-từ *L my mother.*

gia-vị *spice, seasoning, condiment.*

giá *to cost | cost, price, value.* bán đấu giá *auction.* bán hạ giá *discount sale.* tăng-giá *to raise the price.* hạ giá, giảm giá *to reduce the price.* đánh giá *to value, estimate, appraise.* danh-giá *reputation, honor, fame.* đáng giá *valuable.* vô giá *priceless, invaluable.*

giá *bean sprouts, green shoots from peas.*

giá *shelf, easel, support, valet, bookcase.* Thánh-giá *Cross.*

giá *if, suppose...* giá thử, giá mà, g á dụ...

giá *R* [of girl] *to marry* xuất-giá. cải giá, tái giá *to remarry.*

giá *to be cold.*

giá *R coach.*

giá áo *coat-rack, portmanteau.*

giá bán *selling price.*

giá-biểu *price list, price schedule.*

giá buôn *purchase price.*

giá buốt *a bitter, biting cold.*

giá cả *price, cost.*

giá dụ *suppose, let's presume that, for example.*

giá-họa *vu oan giá họa to shift, to cast, to lay.*

giá lạnh *a biting cold.*

giá mua *purchase price.*

giá-mục *price-list.*

giá nội *reduced price.*

giá sách *bookshelves. bookcases.*

giá thể *if, for example.*

giá-thú *marriage.*

giá thử *if, for example.*

giá-tị *teak.*

giá tiền *price, cost, worth, value.*

giá-trị *value, worth.* có giá-trị *to be valuable.*

già [SV lão] *to be old, aged; to grow old, get old, become old, age; to be skilled, adept; to be a little bigger/more than* [opp. trẻ]; [of texture, food] *tough* [opp. non].

già R *per-.* cờ-lô-rát già *perchlorate.*

già R *cangue* [= gông].

già-cả *very old.*

già câng *very old.*

già-giặn *experienced, skilled, mature.*

già nua *old, aged.* già yếu *old and weak.*

giả [SV giả] *to fake, simulate, feign, pretend, sham; to be false, fake, counterfeit.* bạc giả [opp. thật, thực] *counterfeit money.* làm giả *to counterfeit, falsify.*

giả R *he who, that which, -er, -or.* tác-giả *author, writer.* sứ-giả *envoy, ambassador.* trưởng-giả *the bourgeoisie, the middle class.* diễn-giả *speaker.* học-giả *scholar.* thính-giả *listener.*

giả R *suppose that. if* giả-sử.

giả *he, him.* Giả đang nói với tôi *He was speaking to me.*

giả [= trả] *to give back, pay (back);* [= hoàn] *to return, refund* giả lại. giả lại *to give the change.*

giả bữa ăn giả bữa *a good appetite following a sickness.*

giả cách *to simulate, sham.*

giả cầy *pork stew.*

giả-dạng *to disguise oneself* [làm *as*].

giả-danh *to pose as, call oneself.*

giả-dối *to be false, deceitful* |*falsely, hypocritical.*

giả đò *to pretend, make believe.*

giả hiệu *feigned, false, sham.*

giả lời *to answer, reply.*

giả-mạo *to forge, fake, counterfeit.*

giả-như *suppose that.*

giả-sử *See* giả như.

giả tảng *to sham, pretend.*

giả-thiết *suppose...*

giả thù *to avenge oneself.*

giả-thuyết *hypothesis.*

giả-trang *to disguise oneself.*

giả vờ *to pretend, make believe.*

giã *to pound* [rice, etc.] *with a pestle* [= đâm]; *to beat* [Slang].

giã R *to take leave of* từ-giã.

giã *to neutralize.* thuốc giã độc *antidote, counterpoison.*

giã ơn *to thank.*

giã từ* *to take leave of.*

giác R *horn* [= sừng]. tê-giác *rhinoceros.*

giác R *angle* [= góc]. hình tam-giác *triangle; triangular.* lượng-giác-học *trigonometry.*

giác R *dime* [= hào, cắc].

giác *to cup.* ống giác *cupping-glass.*

giác R *to accuse.* tố giác, phát giác *to denounce.*

giác R *to feel, sense, perceive.* cảm-giác *sensation.* khứu-giác *smelling.* thị-giác *eyesight.* thính-giác *hearing.* vị-giác *taste.* xúc-giác *touch.*

giác-mô *cornea.*

giác-ngộ *to awaken, realize.*

giác-quan *organ of sense.*

giác-thư *memorandum, diplomatic note.*

giai [= trai] *boy; male* [as opposed to female gái]. con giai *son; young boy.* em giai *younger brother.* bạn giai *boy friend.* nhà giai *the bridegroom's family.* cháu giai *grandson, nephew.* đẹp giai *handsome.*

giai R *all.*

giai R *rank, grade.*

giai-cấp *(social) class, caste.* đấu-tranh giai-cấp *class struggle.*

giai-đoạn *period, phase, stage.*

giai gái *boy and girl, male and female; to have a love affair.*

giai-kỳ *marriage, wedding-day.*

giai-lão *to grow old together* [as husband and wife]. bách niên giai lão *to live together for a hundred years.*

giai-nhân *beautiful, exquisite woman.*

giai-phẩm *beautiful, exquisite literary work.*

giai-tác *elegant, fine literary composition.*

giai-thanh *distinguished young man, gentleman.* Giai thanh gái lịch *gentlemen and women of fashion.*

giai-thoại *beautiful story.*

giải R *to untie, unfasten* [= cởi]; R *to solve, disentangle, explain* bàn giải, giải đáp, giải nghĩa; R *to liberate, emancipate;* R *free from.* nan giải *difficult to solve.* chú-giải *note, annotation.* giảng giải *to explain.*

giải *to deliver, hand* [criminal, prisoner] *over to officials; to transport* [criminal] *under guard.*

giải *to spread* [mat chiếu, table cloth khăn bàn].

giải *prize, award.* giải nhất *first prize.*

giải *to urinate.* đi giải *to urinate.* nước giải *urine.*

giải-binh *to disarm, demobilize.*

giải buồn *to relieve the tedium, break the monotony.*

giải-cấu giải cấu *tương-phùng, to meet unexpectedly, encounter by surprise.*

giải-cứu *to save, rescue.*

giải đáp *to answer, solve.*

giải-độc *to be antidotal.*

giải giáp *to disarm.*

giải-giới *to disarm.*

giải hòa *to make peace, conciliate.*

giải-khát *to quench thirst.* đồ giải khát *refreshments, drinks.*

giải khuây *to alleviate, allay one's sorrow.*

giải lao See giải khát.

giải muộn See giải buồn.

giải-nghĩa *to explain.*

giải-nguyên *first on the list for the second degree examination, valedictorian.*

giải nhiệt *febrifugal.*

giải oan *to clear* [oneself or someone] *of an unjust charge.*

giải-pháp *solution* [to a problem].

giải-phẫu *to dissect | surgery,* surgeon CL nhà.

giải-phóng *to emancipate, liberate.*

giải quán-quân *championship.*

giải-quyết *to solve* [a difficulty].

giải-sầu See giải buồn.

giải-tán *to dissolve* [a body], *adjourn; to break up, scatter.*

giải-thích *to explain, interpret.*
giải-thoát *to rid oneself, liberate.*
giải-thuyết *to explain, interpret,
explanation.*
giải-tích *to analyze | analytic.*
giải-trí *to have distraction, have
recreation, relax.*
giải vây *to break a blockade, raise
a siege.*
giãi *to manifest, show, expose.*
giãi-bày giãi bày tâm sự, *to open
one's heart.*
giãi-lòng *to show one's feelings.*
giãi tỏ *to manifest, show.*
giam *to detain, confine, imprison.*
nhà giam *prison, jail.* trại giam
concentration camp. bị giam *imprisoned.*
giam *to pay the winner.*
giam-cầm *to detain, imprison.*
giam hãm *to detain, restain, lock
up, confine.*
giam lỏng *to prevent from going
out of a limit.*
giám *R to supervise, direct. examine,
control.* thái-giám *eunuch.*
giám-định-viên *expert.*
giám.đốc *to direct, supervise |
director, supervisor.* ban giám-đốc
board of directors. phó giám-đốc
vice director.
giám-học *vice-principal* [of high
school], *director of courses.*
giám-hộ *guardian.*
giám-khảo *examiner.* hội-đồng
giám-khảo *examination commission.*
giám-mục *bishop.* tổng-giám-mục
archbishop.

giám-quốc *President of a republic* [obs.].
giám-sát *to control, inspect.* ủy-hội
giám-sát đình-chiến *armistice control commission.*
giám-thị *overseer, proctor.*
giảm *to decrease, reduce, diminish,
lessen* tài-giảm [opp. tăng].
giảm bớt *to abate.*
giảm-khinh *to lighten* [burden,
punishment] [opp. gia-trọng].
trường-hợp giảm-khinh *extenuating or palliating circumstances.*
giảm-thiều *to decrease, reduce,
lessen.*
giảm thọ *to shorten the life.*
gian [opp. ngay] *to be dishonest,
deceitful, fraudulent, cheating,
tricky, crooked.* bọn gian *villains.*
ăn gian *to cheat.* Việt-gian *traitor*
[Vietnamese]. cưỡng-gian *to rape.*
gian *apartment, compartment, room,
house; R interval* [= khoảng],
space. không-gian *space.* thời-gian
time. dân-gian *the people.* dương
gian, thế-gian, trần-gian *this world,
here below.* trung-gian *go-between,
intermediary, mediator, middleman.*
gian *R to be difficult, hard, laborious* gian nan.
gian-ác *dishonest and wicked.*
gian-dâm *to be adulterous.*
gian-dối *tricky, deceitful, false.*
gian-đảng *gang.*
gian-giảo *cheating, shifty.*
gian hàng *stall, stand.*
gian-hiểm *crafty, artful, wily,
sneaky, treacherous.*
gian hùng *scoundrel.*

gian-khổ *to be hard | hardship, adversity.*

gian-lao *to be hard | hardship, adversity.*

gian-lận *to trick, cheat* [at exam].

gian-lậu *to cheat* [esp. at exam].

gian-nan *difficult, laborious, troubled, hard.*

gian-nguy *dangerous, peril.*

gian-nịnh *wily flatterer.*

gian-phi *malefactor, evildoer.*

gian-phu *adulterer* [as opposed to accomplice dâm-phụ].

gian-phụ *adulteress, loose woman.*

gian-tà *pernicious, perfidious.*

gian-tặc *brigand, bandit.*

gian-tham *covetous, dishonest, greedy.*

gian-thần *traitor* [among mandarins]

gian-trá *cheating, false, crooked.*

gian-truân *adversity, trial.*

gián *cockroach* CL con. thuốc trừ gián *cockroach killer.*

gián R *to interrupt; to be separated.*

gián R *to dissuade* [= can].

gián-điệp *spy* CL tên, tay; *espionage* phản-gián-điệp *counter-spy; counter-espionage.*

gián-đoạn *interrupt.*

gián-hoặc *in the event, in case.*

gián-quan *censor* [under imperial regime].

gián-thu [taxes] *indirect, as opposed to* **trực-thu** *direct.*

gián-tiếp *to be indirect | indirectly.*

giàn *arbor, bower, pergola.*

giàn giụa *bathed in tears,*

giản R *to be simple* đơn-giản.

giản-dị *to be simple, easy.*

giản-dị-hóa *to simplify.*

giản-đồ *diagram.*

giản-đơn* *to be simple.*

giản-lược *resume, brief, abstract, synopsis.*

giản-minh *to be concise.*

giản-tiện *practical, convenient.*

giản-ước *to be concise, simple, compact.*

giản-yếu *to be essential, elementary concise.*

giãn *to slacken, relax, become distended, stretch* [opp. co].

giang R *(large) river* [= sông]; -R *in names of rivers.* Cửu-long-giang *the MeKong River.* Dương-tử-giang *the Yang-tse.* quá giang *to cross the river; to get a lift, get a ride.*

giang *a kind of bamboo with tough fibers used to make ropes.*

giang-biên *river bank, riverside.*

giang-hồ *rivers and lakes; to travel.* khách giang hồ *adventurer.* gái giang-hồ *prostitute, whore, harlot, streetwalker.*

giang-khẩu *mouth of a river.*

giang-sơn *rivers and mountains; country, homeland, fatherland; burden of responsibility in family.*

giáng *purple-red.*

giáng R *to demote, lower; to descend* [opp. thăng].

giáng-chỉ [of emperor] *to publish an edict.*

giáng-chiếu *See* giáng-chỉ.

giáng-chức *to demote.*

giáng-hạ *to descend.*

giáng-sinh *to be born.* lễ (Thiên-Chúa) Giáng-Sinh *Christmas.* đêm

Giáng-Sinh *Christmas Eve.* cây
Giáng-Sinh *Christmas tree.*
giáng-thế *to come into the world.*
giảng *to explain, preach* giảng
giải; diễn-giảng *to lecture.*
giảng-đạo *to preach a religion.*
giảng-đề *topic, subject* [of lecture].
giảng-đường *amphitheater, lecture
room, auditorium.*
giảng-giải *to explain, expound.*
giảng-hòa *to make peace, conciliate.*
giảng-khoa *subject, course of study.*
giảng-kinh *to comment the classics.*
giảng-luận *to dissert, expound.*
giảng-nghĩa *to explain, interpret.*
giảng-nghiệm-trưởng *senior as-
sistant* [in laboratory, university].
giảng-nghiệm-viên *assistant* [in
laboratory, university].
giảng-sư *assistant professor* [in
university]. Cf. giáo-sư, giảng viên.
giảng-tập *to teach, drill.*
giảng-viên *lecturer.*
gianh *thatch.* mái gianh *thatched
roof.*
giành *See* dành.
giành *basket* [for fruit].
giao *to entrust* [cho 'to'], *deliver*
[object, merchandise].
giao R *to join, exchange commu-
nicate; R relations, (sexual) inter-
course.* tàm-giao *great friendship.*
bang-giao *international relations.*
ngoại-giao *foreign relations, dip-
lomacy.*
giao R *glue.*
giao-cảm *sympathetic* [nerve].
giao-cấu *to have sexual intercourse.*
giao-chiến *to be engaged in fight-
ing.*

giao-dịch *to trade, communicate.*
giao du *to frequent* | *company.*
giao điềm *point of intersection.*
giao điện *alternator.*
giao-hảo *amicable relations.*
giao-hẹn *to agree.*
giao-hoán *to exchange* [culture,
prisoners of war, etc.].
giao-hội *conjunction, synod* [as-
tronomy].
giao-hợp *to have sexual intercourse.*
giao-hữu *friendship.* trận đấu giao-
hữu *friendship match.*
giao-kèo *contract* CL tờ [ký,
làm *to* sign].
giao kết *to establish, relations.*
giao-ngân *to hand money to.*
giao phó *to trust, entrust.*
giao-phong *to fight.*
giao-tế *public relations, representa-
tion.* Sở Giao-tế *Public Relations
Office.*
giao thế *to substitute.*
giao-thiệp *to have (social) rela-
tions* [với 'with'].
giao-thông *to communicate* | *com-
munication* [roads, railroads].
giao-thời *transition period, turn-
ing point.*
giao-thừa *the transition hour be-
tween the old year and the new
year; New Year's Eve.*
giao-tiếp *to be in contact, have
relations.*
giao-ước *to promise, to pledge
oneself (to).*
giáo *lance, spear* CL ngọn, cây.
giáo R *to teach, instruct* | R *doc-
trine, religion, cult, -ism.* nhà gia
giáo *good family.* ông giáo, thày

giáo *teacher.* tam-giáo *the three traditional religions, e.g. Confucianism, Buddhism and Taoism.* Ấn-độ-giáo *Hinduism.* Cơ-đốc-giáo *Christianity, Protestantism.* Do-thái-giáo *Judaism.* Gia-tô-giáo *Catholicism.* Khổng-giáo *Confucianism.* Lão-giáo *Taoism.* Phật-giáo *Buddhism.* Thiên-chúa-giáo *Christianity, Catholicism.* nhà truyền-giáo *missionary.*

giáo-chủ *prelate, cardinal.* Hồng-y giáo-chủ *Cardinal.*

giáo-dân *to educate the people; the Catholic population.*

giáo-dục *education.* có giáo-dục *well-educated, well bred.* vô giáo dục *ill bred.* Bộ Quốc-gia Giáo-dục *Ministry, Department of National Education.* Bộ-trưởng Giáo-dục *Minister of Education, Secretary of State for National Education.* giáo-dục căn bản *fundamental education.* bình-dân giáo-dục *mass education.*

giáo-đầu *to begin, start; preliminary, preface, prologue.*

giáo-điều *dogma, commandment.*

giáo-đình *papal court.*

giáo-đồ *disciple, follower.*

giáo-đường *place of worship; church.*

giáo-giới *educational world; teachers* [as a group].

giáo-hóa *to educate, civilize.*

Giáo-hoàng *Pope.*

giáo-học *schoolmaster, teacher.*

giáo-hội *church, congregation.*

giáo-huấn *to teach, educate, reeducate, indoctrinate, brainwash.* trại giáo-huấn *indoctrination camp.*

giáo-hội *church, denomination; congregation.*

giáo-khoa *subject* [of study]. sách giáo-khoa *textbook.*

giáo-khu *diocese.*

giáo-lý *dogma.*

giáo-nghĩa *doctrine.*

giáo-phái *religious sect.*

giáo-phường *conservatory.*

giáo-sĩ *missionary, priest.*

giáo-sinh *student teacher; student* [of normal school].

giáo-sư *(high school) teacher, (university) professor.* Cf. giảng-sư, giảng-viên, giáo-viên.

giáo-thụ *professor, teacher.*

giáo-thuyết *religious theory.*

giáo-viên *(primary school) teacher.* Cf. giáo-sư.

giào R *to hang* [a criminal] sử giào.

giào R *crafty, cunning, clever.*

giào-hình *hanging* [as a punishment].

giào-hoạt *crafty, artful; glib.*

giào-lục *to strangle to death.*

giào-quyệt *artful, crafty, cunning.*

giào-trá *hypocritical.*

giáp *to be close up to, near, adjacent.* Anh ấy ở giáp bên tôi *He lives next door to me.*

giáp *hamlet, division of a village.*

giáp *armor, bulletproof vest* áo giáp.

giáp *cycle of twelve years.* Anh ấy hơn tôi một giáp. *(We were born under the same sign,) but he is twelve years older than I.*

giáp *the first Heaven's Stem.* See can.

giáp-bào *armor.*

giáp-chiến *to give battle.*

giáp giới *to be near* [the border], *border on.*

giáp-khoa *laureate.*

giáp lá cà *hand-to-hand fight.*

giáp mặt *face to face.*

giáp-trận *to join battle.*

giáp-y *armored coat.*

giạt *to run aground, drift.*

giàu *see* giầu.

giàu *to pout, purse* [lips **môi, mỏ**].

giày *see* giầy.

giấy *see* giầy.

giặc *pirate, invader, aggressor* | *war* CL **trận.** đánh giặc *to make war.*

giặc biển *sea pirates.*

giặc giã *piracy; war, hostilities.*

giẫm *to crush, tread, trample.*

giẵn giọc *to toss and turn.*

giăng [= **trăng**] [SV **nguyệt**] *moon,* mặt giăng, ánh giăng *moonlight.* gấu ăn giăng *eclipse of the moon.*

giăng *to spread, stretch* [net **lưới,** sail **buồm**].

giăng gió *flirtation, love affair.*

giăng hoa *flirtation.*

giăng khuyết *the moon is waning.*

giăng mật *honeymoon.*

giăng tròn *full moon.*

giằng *to pull* [toward oneself in a dispute].

giằng buộc *together.*

giằng co *to pull about.*

giặt *to wash, launder.* thợ giặt *laundryman.* tiệm thợ giặt, tiệm giặt ủi *laundry shop.*

giặt giũ *to wash, launder.*

giấc *to sleep soundly, pass out* | *nap, slumber; dream.* giấc ngủ *nap.* giấc mơ *dream.* ngủ một giấc *to take a nap.* ngủ quá giấc *to oversleep.* ngon giấc *to sleep soundly.* tỉnh giấc *to wake up.* yên giấc ngàn thu *to die.*

giấm *vinegar.* ngâm giấm *to preserve in vinegar.*

giấm mật *honey vinegar.*

giấm thanh *vinegar of rice alcohol.*

giầm *paddle.*

giậm *to stamp.*

giậm đánh giậm *to net.*

giậm-dọa *to frighten, terrorize.*

giần *winnowing basket* | *to sift.*

giận *to be angry* (*with*) [nồi *to become, get*]. tức giận *to be furious.*

giận dỗi *to lose one's temper.*

giật *to pull forcibly, jerk, snatch; to borrow* [for a short time]. giật chuông *to ring the bell (by pulling a rope).*

giật gân [of music] *hot, thrilling.*

giật giây *to pull the strings, control from behind the scene.*

giật mình *to be startled.*

giật lùi *to move back, back up.*

giấu *to hide, conceal, camouflage.*

giấu giếm *to hide.*

giàu [SV **phú**] *to be wealthy, rich* (*in*) [opp. **nghèo**]. giàu có *to be wealthy.* làm giàu *to get rich.*

giàu *betel* [= **trầu**] giàu không.

giàu không *betel.*

giậu *hedge.*

giây *to sift* | *sieve* CL **cái.**

giây *to be stained, spotted.*

giây *second* [of time] giây đồng hồ.
giấy [SVchỉ] *paper* CL cái, tờ.
buồng/phòng giấy *office.* giấy bạc
banknote, bill. bạc giấy *paper
money.* giấy tờ *paper, document.*
giấy bản *rice paper.*
giấy bóng *glassine paper; cello-
phane.*
giấy giá-thú *marriage certificate.*
giấy khai-sinh *birth certificate.*
giấy lọc *filter paper.*
giấy nhám *emery paper.*
giấy nhật-trình *newsprint; old
newspapers.*
giấy ráp *sand paper.*
giấy sáp *wax paper.*
giấy thấm *blotting paper.*
giấy thiếc *tin foil.*
giấy thông-hành *passport,*
giấy thuộc *parchment* (*paper*).
giầy *to trample, crush* giầy đạp,
giầy xéo.
giầy *shoe* CL chiếc *for one,* đôi
for a pair. đi giầy *to wear shoes.*
giầy vò *to trouble, disturb.*
giầy *to push, shove.*
giẫy *to clean* [a field] giẫy cỏ; *to
weed*
giẫy *to wriggle, strive, struggle,* còn
giẫy *kicking still.*
giẫy *row* [of people, houses, moun-
tains, etc.].
giẫy giụa *to struggle.*
giẫy nảy *to start up, jump.*
giậy *to resound, be loud.*
gié lúa gié *ear of rice.*
giẻ *rag, dust cloth.*
giẻ cùi *jay.*
gièm *to berate, disparage, slander.*

gièm pha *to backbite, vilify, talk
down.*
gieo *to sow, cast.*
gieo mạ *to sow rice seeds..*
gieo mình *to throw oneself.*
giẹp *to be flat, flattened, collapse.*
giêng *the first month of the lunar
year; January* tháng giêng. ra
giêng *next January, early next
year.*
giếng [SV tỉnh] *well* giếng nước
CL cái [with đào, khơi *to
dig, to sink*].nước giếng *well-water.*
giếng khơi *a deep well.*
giếng mạch *artesian well.*
giếng phun *artesian well.*
giết [SV sát] *to kill, murder,
assassinate; to slaughter, butcher;
to kill, while away* [time].
giễu *to tease, kid, joke, jest.* chế
giễu *to mock.*
giễu cợt *to tease, kid, joke.*
gìn R *to keep, preserve, guard* giữ
gìn, gìn giữ.
gìn giữ* *to keep, preserve, guard.*
gio *ashes.*
gió [SV phong] *wind* CL cơn, trận
| [of giời/trời] *to be windy.*
gió bắc *northern wind.*
gió hanh *dry and cold wind.*
gió lốc *whirlwind.*
gió lùa *draught.*
gió may *zephyr.*
gió mậu-dịch *trade-winds.*
gió mùa *monsoon.*
gió nồm *southern wind.*
giò *meat pie wrapped in banana
leaf.* chả giò *Saigon meat rolls.*
giò *foot* [of pig, chicken], *leg.* chân
giò *pig's feet.*

giỏ *market basket, flower basket.*

giòi *worm, larva* [in rotten meat, rotton fruit, etc.].

giỏi *to be good, adept, skilled, clever, able, capable* | *well.* học giỏi *to be smart or do well in school.* mạnh giỏi *well, in good health.*

giòn *to be crispy, brittle,* [of laugh] *hearty, tinkling.*

giòn tan *to be very crispy.*

giong *to go, travel.* đi giong *to walk, saunter, stroll.*

giong *to keep* [light đèn] *burning.*

gióng *stump, section* [of bamboo **tre,** sugar cane **mía**].

gióng *scaffolding.*

giòng *issue, lineage, descent.*

giòng *line* giòng kẻ. xuống giòng *to go to the next line, paragraph.*

giòng *course.* trong giòng ngày hôm nay *in the course of this day.*

giòng *current, flow, stream* · giòng nước.

giọng *voice, tone; intonation; tone of Vietnamese word* [SV thanh]; *accent.*

giọt *drop.* giọt mưa *rain-drop.* giọt máu *blood drop.* từng giọt *drop by drop.*

giọt gianh *drops of water which fall from a straw roof or from the eaves.*

giọt lệ *L tears.*

giỗ [SV kỵ] *anniversary of death, memorial day.* giỗ chạp, giỗ tết *festivals.*

giỗ đầu *the first anniversary of the death of a person.*

giỗ hết *the third anniversary of the death of a person.*

giỗ tết *anniversaries and festivals.*

giối *to make the last recommendations* [RV lại]. lời giối giăng *last will.*

giồi [see nhồi] *blood pudding.*

giỗi *to get angry, get sore.*

giốc *third note in the classical pentatonic scale sounding like* **mi.**

giội *to pour* [water, etc.].

giông *unlucky; ill-luck, mischance.*

giông *storm, rainstorm* giông tố.

giông giống *somewhat similar, alike* [DUP giống].

giông tố *hurricane, storm, tempest* [= bão tố].

giống [SV chủng] *species, breed, strain, race; sex, gender* | *to resemble, look like.* hạt giống *seeds.* thóc giống *rice seeds.* nòi giống *race.*

giống cái *feminine.*

giống đực *masculine.*

giống hệt *to be as like as two peas.*

giống người *mankind, human race*

giống như *to resemble.*

giống nòi *race.*

giống vật *animal.*

giồng [SV chủng] *to plant, cultivate, till, grow, erect* [= trồng].

giồng giọt *to plant, cultivate, till.*

giồng răng *to put in false teeth.*

giồng tỉa *See* giồng giọt.

giộp *to blister* [because of burn, scalding, sunburn].

giơ *to raise* [hand, foot]; *to show.* giơ mặt *to show oneself.*

giờ *time* thì giờ; *time of the clock; hour* tiếng đồng hồ. bao giờ *when, what time?* | *always.* bây giờ *now.*

bấy giờ *at that time.* một giờ
one *o'clock;* one hour, *an hour.*
một giờ đồng hồ *one hour.* nửa
giờ *half an hour.* hai giờ rưỡi
sáng *two thirty a. m.* ba giờ kém
năm *five to three.* mấy giờ? *what
time is it?* giờ ăn sáng *breakfast
time.* đúng giờ *to be punctual.*

giờ giấc *time; schedule* | *to stick
to a schedule.*

giờ hồn *be careful! watch out!*
[*I'll punish you*].

giờ lâu *long, for a long time.*

giờ *to alter, change.*

giờ *to untie, unwrap, open; to get
out* [RV ra].

giờ *to open* [book].

giờ chứng *to change one's conduct.*

giờ dạ [*of woman*] *to begin to
have labor pains.*

giờ giọng *to change one's tune.*

giờ giời *change of weather* | *to be
under the weather.*

giờ mặt *to change one's line of
conduct.*

giờ mình *to turn over in the bed.*

giờ người *to be a little off.*

giờ rét *the cold comes back again.*

giơi [SV phức] *bat* CL con.

giới R *limit, border; world, circles.*
thế-giới *world.*

giới R *to swear off; R to be on
guard, be on the alert* giới bị. ngũ
giới *the five abstinences of Bud-
dhism.* phá giới *to violate (Bud-
dhist) religious taboo.* thập giới
the Ten Commandments. trai giới
abstinence.

giới R *to lie between, introduce.*

giới-hạn *limit, limitation.*

giới-nghiêm *to declare martial
law* | *martial law, curfew.*

giới-thiệu *to introduce* [socially].

giới-tuyến *demarcation line.*

giời [SV thiên] [= trời] *sky, hea-
ven; weather, climate; God, Lord,
Providence, Heavens;* -R *long,
as in* ba tháng giời *three long
months; wild* | *it* [subject of verbs
denoting weather conditions or pe-
riods of the day]. giữa giời *in the
open air, outdoors.* trên giời *in
the sky.* chầu giời *to die, pass
away.* có (mà) giời biết *Heaven
knows.* Giời ơi *! Good heavens !*
hai năm giời *two long years.* con
giời *Chinese.* Giời sáng chưa ?
Is it light yet? Giời mưa. *It's
raining out.* chân giời *horizon.*
Chúa Giời *God.* mặt giời *the
sun.* nền giời *sky.* màu da giời
azure blue. vịt giời *wild duck.*

giời đánh *God's punishment.*

giời đất *nothing at all* [in nega-
tive statements]. Nó say, chẳng
biết giời đất gì *He was dead
drunk and wasn't conscious of
anything.*

giời giáng *to have a nasty fall.*

giờn *to wander.*

giợn *to feel a thrill,* làm giợn tóc
gáy *to make one's hair stand on
end.*

giỡn *to joke, play.*

giú *to shake the dust or water off.*

giũa *to file; smooth, polish.* cái
giũa *file.*

giục *to urge on, stimulate* [some-
one to do something]. xui giục
to incite.

giúi *to push with force.*

giúi *to slip secretly.*

giủi *bow-net.*

giùm *to aid, help* | *for.*

giun *worm, earthworm.* thuốc giun *vermifuge.*

giun dế *worms and crickets* | *to be weak, feeble.*

giun sán *worms and tapeworms.*

giúp *to help, aid* trợ giúp, giúp đỡ | *for.*

giúp ích *to be of service to, of use.*

giúp sức *to help, back up.*

giúp việc *to aid, assist, collaborate.*

giữ [SV thủ] *to keep, hold, maintain; to protect, guard, watch over.* gìn giữ *to maintain, preserve.* canh giữ, phòng giữ *to guard.* giữ độc quyền *to have the monopoly of.* giữ lời *to keep one's promise, one's word.* giữ miếng *to stand on one's guard.* giữ miệng *to hold one's* tongue. giữ mình *to be on one's guard.* giữ nhà *to guard the house.* giữ sổ sách *to keep books.* giữ trật tự *to maintain order.* giữ việc *to assume a work.*

giữ bo bo *to guard jealously.*

giữ gìn *to maintain, preserve, be careful.*

giữ khư khư *to guard jealously.*

giữa [SV trung] *to be in the middle* | *in the center, amidst, between, among.* giữa đường *half way, on the way.* giữa giời *in the open air.* giữa ban ngày *in broad daylight.* giữa trưa *midday, noon.*

giường [SV sàng] *bed* CL cái. làm giường *to make the bed.* liệt giường *to be bed-ridden.* khăn giải giường *bed sheet.* dưới gầm giường, gầm giường *under the bed.*

giường chiếu *bed and mat.*

giựt *see* giật.

H

ha! [exclamation of joy, surprise] ah! oh!

há to open [one's mouth] [RV ra]; [of mouth] to be opened. giày há miệng torn shoes. tầu há mồm landing ship.

há how? is it not obvious that...?

há hốc to gape, be open-mouthed.

hà to breathe, blow hà hơi.

hà oyster CL con.

hà R what.

hà R river [= sông]. sông Ngân-Hà the Milky Way. sông Hồng-Hà Red River in North Vietnam.

Hà-bá the God of water.

hà-chính tyranny.

hà-hiếp to oppress.

hà-khắc to be tyrannical, very harsh.

hà-khốc tyrannical.

hà lạm to be graft-ridden.

Hà-Lan Holland | Dutch. đậu Hà-Lan string beans.

hà-mã hippopotamus.

Hà-Nội Hanoi.

hà tần hà tiện to be miserly, stingy.

hà tất what is the use of..?, why..?

Hà-Thành (the city of) Hanoi.

hà-tiện to be miserly, stingy.

hả to lose flavor or perfume hả hơi.

hả to be satisfied, content hả dạ, hả hê.

hả? [final particle denoting surprise] thế hả? is that so?

hạ [= hè] summer mùa hạ.

hạ to lower [price, flag, sail]; [of planes] to land; to issue [orders]; to beat, defeat [opponent]; to bring down, kill hạ sát; to capture [town thành].

hạ beneath, below, under [= dưới].

hạ R house, mansion.

hạ R to congratulate.

hạ-bộ sexual parts.

hạ bút to begin to write.

hạ-cấp low level, lower echelon.

hạ-chí summer solstice.

hạ-du delta.

hạ-giới this world [opp thiên-đàng].

hạ-huyệt to lower the coffin into the grave.

hạ-lệnh to command, order.

hạ-lưu *downstream; low class.*

hạ-mã *to dismount, to get off one's horse.*

hạ màn *to lower the curtain* | *curtain!*

hạ mình *to stoop, condescend.*

hạ-nghị-viện *lower house, House of Representatives, House of Commons.*

hạ-ngu *L I (a lowly, stupid person).*

hạ ngục *to send to prison.*

hạ-sĩ(-quan) *non-commissioned or petty officer.*

hạ-thần *I (your humble subject).*

hạ-thổ *to bury, inter.*

hạ-thủ *to lay hands on someone.*

hạ-thủy *to launch [a ship].*

hạ-tiện *to be vile, base, lowly.*

hạ-tuần *last decade of a month.*

Hạ-Uy-Di *Hawaii* | *Hawaiian.*

hạc *crane* CL con. cưỡi hạc *L to pass away.*

hách *to be authoritarian, unduly stern, show one's power off* hách dịch.

hạch *R nucleus* [of atom].

hạch *gland, ganglion.* bệnh dịch hạch *plague.*

hạch *to demand this and that* hạch sách.

hạch-lý-học *nuclear physics.*

hạch sách *to demand satisfaction.*

hai [SV nhị] *two.* mười hai *twelve.* hai mươi *twenty.* một trăm hai (mươi/chục) *120.* một trăm linh/lẻ hai *102.* quan hai *lieutenant, ensign.*

hai lòng *infidelity, duplicity, disloyalty.*

hai thân *parents.*

hái *to pick, pluck* [fruit, flower, vegetable]. cái hái *sickle.*

hài *R infant* hài đồng, hài nhi.

hài *R to laugh at, harmonize, be humorous:* khôi hài *to be humorous, joking, comedian-like.* hài lòng *to be happy, satisfied, content.*

hài *boat-like shoe* CL chiếc *for one,* đôi *for a pair; paper shoes* [to be burned for the dead]; *R shoes.*

hài *bones, remnants.* thi hài *corpse.*

hài-cốt *bones, remains.*

hài-hước *comic.*

hài-kịch *comedy.*

hài-nhi *infant, baby.*

hải *R sea, ocean* [= bể]. hàng hải *to navigate* | *navigation.*

hải-cảng *seaport.*

hải-cẩu *seal* CL con.

hải-chiến *naval battle* CL trận.

hải-dương *ocean.*

hải-đảo *island.*

hải-đồ *sea chart.*

hải-đăng *lighthouse.*

hải-đường *cherry-apple flower.* thu hải-đường *begonia.*

hải hà *to be immense, vast.*

hải-khẩu *mouth of a river.*

hải-lục-không-quân *all three armed forces* [navy, army and air force].

hải-lưu *sea current.*

hải-ly *beaver.*

hải-lý *nautical mile.*

hải-mã *sea horse, hippocampus.*

Hải-Nam *Hainan Island.*

hải-ngoại *overseas, abroad.*

hải-nội *inside the country.*

hải-phận *territorial waters.*
hải-phi *pirate.*
hải-phòng *coast guard.*
Hải-Phòng *Haiphong.*
hải-quân *navy.* căn-cứ hải-quân *naval base.* hải-quân lục-chiến-đội *marine corps.*
hải-quân *navy, naval forces.*
hải-sâm *trepang, holothurian, sea-slug.*
Hải-Sâm-Uy *Vladivostok.*
hải-tặc *pirate.*
hải-tượng *walrus.*
hải-vị *sea food.*
hãi *to be afraid* sợ hãi.
hại *to harm; to murder* mưu hại.|
harm, loss. có hại *harmful* [đến/tới *to*]. làm hại đến/tới *to harm.* tai hại *disastrous.*
ham *to be fond of, mad about.* Tôi biết anh ấy không ham tiền tài *I know he doesn't care for money.*
ham chuộng *to esteem.*
ham mê *to be passionately fond of.*
ham muốn *to desire.*
ham thích *to desire, love.*
hám *to be greedy for.*
hàm *jaw* hàm răng. răng hàm *molar.* răng tiền hàm *pre-molar.* hàm trên *upper jaw.* hàm dưới *lower jaw.* quai hàm *jawbone.*
hàm *rank, grade, dignity* phẩm hàm; *honorary.*
hàm *R to hold in one's mouth* [= ngậm]; *to restrain, hold back; to contain, include, imply* bao hàm.
hàm-ân *to be grateful.*
hàm-hồ *to be ambiguous, indefinite,*

thoughtless, inconsiderate.
hàm-oan *to suffer an injustice.*
hàm-số *function* [algebra].
hàm súc *to contain, hold.*
hàm thiếc *bit* [of horse].
hàm-thụ *correspondence course.*
hàm-tiếu [of flower] *to be half-opened.*
hãm *to stop* [car, machine] [RV lại].
hãm *to harass; to betray.* công hãm *to attack.*
hãm hại *to assassinate, murder.*
hãm hiếp *to rape, molest.*
hãm tài [of face] *to be unpleasant.*
hạm *R battleship.* chiến-hạm *battleship* CL chiếc. khu - trục - hạm *destroyer.* kỳ-hạm *flagship.* tuần-dương-hạm *cruiser.* thiết-giáp-hạm *battleship.*
hạm *bribery, graft.*
hạm-đội *fleet.* Đệ-Thất Hạm-Đội *the 7th Fleet.*
han *in* hỏi han *to ask, inquire.*
han *to get rusty.*
Hán *Han dynasty | Chinese.* chữ hán *Chinese characters, Chinese script.*
hán-học *Chinese or Sinitic studies.* nhà hán-học *sinologist.*
hán-tự *Chinese (written) characters, Chinese script.*
hán-văn *Chinese language or literature.*
hàn *to weld, solder* [RV lại]; *to heal* [a wound] hàn gắn. thợ hàn *welder.* hàn xì, hàn tự-sinh *(autogenous) welding.* hàn điện *electric welding.* hàn chì *coarse soldering.*
hàn *R to be cold* [= rét]; *R poor,*

needy. **cảm hàn** *to catch cold.*
thương-hàn *typhoid fever.*
hàn R *writing brush.*
Hàn *Korea | Korean.* **Bắc-Hàn**
North Korea. **Nam-Hàn** *South Korea.* **Đại-Hàn Dân-Quốc** *the Republic of (Great) Korea.*
hàn-đới *arctic circle, frigid zone.*
hàn huyên *to chat, talk.*
hàn-lâm-viện *academy.*
hàn-nhân *a poor man.*
hàn-nhiệt *fever.*
hàn nho *a poor scholar.*
hàn-sĩ *a poor student.*
hàn thiếc *fire soldering.*
hàn-thử-biểu *thermometer.*
hàn vi *to be poor and humble.*
hấn R *to be rare, scarce* **hãn hữu,** *exceptional.*
hấn R *sweat. perspiration* [= mồ hôi]. **phát hấn, xuất hấn** *to sweat, perspire.*
hạn *limit, deadline* **kỳ hạn** [= hẹn]; *ill luck | to limit* **hạn-chế.** *có* **hạn** *limited.* **hữu hạn** [*in general or of corporation, company* công-ty] *limited.* **vô hạn** *unlimited.* **giới hạn** *boundary.* **quyền-hạn** *limit of authority.*
hạn *drought* **hạn hán.**
hạn-chế *to limit, restrict | limit, restriction.*
hạn-định *to fix, determine.*
hạn-độ *limit, restriction.*
hạn-giới* *limit.*
hạn-hán *drought.*
hạn-kỳ *term, limit.*
hạn-vận *ill luck.*
hang *cave, den, cavern.*

hang-hốc *cavern, hole, hollow.*
hang hùm *the tiger's den.*
háng *hip.* **giạng háng** *to spread one's legs out.*
hàng *row, line, ranks.* **xếp hàng** *to stand in line.*
hàng [SV hóa] *merchandise, goods, wares, cargo* **hàng hóa;** *shop, store* **cửa hàng;** R *firm, corporation, company* [= hãng]. **ngân hàng** *bank.*
hàng *to surrender (to)* **đầu hàng.**
hàng ba *veranda.*
hàng chữ *line* [*of letters, types*].
hàng cơm *restaurant.*
hàng giải khát *snackbar.*
hàng giang *river navigation.*
hàng-hải *to navigate | navigation.* **nhà hàng-hải** *navigator, seafarer.* **thuật hàng-hải** *navigation.* **công-ty hàng-hải** *shipping company.*
hàng họ *business, trade.*
hàng hóa *goods, merchandise.*
hàng không *to fly | aviation.* **công-ty hàng-không** *airline company.* **hàng-không dân-sự** *civil aviation.*
hàng năm *yearly, year after year.*
hàng ngày *daily, day after day.*
hàng-ngũ *(army) ranks.*
hàng nước *tea-house, tea shop.*
hàng phố *street dwellers; one's street.*
hàng phục *to surrender, yield to.*
hàng-quán *inn, store, shop.*
hàng rào *hedgerow, hedge, fence.*
hàng rong *hawker, peddler, street vendor, huckster.*
hàng tạp hóa *haberdasher's, grocer's, department store, dime store, five-and-ten store.*

hàng thịt *butcher's (shop).*

hàng tỉnh *fellow citizens from same province; provincial.*

hàng tổng *fellow citizens from same canton.*

hàng xách *broker, comprador.*

hàng xã *fellow villagers.*

hàng xáo *rice dealer, rice hawker.*

hàng xén *haberhasher's, shop of miscellaneaus goods, dime store, five-and-ten store.*

hàng xú *coffin-maker.*

hãng [SV hàng] *firm, company.* hãng buôn *commercial firm.* hãng tàu *shipping company.*

hạng *category, kind, rank, class.* thượng hạng *first class.* nhất hạng *first of all.* (thượng) hảo hạng *top quality, A-1.* hạng nhất *first class.* hạng nhì *second class.* hạng bét *tourist class, lowest class.*

hạng *R lane.*

hạng chiến *street fighting.*

hanh [of weather] *to be cold and dry.*

hanh thông *to be easy, flowing.*

hành [SV thông] *scallion, onion.* một củ hành tây *an onion.*

hành *R to act, execute* [= làm]. thi hành *to carry out, execute* [an order]. cử-hành *to perform, celebrate.* thực-hành *to practice.* chấp-hành *executive.* quyền-hành *power.*

hành *R stem* [= cuống]. ngọc-hành *penis.*

hành *R to go, travel* [= đi]. bộ-hành *to go on foot* | *pedestrian.* xuất hành *to start out, set out, leave.* khởi-hành *to start (a trip).* song-hành *parallel.* tuần-hành *parade.* thông-hành *passport.*

hành *R one of the five elements* ngũ hành [kim, mộc, thủy, hỏa, thổ, metal, wood, water, fire, earth].

hành-binh *military operation* CL cuộc.

hành-chính *administration* | *administrative.* Học - viện Quốc - gia Hành-chính *National Institute of Administration.*

hành-dinh/doanh *headquarters.*

hành-động *to act* | *act, action, deed.*

hành-hạ *to ill-treat, persecute.*

hành-hình *to execute* [a prisoner].

hành-hung *to act with violence* | *assault and battery.*

hành hương *to go on a pilgrimage.*

hành-khách *traveler, passenger.* toa chở hành khách *passenger car.*

hành-khất *to beg.* người hành-khất *beggar.*

hành-lạc *amusement, debauchery.*

hành-lang *corridor, passageway, hall.*

hành-lữ* *to travel.*

hành-lý *luggage, baggage.*

hành-pháp *executive* [as opposed to legislative lập-pháp and judiciary tư-pháp].

hành phạt *to punish.*

hành-quân *see hành binh.*

hành quyết *to execute.*

hành thích *to assassinate.*

hành-tinh *planet* | [of system] *planetary.*

hành-tinh nhỏ *planetoid.*

hành tội *to mistreat, persecute.*

hành trình *trip, journey, itinerary.*

hành-trang *luggage, baggage.*

hành-tung *track, trail, whereabouts.*

hành-văn *to compose* | *style.*

hành-vi *behavior, action, gesture.*

hãnh-diện *to be proud.*

hạnh *R apricot* hạnh-đào.

hạnh *R conduct, behavior* phẩm-hạnh, hạnh-kiềm.

hạnh *R luck, happiness.* bất hạnh *unfortunate.* hân hạnh *honor.* đức hạnh *virtue.*

hạnh-kiểm *behavior, conduct.*

hạnh-ngộ *a happy meeting.*

hạnh-nhân *almond.*

hạnh-phúc *happiness.*

hạnh-vận *good luck, good fortune.*

hao *R news* tiêu hao.

hao *to be spent, consumed, lost, costly* hao tiền.

hao-hụt *lessened.*

hao-lỗ *to lose.*

hao-mòn *to weaken, mine.*

hao-phí *to waste.*

hao-sức *to wear out.*

hao-tài *costly, to spend much money.*

hao-tồn *to waste, cost.*

háo *see* hiếu.

háo-hức *to be enthusiastic.*

hào [= cắc, giác] *dime; R fine hair; one ten-thousandth.* một đồng

ba hào *one piastre and thirty cents.* không tơ hào *not a whit.*

hào *trench, moat.* chiến-hào *trench.*

hào *R to cry aloud, roar.* hô hào *to appeal, call on.*

hào *R grand, heroic.* cường-hào, thồ-hào *village bully.* hào-kiệt *a hero* (anh-hùng *preferred*).

hào-hiệp *to be chivalrous, knightly.*

hào-hoa *noble, person of mark.*

hào-hứng *to be exciting.*

hào-khí *courage.*

hào-kiệt *hero.*

hào-lũy *fortifications.*

hào-nhoáng *to be showy.*

hào-phóng *to be generous.*

hào-phú *rich person.*

hào-quang *halo, glory.*

hào-trưởng *notable.*

hảo *R to be good* [= tốt].

hảo hán *courageous man, decent guy.*

hảo-hạng *good quality.*

hảo-tâm *to be good-hearted, kind-hearted.*

Hảo-Vọng-Giác *Cape of Good Hope.*

hảo ý *good intention; no objection.*

hão [of talk] *to be empty, idle;* [of promise] *to be hollow;* [of efforts] *to be vain.*

hạo-nhiên *straight, upright.*

hạp *see* hợp.

hát [SV ca] *to sing, give theatrical performance.* bài/bản hát *song.* đĩa hát *record.* máy hát *victrola, phonograph.* nhà hát, rạp hát *theater (building).* đào hát *actress*. kép hát *actor*. đi xem/coi hát *to go to the theater*.

hát bóng *cinematography, cinema, motion pictures, movies.*

hát bội *Vietnamese opera, classical theater.*

hát cải-lương *modernized theater.*

hát-tuồng *Vietnamese opera, classical theater.*

hạt *grain, stone, seed, kernel, drop* [of rain, **mưa**, tear **lệ**]. chè hạt *tea buds*. tràng hạt *string of beads, rosary.*

hạt *province, jurisdiction.* địa-hạt *area, jurisdiction, field.*

hạt giống *seed.*

hạt ngọc *precious stone.*

hạt sen *(dried) lotus seed* [Cf. hột sen].

hạt trai *pearl.*

hạt xoàn *diamond.*

háu *to long for, desire.*

háu ăn *to be voracious, ravenous.*

háu đói *to be gluttonous.*

hay [= biết] *to know* [because of information received], *learn, hear* hay tin. cho hay *inform, advise.*

hay [SV năng] R- *to have the habit of* [doing so-and-so] thường hay | *often, frequently*. thường hay *often*. Chúc cháu hay ăn chóng lớn *May your baby eat often and grow up fast.*

hay (*"disjunctive"*) *or* hay là. Anh uống nước chè hay (là) cà-phê? *Would you have tea or coffee?* Cf. hoặc. Sau bữa cơm anh ấy thường uống nước chè hay (là) cà-phê. *He usually drinks tea or coffee after his meals.*

hay *to be good (at)* [opp. dở] | *well* | [of story, book, etc.] *to be interesting.*

hay biết *to know.*

hay cáu *to be irascible, irritable, quick-tempered.*

hay chữ *to be educated, well-read, learned.*

hay dở *good and bad.*

hay hay *to be good enough, fair, quite good, rather good(-looking).*

hay ho *to be interesting.*

hay hờn [of baby] *tearful, whining.*

hay là *or, or else.*

hay sao? *isn't it?* Chị ấy chả sung sướng hay sao? *Isn't she happy?*

hãy *be sure to, let us be sure to.*

hãy *still*. hãy còn *still, yet.* Hồi tôi hãy còn đi học *When I was still a schoolboy.*

hãy *first* [in constructions like *"Let's do this first"* Chúng ta làm cái này hãy]. Cf. đã.

hãy còn *up to now, still, yet.*

hắc R *to be black* [= đen].

hắc-ám *to be evil, shady.*

hắc-bạch *black and white, clearly.*

hắc-chủng *the Black Race.*

Hắc-Hải *Black Sea.*

hắc-ín *asphalt.*

hắc-lào *herpes, shingles.*

hắc-vận *ill-luck.*

hăm *to threaten, menace, intimidate.*

hăm *twenty-* [contraction of **hai mươi**]. hăm ba *twenty-three.*

hăm dọa *to threaten.*

hăm-he *to be ready to act.*

hăm-hở *with zeal.*

hăm-hăm *very furious, angry.*

hăm-hè *to look aggressive.*

hăm-hừ *furious.*

hắn *he, she* hắn ta.

hằn *rancor, spite, grudge.*

hằn-học *to bear a grudge.*

hẳn -R *thoroughly, completely, for good; R- definitely, surely, certainly.* bỏ hẳn *to abandon completely.* đi hẳn *to go for good.* ở hẳn *to stay permanently.* Ông ấy hẳn thích ở Dalat *He certainly likes to stay in Dalat.*

hẳn hoi *correctly, properly.*

hăng [of smell] *to be acrid;* [of garlic, onion] *to be strong flavored.*

hăng *to be ardent, eager.*

hăng-hái *to be enthusiastic, eager | eagerly, enthusiastically.*

hăng máu *furious, in a fit of anger.*

hắng R *to clear one's voice* đằng hắng.

hằng *usually, ordinarily, often, always.* vẫn hằng mong ước *have always dreamed of.*

hằng L *permanent.*

hằng L *the moon goddess* Hằng-nga, chị Hằng, ả Hằng.

hằng-hà sa-số *to be numberless.*

hằng năm *annual, every year.*

Hằng-nga *the moon.*

hằng ngày *every day.* báo hằng ngày *daily newspaper.*

hằng-sản *real estate.*

hằng-số *constant* [number].

hằng-tâm *kindhearted, generous rich man.*

hằng-tâm hằng-sản *to be generous.*

hằng tháng *monthly, every month.*

hằng tinh *permanent star.*

hằng tuần *weekly.*

hẳng *see* hảy *(third item).*

hất *to push away, sweep aside.*

hắt-hiu [of wind] *to blow lightly.*

hắt-hủi *to neglect.*

hắt (sì) hơi *to sneeze.*

hâm *to warm up.*

hâm R *to be fond of, be a fan of* hâm mộ.

hâm-mộ *to have admiration and respect for.*

hầm *to howl, roar.*

hầm *to braise, simmer, stew.*

hầm *trench, cellar, basement, vault.* hầm trú ẩn *air raid shelter.*

hầm-hiu *to be unlucky, unfortunate.*

hậm-hực *to be displeased.*

hân R *joyful, happy* hân hoan.

hân-hạnh *to be honored, happy.*

hân-hoan *joyful, merry.*

hấn *hostilities.* khởi hấn *to start hostilities.*

hận *resentment, hatred, rancor* cừu-hận, oán-hận. ân-hận *to regret, be sorry.* hối-hận *to repent.*

hấp *to steam* [food]; *to dry-clean.*

hấp R *to inhale, attract, absorb.* hô-hấp *to breathe.*

hấp-dẫn *to attract.*

hấp-háy [of eyes] *to wink.*

hấp hối *to be in agony.*

hấp hơi *to be stuffy, not well ventilated.*

hấp-lực *attraction.*

hấp tấp *to hurry, rush | in a hurry.*

hấp-thụ *to absorb, receive.*

hất *to throw, jerk, push.*

hất cẳng *to trip; to oust.*

hất-hải *to be bewildered, panic-stricken.*

hất hàm *to raise one's chin as a signal.*

hấu *in* dưa hấu *watermelon.*

hầu R *monkey* [= khỉ].

hầu *to wait upon, serve.* quan hầu *military aide.* nàng hầu *concubine.* chư-hầu *satellite, vassal.*

hầu *almost, nearly* hầu như. hầu hết *nearly all.* hầu tàn *to be drawing to its end.*

hầu *marquis* hầu-tước. Cf. công, bá, tử, nam.

hầu *in order to* ngõ hầu.

hầu *throat, larynx, Adam's apple.* bệnh yết-hầu *diphtheria.* lộ hầu *to have a prominent Adam's apple.*

hầu bao *purse.*

hầu bóng *to incarnate the spirits.*

hầu cận *close aide.*

hầu chuyện *to entertain, hold conversation with someone.*

hầu-đầu *larynx.*

hầu-hạ *to be in the employ or the service of.*

hầu hết *almost all, nearly all.*

hầu kiện *to appear in court.*

hầu-quốc *vassal country, satellite.*

hầu sáng *waiter* [in Chinese restaurant].

hầu-tước *marquis.*

hầu [Slang] [of food] *to be delicious, exquisite;* [of person] *to be nice, buddy buddy* [**với** *with, to*].

hậu R *after, behind | future* [= sau] [opp. tiền]. cửa hậu *back door.*

hậu R *to be thick* [= dày] [opp. bạc]; *generous, liberal.*

hậu R *queen, empress.* hoàng-hậu *queen, empress.* hoa-hậu *beauty queen, Miss...*

hậu-bị *reserve army.*

hậu-binh *rear guard.*

hậu-bổ [of official] *to wait for an assignment, candidate, stand-in.*

hậu-bối *future generations, posterity; anthrax in the back.*

hậu-cung *palace of the queen; inside of a temple.*

hậu-cứu *to be reexamined later.* toại ngoại hậu cứu *free on bail.*

hậu-duệ *descendant, scion.*

hậu-đãi *to treat generously.*

hậu-đậu *stroke following a case of smallpox; clumsy, awkward.*

hậu-đình *a rear building.*

hậu-đội *rearguard.*

hậu-hĩnh *to be generous, liberal.*

hậu-lai *future, to come.*

hậu-môn *anus.*

hậu-sản *illness following childbirth.*

hậu-sinh *younger generations, posterity.*

hậu-tạ *to reward liberally.*

hậu-thế *future generations.*

hậu-thuẫn *backing, support.*

hậu-tiến *backward, under-developed*

hậu-tuyền *candidate for an election*

hậu vận *future.*

hây hây [of wind] *to blow gently;* [of cheeks] *to be rosy.*

hẩy *to push away, throw away.*

hè [SV hạ] *summer* mùa hè [= hạ].

hè *sidewalk* bờ/vỉa hè.

hẹ *shallot, leek.*

hẻm [of path or alley] *to be narrow* | *alley, blind alley* đường hẻm, ngõ hẻm.

hen *asthma.*

hèn *to be feeble, coward;* [SV tiện] *to be lowly* [opp. sang]; *to be base, vile.*

hèn chi/gì *no wonder...*

hèn hạ *to be base, vile, low, humiliating.*

hèn mạt *to be base, vile, low, humiliating.*

hèn mọn *to be lowly, small, humble.*

hèn nhát *to be coward.*

hẹn *to promise, agree; to give a deadline, an appointment, or an ultimatum.* sai/lỗi hẹn *to break an engagement, appointment, promise.* đúng hẹn *to keep one's word, an appointment, or a promise.*

hẹn hò *to make an appointment, promise.*

heo [SV trư] *pig* CL con [= lợn]. thịt heo *pork.* chuồng heo *pigsty.* giò heo *pig's feet.*

heo *autumn wind* gió heo may.

heo cái *sow.*

heo con *piglet.*

heo nái *sow.*

heo rừng *wild boar.*

heo sữa *suckling pig.*

héo *to wilt, dry up, wither.*

hẻo [of a place] *to be deserted,* remote hẻo lánh.

hẹp *to be narrow* chật hẹp, *narrow-minded, stingy* hẹp hòi.

hẹp lượng *not indulgent, severe.*

hét *to shriek, scream, roar, yell, shout* [RV lên] hò hét.

hề *clown, buffoon, jester* CL thằng. trò hề *buffoonery, farce, comedy.*

hề *to matter.* không/chẳng hề gì! *it does not matter.* không/chẳng/chưa hề (bao giờ) *to have never* [done so-and-so].

hề hả *to be satisfied.*

hễ *as sure as, as soon as, if, each time, whenever* hễ mà.

hệ R *to be important* quan/can-hệ.

hệ R *(family) connection.* mẫu-hệ *matriarchal.* phụ-hệ *patriarchal.*

hệ R *generation* thế-hệ.

hệ R *system* hệ-thống. hệ giao-cảm *sympathic system.* hệ đối-giao-cảm *para-sympathic system.* thần-kinh-hệ *nervous system.*

hệ-số *co-efficient, weight* [of subject in examination].

hệ-thống *system.*

hệ-thức *relation* [in math.].

hệ-trọng *to be important, vital.*

hếch *to raise, lift up.* mũi hếch *up-turned nose.*

hên [= may] *to be lucky.* hên xui *luck and ill-luck.*

hến *mussel* CL con. câm như hến *as dumb as a fish.*

hết *to finish, complete; to end, cease, be finished, be completed.* hết nhẵn, hết ráo, hết sạch *all finished.* trước hết *first of all.* sau hết *last of all, finally.*

hết cả ... *all* ...

hết hơi *to be out of breath.*

hết lòng *wholeheartedly.*

hết sức *to be physically exhausted.*

hết sức ... *to try one's best to...;* ... hết sức *extremely...*

hết thày ... *all* ..., *the whole...*

hệt *to be identical (to)* giống hệt.

hi *sparse, thin, diluted* [= loãng].

hí *to neigh.*

hí *R to play.* du-hí *to play, amuse oneself.*

hí hoáy *to be busy with, absorbed in.*

hí-họa *caricature, cartoons, comics, funnies.*

hí hởn *to leap with joy.*

hí hứng *to leap with joy.*

hí-kịch *drama.*

hí-trường *L stage, theater.*

hí-viện *theater, playhouse.*

hì hì *ha, ha* [laughter].

hỉ *to blow one's nose.* hỉ mũi *id.*

hỉ hả *to be satisfied.*

hia *mandarin's boots* [part of traditional costumes] CL **chiếc** *for one and* **đôi** *for a pair.*

hích *to jostle, push, jolt.*

hịch *edict, proclamation, order of the day.*

hiếm *to be rare, scarce* hiếm có; *to have few or no children* hiếm con, hiếm hoi hiếm người *there is a shortage of help.*

hiếm hoi *to be rare; to have few or no children.*

hiềm *to dislike, hate, resent.* hiềm (vì) một nỗi là... *unfortunately there is one difficulty, and that is...* thù hiềm *hatred, resentment.* tư hiềm *personal hatred.* tị hiềm *to avoid suspicion.*

hiềm khích *to detest.*

hiềm nghi *to suspect.*

hiểm *to be dangerous, perilous,* nguy-hiểm; *to be cunning, sly, wily* nham hiểm, thâm hiểm.

hiểm địa *strategic area.*

hiểm độc *to be cunning, sly, wicked*

hiểm họa *danger, peril.*

hiểm hóc *to be dangerous, tricky.*

hiểm nghèo *to be dangerous, perilous, difficult.*

hiểm-trở [of road, place] *to be dangerous, have obstacles.*

hiểm-yếu *to be strategically important.*

hiên *veranda, porch.*

hiên-ngang *to be haughty, proud.*

hiến *to offer.* hiến mình *to offer one's life.* cống-hiến *to contribute.*

hiến *R rule; constitution.* quân-chủ lập-h ến *constitutional monarchy.*

hiến-binh *military police(man).*

hiến-chương *constitution, charter* CL **bản.** Hiến-Chương Liên-Hợp-Quốc *the U. N. Charter.* Hiến-chương Đại Tây Dương *the Atlantic Charter.* Hiến-chương Thái-Bình-Dương *the Pacific Charter.*

hiến pháp *constitution.*

hiền *to be mild, sweet, meek, good-natured, gentle;* R [of wife] *virtuous, loyal, worthy.*

hiền-đệ *you, my brother.*

hiền-điệt *you, my nephew.*

hiền-hậu *to be mild, kind, benevolent.*

hiền huynh *you, my brother.*

hiền lành *to be meek, good-natured*

hiền-mẫu *L my mother.*

hiền-muội *L my (younger) sister.*

hiền-nhân *virtuous man.*

hiền-sĩ *virtuous man.*

hiền-tài *virtuous and talented.*

hiền-tế *L my son in-law.*

hiền-thần *loyal subject.*

hiền-thê *L my wife.*

hiền-triết *sage, philosopher.*

hiền-từ *kind, indulgent.*

hiền-tỷ *L my (elder) sister.*

hiền *R to be clear, evident, obvious.*

hiền-danh *to become famous.*

hiền-đạt *to succeed* [in one's career].

hiền-hách *to be brilliant, illustrious.*

hiền-hiện *to appear clearly.*

hiền-linh *to be miraculous.*

hiền-minh *to be clearly demonstrated.*

hiền-nhiên *to be evident, obvious, manifest | evidently.*

hiền-vi *to magnify.* kính hiền-vi *microscope.*

hiền-vinh* *to score success and honors.*

hiện *to appear, become visible* |RV ra, lên] | *at present* hiện nay. thực-hiện *to achieve, accomplish.*

hiện-dịch *active service.*

hiện diện *to be present.* sự hiện-diện *the presence.*

hiện-đại *present times | contemporary.*

hiện giờ *at (the) present (time).*

hiện-hành [of law] *to be in force or in effect.*

hiện hình *to appear.*

hiện-hữu *to be presently existing; present, existing.*

hiện-kim *actual cash.*

hiện-tại *present | at (the) present (time).*

hiện-thân *to be reincarnated | incarnation.*

hiện-thời *present | at (the) present (time).*

hiện-thực *to be realistic | realism.*

hiện-tình *the present situation, present conditions.*

hiện-trạng *present situation.*

hiện-tượng *phenomenon.*

hiện-vật *things in nature; in kind* [payment]; *material things.*

hiếng *to be squint-eyed.*

hiếp *to oppress, bully* ăn hiếp, ức hiếp; *to rape* hãm hiếp, hiếp-dâm.

hiếp-dâm *to assault, rape.*

hiếp tróc *to oppress.*

hiệp [= hợp] *to come together, unite.*

hiệp *round* [in boxing].

hiệp *R gorge, straits* hải hiệp [= eo].

hiệp *R to be chivalrous.*

hiệp-định *agreement, convention* CL bản. hiệp-định đình-chiến *armistice agreement, truce agreement.* hiệp-định thương-mại *trade agreement.*

hiệp-đồng *contract.*

hiệp-hội *association.*

hiệp khách *knight.*

hiệp-lực *to unite, join forces* đồng-tâm hiệp-lực.

hiệp-nữ *heroine.*

hiệp-thương *to confer, negotiate.*

hiệp-ước *pact, treaty* CL bản. Hiệp-ước bất xâm-phạm *nonaggression pact.* Hiệp-ước phòng thủ *defense treaty.* Hiệp-ước thân thiện *treaty of friendship.* Hiệp ước thương-mại *trade pact.*

hiếu to be filial, pious | ilial piety chữ hiếu, đạo hiếu. bất-hiếu to be impious.

hiếu mourning, funeral việc hiếu.

hiếu R- to be fond of... -ing. thị-hiếu hobby, liking, passion.

hiếu-chiến to be warlike, bellicose.

hiếu-danh to thirst after honors.

hiếu-dưỡng to nurse [one's parents].

hiếu-động to be lively, active, dynamic, restless.

hiếu-hạnh filial piety.

hiếu-hòa to be peace-loving.

hiếu-học to be studious.

hiếu-khí aerobe | aerobic.

hiếu-kỳ to be curious.

hiếu-nghĩa filial piety.

hiếu-sắc to be lustful, lewd.

hiếu-thảo to be pious.

hiếu-thắng to be ambitious, aggressive.

hiếu-trung piety and loyalty.

hiểu to understand.

hiểu biết understanding.

hiểu-dụ notice, announcement, proclamation.

hiểu lầm to misunderstand.

hiểu ngầm to understand through hints, read between tho lines.

hiệu shop, store cửa hiệu.

hiệu penname, pseudonym, nickname biệt-hiệu. quốc-hiệu official name of a country.

hiệu signal, sign. ra hiệu to motion, signal. nhãn-hiệu trade-mark, label. khẩu-hiệu password, watchword, slogan.

hiệu R school [= trường] học-hiệu.

hiệu R effect hiệu-quả, efficacy, effectiveness công - hiệu, hiệu nghiệm, kiến-hiệu. thần-hiệu [of cure] miraculous. hữu-hiệu effective, efficient. vô-hiệu ineffective, inefficient.

hiệu R difference | R to check, collate, compare; to edit hiệu-đính. cao hiệu difference in level. ti-hiệu to compare; comparative. thế-hiệu difference in potential.

hiệu R to imitate.

hiệu-chính to regulate, set right [machine, clock].

hiệu-đính to revise, edit.

hiệu-đoàn student council.

hiệu-lệnh order, command.

hiệu-lực effect, validity | effective.

hiệu-năng efficacy, efficiency.

hiệu-nghiệm to be effective, efficient.

hiệu-quả effect, result. vô-hiệu-quả without result; in vain.

hiệu-qui school regulations,

hiệu-số difference, remainder.

hiệu-suất efficiency, output, yield.

hiệu-triệu to appeal.

hiệu-trưởng high school principal, primary school principal, headmaster, university president.

hình form, shape, figure; appearance, image, portrait, photograph, picture, illustration [= ảnh]. hình như to seem | it secms. máy hình camera. chụp hình to take pictures. tình-hình situation. vô hình invisible. thiên hình vạn trạng multiform.

bình R *punishment, sentence.* tử-
hình *death sentence.* hành-hình
to execute.
hình-án *judicial case, penal case.*
hình ảnh *image.*
hình bát-giác *octogon(al).*
hình bầu-dục *oval; elliptical,*
hình bình-hành *parallelogram.*
ellipsoidal.
hình bốn cạnh *quadrilateral.*
hình bốn-góc *quadrangle.*
hình cầu *sphere, spherical.*
hình chóp *pyramid(al).*
hình chữ-nhật *rectangle; rectan-
gular.*
hình dáng *appearance, form, air,
look.*
hình dạng *appearance, bearing,
carriage.*
hình-dung *appearance, form / to
visualize, picture, imagine.*
hình-dung-từ *adjective, attribute.*
hình-hạ *concrete.*
hình-hài *skeleton.*
hình-học *geometry.*
hình hộp *parallelepiped.*
hình khối chóp *pyramid.*
hình lăng-trụ *prism(atic).*
hình lập-phương *cube; cubic.*
hình-luật *penal code, criminal law.*
hình lục-giác *hexagon(al).*
hình lục-lăng *hexagon(al).*
hình-mạo *face, physiognomy.*
hình-nhân *effigy* [burned in ri-
tuals].
hình nhiều góc *polygon.*
hình như *to seem, appear, look
like, look as if.*
hình ống *cylinder; cylindrical.*

hình-phạt *punishment, penalty.*
hình-sắc *see* hình mạo.
hình-thái *shape, form.*
hình-thái-học *morphology.*
hình thang *trapezoid.*
hình-thế *position, situation.*
hình-thể *exterior, physical appear-
ance, body.*
hình thoi *lozenge; diamond-shaped.*
hình thù *shape, figure, form.*
hình-thức *form, formality.*
hình-thượng *abstract.*
hình.tích *vestige, trace.*
hình-trạng *exterior, aspect.*
hình tròn *circle.*
hình trụ *cylinder; cylindrical.*
hình-tượng *image, likeness.*
hình-vóc *stature.*
hình-vuông *square.*
híp [of eyes] *to be swollen* [because
of sleep, fatness or bump].
hít *to inhale.*
hiu *to be melancholy, gloomy, sad*
dìu hiu.
hiu-hắt [of wind] *to blow lightly*
hiu-hiu [of wind] *to blow very
lightly.*
hiu-quạnh *to be desert and me-
lancholy.*
ho [SV khái] *to cough.* cơn ho
fit of cough.
ho gà *whooping cough.*
ho he *to speak up, move, stir.*
ho lao *tuberculosis.*
hò *to shout, yell.* reo hò *to acclaim.*
hò hét *to shout, yell.*
hò-khoan *heave-ho.*
hò-reo* *to acclaim.*

họ [SV tộc] *extended family, clan; family name, last name | they, them | -R* [of relative] *to be distant* [opp. ruột]. Chúng tôi cùng một họ. *We belong to the same family, we have the same family name.* Anh ấy họ Nguyễn *His family name is Nguyen.* Họ đến chưa? *Have they arrived yet? Are they here yet?* cô họ *one's father's female cousin* [as opposed to cô ruột one's father's (younger) sister]. anh họ *male cousin— one's father's (or mother's)* elder *sibling's son.* chị họ *female cousin — one's father's (or mother's)* elder *sibling's daughter.* em họ *(male or female) cousin — one's father's (or mother's)* younger *sibling's child* có họ *to be related* [với 'to'].

họ *lending society.* chơi họ *how to participate in a savings and loan plan.*

họ đương *relation, relative.*

họ-hàng *relation, relative, family | to be related* [với to].

họ ngoại *relatives on one's mother's side.*

họ nội *relatives on one's father's side.*

hoa [= bông] *flower* CL bông, đóa; *blossom, bloom. Also* huê. vườn hoa *flower garden, park.* chữ hoa *capital letter.* nở hoa *to blossom.* vải hoa in *printed cloth,* cánh hoa *petal.* đài hoa *calyx.* nhị hoa *stamen.*

hoa [= bông] *earring* CL chiếc *for one and* đôi *for a pair.* đeo hoa (tai) *to wear earrings.*

hoa *small-pox.*

hoa *to wave* [one's hands as in talking], *gesticulate.*

hoa *R Chinese, Sino-* Trung-hoa *China | Chinese.*

hoa-cái *cranium, skull.*

hoa-chúc *marriage, wedding.*

Hoa-Đà *famous physician in ancient China.*

hoa-đăng *a flowered lantern.*

hoa đèn *lamp wick.*

hoa-giáp *cycle of sixty years.*

hoa-hậu *beauty queen, Miss.*

hoa-hòe *to be loud, gaudy.*

hoa-hồng *commission.* ăn hoa hồng *to receive a commission.*

hoa-khôi *beauty queen, Miss.*

Hoa-kiều *overseas Chinese resident or national.*

Hoa-Kỳ *America, the U.S.A. |* American. Tiếng Nói Hoa-Kỳ *the Voice of America.*

hoa-lệ *to be glamorous, exquisite, resplendent.*

hoa-liễu *venereal.* bệnh hoa-liễu *venereal disease.*

hoa lợi *income.*

hoa mắt *to be dazzled.*

hoa-màu *crop, harvest.*

hoa-nguyệt *love, flirtation.*

hoa niên *heyday, prime.*

hoa nô *maid servant.*

hoa-tay *dexterity, skill* [in hand-writing, drawing].

Hoa-Thịnh-Đốn *Washington.*

hoa-thương *Chinese merchant.*

hoa-tiêu *pilot.*

hoa-viên *flower garden.*

hóa *see* góa.

hóa *to become, go, get, grow, be transformed to* hóa ra, *to change;* -R -*ize, fy* Mỹ-hóa *to americanize, be americanized.* hóa dại, hóa diên *to go berserk.* biến-hóa *to change.* cải-hóa *to change* [conduct, person] đồng-hóa *to assimilate.* giáo-hóa, khai-hóa *to educate.* phong-hóa *customs and manners.* Tạo-hóa *the Creator.* tiến-hóa *to progress.* tiêuhóa *to digest.* văn-hóa *culture.* đơn-giản-hóa, giản-dị-hóa *to simplify.* dân-chủ-hóa *to democratize.* thần-thánh-hóa *to deify.*

hóa R *merchandise, goods* hàng hóa, hóa-phẩm, hóa-vật ngoại-hóa *foreign goods.* nội-hóa *native goods*

hóa-chất *chemical product.*

hóa cho nên *that is why.*

hóa chồng *widow.*

hóa-công *the Creator.*

hóa đơn *invoice, bill of sale.*

hóa-giá *price, cost.* hội-đồng hóagiá *price control commission.*

hóa-học *chemistry | chemical.*

hóa-hợp *synthesis.*

hóa-phẩm *merchandise, goods.*

hóa-tệ *currency.*

hóa-thạch *fossil.*

hóa-trang *to disguise oneself, makeup.*

hóa-trị *valence.* hóa-trị một *univalent,* hóa-trị hai *bivalent.*

hóa vợ *widower.*

hòa *to mix, blend* [với 'with'].

hòa *to* (come to a) *draw, tie* [in game, sport or contest]; *to be square; to break even.*

hòa R *cereal.*

Hòa R *Japan; Japanese.*

hòa *peace, harmony, accord | R to be peaceful, be harmonious, harmonize.* cầu hòa *to sue for peace.* điều hòa *regular.* giảng hòa *to mediate, make peace.* hiếu hòa *peace-loving.* khoan-hòa *easy, nice.* ôn hòa *moderate, calm, poised.*

hòa-âm *chord; harmony.*

hòa-bình *peace* CL nền | *to be peaceful.*

hòa-cốc *cereals.*

hòa-giải *to mediate, conciliate, reconcile.* tòa án hòa-giải *justice of the peace court.*

hòa-gian *adulteress; adultery, fornication.*

hòa-hảo *accord, concord, harmony.*

hòa-hoãn *to be moderate.*

hòa-hội *peace conference.*

hòa-hợp *to be in accord* (with).

hòa-khí *harmony, concord.*

Hòa-Lan [also Hà-Lan] *Holland, the Netherlands | Dutch.*

hòa-mục *accord, concord, harmony.*

hòa-nhã *to be peaceful.*

hòa nhạc *concert.*

hòa-thuận *to be in accord or harmony* (with).

hòa-thượng *Buddhist monk.*

hòa-ước *peace treaty.* hòa-ước đối-Nhật *Japanese Peace Treaty.*

Hòa-văn *Japanese language or literature.*

hòa vốn *to recover capital* [after a sale or a game].

hỏa R *fire, flame* [= lửa]; R- *pyro-.* xe hỏa *train.* lính cứu hỏa *fireman.* cứu hỏa *to put out a fire.* bốc hỏa, phát hỏa *to catch*

fire. phóng hỏa *to set on fire.*
phòng hỏa *to prevent fires.* xe cứu
hỏa *fire truck.*

hỏa-diệm-sơn *volcano* CL ngọn.

hỏa-đầu-quân *cook* [*in army
mess*].

hỏa-hiểm *fire insurance.*

hỏa-hoạn *fire, blaze* [the accident].

hỏa-kế *pyrometer.*

hỏa lò *charcoal stove, brazier.*

hỏa-lực *fire power.*

hỏa-mai *firelock, rifle* súng hỏa-mai.

hỏa-pháo *gun, cannon.*

hỏa-sơn *volcano.*

hỏa-tai *fire* [the accident].

hỏa-táng *to cremate.*

hỏa-tiễn *rocket, flaming arrow.*

hỏa tiêu *saltpetre, potassium nitrate*

Hỏa-tinh *Mars.*

hỏa-tốc *to be very urgent, pressing.*

hỏa-xa *train; railway, railroad*
đường hỏa-xa.

họa R *to be rare, unusual* | *perhaps,
maybe* họa chăng, họa hoẵn, họa
là. năm thì mười họa *once in
a blue moon.*

họa *misfortune, calamity, disaster,
catastrophe* tai họa [opp. phúc].
họa vô đơn chí *misfortunes never
come singly.* họa chiến-tranh,
chiến-họa *the scourge of war, war.*

họa *to accompany* [music]; *to cap*
[a poem] *by using the same
riming words; to cap the poem
of* [a writer]; *to echo 'to.*

họa R *to draw, paint* [= vẽ].
hội-họa *painting.* phác-họa *to*

sketch, outline. minh-họa *to illustrate.* hoạt-họa *animated cartoons.*

họa chăng *perhaps, maybe, at
most.* Họa chăng chỉ có những
người không suy nghĩ mới làm
như thế. *Only thoughtless people
would do that.*

họa đồ *map, plan, blueprint.*

họa may *perhaps, maybe.*

họa-mi *nightingale* chim họa-mi
CL con.

họa-phẩm *painting.*

họa-sĩ *painter* [artist].

họa-sư *painter* [artist].

hoác *to be wide open, gaping.*

hoạch R *stroke* [of pen, brush]
[= nét] | R *to paint, draw (up)*
kế-hoạch *plan, program.* trù-hoạch
to plan.

hoạch R *to earn, reap* thu hoạch.

hoạch-định *to draw up, define*
[line, plan].

hoài [of words lời, labor công,
money của] *to be wasted.*

hoài *to act incessantly, continue
to* [follows main verb]. Nó ăn hoài
He just eats and eats.

hoài R *bosom* | R *to cherish* [dream]
hoài bão; R *to carry, be with*
[child **thai**]; R *to long for.*
regret, remember, miss vaguely,

hoài bão *ambition, dream, aspiration* | *to cherish, embrace.*

hoài cảm *memory, recollection.*

hoài cổ *to think of or miss the
past.*

hoài của ! *what a pity! what a
shame!*

hoài-nghi *to be doubtful, skeptical.*

hoài-niệm *to long for.*

hoài vọng to hope | hopes.

hoại R to be spoiled, out of order. phá hoại to destroy; sabotage. bại hoại paralyzed; destroyed, damaged hủy hoại to destroy. liều thân hoại thể to kill oneself, disfigure oneself.

hoan R to be joyous, cheer, welcome. liên-hoan festival. hân-hoan pleased, glad, happy.

hoan-hô to shout hurrah, applaud | cheers, long live...

hoan hỷ to be overjoyed.

hoan-lạc to be pleased, overjoyed.

hoan-nghênh to welcome [with nhiệt liệt warmly].

hoán R to shout, yell. hô hoán to call for help.

hoán R to change, exchange [= đổi]. giao-hoán to exchange.

hoán-cải to change.

hoán-dịch to change, exchange.

hoán-vị to permute; permutation, transposition cách hoán-vị n vật permutation of n things.

hoàn R ring, circle | to circle. tuần hoàn (blood) circulation.

hoàn R sphere, pill, pellet, small ball.

hoàn R to be complete, perfect hoàn toàn.

hoàn to return [= · giả/trả] [RV lại]. cải tử hoàn sinh to resuscitate, bring back to life. cải lão hoàn đồng to rejuvenate.

hoàn R maid a-hoàn, tiểu hoàn.

hoàn-bị to complete, perfect/complete, perfect.

hoàn-bích to return something to its rightful owner.

hoàn-cảnh environment, surroundings, milieu, ambiance, situation, plight.

hoàn-cầu around the world | the world, the earth. khắp hoàn-cầu all over the world.

hoàn-hảo to be excellent, perfect.

hoàn hồn to recover from shock, regain consciousness, come to.

hoàn-mỹ to be perfectly beautiful, be beautiful, be perfect.

hoàn-tất to finish, complete.

hoàn-thành to complete, finish.

hoàn-thiện to be perfect.

hoàn toàn to be perfect, flawless | perfectly; entirely, completely, fully.

hoàn tục [of monk] to return to secular life.

hoàn vũ the universe.

hoãn to postpone, put off, defer, delay [RV lại] [đến 'until']. trì hoãn to delay, postpone, drag on.

hoãn R to be slow, easy [opp. cấp]. hòa-hoãn moderate, amicable.

hoãn-binh to postpone (military) action, delay action, stall.

hoãn dịch to defer [military service] | deferment.

hoãn xung buffer [zone, state].

hoạn R misfortune. hoạn nạn, bệnh hoạn sickness, illness. hỏa hoạn fire. thủy-hoạn flood. hậu hoạn disastrous consequence, ill effects

hoạn L official sĩ-hoạn; R to castrate, geld | eunuch quan hoạn, hoạn-quan.

hoạn đồ official career, government career.

hoạn giới *mandarinate, official-dom.*

hoạn hải *officialdom.*

hoạn lộ *official career.*

hoạn-nạn *misfortune, adversity, distress.*

hoang *to be spendthrift, extravagant* tiêu hoang. ăn hoang mặc rộng *to live expensively.*

hoang R *to be nervous, flustered* hoang mang, *confused.*

hoang [of house] *to be abandoned,* [of land] *be uncultivated,* [of child] *be illegitimate.* chửa hoang *to bear an illegitimate child.* bỏ hoang *to leave untilled, unoccupied* rừng hoang *virgin forest, jungle.*

hoang-dã *to be wild.*

hoang-dâm *to be lustful.*

hoang-đãng *dissolute, debauched.*

hoang-đảo *unexplored island.*

hoang-địa *barren land.*

hoang-điền *uncultivated field.*

hoang-đường *to be incredible, extraordinary, fantastic.*

hoang-mang *to be undecided, confused.*

hoang-ngôn *falsehood, lie.*

hoang-phế *to be uncultivated.*

hoang phí *to waste, squander.*

hoang-tàn *to be devastated, in ruins.*

hoang toàng *to be extravagant.*

hoang vắng *to be deserted.*

hoang vu *wild.*

hoáng *to be blinded* hoáng mắt.

hoàng R *to be yellow* [= vàng] đại-hoàng *rhubarb.*

hoàng R *to be radiant, resplendent* huy hoàng. trang hoàng *to decorate, deck.*

hoàng R *phoenix.*

hoàng R *emperor.* Mên-Hoàng *the King of Cambodia.* Nhật-Hoàng *the Emperor of Japan.* Anh-Hoàng *the King of England.* Nữ-Hoàng Anh *the Queen of England.* bảo-hoàng *monarchist.* thành-hoàng *tutelary god of a village.* cựu-hoàng *former emperor.*

hoàng-anh *oriole.*

hoàng-ân *imperial favor.*

hoàng-chủng *the Yellow Race.*

hoàng-cung *imperial palace.*

hoàng-bào *imperial robe.*

hoàng-đàn *yellow sandalwood.*

hoàng-đạo *zodiac.* ngày hoàng đạo *lucky day, auspicious day.*

hoàng-đế *emperor, king.*

hoàng-đồng *bronze.*

hoàng-đới *zodiac.*

hoàng-gia *royal family.*

hoàng-giáp *doctor's degree.*

Hoàng-Hà *the Yellow River.*

Hoàng-Hải *the Yellow Sea.*

hoàng-hậu *queen, empress.*

hoàng-hôn *twilight, dusk, sunset.*

hoàng-kim *gold.* thời-đại hoàng-kim *the golden age.*

hoàng-ngọc *topaz, yellow sapphire*

hoàng-oanh *oriole.*

hoàng-phái *royal family.*

hoàng-phụ *the emperor's father.*

hoàng-thái-hậu *the queen mother.*

hoàng-thái-tử *the crown prince.*

hoàng-tinh *arrow-root.*

hoàng-thành *imperial city.*

hoàng-thân *prince.*

hoàng-thất *imperial family.*

hoàng-thiên *Heaven.*

hoàng-thống *royal genealogy.*

hoàng-thượng *Sire; His Majesty.*

hoàng-tộc *imperial family.*

hoàng-triều *the reigning dynasty.*

hoàng-trùng *grasshopper.*

hoàng-tuyền *Hades, hell.*

hoàng-tử *prince.*

hoàng-yến *canary.*

hoảng *to be stupefied, panic-stricken, alarmed* [RV lên] hoảng hốt, hoảng sợ, hoảng hồn.

hoành *R width, breath; transversal, horizontal* [= ngang] [opp. **tung**]

hoành-cách-mô *diaphragm* [in abdomen].

hoành-đồ *drawing, draft, (detailed) map* [of building].

hoành-độ *abscissa* [as opposed to ordinate **tung độ**].

hoành-hành *to act in an overbearing manner, be aggressively haughty or arrogant.*

hoành-phi *carved board with Chinese inscription.*

Hoành-sơn *Vietnamese Cordillera.*

hoành-tài *great talent.*

Hoành-Tân *Yokohama.*

Hoành-Tu-Hạ *Yokosuka.*

hoành *in* ráo hoành *dry, tearless* [of eyes].

hoạnh *to scold, criticize, blame, censure* hoạnh họe.

hoạnh *R ill-gotten, dishonest.*

hoạnh-tử *violent death.*

hoạt *R to be active, living.* sinh-hoạt *life, existence; living.*

hoạt-ảnh *moving pictures, motion pictures, movies.*

hoạt-bát *to be eloquent, active.*

hoạt-đầu *crooked.*

hoạt-động *to be active* | *activity.* hoạt-động chính trị *political activities.* hoạt-động xã hội *social activities.* hoạt-động hội-viên *active member.*

hoạt-họa *animated cartoons.*

hoạt-kê *humor* | *humoristic.*

hoạt-kế *livelihood.*

hoạt-phật *living Buddha.*

hoạt-thạch *talc(um).*

hoặc *very, as in* thối hoặc *to smell very bad.*

hoặc *or* [non-disjunctive] hoặc là. Cf. hay [disjunctive 'or']. (hoặc)... hoặc... *either...or...*

hoặc *R to confuse* mê-hoặc; *to doubt* nghi hoặc.

hoặc giả *or, if by any chance.*

hoăm *very, as in* sâu hoăm *very deep.*

hoẵng *dccr.*

hoắt *to be very pointed, as in* nhọn hoắt.

hóc *to have* [bone, etc.] *stuck in one's throat.*

hóc búa *to be difficult, tough.*

hóc hiểm* *to be dangerous, perilous.*

học *to study, learn* | *learning* học-thức, học-vấn; *-R -logy, -ics, science of, as in* toán-học *mathematics,* vật-lý-học *physics,* ngữ-học *linguistics,* động-vật-học *zoology; to study, imitate, mock, mimic.* dạy học *to teach.* đi học *to go to school.* khoa-học *science.* du-học *to study abroad.* chăm học *studious, hard-working.* thầy học *teacher.* trốn học *to play truant.* trường học *school.* tự-học *self-taught.* hiếu học *studious.* niên-học *school year, academic year.* tiểu-học *elementary (education),* primary *(education).* trung-học *secondary (education).* đại-học *university (education), higher education.*

học *to repeat, inform* học lại.

học-bạ *student file, school record, report card.*

học-bổng *scholarship (award)* [with cấp *to grant,* được *to obtain*].

học-chế *educational system.*

học-chính *educational service.*

học-cụ *school equipment, teaching aid.*

học đòi *to imitate, follow, copy.*

học-đường *school.*

học-giả *scholar, learned man.*

học-giới *educational circles.*

học-hành *to study (and to practice).*

học-hiệu *school.* Mỹ-Quốc Lục-Quân Học-Hiệu *U.S. Military Academy.* Hải-Quân Học-Hiệu *Naval Academy.* đại-học-hiệu *college, university.*

học hỏi *to study, learn, educate oneself.*

học-kỳ *term, semester, session.*

học lỏm *to learn merely by observing, pick up.*

học mót *to imitate, copy.*

học-lực* *capacity, ability* [of a student].

học-niên* *school year, academic year.*

học-phái *school of thought.*

học-phí *tuition fees, school fees.*

học-phiệt *clique of fellow-alumni,* "old schooltie clique".

học-sĩ *Master of Arts or of Science.*

học-quan *educational authorities, education official.*

học-sinh *student* [primary and high schools], *schoolboy; schoolgirl* nữ học sinh.

học tập *to study, learn; political indoctrination* học-tập chính-trị.

học-thuật *learning, education.*

học-thuyết *doctrine.*

học-thức *knowledge, learning.* có học-thức *educated.* vô-học-thức *uneducated.*

học trò *pupil, student, schoolboy, schoolgirl.*

học-vấn *instruction, education, learning.*

học-vị *academic title, degree.*

học-viện *institute* [of learning]. đại-học-viện *university.*

học-vụ *educational matters, educational affairs.* bình-dân học-vụ *mass education.*

học-xá *student hostel* đại-học-xá.

hoe *bright (red), flaming (red).*

hòe *sophora japonica* [botany].

hoen *to stain, spot, soil, blemish* hoen ố.

hoét *bright (red).*

hoi [of mutton] *to smell; to smell of milk* hoi sữa.

hói *to be bald* hói trán, hói đầu.

hỏi [SV vấn] *to ask, question, inquire.* câu hỏi *question.* vặn hỏi *to interrogate.* hỏi cung *to interrogate* [defendant]. đòi hỏi *to demand.*

hỏi han *to ask, inquire.*

hỏi mượn *to borrow.*

hỏi nhỏ *to whisper a question.*

hỏi thăm *to inquire about some-body ('s health).* Cho tôi hỏi thăm cô X. *Remember me to Miss X.*

hỏi vay *to borrow* [money].

hỏi vợ *to ask a girl's hand in marriage.*

hom hem *to be skinny, thin, gaunt, emaciated.*

hóm [of child] *to be sharp, mischievous* hóm hỉnh.

hòm *locker, trunk, coffer* CL cái, chiếc [= rương]; *coffin.* xe hòm *limousine.*

hòm xiểng *trunks.*

hõm [of cheeks, eyes, etc.] *to be hollow; to be deep.*

hon R *to be tiny.* tí hon *tiny, dwarf-sized, pint-sized.*

hòn *ball, stone;* CL *for islands, stones and stone-like objects.* hòn bi *marble* [children's]. hòn đá *stone, piece of stone.* hòn đạn *bullet.* hòn đất *clod of earth.* hòn gạch *piece of brick* (Cf. viên gạch). hòn núi *mountain.* hòn ngọc *precious stone.* hòn đảo *island.* hòn máu *clot.*

hong *to dry* [something].

hóng *to get, enjoy* [air gió, breeze mát, sun nắng, conversation chuyện].

hòng *to expect, hope.*

hỏng *to break down, be out of repair, fail.* hỏng thi *to fail an examination.* hỏng bét *to be fouled up.* hỏng mắt *to lose one's eyesight.*

họng *throat* cổ họng, cuống họng ; *mouth, mouthful.* Câm họng đi ! *Shut up !*

hóp [of cheeks] *to be hollow, sunken.*

họp *to gather, meet, convene, assemble* hội họp, nhóm họp, tụ họp; *to unite; to hold* [a meeting]; [of a meeting] *to be held.* khóa họp *session.* phiên họp *meeting.*

họp mặt *to gather, meet.*

họp sức *to join forces.*

hót [of birds] *to sing, twitter.* nịnh hót *to flatter.*

hót *to shovel.*

hô *to cry out, shout, give military command;* R *to exhale.* hoan-hô *to cheer, acclaim* | *long live...* tri hô *to shout* [for help]. cách xưng hô *form of address.*

hô-hào *to call upon, appeal to.*

hô-hấp *to breathe* | *respiration.*

hô-hoán *to yell, shout.*

hố *hole, foxhole, ditch* CL cái; *grave, tomb.* hố vệ-sinh *septic tank.* sắp xuống hố *to have one foot in the grave.*

hồ *fox* hồ-ly CL con.

hồ *lake, pool* CL cái. bờ hồ *lakeshore.* Biển-hồ *Tonle Sap.*

hồ *paste, gum, glue, starch, mortar* | *to starch* [shirts, etc.]. thợ hồ *mason, bricklayer.*

hồ R *bow* [with thỉ *arrow*].

hồ R *vase, pot.* đồng hồ *clock* [originally water clock], *watch.*

hồ *kitty* tiền hồ.

hồ R *butterfly* hồ-điệp.

hồ-cầm *Chinese violin.*

hồ-điệp R *butterfly* [= bươm bướm].

hồ đồ *to be blurred, muddled, vague.*

hồ lì *croupier* [in gambling den].

hồ lô *bottle gourd, calabash.*

hồ-ly *R fox.*

hồ-nghi *to doubt, suspect.*

hồ-quang *arc of light* [between incandescent electrodes].

hồ-sơ *file, docket.*

hồ tắm *swimming-pool.*

hồ-thi *a man's ambitions.*

hồ-tiêu *black pepper.*

hồ *tiger* CL. con | *R strong, brave.*

hồ *to be ashamed* xấu hồ, hồ thẹn.

hồ lốn *gallimaufry, meat ragout made of leftovers, stew of various ingredients, hodgepodge; medley.*

hồ-mang *cobra* rắn hồ-mang. sư hồ-mang *meat-eating monk.*

hồ-phách *amber.*

hồ-thẹn *to be ashamed.*

hổ *R reciprocal, mutual.*

hổ *R to fix.*

hổ-giá *to set a price.*

hổ-trợ *to help one another.*

hổ-tương *to be mutual, reciprocal.* Cơ-Quan An-Toàn Hổ-Tương *Mutual Security Agency.*

hộ *to help, assist, aid* | *for.* Anh viết hộ tôi đi. *Please write it for me.* bảo-hộ *protectorate.* giám-hộ *trusteeship.* phù hộ [of deities] *to assist, protect.* duy-hộ *to preserve.*

hộ *R civil.*

hộ *R door; house.*

hộ-chiếu *pass, permit.*

hộ-giá *to escort a king.*

hộ-khẩu *number of inhabitants.*

hộ-lại *village or county clerk.*

hộ-pháp *guardian spirit* [in Buddhism], [Caodaist] *Pope; giant, colossus.*

hộ-sản *pertaining to childbirth,* as in nghỉ hộ-sản *childbirth leave.*

hộ-sinh *R to deliver a child.* nhà hộ-sinh *maternity.* nữ-hộ-sinh *midwife.* Trường Nữ-hộ-sinh Quốc-gia *School of Midwifery.*

hộ-tang *to be in mourning.*

hộ-thân *to protect oneself.*

hộ-tịch *civil status, legal status.*

hộ-tinh *satellite.*

hộ-tống *to escort.*

hộ-vệ *to escort, guard.*

hốc *hole, cave, hollow.* há hốc *to open* [mouth].

hốc hác *to be gaunt, emaciated.*

hộc *to vomit.*

hộc *unit of measure equal to five* đấu.

hôi *to stink.* hôi như cú *to smell like a skunk.* mồ hôi *sweat.* dầu hôi *petroleum.*

hôi *in* đánh hôi *to beat* [somebody] *together with a friend.*

hôi hám *to stink.*

hối *to repent, regret, be sorry* [that là] hối hận.

hối *R bribe(ry)* hối lộ.

hối *to urge, press.*

hối cải *to mend one's ways.*

hối đoái *exchange.* sở hối-đoái *exchange office.*

hối hả *to urge, press, hurry.*

hối-hận *to repent, regret.*

hối-lộ *to bribe/bribe(ry).* ăn hối-lộ *to receive bribe.* vụ hối-lộ *bribery.*

hối-thúc *to urge, push.*

hối-xuất *rate of exchange.*

hồi *moment, time, period; act* [of a play], *chapter* [of a novel tiểu-thuyết]; *round.* một hồi trống *a roll(ing) of the drum.* hồi ấy, hồi đó *at that time.* hồi trước *before.* hồi này *these days.*

hồi *to return* [= về, giả lại]. phục-hồi *to restore.* văn-hồi *to restore.*

hồi *anis.*

hồi *Islam, Mohammedan.* Đại-Hồi *Pakistan(i).*

hồi-âm *reply, response.*

hồi-cư *to come back to the city* [after evacuation].

hồi-đáp *to answer, reply.*

Hồi-giáo *Islamism.*

Hồi-hồi *Islam(ism).*

hồi-hộp *to be nervous, anxious.*

hồi-hương *to return from abroad.*

hồi-hương *fennel.*

hồi-hưu *to retire* [from work].

hồi-kinh *to come back to the capital.*

hồi-loan [of king] *to return to the palace, return from a trip.*

hồi-môn *dowry.*

hồi-phục *to recover.*

Hồi-Quốc *Pakistan* | *Pakistani.*

hồi sinh *to restore to life.* cải tử hồi sinh *to resuscitate.*

hồi-tâm *to regret, repent.*

hồi tinh *to regain consciousness, come to.*

hồi-tưởng *to recall, recollect, reminisce* [object preceded by đến/tới].

hội *R to understand, comprehend* lý-hội, lĩnh-hội.

hội *to gather, meet* | *assembly; association, society.* ngày hội *festival day.* xã-hội *society.*

hội *R painting, drawing.*

hội *R opportunity* cơ-hội.

hội ái-hữu *association.*

hội buôn *commercial firm.*

hội chợ *fair.*

hội-đàm *to confer* | *conference* CL cuộc.

hội-đồng *meeting, council.* Hội-Đồng Bảo / Công-An *Security Council.* Hội-Đồng Quản-Thác *Trusteeship Council.* Hội-đồng Đô-thành *municipal council.* hội-đồng gia-tộc *family council.* Hội-đồng Kinh-Xã *Economic and Social Council.* Hội-đồng Du-học *Commission on Overseas Study.*

hội hè *associations; festivals, feasts.*

hội-họa *painting.*

hội họp *to gather.* hội họp báo chí *press conference.*

hội kiến *to see, interview* | *interview, meeting.*

hội kín *secret society.*

hội-nghị *to confer, meet, convene* | *conference, convention, meeting* CL cuộc. Hội-Nghị Tứ-Cường *Big Four Conference.* Hội-Nghị Á-Phi *Afro-Asian Conference.*

hội-ngộ *to meet, encounter.*

hội-quán *headquarters* [of society], *clubhouse.*

hội Quốc-liên *League of Nations.*

hội-thí *civil service examination* [given at the capital].

hội-thương *to confer.*

hội-trường *conference hall.* Hội-trường Diên-hồng *Dien-Hong Conference Hall.*

hội-trưởng president, chairman [of society].

hội tụ to converge.

hội-viên member [of a society] [with danh dự honorary, hoạt-động active, sáng-lập founding, tán-trợ patron].

hội-xã society, corporation.

hội-ý to understand; to agree.

hôm afternoon, evening chiều hôm; day. hôm nay today. hôm qua yesterday. hôm kia day before yesterday. hôm nọ the other day. hôm kìa three days ago. hôm sau the next day. hôm trước the day before; the other day.

hôm the other day.

hôn to kiss | kiss CL cái.

hôn R marriage. kết-hôn (với) to marry. cầu-hôn to propose marriage. tảo-hôn early marriage. tân-hôn newly-wed.

hôn R twilight hoàng-hôn.

hôn-lễ ceremony.

hôn-mê to be unconscious.

hôn-nhân marriage.

hôn-phối marriage.

hôn-quân debauched king.

hôn-thú marriage.

hôn-ước promise of marriage.

hồn soul [of living or dead men] [as opposed to body xác]. tâm hồn soul [of living man]. linh-hồn soul [of dead man]. cô hồn medium. kinh-hồn frightening.

hồn nhiên to be natural, spontaneous.

hồn hển to pant, gasp thở hồn hển.

hỗn to be impolite, insolent, ill-mannered, rude.

hỗn R to mix, mingle.

hỗn-chiến brawl, melee, free-for-all, dog-fight.

hỗn-độn to be disorderly, chaotic.

hỗn hào to be impolite, rude.

hỗn hống amalgam.

hỗn-hợp [of committee or commission] joint, mixed; alloy.

hỗn láo to be impolite, rude.

hỗn-loạn disorder, confusion, chaos.

hỗn-mang chaos, confusion.

hỗn-tạp to be helter-skelter, pell-mell.

hỗn-xược to be impolite, rude.

hông hip, haunch; side.

hống hách [of official] to show one's power.

hồng rose CL bông | to be pink, rosy; R red.

hồng R to be immense.

hồng L wild goose.

hồng persimmon CL quả, trái.

hồng-bảo ruby.

hồng-chủng the Red Race.

Hồng-Hà Red River. miền trung-châu Hồng-Hà the Red River delta.

Hồng-Hải Red Sea.

hồng hào to be rosy, ruddy.

hồng hộc to pant thở hồng hộc.

hồng-huyết-cầu red corpuscle, red cell.

Hồng-Kông Hongkong.

hồng lâu house of prostitution.

Hồng-Mao British, English (man).

hồng-nhan beautiful woman.

hồng-phúc great happiness.

Hồng-quân *Red Army.*

hồng-quần *woman.*

Hồng-Thập-Tự *Red Cross.*

hồng-thủy *deluge, flood.*

hồng-y *red robe* [worn by cardinals]. Đức Hồng-y Giáo-chủ *the Cardinal.*

hồng *to be hollow, vacant.* lỗ hồng *hole, opening, cavity.*

hộp *box, carton, case, can* CL cái; CL *for boxfuls.* hình hộp *parallelepiped.* đồ hộp *canned food.* cá hộp *canned fish.* sữa hộp *canned milk.*

hộp đêm *nightclub.*

hộp quẹt *box of matches.*

hốt *to gather, amass, rake in.*

hốt R *suddenly* hốt nhiên.

hốt hoảng* *to get excited, panicky.*

hột [Also hạt] *grain; stone, seed; kernel; drop* [of rain mưa]. hột sen (*fresh*) *lotus seed* [Cf hạt sen].

hơ *to dry over a fire, heat over a fire.*

hơ hớ [of girl] *to be young, virgin.*

hớ *to pay too much for a merchandise; to blunder.*

hớ-hênh *to be careless, tactless.*

hở *to have a gap, open.* hững hờ *to be indifferent.* phòng hờ *to make allowance for, leave margin.*

hờ hững* *negligent, indifferent, half-heartedly.*

hở *to be open, uncovered.* áo hở vai *decolleté, low-cut.*

hở [final particle] *huh?*

hở môi *to open one's mouth, speak up.*

hở răng *to open one's mouth, speak up.*

hơi [VS khí] *steam; breath; vapor, gas, air; odor.* đánh hơi *to scent.* bay hơi, dì hơi *to evaporate.* bốc hơi *to vaporize.* cầm hơi *to hold one's breath.* hết hơi *out of breath.* uống một hơi *to drink in one gulp.* thở hơi cuối cùng *to breathe one's last.* xe hơi *automobile.*

hơi *disposition, temperament.* dở hơi *cracked.*

hơi *slightly, somewhat, a little, rather* [precedes verb].

hơi đâu (mà) *what is the use of...?*

hơi đồng (*smell of*) *money.*

hơi men (*smell of*) *alcohol.*

hơi sức *force, strength.*

hơi thở *breath.*

Hời *Cham.*

hời *to be inexpensive, cheap.*

hời *to be satisfied* hời dạ, hời lòng.

hỡi [exclamation used in formal address before 2nd-personal pronoun]. Hỡi các đồng-bào thân mến! *Dear Compatriots!*

hỡi ôi! *alas!*

hợi *twelfth Earth's Stem.* See chi.

hợm *to be haughty, arrogant, conceited* hợm hĩnh.

hơn [opp. kém] *to be more* (*advantageous, profitable, etc.*) *than; surpass, outdo; to have more ... than* | *more... than, ... -er than.* A hơn B về toán. *A is better than B in math.* A có nhiều tiền hơn B. *A has more money than B.* tốt hơn *better than.* xấu hơn *worse than.* nhiều hơn *more than.* ít hơn *fewer than.* dài hơn *longer than.* ngắn hơn *shorter than.* đẹp hơn *more beautiful. than.* hơn bù kém *taking all in all.* gạo hơn *the price of rice goes down, there's no rice shortage.*

hơn nữa *furthermore.*

hơn-thiệt *pros and cons, advantages and disadvantages.*

hớn-hở *to be cheerful, be in a good mood, be in good spirits.*

hờn [of a child] *to cry, be fussy, have a tantrum, whine; to hold a grudge, complain, grumble* hờn giận, giận hờn. căm hờn *hatred.*

hớp *to sip, snap up.*

hợp [= hiệp] *to unite, be united,* [opp. tan]; [= hạp] *to be suitable, be conformable, go together* [với 'to, with']. Liên-hợp-Quốc *the United Nations.* hỗn-hợp *mixed, joint.* phù-hợp *in conformance with.* tổng-hợp *synthesis.*

hợp-ca *to sing together | chorus.* đoàn hợp-ca *choir.*

hợp cách *to be appropriate, adequate.*

hợp-cảnh *to be appropriate, opportune, timely.*

hợp-cần *wedding feast* [the bride and bridegroom share the wine cup].

hợp-chất *compound.*

Hợp - Chúng - Quốc *the United States (of America).*

hợp-cổ *joint-stock.*

hợp-đồng *contract* CL tờ, giấy.

hợp-kim *alloy.*

hợp lẽ *to be reasonable, logical, sensible, rational.*

hợp-lệ *to be in order.*

hợp-lực *to join forces.*

hợp-lý *to be rational, reasonable, logical, sensible.*

hợp-nhất *to unite, unify; to be united.*

hợp-pháp *to be legal, lawful.* bất-hợp-pháp *illegal.*

hợp quần *to unite.*

hợp-tác *to cooperate.*

hợp-tác-xã *cooperative.*

hợp-tấu *chorus, concert.*

hợp-thiện *philanthropic.*

hợp-thời *to be timely, fashionable, opportune.*

hợp thức *to be proper, appropriate, suitable.*

hợp-tính *to be compatible.*

hớt *to cut off small bits, skim, remove* [scum]; *to tattle, be a talebearer.* hớt tóc *to have or give a haircut.*

hớt ha hớt hải *to be in a hurry.*

hớt lẻo *to be an informer.*

hu *to cry or weep noisily* hu hu.

hú *to call out to.*

hú-hí *to enjoy oneself* [with wife and children].

hú-họa *by accident, haphazard.*

hú-hồn *to call back a soul.*

hú-tim *hide and seek.*

hú-vía! *phew! a narrow escape.*

hủ *to be old-fashioned, outmoded* cổ hủ; R [of wood] *to be rotten.* bất hủ *immortal, of lasting fame.*

hủ-bại *to be corrupt.*

hủ-lậu *to be old-fashioned, outmoded, backward.*

hủ-nho *old-fashioned scholar* [derogative].

hủ-tục *outmoded traditions or customs.*

hú *jar* CL cái; *jarful.*

hùa *to follow, go along* theo hùa, hùa theo. vào hùa, về hùa *to side* [với with].

huân R *merit.*

huân-chương *medal.*

huân-công *merit.*

huân-tước *title, honor.*

huấn R *to teach, instruct.* giáo-huấn, giảng-huấn *to teach.* chính-huấn *reeducation.*

huấn-chính *political education.*

huấn-dụ *to teach, advise.*

huấn-đạo *educational officer.*

huấn-lệnh *instructions, order, directive.*

huấn-luyện *to train.*

huấn-luyện-viên *training officer.*

huấn-từ *speech* [by the President or a Secretary of State].

húc *to butt, hit, collide.*

hục-hặc *to quarrel, nag.*

huê *see* hoa.

huê-lợi *yield, income.*

Huế *Hué.*

huề *See* hòa.

huề *to hold hands* đề huề.

huệ *lily* hoa huệ CL bông.

huệ R *tassel, ear.*

huệ R *kind act* [from above] ân-huệ: R- *kind, kindly* [epistolary], *as in* huệ-thư *(your) kind letter,* huệ-lãm *kindly read* [used after the salutation].

huếch-hoác *to be wide, open.*

huệch-hoạc *to be wide, open.*

huênh-hoang *to be showy, bombastic.*

húi *to clip, cut* [hair tóc, đầu].

hủi [SV phong] *to be a leper* [= cùi]. bệnh hủi *leprosy,* trại hủi *leper colony.*

hụi *See* hội.

hum-húp *to be swollen.*

hùm *tiger* CL con. hang hùm *tiger's lair.*

hụm *a gulp, a drink* [of water nước].

hun *to heat, fumigate, smoke out* hun khói.

hun *See* hôn.

hun-đúc *to forge, form, train.*

hùn *to contribute* [money, share] *in an investment* hùn vốn.

hung [of hair, etc.] *to be red(dish).*

hung *to be mad, furious, ferocious, violent;* R *ill-omened, unlucky* [opp. cát]. hành hung *to use force.*

hung-ác *to be cruel, wicked.*

hung-bạo *to be cruel, wicked.*

hung-dữ *to be fierce-looking.*

hung-hăn *to be aggressive, violent.*

hung-hăng *to be aggressive, violent, impetuous.*

Hung-Gia-Lợi *Hungary* | *Hungarian.*

Hung-Nô *Hun(s).*

hung-phạm *murderer, assassin, killer, criminal.*

hung-tàn *to be cruel, brutal.*

hung-táng *first burial* [as opposed to second one cát-táng].

hung-thần *evil spirit.*

hung-thủ *murderer, assassin, killer, criminal.*

hung-tín *bad news.*

hung-tính *unlucky star.*

hung-tợn *to be savage.*

hung-triệu *evil omen.*

húng *mint leaves.*

hùng *R to be brave, strong, power- ful; R male, virile, masculine* [opp. thư]. anh-hùng *hero.*

hùng *R bear* [= gấu]. Đại-hùng *Ursa Major.*

hùng-biện *to be eloquent.* tài hùng- biện *eloquence.*

hùng-cứ *to occupy* [an area].

hùng-cường *to be strong, powerful.*

hùng-dũng *to be martial, military, man-like.*

hùng-hậu [of forces] *to be strong, powerful.*

hùng hoàng *realgar, red arsenic.*

hùng hổ *to be violent, vehement, aggressive.*

hùng-hồn *to be eloquent.*

hùng-tráng *to be strong, mighty, magnanimous, grand, grandiose.*

hùng-vĩ *to be great, imposing, grandiose.*

huống *R state, situation* trạng huống, cảnh huống.

huống *all the more reason for, even more so* huống chi, huống hồ.

huống chi *let alone, not to mention, much less.* Đi tản-bộ cho khỏe mạnh, các cậu cũng không được phép, huống chi là nô dùa ầm ĩ. *The boys were not allowed a healthy walk, much less a romp.*

huống hồ *much less, let alone, not to mention.*

húp *to slurp* [soup, rice gruel].

húp *to be all swollen* húp-híp.

hụp *to dive, plunge, disappear under the water.*

hút *to suck, inhale, smoke, attract.* cấm hút thuốc! *no smoking!* theo hút *to trail.* mất hút *to lose the trail.*

hụt *to be lacking, short, in deficit* thiếu hụt; *to miss* [a target] đánh hụt, bắn hụt. bắt hụt *to fail to catch.* chết hụt *to escape death very narrowly.*

huy *R sunlight; R to be radiant, beautiful.*

huy *R to wield; to stir, agitate.* phát-huy *to develop.* chỉ-huy *to command, control, direct.*

huy-chương *medal.*

huy-động *to mobilize.*

huy-hiệu *name.*

huy hoàng *to be radiant, resplen- dent.*

huy-thạch *pyroxene, augite.*

húy *to be tabooed ; to avoid menti- oning* [names of elders, words simi- lar to or homonymous with unluc- ky words]. tên húy *tabooed name.* Cụ tên X. húy Y. *His name was X, but his formal name was Y.*

húy-nhật *anniversary of death.*

hủy *to destroy, ruin, cancel, annul.* phá hủy, tiêu hủy *to destroy.* thiêu hủy *to burn so as to destroy.*

hủy bỏ *to cancel, abolish, annul.*

hủy diệt *to exterminate, destroy completely.*

hủy-hoại *to destroy, demolish.*

huých *to push, shove.*

huỵch [noise of heavy thing falling down] *thud.*

huyên *R to be noisy.*

huyên *R to be warm.*

huyền R *mother.*

huyền-náo *to be noisy, bustling.*

huyền-thiên *to talk big, brag, boast.*

huyền *in* dấu huyền (*mark or symbol for*) *low falling tone, grave accent.*

huyền *jet.* mắt huyền *jet-black eyes.*

huyền-R *quarter* [*of moon*] *as in* thượng huyền *first quarter,* hạ huyền *last quarter.*

huyền R *string* [*of a musical instrument*]. tục-huyền [*of widow, widower*] *to get married again.* đàn độc-huyền *monochord, Vietnamese one-stringed instrument.*

huyền R *to suspend, hang* [= treo].

huyền-án *suspended sentence.*

huyền-bí *to be mysterious, occult.*

huyền-chức *to suspend* [*an official*].

huyền-diệu *to be abstruse, mysterious, marvelous, wonderful.*

huyền-hoặc *to be fantastic, legendary.*

huyền học *Taoism ; occult science ; mysticism, occultism.*

huyền-vi *to be subtle, delicate.*

huyện *sub-prefecture, district ; district chief* tri huyện.

huyện-đường *yamen, office of district chief.*

huyện-lỵ *district seat, county seat.*

huyện-nha *yamen, office of district chief.*

huyện-trưởng *district chief.*

huyết R *blood* [= máu]. lưu-huyết *bloodshed.* bạch-huyết *lymph.* hoại-huyết *scurvy.* thổ huyết *to vomit blood.* nhiệt - huyết *enthusiasm.* băng huyết, rong huyết *hemorrhage.*

huyết-áp *blood pressure.*

huyết-bạch *leucorrhea.*

huyết-cầu *blood corpuscle, blood cell.*

huyết-cầu-tố *hemoglobin.*

huyết-chiến *bloody battle.*

huyết-hãn *to toil ; efforts.*

huyết hư *anemia.*

huyết-khí* *energy, constitution.*

huyết-mạch *pulse ; vital thing.*

huyết-nhục *consanguinity kinship.*

huyết-quản *blood vessel.*

huyết-thanh *serum.*

huyết-thanh-học *serology.*

huyết-thống *blood, descent, parentage, kinship.*

huyết-tương *plasma.*

huyệt *grave ; R cave, hole, nest* sào-huyệt. đào huyệt *to dig the grave.* hạ huyệt *to lower* [*coffin*] *into the grave.*

huvệt *vital point in human body* [*Chinese boxing and medicine*].

huynh R *elder brother* [= anh]. Tứ hải giai huynh-đệ *all men are brothers.* phụ huynh *father and elder brother, parents* [*of students*]. gia-huynh *my elder brother.*

huynh trưởng *elder.*

huỳnh *variant of* hoàng, *the family name.*

huỳnh R *firefly, glow-worm* [= đom-đóm].

huýt *to whistle,* huýt còi / sáo *to whistle.*

hư *to be decayed, rotten, spoiled ;* [= hỏng] *out of repair, damaged;* [*of children*] *to be naughty, spoiled, unruly, ill-bred ; R to be false* [*opp.* thực] *empty, void,* devoid of content hư - không ; R abstract [math.].

hư-danh vainglory.

hư-hoại to be spoiled, injured, damaged.

hư-hỏng to break down, fail, be out of repair, be spoiled, lost.

hư-không to be vain, nil.

hư-số abstract number.

hư-vô to be nothing. cõi hư-vô nothingness.

hử huh ! hum !

hử see hở.

hứa to promise, vow ; R to approve. lời hứa promise, vow. giữ lời hứa to keep one's promise.

hứa hão empty promise.

hứa-hẹn to promise, be promising.

hứa-hôn to betroth.

hưng R to flourish, thrive, prosper [opp. phế]. chấn hưng to develop, render prosperous. phục-hưng renaissance.

hưng-binh to raise troops.

hưng-khởi to prosper, thrive.

hưng-quốc to found, build the nation.

hưng-thịnh prosperity.

hưng-vong ups and downs.

hưng-vượng prosperity.

hứng to catch [something falling] [RV lấy].

hứng interest, inspiration, enthusiasm hứng cảm, hứng khởi.

hứng-thú interest | to be interesting.

hửng [of day] to break, [of sun] to be coming out.

hửng-hờ to be cold, indifferent.

hước in hài hước to jest, joke ; to be comic, funny.

hượm to wait a while, hold it.

hương perfume, fragrance ; incense. nén hương incense stick, josstick. bình hương, lư hương incense burner.

hương R village, country [= village]. quê-hương native village. đồng hương fellow - townsman, countryman. cố-hương old country. ly-hương to be in exile. tha-hương another country.

hương-án altar.

hương-âm village feast.

Hương-Cảng Hongkong.

hương-chính village administration

hương-chức village authorities.

hương-cống Master's degree.

Hương-Giang Perfume River [in Huế].

hương-hoa offerings [incense and flowers].

hương-hỏa « incense and fire » share, inheritance [with ăn to receive].

hương-hồn soul [of dead person].

hương-khói ancestral cult, ancestor worship.

hương mộc elder tree.

hương-sư village teacher.

hương-thí regional examination.

hương-thôn village and hamlet rural.

hương-trưởng village chief.

hương-tục village customs.

hương-vị taste, flavor

hướng direction | to face, be directed [về toward]. phương hướng the 4 directions. định hướng set course. chí-hướng ambition, aspiration.

hướng-dẫn *to guide, lead.*

hướng dương *sunflower.*

hướng-đạo *guide ; boy scout* hướng đạo-sinh.

hướng-đạo-sinh *boy scout.*

hướng-tâm [*of a force*] *centripetal.*

hường *see* hồng.

hưởng *to enjoy* [*a condition in life*] an-hưởng. Đương-sự được hưởng phụ-cấp ly-hương *The employee (or official) will receive an expatriation allowance.*

hưởng *sound, echo* âm-hưởng. ảnh-hưởng *influence.* cộng-hưởng *resonance.*

hưởng thọ (*to die*) *at the age of...*

hưởng-thụ *to enjoy.*

hưởng-ứng *to respond* (*to*), *answer.*

hươu *stag, roe-deer* CL con. sừng hươu *deer antler.*

hươu vượn *idle talk, humbug.*

hưu R *to rest, stop, retire.* về hưu, hồi hưu *to retire.*

hưu-bổng *retirement pension.*

hưu-chiến *cessation of hostilities, truce, armistice.*

hưu-quan *retired mandarin.*

hưu-trí *to retire from office.*

hữu R *to have, own ; R there is/ are* [= có]. quyền sở-hữu *ownership.* hữu chí cánh thành *where there's a will there's a way.* Cf. vô. quyền tư-hữu *private ownership.* quốc-hữu-hóa *to nationalize.*

hữu R *friend* [= bạn] bạn hữu, bằng-hữu. ái-hữu *association.* trận đấu giao-hữu *friendship match.*

hữu *right, right-hand side* [= phải, mặt]. Cf. tả. bên hữu *to the right.* cực-hữu *extreme right.* thiên-hữu *rightist.* tả hữu *left and right.*

hữu-bang *friendly nation.*

hữu-cơ *to be organic.* hóa-học hữu cơ *organic chemistry.*

hữu-danh *to be famous.*

hữu-dụng *to be useful.*

hữu-duyên *to be lucky, compatible, favorable.*

hữu-dực *right wing* [*ball game or politics*].

hữu-hạn *to be limited.* công-ty hữu-hạn *Ltd.*

hữu-hiệu *to be efficient.*

hữu-hình *to be visible, concrete, tangible, material.*

hữu-ích *to be useful.*

hữu-ngạn *right bank* [*of river*].

hữu-nghị *to be friendly* | *friendship* CL tình.

hữu-sản *to be wealthy, own property.*

hữu-tình *to be lovely, charming.*

hữu-ý *to be intentional* | *intentionally* [*opp.* vô-tình]. Cf. vô-ý.

hy R *to be rare, infrequent* hy-hữu ; R *to hope* hy vọng. *Also spelled* hi.

hy-hãn *to be very rare.*

hy-hữu *to be rare.*

hy-kỳ *to be rare, unusual.*

Hy-Lạp *Greece* | *Greek.*

hy-sinh *to sacrifice* (*oneself*) | *sacrifice.*

hy-vọng *to hope* | *hope* CL mối.

hý R *to amuse oneself* du hý. *Also spelled* hí.

hý-họa *cartoon, caricature.*

hý-kịch *comedy.*

hý-trường *theater.*

hý-viện *theater.*

hỷ R *to be glad* | R *wedding.* giấy báo-hỷ *wedding announcement.*

hỷ-tín *good news* [*about marriage or childbirth*].

hýt-rô [*Fr.* hydrogène] *hydrogen.*

I

ì-tờ *to have just begun to learn how to read and write.*

ì *to be motionless ; to be stubborn, obstinate.*

ì-à ì-ạch *DUP* ì-ạch.

ì-ạch *with difficulty.*

ia *to go to the bathroom* đi ia, *have a bowel movement.*

ia đái *to make a mess.*

ia đùn [*of child*] *to dirty one's diaper or pants.*

ích *profit, use* | *to be profitable, useful.* hữu-ích, có ích *useful.* vô-ích *useless.*

ích-kỷ *to be selfish.*

ích-lợi *profit, use.*

im *to be silent, quiet, still, calm.*

im bặt *to become completely silent.*

im lặng *to be silent, quiet* | *Silence !*

im lìm *to keep quiet.*

im như tờ *to be very quiet.*

im phăng phắc *to be absolutely noiseless.*

im *to hush up* [RV đi].

in [SV ấn] *to print* | *identical.* máy in *printing machine, press.* nhà in *printing house.* thợ in *printer.*

in ít [DUP ít] *a little.*

inh *to be noisy, boisterous.*

inh ỏi *to be noisy, loud.*

inh tai *to be deafening.*

inh *to swell.*

inh *to become pregnant.*

ít *little, small quantity ; to be or have little/few... ; there is little... ; there are few... ; to act to a small degree* [*second verb in series*] ; *to act only rarely* [*first verb in series*]. ít nói *to be taciturn.* Chúng tôi (có) ít tiền *We have little money.* Chúng tôi có (một) ít tiền. *We have a little money.* Ở đây ít muối. *There are few mosquitoes here.* Nó ăn ít. *He eats a little.* Nó ít ăn. *He rarely eats.* chút ít *a little, a few.*

ít khi *rarely.*

ít lâu *a little (later).*

ít nhất *at least.*

ít nhiều *a little, some, a few.*

ít nữa *at least.*

ít-ỏi *to be in small quantity.*

ít ra *at least, to say the least.*

iu *to be soggy.*

K

ke [Fr. quai] quay, *dwarf, dock* ; *railroad tracks.*

ke [Fr. équerre] *square.*

kẻ *to put one's money with that*
kè kè *to be close by.*

kè nhè [*of voice*] *to be insistent. of another gambler.*

kẻ *individual, person, man.* Cf. người.

kẻ *to draw* [*a line*] ; *to inform.* thước kẻ *ruler.* giấy kẻ rồi *lined paper.*

kẻ cả *elder, senior.*

kẻ chợ *city people ; city.*

kẻ cướp *robber.*

kẻ khó *the poor.*

kẻ thù *enemy, foe.*

kẻ trộm *burglar.*

kẽ *crack, interstice, crevice.* cặn kẽ *carefully.*

kéc *parrot* CL con.

kem [Fr. crème] *ice-cream ; cream ; beauty cream.* kem đánh giày *shoe polish.*

kém [opp. hơn] *to be less (advantageous, profitable, etc.). than ;* *to have less... than* | *less... than.* ba giờ kém năm *five to there* (2:55). mắt kém (*to have*) *poor*

eyesight. gạo kém (*there's a*) *rice shortage.* A kém B về Pháp văn. *A is not so good as B in French.* hơn bù kém *taking all in all.*

kèm *to go along with, guide and guard* đi kèm ; *to send along, enclose; to follow a child's work, help a child with his homework.* kèm theo đây *enclosed herewith.*

kèm nhèm *bleary-eyed.*

kẽm *zinc.* bản kẽm *block, plate.*

kén *cocoon* CL cái.

kén *to select, choose* [= chọn]. kén cá chọn canh *choosy.*

kèn *trumpet, bugle, clarinet, saxophone, etc.* CL cái. thổi kèn *to play one of the above wind instruments.* không kèn không trống *without fanfare.*

kèn cựa *to be jealous, envious.*

kèn kẹt *to creak.*

keng *cling clang.*

kẻng [Fr. américain] *to be American (ized) ; be smart, be chic.*

keo *gelatin.*

keo *round* [*fight*].

keo *to be stingy, parsimonious, miserly* keo bần, keo cú, keo kiệt.

keo sơn [*of friendship*] *to be close.*

kéo *pair of scissors* CL cái.

kéo *to pull, drag, weigh* [*anchor* neo], *hoist* [*flag* cờ], *trice up* [*sail* buồm], *play* [*violin*], *make* [*jewels*], *spin* [*cotton* sợi] ; [*of cloud, crowd*] *to move.* máy kéo *tractor.*

kéo bè *to form a gang, gang up.*

kéo cánh *to form a gang, gang up.*

kéo co *tug of war.*

kéo dài *to stretch, lengthen, drag on, drag out.*

kéo lại *to recover, make up.*

kéo lê *to trail.*

kèo *rafter.*

kẻo *or else, because otherwise, lest.* Chúng ta nên cần thận kẻo chúng biết. *We should be careful lest they know about it. Hurry up or you'll be late.* Mau lên kẻo trễ.

kẻo-kẹt *sound of creaking door or wheels.*

kẹo *to be stingy, tightfisted, close fisted.*

kẹo *candy.* Cho ăn kẹo nó cũng không dám làm. *He wouldn't dare do it.*

kẹo bông *cotton candy.*

kẹo cao su *chewing gum.*

kẹo chanh *lemon drop.*

kép *actor, comedian.*

kép *to be double, twofold;* [*of a garment*] *to be lined, of two thicknesses.* áo kép *lined coat.*

kẹp *to press, squeeze.*

két [*Fr. caisse*] *safe* tủ két ; *cashier's desk ; case* [*of beer, etc.*].

kẹt *to be caught* | *corner.*

kê *millet.*

kê R *cock, chicken* [= gà].

kê *to list, mention, declare.* liệt-kê *to list.*

kê *hairpin.* tuổi cập-kê *puberty.*

kê *to wedge (up) ; to put* [*furniture*].

kê-cứu *to study, examine* [*for reference*].

kê gian *sodomy.*

kê khai *to declare, list.*

kế *ruse, scheme, stratagem* mưu kế; R *to reckon, compute;* -R -*meter,* as in nhiệt-kế *thermometer.* hội-kế *bursar.*

kế *to inherit* thừa-kế, *continue.* kế đó *after that.*

kế-cận *neighboring.*

kế chân *to succeed, replace.*

kế điện *to relay.*

kế-hoạch *plan, project, strategy.*

kế-mẫu *stepmother.*

kế-nghiệp *to take over* [*a business*].

kế-phụ *stepfather.*

kế-thất *second wife.*

kế-thừa *to inherit.*

kế-tiếp *to succeed* | *in succession.*

kế-toán *accountant, bookkeeper.*

kế-tục *to continue, follow.*

kế-tự *heir.*

kế-vị *to succeed.*

kề *to be close to, approach.*

kể *to relate, narrate, tell* [*a story*], *mention, enumerate, cite* [*facts, figures*]. kể trên *above-mentioned.* không kể *not to mention..., not to speak of...* không đáng kể *minor, not worth mentioning.* không kể xiết *numberless.*

kề lề *to tell stories, talk on and on.*

kệ *to leave alone, not to care.* mặc kệ *to ignore | so much the worse for.* kệ thấy nó *leave him alone.*

kệ *bookshelf.*

kệ *Buddhist prayer* kinh kệ.

kếch-sù [*of amount*] *to be huge.*

kệch *to make sure not to do* [*something*], *be afraid of* [*somebody*].

kệch *to be coarse, rude, boorish* quê kệch, thô kệch.

kền [Fr. nickel] *nickel.* mạ kền *to nickel-plate.*

kênh [= kinh] *canal.* kênh *Suez the Suez Canal.*

kềnh *to lie flat.*

kềnh - càng *to be encumbering, cumbersome.*

kết *to fasten together, braid, weave ; to be bound together* [*in friendship* bạn, *marriage* nghĩa, *etc.*]. đoàn-kết *to unite.*

kết R *to end, conclude.*

kết án *to condemn, convict, sentence.*

kết-cấu *structure.*

kết-cục *conclusion.*

kết-duyên *to get married* [với *to*].

kết đôi *to get married.*

kết-hôn *to get married, wed.*

kết-liễu *to come to an end.*

kết-luận *to conclude | conclusion.*

kết-lực *cohesion, force of cohesion.*

kết-mô *conjunctiva* [*anatomy*].

kết-nghĩa *to get married.*

kết-quả *result, outcome.*

kết-thúc *to end.*

kết-tinh *to crystallize.*

kết-tội *to accuse, charge.*

kết-tràng *colon* [*anatomy*]. kết-tràng lên *ascending colon.* kết-tràng ngang *transverse colon.* kết-tràng xuống *descending colon.*

kết-tụ *to conglomerate.*

kết-tủa *to precipitate ; be precipitated* (*a substance*).

kêu *to shout ; to call* (*for*), *summon, order* [*food*] *; to complain ; to ring, make noise.*

kêu-ca *to complain, grumble.*

kêu cứu *to cry for help.*

kêu gào' *to cry out for, call upon.*

kêu gọi *to appeal* (*to*), *call* (*upon*).

kêu la *to shout, yell.*

kêu nài *to insist, beseech, entreat.*

kêu van *to beseech, entreat, implore.*

kều *to pull with a stick.*

ki-cóp *to be stingy, niggardly.*

ki-lô [Fr. kilogram] *kilogram.*

ki-lô-mét [Fr. kilomètre] *kilometer.*

kí [Fr. kilogram] *kilogram.*

kì *to rub* [*dirt*] *off* kì cọ.

kì-kèo *to scold, reproach ; to argue about the cost.*

kia (*over*) *there | that* [*more distant than* đấy]. hôm kia *day before yesterday.* ngày kia *day after tomorrow.* năm kia *year before last.* bên kia *the other side.* trước kia *formerly.* một ngày kia *some day* (*in the future*).

kia-kìa *over there.*

kìa *over there, yonder* [*more distant than* kia]. ngày kìa *two days after tomorrow.* năm kìa *three years ago.* hôm kìa *three days ago.*

kích *halberd.*

kích *size, measurement* kích-thước.

kích R _to strike, attack._ du-kích guerrilla. đả-kích, công-kích _to attack._ đột-kích _surprise attack._

kích-động _percussion, impact._

kích-thích _to excite._

kích-thích-tố _hormone._

kích thước _size, measurements._

kịch _play_ CL vở, _drama_ CL tấn, _theater._ bi-kịch _drama._ diễn kịch _to perform._ đóng kịch _to have a part in a play, to fake, pretend._ hài-kịch _comedy._ thảm-kịch _tragedy._

kịch R _to be violent._

kịch-bản _play._

kịch-chiến _fierce fighting._

kịch-liệt _to be violent_ | _violently._

kịch-sĩ _actor, actress._

kịch-trường _the theater._

kiêm _to cumulate_ [_functions_]. kiêm-nhiệm _concurrently._

kiêm-toàn _complete._

kiếm [= tìm] _to seek, look for, search for_ tìm kiếm. kiếm thấy _to find._ kiếm củi _to gather twigs, fetch wood._

kiếm _sword, foil_ CL thanh, kiếm.

kiếm ăn _to make one's living._

kiếm cách _to seek ways to..._

kiếm-chác _to make profit._

kiếm chuyện _to make trouble, pick_ [_quarrel_].

kiếm cớ _to look for a pretext._

kiếm cung _sword and bow._

kiếm-hiệp _knight-errant._

kiếm-khách _knight-errant._

kiếm-thuật _swordsmanship, fencing._

kiềm _to hold back, restrain._

kiềm-chế _to keep in check, restrain, bridle, control._

kiềm-thúc _to restrain._

kiềm-tỏa _to restrain, bind, restrict._

kiểm _to verify, control, examine, inspect_ [_baggage, goods_].

kiểm R _cheek._

kiểm-duyệt _to censor_ | _censorship._

kiểm-điềm _to review, tally._

kiểm-đốc _to manage, supervise._

kiểm-giá _price control._

kiểm-học _primary school inspector._

kiểm-khảo _to examine, investigate._

kiểm-lâm _forestry_ (service).

kiểm-nhận _to control, visa._ dấu kiểm-nhận _visa_ (stamp).

kiểm-sát _to inspect, check._

kiểm-soát _to control._

kiểm-thảo _to review one's work, take stock._

kiểm-tra _to control, inspect, examine, take a census._

kiên R _to be strong, solid ; to be patient, persevering._

kiên - chí _determination, steadfastness._

kiên-cố _to be solid, strong, well-built._

kiên gan _to be patient._

kiên-nhẫn _to be patient, long-suffering, resigned._

kiên-quyết _to be determined_ | _with determination._

kiên-tâm _to be patient_ | _patience._

kiên-trì _to hold fast._

kiên-trinh [_of woman_] _to be loyal, faithful._

kiến [= kính] glass, eyeglasses.
rọi kiến to X-ray.

kiến ant CL con, sometimes cái.
tổ kiến ant-hill. con ong cái kiến
small things, small people. đông
như kiến crowded, numerous. kiến
bò bụng very hungry.

kiến R to see, perceive [= thấy].
ý-kiến opinion. chứng kiến to wit-
ness. yết-kiến to see [high official].
tiếp-kiến to receive.

kiến R to erect, build (up), esta-
blish. sáng-kiến initiative.

kiến - giải view, understanding,
insight.

kiến-hiệu effect, efficacy | to be
effective, efficacious.

kiến-lập to build up, establish.

kiến-nghị motion, resolution CL
bản.

kiến-quốc to build up the nation.

kiến-tạo to build, create, establish.

kiến-thị seen (and approved).

kiến-thiết to build (up), rebuild,
construct | to be constructive.

kiến-thức knowledge, learning.

kiến-trúc architecture.

kiến-trúc-sư architect.

kiến-văn knowledge, learning.

kiện parcel, bale, package. một kiện
bông a bale of cotton. bưu-kiện
parcel post.

kiện R fact sự kiện, data dữ kiện.

kiện to sue thưa kiện. một vụ kiện
a lawsuit. thày kiện lawyer CL
ông. được kiện to win one's case.
°thua kiện to lose one's case.

kiện R to be healthy. kiện khang,
strong.

kiện-cáo (to start a) lawsuit.

kiện-khang* to be in good health.

kiện-toàn to be healthy.

kiện-tụng (to start a) lawsuit.

kiện - tướng champion, veteran,
star, ace.

kiêng [= cữ] to avoid, abstain
from. ăn kiêng to be on a diet.

kiêng dè to economize, save, be
cautious.

kiêng nể to have regard and con-
sideration for.

kiềng iron tripod used as stove kiềng
ba chân ; «dog collar» — gold
necklace.

kiềng gong.

kiễng to stand up on tiptoe kiễng
chân, kiễng gót.

kiếp existence, life [as something
inevitable, according to Buddhism];
lot, destiny, fate số kiếp.

kiếp R to rob, plunder [= cướp].
đạo kiếp brigands, robbers.

kiết dysentery kiết ly [with đi to
have].

kiết to be poor, penniless kiết cú,
kiết xác.

kiệt R to be outstanding, eminent.
anh-kiệt, hào-kiệt hero.

kiệt to be stingy, avaricious, miserly.

kiệt R to be exhausted, worn out ;
to have no more... kiệt sức to be
exhausted physically.

kiệt-lực to be exhausted physically.

kiệt-quệ [of finances, economic
situation] to be exhausted, worn
out.

kiệt-tác masterpiece.

kiệt-xuất to be outstanding.

kiêu to be arrogant, proud kiêuhãnh, *haughty* kiêu căng, kiêu ngạo ; *to be brave.*

kiêu-ngạo *to be arrogant, haughty.*

kiếu *to excuse oneself ; to refuse, decline.*

kiều R *to reside* kiều-cư | *resident* [*in a foreign country*]. Hoa-kiều *Chinese residents.* Việt-kiều *Vietnamese resident overseas.*

kiều R [= cầu] *bridge.*

kiều R *to be graceful, beautiful* kiều diễm.

kiều-bào *compatriot* [*abroad*].

kiều-dân *immigrant, resident (alien).*

kiều-diễm *to be graceful, charming, attractive.*

kiều-lộ *bridges and roads.* kỹ-sư kiều-lộ *civil engtneer.*

kiểu *model, pattern ; fashion, style.*

kiểu-cách *to be affected, unnatural.*

kiểu-mẫu *model, example.*

kiệu *sedan chair.*

kiệu *pickled scallion.*

kiệu *trot* nước kiệu.

kim *needle, pin ; (*clock*) hand CL* cái. sỏ kim *to thread a needle.*

kim R *gold* [= vàng] ; *metal* loài kim, kim khí, kim loại ; R *money* kim tiền. bạch kim *platinum.* hợp-kim *alloy.* á-kim *metalloid.* hoàng-kim *gold.*

kim R *present, modern ; now* [= nay] [*opp.* cồ]. tự cồ chí kim *from ancient times up to now.*

kim-băng *safety pin.*

kim-bôi *gold metal.*

kim-chi *needlework, sewing.*

kim chỉ-nam *compass ; guide.*

kim-cồ *the past and the present.*

kim-cương *diamond.*

kim đan *knitting needle.*

kim-hoàn *goldsmith, silversmith.*

kim khâu *sewing needle.*

kim-khí *metal.*

kim-loại *metal.*

Kim-môn *Quemoy.*

kim-ngân-hoa *honeysuckle.*

kim-ồ *L the sun.*

kim-thạch *to be durable, lasting.*

kim-thoa *gold hairpin.*

kim-thời *present time* | *present.*

kim-thượng *His Majesty.*

kim-tiền *money.*

kim-tinh *Venus* [*the planet*].

kim-tuyến *lamé.*

kim-tự-tháp *pyramid.*

kim-văn *modern literature* [*as opposed to* cồ văn]

kìm *to restrain, rein.*

kìm *pincers, pliers CL* cái. đánh gọng kìm *two-prong attack.*

kìm-hãm *to restrain, hold back.*

kín *to be covered, secret* | *secretly.* đóng kín *to shut tight.* đậy kín *to shut tight* [*pot, container*]. lính kín *secret service man.* hội-kín *secret society.* chỗ kín *genitals.*

kín-đáo *to be discreet.*

kinh *to be terrified.*

kinh R *economic(s)* kinh-tế.

kinh *capital city, metropolis* kinh-đô. Bắc-kinh *Peking.* Đông-kinh *Tokyo ; formerly Tonkin.* Nam-kinh *Nanking.*

kinh R *longitude* kinh-độ, kinh-tuyến. [*Cf.* vĩ]

kinh R *to pass through, experience.*

kinh R *Chinese classics ; sacred book, the Bible.*

kinh bang tế thế *to govern the state and help humanity.*

kinh-doanh *to carry on business | business, trade, commercial enterprise.*

kinh-điền *classics, canonical books.*

kinh đô *capital city.*

kinh-độ *degree of longitude.*

kinh-giới *sweet marjoram.*

kinh-hãi *to be frightened.*

kinh-hoàng *to be frightened, scared.*

kinh-hoảng *to be frightened, scared*

kinh-hồn *to be frightened out of one's wits.*

kinh-kệ [Buddhism] *prayers.*

kinh-khủng *to be frightful, awful, horrible*

kinh-kỳ *capital.*

kinh-lịch *experience.*

kinh-luân *supervision, administration ; administrative skill.*

kinh-lược *viceroy* [in North Vietnam].

kinh-lý *to inspect | inspection.*

kinh-ngạc *to be astounded, stupefied.*

kinh-nghĩa *interpretation of the classics.*

kinh-nghiệm *to experience, be experienced | experience.*

kinh-nguyệt *menses.*

kinh-niên *to be chronic.*

kinh-phí *expenditures.*

kinh-quá *to undergo, suffer, go through.*

kinh-sợ *to be afraid, frightened.*

kinh-sư *capital city.*

kinh-sử *classics and history.*

kinh-tế *economy* CL *nền economics | to be economic, be economical.*

kinh-tế quốc-gia *national economy*

kinh-tế-học *economics, political economy.*

kinh-thánh *the Bible.*

kinh-thành *capital, metropolis.*

kinh-thi *Book of Odes.*

kinh-thư *Book of History.*

kinh-tuyến *longitude, meridian.*

kinh-viện *scholastic.*

kính *glass* [the material]; *eye glasses* CL *đôi, cặp ; optical instrument.* đeo/mang kính *to wear glasses.* cửa kính *glass window.* tấm kính *pane of glass.* miếng kính *piece of broken glass.*

kính R *path, trail ; diameter* CL *đường.* bán-kính *radius.*

kính *to respect, honor.* tôn-kính *to honor.* cung-kính *to be respectful.*

kính-ái *to love and respect*

kính-bẩm *to report respectfully* [used in addressing superior].

kính-cáo *respectfully yours* [at the end of advertisement, leaflet].

kính-cẩn *to be respectful, deferential.*

kính-chúc *respectful wishes.*

kính-dâng *to present respectfully.*

kính hiển-vi *microscope.*

kính-mời *to invite respectfully.*

kính-nể *to have regard and consideration for.*

kính-phục *to admire.*

kính-râm *dark glasses.*

kính-tặng *to present respectfully.*

kính thiên-lý *telescope.*

kính thiên-văn *telescope.*

kính thỉnh *to invite respectfully.*

kính thưa *to report respectfully.*

kính tiềm-vọng *periscope.*

kính trình *to report respectfully.*

kính-trọng *to respect.*

kính viễn-vọng *telescope.*

kính viếng *to pay one's respects to a dead person.*

kình *whale* cá kình.

kình *to be opposed, pitted against.*

kình-địch *enemy, adversary.*

kíp *to be urgent, pressing* cần kíp *in a hurry.*

kịp *to be or act in time* | *in time.* theo kịp, đuổi kịp *to catch up with,*

kịt đen kịt *all black.*

ký *to sign; R to record, take (notes) write; - R - graph.* chữ ký *signature.* nhật-ký *diary.* thư-ký *secretary.* địa-chấn-ký *seismograph.*

ký *R to entrust.*

ký-âm-pháp *music notation.*

ký-giả *newsman, correspondent.*

ký-hiệu *symbol.*

ký-kết *to sign, conclude* [*agreement, pact*].

ký-lục *secretary, clerk, recorder.*

ký nhận *to acknowledge* [*receipt*], *make out receipt.*

ký-quỹ *to deposit* [*security money*].

ký-sinh *to be parasitic* | *parasite* ký sinh trùng.

ký-sự *memoirs, essays.*

ký-thác *to entrust.*

ký-túc-xá *boarding school, dormitory*

ký-ức *memory.*

kỳ *R flag* [=cờ]. quốc kỳ *national flag.*

kỳ *fixed time or space of time, term period* thời kỳ ; *issue, number* [*of periodical*]. cực-kỳ *extremely.* học kỳ *term, session.*

kỳ *R chess* [= cờ].

kỳ *to be strange, odd, eccentric* [= lạ]. hiếu-kỳ *curious.*

kỳ *R to request, hope for.*

kỳ *until.*

kỳ-án *strange case.*

kỳ-công *exploit, feat of arms.*

kỳ-cục *to be strange, funny, odd.*

kỳ-cùng *to the end.*

kỳ-cựu *old-timer, veteran.*

kỳ-dị *to be strange, odd.*

kỳ dư *the rest.* kỳ dư không thay đổi *otherwise no change.*

kỳ-hạn *date, term.* tới kỳ hạn *to fall due.*

kỳ-hào *village elder.*

kỳ-hình *odd appearance.*

kỳ-khôi *to be unusual, strange, interesting.*

kỳ-khu *to be mountainous, rugged, rough.*

kỳ-lạ *to be strange, extraordinary*

kỳ-lân *unicorn.*

kỳ-ngộ *chance meeting.*

kỳ-phùng địch thủ *adversaries of equal talent.*

kỳ-quái *to be strange, odd.*

kỳ-quan *wonder* [*of the world*].

kỳ-quặc *to be odd, funny.*

kỳ-tài *extraordinary talent.*

kỳ-thật *actually, in reality.*

kỳ-thú *interest.*

kỳ-thủy *at the beginning* thoạt kỳ thủy.

kỳ-thực *actually.*

kỳ-vọng *to hope, expect | expectations.*

kỷ *R self, oneself* tự-kỷ.

kỷ *small table, bench* C L cái.

kỷ *R order, discipline.*

kỷ *R to write, record.*

kỷ *R cycle, era | the sixth Heaven's Stem. See* can. thế-kỷ *century.*

kỷ-hà *geometry.*

kỷ-luật *discipline.* có kỷ-luật *disciplined.*

kỷ-lục *record.* phá kỷ-lục *to break a record.*

kỷ-nguyên *era.* lập một kỷ-nguyên mới *epoch-making.*

kỷ-niệm *to commemorate | commemoration, memory, recollection, souvenir.* đồ/vật kỷ niệm *souvenir.* dài kỷ niệm *memorial (monument).*

kỷ-yếu *bulletin, memoirs, annals.*

kỹ *R prostitute* kỹ-nữ.

kỹ *to be done or made with care | carefully* kỹ-càng, kỹ-lưỡng.

kỹ *R skillful* [=khéo].

kỹ-năng *ability, skill.*

kỹ-nghệ *industry* CLnền |*industrial.* nhà kỹ-nghệ *industrialist.* kỹ-nghệ nặng *heavy industry.* kỹ-nghệ nhẹ *light industry.*

kỹ-nghệ-hóa *to industrialize.*

kỹ-nữ *prostitute.*

kỹ-sư *engineer.* kỹ-sư cầu cống *civil engineer.* kỹ-sư điện *electrical engineer.* kỹ-sư mỏ *miningengineer.*

kỹ-thuật *technique, technology | technical.*

kỹ-thuật-gia *technician.*

kỵ [=giỗ] *anniversary of death.*

kỵ F *to avoid as taboo,* R *to abstain from* [smoking, drinking]. kỵ nhau *not to stand each other.*

kỵ R *to be jealous (of)* đố-ky.

kỵ-binh *cavalry* (man).

kỵ-khí *anaerobic* [opp. hiếu-khí].

kỵ-mã *cavalry*(man).

kỵ-nhật *anniversary of death.*

kỵ-sĩ *horseman.*

KH

kha *R elder brother.*

kha-khá *DUP* khá.

Kha-Luân-Bố *Christopher Colombus.*

khá *to be rather good, pretty good ; be better* [in health] | *rather, pretty; rather well, pretty well.* khá đấy chứ! *Pretty good, isn't he ?* Anh ấy là người khá. *He's a decent guy.* Hôm nay ông nhà khá chưa ? *Is your father better today ?* Bài này khá dài. *This lesson is pretty long.* Anh ấy dịch khá lắm. *He's a very good translator.*

khá-giả *to be well off.*

khả *R- able, -ible.*

khả-ái *to be lovely, lovable.*

khả-dĩ *to be able to, capable of.*

khả-năng *ability, capability.*

kha-nghi *to be suspicious, be open to suspicion.*

khả-ố *to be detestable.*

khả-phủ *is it possible or not ? whether it's possible or not.*

khả-quan *to be good, favorable, satisfactory.*

khác *to be other, different ; else ; to differ from.* hai nước khác *two other countries.* hainước khác nhau *two different countries.* một chỗ nào khác *somewhere else.* một người nào khác *someone else.* một cái gì khác *something else.*

khác-thường *unusual, extraordinary.*

khạc *to spit* khạc nhổ.

khách *stranger* khách lạ, *guest* tân khách, *visitor, customer* khách hàng | *Chinese.* đất khách *foreign land.* làm khách *to stand on ceremony, not to eat « enough ».* tiếp-khách *to receive visitors.* đãi khách *to entertain.* ăn cơm khách *to be invited to dinner.* chính-khách *political figure* thích khách *assassin.* hành-khách *passenger.* du-khách, lữ-khách *traveler, tourist.* đắt khách *to have many customers, be in great demand.*

khách-địa *foreign land.*

khách-hàng *customer.*

khách-khứa *guests, visitors.*

khách qua đường *passer-by, stranger.*

khách-quan *to be objective.*

khách-sạn *hotel.*

khách-sáo *to stand on ceremony.*

khách-trú *Chinese (resident).*
khai *to declare, state, testify.* lời
khai *declaration, statement, testimony.*
khai [of urine] *to stink; to stink
like urine, be urinous.*
khai *R to open* [= mở].
khai-báo *to declare.*
khai-bút *to write one's first essay*
[on New Year's Day].
khai-chiến *to declare war.*
khai-diễn *to start* [lecture, theatrical performance].
khai-giảng [of a school] *to open;*
[of a course]*to begin.*
khai-hạ *to start the celebrations.*
khai-hấn *to start the hostilities.*
khai-hoa *to bloom, blossom.*
khai-hóa *to civilize, enlighten.*
khai-hội *to open a meeting.*
khai-huyệt *to dig the grave.*
khai-khẩn *to clear* [land], *break*
[new ground], *exploit* [land].
khai-mả *to exhume, disinter.*
khai-mạc [of conference] *to open.*
khai-mỏ *to mine.*
khai-phá *to clear* [land].
khai-phát *to develop.*
khai-quật *to exhume, disinter.*
khai-quốc *to found a nation, build
an empire.*
khai-sáng *to found.*
khai-sinh *to declare a childbirth.*
giấy khai-sinh *birth certificate.*
khai-thác *to exploit* [land resources]
Khai-Thành *Kaesong.*
khai-triển *to develop, evolve.*
khai-trừ *to purge* [a party member].

khai-trương *to open a business,
open a shop.*
khai-trường *first day of school.*
khai-tử *to declare a death.*
khái *R in general.* đại-khái *on
the whole, roughly speaking.*
khái *to be proud* khẳng-khái, khí-
khái.
khái-luận *summary, outline.*
khái-lược *in summary.*
khái-niệm *general idea, concept.*
khái-quat *to generalize.*
khái-yếu *outline, principles; essentials.*
khải *R victory.*
khải-hoàn *triumphal return.*
khải-hoàn-môn *arch of triumph.*
kham *to endure, bear, suffer.* bất
kham *unendurable, scandalous,* [of
horse] *restive.*
kham-khổ [of life] *to be hard,
austere.*
khám *to search* [man, pocket, house,
etc.], *examine, check* [organ, patient].
khám *jail, prison.*
khám-đường *prison, jail.*
khám-nghiệm *to examine, investigate.*
khám-phá *to discover* [secret, plot].
khám-xét *to examine, investigate.*
khảm *to inlay* [with metal or
mother-of-pearl].
khan *to be hoarse* khan cổ, khan
tiếng; [of land] *be dried up; to be
scarce, rare.*
khan-hiếm *shortage.*
khán *R to look, watch* [= xem, coi];
to look after.

khán-đài *reviewing stand.*
khán-giả *onlooker, spectator, audience* [of play, show].
khán-hộ *male nurse, hospital orderly.* nữ-khán-hộ *nurse.*
khàn *to be hoarse.*
khản *to become hoarse* khản cổ, khản tiếng.
khang *R to be healthy, strong.*
khang-an* *to be in good health.*
khang-cường *to be vigorous strong.*
khang-ninh *to be in good health.*
kháng *R to protest, resist* đề kháng. phản-kháng *to protest.*
kháng-án *to appeal* [a sentence].
kháng-cáo *to appeal.*
kháng-chiến *to resist | resistance.*
kháng-cự *to resist, offer resistance.*
kháng-điệp *(note of) protest.*
kháng-độc *antitoxic.*
kháng-độc-tố *antitoxin.*
khảng-khái *to be proud, chivalrous.*
khanh *you* [used by ruler to official]; *high-ranking official.*
khanh-khách *burst of laughter.*
khanh-tướng *cabinet minister.*
khánh *R to celebrate.* Quốc-khánh *national holiday.*
khánh *musical stone.*
khánh-hạ *to celebrate.*
khánh-kiệt [of finances] *to be all spent, exhausted.*
khánh-thành *to inaugurate* [program, building], *christen* [ship], *unveil* [statue].
khánh-tiết *festival, entertainment.*
khảnh *to be delicate, dainty.* mảnh khảnh *thin, slender, slim.*

khảnh-ăn *to be particular about what one eats, eat little.*
khao *to celebrate* [victory, success in exam] ; *R to give a bonus to.*
khao *R to knock on* [door], *strike* [percussion instrument] ; *to extort* [money] *from blackmail.*
khao-binh *to give a banquet to soldiers under one's command.*
khao-khát *to thirst for, crave for.*
khao-thưởng *to reward* [with victuals, bonus].
khao-vọng *to celebrate* [promotion, success in exam].
kháo *to spread the word.*
khảo *to torture to get information* (tra khảo) *or to get money* khảo của, khảo tiền.
khảo *R to do research ; to examine, test* [students] khảo-thí ; *to shop around in order to get an idea of prices.* giám khảo *examiner.* (chánh) chủ-khảo *chairman of examination board.* sơ-khảo *preliminary examination.* phúc-khảo *second examination.*
khảo-cổ *to study archeology.*
khảo-cứu *to study, investigate, do research | research.*
khảo-hạch *examination* [for school, law-court].
khảo-sát *to examine, investigate, do research.*
khảo-thí *to examine | exam(ination).*
khát *to be thirsty* khát nước, khao khát, khát khao *to thirst after.* giải khát *to quench one's thirst.* đồ giải khát *refreshments, drinks.*
khát-khao* *to thirst after.*

khát-máu *to be blood-thirsty.*

khát-vọng *to hope 'for, yearn for, thirst after.*

kháu [of child] *to be good-looking, pretty, cute.*

khay *tray* CL cái ; *trayful.*

kháy *to hint* nói kháy.

khắc *to carve, engrave.* có khắc chữ ký *with an engraved signature.* bản khắc *zinc plate.*

khắc *quarter of an hour; R two-hour period; short time* khoảnh-khắc.

khắc *to be harsh, austere* khắc bạc, nghiêm khắc ; *to be incompatible (with)* xung khắc [opp. hợp].

khắc *R to overcome* khắc phục.

khắc-cót *to remember for ever.*

khắc-khoải *to be worried, anxious.*

khắc-khổ *to be harsh, austere.*

khắc-kỷ *self-control.*

khắc-lậu *clepsydra.*

khắc-nghiệt *to be severe, stern, strict.*

khắc-phục *to subdue, overcome* [difficulties].

khăm *to play a dirty trick* chơi khăm.

khẳm *to be fetid, smell like rotten fish.*

khăn *towel; napkin; handkerchief, kerchief; turban,* [with quấn, vấn *to wind around one's hand*] [with đeo *to wear*], *scarf.*

khăn áo *clothes ; clothing.*

khăn bàn *table cloth.*

khăn chùi mồm *napkin, hand-kerchief.*

khăn gói *bundle, pack.*

khăn lau *washcloth.*

khăn mặt *towel.*

khăn mùi soa *handkerchief.*

khăn ngang *mourning turban.*

khăn quàng *scarf, muffler.*

khăn vuông *scarf.*

khăn xếp *ready-to-wear turban* [with đội *to wear*].

khăng *game of sticks.*

khăng khăng *to be persistent.*

khăng khít *to be attached, devoted*

khẳng *to be thin, skinny* gầy khẳng, cà khẳng, khẳng kheo.

khẳng *R to affirm.*

khẳng-định *affirmative* [as opposed to negative phủ định].

khắp *to be all over* [a place or places]. khắp mọi nơi *everywhere.* khắp mọi người *everyone.*

khắt-khe* *to be stern, austere, strict.*

khắc *notch, nick.*

khâm *R to respect, honor* | *R imperial.*

khâm *R shroud, winding sheet.*

khâm-liệm *to shroud, dress for the grave.*

khâm-mạng *the king's order; by imperial order.*

khâm-phục *to admire (and respect).*

khâm-sai *imperial envoy, viceroy.*

khấn *to pray* khấn khứa.

khấn-vái *to say prayers and make obeisances.*

khẩn *to exploit* [land], *clear, open up, reclaim* khai khẩn.

khẩn *R to be earnest, earnestly* khẩn thiết, thành khẩn, *to beseech, entreat, implore* khẩn khoản.

khẩn *R to be urgent, pressing.*

khằn-cấp *to be urgent, pressing.*

khằn-cầu *to beseech.*

khằn hoang *to open up barren lands.*

khằn-khoản *to insist* [in inviting].

khằn-thiết *to be earnest.*

khằn-trương *tension.*

khằn-yếu *to be urgent,very important.*

khắp *R to weep* [= khóc].

khắp-khểnh [of road] *to be rugged;* [of teeth] *to be uneven.*

khắp-khởi *to exult, rejoice.*

khập khiếng *to hobble, limp.*

khất *to ask to postpone* [payment].

khất *R to beg* hành-khất.

khất-nợ *to ask to postpone the payment of a loan.*

khất-thực *to beg for food.*

khâu *to sew.* máy khâu *sewing machine.*

khâu-lược *to baste.*

khâu-va *sewing, needlework.*

khấu *R to tap, knock.* khấu đầu *to kowtow.*

khấu *R reins.*

khấu *R to deduct* khấu trừ *withhold.*

khấu *L bandit* [used to refer to the enemy] khấu tặc, tặc khấu, hải khấu *pirates.*

khấu-biệt *to bow and bid farewell.*

khấu-đầu *to kowtow, prostrate oneself.*

khấu-tặc *bandit.*

khấu-trừ *to deduct.*

khầu *R mouth, opening* [= miệng]; *CL for guns, bites* [of sugar cane mía]. cấm-khầu *to become dumb.* hà khầu *estuary.* hải-khầu *seaport.*

nhân-khầu *ration.* nhập-khầu *import.* xuất-khầu *export.* ba chục khầu súng trường *thirty rifles.*

khầu-âm *accent.*

khầu-cái *(hard) palate* ngạnh-khầu-cái. nhuyễn-khầu-cái *soft palate, velum.*

khầu-cái-âm *palatal (sound).*

khầu-cái-âm-hóa *palatalized.*

khầu-chiến *oratorical joust.*

khầu-cung *oral statement* [of defendant]

khầu-hiệu *slogan* [with hô *to shout*] ; *password.*

khầu-khí *personality* [through speech, style].

khầu-kính *diameter,caliber.*

khầu-lệnh *password.*

khầu-phần *ration.*

khầu-phật tâm-sà *to be a hypocrit.*

khầu-tài *eloquence.*

khầu-thiệt *oral; quarrel.*

khầu-thuyết *exposé, summary given orally.*

khầu-truyền *to transmit orally.*

khe *crevice, crack* khe hở, *slit, groove, channel, furrow, slot, rabbet.*

khe-khẽ [DUP khẽ] *gently, softly.*

khè in vàng khè *to be very yellow* [of old paper, old white cloth].

khẽ *to be gentle, soft* | *gently, softly.*

khẹc [= khỉ] *monkey.*

khem *to abstain from* kiêng khem. ăn khem *to be on a diet.*

khen *to praise, congratulate, commend* khen ngợi, ngợi khen [opp. chê]. đáng khen *praiseworthy, laudable.* lời khen *praise, compliments.*

khen-ngợi[*] *to praise, laud.*

kheo *in* cà kheo *stilts.*

khéo [SV sảo] *to be skillful, clever, dexterous* [opp. vụng]; *be cautious* [or else], *be careful, watch it; L what's the use of; how.* khéo (không) (lại) ngã ! *Watch it, you may fall down.* Khéo dư nước mắt ! *What a waste of tears!* Rõ khéo cái anh này ! *Hey, what are you trying to do ?*

khéo chân (tay) *to be clever, dexterous.*

khéo-léo *to be skillful, clever.*

khéo-nói *to be a good talker.*

khéo-tay *dexterous.*

khép *to shut, close ; to condemn.* bị khép án tử hình *to be sentenced to death.*

khép-nép *to be shy and modest.*

khép-tội *to charge, accuse.*

khét [of burning thing] *to smell.*

khét-tiếng *to be very famous.*

khê [of rice] *to be burned.*

khê R *stream.* tiểu-khê *streamlet.*

khế *carambola* CL quả, trái.

khế R *agreement, bond, contract.* chưởng khế *notary.*

khế-ước *contract.*

khế-văn *act, deed.*

khè-khà [of voice] *to be drawling and hoarse ; to talk over a drink.*

khệ-nệ *to carry* [heavy thing] *with difficulty.*

khênh *to carry* [heavy object].

khệnh khạng *to be awkward ; to walk slowly like an important person, put on airs.*

khềnh *to be uneven, rough* khấp khềnh. nằm khềnh *to be idle (ly-*

ing on one's back, with legs crossed)

khêu *to raise, extract* [with a pin]; *to arouse* [feeling, nostalgia], *evoke, call up* khêu gợi.

khêu gợi *to arouse ; to be provocative, sexy.*

khi [=lúc] *time* [when something, happens] | *when* khi nào, đến khi. sau khi *after* [something happens]. trước khi *before* [something happens]. một khi *once* [something happens]. (một) đôi khi *once or twice, sometimes.* đang khi *while* [something is taking place]. có khi *sometimes, there are times.*

khi [= khinh] *to berate, despise, scorn, hold in contempt* khinh khi.

khi quân *high treason, lese-majesty.*

khí *air* không khí, khí giời ; R *breath, gas, vapor, steam* [= hơi]. không khí *air, atmosphere.* dưỡng-khí *oxygen.* đạm khí *nitrogen.* hiếu khí *aerobic.* khinh khí *hydrogen.*

khí *pretty, rather, a little too* [= hơi][precedes only stative verbs]. khí dài *a little too long.*

khí R *tool, implement ; weapon.* binh khí, võ/vũ khí *weapon.*

khí R *life-sustaining element ; sperm* tinh khí ; *character ; aspect, air, temper, temperament, disposition.*

khí R *to abandon, relinquish* phóng-khí, phao khí *to abandon, throw away.*

khí-áp *atmospheric pressure.*

khí-cầu *balloon, dirigible.*

khí-cụ *tool, instrument, implement.*

khí-động-học *aerodynamics.*

khí giới *arms, weapons.*

khí hậu *climate, weather.*

khí-huyết *blood ; energy, vigor,*

khí-khái *to be proud.*

khí-lực *strength, energy, vigor.*

khí-phách *character.*

khí-quản *trachea, windpipe.*

khí-quyền *atmosphere.*

khí-sắc *complexion, look.*

khí-thể *gas.*

khí-tiết *pride, courage.*

khí-tĩnh-học *aerostatics.*

khí-tượng *atmospheric phenomenon or condition.* Sở khí-tượng *Weather Bureau.*

khi [SV hầu] *monkey* CL con. trò khi *monkey business.* | [Slang] *nothing.* Nó có làm khi gì đâu *He's not doing a darned thing.*

khía *notch, nick.*

khía-cạnh *angle, aspect.*

khích *to jeer ; R to excite, stimulate, stir, arouse.* hiềm khích *hate, rancor.* khuyến khích *to encourage.* quá khích *extremist.*

khích-bác *to criticize.*

khích-động *to excite, stir.*

khích-lệ *to encourage.*

khiêm *R to be modest.*

khiêm-nhường *to be modest.*

khiêm-tốn *to be modest.*

khiếm *R to owe, be deficient in, lack, be short* [= thiếu].

khiếm an *L to be sick.*

khiếm-diện *to be absent.*

khiếm-khuyết *to be imperfect* | *shortcoming, defect.*

khiếm-nhã *to be rude* [of speech, behavior].

khiên *shield* CL cái.

khiên - chương *shoulder - piece ; hood* [academic attire].

khiến [SV khiển] *to direct, order; command* sai khiến *; to cause* [someone or something to do so-and-so] khiến cho. Ai khiến anh ! *Nobody asked you to do that.* Việc ấy khiến (cho) anh phải lo nghĩ. *That made him worry.*

khiển *to blame, reprimand* khiển-trách.

khiển *R to order, command* [=khiển] khiển sử. điều-khiển *to man, run* [machine, outfit].

khiển-trách *to reprimand.*

khiêng [of two or more persons] *to carry a heavy thing.*

khiếp *to be afraid, scared, horrified* | *Heavens !* khủng khiếp *awful, horrible.*

khiếp-đảm *to be terrified, be scared out of one's wits.*

khiếp-nhược *to be weak, coward.*

khiếp-sợ *to be terrified.*

khiết *R to be clean* tinh-khiết, *pure* thanh-khiết.

khiêu *R to provoke, stir.*

khiêu *R to leap.*

khiêu-chiến *to challenge, provoke to a fight.*

khiêu-dâm *to be sexy, suggestive, obscene, pornographic.*

khiêu-hấn *to provoke hostilities.*

khiêu-khích *to provoke.*

khiêu-vũ *to dance.*

khiếu *R to complain.*

khiếu *natural gift or endowment.* có khiếu *to be gifted, have a gift* [về for].

khiếu-nại *to complain.*

khiếu-oan *to claim one's innocence, complain about some injustice.*

khinh *to be scornful or contemptuous of, slight, scorn, despise, disdain* khinh·bỉ, khinh-rẻ [= trọng] | R [of weight] *light* [= nhẹ ; opp. trọng]. trường-hợp giảm-khinh *extenuating circumstances.*

khinh·bi *to despise.*

khinh·binh *light weapons infantry (man).*

khinh-khi *to scorn, disdain.*

khinh·khí *hydrogen.* bom khinh-khí *H-bomb.*

khinh-khí-cầu *passenger balloon.*

khinh-khỉnh *to be disdainful.*

khinh-miệt *to scorn, spurn.*

khinh·rẻ *to scorn, disdain.*

khinh·thị *to defy.* khinh-thị pháp-đình *contempt of court.*

khinh·xuất *to slight.*

khít *to be well-joined, flush ; to be next to, close by.*

khịt mũi *to sniff, snuffle.*

kho [SV khố] *warehouse, store* kho hàng; *granary* kho thóc ; *treasury* Kho bạc. cai kho *warehouse-keeper*

kho *to boil with fish sauce* (nước mắm) *or soy paste* (tương).

kho-tàng *treasure.*

khó [SV nan] *to be difficult, hard* [opp. dễ]; *R- to be difficult to, as* khó làm *hard to do ; R to be bad to, as* khó coi *bad to look at, not nice ; to be poor, needy.* khó chịu *hard to bear ; uncomfortable, unwell.* kẻ khó *the poor.* nghèo khó *poor, needy.* khốn khó.

khó-bảo *to be disobedient, stubborn.*

khó-chịu *hard to bear, unbearable uncomfortable, unwell.*

khó-coi *to be shocking.*

khó-khăn *to be difficult.*

khó-nhằn *to be hard to get, hard to eat.*

khó-nhọc *to be tiring, painful.*

khó-ở *to be under the weather.*

khoa *R to gesticulate.*

khoa *subject of study, specialty ; R branch of medicine; college, faculty* [within a univers ty] phân khoa; *CL for examinations, course, curriculum, as :* Văn-khoa *liberal arts, letters.* nội-khoa *internal medicine.* ngoại-khoa *surgery.* nha-khoa *dentistry.* thiềm-khoa *L our faculty.* Luật-khoa cử-nhân *Master of Laws.* Y-khoa bác-sĩ *Doctor of Medicine.*

khoa *R to exaggerate.*

khoa-cử *civil service examination* | *academic.*

khoa-học *a science, science* | *scientific/scientifically.* nhà khoa-học *sci entist.* danh từ khoa-học *scientific terms; jargon.*

khoa-học-gia *scientist.*

khoa-trưởng *dean* [of college, faculty].

khóa *to lock* | *lock* CL cái. chìa khóa, thìa khóa *key.* ổ khóa *lock.*

khóa *school year, academic year* học-khóa, niên-khóa ; *term, semester, session ; length of service ; class ; R lesson ; R taxes.* mãn-khóa *to finish school or military service.* lễ mãn-khóa *graduation ceremony.* Khóa tu-nghiệp giáo-sư Anh-văn *Workshop for Teachers* of English. khóa hè summer session. thời-khóa-biểu schedule [of classes]. thuế-khóa taxes.

khóa-bản textbook.

khóa bóp padlock.

khóa-chử combination lock.

khóa-miệng to muzzle.

khóa-sinh graduate, scholar [old system].

khóa-tay handcuffs.

khóa-trình curriculum. hoạt động ngoại khóa trình extra-curricular activities.

khỏa R to be naked, nude khỏa-thân.

khoác to wear over one's shoulders; to put over. khoác tay nhau arm in arm.

khoác to boast, brag, talk big nói khoác, khoác lác.

khoác-lác to be bragging, boasting.

khoai sweet potato, taro, potato. CL củ.

khoai lang sweet potato.

khoai mì manioc.

khoai sọ taro.

khoai tây (Irish) potato.

khoái to be pleased, happy. khoankhoái to be elated; to feel good.

khoái R to be fast, quick.

khoái-lạc pleasure. chủ-nghĩa khoái lạc hedonism.

khoái trá to be content, satisfied.

khoan to bore [a hole] | drill, brace and bit.

khoan R to be generous; wide.

khoan to be slow, poised, relaxed khoan-thai; [music] adagio [opp. nhặt]. khoan đã! hold it! wait a minute! just a minute!

khoan-dung to be tolerant, clement, lenient.

khoan-hậu to be generous.

khoan-hòng to be tolerant, clement.

khoan-khoái to be elated, feel good.

khoan-thai to be slow, poised | slowly.

khoán to grant a contract | testimony, title, deed. thầu khoán contractor. làm khoán to do by the piece. giá khoán piece rate. thị-trường chứng-khoán stock exchange.

khoản article, item ; clause, stipulation, term, condition [of agreement] điều-khoản ; salutation or signature on a painting or scroll lạc-khoản. trái khoản loan, debt. tồn-khoản remainder, deposit.

khoản R to entertain [a guest] khoản đãi.

khoản to insist khẩn khoản.

khoản-đãi to entertain.

khoang hold [of boat].

khoáng R mineral khoáng-chất, khoáng vật. tầm khoáng viên mining surveyor.

khoáng R desert, wild.

khoáng R wide, extensive.

khoáng-chất mineral.

khoáng-chất-học mineralogy.

khoáng-dã vast field.

khoáng-đáng to be roomy ; to be liberal-minded.

khoáng-đạt to be broad-minded, liberal-minded.

khoáng-mạch vein.

khoáng-sản minerals.

khoáng-vật mineral.

khoảng space, interval, distance. vào khoảng about, approximately.

khoảng *pitch* [of screw đinh ốc].

khoanh *circle ; slice, round piece* | *to roll, coil.* khoanh tay *to fold one's arms.*

khoảnh *an area equivalent to 100* mẫu *(mow), or 360,000 square meters*

khoảnh-khắc *short moment, jiffy.*

khoát *R to be broad ; R separated.* dứt khoát *definitive.*

khoẳng *to stir ;* [Slang] *to steal, swipe.*

khóc [SV khấp] *to weep, cry ; to mourn for.* khóc (âm), thầm *to cry or weep silently or inwardly.* khóc như mưa *to cry bitterly.* than khóc *to mourn, bewail.*

khóc-lóc *to cry, whimper, whine.*

khóc-mếu *to cry, weep ,while making faces.*

khóc nức-nở *to sob.*

khóc òa *to burst into tears.*

khóc rưng-rức *to cry aloud.*

khóc sụt-sịt *to sob, weep.*

khóc sướt-mướt *to cry bitterly.*

khóc than *to bewail.*

khóc thầm *to cry or weep silently or inwardly.*

khoe *to boast, show off.*

khoe-khoang *to be boastful.*

khoé *corner* [of eye mắt]; *trick, ruse* mánh khóe.

khoẻ [SV cường] *to be strong. healthy* mạnh khoẻ, khỏe mạnh [= yếu]. ăn khỏe *to have a big appetite.* sức khỏe *health; strength.*

khỏe-khoắn *to be in good health.*

khỏe mạnh* *to be strong, vigorous; to be well in health.*

khoèo *to be bent, curved.*

khoét *to bore* [a hole], *perforate.* đục khoét [of an official] *to rob* [the people], *extort money.*

khói [SV yên] *smoke; pipe, smoke* [opium] | *to be filled with smoke.* ống khói *smoke stack.* xông khói *to fumigate.* hương khói *incense and smoke* — *ancestor worship.*

khói lửa *war, warfare.*

khỏi *to avoid, shun, escape* tránh khỏi ; *to recover, get well* | *away from.* rời khỏi *to leave.* Anh khỏi phải đi. *You don't have to go.* để khỏi mất thì giờ *in order to save time.* Tôi không khỏi nhớ tới anh ấy *I can't help remembering him.* Khỏi nói *It goes without saying.* Anh khỏi hẳn chưa ? *Have you completely recovered ?* Đi khỏi Nha Trang chừng ba cây số *About three kilometers beyond* Nha-trang.

khom *to be bent, be curved ; to bend, stoop* khom lưng.

khóm *clump, cluster.*

khọm *to be aged, look old* già khọm.

khô *to be or become dry* [opp. ướt], *to be withered* [opp. tươi]. *phơi* khô *to dry* [in the sun].

khô-dầu *oil cake.*

khô-đét *to be withered.*

khô-héo *to be wilted.*

khô-khan *to be dry, arid;* [of heart] *indifferent;* [of narrative] *dry.*

khô ráo *to be dry, arid.*

khổ *G-string; belt, sash.* đóng khổ *to wear a G-string, a loin cloth.* khổ rách áo ôm *ragged, poor, destitute.*

khố *R warehouse* thương khố; *treasury* ngân khố. Quốc-khố *National treasury.* thư-khố *library, archives*

khổ *to be unhappy, wretched, miserable;* cực khổ, *suffering;* đau khổ [slang] *to be poor, mediocre* cà khổ; *R to be bitter* [= đẳng]. tân-khổ *bitterness.*

khổ *width* [of fabric].

khổ chủ *victim* [of robbery, accident].

khổ công *to take great pains* | *painstaking.*

khổ cực *hardships.*

khổ hạnh *to be ascetic.*

khổ não *to be miserable, deplorable.*

khổ nhục *to be humiliating, disgraceful.*

khổ qua *R bitter melon* [= mướp đẳng].

khổ sai *hard labor.* bị kết án mười năm tù khổ sai *to be sentenced to ten years at hard labor.*

khổ sở *to be wretched, miserable, agonizing.*

khổ tâm *to be painful.*

khổ thân *to be painful; to suffer.*

khổ tu *Trappist.*

khốc *R to weep, cry* [= khóc]. thảm khốc *awful, terrible, horrible.*

khốc *R to be fierce, cruel.*

khốc hại *to be deplorable, disastrous, calamitous.*

khốc-liệt *to be fierce, raging.*

khôi *R head, chief.*

khôi *R to be imposing.*

khôi *R to jest, joke.*

khôi *R ashes.*

khôi-giáp *valedictorian* [in old-style exams].

khôi-hài *to be humorous, funny, joking, witty.*

khôi-ngô *to be good-looking, handsome.*

khôi-phục *to recover* [something lost], *restore, reestablish.*

khối *mass, bloc, volume, bulk.* thước khối *cubic meter.*

khối [slang] *to have plenty of* vô khối. Nó có khối tiền. *He's rolling in money.* Nó có khối tiền (ra đẩy) *He doesn't have one cent.*

khối nhiều mặt *polyhedron.*

khôn *to be, clever, wise, prudent. shrewd, artful* [opp. dại].

khôn hồn (*if you*) *be prudent, be wise.*

khôn khéo *to be clever, smart, artful, shrewd.*

khôn ngoan *to be clever, wise, prudent.*

khôn thiêng [of spirits] *to be powerful.*

khốn *to be in difficulty, in danger.* khốn nỗi *unfortunately.*

khốn cùng *poverty, dire poverty, utter misery.*

khốn-đốn *to be in a tough position.*

khốn-khổ *to be miserable, suffering, wretched.*

khốn-nạn *to be wretched ; to be vile, dirty* | *poor* [so-and-so] *!*

không *R- not* [precedes main verb] [= chẳng, chả] *; no ; to be without* không có ; [final particle] *or not ?; -R free, as* ăn không *to eat without paying ; -R plain, unaccompanied as* cơm không *plain rice* [without accompanying dishes]. Anh ấy không đi *He's not going.* Anh (có) đi không ? — Không. *Are you going (or not) ?* — No (, I'm not going). Không có xe làm sao đi đến đấy được ? *How can you get there without a car ?* ăn không, ở không *to be idle.* tay không *empty-headed.* Vườn không nhà trống *no man's land.* đi chân không *to go barefooted.* tranh không lời *cartoons* [without words].

không *R vacuum* chân không ; *atmosphere, air.* hàng-không *aviation.* hư-không *nothingness.*

không có chi or không có gì *not at all, don't mention it, you're welcome.*

không-đàm *idle talk, empty talk.*

không-gian *space* [as opposed to time thời-gian].

không-khí *air; atmophere* CL bầu.

không-quân *airman, Air Force.*

không-tiền (khoáng hậu) *unprecedented*

không-trung *in the air; space.*

không-tưởng *to be utopian.*

khống *R to control.* keep under control khống chế; *to sue* khống cáo, khống-tố. vu khống *to slander.*

khổng *R hollow, hole, opening,* **Khổng** *Confucius* Khổng (-phu)-tử ; *Confucian(ist).* đạo Khổng *Confucianism.*

Khổng-giáo *Confucianism.*

khổng lồ *to be gigantic, colossal.* người khổng lồ *giant.*

Khổng-Mạnh *Confucius and Mencius* | *Confucianist.*

khổng-miếu *Temple of Confucius.*

khổng-môn *Confucianism.*

Khổng (-Phu)-Tử *Confucius.*

khờ *to be credulous, dull, dumb, gullible, naive* khù khờ, khờ dại.

khơi *open sea.* ngoài khơi *off the coast (of).* ra khơi *to take to the open sea.*

khơi *to dig (up); to enlarge, widen to arouse, instigate.*

khơi mào *to instigate, promote.*

khởi *R to begin, start* [= bắt đầu] khởi sự, khởi đầu.

khởi-binh *to raise troops.*

khởi-chiến *to open hostilities, start hostilities.*

khởi-công *to begin work.*

khởi-đầu *to begin.*

khởi-điểm *starting point, departure.*

khởi-hành *to start a trip, set out, depart.*

khởi-hấn *to start the hostilities.*

khởi-loạn *to rise up, riot, rebel.*

khởi-nghĩa *to lead a nationalist revolt.*

khởi-nguyên *to start, originate.*

khởi-phát *to begin, start.*

khởi-sắc *to prosper, thrive.*

khởi-sự *to begin (work).*

khởi-thảo *to sketch, outline, draft* [text].

khởi-thủy *to begin, start* | *at the origin.*

khởi-tố *to start a lawsuit.*

khởi-xướng *to instigate, take the initiative.*

khớp *articulation. joint.* ăn khớp nhau *to jibe, agree with each other, be in harmony with each other.*

khớp xương *joint.*

khu *R to distinguish* khu-biệt.

khu *R to chase.*

khu *area, district, zone, section, sector.* chiến-khu *war zone;* maquis. đặc-khu *distict.* . quân-khu *military distict.* liên-khu *interzone.* phân-khu *sub-area.*

khu-biệt *to distinguish, discriminate.*

khu bưu-chính. *postal sector, army post office* (A.P.O.), *fleet post office* (F.P.O.).

khu-trục *to drive away* máy bay khu-trục *fighter* (*plane*).

khu-trục-cơ *fighter plane.*

khu-trục-hạm *destroyer CL* chiếc.

khu-trừ *to get rid of, eradicate.*

khu-vực *area, zone.*

khú [of salted vegetables] *to smell bad.*

khù-khờ *to be slow-witted.*

khù khụ [to cough] *loudly.*

khụ *to be very old and bent* lụ-khụ.

khua *to stir up; to beat* [drum, gong] *noisily, thump; to move* [lips môi]; *to throw* [arms tay], *gesticulate.*

khuân *to carry* [a heavy thing]. phu khuân vác *porter, redcap.*

khuẩn *R bacteria, microbe* vi-khuẩn. cầu-khuẩn *coccus.* bồ-đào-cầu-khuẩn *staphylococcus.* khúc-khuẩn *vibrio.* phế-cầu-khuẩn *pneumococcus.* quyền-cầu-khuẩn *spirillum.*

khuất *to be hidden, out of sight* khuất mắt, khuất mặt; *to die* [RV đi].

khuất *R to yield, bow to.*

khuất gió *to be sheltered from the wind.*

khuất khúc *to be tortuous, winding; to be crooked, fishy.*

khuất nẻo *to be remote, out of the way.*

khuất núi *to be deceased.*

khuất-phục *to submit oneself to.*

khuất-tất *to kneel down, bow; to humble oneself.*

khuây *to become calm* [from grief, nostalgia].

khuây-khỏa *to be relieved* [from grief, nostalgia].

khuấy *to stir.* quên khuấy *to forget all about.*

khúc *section, portion* [of a fish khúc cá, of a tree trunk khúc gỗ], *stretch* [of road đường, river sông]; *CL for songs, musical compositions, poems, etc...* điệp-khúc *chorus.* hành-khúc *march.*

khúc *R to be tortuous, broken.*

khúc-chiết *to be coherent, clear, precise.*

khúc khích *to giggle.* cười khúc khích *id.*

khúc khuẩn *vibrio.*

húc khuỷu [of a road] *to be winding, tortuous.*

khúc-nhôi *situation* [usually unhappy].

khúc xạ *refraction, bending* [of rays, etc...].

khuê *L woman's apartment* phòng khuê, khuê phòng.

khuê các *L woman's apartment.*

khuê-môn *L woman's apartment.*

khuê-nữ *L young woman.*

khuếch R *to enlarge. amplify.*

khuếch-đại *to enlarge, amplify.*

khuếch-khoác *to boast, brag.*

khuếch-tán *to spread out, scatter.*

khuếch-trương *to enlarge (the scope of), develop.*

khum-khum *to be arched, bent.*

khúm-núm *to be too humble or ceremonious, be obequious.*

khung *frame, framework.* đóng khung *to frame* [pictures]; [Slang] *to be dressed up.*

khung cảnh *setting.*

khung cửi *loom.*

khùng *to be furious* [with phát, đâm *to become, to get*]; *to be mad, crazy, berserk.*

khủng R *to be afraid, fear.*

khủng-bố *to terrorize | terror.* tên khủng-bố *terrorist.*

khủng-hoảng *crisis.* kinh-tế khủng-hoảng *economic crisis, depression.* khủng-hoảng về tinh-thần *emotionally disturbed.*

khủng-khiếp *to be horrible, awful*

khủng-khinh *to be on bad terms with; to be disdainful.*

khuôn *mould, model, pattern.*

khuôn-khổ *shape and size; framework.*

khuôn mặt *(shape of) face.*

khuôn mẫu *model, example.*

khuôn phép *discipline, regulation.*

khuôn thiêng *the Creator.*

khuôn trăng *(moon-shaped) face.*

khuy *button* [with đơm *to sew on*]. cài khuy *to button.*

khuy bấm *snap (button).*

khuya *to be late (at night).* thức khuya *to stay up late.*

khuya khoắt *late at night.*

khuya sớm *L at night and day, morn and eve.*

khuyên [S V khuyến] *to advise, counsel.* lời khuyên *piece of advice.*

khuyên *circle, ring; earring CL* đôi *for a pair,* chiếc *for one | to circle, mark with a circle* [good points in examination paper].

khuyên bảo *to advise. counsel.*

khuyên can *to advise against something.*

khuyên-giải *to comfort.*

khuyên-ngăn *to advise against something.*

khuyên nhủ *to advise, counsel.*

khuyên răn *to admonish.*

khuyến R *to encourage, exhort* khuyến dụ.

khuyến-học *to encourage learning.* Hội Khuyến-học *Association for the Encouragement of Learning.*

khuyến-khích *to encourage, stimulate.*

khuyến-lệ *to encourage.*

khuyến-nông *to encourage agriculture.* Hội Khuyến-nông *4-H club; Future Farmers of Vietnam.*

khuyển R *dog* [= chó].

khuyển-mã *beast.*

khuyển-nho *cynic.*

khuyết *buttonhole, loop* [used as a buttonhole].

khuyết [of position] to be missing, vacant; [of moon] not full. dự khuyết alternate [officer]. khiếm khuyết shortcoming.

khuyết-điểm shortcoming, defect.

khuyết-tịch to be absent.

khuynh R ruin.

khuynh R to incline; R- -ist, as khuynh-tả leftist.

khuynh-đảo to overthrow, topple, subvert.

khuynh-gia bại-sản to be ruinous.

khuynh-hướng tendency.

khuynh-hữu rightist.

khuynh-quốc khuynh-thành to have a striking beauty, be devastatingly beautiful.

khuynh-tả leftist.

khuỳnh to spread out.

khuỳnh chân to straddle one's legs.

khuỳnh tay to raise one's elbows.

khuỷu elbow khuỷu tay.

khuỵu to collapse ngã khuỵu.

khư khư to hold tight, guard jealously, retain stubbornly.

khứ R to go, have gone [= đi]. quá-khứ the past.

khứ-hồi [of ticket vé] round trip, return.

khứ lưu parting.

khừ khừ to groan, moan.

khử R to get rid of trừ khử; to reduce [chemistry].

khử độc to pasteurize, sterilize.

khử trừ* to eliminate, eradicate.

khứng to consent, accept.

khước good luck.

khước R to refuse, decline từ-khước.

khước-từ* to decline.

khứu-giác sense of smelling.

khương R ginger [= gừng].

khướt to be tired, worn out. say khướt dead drunk.

khướu blackbird CL con.

khứu R smelling.

L

la *to shout, scold.* rầy la *to scold.*

la *gong, cymbals* đồng la, thanh la.

la *mule* CL con.

la-bàn *compass.*

la cà *to loiter, linger.*

la đà [of branches] *to be swaying; to reel, move, wave.*

la-hán *arhat.*

la hét *to shout, roar.*

la làng *to shout for help (in the village).*

la liệt *everywhere, all over.*

la lối *to yell, shout (to show one's authority).*

la mắng *to scold.*

La-Mã *Rome | Roman.*

la ó *to jeer, hiss, boo.*

lá *leaf;* CL *for playing cards* bài, *flags* cờ, *applications* đơn, *livers* gan, *lungs* phổi, *spleens* lách, *sails* buồm, *letters* thư, *etc.* áo lá *leaf cape.* lông lá *hairy.* nón lá *latania-leaf hat.* nhà lá *(latania-covered) hut; house of prostitution.* tàu lá *leaf (of banana tree).* vàng lá *gold foil.* xanh lá cây *green.*

lá cà in giáp lá cà *hand-to-hand (fighting),*

lá chắn *shield, screen, shutter.*

lá mía *nose cartilage.*

lá thắm L *love (message).*

là *to be* [so-and-so], *equal.* hay là *or* [= hay]. nghĩa là *to mean, signify; that is to say.* Cf. làm [for *to be meaning* 'to act as']. Hai với ba là năm. *Two and three is five.* gọi là *called, named* [so-and-so]; *for formality's sake, just because one has to.* thật/thực là *really, truly* [= thật/thực]. rất là *very* [= rất]. một là *either..; first.*

là ! [final particle] *how!* đẹp đẹp là ! *how very pretty!*

là *to iron, press* [= ủi]. bàn là *iron.*

là *fine silk.*

là *to be exhausted, weak; to droop.* đói là *weak because of hunger.* mệt là *exhausted,*

lả lơi *to be lascivious; too familiar.*

lả tả *to be scattered.*

lã R *to be plain.* nước lã *water.*

lã chã [of tears] *to drip, trickle.*

lạ [SV kỳ] *to be strange, unusual, extraordinary, odd, foreign; not to know, not to be familiar to.* người la *stranger.* quái lạ *to be extraordinary, unheard of.* lạ quá ! *how strange!*

lạ đời *to be strange, odd, queer, eccentric.*

lạ kỳ* *to be strange.*

lạ lùng *to be strange, unknown, extraordinary, odd.*

lạ mặt *to be strange, unknown.*

lạ thường *to be unusual, extraordinary.*

lác *to be squint-eyed, cross-eyed* mắt lác. Anh ấy lác (cả) mắt. *He was amazed, he was full of admiration.*

lác đác *to be scattered, dotted.*

lạc *to be lost, go astray, lose one's way* lạc đường, lạc lối.

lạc [= đậu phụng] *peanut* CL củ, *shelled peanut* CL hột. lạc rang *roasted peanuts.* dầu lạc *peanut oil.* bơ lạc *peanut butter.*

lạc R *to fall, drop* [= rụng]. trụy-lạc *debauched.*

lạc R *tie, bond.* liên-lạc · *to be in touch* [với *with*]; *liaison.*

lạc R *to laugh* | *fun, joy, happiness.* cực-lạc *ex reme happiness; Paradise.* hành-lạc *to have fun; to have sexual intercourse.* hoan-lạc *fun, joy.* khoái-lạc *pleasure.*

lạc-cảnh *Paradise.*

lạc-đà *camel* CL con.

lạc-đề *to go off the subject, be irrelevant.*

lạc giọng *to be out of key.*

lạc-hậu *to be backward, under-developed.*

lạc-loài *to be lost, astray.*

lạc-lõng *to be lost, astray.*

lạc-nghiệp *to enjoy one's work, be content with one's lot* [used with an-cư].

lạc-quan *to be optimistic.*

lạc-quyên *collection, fund drive.*

lạc-thú *pleasure.*

lạc-viên *paradise.*

lách *to make one's way; to slip* [oneself mình, *or something flat*] *through slit or narrow opening.*

lách *spleen* lá lách.

lách cách *to clink, clatter, clash, clank, rattle.*

lách tách *to crackle, crepitate.*

lạch *canal, waterway.*

lạch-bạch *to waddle, toddle.*

lạch-cạch *see* lách cách.

lạch-đạch *to waddle.*

lạch-tạch *see* lách tách.

lai *half-breed, crossbreed, hybrid.* Tây lai *Eurasian* [person of mixed French and Vietnamese blood]. Khách lai, Tầu lai *person of mixed Chinese and Vietnamese blood.*

lai R *to come, arrive* [= lại]. tương-lai, vị-lai *future.*

lai-láng L [of feelings] *to be overflowing.*

lai-lịch *background, curriculum vitae, past record.*

lai-rai *to drag on.*

lai tỉnh *to regain consciousness, come to.*

lai-vãng *to frequent* [a place].

lái *to steer, drive* [ship, automobile, plane] bẻ lái, cầm lái, vặn lái, tay lái *steering wheel, tiller, helm.* bằng cầm lái *driving license.*

lái *merchant, dealer* lái buôn. lái gỗ

lumber merchant, lumberman, lumberjack. lái lợn pig seller. lái trâu buffalo seller.

lái slang.

lái buôn merchant, dealer.

lái đò boatman, bargeman.

lải nhải to mutter on and on.

lải tapeworm sán lải.

lãi profit, dividend, interest. lãi ba phần three per cent interest.

lại [SV lai] to come, arrive | -R back, to, up. để lại to leave (behind); to resell. ở lại to stay (behind). tóm lại to sum up; in short. lại đây! come here! trở lại to come back. đi đi lại lại to go back and forth, move to and fro. giả lại return; to give the change. đem lại to bring (along) đi lại to come and go, go back and forth; to have relations; to have sexual intercourse. qua lại to go back and forth; to come and go, frequent. quay lại to turn around còn lại there remains; remaining. đánh lại to fight back, hit back. trái lại on the contrary. ngược lại conversely, vice-versa. gói lại to wrap up. buộc lại to tie [package] up. trói lại to tie [person] up lùi lại to step back, back up. hoàn-lại to return, refund.

lại -R to do or be again; to resume....ing [after interruption]. Lại ốm à ? Are you sick again ? Ăn xong lại viết He resumed writing after his meal. lại ăn to eat again, resume eating. lại nói to speak again, talk again, resume talking, lại làm to resume working.

lại -R to do over | again, over, still, also. làm lại to do over. nhai lại to chew the cud, ruminate viết lại to rewrite đọc lại to read over. đánh (máy) lại to type over đã đẹp lại rẻ not only beautiful but also cheap. và lại besides

lại R- to act contrary to expectation. Sao anh lại làm thế ? Why did you do that ? Sao anh lại không đánh giày thép trước? Why didn't you wire first ?

lại to stand, resist, be a match for. Tôi nói không lại nó He outtalked me.

lại R official. quan-lại mandarins, officials.

lại R interior.

lại to rely on ỷ-lại. vô-lại good for nothing and dishonest person CL đồ, quân.

lại-bộ [obsolete] Ministry of the Interior.

lại người to recover one's strength, recover one's health.

lại sức to recover one's strength.

lam to be royal blue.

lam R temple. già lam Buddhist temple, monastery. danh lam famous temple.

lam R basket.

lam-cầu basketball [= bóng rổ].

lam-chướng miasma, noxious effluvium emanating from swamps, woods.

lam-lũ to be in rags and dirty.

làm [SV tạo, tố] to do, make, manufacture; to work làm việc ; [= hành] to act; to be, serve as, function as, act as ; to be done, made, performed; to make, cause [someone or something be or do so-and-so] làm cho; to kill for meat làm thịt; to clean, prepare [meat, chicken]; into. Đồng-hồ này làm bên Thụy-Sĩ *This watch is made in Switzerland.* Họ làm mỗi tuần 40 giờ *They work 40 hours a week.* Anh ấy chỉ nói chứ không làm *He only talks but never acts.* Hồi 1945 ông ấy làm Tỉnh-Trưởng *He was Province Chief in 1945.* Ông đứng làm trung-gian *He acted as the intermediary.* Bài tính này làm khó *This problem is hard to do.* Đừng làm (cho) ba má lo *Don't make your parents worry.* chia làm năm (phần) *to divide into five.* giả làm ba lần *to pay in three installments.* đóng làm hai quyển *to be bound in two volumes.* lấy làm *to feel.* Tôi lấy làm hân-hạnh được... *I feel deeply honored to...*

làm ăn *to make a living.*

làm bạn *to be a friend to ; to get married to.*

làm bằng *to serve as evidence.*

làm bộ *to be arrogant, haughty.*

làm cao *to put on airs, play hard-to-get.*

làm chay *to conduct an expiatory mass.*

làm cỏ *to weed ; to massacre.*

làm công *to work* [for cho].

làm chứng *to be the witness.*

làm dáng *to be dandyish, give undue attention to dress.*

làm đỏm *to be coquettish.*

làm giàu *to get rich.*

làm gượng *to set the example.*

làm hỏng *to wreck, spoil, foul up.*

làm khách *to be polite, be formal, stand on ceremony.*

làm lành *to make it up with.*

làm loạn *to rebel, riot ; to raise hell.*

làm lông *to pluck.*

làm lụng *to toil.*

làm ma *to celebrate a funeral.*

làm mẫu *to serve as a model.*

làm ơn *to do the favor.*

làm phách *to put on airs.*

làm quen *to make the acquaintance of.*

làm reo *to go on strike.*

làm ruộng *to be a farmer.*

làm sao *to matter.* Nó có làm sao không ? *Did he get hurt ?*

làm tàng *to behave arrogantly.*

làm thinh *to keep silent.*

làm việc *to work.*

làm-nhảm *to mumble, talk about trifles.*

lãm R *to look, see, behold.* triển-lãm *exhibit(ion).*

lạm *to abuse* [power, etc.].

lạm-dụng *to abuse, take advantage of, misuse.*

lạm-phát *to issue too much (paper currency).* nạn lạm-phát tiền-tệ *inflation.*

lạm-quyền *to abuse power.*

lan *orchid, iris.* mộc - lan *laurel magnolia.* ngọc-lan *magnolia.*

lan [of water, fire, vegetation] *to spread, out* lan rộng, lan tràn.

lan-can *raili g. parapet.*

lan tràn *to spread.*

làn CL *for waves on water or hair, gusts of wind* gió, *trails of smoke* khói, *cloud* mây.

làn *handbasket.*

lang R *youth.* tân-lang *bridegroom.* lệnh-lang *your son.*

lang *wolf* | *to be wicked.* sài lang *wild beasts.* thiên lang *Dog Star,* Sirius.

lang R *corridor, lobby, hall* hành lang.

lang *medicine man, healer* ông lang, thày lang.

lang bang *to roam about, be frivolous.*

lang bạt *to roam around, be an adventurer.*

lang băm *quack.*

lang ben *herpes, scurf.*

lang chạ *to be mixed; to be lewd, lascivious.*

lang-quân (*my*) *husband.*

lang thang *to wander.*

lang vườn *quack.*

lang y *physician.*

láng *black taffeta.*

láng *to shine, be shiny, be glossy,* [= bóng]. da láng *patent leather.*

láng giềng [possibly from giếng làng « *village well* »] *neighbor.*

làng [SV hương] *village, commune; circles, world.* la làng *to shout for help.*

làng bẹp *opium smokers* [collectively].

làng chơi *playboys ; prostitutes* [collectively].

làng mạc *village* (*inhabitants*).

làng nước *village* (*inhabitants*) ; *co-villagers, people.*

làng xóm *village* (*inhabitants*), *co-villagers, people, neighbors.*

làng văn *writers* [collectively].

lảng *to sneak away.* nói lảng *to be evasive.*

lảng *to be absent-minded* lảng tính, lảng trí.

lảng tai *to be hard of hearing.*

lảng vảng *to hang around, roam around, loiter around, prowl about.*

lãng R *wave* [= sóng] | R *to waste.*

lãng du *to roam around, wander.*

lãng-mạn *to be romantic.* chủ-nghĩa lãng-mạn *romanticism.*

lãng phí *to waste.*

lãng quên *to forget.*

lãng tử *vagabond*

lạng *a tael equivalent to 37.8 grams or one sixteenth of a* cân.

lạng *to slice* [meat].

lanh *to be agile, fast, quick ; to be alert, intelligent* lanh trí, lanh lợi.

lanh lảnh [of voice] *piercing.*

lanh lẹ *to be agile, fast.*

lanh lẹn *to be agile, lively, active.*

lánh [= tránh] *to avoid* lánh mặt, *escape* xa lánh. dân lánh nạn *refugee.* hẻo lánh *remote, out of the way.*

lành *to be mild, kind, meek, gentle* hiền lành ; *healthy* lành mạnh ; *intact* nguyên lành; [of omen] *good, lucky, happy.*

lành *to be good;* [of climate] *healthy;* [of clothes] *not torn, in good*

condition; [of wound] to heal;
[of food] good to eat, healthy
[opp. độc]. ngày lành auspicious
day. làm lành to become concilia-
tory. ngon lành [of food] good and
healthy.
lành lạnh a little chilly.
lành lặn to be intact, unbroken,
whole, safe and sound, undama-
ged; decently dressed.
lành mạnh to be healthy, whole-
some.
lảnh to be shrill [of voice].
lãnh [= lĩnh] to receive, draw
[salary, supplies]. lãnh lương to
draw a salary. bảo-lãnh to gua-
rantee.
lãnh R to be cold [= lạnh].
lãnh [=lĩnh] R collar | R to lead.
thủ-lãnh leader.
lãnh [=lĩnh] glossy silk, taffeta.
lãnh-binh military commander.
lãnh-đạm to be cold, indifferent.
lãnh-đạo to lead cấp lãnh-đạo
leadership [the leaders]. tài lãnh-
đạo leadership.
lãnh-giải to understand.
lãnh-giao to receive instruction(s).
lãnh-hải territorial waters.
lãnh - hóa giao - ngân cash on
delivery, C.O.D.
lãnh-hội to understand, compre-
hend.
lãnh-không air space.
lãnh-sự consul. tòa lãnh-sự con-
sulate. tổng-lãnh-sự consul general.
phó-lãnh-sự vice-consul.
lãnh-sự-quán consulate.
lãnh-thổ territory.
lãnh-tụ leader.

lãnh-vực territory; field, domain,
realm.
lạnh [SV lãnh] to be cold. Hôm
nay (giời/trời) lạnh It's cold today.
tủ lạnh ice box. ghê lạnh cold,
indifferent. nóng lạnh fever, ma-
laria.
lạnh buốt to be icy-cold.
lạnh léo to be cold, wintry; de-
serted, lonely cold, indifferent.
lạnh lùng to be cold, indifferent.
lạnh ngắt to be very cold.
lao R to toil. cần lao to labor. công
lao work, credit.
lao javelin; pole | to throw.
lao consumption, tuberculosis [with
bị to have]. Hội Bài-lao Anti-
Tuberculosis Society. bệnh (ho)
laoT.B. [with bị, mắc to have].
lao R jail, prison nhà lao, đề-lao.
lao R thirst. giải-lao refreshments.
lao-công labor, lao-công cưỡng-
bách forced labor. Nghiệp-đoàn
Lao-công Labor Union. Ngày Lễ
Lao-công Labor Day.
lao-đao to be unstable, unsteady.
lao-động to toil | labor; laborer,
worker. dân lao - động working
people. đảng Lao - Động Labor
Party, Workers' Party.Ngày Lao-
động Quốc - tế May Day.
lao khổ labor, hardship, hard work.
lao - lực physical exertion, over-
exertion.
lao-tâm sorrow, worry, grief; men-
tal work.
lao tù prison, jail.
lao-tư labor and capital, workers
and capitalists.

láo *to be insolent, impertinent* cắc láo, xấc láo; *to be false, nonsensical; to lie.*

láo lếu *to be insolent, impolite, impertinent; to be careless, unreliable.*

láo nháo *to be badly mixed.*

láo xược *to be insolent.*

Lào *Laos | Laotian.* thuốc lào *tobacco.*

lào-xào *to whisper; to rustle.*

lảo-đảo *to stagger, totter, reel.*

lão R *to be old, aged, elderly* [= già] [Cf. cựu] | *(village) elder* bô lão [with lên *to become*]. tiền dưỡng-lão *old-age pension.* Nguyệt lão *the God of Marriage.*

lão-ấu *old and young.* nam-phụ lão-ấu *men and women, young and old,—everyone.*

lão-bộc *old servant.*

lão-gia L I, *me.*

Lão-giáo *Taoism.*

lão-luyện *to be experienced, be skilled, be a veteran.*

lão-mẫu *old mother.*

lão-thành *to be old and experienced.*

lão-trượng R *old man.*

Lão-Tử *Lao Tze.*

lạo R *to reward, encourage* úy-lạo.

lạp R *to hunt.*

lạp R *wax, candle.*

lạp R *year end* [= chạp].

lạp-nguyệt *twelfth month of lunar year* [= tháng chạp].

lạp xường *Chinese sausage.*

lát *short instant* [= chốc]. lát nữa *in a moment.* chốc lát, giây lát *short moment, jiffy.*

lát *a variety of wood used to make furniture.*

lát *to pave* [road, floor] [with brick gạch, tiles ngói, stones đá]; *to board* lát ván.

lạt *bamboo string.*

lạt [= nhạt] *to be watery, insipid, flat, not sweet enough* [opp. ngọt], *not salted* [opp. mặn]; [= nhạt, lợt] [of color] *to be light* [opp. thắm]. phai lạt *to fade, weaken* [of feelings].

lạt léo [= nhạt nhẽo] *to be watery, insipid, tasteless; light; cold, cool, indifferent.*

Lạt-ma *Lama:* Đạt-lai Lạt-ma *Dalai Lama.* Phan-thiền Lạt-ma *Panchen Lama.*

Lạt-ma-giáo *Lamaism.*

lau *to wipe.* dẻ lau *dust cloth, rag.* khăn lau *towel; rag.* khăn lau bát *dish towel.* khăn lau mặt *washcloth, towel.*

lau *reed.*

lau chùi *to dust* [with a cloth].

lau dầu *to lubricate, clean.*

lau-nhau [of children] *to swarm.*

láu [of child] *to be smart, clever* láu cá.

láu linh *to be mischievous, roguish; sharp, smart, clever*

láu táu *to act or talk fast and thoughtlessly.*

làu *by heart.* thuộc làu *to know by heart* [text, lesson].

làu nhàu *to grumble, complain.*

lay *to shake, push.* không lay chuyển *unshakable.* lùng lay *to move, budge.*

láy *to repeat.*

láy *to be shiny black* đen láy.

lạy *to bow low ; kowtow, prostrate oneself before ; to pray ; to greet kowtow, prostration, deep bow.* Lạy chú ạ ! *Good morning, uncle!* Lạy ông ! *I pray you.* Lạy Giời *I pray to God.*

lắc *to shake with side-to-side motion.* quả lắc *pendulum.* lúc lắc *to move, sway.*

lắc chuông *to ring a bell.*

lắc đầu *to shake one's head* Cf. gật đầu.

lắc la lắc lư DUP lắc lư.

lắc lư *to swing, sway, rock.*

lăm *five* [when preceded by a numeral in the ten-order]. Cf. năm, nhăm. mười lăm *fifteen.* hai mươi lăm/nhăm *twenty-five.*

lăm lăm *to keep* [weapon] *ready.*

lăm le *to be eager to, want very much to* [get something].

lắm *to have much or many; there is much, there are many* | *-R very, quite; very much.* Vườn này lắm chuối *This area has plenty of banana-trees.* Ở đây lắm muỗi lắm *There are lots of mosquitoes around here.* tốt lắm *very good.* Tôi thích anh ấy lắm *I like him very much.*

lắm điều *to be talkative. gossipy, quarrelsome.*

lắm kẻ *many people.*

lắm khi *many times.*

lắm lúc *many times.*

lắm mồm *to be talkative, gossipy, quarrelsome.*

lắm phen *many time*

lăn *to roll.*

lăn chiêng *to fall flat.*

lăn đùng *to fall, collapse; to drop dead.*

lăn kềnh *to fall flat.*

lăn lóc *to experience hardships; to lie around.*

lăn long-lóc *to roll about.*

lăn lộn *to experience harhships; to lie around.*

lăn tay *to take fingerprints.*

lăn tăn *to drizzle.*

lăn xả *to hurl oneself at, fling oneself at, throw oneself into* [vào].

lằn *wale, streak.*

lẳn *to be chubby but solid* béo lẳn.

lặn *to be under the water, dive;* [of sun, moon, star] *to set;* [of measles, heat rash] *to clear up.* tàu lặn *submarine.* thợ lặn *diver.* Anh ấy có thể lặn trong mười lăm phút *He can stay under the water for fifteen minutes.*

lặn lội *to travel up hill and down dale; to go through a lot of trouble.*

lăng *royal tomb.*

lăng *R mound, hillock, imperial tomb.*

lăng *R angle.* lục-lăng *hexagon.*

lăng *R to insult, offend; R to invade* xâm-lăng.

lăng-kính [opt.] *prism.*

lăng-loàn [of woman] *to be impolite, rude.*

lăng-mạ *to insult.*

lăng-nhăng *to be purposeless, haphazard; irresponsible.*

lăng nhục *to insult.*

lăng quăng *to run around.*

lăng-tầm *imperial tomb.*

lăng-trì *ancient punishment death of a thousand cuts.*

lăng-trụ *prism* CL khối. khối lăng-trụ thẳng *right prism.* khối lăng-trụ xiên *oblique/slanting prism.*

lăng xăng *to play the busy body, be an eager beaver.*

lẳng *to lend* [an ear]; *to try to listen* lẳng nghe.

lẳng *to deposit.*

lăng-nhăng *to drag; be confused.*

lẳng *to be flirtatious.*

lẳng-lơ *to be flirtatious, sexy.*

lẳng lặng [DUP lặng] *to keep quiet.*

lẳng *flower basket.*

lặng *to be silent, quiet* im lặng ; *to be still, quiet* yên lặng ; *to quiet down.* phẳng lặng *uneventful.*

lặng-lẽ *silently, in silence, quietly.*

lắp [= ráp] *to assemble, join, put together* [RV lại, vào] [opp. tháo]; *to load* [bullet đạn] (into) *gun.* xưởng lắp xe đạp *bicycle assembly plant.* lắp mộng *to mortise, dovetail.*

lắp *to stammer, stutter* nói lắp.

lắp-bắp *to stutter, stammer.*

lắt-léo *to be winding; to be delicate, involved.*

lắt-nhắt *to be tiny, minute.*

lặt-vặt *to be miscellaneous, sundry.*

lắc-cắc *to be rude, impolite, impertinent.*

lâm R *forest, woods* [= rừng]. kiềm-lâm, thủy-lâm *forestry.* nho-lâm *world of scholars.* sơn-lâm *mountains and woods.* Hàn-lâm-viện *Academy.* Trường Nông-Lâm-Mục *School of Agriculture, Forestry and Animal Husbandry.*

lâm R *to be on the point of; just before....-ing.*

lâm bệnh *to fall sick, be taken ill.*

lâm-biệt *at the moment of parting.*

lâm-bồn *childbirth.*

lâm-chính *service of forestry.*

lâm-chung *to be about to die.*

lâm-học *sylviculture.*

lâm lụy *to be involved, implicated.*

lâm-ly *to be moving.*

lâm-nguy *to be in danger.*

lâm-sản *forest products.*

lâm-thời *to be provisional, temporary* | *when the time comes.*

lâm-tuyền *woods and brooks,— retreat* [of scholar, hermit].

lấm *to be soiled, smeared* lấm be bét, lấm láp. chân lấm tay bùn *to be dirty from farmwork, to toil.*

lấm la lấm lét *DUP* lấm-lét.

lấm lét *to look furtively.*

lấm-tấm *to be spotted, speckled; to drizzle.*

lầm [= nhầm] *to be mistaken, make a mistake* lỗi lầm. sai lầm *to commit an error.*

lầm-lầm *to look stern, look severe.*

lầm lẫn *to be mistaken.*

lầm-rầm *to mutter, murmur* [as in praying].

lầm-than *to be miserable, wretched.*

lầm *to conceal, hide* [RV đi].

lầm-bầm *to mumble to oneself.*

lầm-cầm *to be confused, cracked, crazy.*

lầm-nhầm *to mumble, mutter.*

lẩm cẩm *to toddle, grope ; to be confused.*

lẫm-lẫm *to be frightening.*

lắm-liệt *to be imposing, stately.*

lẫm *R granary.*

lân *R neighbor.*

lân *fabulous unicorn* kỳ lân [= sư-tử]. múa lân *lion dance, dragon dance.*

lân *R to pity* [= thương]. khả-lân *to be pitied.*

lân *R phosphorus* lân tinh.

lân-bang *neighboring country.*

lân - bàng *neighboring, neighbor, near, in the vicinity.*

lân-cận *neighboring, adjoining.*

lân la *to get near, seek the friend-ship.*

lân-quang *phosphorescence.*

lân-quốc *neighboring country.*

lân-tinh *phosphorus ; will-o'-the-wisp.*

lân-toan *phosphoric acid.*

lân-tuất *pity, compassion.*

lấn *to infringe, transgress.* xâm lấn *to invade, encroach upon.*

lần [= bận, lượt] *time, turn, round.* hai lần *twice.* ba lần *thrice. three times.* lần này *this time.* lần sau *next time.* lần trước *last time.* nhiều lần *several times, many a time.* mỗi lần *each time.*

lần *to search, feel for ; to grope.*

lần bước *to grope, fumble along.*

lần-hồi *to live from day to day.*

lần-lượt *in turn, one after another in order | to take turns to.*

lần-lứa *to waver, procrastinate ; to potpone.*

lần-mò *to try cautiously ; to look for* [address].

lằn-thằn *to be hesitant, be wave-ring, be slow in making up one's mind.*

lẩn *to hide.* lẩn mặt *to hide, keep out of sight.*

lẩn-lút *to hide, conceal oneself.*

lẩn-mẩn *to be frivolous, potter.*

lẩn-quất *to hide or be around, lurch.*

lẩn-thẩn *to be dotty, cracked, off.*

lẫn *to be confused, mixed - up, mistaken | with. together with ; each other, one another.* Giúp đỡ lẫn nhau *To help one another.* Tôi lẫn Ba với anh nó *I always mistake him for his brother.* sự giúp đỡ lẫn nhau *mutual help.* cả Anh-văn lẫn Pháp-văn *both French and English.* lấy lẫn *to take by mistake.*

lẫn-lộn *to be mixed, mixed-up.*

lận *to cheat* gian lận, ăn lận, đánh lận *to deceive. dupe.* mắc lận *to be taken in.* Cờ gian bạc lận *To cheat in games.*

lận *R to be stingy* biển-lận.

lận-đận *to be unsuccessful.*

lấp *to fill in* [hole, gap], *cover* che lấp ; *drown* [voices]. che lấp *to cover, hide.*

lấp-lánh *to shine, twinkle, sparkle.*

lấp-ló *to appear vaguely.*

lập *to set up, establish ; to be set up, be established ; R to stand* [= đứng]. thành - lập *to found, establish, form.* cô - lập *isolated.* độc-lập *independent; independence.* đối - lập *opposing ; opposition.* lưỡng-lập *twin* [houses]. sáng-lập *to found ; founding.* tạo-lập *to* create. thiết-lập *to establish, set up.* trung - lập *neutral(ist), impartial.*

lập-cập *to tremble, shiver.*

lập-công *to do some meritorious work.*

lập-dị *to be eccentric.*

lập-đông *beginning of winter.*

lập-hạ *beginning of summer.*

lập-hiến [of monarchy] *constitutional.* quân-chủ lập-hiến *constitutional monarchy.*

lập-kế *to draw up a scheme, plan.*

lập khắc *immediately.*

lập lòe [of light] *to be off and on.*

lập-luận *to argue* | *argument.*

lập-pháp [of power] *legislative.* Cf. hành-pháp, tư-pháp. nhà lập-pháp *legislator.*

lập-phương *cube ; cubic.*

lập thân *to establish oneself in life.*

lập-thề *solid* [geometry].

lập-thu *beginning of autumn.*

lập-trường *position, viewpoint, standpoint, stand.*

lập-tự *to institute one's heir.*

lập-tức *right away, at once, instantly, immediately* ngay lập-tức.

lập-xuân *beginning of spring.*

lật *to turn upside down, turn over; to cross, double-cross.* lật đồ *to overthrow.*

lật-bật *to shiver, tremble.*

lật-đật *to hurry, hasten.*

lật-lẹo *to cheat, swindle, be crooked.*

lật-lọng *to cheat. swindle, be crooked.*

lật tẩy *to unmask, call a bluff.*

lâu *to take a long time; to last; to last long.* bao lâu *how long ?* [of time]. chẳng/không bao lâu *soon.* từ lâu *for a long time, long ago.* bấy lâu *for a long time.* giờ lâu *during a long hour.* hồi lâu *a long moment.*

lâu R *building; story* [= lầu]. cao-lâu *restaurant.* hồng-lâu, thanh-lâu *brothel, house of prostitution.* vọng-lâu *watchtower.*

lâu-các *palace.*

lâu dài *to be lasting, durable.*

lâu-đài *palace* CL tòa.

lâu đời *to be old, durable,*

lâu la *subordinates in a gang of bandits.*

lâu la *to drag.*

lâu-lâu *now and then, occasionally.*

lầu [SV lâu] *story, upper floor* [=gác]; *building with more than one floor, palace.* trên lầu *upstairs.* lầu ba *third floor.* nhà lầu *many-storied house; building.*

lầu hồng *brothel.*

lầu xanh *brothel.*

lậu *to dodge* [taxes, customs duties]; *to travel or get entertainment without paying for one's ticket* lậu vé, vào lậu. buôn lậu, *to engage in contraband traffic, be a smuggler.* hàng lậu *smuggled goods, contraband.* rượu lậu *moonshine.*

lậu R *to ooze, leak.* tiết-lậu [of secret] *to leak out.*

lậu R *to be vile, low; to be narrow, bigoted* hủ-lậu.

lậu *blennorrhoea* bệnh lậu.

lây *to be contagious, be communicable; to be infected, contaminated.* bệnh hay lây *communicable disease.* to transmit [disease, habit] [cho, sang to]; -R *to be* [so-and-so] *because someone close is* [so-and-so]. buồn lây *blue by contagion.* vạ lây *involved in an offense.* thơm lây *to be honored through a relative.*

lây nhây *to drag, be unfinished.*

lấy *to take, seize, obtain, receive, accept; to wed, marry* [somebody]; *to take, recruit; to charge; to steal* [RV mất]; *to admit, take | away, toward oneself.* Ta lấy O làm tâm-điểm vòng tròn *We take O as center of the circle.* Cuối năm nay nó lấy bằng *He is graduating at the end of this year.* Có người biếu cá, ông không lấy *Somebody gave him some fish, but he refused to take it.* Tôi lấy nhà tôi năm tôi mới 17 *I married my husband when I was only 17.* Năm nay, Đại-học Sư-phạm lấy 200 sinh-viên *The Faculty of Education is taking 200 students this year.* [To shopkeeper] Bà lấy tôi bao nhiêu? *How much are you asking for it?* Tôi bị nó lấy mất cái bút máy mới rồi *Someone stole my new fountain-pen.* Nó lấy bút của tôi ra nó viết *He used my pen.* Nó lấy kéo cắt vụn tờ biên-lai *He cut the receipt to pieces with a pair of scissors.* Anh lấy xe đạp tôi mà đi *Use my bicycle.* Chúng

giành lấy quyền lãnh-đạo *They seized leadership.* Nó giật lấy con dao của tên kẻ trộm *He grabbed the burglar's knife.* Chị giữ lấy tờ giấy này *Keep this paper.* Em nhặt lấy cái bút chì đó *Pick up that pencil.* Tôi lấy làm hân-hạnh... *I am (feel) honored...* Nó lấy may-ô làm khăn quấn đầu *He used his undershirt as a turban.*

lấy -R *to act by, to, or for oneself.* đi lấy *to go oneself.* học lấy *to study by oneself.* làm lấy *to do oneself.* Anh ấy lái lấy đi Dalat. *He drove to Dalat himself.*

lấy chồng [of woman] *to get married.*

lấy cớ *to use as an excuse or pretext.*

lấy cung *to examine, interrogate.*

lấy được *at all costs.*

lấy giống *to cross* [stock, plants].

lấy lẽ *to marry* [a married man], *marry* [someone's husband]. Cf. lấy vợ lẽ.

lấy lệ *for the sake of formality.*

lấy lòng *to try to please* [somebody].

lấy nhau [of a couple] *to be married..*

lấy tiếng *just for the sake of prestige.*

lấy vợ [of man] *to get married.*

lấy vợ lẽ *to take a second wife.*

lầy *to be miry, swampy, marshy, moory.* bùn lầy *miry, boggy.* sa lầy *caught in the swamp.*

lầy lội *to be muddy, miry.*

lầy nhầy *to be sticky*.

lầy *to shell* [corn].

lầy-bầy *to be trembling* run lầy-bầy.

lầy Kiều *to quote from the Kim Van Kieu*.

lẩy [of baby] *to turn over*.

lẩy *trigger* | *to pull the trigger*.

lẩy-lừng [of fame] *to be widespread*.

le *to show off* lấy le, làm le.

le *teal* CL con.

le-lói *to be bright, radiant*.

le-te *to be short* thấp le-te.. chạy le-te *to run about. looking busy*.

lé *to be squint-eyed* lé mắt.

lè *to stick out* [one's tongue]; *to push* [food] *out with the tongue*.

lè-nhè [of voice] *to be drawling*.

lẻ [of numbers] *to be odd* [opp. chẵn] ; [of cash] *to be small;* [of 100, 100, etc.] *to be followed by additional units* [=linh]. số lẻ *odd number; decimal* bán lẻ *to retail*. bạc lẻ, tiền lẻ *small change.* ba trăm lẻ hai 302 [Cf. ba trăm hai = ba trăm hai mươi/chục 320].

lẻ-loi *to be lonely, lonesome, all alone, isolated*.

lẻ tẻ *to be scattered, sporadic*.

lẽ *reason, argument*.

lẽ [of wife] *to be secondary* [= mọn; opp. cả]. vợ lẽ *second or second-ranking wife.* lấy lẽ *to marry* [a married man]. lấy vợ lẽ *to take a second wife.* làm lẽ *to marry* [a married man]; *to marry the husband of*.

lẽ dĩ nhiên *obvious reason* | *obviously, naturally*.

lẽ mọn *concubine*. phận lẽ mọn *concubine's status*.

lẽ phải *reason*.

lẽ thường *common sense.* có lẽ *perhaps.* không lẽ *it doesn't make sense if...*

lẽ ra *actually; according to reason*.

lẹ *to be fast, speedy* mau lẹ ; *agile, nimble* lanh lẹ. Lẹ lên! *Hurry up!*

lem *to be soiled, dirty* lọ lem. ma lem *dirty ghost*.

lem-lém (*to eat or to speak*) *fast*.

lem-lèm (*to speak*) *fast*.

lem-luốc *to be very dirty*.

lem-nhem *to soil, blur, smear*.

lém *to be talkative. loquacious, voluble, glib* lém linh.

lèm-bèm *to be talkative*.

lèm-nhèm *to have poor eyesight*.

lẹm *to be notched.* lẹm cằm *to have a receding chin*.

len *to make one's way* [as in a crowd]; *to interfere, intrude*.

len [Fr. laine] *wool* | *woollen* [= nỉ]. áo len *sweater, pull-over.* hàng len *woollens.* chăn len, mền len *woollen blanket*.

len-lét *to be afraid, scared*.

len-lỏi *to work one's way* [in crowd, difficulty].

lén *to sneak away* | *secretly, furtively, stealthily, surreptitiously*.

lén lút *to act secretly, on the sly*.

lèn *to stuff, cram full, pack in, ram in; to wedge*.

lẻn *to sneak or steal* (*in, out*). lẻn đi *to take off furtively.* cắt lẻn *secretly, furtively*.

leng-keng *dingdong, ding-a-ling*.

leo *to climb. creep, clamber.* nói leo [of child] *to interrupt grown-ups.* cây leo *creeper.* dưa leo *cucumber.*

leo cây *in* cho leo cây *to stand in.*

leo lẻo [of water] *to be very limpid* trong leo-lẻo; *to deny vigorously* chối leo-lẻo.

leo-lét [of light] *to flicker, burn fitfully.*

leo trèo *to climb.*

léo nhéo *to scold, shout, bawl, yap.*

léo xéo [of voices, cries] *to be confused.*

Lèo *Laos* | *Laotian. See* **Lào.**

lèo *sail rope.*

lèo *cup, trophy.*

lèo lá *to be false.*

lèo *to interrupt others* hớt lèo; *volunteer information* mách lèo.

léo đéo *to follow closely, stick to.*

lẹo [of dog, pig] *to copulate.*

lép *to be empty, not well filled* [opp. chắc], *flat.* ngực lép *flat-chested.* chắc lép *calculating.*

lép *to be eclipsed or overpowered by superior; inferior* bị lép, lép vế. chịu lép *to submit, give in, yield.*

lép bép *to be talkative, indiscreet.*

lép kẹp *to be deflated.* bụng lép kẹp. *empty stomach.*

lép xép *to talk too much.*

lẹp kẹp *sound of shoes shuffling on the ground.*

lẹt đẹt *to fall behind, drag behind.*

lê *pear* CL quả, trái.

lê *R black, people.*

lê *in* lưỡi lê *bayonet.*

lê *to drag* [oneself, one's feet or something]. bò lê *to crawl along.* kéo lê *to drag.*

lê-dân *the common people.*

lê-dương [Fr. légion] *French Foreign Legion.* lính lê-dương *Foreign Legionnaire.*

lê la [of children] *to crawl about.*

lê thê *to be very long, trail.*

lề *regulation, custom, habit, tradition, procedure.*

lề *margin, edge.* bản lề *hinge.* lề đường *side-walk, pavement, roadside.*

lề luật *regulation, custom, habit.*

lề lối *manner, procedure.*

lề thói *custom, habit.*

lễ *religious ceremony or festival, fete, rite, ritual, Catholic mass* [xem, làm]; *politeness, good manners* lễ phép; *present, gift* lễ vật; *propriety* | *to prostrate oneself in ceremony.* nghi-lễ *rites; protocol.* thất lễ *to be remiss, lack courtesy.* vô lễ *impolite, rude.* sính-lễ *wedding present* [from the bridegroom's family]. Kinh Lễ *the Book of Rites.* | tuần lễ *week.* làm lễ *to perform a ceremony, say a mass.*

lễ-bái *to worship.*

lễ-độ *politeness, courtesy.*

lễ-giáo *education.*

Lễ-Ký *the Book of Rites.*

lễ-nghi* *rites, rituals, ceremonies.*

lễ-nghĩa *rites, rituals, ceremonies.*

lễ phép *politeness, courtesy.* có lễ phép *to be polite.*

lễ-phục *formal dress, formal wear.*

lễ-tế *offerings, sacrifices.*

lễ-vật *offering, gift, present.*

lệ *custom, rule, regulation.* điều-lệ *by-laws.* cổ-lệ *old custom.* chiếu-lệ, lấy-lệ *for the sake of formality.* thường-lệ *ordinary.* hợp-lệ *legal, lawful.* phàm-lệ *general rule.* tỷ-lệ *proportion, radio.* tục-lệ *customs and manners.*

lệ R *to be shy* e-lệ.

lệ R *epidemic* dịch-lệ.

lệ R *lichee, litchi* lệ-chi.

lệ R *to depend upon, rely on* | servant lính lệ. nô-lệ *slave.*

lệ R *beautiful, beauteous* mỹ-lệ, hoa-lệ, tráng lệ.

lệ R *to encourage* khích-lệ, khuyến-lệ, miễn-lệ.

lệ L *tear* CL giọt. ứa lệ *to cry.*

lệ-án *jurisprudence.*

lệ-chi L *lichee, litchi* [= vải].

lệ-khệ *to be awkward, clumsy.*

lệ liễu *weeping willow.*

lệ-ngoại *exception.*

lệ-phí *fees.*

lệ thuộc *to be* (politically) *dependent upon.*

lếch-thếch [of clothes] *to be untidy, sloppy.*

lệch *to be tilted, on a slant, awry, askew.* sự chênh-lệch *discrepancy, difference.* thiên-lệch *biased.*

lên [SV thượng] *to go up, come up, rise, ascend ; up, upward, up to ; on ; to have* [an eruption such as đậu small-pox, sởi measles, quai bị mumps]; *to reach* [an age]. ăn lên *to get a raise.* bay lên *to go up in the air, fly up.* đạp lên *to trample, step on.* kéo lên

to pull up. kêu lên *to cry out.* nói lên *to speak up.* tiến lên *to move forward, step forward.* lên tám *to be eight years old.*

lên án *to give the sentence.*

lên bổng xuống trầm *to go up and down* [of voice].

lên cơn *to have a fit.*

lên dây *to wind, tune* [a string instrument].

lên đồng *to go into a trance.*

lên đường *to set out* [on a trip].

lên giọng *to raise one's voice.*

lên mặt *to be haughty.*

lên men *to undergo fermentation, work.*

lên nước [of stone, lacquerware, wood] *to shine, be glossy ; to become arrogant.*

lên sởi *to have the measles.*

lên thác xuống ghềnh *to go up hill and down dale.*

lên tiếng *to raise one's voice.*

lên voi xuống chó *to go up and down* [the social scale].

lên xe xuống ngựa *to be well-to-do, live in luxury.*

lênh-đênh *to drift.*

lênh-láng *to run all over, be spilled.*

lênh-kênh *to be cumbersome.*

lệnh [= lịnh] *order, command* | R- *your* [honorific term for someone else's relative]. hạ lệnh, ra lệnh *to issue an order.* nhật-lệnh *order of the day.* thượng-lệnh *order from above.* huấn-lệnh *directives, orders.* sắc-lệnh *decree.* thừa lệnh *by order of.* tuân-lệnh *to obey an order.*

lệnh-ái L *your daughter*

lệnh-đệ L *your younger brother.*

lệnh-đường L *your mother.*

lệnh-huynh L *your elder brother.*

lệnh-lang L *your son.*

lệnh-mẫu L *your mother.*

lệnh-nghiêm L *your father.*

lệnh-tôn L *your grandchild.*

lệt-xệt *to shuffle one's shoes.*

lêu-đêu *to be lanky.*

lêu-lỏng *to loaf, be lazy, be unsettled and irresponsible, fool around.*

lếu-láo *to be ill-mannered, have improper speech or conduct ; to be careless, sloppy.*

lều *tent, hut, shed, cottage.* cắm lều *to pitch a tent.*

li *see ly.*

li *millimeter ; a tiny bit* một li một tí.

li-bì [of sleep] *to be sound* | *soundly.* say li bì *dead drunk.* sốt li bì *to have a high fever.*

li-ti *to be very small* nhỏ li ti.

lí-la lí-lô *to babble, jabber.*

lí-nhí *to speak softly and indistinctly.*

lì *to be stubborn, obstinate, unmoved* gan lì ; *motionless* ngồi lì, nằm lì.

lì *to be very smooth.*

lì-xì *to make a New Year's present* (*in cash*).

lia *to throw* | *fast.* thia lia *to play ducks and drakes.*

lìa [SV ly] *to leave, abandon ; to separate, part.* chia lìa *to be separated.*

lìa bỏ *to leave.*

lìa khỏi *to leave.*

lìa trần *to die.*

lịch *calendar* CL quyển. âm-lịch, cựu-lịch *lunar calendar.* tây-lịch, dương-lịch *solar calendar.* niên lịch almanac.

lịch R *to pass through, experience* | R *history.* lại-lịch *background* [of person]. lý-lịch *record* [police, etc.].

lịch-duyệt *to be experienced.*

lịch-sử *history* | *historic(al).* biến cố lịch-sử *historical event.* một ngày lịch-sử *a historic day.*

lịch-sự *to be polite, courteous, well-mannered, urbane ; to be well-dressed.* bất lịch sự *discourteous.*

lịch-thanh* *to be elegant.*

lịch-thiệp *to be experienced, well-mannered, courteous.*

lịch-triều *during the various dynasties.*

lịch-trình *history, development, evolution.*

liếc *to peer from the corner of one's eye, cast a furtive look, glance furtively.*

liếc *to strop, whet* [knife, razor].

liêm *to be honest, incorrupt.* thanh-liêm [of official] *to be honest, incorrupt, not to take bribes.*

liêm-khiết *to be honest, incorrupt.*

liêm-phóng *police, sureté.*

liêm-sỉ *sense of decency.* có liêm sỉ *decent.* vô liêm-sỉ *shameless, indecent.*

liếm *to lick.*

liếm gót *to lick* [someone's] *boots.*

liềm *sickle, scythe* CL cái, lưỡi. búa liềm *hammer-and-sickle.* giăng/ trăng lưỡi liềm *crescent moon.*

liễm R *to collect.* hưu-liễm *pension.* nguyệt-liễm *monthly dues.* niên-liễm *yearly dues.*

liệm *to prepare a body for the coffin, shroud* [corpse] khâm liệm.

liên R *to join, associate, unite, ally; to be continuous, interrelated.* Hội Quốc-Liên *League of Nations.* tiểu liên *submachine gun.*

liên R *lotus* [= sen]. bạch-liên *white lotus.* hồng-liên *red lotus.*

liên-bang *union, federation* | *federal.*

liên-bộ *interministerial, interdepartmental.*

liên-can *to be related, involved, implicated* [đến, tới *in*].

liên-đoàn *labor union; federation, syndicate, league.* tổng-liên-đoàn *confederation.*

liên-đội *regiment.*

liên-đới *to be jointly responsible.*

liên-hệ *to be related, interested* | *relationship* CL mối.

liên-hiệp *to unite* | *union, coalition.* Liên-Hiệp-Anh *the British Commonwealth.* Liên-Hiệp-Pháp *the French Union.* chính-phủ liên-hiệp *coalition government.*

Liên-Hiệp-Quốc *United Nations.*

liên-hợp [of points, lines, curves, etc. in math] *to be conjugate.*

Liên-Hợp-Quốc *United Nations.*

liên-kết *to unite, associate* [với *with*].

liên-khu *interzone.*

liên-lạc *to have contact, liaison* | *contact, touch, liaison.* sĩ-quan liên-lạc *liaison officer.*

liên-lạc-viên *liaison man.*

liên-lụy *to be involved, implicated.*

liên-miên *to be continuous, unbroken* | *continuously.*

liên-minh *to unite* | *alliance.*

liên-phòng *mutual defense, common defense.* hiệp-ước liên-phòng *mutual defense treaty.*

liên-quân *allied troops; interservice.* Trường Võ-bị Liên-quân *Inter-Arms Military School.*

liên-thanh *machine gun* CL khẩu.

liên-tịch *joint, in joint session.*

liên-tiếp *to be continuous* | *continuously, in succession.*

liên-tỉnh *interprovincial.*

liên-tục *to be continuous, continuing.*

liên-từ *conjunction* [grammar].

liên-tưởng *to remember by association.*

liến *to be fluent, be voluble, gabble* liến-thoắng.

liền *to be contiguous, adjoining;* [of wound] *to heal.* năm ngày liền *five days running, five consecutive days.* nối liền *to connect, link, join.* đất liền *mainland, terra firma.*

liền -R *to act immediately* | *R-immediately.* nói xong đi liền *so saying he left.* Anh ấy liền bảo tôi... *He told me right then...*

liễn *rice or soup container with a cover; porcelain jar.*

liễn *scroll.*

lièng-xièng to suffer complete defeat, lose heavily [in gambling]

lièng to throw, cast, hurl, fling; [of bird, plane] to hover, soar.

lièp bamboo partition; bamboo lattice-work.

lièt to be paralyzed tê lièt; R weak, deficient bại-lièt.

lièt R row, series | to arrange, display; to rank. Ông ấy được lièt vào hàng những khoa-học-gia giỏi nhất trên thế-giới He is ranked among the best scientists in the world.

lièt R ardent, warm nhiệt-lièt, intense, severe kịch-lièt. khốc-lièt atrocious, terrible. oanh-lièt remarkable, outstanding. quyết-lièt decisive, crucial.

lièt anh hero.

lièt chiếu to be bed-ridden.

lièt cường the world powers.

lièt-dương to be sexually impotent.

lièt giường to be bed-ridden.

lièt-kê to list, enumerate, declare.

lièt-nữ heroine.

lièt-quốc all nations.

lièt-sĩ war dead, (dead) heroes [of past revolution], martyrs.

lièt-truyện stories of outstanding men.

lièt-vị ladies and gentlemen.

lièu R colleague. đồng-lièu fellow-worker, colleague.

lièu to be foolhardy, be foolishly bold; to risk; -R to act rashly. bỏ lièu to abandon, forsake. đánh lièu to run a risk. làm lièu to act rashly. nói lièu to talk at random. lièu mình/mạng, lièu thân to risk one's life.

lièu dose.

lièu-lĩnh to be foolhardy, rash, daring.

lièu willow tree. lệ-lièu, thùy-lièu weeping willow. lông mày lá lièu eyebrows shaped like willow leaves. hoa-lièu amorous; venereal.

lièu R to finish, conclude kết-lièu to end.

lièu R to understand lièu-giải.

lièu yếu đào tơ young girl.

lièu to think about, reflect on, weigh in one's mind, guess, suppose; R to foresee. định-lièu to decide. lo lièu to make arrangements. tiên-lièu to prepare in advance.

lièu R material(s), ingredient(s) vật-lièu. nguyên-lièu raw materials. nhiên-lièu fuel. công-lièu building materials. phì-lièu fertilizer. sử-lièu historical documents. tài-lièu materials [for documentation]. thi-lièu subject for a poem. văn-lièu literary documents.

lièu R to cure, treat trị lièu.

lièu hồn be careful! (I'm going to punish you).

lim ironwood.

lim-dim [of eyes] to be half-closed.

lim to disappear, vanish chìm-lim to sink like a stone.

lịm to faint, pass out; to be dumbfounded.

linh to have supernatural power anh-linh, linh-thiêng | soul spirit. tứ-linh the four sacred animals —dragon **long**, unicorn **ly**, turtle **qui**, phoenix **phượng**.

linh *chamois* CL con· da con linh chamois, *shamoy, shammy.*

linh *to be fragmentary, miscellaneous ;* [of 100, 1000, etc.] *to be followed by additional units ;* zero [= lẻ]. một trăm linh ba 130. [Cf. một trăm ba 130 = một trăm ba chục, một trăm ba mươi].

linh-cứu *coffin.*

linh-diệu *to be wonderful, wondrous, marvelous.*

linh-dược *effective drug.*

linh-đan *elixir of life ; cureall, panacea.*

linh-đình *to be formal,* [of banquet] *copious.*

linh-động *to be lively, alive.*

linh-hiệu *effective, efficacious.*

linh-hoạt *to be lively, vicacious, active.*

linh·hồn *soul.*

linh-mục *Catholic priest.*

linh-nghiệm *to be efficacious.*

linh-phù *charm, talisman.*

linh-sàng *altar, chariot of the soul.*

linh-thiêng *to have supernatural power.*

linh-tinh *to be miscellaneous.*

linh·tính *premonition, foreboding.*

linh·ứng *to have supernatural power.*

linh-xa *hearse.*

lính [SV b nh] *soldier, private; policeman.* binh-lính *soldiers, the military.* gọi lính *to draft.* di lính, đăng lính *to enlist.* trại lính *barracks.* tuyền lính, mộ lính *to recruit soldiers.*

lính bộ *infantryman.*

lính cảnh·sát *policeman.*

lính đoan *customs official.*

lính hầu *orderly.*

lính kín *secret service man.*

lính ky-mã *cavalryman·*

lính lê-dương *Foreign legionnaire.*

lính mật-thám *secret service man.*

lính nhầy dù *paratrooper.*

lính sen·đầm *constable.*

lính thợ *army engineer.*

lính thủy *sailor* [Navy]

lính tráng *soldiers, the military.*

lính trừ-bị *reservist.*

lình *to slip away.*

lình R *mountain range; mountain pass.*

lình *see* lãnh.

lịnh *see* lệnh.

líp [French libre] *free.*

lít [Fr. litre] *liter.*

líu·lo [of birds] *to twitter, warble,* [of babies] *to jabber, speak indistinctly.*

líu lưỡi *to be tongue-tied.*

líu-tíu [of speech] *to be indistinct, confused.*

lo *to worry, be worried, be anxious to; to attend to* chăm !o.

lo-âu *to be worried.*

lo buồn *to be worried and sad.*

lo-lắng *to be worried.*

lo-liệu *to make arrangements for, attend to* [some business].

lo-ngại *to be worried. concerned.*

lo nghĩ *to worry about something.*

lo sợ *to be worried and afraid.*

lo xa *foreseeing, far-sighted.*

ló *to show up, appear.*

lò [SV lô] *oven, kiln, stove, furnace.* hỏa-lò *charcoal brazier; prison, jail.*

lò *to stick out* [head đầu].

lò bánh mì *baker's oven, bakery.*

lò bánh tây *bakery.*

lò-cò *to hop* [on one foot] nhảy lò-cò.

lò-cử L *the world.*

lò-dò *to grope, fumble one's way.*

lò đúc *foundry, mint.*

lò gạch *brickkiln.*

lò gốm *pottery-kiln.*

lò heo *slaughterhouse.*

lò lợn *slaughterhouse.*

lò rèn *blacksmith's.*

lò sát sinh *slaughterhouse.*

lò sưởi *fireplace, radiator.*

lò vôi *limekiln.*

lò-xo [Fr. ressort] *spring* CL cái. lò-xo xoắn dài *coil spring.* lò-xo xoắn bẹt *spiral spring.* lò-xo nhíp *half-elliptic spring, leaf spring, plate spring.*

lõ [of nose] *to be aquiline.*

lọ *vase, flask, bottle, jar* CL cái ; CL *for vasefuls.*

lọ *to be queer, eccentric.*

lọ là L *there is no need.*

loa *megaphone, horn* [of gramophone], *loudspeaker.* mồm loa mép giải *loudmouthed.* hình loa *funnel-shaped.*

loa R *snail.*

lóa *to dazzle, blind.*

lòa *to be long - sighted, dim-sighted.* mù lòa *blind.*

lòa xòa [of dress] *to be untidy.*

lóa R *to be (stark) naked, nude* lõa lồ, lõa thể.

lõa xõa [of hair] *to be flowing.*

loạc-choạc *to act haphazardly, incoherently.*

loai-nhoai *to be restless.*

loài [SV loại] *species, kind, type, category, sort.*

loại R *species, kind, type, category, sort* [= loài]. nhân-loại *mankind.* chủng - loại *species* đồng - loại *fellowman, fellow human being.* môn-loại *species.* tộc-loại *family.* tự-loại *part of speech.* phân-loại *to classify.*

loại *to reject, eliminate ; to fail, flunk.*

loan *to announce, make known.*

loan *phoenix.*

loan R *imperial.* hồi loan [of a king] *to return.*

loan-báo *to announce, make known*

loan-giá *royal carriage.*

loan-phòng *woman's apartment.*

loàn [SV loạn] *rebel.* dấy loàn *to rebel, lead a revolt.* lăng loàn *ill-behaved.*

loạn *to be in disorder | rebellion, revolt, uprising.* nổi loạn *to riot, revolt.* phiến-loạn *rebel.* biến loạn *revolution.* chạy loạn *to be a refugee.* khởi loạn *to foment, lead a rebellion.* làm loạn *to raise hell.* tán-loạn *stampede, rout.*

loạn-dâm *incest.*

loạn-đả *free-for-all, fight* CL cuộc

loạn-đảng *gang of rebels.*

loạn-lạc *trouble, hostilities, warfare.*

loạn-luân *incest.*

loạn-ly *trouble, warfare, war.*

loạn óc *to be deranged, insane.*

loạn-quân *rebels, rebel troops.*
loạn-sắc *daltonism, color-blindness*
loạn-tặc *rebel.*
loạn-thần *rebel, insurgent.*
loạn-thị *astigmatism.*
loạn-xạ *in confusion, in disorder.*
loang *to spread.*
loang-lổ *to be speckled, spotted.*
loáng *short instant, jiffy.*
loáng thoáng *to be dotted, scattered; to be seen or heard vaguely.*
loàng xoàng [DUP xoàng] *to be mediocre, so-so.*
loảng xoảng *clink, clank* [of dishes struck together].
loãng *to be watery, diluted, weak* [opp. đặc].
loạng choạng *to stagger, reel, lurch, totter.*
loanh-quanh *to go around (and around); to be undecided.*
loạt *series, salvo·* sản-xuất từng loạt *mass production·* nhất loạt *uniformly.*
loay hoay *to be busy with something.*
loăng quăng *to run about.*
loằng ngoằng *to be in zigzags.*
loắt choắt *to be tiny, diminutive.*
lóc cóc *to work hard, toil.*
lóc ngóc *to get up on one's feet.*
lọc *to filter; to screen, choose, select.* chọn lọc *to select.* nước lọc *boiled and filtered water.* lừa lọc *to cheat, dupe.*
loe *to be bell-mouthed.*
lóe *to flash.*
lòe *to flare, dazzle; to bluff.* lập lòe *to flash, flare, twinkle.*

lòe loẹt *to be showy, gaudy, flashy.*
loét [of wound] *to be gaping.*
loi choi *to hop, skip.*
lòi *to protrude, jut out, project.*
lòi dom *rectocele.*
lòi đuôi *to be unmasked.*
lòi ruột *to be disemboweled.*
lòi tiền *to disburse, part with one's money.*
lòi tói *chain, rope.*
lõi *corncob* lõi ngô, *pineapple core* lõi dứa.
lõi *experienced* lõi đời.
lom khom *to be bent down.*
lòm *very.* đỏ lòm *bright red, gaudy red.*
lỏm *to overhear, eavesdrop* nghe lỏm; *to pick up without formal lesson* học lỏm.
lõm [SV ao] *concave* [opp. lồi]; [of cheeks] *hollow;* [of eyes] *sunken.*
lõm-bõm *to wade, splash; to know or remember bits of something.*
lon *jar* [for rice, etc...].
lon [Fr. galon] *stripe, chevron.*
lon ton *to run with short steps.*
long *to come off, come apart* [RV ra]. long trời lở đất *earth-shaking.* đầu bạc răng long *old age.*
long R *dragon* [= rồng] | *imperial.*
long-bào *imperial robe.*
Long-biên *ancient name of Hanoi.*
long-đình *imperial court, imperial palace.* vai long-đình *padded shoulders* [of a coat].
long-đong *to have a hard time.*
long-lanh [of eyes] *to be shining.*

long-mạch *favorable geomantic features.*

long-não *camphor.*

long-nhãn *dried « dragon's eyes ».*

long-thịnh *to be prosperous, wealthy.*

long-trọng *to be solemn, formal.*

long-tu *seaweed*

long-vân *happy occasion.*

Long-vương *River God.*

lóng *to listen* lóng nghe.

lóng *slang, cant* tiếng lóng.

lóng-lánh *to sparkle, glitter.*

lòng *innards, bowels, entrails, intestines, tripes; heart; feelings.* từ thuở lọt lòng *since one's birth.* làm mất lòng ai *to hurt someone's feelings.* an lòng *to have peace of mind.* bằng lòng *satisfied, content.* bền lòng *to persevere.* dốc lòng *devoted.* đành lòng *reluctantly.* đầu lòng *first-born.* hết lòng *devoted.* đồng lòng *unanimously.* khó lòng *difficult.* lấy lòng *to please.* lót lòng *as breakfast.* phải lòng *to fall in love with.* phiền lòng *worried, troubled.* sẵn lòng *willing, ready.* sờn lòng *discouraged.* thỏa lòng *satisfied.* thuộc lòng *to know by heart; to learn by rote.* vui lòng *glad, happy.* vững lòng *to persevere.* Cf. bụng, dạ, tâm.

lòng bàn chân *sole of the foot.*

lòng bàn tay *palm* [of hand].

lòng chảo *hollow of frying pan.*

lòng dạ *heart, the heart* [to do something].

lòng lợn *pig's tripes.*

lòng son *loyalty, faithfulness.*

lòng sông *river bed.*

lòng súng *caliber* [of gun].

lòng tham *greed*

lòng thành *sincerity, honesty.*

lòng-thòng *to be hanging down, trailing.*

lòng thương *pity. compassion, mercy.*

lỏng [SV dịch] *to be liquid, fluid,* [opp. đặc]; *to be loose* [opp. chặt]. giam lỏng *to keep prisoner.* thả lỏng *to set free.*

lỏng-lẻo *loose, not tight.*

lọng *parasol* CL cái.

lóp [of cheeks] *hollow.*

lóp-ngóp *to sit up or get up with difficulty.*

lót *to line* [a garment]; *lining.* ăn lót dạ *to eat breakfast.* áo lót mình *undershirt.* đút lót *to bribe.* lo lót *to try to corrupt* [officials].

lọt *to slip into, speak into, pass through, fall into;* [of news] *to leak* [**ra** *out*]. đi lọt *to go through.* ra không lọt cửa *big and fat.*

lọt lòng *to be born.*

lọt tai *to reach the ear of; to be pleasant to hear.*

lô [Fr. lot] *lot, series.*

lô [Fr. location] *hired, rented.* xe lô *rented car.*

lô R *furnace* [= lò].

lô cốt [Fr. blockhaus] *blockhouse, conning tower.*

Lô-lô *Lolo tribespeople.*

Lô-nhô *to be uneven, irregular.*

lố *dozen.*

lố *to be ridiculous, odd, queer* lố bịch, lố lăng.

lỗ nhố *to be numerous but not in order.*

lỗ *hole, pit, orifice, opening, grave.* đục lỗ *to bore a hole.*

lỗ R *to be coarse, uncouth* thô lỗ.

lỗ *to lose* [in business]. bán lỗ *to sell at a loss.* lỗ vốn *to lose one's capital.*

lỗ chỗ *full of holes.*

lỗ chân lông *pore* [of skin].

lỗ đít *anus.*

lỗ hổng *gap, opening, vacuum.*

lỗ mũi *nostril.*

lỗ mãng *to be rough-mannered.*

lỗ tai *ear.*

lộ R *street road* [= đường]. bán lộ *half-way* đại-lộ *avenue, boulevard.* đạo-lộ *highways.* kiều-lộ *highways and bridges.* lục-lộ *land route ; highways ; public works.* quan lộ *mandarin road.* hoạn-lộ *mandarin's career.* quốc-lộ *national highway.* tiểu-lộ *lane.* thiết-lộ *railroad, railway.* thượng-lộ *to start a trip.* triệt lộ *to bar the way.* xa-lộ *turnpike, speedway, thruway.* tiền mãi - lộ *toll* [on turnpike].

lộ *to appear ; to reveal, disclose ; to be revealed.* đề lộ *to show, betray.* tiết lộ *to let out* [a secret]

lộ diện *to show up* xuất đầu lộ diện

lộ hầu *to have a prominent Adam's apple.*

lộ liễu *to be conspicuous, too obvious.*

lộ-phí *traveling expenses, travel costs.*

lộ tẩy *to show one's true face.*

lộ-thiên *to be in the open air.*

lộ-trình *itinerary.*

lộ - trình - thư *record of official travel.*

lốc *tornado, twister.* gió lốc *whirlwind.*

lộc *official salary ; good fortune, happiness, honors of office.* thất lộc *to die.* phúc, lộc, thọ *the three Abundances* — *happiness* [many sons], *honors of office, and longevity.*

lộc R *deer, stag, hart.*

lộc *bud, new leaf, shoot* [with đâm, nảy, trổ *to grow*].

lộc cộc *the clump of wooden shoes.*

lôi *to drag, pull.*

lôi R *thunder* [= sấm] ; R *mine* địa-lôi. thủy-lôi *sea mine.* ngư-lôi *torpedo.* cột thu-lôi *lightning rod.*

lôi cuốn *to carry away* [of current, passion].

lôi đình *fit of anger, rage.*

lôi kéo *to pull, draw into.*

lôi thôi *to be complicated, involved; to be troublesome, annoying;* [of clothes] *to be unkempt wrongly, endlessly, sloppily.*

lối *path, way footpath; way, manner, fashion, style | about, approximately.* đường lối *line.* lạc lối *to be lost.* lề lối *manner, way, style.* lối 30 người *about thirty people.* bà con lối xóm *the neighbors.*

lối chừng *about, approximately.*

lối đi *way, path.*

lồi [SV đột] *to jut out, be convex* [opp. lõm].

lỗi *mistake, fault* | *to miss* [opportunity], *break* [engagement]. xin lỗi ông *I beg your pardon; excuse me.* có lỗi *guilty.* bắt lỗi *to reproach.* đồ lỗi *to accuse* [someone else]. lầm lỗi *to err.* tạ lỗi *to apologize.* tội lỗi *sin.* tha lỗi, thứ lỗi *to forgive.* mất năm lỗi *to make five mistakes* [in dictation].

lỗi đạo *to fail in one's* [moral] *duty.*

lỗi hẹn *to fail to keep one's promise.*

lỗi lạc *to be outstanding, eminent, distinguished.* lỗi lầm *mistake.*

lỗi thời *to be out of date, outmoded; to miss the opportunity* [as of getting married].

lội *to wade, wallow, ford; to swim; to be full of water, flooded.* bơi lội *swimming.* lặn lội *to travel up hill and down dale.* lầm lội *flooded, inundated.* lụt lội *flood.*

lổm đổm *to be spotted, dotted, speckled, mottled.*

lổm cổm *to crawl, creep.*

lổm ngổm *to crawl, creep; to swarm.*

lộn *to somersault; to turn over; to go back, return; to turn inside out; to be mistaken.* lộn hai vòng *to turn over twice.* lộn về nhà *to turn around and go home.* đi lộn đường *to take the wrong road.* cãi lộn *to quarrel.* đánh lộn *to fight.* giấy lộn *scrap paper, old newspapers.* lẫn lộn *mixed up.* nói lộn *to say the wrong thing.* trứng lộn *half-hatched egg.* hột vịt lộn *half-hatched duck's egg.*

lộn bậy *to be upside down, topsy-turvy.*

lộn chồng *to be adulterous, take another husband.*

lộn giống *hybrid.*

lộn kiếp [of guava ổi] *to come from a seed which had been swallowed by a man before getting to the earth.*

lộn lại *to turn around, go back, return.*

lộn máu *to be furious.*

lộn mửa *to be nauseous.*

lộn nhào *to overturn; to fall headfirst* [in diving].

lộn ruột *to become furious.*

lộn sòng *to swap, switch; to get lost in a crowd.*

lộn tiết *to be furious.*

lộn xộn *to be in disorder, in confusion.*

lông [SV mao] *hair* [of human body]; *hair, fur;* [SV vũ] *feather.* Cf. tóc, râu. bút lông *quill; writing brush.* chổi lông gà *feather duster.* lỗ chân lông *pore.* nhổ lông *to remove hairs, depilate, pluck* [feathers]. nhặt lông, vặt lông *to pluck.* quạt lông *feather fan.* thay lông *to moult.* ăn lông ở lỗ *to live like a caveman.* bới lông tìm vết *to find fault, be fussy.*

lông bông *to be a vagabond.*

lông lá *to be hairy.*

lông mao *hair.*

lông mày *eyebrows* [with nhổ *to* pluck, kẻ *to* pencil].

lông măng *down.*

lông mi *eyelashes.*

lồng-ngông *to be tall, lanky.*
lòng nhông *to be unruly.*
lông vũ *feather.*
lồng coop, *(bird) cage* | *to enclose, frame.* tháo củi sổ lồng *to liberate.* cá chậu chim lồng *prisoner.*
lồng [of a horse] *to rear, go wild.*
lồng ấp *foot warmer ; incubator.*
lồng bàn *mesh cover put over the food to protect it against flies.*
lồng chim *bird cage.*
lồng gà *chicken coop.*
lồng-lộn *to get excited, get upset* [because of jealousy].
lồng ngực *thorax.*
lộng-lẫy *to be radiant, resplendent, sumptuous.*
lộng-ngôn *profanity.*
lộng nguyệt *to enjoy the moonlight.*
lộng-quyền *to abuse power.*
lốp [Fr. enveloppe] *rubber tire.* nổ lốp *to have a blowout.* bẹp lốp *to have a flat.*
lốp-đốp *to crack.*
lộp-cộp *clump* [of shoes].
lốt *slough, castoff skin.* đổi lốt *to change appearance.* đội lốt *to disguise oneself as.*
lột *to remove forcibly, strip ;* [of crustaceans or cicadas] *to change or shed skin,* [of crustaceans] *to change shell.* lột mặt nạ *to unmask.* lột chức *to fire, dismiss.* bóc lột *to rob, exploit.* lột da *to skin* [trans.] ; [of reptile] *to shed one's skin.*
lơ [Fr. chauffeur] *assistant driver* [on public cars].

lơ [Fr. bleu] *blueing.* hồ lơ *to blue* [linen].
lơ *to ignore* làm lơ [RV đi].
lơ đãng *to be careless, negligent.*
lơ đểnh *to be careless, negligent.*
lơ là *to be indifferent.*
lơ-lớ *to speak with a slight accent.*
lơ-lửng *to be hanging in the air ; to act without pattern ; to drift sluggishly.*
lơ-mơ *to be vague.*
lơ-thơ [of trees, hair, grass] *to be sparse.*
lớ-ngớ *to be lost, confused* [in new environment].
lờ *to ignore* [RV đi].
lờ-đờ *to be sluggish, lazy; dull-witted, thick-headed;* [of eyes] *glassy.*
lờ-mờ *to be dim, unclear, vague| vaguely.*
lở [of cliff, dam, wall, etc.] *to break off, break away, collapse, crumble, cave in, slip.* long trời lở đất *earth-shaking.*
lở *to have a skin eruption;* [of eruption, rash] *to break out.*
lỡ *to miss* [meal bữa, time, boat, train tàu, opportunity dịp, cơ-hội]; *to be clumsy with* [hand tay, mouth miệng, words lời]. lỡ mất rồi *it already happened.*
lỡ bước *to slip; to fail.*
lỡ độ đường *to run out of funds while traveling.*
lỡ-làng *to be interrupted or fail half-way.*
lỡ-làm *to make a mistake.*
lỡ ra *if at all, in case.*
lỡ tay *out of clumsiness.*

lỡ tầu *to miss the boat* [fig.].

lỡ thì [of woman] *to have passed the marriageable age.*

lời *spoken word(s);* CL *for utterances, statements.* ăn lời *to obey.* cạn lời *to use up all arguments.* cướp lời *to interrupt.* dài lời *to be long-winded.* hết lời *to finish talking.* nặng lời *to use unpleasant words or scolding tone.* nuốt lời *to break one's promise.* vâng lời *to obey.* lắm lời *talkative, garrulous.*

lời [= lãi] *benefit, interest, profit, gain.*

lời hứa *promise, vow* [with giữ *to keep*].

lời lẽ *words; reasoning.*

lời nguyền *oath.*

lời nói *words, statement.*

lới trick mánh lới.

lợi *gums* [dental].

lợi *to be profitable, gainful, advantageous* | *profit* [opp. hại]. bất-lợi *useless, harmful.* cầu lợi *to seek profit.* danh lợi *glory and gains* [of office]. hám lợi *greedy.* ích-lợi *use(ful).* thủy-lợi *irrigation; water resources.* trục-lợi *to exploit.* tiện-lợi *convenient.* vụ-lợi *profit seeking, mercenary.*

lợi-dụng *to take advantage of, avail oneself of.*

lợi-hại *advantages and disadvantages; pros and cons* | *to be dangerous, vital.*

lợi-ích* *use, advantage.*

lợi-khí (*sharp*) *instrument, tool.*

lợi-lộc *benefit, profit, gain; income.*

lợi-quyền *economic rights, interests.*

lợi-tức *income, revenue.* thuế lợi-tức *income tax.*

lởm-chởm *to be uneven, rugged, bristly.*

lỡm *to dupe, take in.*

lợm *to be nauseous* lợm dọng.

lơn *to flirt.*

lớn [SV đại] [= nhớn] *to be big, great, adult; to grow, grow up* [RV lên]; *-R on a big scale.* cao lớn *tall.* khôn lớn *grown-up.* người lớn *grownup.* rộng lớn *big.* to lớn *big.*

lớn con *to be tall.*

lớn-lao *to be big, grandiose; large, considerable.*

lớn tiếng *to speak loudly.*

lớn tuổi *to be advanced in age.*

lớn xác *to be big (, but...)*

lởn-vởn *to stick around, loiter.*

lợn [SV trư] [= heo] *pig, hog, swine* CL con. chuồng lợn *pigpen, pigsty.* lò lợn *slaughter house.* thịt lợn *pork.* thủ lợn *pig's head.* mõm lợn *pig's snout.*

lợn cái *sow.*

lợn con *piglet.*

lợn đực *boar*

lợn lòi *wild boar.*

lợn nái *sow.*

lợn rừng *wild boar.*

lợn sề *old sow.*

lợn sữa *suckling pig.*

lợn ỷ *fat pig.*

lớp [SV tằng] *layer, stratum, bed; class, grade, rank; class-room, schoolroom* lớp học; *course.* tầng lớp *social classes.* thứ lớp *order, ranking.* lên lớp *to go up the next higher grade.*

lớp lang *order, design* [of play].

lớp lớp *layer after layer.*

lợp *to roof* [with thatch **tranh,** tiles **ngói**], *cover.*

lợt [of color] *to be light, pale.*

lu *jar* CL **cái** [for water, fish sauce, etc.].

lu bù *to go on a spree* [eating, drinking, gambling, etc.].

lu mờ *to cloud, dim; to overshadow, outshine.*

lú *to be absent-minded, forgetful* lú gan, lú ruột, lú lấp.

lú nhú *to begin to grow or sprout.*

lù đù *to be slow-witted, dumb, slow.*

lù khù *to be slow(-witted).*

lù lù *to appear all of a sudden.*

lù mù *to be obscure, dimly lit.*

lù xù *to be ruffled, shaggy.*

lú *band, gang, horde, crowd.*

lú *R time and again.*

lú *flood, inundation* nước lũ.

lú lượt *in crowds.*

lụ khụ *old and weak, bent with age.*

lúa *rice* [the plant and the grain]; *cereals* lúa má. Cf. **thóc, gạo, cơm.**

lúa chiêm *fifth month rice.*

lúa mì *wheat.*

lúa mùa *tenth-month rice.*

lúa nếp *glutinous rice.*

lúa ngô *corn, maize.*

lúa tẻ *non-glutinous rice.*

lùa *to slide into, penetrate; drive.* gió lùa *draught.*

lúa *to be disintegrated, rotten.*

lụa *silk, silk cloth.*

luân *R wheel* [= **bánh xe**] | R *by turn, in rotation* luân-lưu; R *to rotate* luân-lưu, luân-chuyền. Phù-luân-hội *Rotary Club.*

luân *R moral law.* loạn luân *incest.*

luân *R to sink* trầm-luân.

luân *R to choose.*

luân-chủng *crop rotation.*

luân-chuyền *to rotate* | *rotation.*

Luân-Đôn *London.*

luân hồi *metempsychosis.*

luân - lý *morals, ethics* | *moral, ethical.*

luân-phiên *to alternate.*

luân-thường *moral principles.*

luẫn-quẫn *to hang around.*

luận *to discuss, consider* [on a theoretical basis] bàn-luận, đàm-luận | - R *philosophical theory,* -*ism.* bài luận *composition, essay, dissertation.* bình luận *to comment* nhất-nguyên-luận *monism.* tam-đoạn-luận *syllogism.* bất-luận vô luận *no matter, regardless.* công luận *public opinion.* dư-luận *opinion.*

luận-án *dissertation, thesis* [for a degree] [with **đề-biện** to defend, uphold].

luận-đàn *tribune, forum.* Nữu-Ước Luận-Đàn-Báo *New York Herald Tribune.*

luận-đề *subject, topic.*

luận-điệu *argument, line.*

luận-giải *to comment and explain.*

luận-lý(-học) *logic* [as a science].

luận-ngữ *the Analects of Confucius.*

luận-thuyết *theory, doctrine.*

luận-văn *essay, dissertation.*

luật *law* CL đạo ; *the law* [(vi.) **phạm** *to violate,* **tuân theo** *to abide by*] ; *rule, regulation, code, statute.* công luật *public law.* dân luật *civil law.* dự luật *draft, bill.* định luật *(scientific) law.* hình luật *penal code.* nhất luật *uniformly, without exception.* pháp-luật *the law.* thương-luật *commercial law.* thi luật *rules of prosody.* đúng luật *legal, lawful.* trái luật *illegal, unlawful.* Trường Luật *Law School.*

luật-gia *legist.*

luật-học *law studies.*

luật-khoa *law* [subject of study]. Đại-học Luật-Khoa, Luật-Khoa Đại-học-đường *School of Law, Faculty of Law, Law School.*

luật-lệ *rules and regulations.*

luật-pháp *the law.*

luật-sư *lawyer.*

lúc *moment, instant* [= khi], *time* [when something happens]. lúc nãy *a moment ago.* lúc ấy *(at) that time.* lúc đó *(at) that time.* lúc nào? *when?* when. lúc này *(at) this time.* có lúc *there are times.* lắm lúc *several times, many a time.* trong lúc *while.*

lúc-la lúc-lắc RV lúc-lắc.

lúc-lắc *to swing, move, bob.*

lúc-nhúc *to swarm, teem.*

lục R *six* [= sáu]. súng lục *six-shooter.*

lục R *to record, copy.* ký-lục *scribe.* ký-lục *record.* mục-lục *table of contents.* sao-lục *to make a copy.*

lục *to search.*

lục R *land* [as against water] lục-địa; *mainland, continent* đại-lục, lục-địa. thủy-lục *amphibious.*

lục R *green.* diệp-lục *chlorophyl.* phẩm lục *green dye.*

lục-bát *the six-eight meter* [in poetry].

lục-bộ *the six ministries of pre-Republican days* — lại, hộ, lễ, công, hình and binh, *Interior, Finances, Rites, Public Works, Justice and War.*

lục-căn [Buddhism] *the six roots of sensation* — eye, ear, nose, tongue, body and mind.

lục-cốc *the six cereals* — đạo, lương, thúc, mạch, thử, tắc, *glutinous rice, non-glutinous rice, beans, wheat, millet, corn.*

lục-diện *hexahedral; hexahedron.*

lục-địa *mainland, continent.*

lục-đục *to be in disagreement, quarrelling* | *discord, dissension.*

lục-giác *hexagon.*

lục-hạnh *the six obligations of conduct* — hiếu, huu, mục, uyên, nhiệm, tuất, *filial piety, friendship, kindness, love of kin, tolerance and charity.*

lục-lạo *to search.*

lục-lăng *hexagon.*

lục-lọi *to search.*

lục-lộ *public works* [công chính more modern].

lục-nghệ *the six arts* — lễ, nhạc, xạ, ngự, thư, số, *propriety, music, archery, charioteering, writing and mathematics.*

lục phủ *the six internal organs.*

lục - quân *army* [as opposed to navy, air force]. Mỹ-quốc Lục-quân Học-hiệu *US Military Academy.* Bộ-trưởng Lục-quân *Secretary of the Army.*

lục-soát *to search.*

lục-sự *clerk* [of the court].

lục-thân *the six closest relatives father, mother, elder siblings, younger siblings, wife and children.*

lục thư *the six classes into which Chinese characters are divided* — tượng hình, chỉ sự, hội ý, hài thanh, giả tá, chuyển chú, *pictographic, ideographic, associating, phonetic, homophonous, variophonous.*

lục tỉnh *the six original provinces of South Vietnam ; the provinces.*

Lục-Xâm-Bảo *Luxembourg.*

lục - xì *medical examination of licensed prostitutes.*

lục-xúc *the six domestic animals* — *horse, ox, goat, pig, dog and fowl.*

lui [SV thoái] *to withdraw, recoil* tháo lui, rút lui. lui binh *to retreat.* đánh lui *to push back.*

lui tới *to frequent.*

lúi húi *to be bent over some work.*

lúi - xùi *to be untidy ; to live humbly.*

lùi *to step or move back(ward) ; to back up.*

lùi *to roast* [sugar cane, potatoes] *in ashes.*

lủi-thủi *to walk or work by oneself.*

lụi bại *to be ruined, destroyed.*

lum khum *to be curved, arched.*

lúm *to be dimpled.*

lùm *bush* lùm cây.

lún *to sink, sag, cave in.*

lún-phún [of beard] *to be rare, start to grow ;* [of rain] *to drizzle.*

lùn *to be short* [not tall] [opp.

cao]. người / thằng lùn *dwarf.* béo lùn *squat, thick-set, short.*

lụn *to finish, end.*

lụn bại *to be ruined.*

lung [to think] *carefully.*

lung R *cage* [= lồng].

lung-lạc *to corrupt.*

lung-lay *to be shaking, unsteady;* [of tooth] *be loose.*

lung-tung *to be in disorder, haphazardly done, without pattern.*

lúng ta lúng-túng DUP lúng-túng.

lúng-túng *to be confounded, embarrassed, overwhelmed, awkward, clumsy.*

lùng *to hunt for, look for.*

lủng *to perforate, pierce.*

lủng R *to be numberless, galore* vô thiên lủng.

lủng ca lủng củng DUP lủng củng.

lủng-củng [of objects] *to be cumbersome, disorderly;* [of style] *awkward, clumsy.*

lủng-la lủng-lẳng DUP lủng-lẳng.

lủng-lẳng *to be pendent, dangling.*

lũng R *valley* thung-lũng.

lũng-đoạn *to corner* [market], *monopolize, get command of.*

lụng thà lụng thụng DUP lụng thụng.

lụng-thụng [of clothes] *to be too big.*

luộc *to boil* [food, but **not** water]; *to sterilize, boil* [clothes, dishes]. trứng luộc *hard-boiled egg.*

luộm-thuộm *to be careless, untidily, slovenly.*

luôn [follows main verb] *often, frequently; always, continually, unceasingly.* Ông ấy đi Đà-lạt luôn *He goes to Dalat very often.*

luôn *to do all at once, in one operation.* Ông ấy đi luôn Đà-lạt *Taking advantage of the opportunity, he took for Dalat.*

luôn luôn *very often, always,*

luôn miệng *to talk incessantly.*

luôn mồm *to talk incessantly.*

luôn tay *to work all the time.*

luôn thể *at the same time.*

luồn *to pass, sneak* [through], *slip underneath.*

luồn cúi *to bow, humiliate oneself.*

luồn-lỏi *to bow, humiliate oneself, to get things done.*

luồn-lụy *to kowtow to* [official], *humiliate oneself.*

luống *furrow, bed* [in garden].

luống *to waste* [efforts **công**].

luống L *only* luống những.

luống-cuống *to be bewildered, be perplexed, lose one's head, be at a loss.*

luồng *current* [of electricity **điện**, of ideas **tư-tưởng**], *gust, draft* [of wind **gió**], *sound wave.*

lúp [Fr. loupe].

lụp-xụp [of houses] *to be low, squatting.*

lụt *to flood, inundate* | *flood* CL nạn, trận, vụ.

lụt-lội *flood, inundation.*

lũy *rampart, wall, hedge.* lũy tre *wall-like bamboo hedge.* chiến-lũy *the lines* [military].

lũy R *to accumulate* tích-lũy.

lũy-thừa *power* [of a number].

lũy tiến *progressive.*

lụy R *to implicate* liên-lụy.

lụy L *tears* [with **nhỏ, rơi** *to shed*]. *Cf.* lệ.

luyến R *to love, be fond of, be attached to* quyến-luyến; *to linger over, long for.*

luyến-ái *love.*

luyến-tiếc *to feel a nostalgy for.*

luyện *to refine* [metals]; *train* [people] huấn luyện, rèn luyện; *drill* tập-luyện.

luyện-đan *alchemy.*

luyện-kim *alchemy; metallurgy.*

luyện-tập *to drill, practice, train.*

lư *censer, incense burner* lư hương.

lư R *donkey.*

lừ *to give a dirty look* lừ mắt.

lừ-đừ *to be indolent, lazy; slothful.*

lử *to be tired out, worn out* mệt lử.

lữ R *to travel.*

lữ R *brigade* lữ-đoàn.

lữ-điếm *inn, hotel.*

lữ-đoàn *brigade.*

lữ-hành *to travel.*

lữ-khách *traveler.*

lữ-quán *inn, hotel.*

Lữ-Thuận *Port-Arthur.*

lữ-thứ *to stop at a remote place during one's journey.*

lự R *to plan; to be concerned about* tư-lự, ưu-lự. khảo-lự *to deliberate, consider.* lưỡng lự *hesitant, unable to make up one's mind.*

lưa thưa *to be scattered, sparse, thin.*

lứa *brood, litter; height, category, class.* đôi lứa L *couple.* vừa đôi phải lứa *well-matched.*

lừa [SV lư] *donkey, ass, burro* CL con.

lừa *to deceive, trick, cheat, dupe* đánh lừa. bị lừa, mắc lừa *taken in.*

lừa cái *she-ass.*

lừa con *ass's foal.*

lừa dối *to deceive, be deceitful.*

lừa đảo *to swindle, defraud.*

lừa gạt *to dupe, deceive.*

lửa [SV hỏa] *fire, flame* CL ngọn. binh lửa, khói lửa *war, warfare.* xe lửa *train.* bật lửa *cigarette lighter* CL cái. lính chữa lửa *fireman.* đá lửa *flint.* núi lửa *volcano.* kiến lửa *fireant.* rắn hổ lửa *red viper.*

lựa *to select* lựa chọn, tuyển lựa.

lựa [Slang] *to be odd, queer.*

lựa L *what's the use of* lựa là phải.

lực R *strength, ability, power* [=sức] sức lực. mã-lực *horse power.* nghị-lực *energy, will power.* áp-lực *pressure.* bất-lực *incapable.* cực-lực *strongly, energetically.* động-lực *moving force.* binh-lực *armed forces.* hợp-lực *to unite.* kiệt-lực *exhausted.* dẫn-lực *gravitation.* năng-lực *ability.* thực-lực *real strength.* trợ-lực *to assist.* trọng-lực *gravity.* quyền-lực *power, authority.* nguyên-tử-lực *atomic energy.* học-lực *ability* [of student], *level.* tận-lực *with all one's strength.* thực-lực *real stength.* trợ-lực *to help, assist.*

lực-điền *farmer, farm hand.*

lực-lưỡng *robust, husky.*

lực-lượng *strength, force(s).*

lực-sĩ *athlete.*

lưng [SV bối] *back* [of body, furniture] ; *capital, funds* lưng vốn ; *half a* [bowl]. thắt lưng, dây lưng *belt, sash.* gù lưng *hunch-backed.* đau lưng *backache.* chung lưng *to join funds.* ngả lưng *to lie down.* ngay lưng *lazy.* thông lưng với *in cahoots with.*

lưng-chừng *half way.*

lưng-lửng [of stomach] *almost filled.*

lưng vốn *capital.*

lừng *to resound* vang lừng. thơm lừng *fragrant.*

lừng-danh *to be famous.*

lừng-khừng *to be indifferent.*

lừng-lẫy *to be very famous, renowned, celebrated.*

lửng *to be half-finished, half-full.* lơ lửng *to be half-done ; hanging in the air ; to act without pattern.* bỏ lửng *to leave unfinished, unattended.*

lửng-lơ* *to be hanging in the air; to be half-done.*

lửng-chửng *to toddle.*

lửng-lờ *to be wavering, hesitating ; indifferent, cold.*

lửng-thửng *to walk slowly or leisurely.*

lược *comb* CL cái. lược bí *fine-toothed comb* [used to get at head lice]. lược thưa *large-toothed comb.*

lược *to baste, tack, sew loosely or with long stitches to hold the work temporarily.*

lược R *ruse, scheme.* chiến-lược *strategy.* mưu-lược *stratagem, scheme.* phương-lược *way, method.*

lược R *to abridge; summary* sơ-lược. nói lược qua *to speak briefly.*

lược R *to take by force.*

lược-đồ *sketch, diagram.*

lược-khảo *outline* [study].

lược-thao* *strategy, tactics.*

lược-thuật *to summarize, give short account.*

lược-vấn *preliminary questioning.*

lưới [SV võng] *net, web.* đánh lưới *to catch* [fish, bird] *with a net.* lưới pháp-luật *the hand of the law, dragnet of the law.*

lưới giời *divine justice.*

lười [SV lãn, nọa] *to be lazy* [= biếng] [with đảm to become].

lười-biếng *to be lazy.*

lưỡi [SV thiệt] *tongue* CL cái; *blade* [of knife]; CL *for knives, swords, bayonets.* uốn lưỡi *to roll one's tongue* [to produce a trill]. chóp lưỡi, đầu lưỡi *tip of the tongue, apex.* cứng lưỡi *tongue-tied.* lè lưỡi, thè lưỡi *to stick out one's tongue.*

lưỡi cày *ploughshare.*

lưỡi câu *fishhook.*

lưỡi gà *uvula; tongue* [of shoe]; *valve.* lưỡi gà hình nắp *clack-valve, flap valve.* lưỡi gà hình cầu *ball valve.*

lưỡi lê *bayonet.*

lưỡi liềm *sickle* | *crescent-shaped.*

lưỡi trai *visor* [on cap].

lườm *to look askance, scowl at, give a dirty look.*

lượm *to pick -up, collect, gather* [news, etc.]; *score* [results] | *handful, fistful, bunch.*

lượm lặt *to gather, accumulate.*

lươn *eel* CL con. mắt lươn *small-eyed.* mạch lươn *hemorrhoid.*

lươn lẹo *to be crooked, dishonest.*

lườn *side.*

lượn *to hover, soar, glide.*

lương *non-Catholic* [opp. giáo].

lương *victuals, food supplies; salary, wages, pay* tiền lương, lĩnh lương *to get paid.* sổ lương *payroll.* ăn lương công-nhật *to be paid by the day.*

lương R *to be cool* [= mát].

lương R *millet* [= kê]. cao lương *sorghum.* cao-lương mỹ-vị *good food.* hoàng lương *millet.*

lương R *be honest, decent.* bất lương *dishonest.*

lương-bổng *salary* (*and allowances*).

lương-dân *law-abiding citizens.*

lương-duyên *happy marriage.*

lương-đống *pillars of the state.*

lương hướng *pay, wages.*

lương-khô *dry provisions.*

lương-lậu *salary, pay.*

lương-tâm *conscience.*

lương-thảo *food for men and horses* [in army].

lương-thiện *to be honest, law-abiding.*

lương-thực *food* (*supplies*).

lương-tri *intuitive knowledge.*

lương-y *good physician.*

lường [SV lượng] *to measure, gauge* đo lường.

lường *to deceive, cheat* lường gạt.

lưỡng *in* kỹ lưỡng *carefully, thoroughly.*

lưỡng R *two, double.*

lưỡng-cực *bipolar.*

lưỡng-lự *to be hesitant, undecided, unable to make up one's mind.*

lưỡng tướng *diphase.*

lưỡng-viện *bicameral, two-chambered.*

lượng *see* lạng.

lượng *capacity; quantity* [as opposed to quality phẩm] | *to measure, gauge; to estimate* [= lường] *appreciate, consider.* đại-lượng *generous, tolerant.* độ-lượng *generosity; indulgence.* lực - lượng *forces.* rộng lượng *tolerant, generous.* trọng-lượng *weight.*

lượng-giác-học *trigonometry.*

lượng-thứ *to pardon, forgive.*

lượng-tình *in view of the situation.*

lượng-tử *quantum.*

lượng-xét *to examine, take into consideration.*

lướt *to glide; to pass quickly; to glance through.*

lướt-mướt *soaking wet.*

lượt *time, turn, round; layer, coat.* đọc ba lượt *to read three times.* đến lượt ai? *whose turn?* lần-lượt *in turn; to take turns.*

lượt-thượt [of clothes] *to be loose and hanging.*

lưu *to stay, stop; to detain, keep.* bản lưu *file copy.*

lưu R *to flow* [= chảy] | R *flow, current; class, caste.* chu-lưu *to circulate.* hạ-lưu *down the river;*

lower class. hợp-lưu *confluence.* phụ-lưu *tributary.* phong-lưu *well-to-do.* thượng-lưu *upper class.* trung-lưu *middle class.*

lưu R *sulphur.*

lưu R *to exile, banish.*

Lưu-Cầu *Ryukyu Islands.*

lưu-danh *to leave a good reputation.*

lưu-đày *to exile, banish.*

lưu-động *to be mobile, roving, itinerant.*

lưu-hành *to circulate* [currency].

lưu-hoá *to vulcanize* [rubber].

lưu-hoàng *sulphur.*

lưu-học-sinh *boarder.*

lưu-huyết *bloodshed* CL vụ.

lưu-huỳnh *sulphur.* lưu-huỳnh bột *flowers of sulphur.* lưu-huỳnh đóng lọn *roll sulphur, stick sulphur.*

lưu-lạc *to be wandering.*

lưu-loát *to be fluent.*

lưu-luyến *to be attached to, fond of.*

lưu-ly *parting, separation.*

lưu-tâm *to pay attention* [đến to], *heed.*

lưu-thông *to communicate, circulate* | *traffic.*

lưu-trú *to reside, live, stay.*

lưu-truyền *to hand down.*

lưu-trữ *to conserve, preserve.* Sở lưu-trữ công-văn *Bureau of Archives.*

lưu-vong *to wander, roam, be in exile.* chính-phủ lưu-vong *government-in-exile.*

lưu-vực [river] *valley, basin.*

lưu-ý *to pay attention* [đến *to*]; *to call* [someone's] *attention.*

lựu *pomegranate* CL quả, trái.

lựu-đạn *grenade* CL quả, trái.

ly *glass, cup* CL cái; CL *for glass-fuls.*

ly *millimeter; tiny bit.* phim 16 ly *16-millimeter film.* Chỉ một ly nữa thì nó bị ô-tô chẹt. *He almost got run over by a car.*

ly R *to separate oneself from.* biệt-ly *separation.* phân-ly *to part.*

ly-biệt* *separation, part.*

ly-dị *to divorce* | *divorce.* xin ly-dị *to sue for a divorce.*

ly-hôn *divorce.*

ly-hương *to go abroad, leave one's native land.*

ly-khai *to dissociate oneself from* | *dissident.*

ly-kỳ *to be strange, marvelous.*

ly-tán [of a group, family] *to be scattered.*

ly-tâm *to be centrifugal* [opp. hướng-tâm].

lý *reason, ground, common sense, argument* lý do ; R *law, principle* đạo lý. có lý *to be right, reasonable.* giáo lý *dogma.* chân lý *truth.* hữu lý *logical.* luân-lý *morals.* vô lý *absurd.* luận lý *logic.* bội lý, phi lý *illogical.* tâm lý học *psychology.* vật lý học *physics.* pháp lý *legal.*

lý R *village.* cố lý *native village, native land.*

lý R *to organize, administer.* biện lý *prosecutor.* đại lý *delegate.* đốc lý *mayor.* quản lý *manager.*

lý R *plum* [= mận].

lý R *luggage, baggage* hành lý.

lý R *mile* [= dặm]. Anh - lý *British mile.* hải lý *nautical mile.* đường thiên - lý *highway, long way* [a thousand miles].

lý R *to tread on.* lý lịch *personal history, curriculum vitae.*

lý-do *reason.*

lý-hóa *physics and chemistry.*

lý-học *physics.*

lý-hội *to understand, comprehend.*

lý-lẽ *reason, argument.*

lý-lịch *personal history, curriculum vitae.*

lý-luận *to reason, argue.*

lý-số *physics and mathematics.*

lý-sự *to reason, argue ; to be argumentative.*

lý-tài *finances.*

lý-thú *interest* | *interesting.*

lý-thuyết *theory* | *theoretical.*

Lý-Thừa-Vãn *Syngman Rhee.*

lý-trí *reason* [the faculty].

lý-trưởng *village mayor.*

lý-tưởng *ideal* | *to be ideal.*

ly *dysentery* bệnh ly, kiết ly. đi ly *to have dysentery.*

M

ma *ghost* CL **con** ; *funeral.* **dám
ma** *funeral (procession).* **ma chơi**
will-o'-the-wisp, ignis fatuus. **đưa
ma** *to attend a funeral.* **làm ma**
to organize funeral. **bãi tha ma**
burial ground. **thầy ma** *corpse.*
nhà có ma *haunted house.* **chả
có ma nào !** *There's not (the
shadow of) one person.*

ma R *narcotics* **ma-túy.**

ma R *hemp.*

ma R *to rub* **ma-sát.**

ma-bùn *good-for-nothing.*

ma - cà - bông *vagrant, bum* [Fr.
vagabond].

Ma-Cao *Macao.*

ma chay *funeral ceremonies.*

ma-cô *pimp, pander(er).*

ma-dút [Fr. mazout] *oil fuel, fuel
oil.*

ma-hoàng *ephedra.*

Ma-la-bà *Javanese, Indian.*

ma-men *alcohol.*

ma-nhê-tô *magneto.*

Ma-Ní *Manila.*

ma qui *ghosts and devils, evil
spirits.*

Ma-Rốc *Morocco.*

ma-sát *to rub.* **sức ma-sát** *friction.*

ma-tà *policeman.*

ma-túy *narcotics.*

ma-vương *Satan.*

ma-xó *ghost of house corners ;
filthy person.*

má [SV **kiềm**] *cheek.* **gò má**
cheekbone. **đánh má hồng** *to
apply rouge.*

má *mother, mummy* | *you* [used
by child to mother], *I* [used by
mother to child].

má chín *compradore.*

má-đào *woman.*

má-hồng *woman.*

má lúm đồng tiền *dimpled
cheeks.*

mà *but, yet* | *and.* **dù / dẫu mà**
even though. **nếu mà** *if.* **vậy
mà** *yet.* **để mà** *in order to.* **mà
thôi** *that's all* [ends sentence
having **chỉ** « only »]. **nhưng mà**
but. **thế mà** *yet.*

mà *that, which* | *in which, at
which, wherein, whereat.* **Cái
nhà (mà) họ muốn bán...** *the
house (which) they want to sell.*

mà [final particle] *I told you!*
you should have remembered! Tôi
bảo mà ! *I told you!* Anh ấy
không đi mà ! *He's not going,*
I told you.

mà cả *to bargain, haggle.*

mả *grave, tomb* CL ngôi. bốc mả
to exhume the bones and trans-
fer them elsewhere. động mả
disturbed burial site [causing
trouble in the family]. mồ mả
graves and tombs.

mà [Slang] *to be clever* [at, some-
thing], *skillful.*

mã *effigy, paper article burned*
in ancestral rituals đồ mã | *to*
be false, junky, fragile.

mã *appearance, plumage ; caliber.*
tốt mã *having good appearance*

mã *yard* [measure of length].

mã R *code* mã-hiệu, mật mã.

mã R *horse* [=ngựa]; *chessman*
comparable to a knight CL con.
thượng-mã *to mount.* ky-mã *ca-*
valry. hạ-mã *to dismount.* song-mã
two-horse. phò-mã *the king's son-*
in-law.

mã-binh *cavalryman, horseman.*

mã-hiệu *code.*

Mã-Khắc-Tư *Karl Marx.*

Mã-Lai *Malaya | Malay.*

mã-lực *horse power.*

mã-não *agate.*

mã-phu *groom, ostler.*

mã-tấu *scimitar* CL con, thanh.

mã-thượng *on horseback; war.*

mạ *rice seedling.* reo mạ *to sow*
rice seeds.

mạ *to plate* [with gold vàng,
silver bạc, nickel kền]. mạ bạc

to silver-plate. mạ đồng *to copper-*
plate. mạ kền *to nickel-plate.*
mạ vàng *to gild.*

mác *knife, scimitar; slant stroke*
to the right [in writing Chinese
characters] nét mác.

mác [Fr. marque] *make, brand.*

mác-xít *marxist.*

mạc R *membrane.* võng-mạc *retina.*

mạc R *screen, curtain.* khai-mạc
[of conference] *to open.* bế-mạc
to close.

mạc R *desert* sa-mạc.

Mạc-Bắc *Outer Mongolia.*

Mạc-Tư-Khoa *Moscow.*

mách *to report, inform; to give*
information or clues in order to
help.

mách bảo *to inform, advise.*

mách lẻo *to tell tales; to denounce.*

mách qué *to lie, bluff; to use*
profanity.

mạch *pulse* [with chẩn, bắt, coi,
xem, án *to take*]; *blood vessel* mạch
máu; [geomancy and mining] *vein,*
lode ; [physics] *circuit* một mạch
at one stretch; in one breath.
động-mạch *artery.* tĩnh-mạch *vein.*
tọc-mạch *to be inquisitive and*
indiscreet.

mạch R *cereals.* đại mạch *barley.*
hắc-mạch *rye.* kiều-mạch *buck*
wheat. ngọc-mạch *corn.* tiểu-mạch
wheat. yếu mạch *oats.*

mạch-điện *circuit.*

mạch-lạc *cohesion; clearness.*

mạch-nha *malt.*

mạch-số *pulsation; angular velocity*
or frequency.

mai *tomorrow* ngày mai. sáng mai *tomorrow morning*. chiều mai *tomorrow afternoon*. nay mai *soon*. sao mai *Venus*.

mai *hoe* CL cái.

mai *matchmaker* ông mai, bà mai.

mai *shell* [of turtle rùa, *crab* cua, *squid* mực].

mai tóc mai *sideburns*.

mai R *apricot, plum*. ô-mai *salted apricots, salted prunes*.

mai R *to bury* mai-táng; *to hide*.

mai-danh (ẩn-tích) *to live hidden*.

mai hậu *later on*.

mai kia *soon*.

mai mốt *soon*.

mai-một *to be lost, disappear*.

mai-phục *to lie in ambush*.

mai sau *later, in the future*.

mai-táng *to bury*.

mái *roof* mái nhà.

mái [of chicken, bird] *female*. gà mái *hen*. Cf. cái.

mái chèo *oar, paddle*.

mái đầu *one's hair*.

mái hiên *porch roof; veranda*.

mái tóc *one's hair*.

mài *to file, sharpen, whet*. đá mài *whetstone*.

mài-miệt *to devote oneself to* [work], *indulge in* [pleasure].

mài *to be absorbed* [in a task], *be busy with* mải miết.

mãi *to continue, to go on* [follows main verb]; *to move all the way* [to *a distant place*] | *continually, unceasingly, ever, all the time*. Chúng tôi đợi mãi không thấy anh ta đến *We waited and waited, but*

he didn't show up. Chúng tôi đợi mãi đến lúc anh ta đến mới đi *We waited and did not leave until he got there*. Họ đi bộ mãi *They walked and walked*. Họ đi bộ mãi đến Thủ-Đức *They walked all the way to Thu-Duc*.

mãi R *to buy* [= mua]. Cf mại.

mãi-dâm *prostitution*.

mãi-lộ *bribe to highwaymen in ancient times; turnpike toll*.

mãi mãi *for ever, eternally*.

mại R *to sell* [= bán]. Cf. mãi. thương-mại *commerce*. đoạn-mại *definitive sale*.

mại-bản *salesman, compradore*.

mại-quốc *traitor, quisling*.

man *to be false* man trá.

man R *savage, barbarian*.

man-mác *to be immense*.

man-mát [DUP mát] *to be rather cool*.

Mán *Man (tribe in North Viet-Nam)*.

màn [SV trướng] *mosquito net* CL cái [with bỏ, buông *to lower*, vắt *to pull up*]; *curtain; scene (of a play)*. kéo màn *to raise the curtain*. hạ màn *to lower the curtain* | *curtain*. màn bạc *silver screen*. Bức Màn Sắt *the Iron Curtain*. Bức Màn Tre *the Bamboo Curtain*. vén màn bí-mật *to rip the veil of secrecy*. màn ảnh *movie screen*.

mán *cat* CL con.

mãn R *to be full, sufficient* [= đầy]; *to complete, finish* [term] bất-mãn *to be dissatisfied*. nhân-mãn *overpopulation*. tự-mãn *self-satisfied*. thỏa-mãn *satisfied*. viên-mãn *complete, perfect*.

Mán-Châu *Manchuria* | *Manchu.*

mãn-cuộc *the end of an affair or business.*

mãn-đời *during one's lifetime.*

mãn-hạn *at the end of one's term* [in office, prison...].

mãn-khóa *to graduate.* lễ mãn khóa *graduation ceremony.*

mãn-kiếp *during one's lifetime.*

mãn-nguyện *to be satisfied, content.*

mãn-nguyệt (khai-hoa) *to be at the end of one's pregnancy.*

mãn-phần *to die.*

Mãn-Thanh *Manchu* [dynasty].

mãn-ý *to be satisfied, satisfactory.*

mạn *boatside.*

mạn *area, region.* mạn Biên-hòa *in the area of Bien-hoa.*

mang *gills* [of fish].

mang *to bring or take with oneself, carry; to wear.* có mang, bụng mang dạ chửa *to be pregnant.* mang tiếng *to have or risk a bad reputation.* cưu-mang *to support.*

mang-máng *to remember vaguely.*

mang nợ *to get into debts.*

mang ơn *to be grateful to.*

mang tai *temples.*

máng *gutter* [at the eaves] ống máng.

máng *to hang up* [clothes].

máng cỏ *manger.*

màng *membrane.* màng óc, màng não tủy *meninx.*

màng *to care for,* in không màng đến/tới *not to be interested in.*

màng nhện *capsule.*

màng-nhĩ *ear-drum.*

màng phổi *pleura.*

màng ruột *mesentery.*

màng-trinh *hymen.*

mảng *fishing raft* CL chiếc.

mảng R *to be busy, absorbed.*

mảng R *to hear.*

mảng R *chunk.*

máng R *vulgar, coarse* lổ máng.

máng-cầu [= na] *custard-apple.*

mạng *to darn* | *web, network.* mạng nhện *cobweb.*

mạng *veiling, net.*

mạng [= mệnh] *life* [as opposed to death] ; R *fate, destiny, luck* ; R *order, command.* cách-mạng/ mệnh *revolution.* sinh mạng *human life.* định-mạng *destiny.* án mạng *murder.* bỏ mạng *to die.* liều mạng *to risk one's life.* tính mạng *life.* sinh mạng *life.*

manh *piece, rag.*

manh R *to be blind.* sắc manh *daltonism.* thong manh *blind.*

manh in lưu manh *vagrant, ruffian.*

manh R *to sprout.*

manh nha *sprouts* | *budding.*

manh-tâm *bad intention.*

manh-tràng *blind gut, caecum.*

mánh *trick, artifice* mánh lới, mánh khóe.

mành *blinds, shades.*

mành-mành *blinds, shades.*

mảnh *piece, bit, fragment, shrapnel; broken piece;* CL *for fields* [ruộng], *small gardens* [vườn], *a moon not full* [giăng].

mảnh *to be thin, slender* mảnh dẻ, mảnh khảnh.

mạnh R *to be strong* [= mạnh].

mãnh-hồ *ferocious tiger.*
mãnh-liệt *to be strong, intense, violent, fierce.*
mãnh-lực *force, strength, power.*
mãnh thú *wild beast.*
mãnh tướng *brave general.*
mạnh *to be strong* | *strongly.* rượu mạnh *brandy.* nhấn mạnh *to stress.*
mạnh R *first.* Cf. trọng, quí.
mạnh cánh *to have connections.*
mạnh-dạn *bold.*
mạnh-giỏi *to be in good health.*
mạnh-khỏe *to be strong, healthy; well in health.*
mạnh-mẽ *to be strong, vigorous.*
Mạnh-Tử *Mencius.*
mao R *hair, fur* [of body] [= lông] [Cf. vũ]; R *down, wool, feather; R dime* [= hào]. Hồng-Mao *Englishman.*
mao-dẫn *capillarity.*
mao-quản *capillary.*
mao-trạng *villus, villi.*
mào *cock's comb* mào gà. hoa mào gà *cockscomb.*
mào *to begin* khai mào | *preamble* mào đầu.
mão *the fourth Earth's Stem. See* chi.
mạo *to forge, fake, falsify.*
mạo [= mũ] R *hat.* vương mạo *crown.*
mạo R *appearance.* diện mạo *looks, physiognomy.* tướng mạo *looks, physiognomy.* lễ-mạo *courteous.*
mạo-danh *to assume another person's name, pass oneself off for someone else, be an impostor.*

mạo-hiểm *to affront danger, adventure; to be adventurous, daring.*
mạo-muội *blindly, awkwardly, boldly.*
mạo-nhận *to assume falsely* [ownership rights, etc.].
mạo-xưng *self-styled.*
mát [SV lương] [of air] *to be fresh, cool ;* [of body] *to feel fresh, cool.* bóng mát *shade.* gió mát *breeze.* nghỉ mát *to take a summer vacation.*
mát mặt *to be contented ; well-off.*
mát-mẻ *cool ; balmy.*
mát ruột *to be satisfied.*
mát tay [of doctor] *skilful.*
mạt R *end.*
mạt cưa *sawdust.*
mạt đời *the end of one's life.*
mạt-hạ *to be base, vile, low.*
mạt-hạng *lowest class.*
mạt kiếp *the end of one's life.*
mạt-lộ *end of the road.* anh hùng mạt lộ [of a hero] *to be at the end of one's rope.*
mạt-nhật *doomsday.*
mạt niên *later years.*
mạt-sát *to insult, abuse, belittle.*
mạt tịch *lowest seat, last seat.*
mạt-vận *to be unlucky.*
mau *to be quick, rapid, fast* mau chóng, mau lẹ; [of rain, sowing] *thick, hard* [opp. thưa]. Mau lên Hurry up.
mau chân *to be agile.*
mau miệng *to have a glib tongue.*
mau tay *to be fast.*
mau-trí *to be quick-witted.*

máu [SV huyết] *blood ; temper, character.* chầy máu *to bleed.* cuộc đồ máu *bloodshed.* có máu mặt *well-to-do.* hăng máu *to get angry, worked up.* hộc máu *to vomit blood.* mạch máu *blood vessel.* cho máu *to give blood.* sang máu *to make a blood transfusion.* ngân - hàng máu *blood bank.*

máu cam *nosebleed.*

máu điên *insanity, lunacy, dementia.*

máu ghen *jealousy.*

máu-mủ *blood ties, kinship.*

màu [SV sắc] *color.*

màu da *complexion.*

màu mè *to put on airs.*

màu mỡ *sap, juice.*

màu sắc *color, hue, shade.*

may *northwest wind.*

may [opp. rủi] *to be lucky, have good luck* số may | *luckily* [=hên]. không may, chẳng may *unfortunately.*

may *to sew, make clothes.* thợ may *tailor.* máy may *sewing machine.*

may mắn *to be lucky,*

may ra *maybe, perhaps.*

may rủi *chance, risk.*

may vá *to sew and mend, do needlework.*

máy *to wink* máy mắt; *to make sign.*

máy [SV cơ] *machine, motor, engine* CL bộ, ồ. nhà máy, xưởng máy *factory, plant.* thợ máy *mechanic.* bộ máy hành-chính *government machinery.* chày máy *power-hammer.* quạt máy *electric fan.*

thang máy *elevator, lift.* xe máy *bicycle.* xe máy dầu *motorcycle.* bút máy *fountain pen.*

máy bay *airplane.* CL chiếc.

máy cày *plowing machine.*

máy chém *guillotine.*

máy cưa *power saw.*

máy dệt *power loom.*

máy dương-thanh *loud-speaker.*

máy điện *dynamo, generator.*

máy điện-báo *telegraph machine.*

máy điện-thoại *telephone.*

máy ép *press.*

máy ghi-âm *tape recorder.*

máy hát *gramophone, phonograph.*

máy hơi nước *steam engine.*

máy in *printing machine.*

máy khâu *sewing machine.*

máy khuếch-đại *amplifier, intensifier, enlarger.* máy khuếch-đại dùng đèn *vacuum tube amplifier.* máy khuếch-đại cao-tần *high frequency amplifier.* máy khuếch-đại tổng - trở *impedance amplifier.* máy khuếch-đại diện-trở *resistance amplifier.* máy khuếch-đại biến-thế *amplifier using transformers for coupling.* máy khuếch - đại nhiều lớp *cascade amplifier.*

máy lạnh *air-conditioner.*

máy lọc *filter.*

máy lượn *glider.*

máy may *sewing machine.*

máy móc *machinery.* thời-đại máy móc *machine age.*

máy nước *hydrant.* nhà máy nước *water works.*

máy phát điện *generator.*
máy phát-thanh *radio transmitter.*
máy quay phim *movie camera.*
máy thu-thanh *radio receiver.*
máy tiện *lathe.*
máy tính *calculator.*
máy tụ điện *condenser.*
máy vẽ truyền *pantagraph, pantograph.*
máy vi-âm *microphone.*
máy xay lúa *rice-hulling machine.*
mày [SV nhữ] *you* [used by superior to inferior, elder to child arrogantly, first person pronoun being **tao**]. chúng mày *you (guys).*
mày [SV mi] *eyebrow* lông mày. Cf. mi. kẻ lông mày *to pencil one's eyebrows.* cau mày *to knit one's brows.* mặt mày *face.* Thần mày trắng *God of Prostitutes.*
mày *in* ăn mày *to beg (for food).* người ăn mày *beggar.*
mày râu* *the male sex.*
mày may *a fleck.*
mắc [= đắt] *to be expensive.*
mắc *to hang to a peg; to be caught in* [net, trap, work, disease, debt].
mắc áo *peg, coat hanger, coat rack* CL cái.
mắc bận *to be busy, occupied.*
mắc bẫy *to be trapped, ensnared.*
mắc bệnh *to be taken ill.*
mắc cạn *to run aground.*
mắc câu *to be hooked.*
mắc cỡ *to be ashamed.*
mắc cửi *to be crisscross.*
mắc kẹt *to be caught, cornered.*
mắc lừa *to be duped, deceived.*
mắc mưu *to be trapped* [because of ruse].
mắc nạn *to run into an accident.*

mắc nghẽn *to be blocked, stopped.*
mắc nợ *to run into debt.*
mắc ơn *to be indebted* [morally] *to.*
mắc việc *to be busy.*
mặc *to wear, put on* [coat, trousers, skirt, blouse, shirt]. mặc quần áo cho *to dress* [someone]. ăn mặc *to dress; to live.* Cf. đội, đeo, đi, dận, mang.
mặc *to leave* [someone, something] *alone, not to care.*
mặc R *ink* [= mực].
mặc R *to be dark.*
mặc cả *to bargain.*
mặc-cảm *complex.*
mặc dầu *although.*
mặc kệ *to leave alone, ignore.*
mặc-khách *writer, literator.*
mặc-ngư *squid.*
mặc-nhiên *to be calm, indifferent.*
mặc-tả *to write from memory.*
mặc thây *to leave alone, ignore.*
mặc-tưởng *to be engaged in deep thought.*
mặc-ước *tacit agreement.*
mắm *salted fish, shrimp.* nước mắm *fish sauce.* mắm mực *salted squid.* mắm tôm *shrimp paste.*
mắn [of woman, animal] *to be fertile, prolific.*
mằn-thắn *small meat-filled dumplings similar to ravioli, boiled in soup.*
mặn [SV hàm] *to be salty* [opp. nhạt, lạt]; [of feeling] *hearty; to deepen; to be determined to* [buy]. ăn mặn *to eat a meat diet* [as opposed to ăn chay]. nước mặn *salt water* [as opp. to nước ngọt *fresh water*].

mặn-mà *to be warm, cordial.*

măng [SV duẩn] *bamboo sprout* măng tre; *mangosteen* măng cụt. măng tây *asparagus.* tay búp măng *tapered fingers.* trẻ măng *quite young, very young.*

măng-cụt [Malay manggis] *mangosteen* CL quả, trái.

măng-đa [Fr. mandat] *money order* CL cái, chiếc.

măng-sông [Fr. manchon]. *gas-mantle,* Welsbach *mantle.*

măng sữa *youthful, infancy, babyhood.*

mắng *to scold* mắng mỏ.

mắng chửi *to scold and curse.*

mắng-nhiếc *to vituperate,*

mắt [SV mục, nhãn] *eye* CL con, *for one,* cặp/đôi *for a pair;* knot *in wood; mesh, link* [in chain, net]. đau mắt *to have sore eyes.* đề mắt *to lay one's eyes upon.* đưa mắt *to take a quick look.* liếc mắt *to glance.* mù mắt *blind* nước mắt *tears.* nháy mắt *to wink.* chớp mắt *to blink.* tối mắt *blinded* [by gain]. nhắm mắt *to close one's eyes; to die.* ra mắt *to appear before.*

mắt cá *astragal, talus, anklebone.*

mắt chột *to be one-eyed.*

mắt kém *to have poor eyesight.*

mắt lác *to be squint-eyed, cross-eyed.*

mắt lòa *to be dim-sighted.*

mắt lươn *to have small eyes.*

mắt ốc nhồi *to be goggle-eyed.*

mắt xanh *beautiful woman's eyes.*

mắt xếch *to have slant eyes.*

mặt [SV diện] *face ; surface, side ; hand ; respect; dial ;* [SV hữu] *righthand side* [= phải]. ẩn mặt *to hide.* bán tiền mặt *to sell for cash.* bề mặt *face, surface, area.* chừa mặt *to avoid.* có mặt *to be present.* đủ mặt *all (present).* họp mặt *to get together.* khuất mặt *to be absent.* lạ mặt *stranger.* thay mặt cho *to represent, speak for.* giả tiền mặt *to pay cash.* tay mặt *right-hand side.* khăn mặt *towel.* vắng mặt *absent; in absentia.* lên mặt *to put on airs.* một mặt... một mặt (khác)... *on one hand... on the other hand...* ngửa mặt *to look up.* quen mặt *to look familiar.* ra mặt *to show up, present oneself.*

mặt dày *to be shameless, brazen.*

mặt đất *ground.*

mặt đồng hồ *clock dial.*

mặt giăng *the moon.*

mặt giời *the sun.*

mặt mẹt *shameless.*

mặt mo *to be shameless, brazen.*

mặt múi *face, countenance.*

mặt nạ *mask.*

mặt ngoài *outside (appearance).*

mặt phải *right side ; head.*

mặt phẳng *plane.* mặt phẳng nằm ngang *horizontal plane.* mặt phẳng nghiêng *inclined plane.*

mặt trái *wrong side ; tail.*

mặt trăng *the moon.*

mặt trận *battlefront ; front.*

mặt trời *the sun.*

mâm *food tray* [wooden or copper, round or square] ; CL *for tray-fuls.*

mầm *sprout, shoot, germ* mầm non. mọc mầm, nầy mầm *to sprout, bud.*

mầm *to be dead sure* chắc mầm.

mân *to feel, palpate* mân mó.

mấn *mourning veil, mourning hood.*

mần [= làm] *to work, do.*

mần-thinh *to keep quiet.*

mẫn *R to be keen, acute, alert, quick-witted* mẫn tiệp, minh mẫn. cần mẫn *hard working, conscientious.*

mẫn-cán *to be diligent, industrious.*

mận [SV lý] *plum* CL quả, trái.

mấp máy [of lips] *to move gently.*

mấp mé *to reach almost up to.*

mấp mô [of ground] *to be uneven.*

mập [= béo] *to be fat, plump* béo mập.

mập *shark* cá mập.

mập mạp *to be chubby, fat.*

mập mờ *to be dim, unclear, ambiguous.*

mất [SV thất] *to lose, spend* [money, time]; *to cost, take; to be lost, wasted; to die;* -R *off, away, lost.* Bà ấy mất hai trăm bạc *She lost 200 piastres.* Tôi mất 2 tiếng đồng hồ mới tìm thấy *It took me two hours to find it.* Làm việc này mất mấy ngày? *How many days does this job take?* Mẹ tôi mất (đi) hồi 1943 *My mother died in 1943.* bỏ mất *to leave, forget.* đánh mất *to lose* [something somewhere]. lỡ mất cơ-hội *to miss the opportunity.* hỏng mất *to fail, fall, break down.* bị nó lấy mất *stolen by them.* bị nó giết mất *bumped off by them.*

mất công *to labor in vain.*

mất dạy *to be ill-bred.*

mất lòng *to hurt; to be hurt, be offended.*

mất mùa *there is a bad harvest.*

mất tích *to vanish.*

mất-trinh *to be deflowered.*

mất-vía *to be scared out of one's wits.*

mật *honey* mật ong, *molasses* mật mía, *nectar* mật hoa. trăng mật *honeymoon.* đường mật [of words] *sugar-coated, honeyed.*

mật *bile.* túi mật *gall bladder.* (to gan) lớn mật *bold, daring.* tím mật *displeased, offended.*

mật *R to be secret.* bí mật *secret, mysterious.*

mật *R to be dense, thick, close; R to be intimate* thân mật. cần-mật *vigilant.* củ mật *close watch, strict surveillance.* trù mật [of population] *dense.*

mật-cáo *to report secretly | secret report.*

mật-đàm *confidential talks, secret talks* CL cuộc.

mật-điện *confidential telegram, code telegram, cipher telegram.*

mật-độ *density.*

mật-hữu *intimate friend.*

mật-kế *secret plan.*

mật-lệnh *secret order.*

mật-mã *secret code.*

mật-ngữ *secret language.*

mật-phiếu *secret ballot.*

mật-thám *police inspector, investigator, spy, police(man), detective.* Cf. công-an.

mật-thiết [relationships] *to be close, intimate.*

mật-ước *secret agreement or treaty.*

mâu *R lance* xà mâu *spear.*

mâu-thuẫn *to* contradict [với] | *contradiction.*

mấu *knot, notch.* mấu xương *protuberance* [on bone].

màu *see* màu.

màu *to be miraculous.* phép màu *miracle.*

màu *piece* [of bread bánh mì string dây], [cigarette] *butt.*

mẫu *Vietnamese acre, mow* mẫu ta [equivalent to 3,600 square meters]; hectare mẫu tây.

mẫu *model, sample, pattern* [tailor's]. gương mẫu *model, example.* kiểu mẫu *model, sample.* làm mẫu (*to serve*) *as a model.*

mẫu *R mother* [= mẹ] thần mẫu, mẫu-thân. kế-mẫu *stepmother.* nhũ mẫu *wet nurse.* tổ-mẫu *grandmother.* Cf. phụ.

mẫu-âm *vowel.* bán-mẫu-âm *semivowel.* Cf. tử-âm.

mẫu-đơn *tree peony.*

mẫu-giáo *nursery, kindergarten.*

mẫu-hạm *aircraft carrier* hàngkhông mẫu-hạm.

mẫu-hệ *matriarchy* | *martriarchal.*

mẫu-hiệu *Alma Mater.*

mẫu-quốc *mother country,*

mậu *the fifth Heaven's Stem.* See can.

mậu-dịch *trade.* quan-hệ mậu-dịch *trade relations.* mậu-dịch quốc-doanh [communist] *state store.*

mây [SV vân] *cloud CL* đám *or* áng.

mây *rattan.* ghế mây *cane chair.* roi mây *rattan switch.*

mây mưa *L sexual intercourse, lovemaking.*

mấy *how much? how many?* | *some, a few.* mấy giờ? *when? what time (is it)?* mấy tiếng đồng hồ? *how many hours?* Em lên mấy? *How old are you?* mười mấy? *ten and how many?* mười mấy người *ten and a few persons.* trăm mấy đồng *a hundred-odd piastres.* Hôm nay mùng mấy? *What day of the month is it today?* [Answer is one of first ten days]. Hôm nay mười mấy? *What day of the month is it today?* [Answer is one of the second decade]. Hôm nay hai mươi mấy? *What day of the month is it today?* [Answer is one of the third decade].

me *tamarind CL* quả, trái.

me *mother* | *you* [used by child to mother, first person pronoun being con], *I* [used by mother to child, second person pronoun being con]. Cf. mẹ, má, mợ, bu, đẻ. ba me, thày me *father and mother.*

me tây *Vietnamese woman married to Frenchman.*

me-xừ [Fr. monsieur] *Mr., Sir; old* [so-and-so].

mé *space, area* [near the edge or demarcation].

mè *sesame* [= vừng].

mè *tench cá* mè.

mè nheo *to bother* [with requests].

mè thửng *sesame candy.*

mẻ *catch* [of fish, shrimps]; *beating, thrashing; batch.* một mẻ trộm *a theft, burglary.* một mẻ sợ *a scare.*

mẻ *rice ferment.*

mẻ *to be chipped, nicked, jagged* sứt mẻ.

mẽ *appearance, air.*

mẹ [SV mẫu] *mother* CL người, bà | *you* [used by child to mother, first person pronoun being con]; *I* [used by mother to child, second person pronoun being con]. tiếng mẹ đẻ *mother tongue.* mẹ con *mother and child.* bố mẹ, thày mẹ, cha mẹ *father and mother.* Cf. má, me, mợ, bu, đẻ. hai mẹ con bà Hai Mrs. *Hai and her child.* hai mẹ con cô Hai Miss *Hai and her mother.* Ngày Các Bà Mẹ *Mothers' Day.* Đức Mẹ *the Virgin Mother.*

mẹ chồng *mother-in-law* [of a woman].

mẹ đẻ *mother.*

mẹ đĩ *the mother of our little girl,* — *my wife.*

mẹ ghẻ *stepmother.*

mẹ mìn *child kidnapper.*

mẹ nuôi *foster mother, adoptive mother.*

mẹ tròn con vuông *(new) mother and (new) child doing well.*

mẹ vợ *mother-in-law* [of a man].

mèm *in* say mèm *dead drunk,* đói mèm *starving.*

men *leavening, ferment, yeast; alcohol, liquor; enamel, glaze.*

men *to go along the side* | *edge, side, shore.* mon men *to get near.*

méo *to be out of shape* méo mó.

méo mặt *to worry oneself sick about money, job.*

mèo [SV miêu] *cat* CL con;

mistress. mèo con *kitten.* mèo cái *she-cat.*

Mèo *Miao* [tribal name].

mẹo *ruse, expedient, stratagem* mưu mẹo [with lập *to think up*]; *grammar, grammatical rule.* mẹo tiếng Việt *Vietnamese grammar.*

mép *corner of the mouth; edge, border.* râu mép *mustache.* bẻm mép, múa mép *to have a glib tongue.* mồm mép *to be a good talker.*

mét *pale, wan* tái mét, xanh mét.

mét [Fr. mètre] *meter.*

mẹt *flat winnowing basket.*

mê *to be unconscious; to sleep soundly; to be infatuated.* ngủ mê *to sleep soundly.* nằm mê *to dream* [in sleep]. nói mê *to talk in sleep.* thuốc mê *anesthetic.* bùa mê *philter.* ham mê *to have a passion for.* hôn mê *unconscious, delirious.*

mê-hoặc *to deceive.*

mê-hồn *to be fascinating.*

mê-lộ *maze.*

mê-man *to be unconscious, in a coma.*

mê-mẩn *to be bewitched.*

mê-ngữ *riddle.*

mê-sảng *to be delirious.*

mê-tín *to be superstitious.*

mề *gizzard.*

mề-đay [Fr. médaille] *medal* CL tấm, cái.

mễ *trestle* CL chiếc *for one,* đôi *for a pair.*

mễ R *rice* [= gạo]. túc mễ *cereals.*

mễ-cốc *cereals.*

Mễ-Tây-Cơ *Mexico* | *Mexican.*

mếch *to offend, vex.*

mềm [SV nhu] *to be soft, tender, flexible* [opp. cứng].

mềm dẻo *to be pliable, flexible, supple.*

mềm lòng *to be discouraged.*

mềm mại *to be supple.*

mềm mỏng *to be compliant, yielding.*

mềm nhũn *to be soft, flask.*

mềm yếu *to be weak.*

Mên *Cambodia* | *Cambodian* Cao-mên. Cf. Cao - mên, Cao - miên, Miên, Căm-bốt.

mến *to be fond of, love* yêu mến. kính mến, quí mến *to love and respect.* Đồng bào thân mến ! *Dear compatriots.*

mền [= chăn] *blanket.*

mênh-mông *to be immense, vast.*

mệnh [see mạng] *life* sinh mệnh, tính mệnh ; *God's will, destiny, fate* số mệnh, vận mệnh ; *order, command.* thiên-mệnh *decree of Heaven.*

mệnh-chung *to die, pass away.*

mệnh-danh *to call, name.*

mệnh-đề *clause, predication.*

mệnh-hệ *fate, destiny.*

mệnh-lệnh *order.*

mệnh một *to happen to die.*

mệt [SV quện] *to be tired, exhausted; to be unwell, sick, ill.* mê mệt *madly in love with.*

mệt dừ *to be exhausted.*

mệt lử *to be very tired.*

mệt mỏi *to be tired, worn out.*

mệt-nhoài *to be exhausted.*

mệt-nhọc *to be tired, weary.*

mệt-nhừ *to be exhausted.*

mếu *to get ready to cry.*

mi [= mày] *you* [arrogant].

mi R *eyebrow* [= mày] ; *eyelid* mi mắt. lông mi *eyelashes.* Bạch-mi *(white-browed) Patron Saint of prostitutes.*

mí *eyelid* mí mắt [Cf. mi].

mì *wheat* lúa mì. bánh mì *bread.* bột mì *wheat flour.* khoai mì *manioc.*

mì *wheat noodles, Chinese noodles.* Cf. bún, miến.

mị R *to flatter, coax.*

mị-dân *to be a demagogue.*

mía [SV già] *sugar cane.* bã mía *bagasse.* nước mía *sugar cane juice.* rượu mía *rum.*

mỉa *to ridicule, blame, censure* [especially in a roundabout way].

mỉa mai *to ridicule; to be ironical, bitter, sarcastic.*

mịch R *quiet, tranquil, calm* tĩnh mịch.

Miên *Cambodia* | *Cambodian.* Miên-Hoàng *the King of Cambodia.* Cf. Mên, Cao-mên / miên, Căm-bốt.

miên R *to sleep.* đông miên *to hibernate.* thôi miên *to hypnotize.*

miên R *cotton* [= bông].

miên-viễn *to be lasting, durable.*

miến *glass noodles, long rice* [= bún tàu]. Cf. bún, mì.

miến R *wheat noodles* [= mì].

Miến-Điện *Burma* | *Burman, Burmese. Also* Diến-Điện.

miền *region, area.*

miễn *to be exempt* [from taxes, labor]; *to forgive.*

miễn *on condition, provided that* miễn là, miễn sao.

miễn-chấp *to forgive.*

miễn-chức *to be dismissed from office.*

miễn-cưỡng *to be unwilling, reluctant | unwillingly reluctantly.*

miễn-dịch *to immunize; to exempt from military service.*

miễn là *provided that.*

miễn-nghị *to absolve.*

miễn-phí *free of charge.*

miễn-thứ *to forgive.*

miện R *hat, crown.* lễ gia-miện *coronation.*

miếng *morsel, piece, slice, bite; plot* [of land], *mouthful.* nước miếng *saliva.*

miếng *a trick* [of the art of fighting vỏ].

miệng [SV khẩu] *mouth* [of man]; *opening | -R orally, verbally.* Cf. mồm. súc miệng *to rinse one's mouth.* ăn tráng miệng *to eat dessert.* đồ tráng miệng *dessert.* giữ mồm giữ miệng *to watch one's language.*

miết *to run quickly and straight ahead.* chạy miết.

miệt *to disdain* khinh miệt.

miệt R *nothing.*

miệt-mài *to be given to* [passion, work, hobby].

miệt-thị *to disdain, defy.*

miêu R *to depict* miêu tả, *to trace* [an outline].

miêu R *sprout; descendant, scion* miêu-duệ.

miêu R *cat* [= mèo].

miêu-duệ *descendant, scion.*

miêu-tả *to describe; descriptive.*

ngữ-học miêu-tả *descriptive linguistics.*

miếu *temple, shrine* CL tòa, ngôi. gia-miếu *family shrine.* Khổng-miếu *Temple of Confucius.* Văn-miếu *Temple of Confucius.* Cf. chùa, đền, đình.

miểu *small shrine.*

mím *to tighten* [lips môi].

mỉm *to smile* mỉm cười.

mìn [Fr. mine] *mine* [military]. cốt mìn *dynamite.* giật mìn *to dynamite, blow up.*

mịn [of skin] *to be smooth, silky.*

minh R *bright; clear.* bình-minh *dawn.* phân-minh *clear.* thanh-minh *to explain oneself.* thông-minh *intelligent.* văn-minh *civilized, civilization.*

minh R *oath, alliance.* đồng-minh *the allied troops.* liên-minh *union, league.*

minh R *to engrave.*

minh R *to cry* [of birds, animals], *sing.*

minh-bạch *to be clear, explicit.*

minh-châu *pearl.*

minh-chủ *leader of alliance or revolution, oath-taker.*

minh-mẫn *to be clear-sighted.*

minh-nguyệt *bright moon.*

minh-oan *to explain an injustice.*

minh-tinh [movie] *star.*

minh-ước *pact, treaty.* Minh-Ước Bắc-Đại-Tây-Dương *North Atlantic Treaty.* Minh-ước Đông-Nam-Á *Southeast Asia Treaty.*

mình *body | you* [between husband and wife]; *I, we; one, oneself.* chúng mình *inclusive we (you and*

1). tự mình *oneself.* một mình *by oneself.* cửa mình *vagina.*

mình mẩy *body.*

mít *jackfruit* CL quả, trái.

mít *to be hermetically closed.*

mít đặc *to be thick-headed.*

mịt *to be very dark, pitch dark.* tối mịt *pitch-dark.* mờ mịt *dull.*

mo *sheath* [of areca leaf].

mo-men *momentum.*

mó *to touch* [object preceded by **đến/tới,** vào] sờ mó.

mò *to grope for* [in water or in the dark] *; to hunt for* [women]. nói mò *to speak without knowledge.* rình mò *to spy.* tò mò *curious.*

mò-mẫm *to grope ; to feel one's way.*

mỏ *beak, bill* CL cái. mỏ cò *trigger.* khua môi múa mỏ *to boast, brag.*

mỏ *mine, quarry.* mỏ than *coal mine.* đào mỏ *to be a gold-digger.* kỹ-sư mỏ *mining engineer.* khai mỏ *to exploit a mine.* phu mỏ *miner.*

mỏ ác *sternum.*

mỏ hàn *soldering-iron.*

mỏ lết [Fr. molette] *monkey-wrench.*

mỏ neo *anchor.*

mõ *wooden fish* CL cái [hollow piece of wood which a town crier beats while making his announcements or which a Buddhist monk beats while saying prayers] *; town crier, public crier in the village* CL thằng. mõ tòa *court usher, process server.*

móc *to hook ; to draw out with fingers, pick* [pocket] | *hook.* móc túi *to pickpocket.*

móc [SV lộ] *dew.*

mọc [of sun **mặt giời/trời,** moon **(mặt) giăng/trăng,** star **sao**] *to rise ;* [of plant] *to grow ; to issue, grow* [sprouts] *;* [of tooth **răng**] *to push through gums ;* [of feathers, hair **lông,** fingernails **móng tay,** toenails **móng chân,** wings **cánh**] *to grow ;* [of child] *to cut teeth.* mọc sừng *to be a cuckold.*

moi *to pull out* [RV ra], *dig up* [RV lên], *dig out ; to extort* [money].

mòi *herring* cá mòi.

mòi *sign, omen.* có mòi *to have a chance to.* coi mòi *to look.*

mỏi *to be tired* [followed by name of bodily part, such as **chân, gối, lưng, mắt, tay**]. mòn mỏi *to wait and wait.* mong mỏi *to hope.*

mọi *every, all* [verb preceded by **đều**]. khắp mọi nơi *everywhere.* mọi khi *the previous times.* khắp mọi người *everybody.*

Mọi *Moi* [tribal name] | *to be savage, barbarian* mọi rợ. tôi mọi *slave.*

móm *to be toothless.*

móm-mém [of old toothless person] *to chew.*

mõm *cape, promontory.*

mõm *muzzle, snout.*

mon-men *to try to get near.*

món *dish in the menu ; course* [in dinner] *; item; sum* [of money], *loan; subject* [of study] *; debt.* Bữa ăn có tám món. *It was an eight-course dinner.* Chiều nay thi hai món *We're having tests in two subjects this afternoon.* món nợ tinh thần *moral debt.*

món bở *interesting business.*

mòn *to be worn out or down* [because of friction] [RV đi]. gầy mòn *gaunt, lean.* hao mòn *worn out, used, weakened.*

mọn *to be small, humble, trifling, insignificant.* con mọn *little child.* hèn mọn *humble.* lẽ mọn *concubine.* nhỏ mọn *small, mean.* việc mọn *trifle.*

mong *to expect, await, hope* chờ mong, trông mong, mong đợi.

mong đợi *to expect, await.*

mong-manh *to be weak, thin, fragile, delicate.*

mong-mỏi *to expect or desire impatiently.*

mong nhớ *to think of, miss.*

mong-ước *to wish, hope.*

móng *nail* [of finger or toe], *hoof, claw.*

móng *foundation* [of building] nền móng.

móng chân *toenail.*

móng tay *fingernail* [with để to grow, cắt to cut, clip, đánh to polish]. thuốc đánh móng tay *fingernail polish.*

mỏng [SV bạc] *to be thin, frail, fragile, delicate* [opp. dầy].

mỏng dính *to be very thin.*

mỏng-manh *to be frail, fragile, delicate.*

mỏng-mảnh *to be fragile, flimsy.*

mỏng môi *to be gossipy, loose-tongued.*

mỏng tanh *to be paper-thin.*

mọng *to be juicy.*

móp *to be hollow, to be flattened.*

mót *to glean.* học mót *to imitate.*

mót *to desire* [to urinate đái or defecate ia].

mọt *termite, wood-boring worm, moth* CL con | *to be worm-eaten, moth-eaten.* sâu mọt *corrupt official.*

mô *mound, hillock.* mấp-mô [of ground] *uneven.*

mô *what? where?*

mô R *to copy, imitate* mô-phỏng | R *model, example.* quy-mô *norm, plan.*

mô *tissue* [biology].

mô-bì *epithelium.*

mô-dạng *form, shape.*

mô-hình *model* [inminiature].

mô-phạm *model, example, norm.* nhà mô-phạm *educator.*

mô-phỏng *to imitate, copy.*

mô-tả *to describe, render.*

mô-thức *pattern.*

mồ [SV mộ] *grave, tomb* CL nấm [literary usage].

mồ côi *to be orphaned.* nhà mồ côi, trường mồ côi *orphanage.* mồ côi cha *fatherless.* mồ côi mẹ *motherless.*

mồ hóng *soot.*

mồ hôi *sweat, perspiration.* ra mồ hôi *to perspire.* đổ mồ hôi *to perspire* [especially of sick man]. của mồ hôi nước mắt *hard-gotten fortune.*

mồ mả *graves, tombs.*

mỏ *to peck.*

mổ *to kill* [fowl, pig, etc.] *for food; to cut open, dissect, operate on.*

mổ xẻ *to dissect, operate on.* khoa mổ xẻ *surgery.*

mỗ *So-and-so.* Nguyễn Văn Mỗ *Nguyen Van So-and-so.*

mộ *to recruit* [soldiers, labor, followers] tuyển-mộ, *raise* chiêu-mộ.

mộ *grave, tomb* CL ngôi [= mồ, mả]. ngày tảo-mộ *Memorial Day.*

mộ *to love, be fond of* [ideology, religion]; *to admire, to be a fan of* hâm-mộ; *to be a devout follower of* [a religion]. ái-mộ *to love.* ngưỡng-mộ *to admire.*

mộ *R evening.*

mộ-chí *tombstone* CL tấm.

mộ-đạo *to be devout.*

mộ-địa *graveyard, cemetery.*

mộ-phần *tomb, grave.*

mốc *to be mildewed, musty, moldy* | *mildew, mold.*

mốc *landmark, boundary.*

mộc *shield.* CL cái [= khiên].

mộc *R to bathe.*

mộc *R wood* [= gỗ]; *R tree.* thợ mộc *carpenter.* bàn gỗ mộc *a deal table.* đồ mộc *woodwork.* thảo-mộc *vegetables.*

mộc-lan *magnolia.*

mộc-mạc *to be simple, unaffected.*

mộc-nhĩ *cat's ear, Job's ear (mushroom).*

Mộc-tinh *Jupiter.*

môi [SV thần] *lip* [with bĩu *to pout,* mím *to close*]. sáp môi *lipstick.* đánh môi son *to apply lipstick.* âm hai môi *bilabial.* âm môi răng *labiodental.* hở môi *to speak.* khua môi (múa mỏ) *to boast, brag.* sứt môi *harelip.*

môi *go-between, intermediary.*

môi *ladle* CL cái.

môi *R coal.*

môi-giới *intermediary* [with làm *to serve as*].

môi-nhân *matchmaker, go-between.*

môi-trường [Physics] *medium.*

mối *termite, white ant.*

mối *house lizard* CL con.

mối *end* [of entangled thread or string], *beginning* đầu mối [of involved story]; CL *for feelings, tensions, relationships; cause for* [hope hy-vọng, worry lo ngại], *dangers* [nguy-hiểm], *threat* [đe dọa].

mối *liaison ; marriage or business go-between.*

mối hàng *customer.*

mối manh* *cause, origin.*

mối tình *love.*

mòi *turtle* đồi mồi.

mồi *pray, bait ; charge.* làm mồi cho *to fall a prey to.*

mỗi *each* [followed by classifier] mỗi một. Cf. mọi. mỗi ngày một... *more...* [or.... -er] *every day.*

mồm [SV khẩu] *mouth* [= miệng] [with há *to open,* mím *to shut*]. lắm mồm *to be talkative, gossipy.* câm mồm, im mồm *to shut up.* mồm năm miệng mười *disputatious, argumentative.*

môn *R door* [= cửa] ; *field or subject of study; specialty, art.* chuyên môn *to specialize; specialty.* đồng môn *alumnus, alumni* giang môn *estuary.* hậu môn *anus.* hồi môn *dowry.* tông môn *sect.*

môn-bài *commercial license.*

môn-đệ *disciple, follower.*

môn-đồ *disciple, follower.*

môn-phái *school of thought, sect.*

mồn một *to be clear, evident, manifest.*

mông *buttock, behind* mông đít.

Mông *·R Mongolia | Mongolian.* Ngoại Mông *Outer Mongolia.* Nội Mông *Inner Mongolia.*

Mông-Cồ *Mongolia | Mongolian.*

mông quạnh *to be immense and deserted.*

mống *rainbow.*

mống *body* [ɪn *nobody*].

mống *R to be stupid, dumb.*

mồng *see* mùng.

mộng *hinge ; tenon.*

mộng *dream* CL giấc. ác-mộng *nightmare* CL cơn. ảo - mộng *illusion, daydream.* mơ mộng *daydreaming.* đoán mộng *to explain dreams.* cõi mộng *dreamland.*

mộng-ảo *illusion, vision.*

mộng-tinh *wet dream.*

mộng-tưởng *dream, reverie ; illusion, vision.*

mốt *the day after tomorrow* [=kia]. mai mốt *in a day or two.*

mốt *one* [following a numeral in the ten-order, but not mười itself or a hundred, thousand, etc. Cf. một]. hai mươi mốt 21. hai trăm mốt 210, ba nghìn mốt 3,100. bốn vạn mốt 41,000.

mốt [Fr. mode] *style, fashion |* to be fashionable đúng mốt.

một [SV nhất] *one a, an ; each* mỗi một. Cf. mốt. kịch một hồi *one-act play.* một khi *once* [something happens]. tháng (mười) một *eleventh lunar month ; November.* con một *only child.* chập lại làm một *to unite.* mồng/mùng một *the first day of the month.* muôn một *one chance out of ten thousand.* mười một *eleven.* năm một *one each year, one (child) every year.* (mỗi) ngày một khó *more difficult every day.* (mỗi) ngày một dài *longer and longer every day.* từng nhà một *one by one,* each house. từng người một *one person at a time.*

một *R to die, pass away* mệnh một.

một *R to inundate.* mai một [of fame, talent] *to be lost.*

một lòng *to be loyal* [với *to*].

một mình *by oneself.*

một mực *invariably, stubbornly.*

một thu *to confiscate.*

một vài *a few.*

mơ [SV mai] *apricot* CL quả, trái.

mơ *to dream.* giấc mơ *a dream.*

mơ hồ *to be vague, indefinite.*

mơ-màng *to dream.*

mơ mộng *to be in reverie.*

mơ-tưởng *to dream of, desire.*

mơ-ước *to dream of, desire.*

mớ *tray* [of roasted sticky rice **cốm**], *layer* [of clothes **quần, áo**], *bundle, mass* [of materials **tài-liệu**], *lot, assortment, quantity ; bundle* [of vegetables **rau**].

mờ *to be dim, vague, unclear, blurred* lờ mờ. lu mờ *to wane, grow dim, be outshined.* gà mờ *dull, unintelligent.* mập mờ *unclear, confused, vague, ambiguous, equivocal.*

mờ ám *to be suspicious, fishy.*

mờ-mịt *to be obscure, somber, blank.*

mở [SV khai] *to be open ; to open* [opp. đóng]; *to start ; to hold* [exam, contest]; *to turn* [light, water, etc.] *on.* hé mở *half-open, ajar.* úp mở *to be unclear, not precise, beat around the bush.* cởi mở *to loosen, liberalize.*

mở đầu *to open, begin.*

mở đường *to open the way.*

mở hàng *to start a sale, to be the first customer in a shop; to give a cash present on New Year's day.*

mở mang *to develop.*

mở mặt *to be honored, succeed.*

mỡ *fat, grease,* [beef or mutton] *tallow* | *to be smooth and shiny.* béo mỡ *fat.* nực chảy mỡ *sweltering heat.* dửng mỡ, đủ mỡ *excited (sexually).* mạng mỡ *peritoneum.* màu mỡ *fertilizer; appearance.*

mợ *aunt* [wife of one's cậu] — *mother's younger brother's wife* CL bà, người; *I* [used by aunt to nephew or niece, second person pronoun being **cháu**], *you* [used by nephew or niece to aunt, first person pronoun being **cháu**]; *you* [used by husband to wife, first person pronoun being **tôi**]; *mother* | *you* [used by child to mother, first person pronoun being

con]; *I* [used by mother to child, second person pronoun being **con**].

mới [SV tân] *to be new; to have just recently happened* [opp. cũ]. vừa mới *to have just.*

mới *to be or occur only then* | *truly.* Thế mới lạ! *Isn't it astonishing!* Thế mới rầy! *Real trouble!* Có bằng lòng thế tôi mới ký. *I'll sign only if you agree to that.* Có thể ta mới xứng đáng là... *Only then will we deserve...*

mới cưới *newly-wed.*

mới đầu *at first.*

mới đây *recently, lately.*

mới đẻ *newborn.*

mới lạ *to be new, novel.*

mới-mẻ *to be new, recent.*

mới nguyên *to be brand-new.*

mới rồi *recently, lately.*

mới tinh *to be brand-new.*

mời [SV thỉnh] *to invite.* khách mời *guest.* thư mời, giấy mời *letter of invitation.* thiếp mời *card of invitation.*

mời-mọc *to invite.*

mớm *to feed from beak to beak or mouth to mouth; to prompt, prime.* bú mớm *to be breast-fed.*

mớm lời *to prompt, prime.*

mơn *to caress.*

mơn mởn *to be young; to be white as snow.*

mu *shell, carapace* [of turtle **rùa**], *back* [of human hand **bàn tay**], *top* [of foot **bàn chân**].

mù [SV manh] *to be blind* mù mắt; *to be foggy* sương mù. người mù *a blind man.* trường mù *school for the blind.* bụi mù *dusty.*

mù chữ *to be illiterate.* nạn mù chữ *illiteracy.*

mù lòa *to be blind.*

mù mịt *to be somber, uncertain.*

mù quáng *to act blindly.*

mù tịt *to be as blind as a bat; ignorant.*

mủ *pus; sap, latex* [of rubber tree] mủ cây. máu mủ *blood, parentage, kinship.* mưng mủ *to become pussy.*

mũ [SV mạo] *hat* [any kind but conical or flat ones] CL cái [with bỏ, cắt, ngả *to take off*, đội *to wear*]. Cf. nón.

mũ dạ *felt hat.*

mũ lưỡi trai *cap* [with visor].

mũ mãng [mandarin's or actor's] *bonnet and robe; (academic) cap and gown.*

mũ nồi *beret.*

mũ rơm *straw hat.*

mũ trắng *sun helmet.*

mụ *old woman, matron.* bà mụ *midwife; Goddess of childbirths.*

mụ *to become dull* mụ người.

mua [SV mãi] *to purchase, buy* [Cf. bán]; *to give oneself, incur.*

mua bán *to shop; to trade.*

mua buôn *to buy wholesale.*

mua chịu *to buy on credit.*

mua chuộc *to get into somebody's good graces.*

mua lại *to buy secondhand.*

mua lẻ *to buy at retail.*

mua si *to buy wholesale.*

mua việc *to give oneself trouble.*

mua vui *to seek pleasure.*

múa [SV vũ] *to dance* [ritually, with fan or sword or veil]; *to brandish, twirl, whirl.*

múa may *to dance, move around, jump up and down.*

múa mép *to talk, chatter.*

múa võ *to do shadow-boxing.*

mùa [SV quí] *season; time, tide; harvest, crop.* gạo mùa *10th-month rice* [as opposed to gạo chiêm, fifth-month rice]. trái mùa *unseasonable.* gió mùa *monsoon.* bốn mùa *the four seasons.* mất mùa *to lose a harvest; there is a bad harvest.* quê mùa *loutish, boorish, aukward.* đậu mùa *small-pox.* được mùa *to have a good harvest; there is a good harvest.*

mùa đông *winter*

mùa hạ *summer.*

mùa hè *summer.*

mùa màng *harvest, crop.*

mùa thu *autumn.*

mùa xuân *spring.*

múc *to bail, lade, ladle out, scoop out* [with spoon thìa, dipper gáo, gàu, etc.]; *to draw up.*

mục [of wood] *to be rotten; to be corrupt* mục nát.

mục *section, column* [in newspaper] mục phụ-nữ *the women's column.*

mục R *to be on good terms* hòa-mục.

mục R *pasture* mục-trường; *shepherd* mục-đồng. giám-mục *bishop.* linh-mục *Catholic priest, Father.* tổng-giám-mục *archbishop.* du-mục *nomad.* Trường Nông, Lâm, Mục *School of Agriculture, Forestry and Animal Husbandry.*

mục R *eye* [= mắt]. cương-mục *summary, outline.* danh-mục *list.* đầu-mục *gangleader.* đề-mục *title, subject.* số-mục *figure, number.*

mục-đích *bull's eye; aim, purpose, objective, goal.*

mục-đồng *shepherd.*

mục-kích *to witness, be an eye-witness of.*

mục-kính [pejoratively] *eyeglasses.*

mục-lục *table of contents.*

mục-nhĩ (dried) *thin-top mushroom.*

mục-sư *Protestant minister, pastor, clergyman.*

mục-tiêu *objective, target, purpose.*

mui *roof, top* [of car, rickshaw, boat]. xe bỏ mui *convertible.*

múi *section* [of orange **cam**, *pomelo,* grapefruit **bưởi,** *tangerine* **quít,** *jackfruit* **mít,** *mangosteen* **bứa, măng cụt**]. không sơ múi gì *not to get one penny of profit.*

mùi *smell, odor, scent; color* [= **màu**]; *taste, flavor.* rượu mùi *liquor.* nếm mùi *to taste.* bén mùi *to take to, get used to.* có mùi *to smell (bad).* nặng mùi *to smell bad.* trải mùi đời *experienced.*

mùi *the eighth Earth's Stem. See* chi.

mùi *Chinese parsley.*

mùi-soa [Fr. mouchoir] *handkerchief.*

mủi *to be moved* mủi lòng.

mũi [SV tỵ] *nose* CL cái; *nasal mucus; point* [of knife], *head* [of arrow, lance]; *cape* [point of land];*toe* of shoe]; *muzzle* [of gun]; *stitch;* CL for stitches, as khâu mấy mũi *few stitches.* hỉ mũi *to blow one's nose.* khịt mũi *to sniff.* lỗ mũi *nostril.* ngạt mũi *to have a stopped-up nose.* sổ mũi *to have a run-*

ning nose. bịt mũi, bưng mũi *to stop one's nose.* chảy máu mũi *to have a nosebleed.* mặt mũi *the face,* the courage to [do something]. thính mũi *to have a sensitive nose.* nói giọng mũi *to speak through the nose.* sống mũi *bridge of the nose.*

mủm-mỉm *to smile.*

mũm-mĩm *to be plump, chubby.*

mun *ebony.*

mùn *humus.*

mủn *to be disintegrated* [RV ra].

mụn *boil, pimple, carbuncle* CL cái [with **mọc** to have]; *piece, bit, odds and ends* [of material, cloth]; CL for infants.

mùng [= **màn**] *mosquito-net.*

mùng [also **mồng**] [precedes one of the numerals from 1 to 10 to denote one of the first ten days of the month]. mùng ba tháng ba *the third of March.* mùng mấy? *what day of the month?* [from 1st to 10th].

mủng *small bamboo basket* CL cái. thúng mủng *basketware.*

muối [SV diêm] *salt* | *to salt* [egg trứng, fish cá, vegetable **rau**] *in order to preserve* ướp muối; *lo cure, corn.* ruộng muối *salt marsh.* trứng muối *salted egg,* muối bỏ bể *a drop in a bucket.*

muối biển *sea-salt.*

muối mỏ *rock salt.*

muối tiêu *salt and pepper.*

muối vừng *crushed salt grains and roasted sesame seeds.*

muỗi [SV văn] *mosquito* CL con] *to be full of mosquitoes.* thuốc trừ muỗi *mosquito repellent,* D.D.T. Buồng này muỗi quá. *This room is full of mosquitoes.* vết muỗi đốt/cắn *mosquito bite.* ruỗi muỗi *flies, insects.* muỗi dòn sóc *anopheles.*

muội *lampblack* muội đèn.

muội R *younger sister* [=em gái]. Cf. tỉ, huynh, dệ.

muội R *to be dark, obscure.* ám-muội *dark, fishy.* mê muội *crazy, out of one's mind.* ngu-muội *stupid.*

muỗm *mango* CL quả, trái [= soài].

muôn [SV vạn] *myriad, ten thousand; L a great many.* Cf. vạn. ... muôn năm! *Long live...!*

muôn dân *the whole population.*

muôn đời *eternally.*

muôn một *one chance out of ten thousand.*

muôn phần *extremely.*

muôn thuở *for ever, eternally.*

muôn vàn *a great many, a myriad.*

muốn *to want to, desire* | *in order to.* ý muốn *will, desire.* giời/trời muôn mưa *it looks like rain.* ham muốn *to covet.* thèm muốn *to covet.*

muộn *to be late, tardy; to be late* [having children, having fruit, getting married]. muộn mất rồi. *It's too late.*

muộn R *to be melancholy, depressed* phiền muộn, sầu muộn.

muông [SV thú] *quadruped.* chim muông *animals.*

muống *bindweed, spinach* rau muống.

muỗng *spoon* CL cái; *CL for spoonfuls.*

muốt *to be very white* trắng muốt.

múp-míp *to be chubby, plump.*

mút *to suck.* chấm mút *to practice squeezing, take cuts.*

mưa [SV vũ] *to rain* [subject giời/ trời] | *rain* CL trận, cơn. giọt mưa, hạt mưa *rain drop.* mây mưa *sexual intercourse.* nước mưa *rain water.* áo mưa *raincoat.* mùa mưa *rainy season.* tạnh mưa rồi *it has stopped raining.*

mưa bay *drizzle.*

mưa bụi *drizzle.*

mưa dầm *it rains and rains*

mưa đá *hail.*

mưa nắng *elements; rain or shine.*

mưa phùn *drizzle.*

mưa rào *shower, downpour.*

mứa *to leave* [food, one's own portion] *unfinished* bỏ mứa.

mửa *to vomit* [=nôn]. nôn mửa *to vomit.*

mức [=mực] *level, demarcation line.*

mực [SV mặc] *ink.* bút mực *pen.* chó mực *black dog.* tối như mực *pitch-dark.* nghên mực *ink slab.* thoi mực *inkstick.*

mực *squid* CL con.

mực *level, standards.* chừng mực *moderate.* đúng mực *correct.* mẫu mực *model.* một mực *categorically.* rất mực *extremely, utterly.* mực sống *living standards.*

mừng [SV hạ] *to be pleased, glad; to congratulate.* ăn mừng *to celebrate.* chúc mừng *to congratulate, wish.* chào mừng *to greet.* đồ mừng *(wedding) present.* tin mừng *good news.* việc mừng *happy event.*

mừng quýnh *to be overjoyed.*
mừng rỡ *to be very much pleased, exult.*
mừng thầm *to rejoice inwardly.*
mừng tuổi *to wish Happy New Year.*
mươi *ten* [when numerated by a preceding unit numeral]; *about ten.* chín mươi *ninety.* mươi người *about ten people.* Cf. mười.
mười [SV thập] *ten* [when not numerated by a preceding unit numeral]. Cf. mươi. mười một *eleven.* mười hai *twelve.* mười ba *thirteen.* thứ mười *the tenth.* một phần mười *one tenth.* tháng mười *the 10th lunar month ; October.* gấp mười *tenfold.*
mười mươi *surely.* chắc mười mươi *100 per cent sure, dead sure.*
mướn *to hire, rent* [= thuê]. Cf. mượn.
mượn [SV tá] *to borrow* [money, tool], *hire* [employees, domestic help] ; [Slang] *to swipe.* cho mượn *to lend.* Cf. mướn, vay.
mương *gutter, ditch, canal.*
Mường *Muong* [tribal name] | *language considered as archaic form of Vietnamese.*
mường tượng *to remember vaguely.*
mướp *Italian squash, zucchini ; fiber melon, vegetable sponge, loofah* CL quả, trái. mướp đắng *bitter melon.* rách như xơ mướp *ragged, tattered.*
mướt *to trickle.* sướt mướt *to be crying.* mướt mồ hôi *to perspire profusely.*
mượt *to be smooth and shining.*
mứt *preserved fruit, jam, marma-* lade. mứt nho *raisins.* mứt mận *prunes.*

mưu *stratagem, ruse, trick* mưu kế. đa mưu *shrewd, tricky.*
mưu-cơ *scheme, plot.*
mưu mẹo *expedient, artifice, trick.*
mưu-mô *scheme, plot* | *to plot.*
mưu-phản *conspiracy, plot ; treason.*
mưu-sát *to plot murder, attempt to assassinate.*
mưu-sĩ *strategist ; adviser.*
mưu-sinh *to make one's living.*
Mỹ *America* | *American.* châu Mỹ *America.* Bắc-Mỹ *North America.* Trung-Mỹ *Central America.* Nam-Mỹ *South America.*
mỹ R *beautiful* [= đẹp]. thầm mỹ *esthetic ; taste.*
mỹ-cảm *taste.*
Mỹ-châu *America* [the continent].
Mỹ-hóa *to be Americanized.*
Mỹ-kim *U. S. dollar.*
mỹ-lệ *to be beautiful, lovely, attractive.*
mỹ mãn [of results] *to be satisfactory, perfect.*
mỹ-miều *to be beautiful, good-looking.*
mỹ-nhân *beautiful woman* [as temptation, bait].
mỹ-nữ *pretty girl.*
mỹ-quan *beautiful looks.*
Mỹ-quốc *the U.S.A.*
mỹ-thuật *fine arts, art, esthetics.* nhà mỹ-thuật *artist.*
mỹ-tục *good customs* [used with thuần-phong].
mỹ-vị *delicacies.*
mỹ-ý *good intention.*
my *see* mị.

N

na *custard apple, sugar apple* CL quả, trái [= mãng cầu] ; [Slang] *hand grenade.*

na ná *to be analogous, similar.*

Na-Uy *Norway | Norwegian.*

ná *arbalest, crossbow.*

nả *duration, time.*

nã *to seek, hunt for* [criminal] tầm nã, trung nã ; *to extort* [money].

nạ *R mask* mặt nạ.

nạc [of meat] *to be lean.*

nách *arm pit, underarm.* tay xách nách mang *loaded with packages and bundles.*

nai *deer* CL con. thịt nai *venison.*

nai *to stretch* [one's back lưng]. nai lưng *to toil.*

nai nịt *to be dressed for battle, fight.*

nái *to be female.* lợn cái *sow.* tốt nái *prolific.*

nái *shantung.*

nài *to insist, entreat* kêu nài, van nài, vật nài.

nài *ostler, mahout, jockey.*

nài *to mind, as* không nài khó nhọc *not to mind hard work.*

nải *hand* [of bananas] [Cf. buồng] ; cloth sack. bag tay nải.

nại *to call upon* [witness chứng]. khiếu-nại *complaint.*

nại *R patience, perseverance* nhẫn-nại.

nam *south | southern, austral, antarctic ; Vietnamese* [as opposed to Chinese]. đông - nam *south - east.* tây nam *southwest.* thuốc nam *native Vietnamese medicine.*

nam *R male ; man* [opp. nữ]. Cf. đàn ông, giai, trai.

nam *spirit of drowned person.*

nam *R baron* nam tước. Cf. công, hầu, bá, tử.

Nam-Á(-châu) *South Asia.*

Nam - Băng Dương *Antarctic Ocean.*

Nam-bộ *South Vietnam ; southern part.*

Nam-Cao *South Korea | South Korean.*

nam-châm *magnet.*

Nam-Cực *South Pole.*

Nam-Dương (Quần-Đảo) *Indonesia | Indonesian.*

nam-giao *ceremony in honor of the sky and the earth.*

Nam Hải *South Sea.*

Nam-Hàn *South Korea | South Korean.*

nam-kha *empty dream.*

Nam-Kỳ *Cochin-China* [obs.].

Nam-Mỹ *South America | South American.*

nam-nhi *man, men* [opposed to woman, women].

nam-nữ *male and female.*

Nam-phần *South Vietnam; southern part.*

Nam-Phi *South Africa.*

Nam-Quan *China's Gateway.*

nam-sinh *schoolboy.*

Nam-sử *Vietnamese history* [as opp. to Chinese history, Bắc-sử].

nam-trang *man's clothes* [used in disguise].

Nam-Tư (Lạp-Phu) *Yugoslavia | Yugoslav.*

nam-tước *baron.*

Nam-Vang *Phnom Penh.*

Nam-Việt *South Vietnam.*

nạm *to inlay.*

nan *bamboo splint used in basketry;* spoke nan hoa.

nan *R to be difficult* [=khó]. tiến thoái lưỡng nan *caught in a dilemma.*

nan-giải [of problem] *hard to solve.*

nán *to wait, stay.*

nản *to be discouraged, recoil from difficulty* chán nản, nản chí, nản lòng.

nạn *accident* tai nạn, *danger, calamity, disaster, catastrophe, peril* hoạn nạn. khốn nạn *poor, unfortunate.* dân lánh nạn *refugee.*

nạn-dân *refugee.*

nạn-nhân *victim.*

nang *R sack, bag, capsule.* nang thũng *cyst.* nang thượng thận *suprarenal.* phế-nang *lung alveola.*

nàng *lass, young woman | she; you.* Cf. chàng.

nàng dâu *daughter-in-law.*

nàng hầu *concubine.*

nạng *crutches.* chống nạng *to use crutches.*

nanh *canine, fang.*

nanh nọc *to be dangerous.*

nanh vuốt *wickedness.*

nánh *to lean.*

nành *soybeans* đậu nành.

nao *to be stirred, moved.*

nao *L which* [see nào].

nao nao *to be touched, upset.*

nao núng *to be touched, moved.*

náo *R to make noise, be noisy* huyên náo.

náo-động *to stir, disturb.*

náo-nhiệt *to be noisy, lively, bustling.*

náo-nức *to be excited.*

nào *which ...? every, any; whichever;* [in enumeration, precedes each item] | *come on!* [at beginning of sentence]. khi nào *when?* *when* [something happens]. cái nào? *which one?* chỗ nào? *which place?* Bài nào cũng khó *Every lesson is difficult.* Cái nào cũng được *Any one of them will do* Bất cứ người nào đến muộn... *Whoever comes late.* nào toán, nào lý-hóa, nào vạn-vật... *mathematics, physics, chemistry, natural sciences.*

não *R* brain [= óc].

não *R* to get mad, get angry, become sorrowful phiền não.

não-bộ encephalon.

não-nùng to be sad, sorrowful.

não-thất ventricle.

nạo to scrape the inside of, grate.

nạo óc to beat one's brains.

nạo tiền to extort money.

nạp to charge [elect.] nạp điện; to load [gun]; [= nộp] to remit, submit. dung-nạp to accept, admit. tiếp-nạp to admit [member].

nát to be broken, crushed, rotten; [as RV] to pieces, as in đập nát to smash to pieces, xé nát to tear to pieces.

Nát bàn Nirvana.

nát bét to be completely crushed, ruined.

nát-dừ to be completely crushed, boiled to shreds.

nát gan to be worried, anxious.

nát nhàu to be crumpled.

nát tươm to be broken to pieces.

nát vụn to be smashed to bits.

nạt to threaten dọa-nạt, nạt nộ. bắt nạt to bully.

náu to take refuge ẩn náu.

nay [SV kim] this, these [of day, year] | at this time, at present, now. hôm nay today. ngày nay nowadays. bấy nay, cho đến nay up to now, until this day. ba tháng nay these three months. bữa nay today. đời nay in this world. lâu nay lately. xưa nay up to now. Cf. này.

nay kính respectfully.

nay mai soon in a day or two.

nay thư yours truly.

này [SV thử] this, these; here. nhà này this house. này! say! suppose; if for instance. Này điểm P... suppose we have a point P; let P be any point. Cf. nay, ấy, đó, kia.

nảy to grow, sprout; to bounce.

nảy-nở to open, bloom, to develop, thrive, prosper.

nãy [of moment] just past. ban/lúc /hồi nãy a while ago, just now.

nạy to pry up [RV lên].

nặc *R* to hide.

nặc-danh [of letter] to be anonymous.

nặc-nô woman hired to collect debts; coarse-mannered woman.

năm [SV niên] year. năm ngoái, năm rồi last year. năm nay this year. sang năm next year. quanh / xuốt năm all year. hàng năm every year. lâu năm old.

năm [SV ngũ] five. ba giờ năm five minutes past three. ba giờ kém năm five minutes to three. năm mươi fifty. Cf. lăm, nhăm; rưởi. một trăm năm mươi / chục 150. năm thì mười họa once in a blue moon. thứ năm the fifth; Thursday. lên năm to be five years old. mồng/mùng năm the fifth day [of the month]. trăm linh/lẻ năm 105.

năm to hold in one's fist | fist, fistful; handful. cơm nắm cooked rice pressed into a ball.

nằm chắc *to have* [something, success] *secure in one's hand.*

nằm cồ *to nab, grab.*

nằm đấm *fist* [ready to fight].

nằm giữ *to seize, hold.*

nằm tay *fist.*

nằm xương *bones, remains.*

nằm *to lie down, be lying down.*
nằm nghiêng *to lie on the side.*
nằm ngửa *to lie on the back.*
nằm sấp *to lie on the stomach.*
nằm mê/mộng *to have a dream.*

nằm bẹp *to be bed-ridden.*

nằm bếp *to be in childbirth.*

nằm co *to lie curled up.*

nằm dài *to lie (idle).*

nằm khàn *to idle away one's time.*

nằm mê *to have a dream.*

nằm sóng-sượt *to be lying.*

nằn-ni *to be insistent in making request.*

nắn *to set back* [something] *into shape ; to set* [dislocated bone] *;* [of pickpocket] *to feel* [pocket].

nắn nót [to write] *carefully.*

nằn-nì *to be insistent in making request.*

nặn *to model* [clay, ceramics, statue] *; to squeeze out* [milk, pus] *; to fabricate* [stories].

năng *often, frequently* [precedes main verb]. *siêng* năng *laborious, hard-working.*

năng *R ability ; capability* khả-năng; *energy.* tài năng *talent.* nguyên-tử-năng *atomic energy.* Đấng Toàn-năng *the Almighty.*

năng-lực *ability ; power, energy.*

năng-lượng *energy.*

năng-suất [Chem., Phys.] *power.* năng-suất hút *absorbent power.* năng-suất sáng *illuminative power.*

nắng [SV thử] *to be sunny* [subject giời/trời] | *the sun.* cảm nắng *to get a sunstroke.* tắm nắng *to sun-bathe.* ánh nắng *sunlight, sunshine.*

nắng chang-chang *to be bright and sunny ; under a blazing sun.*

nắng hanh *to be dry and sunny.*

nắng-nặc *to insist stubbornly.*

nặng [SV trọng] *to be heavy, weighty ;* [of illness] *serious.* [of smell, cigarette, liquor] *strong,* [opp. nhẹ]. *sức* nặng *weight.* dấu nặng *mark for glottalized low tone.* nghiện nặng *strongly addicted.*

nặng-nề *to be heavy.*

nặng tai *to be hard of hearing.*

nặng trình-trịch *to be very heavy.*

nặng trĩu *to be overloaded.*

nắp *cover, lid* [of box]. Cf. yung.

nắp hơi *valve* nắp hơi bảo-hiểm *safety valve.*

nấc *to hiccup, hiccough* nấc cụt.

nấc *degree, notch ; rung, step, grade ; turn, time* [in lock].

nấm *mushroom* CL cái ; CL *for graves, tumuli.* nấm hương *thin-top mushroom.* mọc lên như nấm *to spring up like mushrooms.*

nậm *decanter, flask, bottle.*

nấn ná *to procrastinate, put off* [departure], *linger.*

nâng *to pick up and support, raise or lift* [RV lên], *help up* [RV dạy].

nâng-đỡ *to help, support.*
nâng-niu *to fondle, pamper.*
nắng *to steal, swipe.*
nấp *to hide.* ẩn nấp *id.*
nấp bóng *to get under someone's protection.*
nâu *to be brown.*
nâu sồng *monk's clothes* [dyed in brown].
nấu *to cook, boil.* nấu ăn, nấu bếp *to cook.* thổi nấu *to cook.*
nấu nướng *to cook, do the cooking.*
nấu tiệt - trùng *to pasteurize, sterilize* [milk, etc.].
nấu [of fruit] *to be too ripe, rotten ; to be sorrow - stricken* nấu ruột, nấu gan.
nây *fat.*
nấy [demonstrative referring back to a previous definite nào, gì, ai]. ai nấy *everyone* [đều precedes verb]. cái nào cái nấy *every one of them.* cha nào con nấy *like father, like son.* Anh ấy làm đồng nào tiêu đồng nấy *He spends every piaster he earns.*
nẩy *to bounce; to sprout.*
né *to dodge, avoid.*
nẻ *to be chapped, cracked.*
nem *meat roll* [of pork hash] CL cái.
nem nép *to be shy, timid, fearful, respectful.*
ném *to throw, hurl, cast.* ném dĩa *disc-throwing.* ném tạ *shot-putting.*
nén *to press down, squeeze, crush.* khí nén *pressed air.*
nén CL *for bars of gold* vàng, *josssticks* hương.

nén lòng *to control oneself, contain oneself.*
neo *to be short of* [help].
neo *anchor* | *to anchor.* bỏ/thả neo *to cast anchor.* kéo neo *to raise anchor.* nhổ neo *to heave, weigh anchor.*
néo *to tighten, pull tight.*
nẻo *way, direction.*
nép *to hide oneself.* khép nép *to stand aside deferentially.*
nẹp *edge, rim, hem.*
nét *stroke* [of pen, brush] nét bút, nét chữ. nét mặt *countenance, facial feature.*
nê *pretext, excuse* [with lấy to use].
nê R *mud* [= bùn].
nề *to apply mortar, plaster.* thợ nề *bricklayer, mason.*
nề *to mind* nề hà.
nề *to have respectful consideration for* kính nề, vì nề, nề vì. cả nề *too considerate.*
nể-nang *to have consideration for.*
nệ *to persist.*
nêm *wedge.* chật như nêm *jam-packed.*
nếm *to taste* [food].
nệm *mattress.*
nên *to develop into, result in, become* trở nên | *as a result, consequently, therefore.* cho nên, nên chi *therefore, as a result, that's why.*
nên R- *to be obliged* [to do something], *ought to, should.*
nến *candle, taper* CL cây, ngọn [with thắp *to light*, đốt *to burn*].

nền [SV cơ] *foundation, basis;*
CL for economic, political or
cultural institutions. nền độc-lập
independence nền trời *sky.* nền
văn-hóa *culture.* nền văn-minh
civilization nền tự-do *freedom.*
nền dân-chủ *democracy.* nền kinh-
tế *economy.* nền thương-mại *trade.*
nền kỹ-nghệ *industry.*

nền móng *foundation.*

nền nếp *good family, good stock.·*

nền tảng *foundation.*

nện *to trample* [earth, dirt], *ram*
down; to strike, beat.

nếp *glutinous (rice)* [opp. tẻ]. cơm
nếp *glutinous rice* [cooked like
ordinary rice] gạo nếp *glutinous*
rice (raw). Cf. sôi.

nếp *crease, fold; habit.*

nếp sống *life, way of life.*

nếp nhà *building, house.*

nếp tẻ *glutinous rice and non-*
glutinous rice, — truth and fal-
sehood.

nết (*good*) *behavior, manners, mo-*
rals. mất nết *of loose morals,*
out of control. tính nết *character.*

nết na *virtuous, well-behaved.*

nêu *to bring up* [subject] [RV
lên/ra]; *to set* [*example* gương].

nêu *New Year's pole* cây nêu.

nếu *if* nếu mà, nếu như. nếu không
if not, otherwise, or.

nếu thế *if that's the case.*

nếu vậy *if that's the case.*

ni *R Buddhist nun* ni-cô. tăng-ni
monks and nuns, the Buddhist
clergy.

ni [= này] *this, these.*

nị [Slang] *you* cái nị.

ni *wool, felt* [= len].

ni-non *to complain; to moan, groan;*
[of speech] *to be sweet, or plain-*
tive.

nia *large, flat winnow basket.*

nĩa *fork* CL cái.

ních *to stuff, fill.* chật ních *very*
crowded. ninh ních *full.*

nịch *to be dead sure* chắc nịch; [of
argument] *sound* chắc nịch; [of
things] *firm, well-filled* chắc nịch.

nịch *R to be drowned.*

niêm *stamp, postage stamp; fee*
stamp CL con | *to seal up* niêm
phong.

niêm *R prosody* niêm-luật.

niêm-lực *cohesion.*

niêm-phong *to close, seal up* [en-
velope, door].

niêm-yết *to stick, post* [bill, an-
nouncement].

niềm *sentiment, feeling* nỗi niềm;
duty, responsibility. một niềm *con-*
sistently. trọn niềm *to fulfill one's*
duty.

niềm-nở [of welcome, reception]
to be warm, cordial.

niệm *F to read aloud, chant* [pray-
er] tụng niệm; *R to ponder,*
think of tưởng niệm. kỷ-niệm *to*
commemorate. hoài-niệm *to recol-*
lect, reminisce. quan - niệm *to*
conceive |*concept*(*ion*). ý-niệm *idea,*
concept.

niên *R year* [= năm]. thường niên
annual. kinh-niên *chronic.* tân-niên
New Year. chu-niên *anniversary.*
cao niên *advanced in age.* đồng-
niên *of the same age.* ngũ-niên
five-year. tất - niên *year's end.*

thanh-niên *youth.* thiếu-niên *youth.*
thành-niên *major.* vị-thành-niên
minor.

niên-bồng *yearly salary, annual
pay.*

niên-canh *age.*

niên-đại *date, generation.*

niên-đại-học *chronology.*

niên-giám *yearbook.*

niên-hiệu *dynastic title.*

niên-học* *school year, academic
year.*

niên-khóa *school year, fiscal year.*

niên-kim *annuity.*

niên-kỷ *age, era.*

niên-lịch *almanac.*

niên-thiếu* *youth.*

niên-trưởng *dean* [of diplomatic
corps, etc.]

niên-xi *age.*

niêu *earthenware pot used to cook
rice, etc.*

nín *to stop* [*crying* **khóc**, *laughing*
cười, *breathing* **thở**].

nín bặt *to stop suddenly* [crying,
talking].

nín thở *to hold one's breath.*

ninh *to braise, simmer, boil for a
long time.*

ninh *R security, safety* an-ninh.

ninh-ních DUP ních.

nịnh *to flatter* nịnh hót, nịnh-nọt.

nịnh-thần *flatterer; traitor.*

nịt *to tie* | *garter* CL **chiếc** *for one,*
đôi *for pair.* áo nịt *undershirt,*
T- *shirt.*

níu *to cling, grab, seize, hold.*

no [SV **bão**] *to be full* [*after
eating*] no bụng [opp. **đói**] ; [of

vehicle, boat] *to be full of stuff.*
ăn (cho) no *to eat one's fill.*
ấm no *well-provided.*

no ấm* *to be well-provided, well
off.*

no đủ *to have all what one needs*

no nê *to be full.*

no say *to have eaten well.*

nó [arrogant] *he, she, they, it*
[child, animal]. chúng nó *they.*

nỏ *crossbow, arbalest.*

nỏ *to be dried up.*

nõ *core, stump ; bowl* [of pipe].

nọ *other.* Cf. này, kia. hôm nọ
the other day. cái này cái nọ,
cái nọ cái kia *this and that.*
cái nọ... cái kia ... *one another.*

noạ *R to be lazy* [= lười] đãi-
noạ.

noãn *R egg* [= trứng].

nóc *rooftop, housetop* nóc nhà ;
CL *for housing units, homes.*

nọc *venom, poison, sting ; talon,
stock* [in card game].

noi *to follow* [trail chân, example
gương].

nói [SV thuyết, viết, thoại] *to talk,
speak; to tell, say; to talk, con-
verse.* ăn nói *to be a good speaker,
have a glib tongue ; to behave
well.* giọng nói *tone* [of voice],
voice. hay nói *talkative.* khéo
nói *eloquent.* lời nói *words.*
kèn nói, máy nói *phonograph.*
tiếng nói *voice ; speech, language.*

nói bóng *to hint* [with or without
malice].

nói bỡn *to crack jokes.*

nói càn *to talk nonsense.*

nói cạnh *to insinuate.*

nói chơi *to kid.*
nói dóc *to tell a lie.*
nói dối *to lie.*
nói đùa *to kid.*
nói khoác *to boast.*
nói không *to slander.*
nói láo *to talk nonsense ; to tell lies.*
nói leo *to interrupt adults or superiors.*
nói mát *to insinuate.*
nói phét *to boast.*
nói quanh *to beat around the bush.*
nói thẳng *to speak openly.*
nói thầm *to whisper.*
nói thật *to speak the truth.*
nói tục *to use obscene language.*
nói vu *to slander.*
nói xấu *to speak ill of.*
nòi *race, species* | *to be pureblooded, thoroughbred.*
nom *to look, see.* chăm nom *to look after.* thăm nom *to visit.* trông nom *to watch over, look after, take care of.* dòm nom *to watch* [out of curiosity].
non [SV nộn] *to be tender, young* [opp. già]; *to be unripe; weak, feeble; inexperienced, premature* | *a little less than.* để non *to be a premature baby; to have a premature baby.* da non *skin on newly-healed wound.* hầu non *young concubine.* ruột non *small intestine.* tre non *young bamboo.* ăn non *to quit gambling as soon as one has won some money.* non nửa *nearly a half.* chết non *to die young.*

non *mount(ain).* núi non *mountains.* nước non *motherland.*
non bộ *rockwork in garden.*
non choẹt *to be a greenhorn.*
non-gan *to be chicken-hearted, be a chicken.*
non-nớt *to be inexperienced, new in one's field.*
non nước *motherland, fatherland.*
non sông *fatherland, motherland.*
nón [SV mạo] *conical hat, cartwheel hat, hat* CL cái, chiếc; [western] *hat, helmet* CL cái, chiếc [=mũ]. quai nón *chin strap.* râu quai nón *whiskers.*
nón lá *hat made of latania leaves.*
nón lông *feather hat.*
nón *bud, burgeon.*
nõn-nà *to be white and soft.* trắng nõn *very white.*
nong *flat, large winnowing basket.*
nong *to force* [feet] *into* [tight shoes].
nóng *to be warm, hot* [subject giời/trời if weather is mentioned]; *to be hot-tempered.* hơ nóng *to warm up over a fire.* hơi nóng *hot air.* máu nóng *angry, quick-tempered.* đốt nóng *to warm-up.*
nóng bức *sweltering, suffocating heat.*
nóng đầu *to be feverish.*
nóng giận *to become angry, get mad.*
nóng hổi [of food] *to be hot.*
nóng lạnh *to have fever.*
nóng lòng *to be impatient, anxious.*
nóng mắt *to become furious.*
nóng nầy [of weather] *to be hot; to be quick-tempered.*

nóng nực *to be hot, sweltering.*

nóng ruột *to be impatient, anxious.*

nóng sốt [of food] *warm; to be impatient;* [of news] *fresh.*

nóng tiết *to be furious.*

nóng tính *to be quick-tempered.*

nọn bắt nọn *to fish for information by pretending to know already.*

nọng *neck, throat* [of animals].

nô *to amuse oneself.*

nô R *servant, slave.* bãi-nô *abolitionist.* nông-nô *serf.* Hung-nô *the Huns.*

nô-bộc *servant.*

nô đùa *to amuse oneself, play.*

nô-lệ *slave, slavery* | *slave's.*

nô-lệ-hóa *to enslave.*

nô-nức *to emulate; to show up amidst excitement.*

nô-tỳ *maid-servant.*

nổ *to explode, go off.* chất nổ, thuốc nổ *explosive.* bùng nổ *to break out.* Xe tôi bị nổ lốp *I had a blowout.* tiếng nổ *explosion.*

nỗ R *to strive, endeavor* nỗ lực.

nỗ R *arbalest* [= nỏ].

nộ R *to be indignant* phẫn nộ. thịnh nộ *anger, rage, fury.*

nốc *to drink in one gulp.*

nôi *cradle.*

nối *to join, connect* [by sewing tying, welding] nối liền ; *to continue.* gạch nối *hyphen.*

nối dõi *to carry on* [lineage].

nối duyên *to get married (again).*

nối đuôi *to form a queue, stand in line, be bumper-to-bumper.*

nối gót *to follow the example of, imitate, copy.*

nối khố [of friends] *bosom.*

nối nghiệp *to succeed.*

nối ngôi *to succeed* [a king].

nồi *pot, cauldron* CL cái ; CL potfuls.

nồi cất *alambic, still.*

nồi chưng *autoclave.*

nồi hấp *autoclave.*

nổi [SV phù] *to rise to surface, emerge, float;* [of relief] *high* [opp. chìm]; R- *to become* [angry giận]; [of glands, rash, pimples] *to swell up, appear ;* [of rebels] *to rise up ;* [of storm] *to come up.* nổi loạn *to riot, revolt.* của nổi *visible wealth, real estate.* ba chìm bảy nổi *with many ups and downs.* làm nổi bật *to set off.*

nổi [=được] -R *to have the strength or ability* [to do something].Nó không khiêng nổi cái thùng ấy *He can't carry that case.* Dịch nổi không ? *Can you translate it ?* Nó ăn nổi ba bát cơm rang *He can eat three bowls of fried rice.*

nỗi *bad situation, deplorable plight* nông nỗi ; *reason, motive, cause ; affairs, matters.* đến nỗi so that, *to such an extent that.* vì nỗi *because.*

nỗi lòng *feelings, sentiments.*

nỗi niềm *feelings, sentiments.*

nội R *inside, inner, internal* [= trong] [opp. ngoại]; *on the father's side or the son's side* [opp. ngoại] | *among, within.* ông

bà nội *paternal grandparents.*
cháu nội *child(ren) of one's son.*
nội (trong) *within* [a certain place or time]. nội nhật hôm nay *today.* bên nội *one's father's side.* họ nội *relatives on father's side.*

nội *R prairie, plains.*

nội-bộ *internal.*

nội-các *cabinet* [in government]. Hội-đồng Nội-các *cabinet meeting.*

nội - chính *domestic politics or policy.*

nội-công *fifth column.*

nội-cung *inner temple ; inner palace.*

nội - dung *contents* [of speech, document].

nội-địa *hinterland.*

nội-giám *eunuch.*

nội-gian *spy.*

nội-hàm *to be implicit.*

nội-hóa *local goods.*

nội-khoa *internal medicine.*

nội-loạn *civil war ; internal strife.*

Nội-Mông *Inner Mongolia.*

nội-phản *traitor.*

nội-qui *regulations, by-laws.*

nội-tại *to be immanent.*

nội-thận *kidney.*

nội-thương *internal disease.*

nội-thương *home trade.*

nội-tịch *registered on village roll.*

nội-tiếp *to inscribe* [angle, triangle, etc.].

nội-tình *internal situation.*

nội-tỉnh *introspection.*

nội-trị *internal* [affairs].

nội-trợ *housewife, housekeeper housekeeping.*

nội-tướng *wife.*

nội-vụ *internal affairs.* Bộ-trưởng Nội-vụ *Secretary of the Interior, Home Secretary.*

nôm *demotic or vulgar script* chữ nôm [as opposed to chữ nho/hán, Chinese script]. tiếng nôm *native word.*

nồm [of wind] *southern.* gió nồm *south wind, southeast wind.* giời nồm *the weather is humid.*

nộm *salad.*

nộm *effigy to be burnt in religious ceremony; puppet.*

nôn *to throw up, vomit* nôn mửa, nôn oẹ. cười nôn ruột *hilarious.* buồn nôn *nauseous, nauseating.*

nôn nao *to be nauseous, dizzy; impatient, anxious.*

nộn *R tender* [= non].

nông [SV thiển] *to be shallow.*

nông *agriculture* canh-nông. nhà nông *farmer.* trại nông *farm.*

nông-cạn *to be shallow, superficial.*

nông-cụ *farm implement, farm tool.*

nông-dân *peasant, farmer.*

nông-gia *farmer.*

nông-giới *farmers* [collectively].

nông-học *agriculture, agronomy.*

nông-lâm *agriculture and forestry.*

nông-nghiệp *agriculture.*

nông-nô *serf.*

nông-nổi *to act lightly, without much thinking.*

nông-nỗi *situation, condition, plight.*

nông-phu *farmer.*

nông-sản *farm products.*

nông-tín-cuộc *agricultural credit bureau.*

nông-trại *farm.*

nông-trường *farm.*

nồng [of scent] *to be strong;* [of feelings] *warm, intense, hot, ardent.*

nồng-hậu *to be warm, intense, deep.*

nồng-nàn *to be intense, profound, impetuous, ardent.*

nồng-nực *to be sweltering.*

nộp *to deliver* [criminal], *submit* [application] *to the authorities; to pay* [taxes, fine].

nốt *spot, mark.* nốt ruồi *beauty mark, mole, birthmark.*

nốt -R *to finish (doing something), finish up.* ăn nốt đi! *finish it!* làm nốt đi! *finish it!* [work or food]

nốt [Fr. note] *grade, mark* [student's]; *note* [music].

nơ [Fr. noeud] *bowtie, bow* [with đeo, thắt *to wear*].

nở [of flower, plant] *to bloom, open;* [of egg] *to hatch; to develop, dilate, expand.* sinh nở *to have a child.*

nở mày nở mặt *to be happy, proud.*

nỡ *to have the heart* [to do something] nỡ lòng, nỡ tay. chẳng nỡ, không nỡ *not to have the heart to.*

nợ *to owe* | *debt* công nợ. món nợ *loan.* con nợ *debtor.* chủ nợ *creditor.* duyên nợ *affinity, predestined marriage.* đòi nợ, hỏi nợ *to claim a debt.* khách nợ *debtor.*

khất nợ *to ask for a postponement.* mang nợ, mắc nợ *to get into debt.* quịt nợ *to refuse to pay a debt.* vỡ nợ *bankrupt.* đồ nợ, của nợ *burden; parasite.*

nợ-nần *debts* | *to owe.*

nơi *place, location.* khắp mọi nơi *everywhere.* đến/tới nơi *to arrive.*

nới *to let out* [a dress], *slacken, loosen* [knot, control], *lower* [price].

nới rộng *to extend* [authority], *relax* [control].

nới tay *to be lenient, relax control.*

nơm-nớp *to be fearful, nervous.*

nỡm *monkey* đồ nỡm.

nớu *gum ridge* | *alveolar.*

nụ *bud; (contact) stud* [electricity]; CL *for smiles.* chè nụ, trà nụ *tea buds.* cười nụ *to smile.*

núc-ních *to be fat and clumsy.*

núi [SV sơn] *mountain* CL quả, trái, ngọn, hòn [chân *foot*, đáy, rặng *range,* sườn *slope,* đỉnh *peak*].

núi lửa *volcano.*

núi non *mountains.*

nung *to bake* [brick, lime, iron].

núm *knob, button; handful* | *to seize, grab.*

núng *to be shaken, disturbed, weakened* nao-núng.

Nùng *Nung (tribal name).*

nũng [of child, wife] *to be wheedling* làm nũng, nũng-nịu.

nuộc *round, turn, knot* [of string].

nuôi [SV dưỡng] *to nourish, feed, breed, rear, keep; to support, adopt; to grow* [hair]. con nuôi *adopted child.* Hội Cha Mẹ Nuôi

Foster Parents Plan, Inc. vú nuôi wet nurse. nuôi lấy to breastfeed. nuôi sữa bò to bottlefeed.

nuôi nắng to bring up.

nuông to spoil [child].

nuốt to swallow; to swallow, control [anger, hatred]; to break, swallow, retract, recant [promise lời (hứa)].

nuốt-trửng to swallow without chewing.

núp to hide, take cover ẩn núp.

nút cork, cap, stopper nút chai; knot, button | to cork.

nữ R woman, R- female. nữ anh-hùng heroine. nữ cứu-thương female nurse. cung-nữ imperial servant, imperial concubine. phụ-nữ woman, women. sư nữ Buddhist nun. ái-nam ái-nữ hermaphrodite.

nữ-anh-hùng heroine [=anh-thư].

nữ-công housework, sewing, cooking.

nữ-điều-dưỡng nurse.

nữ-giới women's world, the female sex.

nữ-hoàng queen.

nữ-học-đường girls' school.

nữ-học-sinh schoolgirl.

nữ-khán-hộ nurse.

nữ-kiệt heroine CL trang.

nữ-lưu women [as opposed to men].

nữ-nhi woman, girl; female.

nữ-sĩ educated woman; Miss, Madame.

nữ-sinh schoolgirl.

nữ-sinh-viên girl student, coed [at university].

nữ-thí-sinh girl candidate, girl student [at exam], female examinee.

nữ-trang jewel(ry); female attire.

nữ-vương queen.

nữ-y-tá nurse.

nứa species of bamboo, slender, thornless, long-sectioned, used as building materials.

nửa [SV bán] a half; mid. nửa tháng half a month, fortnight. già nửa more than a half. hơn nửa more than a half. quá nửa a little more than fifty per cent, over fifty per cent. non nửa less than a half. bán rẻ nửa tiền, bán nửa tiền to sell at half-price. nửa tỉnh nửa say half sober, half drunk. nửa no nửa kia half and half. nửa nạc nửa mỡ half joking, half serious.

nửa chừng half-way (done).

nửa đêm midnight.

nửa đời uncompleted (life).

nửa đường half-way.

nửa ngày half day; noontime.

nữa to be additional, do or have more, further. lát nữa, chốc nữa in a moment. còn nữa to be continued [put at the end of articles]; more coming. hơn nữa moreover. hai quyển (sách) nữa two more books. hai người nữa two more persons. Ăn nữa đi Eat some more. Ngủ nữa đi Sleep some more.

nữa là much less, a fortiori. Bố vợ nó, nó còn đánh, nữa là anh He has even beaten his father-in-law. Why should he spare you ?

Cho vay nó còn không, nữa là cho hắn *He wouldn't even lend me the money, let alone give me the money.* Tú-tài một còn chưa đỗ nữa là tú tài hai *He couldn't even pass the first baccalaureate, let alone the second one.*

nức *to be widespread; to be ardent, enthusiastic.* thơm nức *odorous, fragrant.*

nức danh *to be very famous.*

nức lòng *to become enthusiastic.*

nức nòm *to cry, sob.*

nức nở *to sob* khóc nức nở; *to praise, admire* khen nức nở.

nức tiếng *to become famous.*

nực *to be hot* [subject giời/trời] nắng nực, nóng nực, nồng nực. mùa nực *summer.*

nực cười *to be funny.*

nực-nội *to be hot.*

nưng *see* nâng.

nứng *to be in heat.*

nước [SV thủy] *water;* [SV dịch] *liquid, fluid;* [SV chấp] *juice* [of fruit], *milk* [of coconut]; *watery part* [opp. cái]; *washing* [of a garment]; *coat, layer* [of paint, varnish sơn] [Cf. English *waters* in 'to rinse in several waters']; *shine, gloss; move* [in game]; *pace* [of horse]. tiền nước *water bill.* máy nước *hydrant.* nhiều nước *juicy.* lên nước [of wood] *to take a shine.* ngã nước *to be sick with malaria.* cơm nước *food, cooking.* đun nước *to boil water to make tea.* Mời ông ngồi chơi xơi nước *Sit down and have a cup of tea.* pha nước *to make tea, brew tea.*

nước [SV quốc] *country, nation, state.* nhà nước *government, state.* đồ bán nước *traitor.* đất nước *nation, motherland.* yêu nước *patriotic.*

nước ăn *drinking water.*

nước bài *move* [in card game].

nước bạn *friendly nation.*

nước bọt *saliva.*

nước cam *orange juice, orangeade.*

nước canh *soup.*

nước chanh *lemon juice, lemonade, limeade.*

nước chấm *sauce.*

nước chè *tea* [the drink].

nước cờ *move* [in chess].

nước da *complexion.*

nước dãi *saliva.*

nước đá *ice.*

nước đái *urine.*

nước đái qui *ammonia.*

nước đại *full gallop.*

nước độc *unhealthy climate.*

nước hoa *perfume.*

nước kiệu *amble.*

nước lã *(plain) water.*

nước lạnh *(cold) water.*

nước lọc *boiled and filtered water.*

nước mắm *fish sauce.*

nước mặn *salt or sea water.*

nước mắt *tears.*

nước miếng *saliva.*

nước ngoài *foreign country.*

nước ngọt *fresh water.*

nước nhà *home country.*

nước non *nation.*

nước sơn *coat of paint.*

nước thủy-triều *tide.*

nước tiều urine.

nương terrace field [of sweet potatoes **khoai**, tea **chè**, mulberry **dâu**, etc]. ruộng nương (rice) fields.

nương to lean on, rely on, depend on [for support and shelter] nương cậy, nương nhờ, nương tựa.

nương náu to take refuge.

nương nhẹ to use sparingly, treat with consideration.

nướng to roast [meat, corn], grill, toast ; to lose [at gambling]. nấu nướng to cook. bánh nướng moon cake.

nứt to crack or split open.

nứt mắt to be newly hatched, be a greenhorn.

Nữu-Ước New York.

NG

Nga *Russia | Russian.* Bạch-Nga *White Russia(n).* Xích-Nga *Red Russia(n).*

nga L *beautiful woman; the moon,* Phoebe *gương nga,* Hằng-nga. ánh-nga, *bóng-nga moonlight.*

nga R *swan* thiên-nga.

nga R *silkworm* [= ngài].

Nga-hoàng *czar.*

Nga Sô *Soviet Russia.*

ngà *elephant tusk* ngà voi *CL* cái, chiếc *for one,* cặp *for a pair;* *ivory.* bài ngà *mandarin's badge of office.* tháp ngà *ivory tower.* đũa ngà *ivory chopsticks.*

ngà ngà *to be tipsy.*

ngả *direction along a road or path; way.*

ngả *to lean, incline; to kill* [animal for food]; *to fell* [tree]; *to take off* [hat].

ngả lưng *to lie down; to rest.*

ngả nghiêng *to have an indecent attitude.*

ngã *to fall, tumble down.* dấu ngã *mark for broken-rising tone; tilde.*

ngã L *I, me, we, us,* [= tôi, ta]; *my, our.* bản-ngã *one's self.* duy-ngã *egotism.*

ngã ba *crossroads, intersection.*

ngã bảy *Seven Corners.*

ngã bổ chửng *to fall head over heels.*

ngã chồng kềnh *to fall backwards, fall on one's back.*

ngã giá *to agree on a price.*

ngã gục *to collapse.*

ngã lòng *to be discouraged, disheartened.*

ngã-ngũ *to be settled, concluded.*

ngã ngửa *to fall on one's back; to be shocked.*

ngã nước *to come down with malaria.*

ngã sáu *Six Corners.*

ngã sấp *to fall flat on one's face.*

ngã tư *crossroads, intersection.*

ngạc R *to be astounded, surprised* kinh-ngạc, ngạc-nhiên.

ngạc R *crocodile* ngạc-ngư [= cá sấu].

ngạc-nhiên *to be surprised.*

ngách *branch, ramification, arm* [of river]; *back street, alley.*

ngạch *threshold.*

ngạch *list, roll of regular employees, payroll of status employees* [with **nhập, vào** *to enter, be admitted into*].

ngai *throne* ngai vua, ngai rồng. ngai vàng.

ngái *R to be still sleepy after getting up* ngái ngủ.

ngài *silkworm butterfly* CL con.

ngài *you* [used to officials], *he, she* [used of deities and persons with high status].

ngải *moxa, mugwort* ngải-cứu.

ngãi [= nghĩa]. nhân-ngãi *lover.*

ngại *to mind an inconvenience or difficulty, be hesitant, worried, fearful.* ái-ngại *to pity, feel sorry* [cho *for*]. e ngại *to be afraid.* đáng ngại *worth worrying.* lo ngại *to worry.* ngần-ngại *to hesitate.* nghi ngại *to suspect, fear.* phương-ngại *to hinder.* trở ngại *obstacle.* chướng-ngại(-vật) *obstacle.*

ngại-ngùng *to hesitate, waver.*

ngan *F swan* CL con; *R wild goose.*

ngán *to be discouraged; to be tired of* chán ngán.

ngàn [= nghìn] *thousand.* mười ngàn *ten thousand.* một trăm ngàn [= mười vạn] *one hundred thousand.* hàng ngàn *thousands of.*

ngàn *L mountains and forests.*

ngạn *R river bank.* tả-ngạn *left bank.* hữu-ngạn *right bank.*

ngạn *R saying* ngạn-ngữ.

ngạn-ngữ *folk saying.*

ngang *to be horizontal, transversal; to be wide* [as opposed to *long*]; *to be level with* | *across* ngang qua,

through. Cf. dọc bề/chiều ngang *width.* ngang hàng *equal.* đò ngang *ferryboat.* đường ngang *short cut.* nét ngang *horizontal stroke* [in writing Chinese characters]. nhà ngang *wing.*

ngang *to act rudely, arrogantly, without fuss, ceremony or consideration for other people ; to be illegal.* rượu ngang *moonshine, illicitly distilled liquor.* ngang như cua *to be very stubborn ; to act strangely.* chơi ngang *debauched, prostitute.* nghênh ngang *arrogant.*

ngang dạ *to lose appetite because one has eaten between meals.*

ngang-nhiên *proudly, rudely.*

ngang tai *to be unpleasant, disagreeable* [to the ear].

ngang tàng *to be rude. inconsiderate, arrogant, unruly.*

ngáng *to strip* [somebody] *up ; to bar, hinder.*

ngánh *branch, ramification.*

ngành *branch* [of river, family, study], *level* [of educational system]. ngành đại học *higher education, tertiary education.*

ngành ngọn *all the details, all the ins and outs.*

ngảnh *to turn* [cổ, đầu, mặt] [RV lại].

ngạnh *hook, beard* [of fishhook, spear] | *to be stubborn* ương ngạnh, gai ngạnh *quarrelsome.*

ngao *oyster* CL con ; *shell.*

ngao-du *to travel, roam.*

ngao-ngán *to be disappointed, disgusted, discouraged.*

ngáo *bugbear, bogy* ngáo ọp, ngáo ộp CL ông, con.

ngào *to mix, knead.*

ngào-ngạt* *to send forth, emit, exhale* [scent].

ngạo *to mock, scoff at.* kiêu ngạo *haughty.*

ngạo-mạn *to ridicule, laugh at* [superior], *be insolent.*

ngáp *to yawn.* ngáp ngắn ngáp dài *to yawn repeatedly.*

ngát *to be perfumed, sweet-scented.*

ngạt *to be choked, stifled, suffocated* ngạt hơi, ngạt thở. ngạt mũi *to have a head cold.* chết ngạt *asphyxiated, suffocated.*

ngay *to be straight, erect ; to be righteous, honest* [opp. gian] ; -R *to act right away, at once, immediately* [follows main verb]. ngay bây giờ *right now.* Đứng ngay lên ! *Stand up ! Stand up straight !*

ngay lưng *to be lazy, slothful.*

ngay mặt *to be dumbfounded, speechless.*

ngay ngáy *to be worried.*

ngay ngắn *to be straight, erect.*

ngay thẳng *to be righteous, loyal.*

ngay thật *to be sincere, honest.*

ngay xương *to be lazy, slothful.*

ngáy *to snore.*

ngày [SV nhật, thiên] *day, daytime.* ban ngày *(in the) daytime.* cả ngày *all day.* càng ngày càng... ...*-er every day, more... every day.* đêm ngày *night and day.* hàng ngày *every day, daily.* lâu ngày *long.* mỗi ngày *each day.* nửa ngày *half a day; noontime.*

suốt ngày *all day long.* tối ngày *throughout the day.* một ngày gần đây *in the near future.* hai ngày một lần *every other day, every two days.* một ngày kia *some day.*

ngày hôm kia *day before yesterday.*

ngày hôm nay *today.*

ngày hôm qua *yesterday.*

ngày hôm sau *the next day, the following day.*

ngày kia *day after tomorrow.*

ngày kìa *in three days.*

ngày lễ *holiday*

ngày mai *tomorrow.*

ngày nay *nowadays.*

ngày nghỉ *holiday, day off.*

ngày rằm *the fifteenth day of the (lunar) month.*

ngày sau *later on.*

ngày sinh *date of birth.*

ngày tháng *time, date.*

ngày trước *formerly.*

ngày xưa *of old, of yore; once upon a time.*

ngắc ngoải *to be in agony.*

ngắc ngứ *to hum and haw.*

ngăm [of skin] *to be tanned, dark* ngăm ngăm.

ngắm *to take an aim; to behold, view, gaze at or upon* [scenery, picture]

ngắm nghía *to look, regard, view, eye.*

ngắm vuốt *to spruce oneself up.*

ngăn *to separate, partition* |*compartment, drawer, tier, tray.*

ngăn *to prevent, hinder, stop, block, obstruct* [RV lại]. can ngăn *to dissuade, advise* [against sth].

ngăn cấm *to prohibit.*

ngăn cản *to prevent, deter.*

ngăn kéo *drawer.* tường ngăn *partition.*

ngăn nắp *to be orderly, well-kept.*

ngăn ngừa *to prevent.*

ngăn trở *to prevent, hinder.*

ngắn [SV đoản] *to be short* [of length] [opp. dài].

ngắn ngủi [of time] *to be short, brief.*

ngắt *to pick, pluck* [flower, fruit]; *interrupt* [speech], *punctuate* [sentence].

ngắt -R *to be very* [....]. xanh ngắt *very green.* buồn ngắt *very sad.* lạnh ngắt *very cold.* lặng ngắt *completely silent.* tẻ ngắt *very sad.* tím ngắt *deep purple.*

ngặt *to be strict, severe, stern.* nghiêm-ngặt *stern, strict, vigilant.*

ngặt nghèo *to be difficult, hard.*

ngặt nghẽo *to split one's sides with laughter.*

ngặt vì *unfortunately; however it's unfortunate that.*

ngâm *to steep, soak, marinate.* ngâm giấm *to pickle.*

ngâm *to recite* [poetry] *in chanting voice* ngâm nga, ngâm vịnh.

ngấm *to be soaked, impregnated;* [of alcohol, medicine] *to start to be felt.*

ngấm ngầm *secretly.*

ngấm thấu *osmosis.*

ngầm *to act secretly* [first or second verb in series] ngấm ngầm;

to be under water or ground. tàu ngầm *submarine.* hiểu ngầm *to understand, read between lines.* đá ngầm *reef.* đường ngầm *tunnel.* xe điện ngầm *subway*

ngẫm *to think, meditate, reflect* suy ngẫm, nghiền ngẫm.

ngẫm nghĩ *to think over.*

ngậm [SV hàm] *to hold* [candy, toothpick] *in one's mouth ; to close* [the mouth miệng] *; to endure, hold* [grudge].

ngậm - ngùi *to be grieved, feel sorry.*

ngậm vành L *to be grateful.*

ngân *to vibrate, shake, resound, modulate.*

ngân R *silver* [= bạc]. thủy-ngân *quick silver, mercury.* phát ngân *to pay out.* thu - ngân *to collect.*

ngân-bản-vị *silver standard.*

Ngân-Hà *the Milky Way.*

ngân-hàng *bank* CL nhà. Ngân-hàng Quốc - gia *the National Bank.* ngân-hàng máu *blood bank.* Thống-đốc ngân-hàng *the Governor of the Bank.*

ngân-hạnh *ginkgo.*

ngân-khố *Treasury.* Tổng-ngân-khố *General Treasury.*

ngân-nga *to sing.*

ngân-phiếu *check.*

ngân-quĩ/quỹ *fund, budget, treasury.*

ngân - sách *budget.* ngân sách quốc-gia *national budget.*

ngắn *wrinkle, line ; trace.* cổ cao ba ngắn (woman's) *beautiful neck.*

ngăn *quantity, number.* ngằn ấy, ngằn này *this much.* vô-ngằn *innumerable.*

ngằn ngại *to hesitate, be irresolute.*

ngằn-ngừ *to hesitate.*

ngằn *to look dumb-founded, dumb,* bewildered ngỡ ngằn, ngằn mặt, ngằn người, ngằn tò te.

ngằn-ngơ *to be moved, stirred, confused* [because of melancholy].

ngắng *to raise, lift* [cổ neck, đầu head, mặt face] ; *to look up* [RV lên].

ngấp-nghé *to cast furtive look ; to covet, desire.*

ngập *to be flooded, submerged, inundated* làm ngập. t.àn ngập *to overflow.* nguy ngập *dangerous.* ngập lụt *flooded.* ngập tới mắt cá *ankle-deep.* ngập tới đầu gối *knee-deep.*

ngập-ngừng *to be hesitant, halting.*

ngất *to be unconscious, swoon, faint, pass out* [RV đi].

ngất *to be very high, tall* ngất trời, ngất giời. cao ngất *tall, towering.*

ngất nga ngất nghều DUP ngất nghều.

ngất nga ngất ngưởng DUP ngất ngưởng.

ngất nghều *to be very tall ; to be perched.*

ngất ngưởng *to stagger, be unsteady, swaying, reeling.*

ngâu [see ngưu] *sudden and brief shower* [in the seventh lunar month].

ngấu *to be very ripe, very well done, completely fermented.*

ngấu nghiến *to eat greedily, gluttonously.*

ngầu *to be turbid, muddy* đục ngầu.

ngẫu R *even* [= chẵn] ; *pair, couple.* giai ngẫu *nice couple, happy marriage.*

ngẫu R *accidental.*

ngẫu R *statue, idol.*

ngẫu-hứng *sudden inspiration.*

ngẫu-lực *couple* [of forces].

ngẫu-nhiên *to be accidental | by accident.*

ngẫu-số *even number.*

ngẫu-tượng *idol.*

ngây *to be or look naive, look stupid, look bewildered* ngây mặt, ngây người, ngây ngô.

ngây ngất *to be delighted, thrilled, transported, enraptured, thrown into ecstasy.*

ngây thơ *to be naive, innocent, artless, guileless.*

ngấy *to have had enough of, be sick and tired of* [phát to become] chán ngấy.

ngấy *to shiver with cold, feel feverish* ngây ngấy.

ngày ngà *to importune, bother.*

nghe [SV thính] *to listen to, hear, be heard ; to consent, agree.*

nghe chừng *it seems.*

nghe ngóng *to be on the lookout for* [news].

nghe như *it seems.*

nghe trộm *to eavesdrop.*

nghé *buffalo calf* CL con.

nghè *holder of doctor's degree in Sino-Vietnamese classics.*

nghè *little temple, roadside shrine.*

nghén *to be pregnant* thai nghén, có nghén. ốm nghén *to have morning sickness.*

nghén [of road] *to be blocked, obstructed.*

nghẹn *to be choked.*

nghẹn lời *to be speechless.*

nghẹn-ngào *to be choked with tears.*

nghèo [SV bần] *to be poor* [opp. giàu], *needy, poverty-tricken, penniless, indigent, pauper.* kẻ nghèo *the poor, the needy.* hiểm-nghèo *dangerous.*

nghèo đói *to be poor and starving.*

nghèo khó *to be needy, indigent.*

nghèo khổ *to be poor and wretched*

nghèo-nàn *to be poor, needy.*

nghẹo *to tilt* [one's head] *to one side.*

ngẹt *to be strangled, choked, suffocated, stopped-up, obstructed.*

nghê *R rainbow.*

nghê-thường *L rainbow-colored clothes* [used by immortal fairies in dancing].

nghề [SV nghệ] *profession, trade, craft, occupation* | [Slang] *to be adept, proficient, talented.* nhà nghề *professional.*

nghề-nghiệp *calling, trade, occupation, vocation.*

nghề ngổng [Slang] oc upution, *job.*

nghệ *saffron.*

nghệ *R profession, trade* [=nghề]. kỹ-nghệ *industry.* bách-nghệ *po-*

lytechnic; all trades. công-nghệ *crafts; industry.* văn-nghệ *arts and letters.* mỹ-nghệ *fine arts.* thiện-nghệ *adept, skilled.*

nghệ-sĩ *artist.*

nghệ-thuật *art.* nghệ-thuật vì nghệ-thuật *art for art's sake.*

nghếch *to raise, lift* [head].

nghển *to stretch, crane* [one's neck cổ].

nghênh *R to welcome* [= đón]. hoan-nghênh *to welcome,*

nghênh-đón *to welcome.*

nghênh-ngang *to be cumbersome; to be haughty, arrogant.*

nghênh-tiếp *to welcome.*

nghếnh-ngáng *to be hard of hearing.*

nghêu-ngao *to sing to oneself.*

nghểu - nghện *to be tall, high, perched high up.*

nghi [=ngờ] *to suspect.* đa-nghi *suspicious, distrustful.* hiềm-nghi *to doubt.* hoài nghi *to doubt, be skeptical.* hồ-nghi *to have doubts.* khả nghi *suspicious.* tình-nghi *to suspect* [in crime]. bán tín bán nghi *not to know whether to believe or not.*

nghi *R air, manner, bearing; norm, standard; rites, ceremonies* lễ-nghi. uy-nghi *imposing.*

nghi *R to be suitable, appropriate, proper* thích-nghi. tiện nghi *facilities.*

nghi hoặc *to be suspicious, doubtful.*

nghi-kỵ *to be distrustful.*

nghi-lễ *rites, ceremonies; protocol.* Trưởng phòng Nghi-lễ *Protocol Officer.*

nghi ngại *to worry.*

nghi ngờ *to suspect, doubt, be uncertain.*

nghi-ngút [of smoke] *to be rising and thick.*

nghi-thức *deportment; ceremonies, rites.*

nghi-vấn *question* (mark); *interrogative form.*

nghỉ *to rest, have a vacation.* ngày **nghỉ** *holiday, day off.* tắt **nghỉ** *to die.* tạm **nghỉ** *intermission.*

nghỉ chân *to stop* (walking, riding, etc.).

nghỉ hè (to have) *a summer vacation.*

nghỉ mát *to have a* (summer) *vacation.*

nghỉ ngơi *to rest, take a rest.*

nghỉ tay *to stop working.*

nghỉ việc *to quit.*

nghĩ *to think* [rằng that, đến/tới of, about]. nghĩ ra *to figure out.* ý nghĩ *idea, thought.* ngẫm nghĩ *to think over.* suy nghĩ *to think, ponder.* Tôi thiên nghĩ... *In my humble* [shallow] *opinion* ...thiết nghĩ *I think that...* trộm nghĩ *L in my humble* [daring] *opinion.*

nghĩ ngợi *to think, reflect, be pensive.*

nghị R *perseverance, courage, fortitude* nghị-lực.

nghị R *friendship* hữu-nghị.

nghị R *to discuss, deliberate.* đề-nghị *to suggest.* quyết-nghị *resolution, motion.* kiến-nghị *motion, petition.* hội-nghị *conference.* thương-nghị *to negotiate.*

nghị-định *order, decree* CL đạo | *to order, decree.*

nghị-hòa *to hold peace talks.*

nghị-hội *assembly, congress, parliament.*

nghị-luận *to discuss, deliberate.*

nghị-lực *energy, perseverance, courage, fortitude.*

nghị-quyết* *to decide* | *resolution.*

nghị - sĩ *senator, representative, congressman, deputy, M. P.*

nghị-sự *to discuss.* chương-trình nghị-sự *agenda.*

nghị-viên *congressman, assemblyman, deputy, M. P., senator* tham-nghị-viên, thượng-nghị-viên, *representative* chúng - nghị - viên, hạ-nghị-viên.

nghị - viện *parliament, house.* chúng / hạ-nghị-viên *House of Representatives, House of Commons.* tham / thượng - nghị - viện *Senate, House of Lords.*

nghĩa *meaning, sense.* cắt nghĩa, giải nghĩa, giảng nghĩa *to explain.* ý - nghĩa *meaning, significance.* chữ nghĩa *letters, literacy.* định nghĩa *to define ; definition.* thích nghĩa *to define, annotate, explain.*

nghĩa *the right, the right thing to do ; justice, righteousness ; devotedness, loyalty ; duty ;* R- *adopted, adoptive.* có nghĩa *devoted, loyal.* kết nghĩa *to marry ; to become a friend of.* lễ-nghĩa *rites.* phi-nghĩa *ill-acquired.* tiết nghĩa *faithfulness, loyalty.* tín nghĩa *trustworthiness.* tình nghĩa *relationship, what's between two persons.* trung nghĩa *loyal.* vô-nghĩa *ungrateful.* chính - nghĩa (*righteous*) *cause.* nghĩa vua tôi *duty to one's king, relationship between king and subject.* nghĩa vợ chồng *relationship between husband and wife.*

nghĩa-binh *volunteer* (*soldier*).

nghĩa bóng *figurative meaning.*

nghĩa-bộc *loyal servant.*

nghĩa-cử *good deed.*

nghĩa-dũng *guerrilla*(*man*).

nghĩa-đen *literal meaning, word-for-word meaning.*

nghĩa-địa *cemetery.*

nghĩa-hiệp *knight.*

nghĩa-khí *righteousness, integrity.*

nghĩa là *to mean that* | *that is to say, which means.* có nghĩa là *to mean that.*

nghĩa-lý *meaning, good sense.*

nghĩa-mẫu *adoptive mother, foster mother.*

nghĩa-phụ *adoptive father, foster father.*

nghĩa-quyên *drive.*

nghĩa-sĩ *righteous man.*

nghĩa-thục *public school.*

nghĩa-trang *cemetery.*

nghĩa-tử *adopted child.*

nghĩa-vụ *duty, obligation.*

nghịch *to be turbulent, mischievous, roguish, boiterous* nghịch-ngợm, tinh-nghịch.

nghịch R *to be hostile, rebellious;* R *contrary, reverse* [= ngược]; [*of vote*] *negative, no.* bội-nghịch, phản-nghịch *traitor.* ngỗ-nghịch *rebellious.* 53 phiếu thuận chống 4 phiếu nghịch *53-to-4 vote.*

nghịch-cảnh *adversity, hardship.*

nghịch-đảng *gang of rebels.*

nghịch-đời *to be queer, eccentric.*

nghịch-lý *illogical; parcdox.*

nghịch-mắt *to be shocking.*

nghịch-ngợm *to be turbulent, restless, mischievous.*

nghịch-quân *rebel.*

nghịch-tặc *rebel, insurgent.*

nghiêm *to be stern, severe, strict.* Nghiêm! *Attention!* gia-nghiêm *my father.* giới-nghiêm *curfew.* oai-nghiêm, uy-nghiêm *imposing, impressive.*

nghiêm-cách *to be strict, rigorous.*

nghiêm-cấm *to forbid strictly.*

nghiêm-đường L *father.*

nghiêm-khắc *to be stern, severe, strict, harsh.*

nghiêm-ngặt *to be strict, stern; vigilant.*

nghiêm-nghị *to be austere, grave-looking.*

nghiêm-phụ L *father.*

nghiêm-trang *to be solemn, serious.*

nghiêm-trị *to punish severely.*

nghiêm-trọng *to be grave, critical*

nghiễm nhiên *all of a sudden, overnight.*

nghiệm R *to experiment* thí-nghiệm, *test, try* | *solution* [*of an equation*]. hiệu-nghiệm *efficacious.* kinh-nghiệm *experience.* giảo-nghiệm *to establish identity* [*of suspect*]. khám-nghiệm *to examine.* phòng thí-nghiệm *laboratory.* toàn-nghiệm *complete solution.* thực-nghiệm *experimental* [*sciences*].

nghiệm-khách *non-valid solution.*

nghiệm - số *root* [of equation phương-trình *or function* hàm-số], *solution* [algebra].

nghiên *inkstone* CL cái. bút-nghiên *writing brush and ink-slab.—letters, literature, literary career.*

nghiên R *to grind fine* [= nghiền]; R *study, research* nghiên-cứu.

nghiên-cứu *to do research, study, investigate.*

nghiến *to grind* [one's teeth răng], *cut off;* -R *quickly, speedily.*

nghiền *to smash, pulverize, grind fine* nghiền nhỏ, *crush, pound, mash* nghiền nát.

nghiền-ngẫm *to reflect, ponder.*

nghiện *to be addicted to* [opium thuốc phiện, alcohol rượu, drug, smoking, coffee, etc.].

nghiêng [SV khuynh] *to be askew, oblique, slanted, leaning.* nằm nghiêng *to lie on one side.* cái đẹp nghiêng nước nghiêng thành *a devastating beauty.*

nghiêng-lòng *to become fond of.*

nghiêng-mình *to lean, bend, stoop; to bow.*

nghiêng-ngửa *to be unstable, full of ups and downs.*

nghiệp R *trade, occupation, profession* nghề nghiệp, nghệ nghiệp. tốt-nghiệp *to graduate.* nông-nghiệp *agriculture* chức-nghiệp *profession.* sự-nghiệp *career; undertaking.* thất nghiệp *out of work, unemployed.* thương-nghiệp *business.*

nghiệp *property, estate, fortune* cơ-nghiệp, sản-nghiệp.

nghiệp-báo *karma.*

nghiệp-chủ *property owner.*

nghiệp-chướng *karma.*

nghiệp-đoàn *labor union.*

nghiệt *to be stern, strict, naughty, wicked* ác nghiệt. cấm nghiệt *strictly forbidden.* cay nghiệt *cruel.*

nghiêu-khê R *tortuous, winding* [of a road or path]; *to be difficult, involved.*

nghìn [SV thiên] *one thousand* [= ngàn]. hai nghìn rưởi *2,500.* ba nghìn mốt *3,100.* bốn nghìn hai *4,200.* năm nghìn tư *5,400.* năm một nghìn chín trăm sáu mươi *the year 1960.*

nghìn-nghịt [DUP nghịt] *to be dense, thick.*

nghinh [= nghênh] *to welcome.*

nghinh-chiến *to intercept* [enemy].

nghinh-tân *to welcome something new, new boss* [used with tống-cựu *to send off something old, former boss*].

nghịt *to be thick, dense* đông nghịt.

ngo-ngoe *to move, stir, budge.*

ngó [SV ngẫu] *rootstock* [of lotus sen].

ngó-ngoáy *to move, stir.*

ngò *coriander.*

ngỏ *to be open or left open; to reveal.* bỏ ngỏ, để ngỏ *to leave open.* thư ngỏ *open letter.* chính-sách bỏ ngỏ không phận *the open-skies policy.*

ngỏ-lời *to speak, say a few words* [cùng *to*].

ngỏ-ý *to offer to* [do something], *make known one's intentions.*

ngõ *gate ; small path, lane, dead end street, alley* ngõ hẻm.

ngô-hầu *in order to.*

ngọ *midday, noon ; R the seventh Earth's Stem. See* chi. đúng ngọ, *chính* ngọ *at 12 o'clock sharp.* Tết Đoan-ngọ *the Double Five Festival* [5th day of 5th lunar month].

ngoa *to boast, exaggerate* nói ngoa *; to be false, deceitful* điêu ngoa. chua ngoa *viperish.*

ngóa *R tile* [= ngói]. thợ ngóa *bricklayer.*

ngọa *R to be lying down* [= nằm]. **ngọa-bệnh** *bed-ridden because of sickness.*

ngọa-triều *nickname of Emperor* Lê-Long-Đĩnh *(1005-1009), who held his court audiences lying in bed.*

ngoái *to turn* [head] *around* [RV lại]; *be past.* năm ngoái *last year.*

ngoài [SV ngoại] *to be outside| out, outside.* ngoài... (ra) *beside* ... ngoài ra *besides.* ngoài ba mươi (tuổi) *over thirty years old.* bề ngoài *appearance.* ngoài trời *outdoors.* ngoài đường, ngoài phố *in the street.* bên ngoài *outside.* áo ngoài *outer garment.* đàng ngoài *(people from)* North Vietnam. ngoài bắc *in North Vietnam.* đi ngoài *to go to the bathroom.* người ngoài *outsider, foreigner.* nước ngoài *foreign country.*

ngoại *R to be outside* [= ngoài] | *on the mother's side or the daughter's side.* ông bà ngoại *maternal grandparents.* cháu ngoại *child(ren) of one's daughter.* xuất ngoại *to go abroad.* tại-

ngoại hậu cứu/tra *on bail.* họ ngoại *one's mother's family.* đối ngoại *(vis-a-vis) foreign (countries).* hải-ngoại *overseas.* lệ-ngoại *exception.* bài-ngoại *xenophobe.*

ngoại-bang *foreign country.*

ngoại-cảm *moved by the appearances ; sickness caused by cold, humidity.*

ngoại-giả *besides, beside (all that), except...*

ngoại-giao *diplomacy | to be diplomatic.* chính-sách ngoại-giao *foreign policy.* Bộ Ngoại-Giao *Ministry of External Affairs, Ministry or Department of Foreign Affairs, Department of State.* Bộ-trưởng (Bộ) Ngoại-giao *Minister of Foreign Affairs, Secretary of State (for Foreign Afrairs), Foreign Secretary.* Thứ - trưởng (Bộ) Ngoại-giao *Under-Secretary of State, Vice-minister of Foreign Affairs.* nhà ngoại-giao *diplomat.*

ngoại-giao-đoàn *diplomatic corps.*

ngoại-hạng [of government employees] *special-statused.*

ngoại-hóa *foreign-imported goods* [opp. nội-hóa].

ngoại-khoa *external medicine; surgery.*

ngoại-kiều *alien resident, foreign national.*

Ngoại-Mông *Outer Mongolia* [opp. Nội-Mông].

ngoại-ngữ *foreign language.*

ngoại-nhân *foreigner; outsider.*

ngoại-ô *suburbs.*

ngoại-quốc *foreign country, abroad |to be foreign.* người ngoại-quốc *foreigner.*

ngoại-thận *testicles.*

ngoại-thích *relatives on ego's mother's side.*

ngoại-thương *foreign trade.*

ngoại-tịch *person not registered with village authorities.*

ngoại-tình *adultery* | *to be adulterous.*

ngoại-trưởng *Foreign Minister, Foreign Secretary,* (U.S.) *Secretary of State, Secretary of State for Foreign Affairs.*

ngoại-viện *foreign aid.*

ngoại-vụ *foreign service, foreign affairs.*

ngoạm *to snap, snatch, bite, hold in one's mouth.*

ngoan [of wife, child] *to be well-behaved, submissive ; R stubborn.*

ngoan-cố *to be stubborn, obstinate, die-hard, reactionary.*

ngoan đạo *to be devout, religious.*

ngoan - ngoãn *to be obedient, docile.*

ngoạn *R to enjoy (oneself) ; to behold.* du-ngoạn *to take a walk.*

ngoạn-mục |of landscape] *to be beautiful, pretty, nice.*

ngoảnh *to turn back* [one's head]. ngoảnh đi ngoảnh lại *before one realizes it.*

ngoáo ộp *bogy, bugbear; ugly-looking person.*

ngoáy *to get something out of small orifice.*

ngoáy *to scribble* viết ngoáy.

ngoảy *to wag.*

ngoặc *hook, parenthesis, bracket, quotation marks.*

ngoặc đơn *parenthesis, parentheses.*

ngoặc kép *inverted commas, quotation marks.*

ngoặc vuông *brackets.*

ngoằn ngoèo *to be wiggly, meandering, winding.*

ngoắt - ngoéo *to be involved, complicated ; tricky, crafty.*

ngoặt-ngoẹo *to bend, not to stand upright.*

ngóc *to raise.*

ngọc *gem, precious stone* CL hòn, viên | *R- beautiful, precious ; regal.* bạch-ngọc *white jade.* bích-ngọc *emerald.* hoàng-ngọc *topaz.* hồng-ngọc *ruby.* tử-ngọc *amethyst.* thủy-ngọc *crystal.* nhả ngọc phun châu *to speak or write a beautiful language.*

ngọc-hành *penis.*

Ngọc-Hoàng *the Jade Emperor.*

ngọc-lan *magnolia.*

ngọc-thạch *jade; precious stone, gem.*

ngọc-thề *L your person.*

ngọc-trai *pearl.*

ngọc-tỷ *imperial seal.*

ngoe ngoảy *to wag* [tail].

ngoẻo [Slang] *to die* chết ngoẻo.

ngoẹo *to turn, branch off.*

ngoi *to rise above* [the water, a mark].

ngói [SV ngõa] *tile* CL viên, hòn. lợp ngói *to roof with tiles.* mái ngói *tile roof.*

ngói *turtle-dove* CL con.

ngòi *fuse* [of fire-cracker, musket]; *pen nib ; sting.*

ngòi *canal, arroyo.*

ngòm *very, extremely.* đen ngòm *very black.*

ngon [of food] *to be tasty, delicious, good* | R *easily.* ngủ ngon *to sleep soundly.* Nó kiếm ba nghìn đồng ngon quá He made 3,000 piastres just like that.

ngon giấc *sound sleep.*

ngon lành *to be tasty, delicious; easy.*

ngon miệng *to be tasty, delicious, appetizing.*

ngon ngọt [of words] *honeyed.*

ngon ơ *to be very easy, simple; just like that.*

ngón [SV chỉ] *finger* ngón tay. toe ngón chân; *trick* [with giở to resort to]. ngón tay cái *thumb.* ngón tay chỏ *index finger.* ngón tay út *little finger.*

ngọn *peak* [of mountain, tree, flame]; CL *for mountains* núi, *hills* đồi, *flame* lửa, *candles* nến, *flags* cờ, *trees* cây, *lamps* đèn, etc.

ngóng *to expect, await.*

ngổng *to be very tall* cao ngổng.

ngọng [of child, person with speech defect] *to mispronounce.*

ngót [of vegetables] *to shrink after being cooked* | *almost, nearly, a little less than* [a quantity, a period of time].

ngọt [SV cam] *to be sweet-tasting;* [of blade] *very sharp.* nước ngọt *fresh water.* bánh ngọt *cake, sweets.* nói ngọt *to use diplomatic language.*

ngọt ngào [of speech] *sweet, suave.*

ngô [= bắp] *corn, maize* lúa ngô.

một bắp ngô *an ear of corn.* hạt ngô *corn kernel.* ngô rang *popcorn.* lỗi ngô *corncob.* bột ngô *corn meal.* râu ngô *corn silk* áo ngô *corn husk* [or bract]. tỉa ngô *to shell corn.*

ngô-đồng *sterculia platanifolia.*

ngô nghê *to be stupid, doltish.*

ngố *to be an imbecile.*

ngổ *to be violent* [in play].

ngổ nghịch *unruly, undutiful.*

ngộ *to be strange, odd, curious.*

ngộ *to be cute, pretty.*

ngộ R *to comprehend, understand.* dĩnh-ngộ *intelligent, smart.* giác-ngộ *to become aware (politically).* tỉnh-ngộ *to wake up* [figuratively].

ngộ [of dog] *to be mad.*

ngộ R *to encounter* hội-ngộ.

ngộ R *error, mistake.*

ngộ-cảm *to catch cold.*

ngộ-độc *to be poisoned* [because of food].

ngộ-giải *to misinterpret.*

ngộ-nghĩnh *to be cute, pretty.*

ngộ-nhận *to mistake* [something for something else].

ngộ-sát *manslaughter (through negligence).* Cf. cố-sát.

ngốc *to be stupid, naive, simple.* thằng ngốc *the idiot.*

ngôi *throne, kingship; status, rank, dignity, station, position;* [grammar] *person; CL for stars, graves, temples. etc.* cướp ngôi *to usurp the throne.* lên ngôi *to ascend the throne.* nối ngôi *to succeed.* nhường ngôi *to abdicate, yield, turn over.* truyền ngôi *to leave the throne.* thoái ngôi. *to abdicate.*

truất ngôi *to dethrone.* một ngôi hàng *a store.* một ngôi sao sáng *a rising star* [of theater, movieland].

ngôi *parting* [of the hair] đường ngôi [with rẽ].

ngôi thứ *rank, hierarchy.*

ngôi vàng *throne.*

ngôi vua *throne.*

ngồi [SV tọa] *to sit* [RV **xuống** *down,* **lên, dậy** *up*]; *to occupy* [an administrative post]. chỗ ngồi *seat.*

ngồi dậy *to sit up.*

ngồi ì *to sit tight.*

ngồi rồi *to stay idle.*

ngồi tù *to stay in prison.*

ngồi vắt chân chứ ngũ *to sit with one leg crossed over the other.*

ngồi xếp chân bằng tròn *to sit cross-legged.*

ngồi xổm *to squat.*

ngôn *R speech, word* cách-ngôn *saying, maxim.* châm-ngôn *adage.* đa-ngôn *talkative.* đại-ngôn *boasting.* ngụ-ngôn *fable.* thông-ngôn *interpreter.* tuyên-ngôn *declaration.*

ngôn-luận *speech.* tự-do ngôn-luận *freedom of speech.*

ngôn-ngữ *language.*

ngôn-ngữ học *linguistics.*

ngốn *to eat gluttonously.*

ngồn ngang *to be cumbersome and in disorder.*

ngông *to be eccentric; to be extravagant.*

ngông cuồng *to be eccentric, crazy.*

ngỗng *goose* CL con. đi chân ngỗng *to goose-step.* súng lông ngỗng *children's toy made of quill*

of goose feather and using watermelon rind as missiles.

ngỗng đực *gander.*

ngỗng giời *wild goose, brant.*

ngộp *to be stifled.*

ngốt *to crave for.*

ngơ *to ignore, close one's eyes to* làm ngơ.

ngơ-ngác *to be haggard; to stare.*

ngớ-ngẩn *te be simple, foolish, empty-headed.*

ngờ [SV nghi] *to suspect, believe; to expect.*

ngờ-vực *to be doubtful.*

ngỡ *to think, believe* [wrongly].

ngơi *to rest* nghỉ-ngơi.

ngời *to be radiant, resplendent, glowing* sáng ngời.

ngợi *to praise* khen-ngợi, ca-ngợi.

ngơm-ngớp *to worry.*

ngợm *idiot.*

ngớt [of illness, anger, weather] *to calm down,* [of rain] *to subside, stop.*

ngu *to be foolish, doltish, stupid;* L *I, my* [epistol].

ngu dại *to be ignorant, foolish.*

ngu đần *to be dull-witted.*

ngu độn *to be dull-witted.*

ngu muội *to be ignorant.*

ngu ngốc *to be stupid, foolish.*

ngu-xuân *to be slow-witted, stupid.*

ngu-ý *my humble opinion.*

ngù-ngờ *to be simple - minded, naive.*

ngủ *to sleep.* buồn ngủ *to be sleepy.* buồng/phòng ngủ *bedroom.* ngủ gật *to fall asleep while sitting or standing* thuốc ngủ *sleeping pill.*

đi ngủ *to go to bed.* một giấc ngủ *a sleep, nap, slumber.* tỉnh ngủ *to be a light sleeper.* áo ngủ *pajamas.* bệnh ngủ *sleeping sickness.* ngái ngủ *to be still sleepy after getting up.* ru ngủ *to lull to sleep.*

ngũ R *five* [= năm]. đệ ngũ *fifth.*

ngũ R *squad (of 5 men); military ranks* đội-ngũ, *army.* đào-ngũ *to desert.* giải-ngũ *to discharge from service, demobilize.* tại ngũ *in the army, in the service.* hàng ngũ *ranks.* nhập-ngũ *to enlist.*

ngũ-âm *the five notes* cung, thương, giốc, chủy, vũ *of the classical pentatonic scale.*

ngũ-cốc *the five cereals; cereals.*

ngũ-diện *pentahedron.*

ngũ-đại *the five dynasties of Ancient China; five generations.*

ngũ-giác *pentagon.* Tòa Ngũ-Giác *the Pentagon.*

ngũ-giới *the Five Commandments of Buddhism* [against murder, theft, lust, lying, drunkenness].

ngũ-hành *the five elements,* — kim, mộc, thủy, hỏa, thổ, *metal, wood, water, fire, earth.*

ngũ-hình *the five punishments.*

ngũ-kim *the five metals.*

ngũ-kinh *the Five Classics.*

ngũ-luân *the five moral obligations.*

ngũ ngôn *line or verse with five beats.*

ngũ-quan *the five senses.*

ngũ-sắc *the five colors.*

ngũ-tạng *the five viscera,* — tâm, can, tỳ, phế, thận *heart, liver, stomach, lungs, kidneys.*

ngũ-tuần *fifty years.*

ngũ-thường *the five cardinal virtues,* — nhân, nghĩa, lễ, trí, tín *benevolence, righteousness, propriety, knowledge, sincerity.*

ngũ-vị *the five tastes,* — salty, bitter, sour, peppery-hot, sweet.

ngụ *to live, dwell, reside* cư-ngụ.

ngụ *metaphor, comparison.*

ngụ-ngôn *fable.*

ngụ-ý *to imply | implied meaning, morale* [of story].

ngục *prison, jail.* cai ngục *jailer.* vượt ngục *to break jail.* hạ ngục *to imprison.* địa-ngục *hell.*

ngục-thất *jailhouse.*

nguệch-ngoạc *to scribble, scrawl.*

ngụm *mouthful* [of drink].

ngùn-ngụt [of flames, smoke] *to rise profusely.*

nguôi *to subside, calm down.*

nguội *to cool off, become cold; to be lost. gone.* chiến-tranh nguội *cold war.* cơm nguội *cold rice.* thợ nguội *fitter.*

nguồn *spring, source; cause, origin* nguồn gốc.

nguồn cơn *the whole story from the beginning.*

nguồn gốc *origin.*

ngụp *to sink under the water.*

nguy *to be dangerous, perilous.*

nguy-biến *danger, emergency.*

nguy-cấp *to be dangerous and pressing.*

nguy-cơ *danger, peril.*

nguy-hại *to be dangerous, harmful.*

nguy - hiểm *to be dangerous, perilous.*

nguy-kịch *to be dangerous, serious, critical.*

nguy-nan *danger, peril.*

nguy-nga *to be sumptuous, imposing.*

nguy-ngập *to be dangerous, be in danger.*

ngụy *R to be false, spurious, puppet ; rebel, bogus.*

ngụy-chính-phủ *puppet government.* « *pretender* » *government which makes false claim to rightful authority.*

ngụy-trang *to camouflage.*

nguyên *to be intact, brand-new* còn nguyên, nguyên lành. mới nguyên *brand-new.* đề nguyên *to leave alone.*

nguyên *plaintiff* bên nguyên [opp. bị].

nguyên *spring, source* R[=nguồn] | *R- former, ex- as in* nguyên thủ tướng *former minister.* căn nguyên *origin.* truy nguyên *to reconstruct* [form]. phục-nguyên *to rehabilitate.*

nguyên *R plains* bình nguyên, *highlands* cao-nguyên.

nguyên-âm *vowel sound.*

nguyên-bản *original, first draft* ; *primeval, primitive* [of nghiệm-số « root »].

nguyên-cáo *accuser, plaintiff.*

nguyên-chất [of alcohol] *neat, unmixed ; principle* [element, constituent, ingredient]. Cf. nguyên lý, nguyên-tắc.

nguyên-do *cause, origin.*

nguyên đán *New Year* [lunar calendar] ; *New Year's Day.*

nguyên - hàm *primitive* [of a function hàm số].

nguyên-lão - nghị - viên *senator, Lord.*

nguyên-liệu *raw materials.*

nguyên - lượng *quantic.* vật-lý nguyên-lượng *quantic physics.*

nguyên-lý *principle* [fundamental truth].

nguyênnhân *cause, factor.*

nguyên-niên *first year of the reign.*

nguyên-sinh-chất *protoplasma.*

nguyên-soái *generalissimo.*

nguyên - tắc *principle* [primary rule or cause].

nguyên-thủ *head of state, chief of state.*

nguyên-thủy *original.*

nguyên-tố *element.*

nguyên-trạng *status quo.*

nguyên-tử *atom.* bom nguyên-tử *atomic bomb.*

nguyên-tử-lực *atomic power, atomic energy.*

nguyên-tử-lượng *atomic weight.*

nguyên-tử-năng *atomic power, atomic energy.*

Nguyên-tử-năng-cuộc *Office of Atomic Energy, Atomic Energy Commission.*

nguyên - văn *original* | *verbatim.* dịch nguyên-văn *textual translation*

nguyên vẹn *to be intact, untouched, undamaged, unbroken.*

nguyền *to swear, vow* thề nguyền ; *to curse* nguyền rủa. lời nguyền *oath.* phi nguyền *satisfied.*

nguyện [= nguyền] *to swear, pledge ; to pray, make a vow.* cầu nguyện *to pray.* mãn nguyện *satisfied, content.* sở nguyện *what one has desired.* tình nguyện, chi nguyện *volunteer.*

nguyện-vọng *aspirations.*

nguyệt R *moon* [= giăng/trăng]; R *month* [= tháng]. bán nguyệt *half-moon ; fortnight.*

nguyệt-bổng *monthly salary.*

nguyệt-cầm *moon guitar.*

nguyệt-cầu *the moon* [astronomy].

nguyệt-đạo *orbit of the moon.*

nguyệt-kinh* *menstruation, menses.*

Nguyệt-lão L *the old man in the moon, God of marriages.*

nguyệt-liễm *monthly dues.*

nguyệt-san *monthly review.*

nguyệt thực *lunar eclipse.*

nguýt *to give a dirty look.*

ngư R *fish* [= cá].

ngư-lôi *torpedo.* diệt-ngư-lôi-hạm *destroyer.*

ngư-nghiệp *pisciculture ; fisheries.*

ngư-ông *fisherman.*

ngư-phủ *fisherman.*

ngữ R *language* [= tiếng] ngôn-ngữ. quốc-ngữ *national language; Romanized script used as official orthography in Vietnam.* Anh-ngữ *English.* chuyển-ngữ *medium of instruction.* Luận-ngữ *the Analects.* ngạn-ngữ *saying.* ngoại-ngữ *foreign language.* Pháp-ngữ *French.* sinh-ngữ *living language, modern language.* cổ-ngữ *ancient language.* thành-ngữ *idiom, expression.* thổ ngữ *dialect.* thuật-ngữ *jargon, technical language.* tục-ngữ *proverb.* tử-ngữ *dead language.* Việt-

ngữ *Vietnamese.* thế-giới-ngữ *esperanto.* căn-ngữ *root.* thân-ngữ *stem.* tiếp-ngữ *offix.* tiếp-đầu-ngữ *prefix.* tiếp-thân-ngữ *infix.* tiếp-vĩ-ngữ *suffix.* tá-ngữ *loan-word.* biểu-ngữ *banner.*

ngữ *measure. degree.* quá ngữ *to go beyond the limit.*

ngữ *sort, kind* ngữ ấy *that kind of man ; those guys.*

ngữ-âm học *phonetics.*

ngữ-bệnh *speech defects.*

ngữ-căn *root, radical.*

ngữ-điệu *intonation.*

ngữ-học *linguistics.*

ngữ-ngôn* *language.*

ngữ-ngôn-học *linguistics.*

ngữ-nguyên *etymology.*

ngữ-nhiệt *calorifuge.*

ngữ-pháp *grammar.*

ngữ-thái-học *morphology.*

ngữ-thể *linguistic form, morph.*

ngữ-thể-học *morphology.*

ngữ-tộc *language family.*

ngữ-vị *morpheme.*

ngữ-vị-học *morphology, morphemics.*

ngữ-vựng *glossary, lexicon, vocabulary.*

ngữ-ý-học *semantics.*

ngự R *to defend, resist* phòng-ngự.

ngự R *royal, imperial* | *to sit as on a throne.*

ngự giá *imperial carriage ; imperial journey.*

ngự-lâm *imperial guard.*

ngự-uyển *imperial park.*

ngứa *to be itchy, itch.*

ngứa mắt *unable to stand something shocking.*

ngứa miệng *to desire to speak up.*

ngứa nghề *to be in heat.*

ngứa tai *to be shocked* [by gossips, etc.].

ngứa-tay *to itch to strike somebody.*

ngừa *to prevent* phòng ngừa, ngăn ngừa.

ngửa *to look upward ; to lie on one's back ; supinate* Cf. sấp, pronate. nằm ngửa *to lie on the back.* ngã ngửa *to fall on the back.* sấp ngửa *tail or head.*

ngựa [SV mã] *horse* CL con. chuồng ngựa, tàu ngựa *stable.* thi ngựa *horse race.* trường đua ngựa *race track.* móng ngựa *horseshoe.* vành móng ngựa *the witness stand.* đuôi ngựa *pony's tail.* màu cứt ngựa *khaki-colored.* da cổ ngựa *cordovan.* bọ ngựa *praying mantis.* yên ngựa *saddle* cương ngựa *reins.*

ngựa cái *mare.*

ngựa con *colt.*

ngựa đua *race horse.*

ngựa thi *race horse.*

ngựa vằn *zebra* CL con.

ngực *chest.* đấm ngực *to beat one's chest.* phanh ngực *to bare one's chest.* tức ngực *to feel a tightness across one's chest.* thộp ngực *to grab* [someone] *by the coat's lapel.* trống ngực *heart beat, throb.* lồng ngực *thoracic cavity.*

ngửi *to smell, sniff* [RV thấy].

ngưng *to stop short ;* R *to coagulate, solidify.*

ngưng-trệ *to come to a standstill.*

ngừng [= dừng] *to stop* (*short*) [RV lại]. ngừng bắn *cease-fire.* ngập ngừng *to hesitate.*

ngừng *to bend* [head, face] *upward*

ngước *to bend* [head, face] *upward, stretch* [neck], *look up.*

ngược [SV nghịch] *to be in contrary direction; to go upstream; to be upside down, inside out* [opp suôi]. ngược gió *against the wind.* ngược lại *on the contrary, vice versa, conversely.* đảo ngược, lộn ngược *upside down, topsy turvy.* mạn ngược *highlands.*

ngược *to be cruel* bạo ngược.

ngược đãi *to persecute.*

ngược đời *to be eccentric.*

ngươi *pupil* [of the eye] CL con.

ngươi *you* [used to «inferiors» by kings, officials] nhà ngươi; CL *for «inferiors».*

người [SV nhân] *man, person, individual; people; CL for adult human beings; other people, others; body.* con người *man.* đời người *(human) life.* làm người *to be a man.* loài người *mankind.* nên người *to become a man.* quê người *foreign land.* thương người *to love (and pity) others.* mọi người *everybody.*

người dưng *stranger, outsider.*

người đời *people; worthless person.*

người làm *employee; help, servant.*

người mình *our people; we Vietnamese* [as opposed to them].

người ở *servant*.

người ta *people, one, they, we, you*.

người yêu *lover*.

ngưỡng *threshold* ngưỡng cửa.

ngưỡng *R to look up, admire* ngưỡng-mộ. tín-ngưỡng *beliefs*.

Ngưỡng-Quang *Rangoon*.

ngượng *to be embarrassed, asha-* med ngượng ngập, ngượng nghịu, ngượng ngùng; *to be awkward, clumsy*. phát ngượng *to become embarrassed*.

ngưu *R buffalo, ox* [= trâu, bò]. hoàng-ngưu *ox, cow*. hắc-ngưu, thủy-ngưu *water buffalo*.

ngưu-hoàng *buffalo-calf liver extract ; cow bezoar*.

Ngưu-lang *the Shepherd* [together with Chức-nữ, the Weaver].

NH

nha *office, yamen* [old-style government office] nha-môn; *office, bureau, service, directorate.* nha thông-tin *information bureau.* Nha Văn-hóa *Office of Cultural Affairs.*

nha R *tooth* [= răng]. *Also* si.

nha R *shoot* manh-nha. mạch-nha *malt.*

nha-bào *spore.*

nha-cam *gumboil.*

nha-công *dentist.*

nha-dịch *office boys.*

nha-khoa *dentistry.*

nha-lại *staff, employees in yamen.*

nha-môn *yamen.*

nha-oa-âm *alveolar sound.*

nha-phiến *opium.*

nha-sĩ *dentist, dental surgeon.*

nhá *to chew.*

nhá *see* nhé.

nhá-nhem *to be dark, dusky; to have poor eyesight.*

nhà *house, dwelling, abode, building* CL cái, ngôi, nóc, tòa [with cất, làm *to build*]; *family, household, home.* nước nhà *one's native country.* ăn nhà *to eat home.* người nhà *relative; someone in the family; servant.* ở nhà *to. stay home.* nhớ nhà *homesick.* vắng nhà *out, not home.* cửa nhà *the house* [as something to take care of]. xe nhà *one's own rickshaw or car, private car.*

nhà CL *for experts.*

nhà ăn *dining hall.*

nhà bác-học *scientist.*

nhà báo *journalist, newsman.*

nhà bè *house on raft.*

nhà bếp *kitchen.*

nhà buôn *merchant.*

nhà chùa *temple; Buddhist clergy.*

nhà cửa *house, housing.*

nhà đá *prison, jail.*

nhà ga *railroad station.*

nhà gác *many-storied house.*

nhà gái *the bride's family.*

nhà giai *the groom's family.*

nhà giáo *teacher(s).*

nhà hàng *store, shop.*

nhà hát *theater.*

nhà hộ-sinh *maternity.*

nhà in *printing house.*

nhà máy *factory.*

nhà ngang *outbuilding.*

nhà nghề *professional* [as opposed to amateur].

nhà nguyện *chapel.*

nhà nho *Confucian scholar.*

nhà nước *the government.*

nhà quê *to be boorish | countryside; peasant.*

nhà riêng *private home, residence.*

nhà sách *bookstore.*

nhà sư *Buddhist monk.*

nhà táng *catafalque, paper-and-bamboo hearse.*

nhà tắm *bathroom.*

nhà thổ *brothel.*

nhà thờ *church.*

nhà thương *hospital.*

nhà tôi *my wife, my husband.*

nhà trò *songstress.*

nhà trọ *boarding house.*

nhà trường *the school.*

nhà tu *convent.*

nhà văn *writer.*

nhà vua *the king.*

nhà xác *morgue.*

nhà xí *toilet.*

nhả *to play rough, get too familiar* chớt nhả.

nhả *to let fall from one's mouth, belch, spit* [smoke khói, bullet đạn].

nhã *to be refined, elegant, well-mannered* phong-nhã, văn-nhã. bất-nhã *rude, tactless.* hòa-nhã *concord, harmony.* nhàn-nhã *leisurely.* tao-nhã *elegant, sophisticated, cultured.*

Nhã-Điển *Athens.*

nhã-nhặn *to be refined, polite, urbane.*

nhác *to be negligent; to be neglectful.*

nhác *to catch a glimpse of* nhác thấy, nhác trông.

nhạc *music* âm-nhạc. hòa nhạc *concert.* ban nhạc, giàn nhạc *orchestra.* ban quân-nhạc *military band.* tấu nhạc *to perform, play.*

nhạc *(small globular) bell.*

nhạc R *-in-law.* ông nhạc *father-in-law.* bà nhạc *mother-in-law.*

nhạc-công *musician.*

nhạc-điệu *tune, aria.*

nhạc-đội *orchestra; band.*

nhạc-hội *music society.* Việt-Nam Nhạc-Hội *Vietnamese Philharmonic Society.*

nhạc-khí *musical instrument.*

nhạc-khúc *piece of music, tune, aria.*

nhạc-kịch *musical play, opera.*

nhạc-mẫu *mother-in-law.*

nhạc-phủ *conservatory* [in imperial court].

nhạc-phụ *father-in-law.*

nhạc-sĩ *musician.*

nhạc-sư *music teacher.*

nhạc-trưởng *conductor, maestro.*

nhạc-vũ *ballet.*

nhai *to chew.* nhai lại *to chew the cuds, ruminate.*

nhai R *cliff* sơn-nhai.

nhái *toad, frog.*

nhái bén *small frog.*

nhài *jasmine.*

nhài *maid.*

nhài quạt *leucoma.*

nhãi *brat, kid, urchin* nhãi con, nhãi nhép, nhãi ranh.

nhại *to mimic, imitate, parody.*

nham R *rock, cliff, cave.*

nham - hiểm *to be dangerous because tricky.*

nham nhở *to be dirty, soiled, stained.*

nhám *to be rough, uneven.*

nhàm *to be commonplace, tedious, boring, prosy* nhàm tai.

nhảm *to be false ; indecent, pornographic.* tin nhảm *superstitious.* chơi nhảm *to fool around.* nói nhảm *to talk nonsense.* ăn nhảm *to eat between meals.*

nhan R *color ; face, countenance. physiognomy* dung - nhan. hồng-nhan *beautiful woman.*

nhan *title.*

nhan-đề *book title.*

nhan-nhản *to be abundant.*

nhan-sắc *beauty.*

nhàn *to be leisurely ; to be idle.*

nhàn-đàm *chat, talk.*

nhàn-hạ *to be free, unoccupied.*

nhàn-lãm *to read and see at leisure.*

nhàn rỗi *to be free, unoccupied.* lúc nhàn rỗi *leisure, free time.*

nhãn *dragon's eye, -longan* [small lichee] CL quả, trái.

nhãn *trade mark, label.*

nhãn R *eye* [= mắt]. *Also* nhỡn.

nhãn-cầu *eyeball.*

nhãn-chứng *eye-witness.*

nhãn-giới *field of vision.*

nhãn hiệu *label.*

nhãn-khoa *ophthalmology.*

nhãn-kính *eye-glasses.*

nhãn-lực *eyesight.*

nhạn *wild goose* CL con. tin nhạn *love message.*

nhang [= hương] *incense.* tàn nhang *incense ashes ; freckles.*

nhãng *to forget ; to be absent-minded, inattentive.* xao nhãng *careless, negligent.* Cf. lãng.

nhanh *to be fast, rapid* | *rapidly* nhanh chóng. Cf. lanh.

nhanh nhẩu *to be eager ; to be vivacious.*

nhanh-nhẹn *to be nimble, fast, helpful.*

nhánh *branch.* chi nhánh *branch* [of store office].

nhành *branch.*

nhao *to be noisy, turbulent.*

nháo *to be in disorder.* nháo nhác *to be scared, frightened.*

nhào *to dive, jump down, do a somersault ; to knead.*

nhào lộn *to turn a somersault.*

nhão *to be pasty, clammy, doughy.*

nhạo *to laugh at, mock, ridicule, make fun of* chế nhạo.

nhạo báng *to laugh at, mock.*

nhát *cut, stab, slash* [with knife], *stroke* [with a hammer búa] ; *slice.* Nó bị đâm ba nhát *He was stabbed three times.*

nhát [= lát] *short moment.*

nhát *to be coward* nhút nhát, nhát gan.

nhạt [= lạt] *to be insipid, tasteless* [lacking salt or sugar] ; [of color] *to be light, pale ; to be stale, trite.*

nhạt phèo *to be very tasteless.*

nhau [SV tương] *to act reciprocally, mutually, together, each other, one another.* cùng nhau *together.* giống nhau *similar.*

nhau *see* rau.

nhàu *to be wrinkled, rumpled, crumpled.* vò nhàu, làm nhàu *to crumple.*

nháy *to wink, blink.* trong nháy mắt *in no time at all.*

nhảy *to jump, leap, dive, hop; to dance* nhảy đầm; *to skip* [one grade]. gái nhảy *taxi-girl.* tiệm nhảy *dancing hall.* bay nhảy *to be free.*

nhảy cao *high jump.*

nhảy dù *to parachute; to land a job one doesn't deserve.*

nhảy đầm *to dance.*

nhảy múa *to dance around.*

nhảy müi [= hắt hơi] *to sneeze.*

nhảy nhót *to hop, jump around.*

nhảy sào *pole vault.*

nhảy xa *broad jump.*

nhạy *to react quickly, respond quickly; to be fast, speedy, effective.*

nhạy *bookworm* CL con; *moth* CL con.

nhắc *to lift, raise* [to guess weight]; *to raise, promote.* cân nhắc *to weigh the pros and cons.*

nhắc *to remind, prompt, recall.* nhắc lại *to repeat.*

nhắc nhở *to remind* [of something].

nhăm *see* lăm.

nhằm *to close* [eyes]; *to aim* [gun, arrow, target].

nhắm *to taste, sample* [appetizers, meat, etc.] *at the beginning of the meal and with the help of alcohol.*

nhằm *to aim at, hit.*

nhăn *to be wrinkled; to have a wry face, make faces* nhăn mặt, nhăn nhó, nhăn nhở. vết nhăn *wrinkle.*

nhăn nheo *to be wrinkled, shriveled.*

nhắn *to relay a message, send word* [through someone].

nhắn nhủ *to advise, recommend.*

nhằn *to chew meat off* [bone], *chew pulp off* [seed]

nhẵn *to be smooth, finished; to be well-known* nhẵn mặt; -R *completely* [gone], *all* [gone]. hết nhẵn *all gone, all finished, all out.*

nhẵn bóng *to be smooth and shining.*

nhẵn lì *to be polished.*

nhẵn nhụi *to be smooth;* [of beard] *well-shaved.*

nhẵn thín *to be smooth; well-shaved, hairless.*

nhăng *to be careless, negligent; silly, not serious* (ba) lăng nhăng. nhố nhăng *to display lack of taste.*

nhăng-nhẳng *to be stubborn.*

nhăng-nhít *to be careless, senseless.*

nhẳng *to be impudent, presumptuous, ostentatious.*

nhằng *to be tangled.*

nhặng *blue-bottle fly* CL con.

nhặng-xị *to put on airs, be fussy, get upset for nothing.*

nhắp *to sip, taste, sample* nhắp môi.

nhắt *to be small* chuột nhắt *mouse.* lắt nhắt *small, minute.*

nhặt *to pick up from the floor, glean, gather* cóp nhặt, thu nhặt.

nhặt *to be close, thick, dense* [opp. khoan], *quick.*

nhặt nhạnh *to pick up, glean.*

nhấc *to lift, raise* [RV lên].

nhâm *the ninth Heaven's Stem.* See can.

nhăm *to gnaw, nibble.* loài gậm
nhăm *rodents.*

nhằm *see* lầm.

nhằm *to figure out in silence.* lầm
nhằm *to speak to oneself, think
out loud.* tính nhằm *mental arith-
metic.*

nhậm *R to assume* [responsibility,
duties] đảm-nhậm.

nhậm-chức *to assume* [power,
duties]. lễ tuyên-thệ nhậm-chức
the oath of office.

nhân *to multiply.* tính nhân *mul-
tiplication.* số nhân *multiplier.* số
bị nhân *multiplicand.* nhân bốn
to multiply by four.

nhân *almond, kernel; filling* [of
cake]; *nucleus* [in physics].

nhân *R man, person, individual*
[= người]. cử-nhân *bachelor's
degree, licentiate.* bi-nhân *L I.*
cá-nhân *individual.* cố-nhân *old
friend.* gia-nhân *servant.* phu-
nhân *Mrs.* quả-nhân *We* [used
by king]. thân-nhân *relative.* văn-
nhân *man of letters.* yếu-nhân
V. I. P.

nhân *R human, humane; humanity,
benevolence* chữ nhân.

nhân *R cause |to seize* [opportunity],
to profit by.

nhân-ái *to be kind, generous, bene-
volent.*

nhân-bản *humanism.*

nhân-cách *dignity, personality.*

nhân-cách-hóa *to personify.*

nhân chủng *human races.*

nhân-chủng-học *ethnology.*

nhân-chứng *witness.*

nhân-công *manpower, artifacts,
human labor; artificial.* nhân-
công hô - hấp *artificial res-
piration.*

khân-dân *people* [of a country]| *peo-
ple's.* cộng-hòa nhân-dân *people's
republic.* chế-độ tư-bản của nhân-
dân *people's capitalism.*

nhân-duyên *predestined affinity*
[between husband and wife].

nhân-đạo *to be human, humane |
humanity.*

nhân-hải *human sea* [tactics].

nhân-loại *mankind, humankind,
humanity.*

nhân-loại-học *anthropology.*

nhân-lực *manpower.*

nhân-mãn *over-population.*

nhân-mạng *human life.*

nhân-ngãi *lover.*

nhân-nghĩa *charity and justice,
love and righteousness.*

nhân-ngôn *arsenic.* Cf. tín-thạch,
thạch-tín.

nhân-nhượng *to make conces-
sions; be lenient.*

nhân-phẩm *human dignity.*

nhân-quả *cause and effect.*

nhân-quần *the public, the people,
society, human society.*

nhân-quyền *human rights.*

nhân-sâm *ginseng.*

nhân-sinh *human life.*

nhân-sinh-quan *philosophy of
life.*

nhân-số *population.*

nhân-sự *human affairs.*

nhân-tài *talent, talented people.*

nhân-tạo *artificial.* tơ nhân-tạo *rayon.*

nhân-thể *by the way, incidentally, that reminds me.*

nhân-thọ *life.* bảo-hiểm nhân-thọ *life insurance.*

nhân-tiện *see* nhân-thể.

nhân-tính *human nature.*

nhân-tình* *lover, mistress.*

nhân-tình *human feelings.*

nhân-trung *space between the nose and the upper lip.*

nhân-từ *to be charitable, generous.*

nhân-vật *figure, personage.*

nhân-vị *human person; personalism.*

nhân-viên *member; staff; employee; personnel.*

nhấn *to press on; to stress, emphasize.* nhấn mạnh *to emphasize.*

nhẫn *(finger) ring* CL cái, chiếc [with **đeo** *to wear*].

nhẫn R *to endure, contain oneself.* kiên-nhẫn *patient.* tàn-nhẫn *ruthless.*

nhẫn-nại *to be patient, endure |patience* CL tính.

nhẫn-nhục *to resigned.*

nhẫn-tâm *to be merciless, cruel.*

nhận *to receive* [RV được], *accept, get; to acknowledge, recognize, confess, admit.* nhìn nhận *to recognize, acknowledge.* công-nhận *to recognize.* biên nhận *to acknowledge receipt.* đảm-nhận *to assume.* mạo nhận *to pose* [là *as*]. phủ-nhận *to deny.*

nhân-chân *to realize.*

nhận-diện *to identify.*

nhận-định *to realize.*

nhận lời *to accept.*

nhận thấy *to note, notice.*

nhận thức *to realize.*

nhận-thực *to certify, attest.*

nhận xét *to observe.*

nhấp nháy *to wink, twinkle, blink.*

nhấp nhoáng *to glitter, gleam.*

nhấp-nhô *to go up and down* [especially on the water].

nhấp-nhồm *to be restless; to be anxious.*

nhập R *to enter* [= vào]; *to join.* nhập bọn *to affiliate oneself* [« với » *with*]. đột nhập *to break in, burst in.* sáp-nhập *to annex.* xâm-nhập *to penetrate, infiltrate.* xuất-nhập *to go out and in; exit and enter.*

nhập-cảng *to import.* hãng nhập cảng *import firm.*

nhập-đề *to begin to treat the topic.*

nhập-định *to be meditating* [Buddhism].

nhập-học *to enter school.* thi nhập-học *entrance examination.*

nhập-khẩu *see* nhập-cảng.

nhập-môn *beginning course.* Ngữ học Nhập-môn *Introduction to Linguistics.*

nhập-ngũ *to join the army.*

nhập-quan *to coffin* [body].

nhập tâm *to commit to memory, remember.*

nhập-tịch *to be naturalized.*

nhắt R *one* [= một] | *first* thứ nhất | *most, the most.* thứ nhất. dệ nhất *first, firstly.* ít nhất *at least.* nhiều nhất *at most.* nhất là *mostly, especially.* bất nhất *inconsistent.* duy nhất *only, sole.* hợp nhất *to unite.* thống nhất *to unify.* khó nhất *the most difficult.* hạng nhất *first class.* lớp nhất *fifth grade* [the highest] *in primary school, Grade 1.* Cf. nhì, bét.

nhắt cử lưỡng tiện *to kill two birds with one stone.*

nhắt-định *to decide, be resolved* | *surely, definitely.*

nhất hạng *first class ; especially.*

nhất-kiến *first sight.*

nhất-lãm *one glance.* biểu nhất lãm *synoptic table.*

nhất-loạt *uniformly.*

nhất-luật *uniformly.*

nhất-nhất *each and every one.*

nhất-quyết *to be resolved.*

nhất-tề *together, uniformly, like one.*

nhất-thiết *altogether, absolutely.*

nhất-thống *unity.*

nhất-thời *to be temporary.*

nhất-trí *to be united, unanimous, one.*

Nhật *Japan | Japanese* Nhật-Bản.

nhật R *sun* [= mặt giời/trời] ; R *day* [= ngày]. bạch nhật *daylight.* bình nhật *ordinarily.* chủ nhật *Sunday.* sinh nhật *birthday.* thường nhật *ordinarily, habitually.* công nhật *paid by the day.* hình chữ nhật *rectangle ; rectangular.*

Nhật-Bản *Japan | Japanese.*

nhật-báo *daily newspaper.*

nhật-chí *solstice.*

nhật-dạ *day and night.*

nhật-dụng *daily use.*

nhật-ký *diary* CL quyển.

nhật-nguyệt *time.*

nhật-quang *sunlight* [astronomy].

nhật-quĩ *sun dial.*

nhật-thực *solar eclipse.*

nhật-trình *daily newspaper.*

nhầu see nhàu.

nhầy *to be gluey, viscous.*

nhầy-nhụa *to be covered with something oily and sticky.*

nhầy see nhảy.

nhậy see nhạy.

nhe *to show* [one's teeth].

nhé [final particle] *all right? O.K.?* Chúng ta đi nhé! *Shall we go?*

nhè *to choose* [as target or attack].

nhè *to whine, snivel, whimper* ngủ nhè, nhè mồm.

nhè nhẹ [DUP nhè] *gently.*

nhé see lẽ.

nhẹ [SV khinh] [of weight, blows, knocks, footsteps, etc.] *to be light* [opp. nặng]; *slight, soft* | *lightly, slightly, gently*

nhẹ bỗng *to be very light.*

nhẹ dạ *to be credulous, gullible.*

nhẹ-nhàng *to be light, gentle, agile, soft, nimble, lissome.*

nhẹ-nhõm *to be nimble, brisk, active.*

nhem see lem.

nhèm *to be dirty, soiled.*

nheo *sheat fish.*

nheo mắt *to blink one's eyes.*

nheo-nhéo *to be crying, shouting repeatedly.*

nheo-nhóc [of children] *to be neglected, uncared for.*

nhẽo *to be mushy* nhẽo-nhèo.

nhét *to stuff, thrust in, cram.* nhét rẻ vào mồm *to gag.*

nhè *to extract* [splinter dằm, acarid cái ghẻ, *etc*] *with a pin or thorn; extract* [snail ốc] *from its shell.*

nhè - nhại [of sweat, tears] *to stream, flow.*

nhếch *to grin broadly; to unround* [lips môi] *as in smiling.* mẫu-âm sau cao nhếch *unrounded high back vowel.*

nhện *spider* CL con. mạng nhện *cobweb.*

nhi R *child.* hài-nhi *infant.* nam-nhi *man.* thiếu-nhi *adolescent.* nữ-nhi *woman.* ca-nhi *singer.*

nhi R *and, and yet, while, on the other hand.*

nhi-đồng *young child.*

nhi-khoa *pediatrics.*

nhi-nữ *little girl.*

nhi-nha nhi-nhảnh DUP nhí-nhảnh.

nhi-nhảnh *to be lively, sprightly, jovial.*

nhì *second.* thứ nhì *second.* hạng nhì *second class.* lớp nhì *fourth grade* [next to the highest] *in primary school,* Grade 2. Cf. nhị, nhất, bét.

nhì-nhằng *to be so-so, passable.*

nhi [final particle] *don't you think? have you any idea? oh yes?* Bài này khó nhi *This lesson is difficult, isn't it?* Hôm nay giời đẹp quá nhi ? *The weather is very nice today, don't you think ?* Tuần này chúng ta học mấy bài nhi ? *How many lessons did we study this week, do you know ?* À nhi ! *Oh, yes !* [the speaker suddenly remembered or noticed something].

nhĩ R *ear* [= tai] ; *eardrum* nhĩ tai. tâm-nhĩ *auricle* [in heart]. mộc-nhĩ *Job's ear* [mushroom]. lòi nhĩ, tồng nhĩ *deaf.*

nhị *two-string Chinese violin* CL cái [with kéo *to play*].

nhị R *two* [= hai]. đệ-nhị *the second.* Cf. nhì.

nhị *stamen, pistil* [in flower]. nhị cái *pistil.* nhị đực *stamen.*

Nhị - Hà *Red River in North Vietnam.*

nhị-thức *binomial.*

nhích *to shift, move slightly.* nhúc-nhích *to budge, stir, move.*

nhiếc *to chide, scold* nhiếc mắng, nhiếc móc.

nhiễm R *to dye* [= nhuộm] ; *to be infected with* truyền nhiễm; *to infect ; to be contagious, communicable, catching.*

nhiễm-bệnh *incubation.*

nhiễm-sắc-chất *chromatine.*

nhiệm R *responsibility* trách-nhiệm. tín-nhiệm *to trust.* mẫu-nhiệm *effective.*

nhiệm-kỳ *term of office, tour of duty.*

nhiệm-vụ *task, duty, function.*

nhiệm-ý *according to one's wish; optional.*

nhiên *R to burn.*

nhiên *L so, thus, yes; -R -ly* as đột-nhiên *suddenly,* hiền-nhiên *obviously.* cố-nhiên *naturally, of course.* điềm-nhiên *calm.* thiên-nhiên *natural.* tự-nhiên *naturally, of course.* tất-nhiên *certainly.* quả-nhiên *as expected.* tuy-nhiên *however.* dương-nhiên *of course.*

nhiên-hậu *from now / then on, hereafter, thereafter.*

nhiên-liệu *fuel.*

nhiến *to be well-kneaded.*

nhiếp *R to assist.*

nhiếp *R to take.*

nhiếp-ảnh *photography.* nhà nhiếp-ảnh *photographer, cameraman.*

nhiếp - chính *to act as regent | regent.*

nhiệt *R to be hot, warm* [=nóng]. cuồng-nhiệt *fanatical.* náo-nhiệt *noisome, bustling.* hoàng - nhiệt *yellow fever.*

nhiệt-đái *Equatorial Zone, tropical zone.*

nhiệt - điện *thermo-electricity | thermo-electric.*

nhiệt-độ *temperature.*

nhiệt-động-học *thermo-dynamics.*

nhiệt-đới *tropical zone.*

nhiệt-học *thermology.*

nhiệt - huyết *enthusiasm, ardor, zeal.*

nhiệt-kế *thermometer.* nhiệt-kế bức *maximum thermometer.* nhiệt-kế rét *minimum thermometer.*

nhiệt-liệt [of welcome, ovation] *to be warm.*

nhiệt-lượng-kế *calorimeter.*

nhiệt-tâm *zeal, enthusiasm.*

nhiệt-tuyền *hot springs.*

nhiệt-thành *to be warm, sincere, enthusiastic, fervent.*

nhiều *R to be or have much, many.* bao nhiêu ? *how much ? how many?* bấy nhiêu *that much, that many,* so much, so many. bao nhiêu (là) *so much, so many...! kiếm bao nhiêu tiêu bấy nhiêu I spend all what I earn.*

nhiều [SV đa] *to be or have much / many...* [with direct object] ; *to abound with, teem with; there is much..., there are many; a great deal, a lot, lots of* [with direct object]; *-R to act much or often* [opp. ít ; = lắm]. nhiều nhất *at most.* ít nhiều *a little, few, some.* Khu này nhiều muỗi *This area has a lot of mosquitoes.* Ở đây nhiều muỗi *There are a lot of mosquitoes here.*

nhiễu *crepe* [the fabric].

nhiễu *to annoy, disturb, importune, harass, bother* quấy nhiễu.

nhiễu-hại *to harm, do damage to.*

nhiễu loạn *to disturb, upset, make trouble.*

nhiễu-nhương *trouble, war.*

nhiễu-sự *to be troublesome.*

nhím *porcupine* CL con.

nhìn [SV khán] *to look* (at), *fix the eyes on, stare.* một cái nhìn *a look.* nhìn một cái *to take a look.*

nhìn đi nhìn lại *to look and look*. thoạt nhìn *at first sight*. nhìn thấy *to see*.

nhìn chòng-chọc *to stare*.

nhìn nhận *to recognize, acknowledge ; to admit, confess, own*.

nhịn *to abstain from, refrain from* [doing something] ; *to hold* [thở 'the breath'], *hold in* [urine, etc.], *fast* [cơm 'rice']. nhịn đẻ *to practice birth control*.

nhịn đói *to starve, fast*.

nhịn nhục *to bear, resign oneself*.

nhinh *to be slightly bigger*.

nhịp *rhythm, measure, cadence*. đánh/gõ nhịp *to beat time*.

nhịp *span, bay* [of bridge].

nhịp nhàng *rhythmically*.

nho *grapes* nho tươi CL quả, trái. một chùm nho *a bunch of grapes*. mứt nho *raisins*. vườn nho *vineyard*. nước nho *grape juice*. cây nho *vine*. rượu nho *wine*.

nho *R* Confucian(ist), *scholarly*. nhà nho *scholar trained in Sino-Vietnamese classics*. chữ nho *Chinese characters*. Đạo Nho *Confucianism*. danh-nho *famous scholar*. đại-nho *great scholar*. thâm nho *erudite scholar*. hàn nho *needy scholar*.

Nho-đạo *Confucianism*.

nho-gia *scholar*.

Nho-giáo *Confucianism*.

nho-lâm *Confucian scholars* [collectively], *the scholarly world*.

nho nhã *to be refined, cultured, distinguished*.

nho nhỏ DUP nhỏ.

nho nhoe *to display, show off*.

nho-phong *scholar's tradition*.

nhỏ *to be small*. thằng nhỏ *little boy; houseboy*. bé nhỏ *little, small*. nho nhỏ *to be smallish*.

nhỏ bé *to be tiny, petite*.

nhỏ mọn *to be small, petty, mean*.

nhỏ nhắn *to be tiny, petite, dainty, delicate*.

nhỏ nhặt *to be unimportant, trifling*.

nhỏ nhẻ [of voice] *to be soft, gentle*.

nhỏ nhen *to be mean, petty, small*.

nhỏ tí *to be tiny*.

nhỏ to *to talk intimately*.

nhỏ xíu *to be tiny*.

nhọ *to be stained, soiled*. bôi nhọ *to stain* [name, reputation].

nhọ nhem *to be dirty, spotted*.

nhòa *to be blurred*.

nhoai *to spring forward; to get to the surface*.

nhoài *to be exhausted* mệt nhoài.

nhoáng *to be shiny, glossy* bóng nhoáng. chớp nhoáng *lightning* [war]. hào nhoáng *showy, glittering, having good appearance*.

nhọc [= mệt] *to be weary, tired, worn out* mệt nhọc. khó nhọc *painstaking, hard*.

nhọc nhằn *to be tired*.

nhòe *to be smeared, smudged*.

nhoẻn *to smile*.

nhoi nhói [of pain] *to be piercing, lancinating*.

nhom *to be skinny* gầy nhom.

nhóm *to light, kindle.*

nhóm *to gather, meet, unite ; to hold* [meeting] *;* [of meeting, conference] *to be held* nhóm họp | *group.* phiên nhóm *meeting.* phòng nhóm *meeting room, conference room.*

nhòm *See* dòm.

nhón *to be noiseless.*

nhón chân *to walk on tiptoe.*

nhón gót *to stand or walk on tiptoe.*

nhọn *to be sharp, pointed.* nhọn hoắt *to be very sharp, pointed.*

nhong-nhong *to tinkle* [of bells].

nhọt *boil.*

nhô *to raise* [head, etc.] [RV lên]. nhấp nhô *to bob up and down.*

nhố-nhăng *see* lố lăng.

nhổ *to spit.* ống nhổ *spittoon.* Cấm nhổ bậy *No spitting !*

nhổ *to pull, uproot* [RV lên], *pluck* [hair, feather], *extract* [tooth] [RV ra]. nhổ neo *to weigh anchor.*

nhồi *to stuff, wad, cram full.* bắp cải nhồi thịt *stuffed cabbage.* cà chua nhồi thịt *stuffed tomatoes.* nhồi sọ *to cram, indoctrinate.*

nhôm [Fr. aluminium] *aluminum.*

nhồm-nhoàm *to eat like a pig.*

nhổm *to stand up, to get up.*

nhốn - nháo *to be disorderly, riotous, noisy.*

nhộn *to be troublesome, noisy.*

nhộn-nhịp *to be full of animation, be lively, be bustling*

nhộng *chrysalis of silkworm* CL con. trần như nhộng *stark naked.*

nhốt *to lock up, imprison.*

nhột *to be tickled.* hay nhột *ticklish.*

nhơ *see* dơ.

nhớ *to remember, recollect, recall ; to miss* [family, etc.] ; [arithmetic] *to carry.* ghi nhớ *to remember.* sực nhớ *to remember suddenly.* tưởng nhớ *to remember, think of.* thương nhớ *to think of, mourn for* [dead person]. trí nhớ *memory.*

nhớ dai *to have a good memory.*

nhớ lại *to recall, recollect.*

nhớ mang - máng *to remember vaguely.*

nhớ nhà *to be homesick.*

nhớ nhung L *to miss.*

nhớ ra *to remember suddenly.*

nhờ *to rely on, depend on* | *thanks to* nhờ có.

nhờ cậy *to rely on, depend on.*

nhờ có *thanks to, owing to.*

nhờ nhớ DUP nhớ.

nhờ vả *to depend on* [for help, support].

nhỡ *to be medium-sized.*

nhỡ *see* lỡ.

nhời *see* lời.

nhóm *to begin, bud.*

nhơn *see* nhân.

nhơn nhơn *to be self-satisfied.*

nhớn *see* lớn.

nhớn-nhác *to look haggard, wild, anxious.*

nhờn *to be oily, greasy; to become too familiar* [to elders or " superiors "].

nhờn-nhơ *to look carefree; to be playful.*

nhởn *see* nhẩn.

nhớp *to be dirty* nhớp nhúa.

nhớt *to be viscous* | *motor oil.*

nhợt *see* lợt.

nhu R *to be soft* [= mềm] [opp. cương].

nhu R *need.* quân nhu *military supplies.*

nhu-cầu *need.*

nhu-đạo *judo.*

nhu-mì *to be gentle, mild.*

nhu nhú *to begin to sprout.*

nhu-nhuyễn *to be soft, mild.*

nhu-nhuyễn *to be flexible.*

nhu-nhược *to be weak, feeble.*

nhu-thuật *judo.*

nhu-yếu *need.*

nhủ *to advise, warn, urge, exhort.* khuyên nhủ *to advise.*

nhủ R *milk* [= sữa]; *breast.* thạch-nhủ *stalactites, stalagmites.*

nhủ-mẫu *wet nurse.*

nhủ-trắp *milk.*

nhủ-tuyến *mammary glands.*

nhủ-xỉ *milk teeth.*

nbuăn *to moisten; to fertilize.*

nhuận [of month, year] *leap, intercalary.* tháng năm nhuận *an intercalary 5th month.* năm nhuận *leap year.*

nhuận R *to be moist and soft.*

nhuận-sắc *to embellish, revise* [a text].

nhuận-tràng *aperient, laxative.*

nhúc-nhích *to stir, budge, move.*

nhục *to be disgraced, dishonored* [opp. vinh] | *dishonor, shame, disgrace.* làm nhục *to dishonor, insult.* nhẫn nhục, nhịn nhục *to bear an insult; to endure.* ô-nhục *shame.* sỉ nhục *to insult, offend.* vinh-nhục *glory and shame, ups and downs.*

nhục R *flesh, meat* [= thịt]. cốt-nhục *bones and flesh, blood relations, kinship.*

nhục-dục *sexual desire, lust.*

nhục-đậu-khấu *nutmeg.*

nhục-hình *corporeal punishment.*

nhục-mạ *to insult, revile, curse.*

nhục-nhã *to be shameful, disgraceful.*

nhuệ R *pointed; sharp, acute.* tinh-nhuệ *well-trained.*

nhuệ-độ *acuteness.*

nhuệ-khí *ardor, enthusiasm, zeal.*

nhuệ-lợi *acuteness.*

nhúm *to pinch* | *pinchful, pinch, bit.*

nhún *to lower oneself by bending one's legs; to be humble, modest.*

nhún vai *to shrug one's shoulders.*

nhún mình *to be modest.*

nhún nhường *to be modest.*

nhủn *to become soft.* bủn nhủn *to go limp.*

nhũn *to be soft* [because cooked too long or overripe]; *to be modest* nhũn nhặn.

nhung *velvet.*

nhung *young antler.*

nhung *R military.* binh-nhung *military affairs; arms, weapons.* nguyên-nhung *generalissimo.*

nhung-công *feat, exploit.*

nhung-nhúc *to swarm, teem.*

nhung-phục *military uniform.*

nhung-trang *military attire.*

nhúng *to dip* [in water, dye]; *to interfere* [vào into].

nhùng-nhằng *to hesitate, procrastinate.*

nhủng-nhẳng *to be stubborn, drag out.*

nhũng *to disturb, be disorderly; to be superfluous.*

nhũng-lại *corrupt official.*

nhũng-lạm [of official] *to be corrupt.*

nhũng-nhiễu *to disturb, molest, harass.*

nhuốc *to be dirty, soiled; to be stained, shameful* nhơ-nhuốc.

nhuôm [= nhôm] *aluminum.*

nhuốm *to catch* [disease].

nhuộm *to dye.* thợ nhuộm *dyer.* thuốc nhuộm *dyestuffs, dyes.* nhuộm răng *to blacken one's teeth.* nhuộm máu *bathed in blood.*

nhút-nhát *to be timid, shy, bashful.*

nhụt [of knife] *to be dull, blunt.* làm nhụt *to dull, dampen.*

nhụy [= nhị] *stamen, pistil.*

nhuyễn *R to be soft, yielding, pliable* nhu-nhuyễn.

nhuyễn-cốt *cartilage.*

nhuyễn-khẩu-cái *soft palate, velum.*

nhuyễn-thể *mollusk.*

như *to be like* giống như ; *like, as.* hình như, dường như *it seems that...* y như *exactly like, identical with.* còn như *as for.*

như cũ *as previously, as before.*

như hệt *exactly like.*

như không *as a cinch.*

như là *as if, as though.*

như sau *as follows.*

như thế *thus, so; like that.*

như thể *as if...*

như thường *as usual.*

như trước *as before, as previously.*

như tuồng *as if, as though.*

như vầy *like this; then.*

như vậy *thus, so; like that.*

như xưa *as formerly.*

như ý *as you wish, as you like.*

nhứ *to entice, lure* [with a bait].

nhừ *to be soft, tender.* nát nhừ *completely smashed.* chín nhừ *well-cooked; overripe.*

nhừ đòn *to get a sound beating.*

nhừ tử *half dead.*

nhử *rheum* [from the eyes].

nhử *to entice, lure.*

nhứ *R thou* [= mày].

nhựa *sap, gum, tar, resin; asphalt; opium.* nhựa sống *sap, pep, vitality.*

nhức *to ache.* nhức đầu *to have a splitting headache.* nhức răng *to have a toothache.*

nhưng *but, yet* nhưng mà.

những [pluralizer] *the various ; to do | have only ; there is only...* [direct object does not require classifier]. những ai *all those who.*

những gì *what (things).* những
khi *whenever, every time.* những
lúc *whenever, every time.* những
là *nothing but.* những người không
đóng thuế *those who don't pay
taxes.* những nói lại cười L *only
talk and laugh.* chẳng những *not
only* [mà còn *but also*]. những (là)
nothing but. những sách là sách
nothing but books.

nhược R *to be weak* [= yếu]; *to
be exhausted.* bạc nhược *weak
and weary; worn-out.* suy-nhược
deficient, decreasing, declining.
nhu-nhược *weak* [morally].

nhược R *if, in case.*

nhược bằng *if, in case.*

nhược-điểm *weakness, shortcom-
ing* [opp. ưu-điểm].

nhương R *to seize, usurp* nhương
đoạt.

nhương-tai *to ward off evil spirits.*

nhường *to cede, yield.* khiêm-
nhường, nhún-nhường *modest.*

nhường *see* dường.

nhường bước *to give a conces-
sion.*

nhường chỗ *to give up one's seat*
[cho to].

nhường lời *to leave the floor* [or
pass the microphone] [cho to].

nhường ngôi *to abdicate* [cho
in favor of].

nhường nhịn *to make conces-
sions.*

nhượng R *to cede, yield*
[= nhường]. khiêm-nhượng *mo-
dest.* nhân-nhượng *lenient.*

nhượng-bộ *to make concessions,
compromise, yield, give up.*

nhượng-địa *concession, leasehold.*

nhứt *See* nhất.

nhựt *See* nhật.

O

o *paternal aunt.*

o *young girl.*

o *to coax, seduce* [mèo girl].

o-bế *to flatter; to pamper, spoil.*

o-o *to snore noisily.*

o-oe [of infant] *to cry, wail.*

ó *eagle* CL con.

ó *to shout, yell, boo, hiss* la-ó.

oa *hole, cavity, alveola.* nha-oa-âm *alveolar (sound).*

oa R *to receive, harbor* oa-tàng, oa-trữ.

oa *snail.*

oa-oa *to wail.*

oa-tàng *to receive, harbor, shelter.*

oa trữ *to receive* [stolen goods], *harbor* [criminal].

òa *to break into tears* khóc-òa, *burst into tears* [RV lên].

oách *to be well-dressed.*

oạch *thud.*

oai *to look stately, imposing* | *majesty, authority.* ra oai *to show one's authority.*

oai-nghiêm *to be stately, imposing, august.*

oai-oái [DUP oái] *to cry because of pain.*

oai-quyền *power, authority.*

oai-vệ *to be stately, imposing.*

oái-oăm *to be complicated, intricate, strange, cruel, ironical.*

oải *to be tired, worn out* uể-oải.

oan *to be condemned or punished unjustly.* vu-oan *to accuse unjustly.* chết oan *to die unjustly.* đổ oan *to accuse falsely.* giải oan *to expiate.* chịu oan, bị oan *to be the victim of an injustice.* minh-oan *to bring injustice to light.* thác oan L *to die unjustly.* vu oan *to libel.*

oan-gia *misfortune, ruin.*

oan-hồn *soul of someone who died a victim of injustice.*

oan-nghiệt *to be evil, wicked.*

oan-trái [Buddhism] *debt from previous life.*

oan-uổng *injustice.*

oan-ức *grievances, wrongs, injustice.*

oán *to resent, bear a grudge against* oán-giận, oán-hờn | *resentment, hatred.* thù oán *to resent.* ân oán *gratitude and rancor.*

oán-than *to complain, grumble.*

oán thù* *resentment, hatred, rancor*

oán trách *to complain, grumble.*

oản *steamed glutinous rice molded into a truncated cone and offered in Buddhist temples* CL cái, phẩm; *truncated - cone - shaped cookie made of rice flour* oản bánh khảo.

oang [of voice] *to be resonant, resounding.*

oang oang *to speak loudly.*

oanh *oriole* CL con.

oanh R *rumble.*

oanh-liệt *to be glorious, famous, heroic, illustrious.*

oanh-tạc *to bomb.* máy bay oanh-tạc *bomber.*

oanh-tạc-cơ *bomber.*

oành-oạch *to fall frequently* ngã oành-oạch.

oản-oại [of wounded or suffering person] *to squirm, writhe.*

oản [Slang] *Indian, Hindu.*

oản-tù-tì *one-two-three* [children's game].

oắt [Slang] *little, small* [brat] oắt con.

oặt *to bend, give way.*

óc [SV não] *brain* CL bộ, *mind.* đầu óc *mind.* loạn óc *to be mentally disturbed.* nhức óc *deafening, ear-splitting.*

óc-xýt *oxide.* óc-xýt già *peroxide.* óc-xýt mangan già *manganese peroxide.*

ọc ọc *to gurgle, bubble* [of water].

oe *urchin* oe con.

oe oe [of babies] *to cry, wail* khóc oe oe.

ọe *to vomit* nôn ọe.

oi *to be sultry, muggy, hot and sticky* [subject giời/trời] oi ả, oi bức.

oi ả *to be hot and muggy.*

oi bức *to be hot and muggy.*

ói *to have an indigestion; to throw up, vomit* | *plenty of, much.* đầy ói *chock-full.*

om *to simmer* [fish, shrimps, crab]; *to drag out.*

om *to be noisy.*

om *to be very dark.* tối om *pitch dark.*

om [Fr. ohm] *ohm* [in physics].

om-kế *ohmmeter.*

om sòm *to be noisy.*

òm *to be noisy, be fussy* òm tỏi, *scold.*

ỏn ẻn [of voice] *to be female-like.*

ong [SV phong] *bee* CL con. bầy ong *swarm of bees.* tổ ong *beehive.* mật ong *honey.* sáp ong *beeswax.* lưng ong *wasp-waist(ed).*

ong bầu *wasp.*

ong bộng *honeybee.*

ong bướm *bees and butterflies,- flirtations, love-making.*

ong chúa *queenbee.*

ong đất *wasp.*

ong đực *drone.*

ong mật *honeybee.*

ong nghệ *drone.*

ong quân *worker.*

óng [of fabric] *to be shining* óng ả, óng ánh.

ỏng *to be potbellied* ỏng bụng; [of belly] *protuberant.*

ỏng ẹo *to walk or behave flirtatiously, with affectation.*

óp [of crustacean] *not to be well-filled.*

ọp ẹp [of box, package] *to be flimsy.*

ót *nape of the neck.*

Ô

ô [SV tản] *umbrella* CL cái [= dù].
che ô *to carry an umbrella over
one's head.* cụp ô *to close an
umbrella.* dương ô *to open an
umbrella.*

ô *compartment, case; drawer* ô kéo;
box.

ô [*of horse*] *to be black.* ngựa ô
black horse.

ô oh ! ô hay ! *hey, what do you
mean ?*

ô R *dirt, filth.* ô uế *to be filthy.*
tham ô *greedy and corrupt.*

ô R *crow* [= quạ]. kim-ô L *the sun.*

ô *quarters, district, section; outskirts,
suburb* ngoại-ô.

Ô-cấp *St. James' Cape, Vung Tau.*

ô chữ *crossword puzzle.*

ô-danh *bad reputation.*

ô hô L *alas !*

ô-hợp *to be undisciplined, disorder-
ly, unruly.*

ô kéo *drawer.*

ô-lại *corrupt official.*

ô-long *Black Dragon* [tea brand].

ô - mai *apricots* [or other small
fruits] *preserved in salt, licorice
and ginger.*

ô-nhục *to dishonor, sully ; to
profane.*

ô rô *holly.*

ô-ten [Fr. hôtel] *hotel.*

ô-tô [Fr. automobile] *auto(mobile).*

ô trọc *to be* [morally] *impure,
filthy.*

ô uế *to be filthy, impure.*

ố *to be spotted, stained, soiled
hoen ố.*

ố R *to hate* [= ghét]. khả ố
hateful, loathsome, abominable.

ồ oh !

ồ *to rush, dash.* cười ồ *to roar
with laughter.*

ồ ạt [*of a crowd*] *to move fast
and impetuously.*

ồ *nest, brood, litter ; CL for
ovaries, loaves of bread, locks,
engines.*

ồ *hamlet, village.*

ồ gà *hole* [in road].

ồ mắt *orbit.*

ồ rơm *straw litter, pallet.*

ốc *snail* CL con; *nut, screw.* đinh ốc
screw CL cái. sởn gai ốc *to
have goose pimples.*

ốc R *house.* Bạch-Ốc *the White House.* trường ốc *school building ; compound where civil service examinations were held.*

ốc bươu *medium-sized edible snail.*

ốc nhồi *large edible snail.* mắt ốc nhồi *bulging eyes.*

ốc vặn *helix.*

ộc *to spew, gush out* [RV ra].

ôi [of meat] *to be spoiled, rotten.*

ôi *alas !* ôi chao ! ôi thôi ! chao ôi ! than ôi ! Trời ôi ! *Heavens !*

ối *oh !* ối giời ôi ! *Heavens ! Help !*

ối *to be plentiful, abundant* [very colloquial].

ối *to be dark red.*

ổi *guava* CL quả, trái.

ôm *to embrace, hug, carry in both arms* [with chặt, ghì *tightly*] | *a quantity that can be held in both arms, armful.* ôm hy vọng *to cherish the hope ..*

ôm ấp *to hug ; to cherish, harbor.*

ôm bụng *to hold one's sides* [with laughter].

ôm chằm *to embrace, hug tight.*

ôm trống *to become pregnant.*

ốm [SV bệnh] *to be sick, ill* [= đau] ; *to be lean, skinny* [= gầy]. phát ốm *to become sick.* cáo ốm *to feign illness.*

ốm liệt giường *sick in bed, bedridden.*

ốm nặng *to be seriously ill.*

ốm nghén *to have morning sickness.*

ốm tương-tư *to be lovesick.*

ốm yếu *to be sickly, weak, feeble.*

ôn *epidemic, pestilence, plague* ôn-dịch | *naughty boy, little brat* ôn con.

ôn R *to be warm, temperate, moderate* [= ấm].

ôn *to review* [lessons] ôn lại, học ôn.

ôn-dược *sedative.*

ôn-độ *temperature.*

ôn-đới *temperate zone.*

ôn-hòa *to be moderate, conciliating.*

ôn-tập *to review* [lesson].

ôn-tồn [of voice, speech] *to be calm, poised.*

ôn-tuyền *hot springs.*

ồn *to be noisy.* làm ồn *to make noise.*

ồn ào *to be noisy.*

ổn *to be settled* ổn-thỏa ; *steady, stable* ổn-định. yên-ổn *peaceful, safe.*

ổn-bà *midwife.*

ổn-định *to be stable, steady.*

ổn-thỏa *to be settled or arranged peacefully.*

ông [SV tổ-phụ] *grandfather* CL người ; *gentleman* | *you* [used by grandchild to grandfather, first person pronoun being cháu] ; *I* [used by grandfather to grandchild, second person pronoun being cháu] ; *you* [used to men, first person pronoun being tôi] ; *he* [of men over 30] ông ấy, ông ta | *Mr.* ông nội *paternal grandfather.* ông ngoại *maternal grandfather.* đàn ông *man, men.* cá ông *whale.*

ông ba mươi *the tiger.*

ông bà *grandparents;* Mr. and Mrs. [So and so] hai ông bà.

ông bụt *Buddha.*

ông cháu *grandfather and grandchild.* hai ông cháu ông X. *Mr. X and his grandchild.* hai ông cháu anh Y. *Y and his grandfather.*

ông công *the kitchen god.*

ông giăng *the moon.*

ông giời *Heavens.*

ông lão *old man.*

ông ngoại *maternal grandfather.*

ông nhạc *father-in-law.*

ông nội *paternal grandfather.*

ông tổ *ancestor.*

ông trăng *the moon.*

ông trời *Heavens.*

ông xanh L *Heavens.*

ống [SV quản] *tube, pipe, canal; piggy-bank.* bỏ ống *to put money in a piggy-bank.*

ống ảnh *camera.*

ống cao-su *hose.*

ống chân *shin.*

ống chỉ *spool, reel.*

ống điếu *pipe* [for smoking].

ống khói *smokestack, chimney.*

ống máng *drain pipe, gutter* [under the eaves].

ống nghe *stethoscope.*

ống nhỏ rọt *dropper.*

ống nhòm *binoculars, field glasses, opera glasses.*

ống nhổ *spittoon.*

ống phóng *spittoon, cuspidor.*

ống quần *leg of trousers.*

ống sáo *flute.*

ống tay áo *sleeve of coat.*

ống tiêm *syringe;* CL *for injections.*

ống tiền *piggy bank.*

ông *he, him* [= ông ấy].

ốp *to urge.*

Ơ

ơ *hey, what do you mean? what is the matter?* ơ hay/kìa ! *id.*

ơ hờ *to be indifferent.*

ờ *yes.*

ở [SV tại] *to be located, at, in, on; to live at | in, at.* Quyển sách ở trên bàn *The book is on the table.* Quyển sách dấu ở trong ngăn kéo *The book was hidden in the drawer.* Tôi ở Đường Võ-Tánh *I live on Vo-Tanh Street.* Cái đó còn tùy ở ông chủ tôi *That's up to my boss.* chỗ ở *address.* người ở *domestic help.* khó ở *to be indisposed.*

ở *to behave* ăn ở.

ở cữ *to bear a child.*

ở đậu *to stay temporarily.*

ở không *to be idle.*

ở lại *to stay behind, to remain.*

ở riêng *to make a separate home; to get married.*

ở trọ *to board.*

ở truồng *to be naked.*

ở vậy *to stay single.*

ợ *to burp, belch.*

ơi -R *hey! ; yes, here I am.* giời/ trời ơi! *Heavens!* Lâm ơi! — Ơi! Hey, Lâm! — Yes, here I am.

ỡm ờ *to pretend not to know; to kid, joke.*

ơn [SV ân] *favor* [with làm *to do*]. cám/cảm ơn *to thank | thank you.* biết ơn *grateful.* chịu ơn *indebted to.* đền ơn *to return a favor.* nhớ ơn *grateful.* quên ơn, vong ơn *ungrateful.*

ơn huệ *favor.*

ơn nghĩa *favor, benefit, blessing.*

ớt *pepper, pimento* CL quả, trái; *hot sauce, tabasco sauce.*

P

pa-ra-bol *parabola.*

pi [math] *pi.*

pi-gia-ma [Fr. pyjama] *pajamas, pyjamas* CL bộ *for a pair.*

pích-kóp [Engl. pick-up] *pick-up.*

pin [Fr. pile] *battery.* đèn pin *flashlight.*

pin khô *dry cell.*

píp [Fr. pipe] *pipe* [using tobacco].

pô-ke [Fr. poker < Engl. poker] *poker* [the game].

PH

pha *to mix; to prepare, brew, make* [tea **chè**, **nước**, coffee **cà-phê**, drug].

pha *to cut up.* dao pha *all-purpose knife.*

pha [Fr. phase] *phase, stage.*

pha [Fr. phare] *headlight, limelight, searchlight* đèn pha; *high-beam car light* [opp. **cốt**]; *light-house.*

pha-lê *glass, crystal.*

pha trò *to clown, joke.*

pha trộn *to mix.*

phá *to destroy, demolish; to disturb, bother.* trái phá *shell.* khám phá *to discover, unmask.* cướp phá *to raid.* đập phá *to smash* [things]. tàn phá *destructive.*

phá án *to annul a verdict.*

phá bĩnh *to play a dirty trick.*

phá đám *to disturb, be a joykiller.*

phá-đề *L to begin* [essay].

phá giá *to set a price war; to devaluate.*

phá-giới *to violate religious commandments.*

phá-hoại *to destroy, sabotage.* công-tác phá-hoại *demolition operation.*

phá-hủy *to destroy, annihilate.*

phá kỷ-lục *to break a (previous) record.*

phá ngang *to stop going to school, abandon one's work.*

phá nổ *to break out, go off.*

phá phách *to lay waste, plunder, pillage.*

phá quấy *to disturb the peace.*

phá-sản *to go bankrupt or broke.*

phá tân *to deflower.*

phá trinh *to deflower.*

phà *ferry boat.*

phạ *R to be afraid, fear.*

phác *to sketch,* vẽ phác; *to outline.* tính phác *to figure out roughly.*

phác *R sincere, plain, natural* chất phác.

phác-họa *to sketch; outline.*

phách *to be bossy, haughty* làm phách | *manner, way, ado.*

phách *upper part of examination paper bearing examinee's name* [with **rọc** *to cut up,* **giáp** *to put back*].

phách *R life principle* [= vía].

phạch *whack* [noise of fans, sails, etc.].

phai *to fade ; to fade away* phai **nhạt.**

phái *branch* chi phái, *sect* giáophái, *faction, school of thought* môn phái | *to appoint, assign.* dảng phái *parties ; partisan.*

phái-bộ *mission.*

phái-đoàn *mission, delegation.* phái đoàn ngoại-giao *diplomatic mission.* phái-đoàn thương-mại *trade mission.* trưởng phái-đoàn *chief delegate.*

phái-lai *receipt.*

phái-nữ *fair sex.*

phái-viên *envoy ; correspondent.* đặc-phái-viên *special correspondent.*

phải *to be correct, upright, right* | *correctly, rightly ; yes.* lẽ phải *reason.* phải không ? *is that correct ?* tay phải *right hand (side).*

phải *to have to, must, should, ought to ; to be, suffer ; catch* [disease].

phải *right side up* [opposite of ngược upside down, backward]; *right side out* [opposite of trái wrong side out].

phải chăng...? *could it be that...?*

phải chăng *to be reasonable.*

phải đạo *to be conformable to duty.*

phải đòn *to get a spanking.*

phải gió *to be caught in a draught.*

phải không ? [tag ending equivalent to n'est-ce pas ? no es verdad ?] *is it ? isn't it ? are you ? aren't you ? does it ? etc.*

phải lòng *to fall in love with.*

phàm *all, without exception, generally* đại phàm.

phàm *to be ill-mannered, rude.* ăn phàm *gluttonous.*

phàm R *sail* [= buồm].

phàm-lệ *common rule ; foreword.*

phàm phu *ordinary man.*

phàm trần *this world.*

phàm tục *earthly.*

phạm *to violate* xâm phạm [followed by tới/đến] ; *to commit.* chính phạm *principal* [in a crime]. tòng phạm *accomplice.*

phạm R *model, norm* mô phạm. nhà mô-phạm *teacher.* nhà sưphạm *pedagogue.* khoa sư-phạm *pedagogy.* trường sư-phạm *normal school.*

phạm-nhân *culprit, defendant.*

phạm-phòng *to become sick after having intercourse.*

phạm-sắc *panchromatic* [of plate gương ảnh].

phạm-vi *sphere, domain, field, scope, competence.*

phán [of gods, kings] *to order.*

phán *government clerk* thông-phán, phán-sự.

phán R *to judge, decide.* thẩm-phán *judge.*

phán-đoán *to judge, decide.*

phán-lệ *jurisprudence.*

phán-quyết *decision, sentence.*

phàn-nàn *to complain, grumble.*

phản *wooden bed, camp bed* CL cái.

phản R *to turn back, oppose, be contrary.*

phản *to counter; to betray* [optionally followed by lại] làm phản, mưu phản.

phản-ảnh *reflection, image.*

phản-bội *to betray.*

phản-cách-mạng *anti-revolutionary; counter-revolutionary.*

phản-chiếu *to reflect | reflection.* sự phản-chiếu toàn phần *total reflection.*

phản-chứng *counter-evidence.*

phản-công *to counter-attack | counter-offensive.*

phản-cộng *anti-communist.*

phản-cung [of criminal or suspect] *to contradict oneself, to retract one's statement.*

phản-đế *to be anti-imperialist.*

phản-đề *converse* [of theorem], *antithesis.*

phản-đề-nghị *counter-proposal.*

phản-đối *to oppose, object, be opposed to, be against | opposition.*

phản-động *to react | reaction; reactionary.*

phản-gián-điệp *counter-spy; counter-espionage.*

phản-hồi *to go back, return to.*

phản-kháng *to protest (against) | protest.*

phản-loạn *rebellion, revolt.*

phản-lực *reaction.* máy bay phản-lực *jet plane.*

phản-nghịch *rebellion, revolt.*

phản-phúc *to be treacherous.*

phản-quốc *to betray one's nation.* tên phản-quốc *traitor, quisling.*

phản-tặc *rebel.*

phản-trắc *to betray.*

phản-ứng *to react | reaction.*

phản-xạ *to reflect | reflection.*

phạn *Buddhist.* chữ phạn *sanskrit, pali.*

phạn *R cooked rice* [= cơm].

phạn-điếm *inn, restaurant, eating shop.*

phạn-học *Sanskrit studies, Buddhist studies.*

phạn-ngữ *sanskrit, pali.*

phạn-tự *sanskrit.*

phang *to hit hard with a long stick.*

phảng phất [of thoughts, memories] *to fleet by, to linger; vaguely, seemingly, so to speak, as it were.*

phanh *to open up, dissect* [corpse thây], *unbutton* [shirt].

phanh [Fr. frein] *brake.* bóp phanh, hãm phanh *to apply the brake.* phanh tay *hand brake.* Cái phanh này không ăn. *This brake doesn't work.*

phanh ngực *to bare one's chest.*

phanh thây *to quarter* [criminal].

phành phạch *to flap* [fan and the like] *noisily.*

phao *life buoy, life saver; buoy, float.*

phao *oil container in a lamp.*

phao *to spread* [news tin, rumor].

phao câu *parson's nose* [of cooked fowl].

phao đồn *to spread* [news, rumor].

phao-khí *to give up, forego, relinquish.*

phao phí *to waste, squander.*

pháo *firecracker* CL cái, cây; *R artillery; "castle"* [in chess] CL con, quân. đốt pháo *to fire crackers.* trọng-pháo *heavy artillery.* khinh-pháo *light artillery.* máy bay phóng-pháo *bomber.*

pháo-binh artillery(man).

pháo bông fireworks.

pháo cối big firecracker.

pháo-đài fort, fortress, stronghold, bulwark. pháo-đài bay flying fortress.

pháo-đội battery ; squad.

pháo-hạm gunboat.

pháo-kích to shell.

pháo-lũy fortifications.

pháo tép squib.

pháo-thuyền gunboat.

pháo-thủ artilleryman.

pháp R rule, law [= phép]. hợp-pháp legal. bất hợp-pháp illegal, unlawful. bình - pháp strategy. công-pháp public law. cú - pháp syntax. hình-pháp criminal law. hiến-pháp constitution. hộ - pháp Guardian Spirit. lập-pháp legislative. phạm-pháp to break the law. phi-pháp illegal, unlawful. phương-pháp method, procedure. biện-pháp measure. quân - pháp martial law. toán-pháp mathematics. hành-pháp executive. tư-pháp judiciary. văn-pháp grammar.

Pháp France | French, Franco-, French-.

pháp-ảnh [of curve] subnormal.

pháp-chế legislation, legal system.

pháp-danh religious name [of a Buddhist monk].

pháp-đài guillotine.

pháp-điển code, statute.

pháp-điều article.

pháp-đình court, tribunal. Tối-cao Pháp-đình the Supreme Court.

pháp-định fixed by the law, legal.

pháp-gia legist, jurist.

Pháp-hóa to Frenchify.

pháp-học law studies.

pháp-luật law, the law.

pháp-lý law | legal, legalistic.

Pháp-ngữ French [spoken language].

pháp-nhân juristic person.

Pháp-quốc France.

Pháp - tịch French citizenship, French nationality.

pháp-trường execution grounds.

Pháp-văn French [written language].

pháp-viện court. Tối-Cao Pháp-Viện the Supreme Court.

Pháp-Việt* Franco-Vietnamese.

phạp R to be lacking; to be tired, worn out bì-phạp. bần-phạp poor, destitute.

phát to distribute phân phát; to emit, utter ; to start, break out [RV ra]; to become [angry cáu, điên mad, phì fat].

phát CL for fire shots, injections. một phát súng a gunshot. một phát tiêm an injection, a shot.

phát to clap.

phát to cut, trim.

phát R hair [on head] [= tóc]. Cf. mao, tu. thế-phát to shave one's head and become a monk.

phát-âm articulation, pronunciation. cách phát-âm manner of articulation. điểm phát-âm point of articulation.

phát-âm-học articulatory phonetics.

phát-biểu *to express, voice.*

phát cáu *to get angry.*

phát-chần *to give alms.*

phát-dục *to grow, develop.*

phát-đạt *to prosper, thrive.*

phát-điện *to generate electricity.*
máy phát-điện *generator.*

phát-đoan *to begin.*

phát-động *to begin, push* [movement].

phát-giác *to uncover* [plot, secret].

phát-hành *to publish, issue, distribute.* Viện Phát-hành (Tiền-tệ) *the Bank of Issuance.*

phát-hỏa *to catch fire.*

phát-huy *to develop, manifest, express.*

phát khiếp *to be terrified.*

phát-lưu *to deport.*

phát-mại *to put on sale.*

phát-minh *to discover, invent.*

phát-ngôn-nhân *spokesman.*

phát-ngôn-viên *spokesman.*

phát-nguyên [of river] *to rise; to originate.*

phát-nguyện *to make a vow.*

phát-phì *to get fat.*

phát-sinh *to produce, create; to be born.*

phát-tài *to get rich, become wealthy, prosper.*

phát-thanh *to broadcast.* đài phát thanh *broadcasting station.* máy phát-thanh *radio transmitter.*

phát-thệ *to swear, vow.*

phát-tích *to originate.*

phát-triền *to develop, evolve, expand.*

phát-xít [Fr. fasciste] *fascism ; fascist.*

phạt *to cut down, fell* [tree mộc].

phạt *to punish ; to penalize, fine.* tiền phạt *fine.* nộp phạt *to pay the fine.* trừng phạt *to punish.* biên phạt *to give a ticket to.* hình phạt *punishment.* chinh phạt *to send a punitive expedition.*

phạt vạ *to fine.*

phau *to be very white.* trắng phau *white as snow.*

phảy *see* phầy.

phắc - tơ [Fr. facteur] *mailman, postman.*

phắc - tuya [Fr. facture] *invoice, bill.*

phăng -R *to act right away, immediately.* Sao anh không đi phăng lên Đà-Lạt ? *Why don't you go to Dalat ?*

phăng phắc *to be completely silent.*

phẳng *to be level, even ; smooth, calm, quiet.* hình-học phẳng *plane geometry.* mặt phẳng *plane.* sòng phẳng *square, honest* [in transactions].

phẳng lặng *to be calm, quiet, uneventful.*

phẳng lì *to be very smooth, even.*

phẳng phiu *to be even, level, smooth.*

phất -R *to act right away, brusquely, at once, immediately.*

phầm *dye ; ink.*

phẩm R *thing, product, article.* hóa - phẩm *goods, merchandise.* thực-phẩm *foodstuffs.* họa-phẩm *painting.* sa-si-phẩm *luxury goods.*

phẩm R *quality* ; *class*, *rank*, *order.* nhân-phẩm *human dignity.*
phẩm-bình *to criticize, comment.*
phẩm - cách *dignity.*
phẩm chất *quality.*
phẩm-giá *dignity.*
phẩm-hàm *grade, rank.*
phẩm-hạnh *good behavior.*
phẩm-loại *class, kind, type.*
phẩm-phục *mandarin's costume.*
phẩm-trát *hierarchy.*
phẩm-vật *articles, items, things.*
phân *a hundredth* ; *centimeter, centigram, per cent* [of interest]. lãi năm phân *five per cent interest.* bách-phân. *percentage.* thập-phân *decimal.*
phân *excrement, dung, night-soil, manure; fertilizer* phân bón. bón phân *to use fertilizer on a land.*
phân R *to divide* [= chia]. quân phân *to divide equally.* thập phân *decimal*
phân-bày *to explain.*
phân-bì *to compare.*
phân-biện *to discriminate, discern.*
phân-biệt *to distinguish.*
phân - bố *to distribute, divide, apportion.*
phân cách *to separate.*
phân-chia *to divide up, partition.*
phân-công *to divide up the work*] *division of labor.*
phân-cục *branch office.*
phân-cực *to polarize.*
phân-định *to decide.*
phân-giải *to mediate; to explain, solve.* hạ hồi phân-giải *to be continued* [in the next installment].

phân-giới *demarcation.*
phân-hạm-đội *flotilla.*
phân-hạng *to classify.*
phân-khoa *faculty, college, school* [within a university].
phân-loại *to classify.*
phân-loại-học *taxonomy.*
phân-ly *to be separated, part.*
phân-minh *to be clear, concise.*
phân phát *to distribute.*
phân-phối *to distribute.*
phân-quang-kính *spectroscope.*
phân-quyền *separation of power.*
phân-số *fraction, rate* [of interest, etc.].
phân-suất *percentage* [of moisture, commission]; *amount percent, rate* [of interest].
phân-tách *to analyze.*
phân-tán *to scatter, disperse.*
phân-tâm *to be undecided.*
phân-thể trùng *schizozoïte.*
phân-tích *to analyze.*
phân tỏ *to bring to light, explain, set forth.*
phân-tranh *to be in conflict, quarrel.*
phân-trần *to explain* [one's intentions].
phân-tử *molecule.*
phân-ước *aliquot* [math].
phân-ưu *to share the sorrow, convey one's sympathy* [to bereaved person].
phân-vân *to be undecided, perplexed.*
phân-xử *to arbitrate, settle.*

phấn *powder* [for face, body], *pollen* phấn hoa; *chalk* phấn viết bằng; R *flour.* một cục phấn *a piece of chalk.* đánh phấn *to powder one's nose.* trát phấn *to use too much makeup.* xoa phấn *to dust powder thinly* [on chafe or rash].

phấn-đấu *to struggle with enthusiasm.*

phấn hoạt-thạch *talcum powder.*

phấn-khởi *to be encouraged, enthusiastic.*

phấn sáp *powder and rouge — cosmetics, make - up* | *to wear make-up.*

phấn son *powder and lipstick,— cosmetics, make-up.*

phần *part, portion, share.* phần trăm *hundredth; percent.* phần thì... phần thì... *on one hand... on the other hand...* cổ-phần *share, stock.* để phần *to save* [food, etc.] *for someone.*

phần R *grave, tomb.*

phần R *to burn.*

phần đông *most, the majority of.*

Phần-Lan *Finland* | *Finnish.*

phần-mộ *tomb, grave.*

phần nhiều *most, the majority of...* | *mostly, generally.*

phần-thưởng *prize award.* lễ phát phần thưởng *prize-day.*

phần-tử *element.*

phần *excrement, faeces.*

phẫn R *anger.* công-phẫn *to be indignant, feel indignant.*

phẫn-nộ *to be angry, furious, vehement.*

phẫn-uất *to be angry at an injustice.*

phận *condition, fate, lot, plight* số phận; R *part, portion, section* [= phần]. bổn-phận *duty.* số-phận *fate, destiny.* an-phận *content with one's lot.* danh phận *fame, renown.* duyên-phận *fate* [in marrage]. địa-phận *territory, jurisdiction.*

phận-sự *duty, function.*

phận-vị *position, status.*

phấp phỏng *to be fluttered, restless because of worry.*

phấp phới [*of flags, banners* cờ, *sails* buồm] *to flutter.*

phập phồng *to be worried.*

phất *to wave* [flag, banner cờ]; *to brush away.*

phất *to prosper* [in business].

phất phơ *to wander; to waver, hesitate.*

phất-trần *feather duster.*

Phật *Buddha* CL ông | *Buddhist.* đạo Phật *Buddhism.* niệm Phật *to say one's prayers.* khẩu phật tâm xà *hypocrite.*

Phật-đản *Buddha's birthday.*

Phật-giáo *Buddhism.*

Phật-học *Buddhist studies.*

phặt-lăng [F. franc] *French franc.*

phật-thủ *Buddha's hand* CL quả, trái ; *fist, punch.*

Phật-tổ *Buddha.*

phật-tử *Buddhist.*

phẫu R *to dissect.* giải-phẫu *surgery; to dissect.*

phày *to brush lightly with one's fingers; to make a comma-like stroke when writing Chinese characters* | *comma-like stroke, comma.* dấu phầy *comma.*

phe *faction, side, sect.*

phe-phầy *to wave* [fan, etc.] *lightly.*

phè *to be satiated.* chán phè *to be fed up with.*

phè-phỡn *to be satiated, full to overflowing.*

phen *time, turn.* đòi phen, đôi phen *sometimes, now and then.* nhiều phen, lắm phen *many a time.*

phèn *alum.* đường phèn *rock candy, crystal sugar.*

phèn chua *alum.*

phèn đen *iron sulfate.*

phèn-phẹt *to be flat and round* [of face].

phèn xanh *copper sulfate.*

phép [SV pháp] *rule, custom, usage, method; permission, authorization; magical power.* lễ phép *politeness.* xin phép *to ask permission.* cho phép *to permit, allow.* được phép *to have permission.* làm phép cưới *to have a legal wedding.* có phép *polite.* vô-phép *impolite, rude.* giấy phép *permit.*

phép lạ *miracle.*

phép màu *miracle.*

phép rửa tội *Christening.*

phép tắc *rules, regulations; politeness, courtesy.*

phép trắc-quang *photometry.*

phét *to boast, brag.* nói phét *to tell tall tales, draw the long bow.*

phét lác *to boast, brag.*

phê *to initial, sign* [to express either approval or disapproval], *to pass on, to act on* [document], *to mark* [student papers], *to criticize, comment* phê-bình.

phê-bình *to criticize* | *criticism, critique.* nhà phê-bình *critic.*

phê-chuẩn *to approve, ratify, accept* [treaty].

phế *to abandon; to remove from office, dethrone* truất-phế; *to be crippled* tàn phế.

phế *lung* R [= phổi].

phế-bào *vesicule.*

phế-binh *war invalid.*

phế bỏ *to abolish, nullify.*

phế-cầu-khuẩn *pneumococcus.*

phế-đế *dethroned emperor.*

phế-hưng *decadence and prosperity.*

phế-mạc-viêm *pleuresy.*

phế-nang *alveolum.*

phế-nhân *invalid; good-for-nothing.*

phế-nô *to abolish slavery* | *abolitionist.*

phế-truất* *to remove from office, dethrone.*

phế-viêm *pneumonia.*

phệ *to be fat, obese, pot-bellied.*

phệch *to be very white.*

phên *bamboo wattle, bamboo lattice used as partition.*

phềnh *to swell up, be distented.*

phềnh bụng *to be full* [from eating] *or big with child.*

phệnh *to be big and fat.* ông phệnh *pot-bellied figurine.*

phết *comma.*

phết *in* ra phết *quite, very* [Slang].

phệt *to sit on the ground.*

phễu *funnel* CL cái.

phi *to fry* [onions], *brown.*

Phi *Africa* châu Phi, Phi-châu ; *the Philippines* Phi-Luật-Tân | *African ; Filipino.* Phi-châu, châu Phi *Africa.* Bắc-Phi *North Africa.* Nam-Phi *South Africa.* Hội-nghị Á-Phi *the Afro-Asian Conference.*

phi *R- without, il-, un-.* Phi anh ấy ra, khong ai làm nổi, *Nobody but him can do it.* trừ phi *unless.*

phi R *to fly* [= bay] ; *gallop.*

phi R *imperial concubine.*

phi-cảng *airport.*

Phi-châu *Africa* | *African.*

phi-chiến *demilitarized.* vùng phi-chiến *demilitarized zone.*

phi-công *pilot.*

phi-cơ *airplane* CL chiếc. thủy-phi-cơ *seaplane.* phi-cơ oanh-tạc *bomber.*

phi-đạn *missile, rocket.*

phi-đỉnh *airplane, airship.*

phi-đội *squadron, flight, crew.*

phi-hành *flight, navigation.*

phi-lao *sea pine.*

phi-lộ *foreword.*

Phi-Luật-Tân *the Philippines* | *Filipino.*

phi-lý *to be illogical.*

phi-nghĩa *to be dishonest, disloyal ; ill-gotten, ill-acquired.*

phi-phàm *to be uncommon, unusual.*

phi-pháp *to be illegal, unlawful.*

phi-tang *to destroy the evidence.*

phi-tần *imperial concubines.*

phi-thường *to be unusual.*

phi trường *airport, airstrip.*

phí *to waste, squander* [money, time, efforts công] | R *expenses* sở-phí, kinh-phí, chi-phí. học-phí *tuition fees.* cước-phí *postage.* hoang-phí *to squander.* lệ-phí *fees.* lộ-phí *traveling expenses.* lãng-phí, phao-phí *to squander.* quân-phí *military expenditures.* phung-phí *to waste.*

phí-phạm *to be extravagant.*

phí-tổn *to be costly, expensive* | *expenses.*

phì R *fat* [= béo] ; *fertile.* phát phì *to get fat.*

phì *to puff, go forth.* phì cười *to burst out laughing.*

phì-liệu *fertilizer.*

phì-nhiêu [of land] *to be fertile, rich.*

phì-nộn *to be corpulent, obese.*

phì phà phì phèo DUP phì phèo.

phì phèo *to huff and puff.*

phì-phị *to be chubby, fat.*

phỉ *to slander, defame.* phỉ nhổ *to insult.*

phỉ L *to be satisfied, content* phỉ chí, phỉ dạ, phỉ lòng.

phỉ R *bandit.* thổ-phỉ *local bandits.* cộng phỉ *communist bandits.*

phỉ-báng *to slander, defame.*

phị [of face, cheeks] *to be chubby, fat.*

phía *direction, cardinal point, side.* bốn phía, tứ phía *all directions.*

phích [Fr. filtre] *thermos bottle* CL cái.

phịch *thud.*

phiếm [of talk] *to be idle.*

phiếm *R general.*

phiếm-thần *pantheist.*

phiên *turn, time; session.* phiên họp *meeting.* chợ phiên *fair.* thay phiên nhau, luân-phiên *to take turns, to rotate.* đến phiên ai? *whose turn?* cắt phiên *to assign.*

phiên *R to translate* phiên-dịch, *transliterate* phiên-âm.

phiên-âm *to transcribe phonetically.* dấu or ký-hiệu phiên - âm *phonetic symbol.*

phiên chợ *market day.*

phiên dịch *to translate.*

phiên-dịch-viên *translator.*

phiên-phiến *to be careless, not too particular.*

phiến *CL for slabs of stone, sheets of metal.*

phiến *R to stir up.*

phiến-động *rebellion, revolt.*

phiến-loạn *rebellion, revolt.*

phiến-nghịch *rebellion, revolt.*

phiến-quân *rebels.*

phiền *to bother, annoy, disturb, trouble; to be sad, feel vexed.* phiền anh... *may I trouble you for...*

phiền-hà *to bother; to weary.*

phiền-muộn *to be sad, grieved.*

phiền-não *to be grieved, afflicted.*

phiền-nhiễu *to annoy, bother.*

phiền phức *to be complicated, difficult; troublesome.*

phiền-toái *to be complicated, involved.*

phiện *opium* thuốc phiện.

phiệt *slant stroke to the left* [in writing Chinese characters].

phiệt *R clique, as* quân-phiệt *militarists,* tài-phiệt *plutocrats.*

phiêu *R to drift, float.*

phiêu-bạt *to drift away, live a vagabond life.*

phiêu-lưu *to wander, be adventurous.*

phiếu *ballot, vote* CL lá; *R ticket;* banknote, note, label. bưu-phiếu *money order.* đầu/bỏ phiếu *to cast a vote.* ngân-phiếu *money order, check.* chi-phiếu *check.* 32 phiếu thuận chống 3 phiếu nghịch *a 32 to 3 vote.*

phim [Fr. film] *film, movie* [with quay *to do, shoot,* chiếu, rọi *to project, show*]. quay phim *to cheat during examination.* máy quay phim *movie camera.* một cuộn phim *a roll of film* [for camera]. một cuốn phim *a movie, picture.*

phim câm *silent movies.*

phim chính *main feature.*

phim màu *color film or movies.*

phim nói *talking movies.*

phim nổi *3-D movies.*

phim phụ *co-feature.*

phim tài-liệu *documentary.*

phim thời-sự *newsreel.*

phím *fret* [on banjo, guitar, etc.].

phin [Fr. fil] *thread; see* phim.

phình-phính DUP phính.

phính *to be chubby, fat* [of cheeks]

phình *to swell.*

phỉnh *to flatter, dupe.* ưa phỉnh *to like flattery.*

pho CL *for statues, volumes* [books].

phó *assistant (director)* [chánh director himself] ; *worker, workman, craftsman, artisan* CL bác, ông ; *R-, -R assistant, vice-, deputy, second.* đơn-vị-phó *deputy unit leader* [as opposed to đơn-vị-trưởng]. Cf. trưởng.

phó *to entrust* giao-phó.

phó R *to announce a death.* cáo phó *obituary notice.*

phó L *to go to, attend* [conference hội].

phó -R *para-.* móc-phin phó *paramorphine.*

phó-bản *duplicate copy.*

phó-bảng *second best examinee.*

phó-chủ-tịch *vice-chairman, vice-president.*

phó-đô-đốc *vice-admiral.*

phó-đốc-lý *deputy mayor.*

phó-giám-đốc *assistant director.*

phó-hội (-trưởng) *vice-president* [of society].

phó-lãnh-sự *vice consul.*

phó-mát [Fr. fromage] *cheese.*

phó-thác *to entrust.*

phó-thủ-tướng *deputy premier.*

phó-tổng-thống *Vice-President.*

phó-vương *viceroy* [in India].

phò *to escort, assist, support : to serve* [king].

phò-mã *Prince Consort.*

phò-tá *to support, aid.*

phong [of king] *to bestow* [title, fief], *enfief* | R *feudal(ist)* phong kiến. bài - phong *antifeudalist.* phong, thực, cộng *feudalists, colonialists and communists.*

phong R *rich, full, abundant* phong phú.

phong *leprosy* bệnh phong.

phong R *to seal* niêm-phong | *package, letter.* phong-bì *envelope.*

phong R *wind* [= gió] ; R *customs.* cuồng phong *furious gale, tempest.* bình phong *screen.* thanh phong *breeze.*

phong *maple.*

phong-ba *storm, tempest.*

phong-bao *to tip, reward.*

phong bì *envelope.* phong bì tàu bay *airmail envelope.*

phong-cảnh *landscape, scenery.*

phong-cầm *organ.*

phong-dao *folk song.*

phong-doanh *abundance, plenty.*

phong-độ *behavior.*

phong-hóa *customs, morals.*

phong-kế *anemometer.* phong-kế dùng áp-lực pressure anemometer. phong-kế rotating anemometer.

phong-kiến *to be feudal(ist).*

phong-lan *orchid.*

phong-lưu *to be well-off financially, be well-mannered, lead a leisurely life.*

phong-mạo *face, physiognomy.*

phong-nhã *to be refined, distinguished, elegant.*

phong-phanh *to be dressed lightly* [not warmly enough].

phong-phú *to be rich, abundant.*

phong-quang *to be spacious, clean.*

phong-thanh *news, tidings.*

phong-thổ *climate.*

phong-thủy *geomancy.*

phong-thực-cộng *the feudalists, colonialists and communists.*

phong-tình *to be amorous;* [of disease] *venereal.*

phong-tỏa *to blockade* | *blockade.*

phong-trào *movement* [literary or social].

phong-trần *adversity, hardship.*

phong-tục *customs and manners.*

phong-vú-biểu *barometer.*

phóng *to let go, let out, to enlarge* [picture], *blow up, to fire* [gun], *start* [fire].

phóng *to throw, launch* [javelin **lao**; *missile, rocket* **hỏa-tiễn**; *satellite* **vệ-tinh**]; R *to release, set free* giải-phóng; *to speed up, speed.* ống phóng *spittoon.*

phóng *to interview* R.

phóng-đại *to enlarge, blow up* [picture]; *to exaggerate, magnify.*

phóng-đãng *to have loose morals, be dissolute.*

phóng-hỏa *to set fire.*

phóng-khí *to relinquish, forsake.*

phóng-khoáng *to be liberal.*

phóng-pháo *to drop or release bombs.* phi-cơ phóng-pháo *bomber.*

phóng-sinh *to set free; to abandon, forsake.*

phóng-sự *news report, news feature.*

phóng-thích *to release, free.*

phóng-trục *to expel, banish.*

phóng-túng *to be free.*

phóng-uế *to defecate.*

phóng-viên *newsman, correspondent, reporter.*

phóng-xạ *radio-active.* đồng-vị phóng-xạ *radio-active isotopes.*

phòng *room, chamber; office, hall* [= buồng]. dộng phòng *to*

consummate a marriage. thư-phòng *study.* văn phòng *office.*

phòng *to ward off, guard against, prevent.* Mang áo mưa đi phòng khi giời mưa (chăng) *Take your raincoat just in case.* cần phòng *vigilant.* dự-phòng *to take precautions.* dè-phòng *to watch out, be careful.*

phòng ăn *dining room, refectory.*

phòng bị *to prevent, guard against, be vigilant.*

phòng chưởng-khế *notary's office.*

phòng đọc sách *reading room.*

phòng giấy *office.*

phòng hỏa *fire prevention.*

phòng học *classroom, study room.*

phòng khách *living room.*

phòng ngủ *bedroom.*

phòng-ngự *to defend.*

phòng ngừa *to prevent.*

phòng nhì *Bureau of Intelligence.*

phòng phong *ward-wind, siler divaricatum.*

phòng tắm *bathroom, shower room.*

phòng-thân *to defend oneself, to protect oneself.*

phòng thí-nghiệm *laboratory.*

phòng-thủ *to defend* | *defense.* phòng-thủ chung [or cộng-đồng] *collective defense.* phòng-thủ thụ-động *civil defense, passive defense.* hiệp-ước phòng-thủ *defense treaty.*

phòng thương-mại *chamber of commerce.*

phòng trà *tearoom.*

phòng-tuyến *defense line.*

phòng-văn* *office.*

phòng-vệ *to defend, guard.*

phòng xa *foresee.*

phỏng *to estimate* tính phỏng.
phỏng chừng *to act on the basis of approximation; about, approximately.*

phỏng *to be swollen, bloated.*

phỏng *V to inquire, interview.*

phỏng *R to imitate, follow* mô-phỏng. Phỏng theo cuốn tiểu-thuyết của... *Adapted from the novel by.*

phỏng-đoán *to guess, conjecture.*

phỏng-vấn *to interview*] *interview* CL cuộc.

phọt *to spurt out, gush out, squirt, spirt.*

phô *to display, show off.*

phô bày *to display, show off.*

phô-trương *to display, show off.*

phố *street ; house, apartment.* đường phố *the streets.* ra phố *to go out, go downtown.* chủ phố *landlord.*

phố-phường *streets* [where members of the same guild used to live together].

phố-xá *the streets.*

phổ *to set* [poem] *to music.*

phổ *R register.* gia-phổ/phả *family register.*

phổ *R to be universal, common to all* phổ biến, phổ-thông.

phổ *R spectrum.* quang-phổ *spectrum.*

Phổ *Prussia* | *Prussian.*

phổ-biến *to popularize, publicize.*

phổ-cập *to popularize.*

phổ-thông *to popularize ; to be common, popular, general, uni-*

versal. phổ-thông đầu-phiếu *universal suffrage.*

phôi-thai *to be embryonic, budding.*

phối-cảnh *perspective.* phép phối-cảnh đường thẳng *(linear) perspective.* phép phối-cảnh tự cao *aerial perspective.* vẽ theo cách phối-cảnh *drawing in perspective.*

phối-hợp *to mate ; to coordinate.*

phối-trí *to coordinate.*

phổi [SV phế] *lung* CL lá. cuống phổi *bronchus.* nang phổi *alveolus.* màng phổi *pleura.*

phồn hoa *to be bustling, lively.*

phồn-thịnh *to be prosperous.*

phông [Fr. fond] *background, setting* [on the stage]; *background* [of photograph].

phồng *to swell up, puff up, puff out* [RV lên, ra].

phổng *idol, statue, statuette, figurine.*

phổng *to swipe* [Slang] [RV mất].

phốp pháp *to be plump, buxom.*

phốt [Fr. faute] *mistake.*

phốt-phát [Fr. phosphate] *phosphate.*

phốt-pho [Fr. phosphore] *phosphorus.*

phơ [of hair] *to be hoary, snow-white.*

phờ *to be very tired, worn out, exhausted.*

phở *noodles served with beef, chicken, etc.*

phơi *to dry in the sun or wind, expose to the sun; to explain, display.*

phới [Slang] *to go away, scram.*

phơn-phớt [of color] *to be light, pale.*

phớt [Fr. feutre] *felt.*

phớt *to touch or stroke lightly.*

phu *coolie, laborer* ; R *man.* phu mỏ *miner.* phu khuân vác *porter, longshoreman, dockworker.* đại-phu Minister *of State* [ancient China]. gian-phu *adulteress's accomplice.* nông-phu *farmer.* vị hôn-phu *fiancé.* tiều-phu *woodman, woodcutter.* sĩ-phu *scholar.*

phu R *husband* [= chồng].

phu R *skin, epidermis.*

phu-nhân *Mrs.* [So-and-So] [of official's wife]. Trần phu-nhân *Mrs. Trần.*

phu-phen *coolies, workers.*

phú *to endow.*

phú *poetic essay* [with alliteration, assonance, symmetry, etc.] CL bài.

phú R *to be rich, wealthy* [= giàu]. triệu-phú *millionaire.* cự-phú *millionaire.* trọc-phú *rich but dishonest.* trù-phú *prosperous.*

phú-bẩm *to be innate, native.*

phú-cường [of nation] *to be prosperous and powerful.*

phú hào *bourgeois.*

phú-nguyên *resources.*

phú-nông *rich peasant.*

phú-quí *wealth and honors, riches and honors.*

Phú-Sĩ *Mount Fuji* [in Japan].

phù *to blow hard* thổi phù.

phù *to be swollen; to have beri-beri* phù thũng. bệnh phù *beriberi.*

phù R *to agree with; to tally, coincide.*

phù R *to assist, aid, help.*

phù R *to be fleeting, short-lived, ephemeral, vain, frivolous; to float, drift.*

phù R *written charm* [= bùa].

phù R *symbol* phù-hiêu. âm-phù *phonetic symbol.*

phù bật *to help, aid, assist.*

phù-danh *vainglory.*

phù dâu *maid of honor, bride's maid.*

phù-dung *hibiscus.*

phù-dung *opium* ả phù-dung.

phù-hiệu *insignia, badge.*

phù-hoa *to be short-lived, transitory.*

phù-hộ [of spirits] *to protect, assist.*

phù-hợp *to be in keeping* [với 'with'], *suit.*

phù-kế *aerometer, hydrometer.* phù-kế thể-tích *scale aerometer.* phù-kế trọng-lượng *weight aerometer.*

phù-kiều *pontoon.*

phù-lực *buoyancy.*

phù-phiếm *excessive, useless.*

phù rể *best man* [in wedding].

phù-sa *alluvium, silt.*

phù-sinh *short life.*

phù-tá *to second, aid, support.*

Phù-Tang L *Japan.*

phù-thủy *sorcerer* CL thày; *witch.*

phù-trầm *to float and to sink — ups and downs of life.*

phù-trì *to guard, protect.*

phù-văn *inflated style* [of literature].

phù-vân *drifting cloud — something passing, vain, ephemeral.*

phủ prefecture, seat of government; prefect, district chief tri-phủ; mansion, palace ; office. âm-phủ hell, Hades. thủ-phủ capital city. địa-phủ hell. Phủ Tổng-Thống the Presidency.

phủ to cover, envelop, wrap. bao phủ to cover, wrap up. che phủ to cover.

phủ R to touch gently with the hand, to comfort phủ-dụ.

phủ R internal organ, viscera lục-phủ.

phủ R to deny phủ-nhận.

phủ R axe, hatchet.

phủ-chính to correct, amend.

phủ-dụ to comfort [people].

phủ đầu to scold, etc. at the beginning [in order to show one's authority].

phủ-định to deny, be negative.

phủ-nhận to deny.

phủ phục to prostrate oneself.

phủ-quyết to veto. quyền phủ-quyết veto power.

phủ-thượng L your home (family, house or locality).

phú to be brutish, rough.

phũ-phàng to be cruel, violent.

phụ to help, assist ; to be secondary [as opposed to principal **chính**]; to be attached, form an adjunct phụ-thuộc (vào 'to'). vai phụ minor part, minor role ; extra. bản phụ copy. bếp phụ, phụ bếp assistant cook. phụ một tay to lend a hand.

phụ to show no gratitude to, turn one's back on ; to be ungrateful, disloyal phụ-bạc ; R to lose

[opp. thắng]. bất phân thắng phụ with neither side winning or losing.

phụ R father [= cha] thân - phụ, phụ-thân. tổ-phụ grandfather. thúc-phụ uncle [= chú]. quốc-phụ father of one's nation. nhạc-phụ father-in-law.

phụ R wife [= vợ] ; lady, woman. quả-phụ widow. thiếu-phụ young lady. chinh-phụ warrior's wife. trinh-phụ faithful wife.

phụ R to bear, shoulder đảm-phụ thuế đảm-phụ quốc-phòng national defense tax.

phụ-âm consonant sound [opp. nguyên-âm].

phụ-bạc to be ungrateful.

phụ-cận to be neighboring.

phụ-cấp allowance. phụ-cấp gia-đình family allowance. phụ-cấp ly-hương expatriation allowance.

phụ-chính regent.

phụ-giáo assistant [in university], instructor.

phụ-hệ patriarchy.

phụ-họa to echo, repeat [someone's opinion].

phụ-huynh father and elder brother. Hội Phụ-huynh Học-sinh Parents and Teachers Association.

phụ-khảo assistant, instructor [in university].

phụ khoa gynecology.

phụ-khuyết to be alternate.

phụ-lục appendix [in a book].

phụ-lực to assist.

phụ-mẫu parents.

phụ-nữ *woman, women.* giới phụ nữ *women.* Hội Phụ-nữ Quốc-tế *International Women's Association.*

phụ-tá *assistant.* Ông Bộ-trưởng Phụ-tá Quốc-phòng *the Assistant Secretary of State for National Defense.*

phụ-thẩm *assessor* [to magistrate].

phụ-thân* *father.*

phụ - thuộc *to be dependent, secondary, auxiliary, adjunct.*

phụ-trách *to be in charge of.*

phụ-trương *supplement* [to a newspaper].

phụ-tùng *to be accessory | accessories* [coming with machine] CL đồ.

phụ-tùy *concomitant.*

phụ-ước *supplementary agreement.*

phúc [= phước] *good luck, good fortune, happiness* hạnh-phúc. làm phúc *to be benevolent, give alms.*

phúc R *belly, stomach.*

phúc R *again | R to reply.*

phúc-án *to appeal* [a case].

Phúc-Âm *Gospel.*

phúc-đáp *to reply.*

phúc-đức *good luck, good fortune, good deeds.*

phúc-hạch *second examination.*

phúc-hậu *to be kind, benevolent, virtuous.*

phúc-lợi *welfare.*

phúc-mô *diaphragm.*

phúc-thư · *reply.*

phúc-tinh *lucky star.*

phúc-trang *cemetery.*

phúc-trình *to report | report* CL bản.

phục *to admire and respect* kính phục, khâm phục; *to submit, yield* đầu-phục, hàng phục.

phục R *clothes* y-phục. Âu-phục, dương-phục *Western clothes.* binh-phục *military uniform.* lễ-phục *formal wear.* chế-phục, đồng-phục *uniform* [of students, etc]. nam-phục *Vietnamese clothes.* quốc-phục *national costume, national dress.* tang-phục *mourning clothes.* quân-phục *(military) uniform.* triều-phục *court dress.*

phục R *to be accustomed to, bear* [climate, etc]. không/bất phục thủy-thổ *unable to adapt oneself to the climate.*

phục R *again, anew; R to repeat; to reply; to recover, recuperate.* bình-phục. khôi-phục *to restore.* báo-phục *to avenge.* hồi-phục *to recover.*

phục R *to prostrate oneself* phủ phục; R *to lie in ambush* mai-phục.

phục-binh *to lie in ambush | ambush.*

phục-chức *to reinstate.*

phục-cừu *to take revenge.*

phục-dịch *to wait upon; to do hard work.*

phục-hoạt *resurrection.*

phục-hồi *to restore.*

phục-hưng *to flourish again, be revived; to restore, rehabilitate, reconstruct | renascence, renaissance.*

phục-kích *to ambush.*

phục-nguyên *to return to health. to rehabilitate.*

phục-phịch *to be fat and clumsy.*

phục-quốc *to restore national sovereignty, regain national independence.*

phục-sinh *to be born again, be reborn.* Lễ Phục-Sinh *Easter.*

phục-sức *clothing.*

phục-thiện *to yield to reason, correct oneself.*

phục-thù *to avenge.*

phục-tòng *to submit oneself to, yield to; to obey.*

phục-tùng *See* phục-tòng.

phục-vị *to prostrate oneself.*

phục-viên *to demobilize the troops.*

phục-vụ *to serve.*

phủi *to dust, brush off.*

phun [SV phún] *to eject, spit, belch;* [of volcano] *to erupt,* [of snake] *to hiss;* [of whale] *to blow.*

phún R *to spit, eject* [= phun]. lún-phún *to be sparse* [of hair]; [of rain] *to drizzle.*

phún-tuyền *geyser.*

phún-xạ *jet.* phi-cơ phún-xạ *jet plane.*

phún-xạ-cơ *jet plane.*

phùn *to be misty, drizzling.* mưa phùn *drizzle.*

phung phí *to waste, squander.*

phúng *to satirize* trào-phúng *satire, irony.*

phúng *to offer* [wreath, ritual objects] *to a deceased person.*

phùng R *to sew.* tài-phùng *to make clothes.*

phùng R *to meet.* tương-phùng *to meet each other.* trùng phùng *to meet again.*

phụng R *to receive* [from a superior]; *to serve, obey, honor.* thờ phụng *to worship.*

phụng-chỉ *to obey the imperial decree.*

phụng-dưỡng *to support* [elders] *with reecpts.*

phụng-phịu *to sulk, look unhappy.*

phụng-sự *to serve | service.*

phút *minute, instant, moment.* giờ phút này *at this hour, at this minute.* kim chỉ phút *minute hand.*

phút chốc *in a jiffy.*

phút-đầu *suddenly, all of a sudden.*

phụt *to eject, gush out.*

phụt *suddenly.* Đèn bỗng phụt tắt. *The lights suddenly went out.*

phứa -R *to act sloppily, indiscriminately, without consulting anybody* [follows main verb].

phứa-phựa DUP phứa.

phức R *to be complex, complicated, intricate.*

phức *to be fragrant.*

phức-số *improper fraction, compound number.*

phức-tạp *to be complicated, complex.*

phước *See* phúc.

phướn *banner, streamer.*

phướn *to poke* [the belly bụng] *out.*

phương *direction; cardinal point* phương hướng. phương bắc *the north.* bốn phương *the four*

directions. địa - phương *area;
local.* Đông-phương *the East.*
Tây - phương *the West.* cộng-
phương *the communist side.* viễn-
phương *faraway place.* đối-
phương *the opposite side, the
enemy.* lưỡng - phương, song-
phương *bilateral.*

phương *method, way, means.*
phương-pháp *method.*
phương R *fragrant, perfumed.*
phương R *square* [= vuông].
bình-phương *square.* lập-phương
cube; cubic.
phương R *hindrance, harm.*
phương-cách *means.*
phương-châm *precept, formula,
motto.*
phương chi *all the more reason.*
phương-danh *famous name.*
phương-diện *aspect, respect,
viewpoint.*
phương hại *to be harmful to,
detrimental to.*
phương-hướng *direction, car-
dinal point, orientation.*
phương-kế *expedient, scheme,
method.*
phương-ngôn *proverb, saying.*

phương-pháp *method, system;
way, measure.*
phương-pháp học *methodology.*
phương-sách *process, way, me-
thod* [of working].
phương·thức *manner; determi-
nant* [math].
phương·tiện *means, ways, method.*
[opp. cứu-cánh the end]
phương-trình *equation* [math].
phường *guild.* phố phường *streets*
[each grouping members of same
guild].
phường chài *fishermen* [collec-
tively].
phường chèo *comedians, actors.*
phường kèn *band, orchestra;
musicians.*
phường nhạc *band, orchestra,
musicians.*
phường tuồng *opera singers.*
phượng *phoenix. Also* phụng.
phượu *to tell tall tales;* [of talk,
story] *to be idle.*
phút -R *to act definitively,
without hesitation.*
phụt *noise of string or rope that
snaps.*

Q

qua [SV **quá**] *to pass by, go across, go through, go under, go or come over to; to spend* | *past, across, through, under, over to.* hôm qua *yesterday.* vượt qua *to cross over.* khách qua đường *passer-by.* chẳng qua *after all; it's just...it's only that, the simple truth is that...* đi qua *to pass by; to cross.* trải qua *to go through* [an experience]. chuyện đã qua *something past.*

qua -R *to act sketchily, incompletely, not thoroughly, carelessly.* nói qua *to speak briefly.* đọc qua *to go over* [a book], *skim.*

qua R *lance, spear.* can-qua *war, warfare.*

qua R *melon, pumpkin, gourd, cucumber* [= dưa].

qua đời *to pass away.*

qua khỏi *to escape* [death]; *to recover.*

qua lại *to go back and forth.*

qua-loa *to act negligently, incompletely.*

qua quít *to act as a formality.*

quá *to go beyond, exceed* | *beyond, over, past* | -R, R- *excessively, too.* quá hẹn *past the deadline.* bất quá *simply, not more than.* quá bát tuần *over eighty.* Ông quá khen *You're being kind.* khó quá *too difficult.*

quá R [= lỗi]. cải quá *to amend oneself.*

quá-bán *more than half; absolute majority.*

quá-bộ *to take some extra steps; to condescend* [to come to my house].

quá-cố *to die* [polite term].

quá đáng *to be excessive, exaggerate.*

quá độ *to be excessive.*

quá-giang *to cross a river; to get a ride, get a lift.*

quá-khích *to be extremist.*

quá-khứ *the past.* Cf. hiện tại, dĩ-vãng, tương-lai.

quá sức -R *too, extremely.*

quá tay *to step out of a limit* [in beating somebody, adding spices, etc.].

quá thể -R *too, extremely.*

quá-trình *process.*

quá trớn *to overstep a limit.*

quá ư *R- too, extremely.*

quà *snacks ; present, gift* CL **món.**
[with **làm** to make]. **ăn quà** *to eat between meals.*

quà bánh *cakes ; gifts, presents.*

quà biếu *present, gift.*

quà cáp *presents, gifts.*

quà cưới *wedding present.*

quà Nô-en *Christmas present.*

quà sáng *breakfast.*

quà tết *New Year's present.*

quả *fruit ; CL for fruits, mountains, hills, balls, fists, etc ; R result.* **quả tim** *heart.* **quả thận** *kidney.* **quả đất** *earth.* **quả lắc** *pendulum.*

quả *exactly, honestly* **thật** quả.

quả *betel box ; lacquered box* [to contain fruit preserves, betel].

quả *R to be few, sparse ; R to be widowed* [= **góa**]. **quả-phụ** *widow.*

quả-báo *consequences of one's previous life.*

quả-cảm *to be daring, courageous.*

quả cân *weight* [on scales].

quả cật *kidney.*

quả cầu *shuttlecock.*

quả đấm *fist ; punch.*

quả-nhân *I, we* [used by monarchs].

quả nhiên *sure enough, true enough, indeed, as expected.*

quả-phụ *widow.*

quả-quyết *to be determined.*

quả tạ *dumbbell ; weight.*

quả tang *flagrante delicto.* **bị bắt quả-tang** *to be caught red-handed, be caught in the act.*

quả thật* *honestly, truly.*

quả thực* *honestly, truly.*

quả tình *truly, really.*

quạ [SV ô] *raven, crow CL* con. **quạ lửa** *the sun.*

quách *outside wall* [of citadel] [used with **thành**], *outside covering* [of coffin] [used with **quan**].

quách *-R to act because there is no alternative* [follow main verb or ends sentence].

quai *handle, bail* [of basket] *CL* cái.

quai bị *mumps.* **lên quai bị** *to have the mumps.*

quai hàm *jaw bone.*

quai nón *chin strap* [on conical hat]. **râu quai nón** *whiskers.*

quái *to be odd, queer, strange* **kỳ-quái, cổ-quái;** *to be monstrous.* **quái (lạ)** ! **quái nhỉ** ! *how strange !*

quái [slang] *nothing at all* **quái gì/chi.**

quái-ác *to be abominable.*

quái-dị *to be strange.*

quái-đản *to be fantastic, incredible.*

quái-gở *to be strange, fantastic ; bad* [of omen].

quái lạ *to be strange.*

quái-thai *deformed or hideous infant, monster, monstrosity.*

quái-tượng *strange phenomenon.*

quái-vật *monster.*

quan *string of cash* [coins with square holes]; *French franc* [= **phật-lăng**].

quan *mandarin, official, officer* CL ông | [obsolete] *you* [to official, first person pronoun being con] quan lớn.

quan *sense.* ngũ-quan *the five senses.*

quan *coffin* áo quan, quan tài. nhập-quan *to coffin.*

quan R *to be concerned* liên-quan [đến, tới with].

quan R *to behold;* R *to observe* quan-sát | R *view, conception.* nhân-sinh-quan *view of life.* vũ-trụ-quan *world view.* chủ-quan *subjective.* khách-quan *objective.* mỹ-quan *beautiful.* lạc-quan *optimistic.* bi-quan *pessimistic.* bàng-quan *on-looker.*

quan-ải *frontier, pass.*

Quan-Âm *Goddess of Mercy* [in Buddhism].

quan-báo *the Official Gazette.*

quan cách *mandarin's ways, bureaucrat's attitude.*

quan-chế *civil service system, mandarinate.*

quan-chiêm *to observe, see.*

quan-dạng *mandarin's ways.*

quan-điểm *viewpoint, position.*

quan-hà L *frontier post and river.* chén quan-hà *farewell drink.*

quan-hệ *to be of importance* | *relation, relationship* CL mối. quan-hệ ngoại-giao *diplomatic relations.*

quan-khách *guest; personality, figure.*

quan-lại *officials; officialdom.*

quan-liêu *officials, officialdom.* chế-độ quan-liêu *bureaucracy.*

quan-niệm *conception, concept view.*

quan-sát *to observe.*

quan-sát-viên *observer.* quan-sát-viên trung-lập *neutral observers.*

quan-tài *coffin* CL cỗ.

quan-tâm *to be concerned* [đến/ tới 'with'].

quan-thoại *official language, Mandarin Chinese.*

quan-thuế *duties, tariff; customs.*

quan tòa *judge, magistrate.*

quan-trọng *to be important, vital.* tính-cách quan-trọng *importance.*

quan-trọng-hóa *to dramatize, overplay.*

quan-trường *officialdom.*

quan-viên *official.*

quán *hut; inn, restaurant, store, office; hall, house.* tửu-quán *wine shop, bar.* ấn-quán *printing shop.* hội-quán *headquarters* [of society]. lữ-quán *inn, hotel.* báo-quán *newspaper office.* sứ-quán *embassy.* thư-quán *bookstore.* phạn-quán *restaurant.* lãnh-sự-quán *consulate.* trú-quán *address.*

quán *native place* sinh-quán, quê-quán. Ông ấy quán làng Nhân-mục *He is a native of the village of Nhân-Mục.*

quán R *to excel, surpass, outdo.*

quán R *to be used to* [= quen]. tập-quán *habit.*

quán-dụng *usage* [linguistic].

quán-quân *champion* [sport].

quán-thông *to understand, penetrate.*

quán-triệt *to possess.*

quán-từ [grammar] *article.*

quán xuyến *to know thoroughly; to be able to take care of.*

quàn *to leave* [corpse] *in temporary shelter prior to burial.*

quản *top adjutant in traditional Vietnamese army* quản-cơ.

quản *penholder* quản bút CL cái.

quản *to mind* [difficulty, hardship]. Ông ta chẳng quản khó-nhọc *He didn't mind the difficulties.*

quản *R tube, pipe, duct* [=ống]. huyê.-quản *blood vessel.* thanh-quản *larynx.* khí-quản *trachea.* thực-quản *esophagus.* mao-quản *capillary.*

quản *R to manage, control, take care of, administer* cai-quản.

quản-đốc *to administer, manage, direct* | *manager, director.*

quản-gia *steward* [in household].

quản-hạt *competence, jurisdiction.*

quản-lý *to manage* | *manager.*

quản ngại *to mind difficulty, be hesitant.*

quản-thúc *to put under surveillance.*

quản-trị *to administer.* Ban Quản-Trị Hợp-Tác Quốc-Tế *International Cooperation Administration.* Hội-đồng Quản-trị *Board of Trustees, Board of Directors, Governing Board.*

quản-tượng *elephant keeper, mahout.*

quang *rattan or bamboo frame to hold loads at the ends of carrying pole* quang gánh.

quang *R to be bright* [= sáng] *to be clear* [of obstacles] | *R light.* dọn quang, phát quang *to clear* [an area]. trời quang (mây tạnh) *a cloudless sky.* chiết-quang *refract(ion).* hào-quang *halo.* trắc-quang *photometry.*

quang-âm *time.*

quang-bút *pencil of light.*

quang-cảnh *spectacle, situation.*

quang chất *radium.*

quang dầu *varnish, shellac.*

quang-đãng [of weather] *to be radiant, clear up.*

quang-hóa *photochemistry.*

quang-học *optics.*

quang-huy *glory.*

quang-kế *photometer.*

quang-kính *spectroscope.*

quang-minh *to be bright, radiant, glorious; to be righteous, magnanimous.*

quang-phổ *spectrum.* quang-phổ mặt trời *solar spectrum.*

quang-phổ-kế *spectrometer.*

quang-phổ-kính *spectroscope.*

quang-phổ-ký *spectrograph.*

quang-tuyến *rays; X-ray.*

quang-vinh* *glory.*

quáng *to be dazzled.* mù quáng *blind* [with anger, passion].

quáng gà *night-blind, nyctalopic.*

quàng *to wrap around one's neck or shoulder, throw over.* khăn quàng *scarf, shawl, stole.* ôm quàng *to embrace.*

quàng *to be wrong, negligent.*
vơ quàng *to seize, take indiscriminately.*

quàng *to hurry up* [RV lên].
ăn quàng lên! *eat quickly!* thấy người sang bắt quàng làm họ *to claim kinship with high official.*

quàng quạc [of duck] *to quack;* [of person] *to quack, talk pretentiously.*

quàng xiên [of talk] *to be foolish, rash, rude.*

quảng R *to be wide, large* [= rộng].

quảng-bá *to broadcast, spread, telecast.*

quảng-cáo *to propagandize, advertize, publicize | ad(vertisement).* hãng quảng-cáo *advertising agency.* tự quảng-cáo *to brag.*

Quảng-Châu *Canton.*

quảng-đại *to be generous, magnanimous; to be wide.* quảng-đại quần-chúng *the masses.*

Quảng-Đông *Kwangtung.* tiếng Quảng-Đông *Cantonese* [dialect of Chinese].

quảng-giao *to know a lot of people.*

quảng-hàn L *the moon.*

Quảng-Tây *Kwangsi.*

quãng *space, distance, space of time, interval.* vào quãng *about, approximately* [so much]; *near.*

quanh *to be around something; to be winding around, tortuous, twisting.* chung/xung quanh *around.* nói quanh *to beat around the bush.* bàn quanh *to discuss* or *talk in a circle.* khúc quanh *elbow, bend.* loanh quanh *to turn around.* đi loanh quanh *to go around.* Quanh đi quẩn lại có một chuyện mà anh ấy nói mãi. *He always talks about the same story after all.*

quanh co *to be winding, sinuous.*

quanh năm *throughout the year, all year round.*

quanh quẩn *to turn around, go around in circles.*

quánh [of paste, dough] *to be thick, dense, firm.*

quành *to turn.*

quạnh *to be isolated, solitary, deserted* hiu quạnh.

quạnh hiu* *to be deserted, forlorn; desolate, lonely.*

quát *to yell, shout; to scold loudly* quát mắng, quát tháo.

quát R *to contain, include* bao-quát. tổng-quát *general, comprehensive.*

quạt *to fan; to winnow* [paddy] | *fan* CL cái. cánh quạt *propeller.* múa quạt *fan dance.*

quạt điện *electric fan.*

quạt giấy *paper fan.*

quạt kéo *panka.*

quạt lông *feather fan.*

quạt máy *electric fan.*

quạt trần *ceiling fan.*

quạu *to be quarrelsome, surly.*

quay *to turn* [an object or oneself], *twist, spin; to roast; to turn around and go back* [RV lại, về] | *spinning top* CL con. chim quay *roasted squabs.* gà quay *roasted chicken.* thịt quay *roasted pork.*

vịt quay *roasted duck.* béo quay *very fat.* nằm quay ra *to collapse, faint, pass out.* chết quay *to drop dead.*

quay bước *to turn on one's heel.*

quay cuồng *to whirl, eddy.*

quay gót *to turn on one's heel.*

quay quắt *to be deceitful, shrewd.*

quay tít *to spin very fast.*

quảy *to carry with a pole* [=gánh] | *pole-load.*

quắc *to be bright.* sáng quắc *to shine brightly.*

quắc-mắt *to scowl.*

quắc-thước *to be hale and hearty.*

quăm *to be hooked, crooked.*

quăm-quăm *to be quarrelsome, surly, mean-looking.*

quặm *to be hooked.*

quăn [of hair] *to be curled, wavy;* [of paper] *dog's-eared.* uốn quăn *to curl.* quăn lại *to curl up.*

quăn-queo *to be twisted.*

quằn *to be twisted.*

quằn *to be bent under pressure.*

quằn-quại [of suffering man] *to squirm, writhe.*

quặn [of pain] *to be sharp.*

quăng *to throw* [nets lưới, etc.], *toss, fling, hurl, cast* [đi *away*].

quẳng *to throw away* [RV đi].

quặng *ore, deposit.*

quặng hoàng-thiết (*iron*) *pyrites.*

quắp *to curl* [one's limbs as in lying position]; *to hold tight in one's arms, legs, or talons.*

quặp *to seize between one's legs;*

to bend; to be drooped. râu quặp *to be hen-pecked.*

quắt *to shrivel, shrink, dry up, crinkle up, be wizened.*

quắt quéo *to be wily, crafty, cunning.*

quặt *to turn* [right or ,left]. quặt lại *to make a U-turn.*

quặt quẹo *to be sickly.*

quân *troops, army* [with dàn *to deploy,* mộ *to recruit*] | *the military, the army* [as opposed to dân the people, chính the government]. Cf. binh. hành-quân *operation.* hậu-quân *rear guard.* tiền-quân *vanguard.* hải-quân *navy.* không-quân *air force.* dân-quân *militia(man), minute man.* du-kích-quân *guerillero, guerillaman.* lục-quân *army.* thủy-quân *navy.* thủy-quân lục-chiến-đội *marine corps.* thủy-lục-không-quân *army, navy and air force.*

quân *band, individual* [derogatory]; *chessman* quân cờ, *card game* quân bài, CL *for such.*

quân R *monarch; guy, husband;* R *you.* minh-quân *good king.* hôn-quân *debauched king.* quân-chủ *monarchy.*

quân R *to be even, equal.*

quân-bình *equilibrium, balance.*

quân-bưu *army post-office, fleet post office.*

quân-ca *military march, martial song.*

quân cách *military* [lễ nghi *honors*].

quân-cảng *military port.*

quân-cảnh *military police.*

quân-chế *military system.*

quân-chính *military administration.*

quân-chủ *king, monarch; monarchical* | *monarchy.* quân-chủ lập-hiến *constitutional monarchy.* quân-chủ chuyên-chế *absolute monarchy.*

quân-công *military achievement, meritorious service.* quân-công bội-tinh *military medal, war medal.*

quân-cơ *military secret.*

quân-cụ *ordnance.*

quân-dịch *military service.*

quân-dụng *military supplies, war materiel.*

quân-đoàn *army corps.*

quân-đội *troops, the army.*

quân-giai *military hierarchy, chain of command.*

quân-giới *arms, weapons; military circles.*

quân-hạm *battleship, man-of-war, warship.*

quân-hiệu *military signals.*

quân-hoả *ammunitions.*

quân-khí *weapons, arms.*

quân-khố *military stores, commissary, P.X.*

quân-khu *military zone or district.*

quân-kỳ *military flag.*

quân-kỷ *military discipline.*

quân-lính *soldiers, troops.*

quân-lộ *military road.*

quân-luật *martial law* [with thiết *to declare*].

quân-lực *armed forces.*

quân-lương *war supplies.*

quân-nhạc *military band.*

quân-nhân *army man, serviceman.*

quân-nhơn *See* quân-nhân.

quân-nhu *military supplies, provisions.* sở quân-nhu *Quartermaster Corps.*

quân-pháp *military code, martial law.*

quân-phân *to divide or distribute equally.*

quân-phí *military expenditures.*

quân-phiệt *militarist.*

quân-phục *military uniform.*

quân-quan *officers.*

quân-quản *military administration or supervision.*

quân-quốc *militarist.*

quân-sĩ *soldiers, warriors.*

quân-số *serial number, soldier's number; numerical strength.*

quân-sư *military adviser.*

quân-sự *military affairs* | *military.* tòa-án quân-sự *military court, court-martial.* Đại-học Quân-sự *Military Academy, War College.*

quân-trang *military equipment.*

quân-tử *noble man, superior man* [Confucianism].

quân-vụ *military (affairs).* sĩ-quan quân-vụ *post executive.* sĩ-quan quân-vụ phó *post adjutant.*

quân-vương *king, ruler.*

quân-xa *military vehicle, service vehicle.*

quân-y *military uniform.*

quân-y *army medical corps.*

quân-y-sĩ *medical officer, surgeon.* quân-y-sĩ ngành không-quân *flight surgeon.* quân y-sĩ sư-đoàn *division surgeon.* quân y-sĩ trung-đoàn *regimental surgeon.*

quân - y - viện *military hospital.* y-sĩ-trưởng quân-y-viện *senior surgeon* [of · military hospital].

quấn *to roll* [turban, bandage, etc] *around; to be rolled around;* [of child] *to hang on or around* [elders] quấn lấy. Cf. cuốn.

quần *trousers, pants* CL cái [not đôi *or* cặp]. áo quần *clothes.* quần áo *id.* một bộ quần áo *a suit of clothes.* hồng-quần *woman, women.*

quần *ball, tennis.* sân quần *tennis court.*

quần *R herd, flock* [= bầy]. nhân-quần *mankind.* quây-quần *to unite.* siêu-quần *outstanding, eminent.* hợp-quần *solidarity.*

quần-áo* *clothes, clothing.*

quần-chúng *the masses.*

quần-cư *to live in groups.*

quần-đảo *archipelago.*

quần-ngựa *race track.*

quần-quật *to work hard.*

quần-thoa *women.*

quần-tụ *to live together.*

quần-vợt *tennis.* giải vô-địch quần vợt *tennis championship.*

quần *to stick around ; to be in the way* quần chân; -R *to be confused, act haphazardly.*

quẫn *to be hard up.*

quẫn-bách *to be hard up.*

quận *county, district.*

quận - trưởng *district chief, county chief, prefect.*

quầng *halo* [around sun or moon], *dark ring* [around eyes].

quất *kumquat* CL quả, trái. mứt quất *preserved kumquats.* Cf. quít, cam.

quật *to whip, flog, beat.*

quật *to exhume* [corpse so as to violate grave] khai-quật, *dig out, excavate.*

quật *R to be obstinate, stubborn; to rise up, revolt.*

quật-cường *to be indomitable.*

quật-khởi *to rise up, revolt, rebel.*

quây *to enclose, surround, encircle.*

quây-quần *to live together, be united, gather around.*

quấy *to stir; to tease, annoy, bother.*

quấy *to be wrong* [opp. phải]; *to act recklessly, inconsiderately.*

quấy-nhiễu *to bother, pester, harass, importune, badger.*

quấy-quá *to be negligent, careless, sloppy.*

quấy-quả *to trouble* [by borrowing thing, borrowing money, asking for favors].

quấy-rầy *to bother, pester.*

quầy *display counter, stall* [in market], *stand.*

quầy *see* quày.

quẩy *to frisk, swish.*

quậy *see* quấy.

que *stick, twig.* que diêm *match (stick).*

què *to be crippled, lame* què quặt [bodily part such as **chân** leg, **tay** arm, follows].

què CL *for divinations, prophecies, horoscopes.*

quen [SV **quán**] *to know, be acquainted with, be used to, be accustomed to.* người quen *acquaintance.* thói quen *habit.* làm quen với *to get acquainted with.* quen thân *to know well.* quen sơ *to be slightly acquainted with.*

quen-biết *to know, be acquainted with* [people].

quen-mặt *to look familiar.*

quen-thân *to acquire a habit.*

quen-thuộc *to be familiar or acquainted with.*

quèn *to be small, mediocre, worthless.*

queo *to be tortuously curved, dried up.* cong queo *curved, bent.* nằm queo *to lie with knees to chin.* bẻ queo *to twist* [words], *distort* [fact].

quéo *to be curved, bent; to be crooked* quắt quéo.

quéo [Slang] *to be dumb, gullible.*

quèo *to trip up; to seize with a hook.*

quẹo [= **rẽ**] *to turn* [right or left], *to be winding.* chỗ quẹo *turn, elbow.*

quét [SV **tảo**] *to sweep* [**sàn**, **nhà** floor]; *to apply* [paint **sơn**, whitewash **vôi**] ; *to wipe out, mop up, clean up* [rebels] càn quét.

quét-dọn *to clean up* [house, floor].

quét-tước *to clean up.*

quét vôi *to whitewash, paint.*

quẹt *to rub* | [= **diêm**] *fire match* [that you strike]. hộp quẹt *box of matches.*

quê *native village* quê quán, quê hương; *countryside* nhà quê, đồng quê, thôn quê. nhà quê *countryside* | *boorish, vulgar, coarse* quê kệch, quê mùa. người nhà quê *peasant.* dân quê *peasant.* thôn-quê *countryside.*

quê-hương *native village or country.*

quê-mùa *to be boorish, rustic.*

quê-ngoại *one's mother's village.*

quê-người *foreign land.*

quê-nội *one's father's village.*

quê-quán *native village or country.*

quế *cinnamon.* cung-quế L *the Moon.*

quế chi *cinnamon twig.*

quế-hoa *sweet olive.*

quệ *to be weakened, ruined.* kiệt-quệ *exhausted; ruined.*

quên [SV **vong**] *to forget* [to do something]; *to forget* [some thing] [RV **đi**, **mất**]; *to omit* [RV **mất**]. bỏ quên *to forget* [something somewhere]. Tôi quên không khóa cửa *I forgot to lock the door.* hay quên *forgetful.*

quên-bẵng *to forget completely.*

quềnh-quàng *to do in a hurry, hastily.*

quệt *to smear, coat, plaster.*

quệt *to smear, coat.*

quều-quào [of legs and arms] to be lanky ; to be awkward.

qui R turtle [= rùa].

qui R compass; regulation. trường-qui school regulations ; regulations about examinations. nội-qui bylaws. chính-qui regular.

qui R to return [= về].

qui-chế regulation, rule ; administrative system, civil service system.

qui-củ standard, norm, method | to be methodical.

qui-điều regulations.

qui-định to provide, stipulate.

qui-hàng to surrender (to).

qui-luật rules and regulations, statute.

qui-mô standards, model, norm, pattern.

qui-nạp to induce, infer [conclusion].

qui-phật to become a Buddhist.

qui-phục to surrender (to), yield, submit.

qui-tắc rules, regulations, method. qui-tắc tam-xuất rule of three.

qui-tây to die.

qui-thuận to surrender (to).

qui-tiên L to die, pass away.

qui-trình rules, regulations. qui-tụ to gather, assemble.

qui-ước agreement, convention.

quí R to be noble [= sang] [opp. tiện, hèn]; F valuable, precious quí báu, quí-hóa. R to be expensive; F to esteem, like, respect; R- you. [honorific] as quí-tính your (sur-)name. quí-quốc your

country. quí-vị thính-giả you dear listeners.

quí the last of three. Cf. mạnh, trọng [the three months of spring are mạnh-xuân, trọng-xuân, quí-xuân].

quí the tenth Heaven's Stem. See can.

quí-báu to be precious, valuable.

quí-đông the last month of winter.

quí-giá to be precious, valuable.

quí-hóa [of things, feelings] to be precious.

quí-hồ provided that. Muốn làm gì thì làm, quí hồ đừng làm nhục đến gia-đình Do whatever you want, but make sure not to bring shame upon the family.

quí-hữu L you, my precious friends.

quí-khách distinguished guest, guest of honor.

quí-kim precious metal.

quí-mến to esteem, hold in esteem.

quí-phái aristocracy | to be aristocratic.

quí-thu the last month of autumn.

quí-tộc aristocracy.

quí-trọng to admire and respect, esteem.

quí-xuân the last month of spring.

quì [SV quị] to kneel down quì gối [RV xuống].

quì species of lotus; sunflower, turnsole, litmus. thuốc rượu quì litmus solution.

qui to be sly, crafty | devil, demon CL con.

qui-kế wicked device, stratagem.

qui-quái *to be cunning, diabolic-al.*

qui-quyệt *to be shrewd, cunning, wily.*

qui-thuật *magic; magician, prestidigitator* CL nhà.

quỉ *coffer, cash box, budget, funds.* thủ-quỉ *treasurer.* công-quỉ *public treasury, public funds.* quỉ hưu-bổng *the Retirement Fund.*

quỉ R *shadow, dial* R. nhật-quỉ *sun dial.*

quỉ-đạo *orbit, trajectory.*

quỉ-tích *locus, geometrical locus.* quỉ - tích của đường *locus of curves.* quỹ-tích của điểm *locus of points.*

quít *mandarin orange, tangerine* CL quả, trái. đồng hồ quả quít *pocket watch.* một múi quít *a tangerine section.* Cf. cam, quất.

quít *boy servant* CL thằng.

quịt *to welch, refuse to pay a debt.*

quốc R *country* [= nước], -R *in names of countries.* Cf. cuốc, *a perfect homonym.* dân-quốc *republic.* cường-quốc *power* [great nation]. ái-quốc *patriotic.* bản-quốc *our country.* địch - quốc *the enemy country.* làn - quốc *neighboring country.* Liên-Hợp-Quốc, Liên-Hiệp-Quốc *the United Nations.* liệt - quốc *all the nations.* quí-quốc *your country.* tổ-quốc *fatherland, motherland.* Trung-quốc *China.* Anh - quốc *England.* Mỹ-quốc *the U.S.A.* phản-quốc *traitor, quisling.*

quốc-âm *national language.*

quốc-biến *revolution.*

quốc-ca *national anthem.*

quốc-dân *people, nation.*

Quốc - dân - đảng *Nationalist Party, Kuomintang.* Việt-Nam Quốc-Dân-Đảng *Vietnamese Nationalist Party.*

quốc-doanh *nationalized business, state store.*

quốc-gia *nation, country* | *to be national(ist).* Quốc-gia Giáo-dục *National Education.* Quốc-gia Kinh-tế *National Economy.*

quốc-giáo *national religion.*

quốc - hiệu *official name of a country.*

quốc-học *national culture.*

quốc-hội *national assembly, congress, parliament.* dân-biểu quốc hội *deputy.* Quốc-hội tái nhóm chiều hôm qua *The National Assembly reconvened yesterday afternoon.*

quốc-hồn *national soul, national spirit.*

quốc-huy *national emblem.*

quốc-hữu-hóa *to nationalize.*

quốc-khách *state guest.*

quốc-khánh *national holiday.*

quốc-khố *treasury.*

quốc-kỳ *national flag.*

quốc lập [*of school*] *state, public.*

quốc-liên *League of Nations.*

quốc-ngữ *Roman alphabet used as official writing system in Vietnam; national language.*

quốc-phong *national customs and manners.*

quốc-phòng *national defense.*

quốc-phú *national wealth.*

quốc-phụ *father* [of nation].

quốc-phục *national clothes.*

quốc-quân *nationalist troops* [as *opposed to communist troops* cộng-quân].

quốc-sắc *beauty queen.*

quốc-si *national humiliation.*

quốc-sử *·national history.*

quốc-tang *great loss for the whole nation.*

quốc-táng *national obsequies, state funeral.*

quốc-tế *to be international; to be international-minded, cosmopolitan* | *internationale.*

quốc-tế-hóa *to internationalize.*

quốc-thể *national prestige.*

quốc thiều *national anthem.*

quốc tịch *nationality.*

quốc-trái *government bond.*

quốc-trưởng *chief of state.*

quốc-túy *national characteristic or spirit.*

quốc-uy *national prestige.*

quốc-văn *national language ; Vietnamese literature, national literature.*

quốc-vụ-khanh *secretary of state.*

quốc-vương *king.*

quốc-xã *nazi* | *nazism.*

quơ *to gather, seize.*

quờ *to grab, feel for, grope for* quờ-quạng.

quở *to scold, reprimand* quở mắng.

quy *see* qui.

quý *see* quí.

quỳ *see* quì.

quỷ *see* quỉ.

quý *see* quí.

quyên *to raise, collect* [funds]; *to give money to charity.* cuộc lạc-quyên *drive.*

quyên - giáo *to raise, collect* [funds].

quyên-sinh *to commit suicide.*

quyến *R to be attached to* quyến-luyến | R *relatives.* gia-quyến *wife and children; relatives.·*

quyến-dỗ *to seduce.*

quyến-luyến *to attached to.*

quyến-rũ *to seduce.*

quyến-thuộc *parents; relatives.*

quyền *power, authority* quyền-bính, quyền-hành; *right; rights* quyền lợi. quyền bảo-trợ *patronage, auspices.* cầm quyền *to be in power.* nhà cầm quyền *authorities.* chính-quyền *the government.* binh-quyền *military power.* nhân-quyền *human rights.* đặc-quyền *privileges.* chủ-quyền *sovereign(ty).* phân-quyền *separation of power.* có quyền *to have the right to, be entitled to.* toàn-quyền *full powers; plenipotentiary; French Governor-General in colony.* uy-quyền *power.* ủy-quyền *proxy, delegation of power.* thẩm - quyền *authority; competence, jurisdiction.*

quyền *R cheekbone.*

quyền *acting.* quyền thủ-tướng *acting premier.* quyền khoa-trưởng *acting dean.*

quyền *R fist; F boxing, pugilism.* đánh quyền, đấu quyền *to box.*

quyền Anh *(Western) boxing — as opposed to Chinese or Vietnamese boxing.* vô địch quyền Anh *boxing champion.*

quyền-bính power, authority.

quyền - hạn limit of someone's power.

quyền-hành power, authority.

quyền-lợi interests [with bênh vực to defend]

quyền-lực power.

quyền-phi Boxers [Chinese history]. loạn quyền-phi the Boxers Rebellion.

quyền-thế power, influence.

quyền-thủ boxer.

quyền - thuật art of fighting, boxing.

quyền CL for rolls, scrolls, volumes, books. Cf. cuốn. quyền thượng volume 1 [of two]. quyền hạ volume 2 [of two]. ba quyền sách three books. ống quyền tube [used to contain diplomas, documents]; shin.

quyết R to decide (to), make up one's mind (to), be determined (to) | R- firmly, with determination. cương-quyết to be determined. nhất quyết determined to. cả quyết resolutely. phán-quyết [of court] to decide. phủ-quyết veto. quả-quyết to affirm. tự-quyết self-determination.

quyết R secrets [of an art, etc.] bí-quyết.

quyết R to execute hành-quyết.

quyết-chí to be resolved to.

quyết-chiến decisive battle.

quyết-định to decide; to be decisive | decision.

quyết-đoán to be decided, resolved.

quyết-liệt to be drastic, decisive | decisively.

quyết-nghị* resolution CL bản [with đệ-trình to submit, introduce, thông-quá to pass]. dự-án quyết-nghị draft resolution.

quyết nhiên decidedly, surely, certainly,

quyết-tâm to be determined to.

quyết-thắng to be resolved to win.

quyết-thư ultimatum.

quyết-tử to decide to die | suicide [troops].

quyết-ý to be resolved.

quyết-yếu to be necessary, essential.

quyệt R to be shrewd, false, sly, wily, cunning qui-quyệt, xảo-quyệt.

quýnh to be nervous, shook, excited, upset, embarrassed. mừng quýnh excited [with joy]. luýnh quýnh nervous, shook. sợ quýnh frightened, scared.

quỳnh R red stone, ruby.

R

ra [SV xuất] *to exit, go out, come out ; to go* [out] *into, come* [out] *into ; to look, become ; to issue* [order **lệnh**], *give* [signal **hiệu**, assignment **bài**] | [RV] *out, outside, forth.* ra bể *to go to the sea.* ra sân *to go* [out of the house] *into the yard.* ra đường *to go out in the street.* ra dáng... *to look..., seem to...* Đề này ai ra ? *Who gave this exam question ?* không ra gì, chẳng ra gì *to amount to nothing.* chẳng ra hồn *to be worth nothing.* bày ra *to display, show off ; to invent.* béo ra *to get fat.* đem ra *to bring out.* đỏ ra *to become red.* làm ra *to make, build up.* nói ra *to speak up.* nhìn ra, nhận ra *to recognize.* nhớ ra *to remember, call forth.* tìm ra, kiếm ra *to find.* thở ra *to exhale.* trở ra *to go out.* lối ra *exit ; do not enter.* cửa ra vào *door.* ra vô thong thả *admission free.* hiện ra *to appear.* sinh ra, đẻ ra *to be born ; to give birth to.* hóa ra *to become ; it turns out that.* thành ra *to become ; so, consequently.* chia ra *to divide up ; to divide into.* tháo ra *to dismantle, take apart.* xem ra *it seems that.* làm ra *to make, manufacture ; turn out.* té ra *it turns out (unexpectedly) that.*

ra-đa *radar.*

ra đi *to depart, leave.*

ra-đi-ô [Fr. radio] *radio.*

ra điều *to appear as if.*

ra đời *to be born.*

ra gì *to be worth something.*

ra giêng *early next year, next January.*

ra hồn *to be worth something.*

ra mắt *to appear (before).*

ra mặt *to show oneself.* không ra mặt *to act behind the scenes.*

ra miệng *to express one's opinion.*

ra oai *to put on airs.*

ra phết *well, extremely* [colloquial].

ra-rả *incessantly, ceaselessly.*

ra tay *to set out* [to do something] *; to show one's ability.*

ra vẻ *to seem to.*

rá *closely-woven basket used for carrying or storing things and* also for washing rice; quantity that can be contained in such a basket. Cf. rổ.

rà to grope, feel one's way.

rà to caulk.

rà-rích [of rain] to be continuous.

rã to be dispersed, dislocated, routed, broken up tan rã; to neutralize, counteract [poison, effects of alcohol].

rã bọt mép to talk to deaf ears.

rã-họng to be starving.

rã-rời* to be ill-assorted; to be very tired, worn out, exhausted.

rã-rượi to be exhausted; depressed.

rạ stubble [of rice stalk]. như rạ to be numerous.

rạ chicken pox.

rác garbage, refuse, litter. đổ rác to dump the garbage. thùng rác garbage can. phu rác garbage collector. xe rác garbage truck. rơm rác, cỏ rác rubbish, trash. tiêu tiền như rác to squander money like water.

rạc to be exhausted, become skinny, emaciated gầy rạc, rạc người. đĩ rạc whore.

rách to be torn. đói rách miserable. làm rách to tear [through negligence]. xé rách to tear [on purpose]. giẻ rách rag.

rách-rưới to be ragged.

rạch arroyo, stream, canal.

rạch to make incision or groove.

rạch ròi [to talk] clearly.

rái otter rái cá CL con.

rái R to fear, dread.

rải to spread, sow, distribute, lay down [cloth khăn, carpet thảm, chiếu mat], pave [with stones đá], sprinkle [with sand cát], cover [with asphalt nhựa]; drop [leaflets truyền-đơn].

rải-rác to be scattered.

ram [Fr. rame] quire [of paper].

rám to be sun-tanned rám nắng.

rạm species of crab CL con.

ran to resound. cười ran to laugh boisterously. nổ ran to crackle, explode.

rán [= chiên] to fry [meat, fish, chicken, eggs]. rán sành ra mỡ miserly, stingy.

rán to try, endeavor, strive rán sức.

ràn-rụa to be overflowing.

rạn to be cracked.

rạn reef, rock hòn rạn.

rang to fry, roast [peanuts lạc, chestnuts hạt rẻ, melon seeds hạt dưa, sesame vừng, coffee cà phê]_ pop [corn ngô, bắp], sear [meat], fry [rice cơm]. ngô rang, bắp rang popcorn.

ráng yellow cloud.

ràng to tie up, fasten, bind.

ràng nest.

ràng buộc to attach firmly, tie up, bind. mối ràng buộc ties.

rạng to break, become dawn [subject ngày or giời / trời]. Đêm mười sáu rạng ngày mười bảy in the small hours of the 17th.

rạng-danh to become famous.

rạng-đông daybreak, dawn.

rạng-ngời to be resplendent, glittering.

rạng-rỡ to be radiant, brilliant.

ranh *spirit of stillborn boy or girl* CL **thằng, con** | *to be shrewd, wide awake, hard to deceive, mischievous, roguish.* thằng (nhãi) ranh *the little devil, the little monkey.* chơi ranh *to play dirty tricks, be a practical joker.*

ranh *demarcation, limit, boundary.* phân ranh *to fix the boundaries.* giáp ranh *adjoining.*

ranh-giới *demarcation.*

ranh-mãnh *to be shrewd, alert, smart; to be mischievous, naughty.*

rành *to be clear; to know precisely, possess, master* [a subject].

rành mạch *to be clear, intelligible, explicit, unambiguous.*

rành-rành [DUP rành] *to be obvious, evident, manifest, plain.*

rành-rọt *to speak clearly.*

rảnh *to be free, at leisure.* thì giờ rảnh *spare time.*

rảnh chân *to be free.*

rảnh-mắt *not to see.* cho rảnh mắt *to be done with something or someone.*

rảnh mình *to be free* [of care, responsibility].

rảnh-rang *to be free, at leisure.*

rảnh-tay *to have free hands.* cho rảnh tay *to be done with something or someone.*

rảnh thân *to be free* [of care, responsibility].

rảnh-trí *to have a free mind.*

rảnh-việc *to have leisure, have some spare time.*

rãnh *stream, brook; gutter, drain; groove.*

rao *to announce, advertise, cry out* [news or merchandise **hàng**]. rêu-rao *to gossip, tittle-tattle.*

rao hàng *to shout one's wares.*

ráo *to be dry* khô ráo; -R *entirely, utterly, totally.* cao ráo *high and dry.* nắng ráo *dry and sunny.* hết ráo, nhẵn ráo *to run out, be all gone.* chạy ráo *all disappear.* chết ráo *all are dead.*

ráo-hoảnh [of eyes] *to be dry, tearless.*

ráo-riết [of work] *hard;* [of contest, race] *to be keen, desperate.*

rào *to enclose with a fence* rào giậu | *fence, hedge* bờ rào, hàng rào.

rào *to be poured down with noise.* mưa rào *downpour, shower.*

rảo *to walk faster, quicken one's steps* rảo bước, rảo cẳng, rảo chân.

rạo-rực *to be nauseous.*

ráp *to assemble, adjust, join* [RV lại, vào].

ráp *to be rough.* giấy ráp *sandpaper.* đá ráp *pumice stone.*

ráp [= nháp] *rough draft* bản ráp. giấy ráp *scrap paper.*

rạp *temporary shed; theater.* rạp hát *theater (building).* rạp xi-nê, rạp chớp bóng *movie house.* rạp xiếc *circus (tent).*

rạp *to bend* [cúi] *all the way down to the ground* [RV xuống]; *to lie* [nằm] *flat on the ground.*

rát [of skin, throat] *to be raw;* [of pain] *to burn;* [of fighting] *violent, fierce.*

rạt *to stand all the way to the side.*

rau [SV thái] *vegetables, greens*
rau cỏ. ăn rau *vegetarian.* cơm
rau *all-vegetable meal, frugal
meal.*

rau [= nhau] *umbilical cord.* nơi
chôn rau cắt rốn *native place.*

ráy *ear wax* ráy tai, cứt ráy.

rày *now, this time, today.* từ rày
(trở đi) *from now on.* mấy ngày
rày *these few days.*

rảy *to sprinkle with water.*

rẫy *to repudiate* [wife].

rắc *to sow, sprinkle* [powder phấn,
salt muối, pepper hạt tiêu, etc].
gieo rắc *to sow* [seed, discord].

rắc-rối *to be complicated, intri-
cate, involved; troublesome.*

răm *persicary.*

răm-rắp *to obey as a body.*

rắm *fart.* đánh rắm *to break wind.*

rằm [SV vọng] *full-moon (day).*
ngày rằm *fifteenth day of the
(lunar) month.* trăng rằm *full
moon.*

răn [= nhăn] *to be wrinkled*
[of skin, clothes].

răn *to advise, counsel, warn,
instruct* khuyên răn. lời răn *com-
mandment.* Mười Điều Răn *the
Ten Commandments.*

răn reo *to be wrinkled, wizened.*

rắn [SV xà] *snake* CL con. nọc
rắn *venom.*

rắn [SV cương] *to be hard, rigid*
[opp. mềm]. rắn lại *to harden.*

rắn-đầu *to be stubborn, hard-
headed.*

rắn-rỏi *to be strong, tough.*

rặn *to contract one's abdominal
muscles* [when defecating or lift-
ing a heavy object].

răng [SV nha, xỉ] *tooth* [on ver-
tebrate's jaw] CL cái [with mọc
to cut, rụng *to fall*]; *tine, tooth*
[of harrow bừa, comb lược,
saw cưa]. hàm răng *jaw.* bánh
xe răng cưa *cog-wheel.* âm răng
dental (sound). âm giữa răng
interdental (sound). âm môi răng
labiodental (sound). đốc tờ răng
dentist. ruộm/nhuộm răng *to black-
en one's teeth.* răng giả *false
tooth.* hàm răng giả *dental plate.*
nghiến răng *to grind one's teeth.*
mọc răng *to cut teeth, teethe.* đau
răng *to have a toothache.* giồng/
trồng răng *to get or give false
tooth.* nhổ răng *to extract a tooth.*
cọ răng *to clean one's teeth.* xỉa
răng *to pick one's teeth.* chải răng,
đánh răng, xát răng *to brush
one's teeth.* bàn chải răng *tooth-
brush.* thuốc đánh răng *tooth
paste, dentifrice.* chân răng *fang,
root of tooth.*

răng [Huê dialect] *what, how, why.*

răng cưa *teeth of a saw; saw-
toothed.*

răng cửa *incisor, front tooth.*

răng hàm *molar.*

răng khôn *wisdom tooth.*

răng nanh *canine, eyetooth.*

răng sâu *decayed tooth.*

răng sún *decayed tooth.*

răng sữa *milk tooth.*

răng tiền hàm *pre-molar, bicus-
pid.*

răng vẩu *buck tooth.*

rằng *to say (as follows)* | *that.*
bảo/nói rằng *to say that...* chẳng
nói chẳng rằng *to say nothing;
without warning.*

rằng-rặc *to be long, endless, interminable* dài rằng rặc.

rặng *row* [of trees], *chain, range* [of mountains].

rắp *to mean to, intend to* rắp ranh, rắp tâm.

rặt *to have nothing but, there are just* rặt những.

râm *to be shady.* bóng râm *shade.* kính râm *dark glasses.* ngồi trong râm *to sit in the shade.*

rấm *to ripen artificially.*

rầm *to make heavy noise* [RV lên].

rầm *beam, rafter.*

rầm-rầm *noisily, with a roar.*

rầm-rập *noisily.*

rầm-rì *to whisper.*

rầm-rĩ *to be noisy* | *uproar, din, racket.*

rầm rộ *to move noisily in a body.*

rậm [of hair, vegetation] *to be thick, dense, bushy.* rừng rậm *thick forest.*

rậm-rạp *to be thick, dense, bushy.*

rậm rựt *to be unwell.*

rận *body louse* CL con. Cf. chấy, chí. bệnh chấy rận *typhus.*

rắp *to block, close* [road].

rập *to copy, reproduce* [model]. rập theo kiểu *patterned after, designed after.*

rập rình *to be bouncing in rhythm.*

rập rìu *to come and go* [in a crowd].

rập rờn *to float, bob.*

rất *very* [precedes stative verbs and not functive verbs] rất là. Phim này rất hay *This film is very*

good. Trường ấy rất qui-củ *That school is very well organized.* Vấn-đề đó rất (là) phức-tạp *That problem is very complicated.* Cf. khá, khí, hơi, tối.

rất đỗi *extremely ; excessively.*

rất-mực *exceptionally, eminently, highly.*

râu [SV tu] *beard* CL sợi *for single hairs,* bộ *for whole beards or mustaches* [mọc *to grow,* rụng *to fall*] ; *mustache* râu mép ; *feeler* [of insects] ; *awns* [of grass or grain]. râu ngô *corn silk.* cạo râu *to shave.* để râu *to grow a beard or mustache.*

râu cằm *beard.*

râu dê *goatee.*

râu Hoa-Kỳ *mustache.*

râu-mép *mustache.*

râu quai nón *whiskers.*

râu quặp *to be hen-pecked.*

rầu *to be sad, depressed* buồn rầu, rầu lòng.

rầu rầu *to be melancholy.*

rây *to strain, sift, bolt* | *sieve, strainer* CL cái.

rầy *to scold ; to annoy, bother, pester, importune.*

rầy [Fr. rail] *rail.*

rầy la *to scold, reprimand.*

rầy-rà *to be troublesome, complicated.*

rẫy *to clear up land for cultivation.* làm rẫy *to slash-and-burn.*

rè [of voice, chinaware] *to be cracked.*

rẻ [SV tiện] *to be cheap, inexpensive* rẻ tiền [opp. đắt]. rẻ như bùn *dirt cheap.* khinh rẻ, coi rẻ *to belittle.*

rè mạt *to be dirt cheap.*

rè rúng *to belittle, berate, abandon, despise.*

rè thối *to be dirt-cheap.*

rẽ *to turn* [right or left]*; to divide, split, separate* chia rẽ*; to part* [hair]. chỗ rẽ *turning point.* cấy rẽ *to farm on somebody's land and share the crop with him.*

rèm *bamboo blinds.*

ren [Fr. dentelle] *lace.*

rén *to tiptoe* rón rén.

rèn *to forge; to train, form* rèn luyện. thợ rèn *blacksmith.* lò rèn *forge, furnace, smithy, stithy, smithery.*

rèn đúc *to forge, create.*

rèn-luyện *to forge, train.*

reo *to rustle.*

reo *to shout, cheer, yell* hò reo [RV lên].

reo [Fr. grève] *strike.* làm reo *to go on strike.*

reo hò * *to shout, cheer.*

réo *to call, hail, yell.*

réo-rắt [of voice] *to be plaintive.*

rét [SV hàn] *to be cold* [subject giời/trời]. bệnh sốt rét *malaria.* mùa rét *winter.*

rét-buốt *to be cold, freezing.*

rét-mướt *to be cold* [of weather].

rể *bamboo basket used as pad for hot pots.*

rề-rà *to dawdle, linger; to drag out.*

rể [SV tế] *son-in-law* con rể, chàng rể. anh rể *elder sister's husband.*

em rể *younger sister's husband.* chú rể *bridegroom; husband of one's aunt called* cô. kén rể *to choose a son-in-law.* anh em rể *brothers-in-law* [whose wives are sisters]. phù rể *to be the best man.*

rễ [SV căn] *root.* nhồ rễ *to uproot.* mọc rễ *to take root.*

rễ cái *main root.*

rễ con *rootlet.*

rễ-củ *rootstalk, rhizome.*

rên *to groan, moan.*

rên-ri *to groan, moan.*

rền *to toll, ring; to happen repeatedly.*

rền-rĩ *to toll, ring, wail prolongedly.*

rệp *bedbug* CL con.

rết [SV ngô công] *centipede* CL con.

rêu [SV đài] *to be mossy* | *moss.* mọc rêu *moss-grown.* xanh rêu *mossy green.*

rêu-rao *to spread, divulge, broadcast* [rumor, news].

ri-ri *to ooze.*

rì *to be dark green* xanh rì.

rì-rào *to whisper, murmur.*

rì-rầm * *to whisper.*

ri *to be rusty, get rusty, rust.*

ri *to act in small or gentle repetitions.* rỉ từng giọt *to drip.*

ri-rả *to rain or talk prolongedly.*

ri-răng *to open one's mouth,—to speak.*

ri-tai *to whisper.*

ria *edge, border, rim.*

ria *mustache* [with đề *to grow*].

rìa *fringe, edge, border.*

ria *to peck.*

ria-rói *to insult.*

rích *to be very old, outdated* cũ rích.

riêng [SV tư] *to be special, particular, personal, private; -R to act separately* [follows main verb]. nhà riêng *private house.* của riêng *personal property* [of someone]. con riêng *child by previous marriage.* ở riêng *to settle apart from relatives;* [of girl] *to get married.* riêng tôi *as for me personally.*

riêng-biệt *to be separate | separately, apart.*

riêng-tây *private, own.*

riềng *galingale.*

riết *to pull tight, act unceasingly; to be stingy.* chạy riết *to run at a stretch.*

riết-róng *to be miserly, close-fisted.*

riệt *to beat up.*

riệt *to accuse* đồ riệt.

riêu *fish or crab soup, chowder eaten with rice or rice spaghetti.*

riếu *to banter, make fun.*

rim *to simmer in fish sauce.*

rinh *to be noisy | noisily.*

rình *to spy, lie in ambush, watch, be on the lookout for.*

rình mò *to spy on.*

rít *to hiss, whizz; to be shrill, harsh, screeching.*

rịt *to tie, dress* [a wound].

ríu-rít [of birds, children] *to chatter, prattle.*

rìu *axe* CL cái.

ró *rush basket* CL cái.

rò *to leak.*

rỏ *to drip, ooze; to give* [eye lotion] *in drops.*

rổ *basket* CL cái.

rõ *to be clear, distinct | clearly, distinctly.* hai năm rõ mười *it's as clear as daylight.*

rõ mồn một *to be absolutely clear, obvious.*

rõ mười mươi *to be absolutely clear, obvious.*

rõ ràng *to be clear, distinct, evident, obvious.*

rõ rệt *to be clear, distinct, specific.*

rọ *bow-net, eel pot, hoop-net, coop.*

róc *to whittle the bark off* [sugar cane mía]; [of dead skin] *to peel, desquamate.*

róc-rách [of stream] *to drip, babble.*

rọc *to cut* [pages that are folded].

roi [= mận] *(pear-shaped) medlar, hill apple* CL quả.

roi *whip, rod, switch.* roi ngựa *horse whip.*

roi vọt *whipping.*

rõi *to dog somebody's steps.* theo rõi *to follow* [situation].

rọi *to direct, train, focus* [light, searchlight].

rom [Fr. rhum] *rum.*

róm *caterpillar.*

rón-rén *to tiptoe.*

rong *to wander, be itinerant or perambulating.* hàng rong *street vendor, peddler, hawker.*

rong *alga, seaweed.*

rong-ròng *to be slender.*

rong-ruồi *to travel.*

róng *scaffolding.*

ròng [of gold] *to be pure.*

ròng *all through.* ba năm ròng *throughout three years.*

ròng-rã *all through, unceasingly, incessantly.*

ròng-rọc *pulley.*

ròng-rọc *to be striped.*

ròng-ròng *to flow abundantly.*

rót [SV quán] *to pour* [from bottle, pot, etc.].

rô *anabas, climbing perch.*

rô [Fr. carreau] *diamond* [on cards].

rồ *to be mad, crazy* [hóa *to go, become*] điên rồ.

rồ-dại *to be mad, crazy, insane.*

rổ *closely-woven bamboo basket, larger than* **rá** *but smaller than* **thúng.**

rỗ [of face] *to be pock-marked.*

rộ *to be noisy | noisily.* rầm rộ *with a lot of noise and fuss.*

rối *to be tangled, mixed up.* phá rối, quấy rối *to disturb, harass.* bối rối *uneasy, perplexed, troubled.*

rối beng [of situation] *troubled.*

rối-loạn *to be troubled, disorderly.*

rối-ren *disorder, confusion.*

rối-rít *to be perplexed, nervous, panic-stricken.*

rối trí *to be nervous.*

rồi *to finish | already | then.* vừa rồi *to be recent | recently.* Rồi chưa ? *Have you finished ?* Xong rồi *Already finished.* hết

rồi *all gone.* Nó ăn, rồi đi học *He ate, then went to school.* Nó ăn rồi, ·mới đi học *He ate first before going to school.* Rồi sẽ hay *We'll see about that later.*

rồi đây *later, in the future.*

rồi ra *later on.*

rồi-rào *to be abundant.*

rồi thì *and then.*

rỗi *to be free, unoccupied* rỗi việc, nhàn rỗi.

rỗi-rãi *to have free time, have leisure.*

rôm *heat rash, prickly heat* [with **mọc** *to have*].

rôm-sảy *heat rash.*

rốn *navel* CL cái; *bottom* [of sea] [literary].

rốn -R *to extend* [stay, visit, working period] *in order to finish up.*

rộn *to be noisy, troublesome, disorderly.* bận rộn *busy.* làm rộn *to make a racket, kick up a row.*

rộn rã *to be noisy, vehement.*

rộn-rịp *to be bustling.*

rông *high tide.*

rông *to wander around, roam about* chạy rông; *to take off, leave.*

rông *to suffer bad luck.*

rông-rài *to loaf.*

rống [of elephant] *to trumpet ; to yell, bellow; roar.*

rồng [SV long] *dragon* CL con; *L royal, imperial.* mặt rồng *the king's face.* mình rồng *the king.* thuyền rồng *the imperial boat.* ngai vàng *the throne.* xương rồng *cactus.*

rổng *to be empty; to be hollow* rỗng ruột [opp. đặc].

rổng-không *to be empty.*

rổng-tuếch *to be absolutely empty, meaningless.*

rộng [SV quảng] *to be wide, spacious, broad* [intensifier mênh-mông, bát-ngát, thênh-thang] [opp. hẹp, chật]; [of clothing] *to be big, roomy* [intensifier thùng-thình] [opp. hẹp, chật]; *to be generous, liberal.* nghĩa rộng *extended meaning.* lan rộng *extended.* mở rộng *to enlarge, expand.*

rộng-cẳng *to be free, have leeway.*

rộng lượng *to be generous, tolerant.*

rộng-rãi *to be wide, spacious; to be broad-minded; to be generous, liberal.*

rốt *to be the last.* sau rốt *last of all.*

rốt cục *last of all, at the end, finally, ultimately.*

rột *to leak, ooze.*

rờ *to grope, feel.*

rờ-rẫm *to grope, feel.*

rỡ R *to be radiant.* mừng rỡ *to be very glad, exult.* rạng-rỡ *glorifying.* rực-rỡ *radiant, resplendent.*

rỡ-ràng *to be radiant, shining.*

rợ *to be savage, barbarian* mọi rợ.

rơi *to fall, drop* [xuống *down*, ra *out*, vào *into*]; *to shed* [tears lệ, lụy]. bỏ rơi *to abandon,* đánh rơi *to drop* [accidentally]. đẻ rơi *to have one's baby in the absence of a midwife or obste-*

trician. con rơi con vãi *abandoned child.* thư rơi *anonymous letter.* của rơi *object that somebody has dropped.*

rơi lệ *to shed tears, cry.*

rời *to be detached from, separated from* [SV ra]; *to leave* rời đi. tháo rời ra *to take apart.* Họ rời Dalat hôm qua *They left Dalat yesterday.* Trường rời đến khu khác *The school moved to another area.*

rời-rã *to be exhausted.*

rời-rạc *to be dissimilar, incoherent, by fits and starts, without coordination.*

rợi *to be very cool* mát rợi.

rơm *straw.* mũ rơm *straw hat.* đống rơm, đụn rơm *haystack.* nấm rơm *straw mushroom.*

rơm rác *trifle, junk.*

rơm-rớm [of eyes] *to be wet with tears.*

rớm *to ooze, be wet* [with blood, tears].

rởm *to be funny, behave oddly, have no taste, be eccentric.*

rờn *to be quite green* xanh rờn.

rợn *to quake, quiver.* làm rợn tóc gáy *to make one's hair stand on end.*

rợp *to be shady.* bay rợp giời/trời [of birds, planes] *to be so numerous as to cover the whole sky.*

rớt *to fall, drop* [RV xuống]; [= trượt, hỏng] *to fail* [an exam] [opp. đậu, đỗ].

rớt *to be slippery, viscid* [= nhớt]; *to remain* [RV lại]. bão rớt *the tail of a typhoon,*

rót mồng tơi *as poor as a church mouse.*

ru *to lull, rock* [baby]. **bài hát ru con** *lullaby.* **êm như ru** *to be very soft, gentle.*

ru *L* [final particle] *isn't that true?*

ru-ngủ *to rock, to lull to sleep; to lull, deceive.*

ru-rú *to stay home.*

rú *woods* **rừng-rú**.

rú *to shout, shriek, yell, scream* [of joy or fear] [RV **lên**].

rù-rờ *to be slow, indolent.*

rủ *to invite* [to come along]; *to urge, ask; to inveigle* **rủ-rê**.

rủ *to hang down.*

rủ-ri *to whisper.*

rủ *to be drooping, hanging.* **cờ rũ** *flag at half-mast* **mệt rũ** *exhausted.* **chết rũ** *to die of exhaustion.*

rũ *to rinse* [clothes]. **rũ hai nước** *to rinse twice.*

rũ-rượi [of hair] *to be drooping, disheveled, hanging; to laugh heartily.*

rũ-tù *to stay long in jail.*

rùa [[SV **qui**] *turtle, tortoise* CL **con**. **chậm như rùa** *snail-paced.*

rủa *to curse* **nguyền rủa, chửi rủa**.

rữa [of flesh] *to be decayed, rotten.*

rúc *to hoot, toot, blow.*

rúc *to bury* [one's muzzle or head] *into something.*

rúc-rich *to giggle.*

rục-rịch *to get ready to, prepare to.*

rủi *to be unlucky* [opp. **may**].

rủi-ro *to be a misfortune.* **chuyện rủi-ro** *accident.*

rúm *to be distorted, contorted* [RV **lại**]; *to be crumpled.*

run *to shake, tremble, quiver* [intensifier **bần-bật, bây-bẩy cầm-cập**]. **run như cầy sấy** *to tremble like a leaf.*

run-rẩy *to tremble, shiver.*

run-rủi [of supernatural power] *to lead.*

rùn *to be limp, flaccid* **bủn-rủn**.

rùn chí *to be dejected, downcast, discouraged.*

rung *to shake; to ring* [bell].

rung-chuyển *to shake, move.*

rung-động *to vibrate; to be moved.*

rung-rinh *to shake, vibrate, swing.*

rùng *to shudder, shiver, quiver, tremble.* **rùng mình** *to tremble with fear.*

rùng-rợn *to be horrifying, terrifying.*

rụng [of flower **hoa**, fruit **quả**, leaves **lá**, hair **lông, tóc, râu**, tooth **răng**] *to fall* [because of ripeness or age].

rụng đầu *to be beheaded.*

rụng-rời *to fall apart; to be panic-stricken, hysterical* [because of fear, bad news].

ruốc *shredded meat salted and dried.* **mắm ruốc** *shrimp paste.*

ruồi *housefly, fly* CL **con**. **nốt ruồi** *beauty mark, mole.* **võ-sĩ hạng ruồi** *flyweight.*

ruồi muỗi *flies and mosquitoes.*

ruộm *see* **nhuộm**.

ruồng *to abandon, desert* **ruồng bỏ**.

ruộng [SV **điền**] *ricefield, field* **ruộng lúa** CL **đám, thửa**. **đồng**

ruộng *fields.* làm ruộng *to farm.* cày ruộng *to plow.*

ruộng đất *land, ricefields.*

ruột [SV tràng] *intestine, bowels, entrails, gut; heart, feelings, sentiments* [Cf. lòng, dạ]; *blood* [relationship] [opp. họ]. Cf. đẻ, họ. anh ruột *elder brother* [as opposed to **anh họ** cousin]. chị ruột *elder sister* [as opposed to **chị họ** cousin]. em ruột *younger brother, younger sister* [as opposed to **em họ** cousin]. chú ruột *one's father's younger brother* (em ruột) [as opposed to **chú họ** *one's father's cousin* (em họ)]. cô ruột *one's father's younger sister* (em ruột) [as opposed to **cô họ**, *one's father's cousin* (em họ)]. dì ruột *one's mother's younger sister* (em ruột) [as opposed to **dì họ**, *one's mother's cousin* (em họ)]. cậu ruột *one's mother's younger brother* (em ruột) [as opposed to **cậu họ**, *one's mother's cousin* (em họ)]. ruột bánh mì *crumb, soft part of bread.* Cf. cùi. ruột bánh xe *inner tube.* Cf. vỏ. nóng ruột *impatient, anxious.*

ruột gà *spring.*

ruột gan *innards.*

ruột già *large intestine.*

ruột non *small intestine.*

ruột thịt *to be consanguineal; blood* [relative].

ruột thừa *appendix.*

ruột tượng *woman's sash used as money container.*

rút *to pull* [RV ra]; *to pull back, withdraw* [RV về]; *to pull out, draw* [gun]; *to sprint.* chuột rút

cramp. Nước rút nhiều *The water has gone down quite a bit; the flood subsided.* Nó rút mùi - soa ra chùi mắt *He pulled out his handkerchief and wiped his eyes.* Họ rút quân về *They withdrew their troops.* Quân Pháp rút khỏi Bắc-Việt *The French Army pulled out of North Vietnam.* nước rút *sprint.* gấp rút *urgent, pressing.* Bà rút đơn kiện *She withdrew her complaint.*

rút bớt *so reduce, cut* [staff, expenses].

rút gọn *to reduce* [a fraction].

rút lui *to withdraw, retreat.*

rút ngắn *to shorten, abridge, condense.*

rút thăm *to draw lots.*

rụt *to withdraw, jerk back* [neck, head, hand].

rụt rè *to be shy, timid.*

rứa rứa *to be somewhat similar.*

rứa *the same.*

rửa *to wash, clean* [object, face, hands, etc. but not clothes, rice or hair]; *to develop, print* [film]. Cf. giặt, vo, gội. đi rửa *to have diarrhea.* tắm rửa *to bathe, wash.*

rửa nhục *to wash out an insult.*

rửa ráy *to wash.*

rửa tội *to baptize, christen.*

rữa *to wither, wilt; to decay, rot.* chín rữa *over-ripe.*

rức [= nhức] *to ache.* rức đầu *headache.* thuốc rức đầu *aspirin.*

rực *to be bright, glowing.*

rực-rỡ [of light, success, victory] *to be brilliant, radiant.*

rưng-rức [of pain] *to be sharp, intense; to cry bitterly.*

rừng [SV lâm] *forest, jungle; wild.* người rừng *orangutan.* mèo rừng *wild cat.* thú rừng *wild beast.* lợn rừng *wild boar.* chở củi về rừng *to carry coals to Newcastle.*

rừng-rú *forests, woods.*

rước [= đón] *to meet on arrival, welcome* tiếp rước, đón rước; *to get, pick up.* đám rước *procession.* rước đèn *lantern parade.*

rươi *edible worms found in rice-fields near the seacoast.*

rưới *to sprinkle* [rice with soup].

rười-rượi *to look or be sad, gloomy.*

rưỡi *a half* [the preceding numeral is trăm, nghìn/ngàn, vạn, ức, triệu]. Cf. rưởi. hai trăm rưỡi *250.* nghìn rưỡi/, *500.* bốn vạn rưỡi *45,000.* ba triệu rưỡi *3,500,000.*

rưởi *a half, and a half.* Cf. rưỡi. ba đồng rưởi *three and a half piastres.* ba thước rưởi *three and a half meters.* một (giờ) rưởi *half past one.* một tiếng rưởi *one and a half hours.*

rườm *to be superfluous, redundant, complicated.*

rườm-rà [of vegetation] *to be dense;* [of style] *superfluous, wordy.*

rương [= hòm] *trunk, case, box* CL cái; CL *for trunkfuls.*

rường *framework* [of building]; *beam, girder.*

rường-cột *keystone, pivot.*

rường kẻ nách *overhung girder.*

rường quăng can *cantilever girder.*

rượt *to follow, chase.*

rượt *to train* tập rượt; *to coach, teach.*

rượu [SV tửu] *alcoholic drink, wine, liquor; banquet | to eat and drink.* say rượu *to be drunk.* lò rượu *distillery.* nghiện rượu *to be a drinker.* cất rượu *to distill alcohol.*

rượu bia *beer.*

rượu chát *wine.*

rượu chè *drinking, alcoholism.*

rượu chòi *rubbing alcohol.*

rượu đế *rice alcohol.*

rượu lậu *moonshine.*

rượu mạnh *spirits, brandy.*

rượu mùi *liquor.*

rượu ngang *moonshine.*

rượu nho *wine.*

rượu sâm-banh *champagne.*

rượu vang *wine.*

rút *to pull* [hair, clothes]; *to tear out; to be separated from.* cắn rút *to gnaw.* chấm rút *to end.*

S

sa *gauze, muslin.*

sa *to fall* [especially from the sky] ; [of internal organ] *to fall down* | *prolapse, prolapsus.*

sa R *sand* [= cát]. lưu-sa *quick-sand.*

sa chân *to take a false step, slip.* sa chân lỡ bước *to fall into misfortune.*

sa cơ *to meet with accident or misfortune* sa cơ lỡ vận.

sa lầy *to be bogged.*

sa-mạc *desert* CL bãi.

sa-môn *Buddhist priest.*

sa ngã *to be fallen, corrupt, debauched.*

sa-nhân *bastard cardamom.*

sa sầm *to look angry.*

sa si *to be extravagant* | *luxury.*

sa-si-phầm *luxury items.*

sa sút *to decline* [in wealth, status].

sa-thải *to fire, purge.*

sa-trường L *battlefield.*

sá R *street.* đường sá *roads, highways.*

sá chi *not to mind.*

sà [of bird, plane] *to swoop down.* bay sà trên mặt nước *to skim over the surface of the water.*

sà-lan [Fr. chaland] *lighter, barge.*

sả *citronella.*

sả *to cut to pieces.*

sả *to charge, pounce.*

sả thây *to cut up a corpse.*

sách [SV thư] *book* CL cuốn, quyển. hàng bán sách *bookshop, bookstore.*

sách *list, roll of names.*

sách *to insist upon, to demand* hạch sách. sách nhiễu *exaction, to maltreat.*

sách R *policy* chính sách ; *scheme* kế sách.

sách vở *books.*

sạch *to be clean* | *completely, entirely.* trong sạch *to be pure, honest.* hết sạch *all gone.*

sạch bóng *very clean, spotless.*

sạch sẽ *to be clean, tidy, spotless.*

sạch tội *to be cleansed of all sins.*

sai *to send* [on an errand], *order, command* | *commission, order.* khâm-sai *imperial delegate.* tay sai *servant, lackey.*

sai *to be incorrect, wrong* | *incorrectly, wrongly; R aberration; error, mistake.* quang sai *chromatic aberration.* tuế sai, chu sai *precession.* tính sai *to miscalculate.*

sai [of tree] *to yield plenty of fruit.*
sai áp *mortgage.*
sai bảo *to give orders, order about.*
sai bét *completely wrong, all wet.*
sai-biệt *to be different | difference.*
sai-điểm *difference.*
sai-động *movement of precession.*
sai hẹn *to fail to keep an appointment.*
sai khiến *to order, command.*
sai lầm *to be mistaken | mistake.* Những cái sai lầm của tuổi trẻ *the mistakes of youth.*
sai lời *to break one's promise.*
sai ước *to break a promise, a convention.*
sái *to be dislocated, out of joint; to be out of place, untimely; to be contrary to, opposed to.* sái tay *to sprain the arm.*
sài *to spend* [money] [= tiêu]; *to use* [= dùng].
sài *R wolf, as in* sài lang *wolves, beasts* [collectively].
sài *R firewood* [= củi].
sài [Slang] *to scold, chew up.*
Sài-Gòn *Saigon.*
Sài-thành *the city of Saigon.*
sải *span* [of human arms], *length of the two outstretched arms.*
sải tay *arm length; full span* [of the arms].
sái *watchman in Buddhist temple; Buddist monk.*
sam *king crab.* đuôi sam *plait, pigtail.*
sám *R to regret, repent, be penitent.*
sám-hối *to repent, R to feel remorse,* màu sám.

sàm *to calumniate, slander.*
san *R review, journal.* nguyệt-san *monthly review.* bán-nguyệt-san *biweekly.* chu-san *weekly.* quí-san *quarterly.* niên-san *annals.* tập-san *journal.*
san *see* sơn.
san *to level, grade* [road], *smooth.*
san-hô *coral.*
san phẳng *to level, plane, smooth; to raze to the ground.*
san sẻ *to share.*
sán *to approach* [RV đến, lại].
sán *tapeworm, taenia* CL con. thuốc sán *taeniacide, taeniafuge.*
Sán-Đầu *Swatow.*
sàn *wooden or parquet floor.* nhà sàn *house on stilts.*
sàn sàn *to be nearly equal, be about the same size.*
sản *R to produce* sản-xuất; *to reproduce* sinh-sản | *property* tài-sản, sản-nghiệp. cộng-sản *communism; communist.* thổ-sản *local products.* bất-động-sản *real estate.* phá-sản *bankruptcy.* tư-sản *property.* di-sản *inheritance, heritage, legacy.* động-sản *personal effects.* tiểu-tư-sản *small bourgeois.* tiểu-sản *premature birth.* nông-sản *agricultural products, farm products.* lâm-sản *forest products.* vô-sản *proletarian.* điền-sản *land, property; farm products.* gia-sản *family property.* khoáng-sản *minerals.*
sản-bà *midwife.*
sản-dục *reproduction.*
sản-khoa *obstetrics.*
sản-lượng *productivity, output, rate of production.*

sản-nghiệp *property, inheritance, possessions.*

sản-phẩm *product, result, outcome.*

sản-phụ *lying-in woman.*

sản-quyền *manufacture rights.*

sản-vật *product* [of a country].

sản - xuất *to produce* | *production, output.*

sạn *grit ; pebble.*

sạn *R inn.* khách-sạn *hotel.*

sang *to go over, come over, cross ; to sublet* [house, apartment] *in return for some key money.* đem sang *to bring over.* gửi sang Mỹ *to send to America.* đi sang Pháp *to go to France.* tiền sang nhà *key money.* Chúng tôi sang cái nhà ấy mất 15 vạn *We had to pay 150,000 piastres in key money in order to get into that house.* sang năm *next year.* sang qua đường *to go across the road.*

sang [SV quí] *to be noble* [opp. hèn] ; *to be used to high living.* nhà giàu sang *rich and noble.*

sang *R sore, boil, ulcer.*

sang đoạt *to misappropriate, embezzle.*

sang-độc *abscess.*

sang máu *to give a blood transfusion.*

sang nhà *to sublet for a commission, transfer a lease.*

sang sảng [of voice] *metallic.*

sang tay *to change owner.*

sang tên *to transfer* [property].

sang-trọng *to be noble, live expensively, distinguished.*

sáng [SV minh] *to become bright, become dawn* [subject giời/trời] ;

to be bright, well lighted ; to be intelligent | *dawn, morning, forenoon* CL buổi, ban. Cf. tối, chiều. ánh sáng *ray or beam of light, light.* ánh sáng mặt trời *sunlight.* Kinh - đô ánh sáng *the City of Light.* tảng sáng *dawn* soi sáng *to light.* tia sáng *light ray.* bữa ăn sáng *breakfast.* ăn sáng *to eat breakfast.* sáng trăng *moonlight.*

sáng *R to invent, create.*

sáng-chế *to invent, create, make.*

sáng choang *to be bright, dazzling.*

sáng dạ *to be intelligent.*

sáng giăng *moonlight.*

sáng-kiến *initiative.*

sáng lạn *to be glaring, bright.*

sáng-lập *to found, establish.*

sáng mai *tomorrow morning.*

sáng quắc [of eyes] *to flash.*

sáng rực *to be incandescent, glowing.*

sáng sớm *early in the morning, in the early morning.*

sáng sủa *to be bright, well lighted ; to be bright-looking, intelligent.*

sáng-suốt *to be clear-sighted, enlightened.*

sáng-tác *to create, be creative.*

sáng-tạo *to create, invent, make.*

sáng trưng *to be bright, brilliant, dazzling.*

sáng-ý *to be perspicacious, intelligent.*

sàng *to winnow, sieve* | *flat winnowing basket.*

sàng *R bed* [= giường]. đồng sàng *son-in-law.* bạn đồng-sàng *bedmate.* long-sàng *royal bed.*

sàng *R to be delirious* mê sàng.

sàng *to be in good health.*

sàng-khoái *to be in good form, in good spirits, brisk.*

sàng-kinh *to lose one's head.*

sàng-sốt *to fall into a panic, be frantic.*

sanh *see* sinh.

sanh *deep frying pan.*

sánh *to compare* so sánh. không sánh kịp *cannot compare to.*

sánh-duyên *L to get married, wed.*

sánh-đôi *to be married, make a couple.*

sánh-vai *to go or work side by side.*

sành *earthenware.*

sành *to be an expert in.* sành nghề *to be a connoisseur of.* ăn sành *to be a gourmet.*

sành-sỏi *to be expert, skilled, experienced.*

sảnh *R hall.* thị-sảnh, đô-sảnh *city hall, town hall, prefecture.*

sao [SV tinh] *star* CL ông, vì, ngôi; *movie star* CL ngôi. có sao *starry.* hình sao *star-shaped.* chòm sao *constellation.* Cờ Sao Sọc *Stars and Stripes.*

sao *how? what manner? why |* to matter. làm sao? *how? tại/vì sao? why?* không sao *no trouble; it does not matter.* cớ sao? *for what reason?*

sao *to roast, fry* [medicinal herbs].

sao *to copy, transcribe.* bản sao *copy.* sao y bản chính *a true copy of the original.*

sao Bắc-cực *the polar star.*

sao Bắc-đầu *Ursa Major.*

sao băng *shooting star.*

sao chổi *comet.*

sao đổi ngôi *shooting star.*

sao hôm *evening star.*

sao-lục *to copy, make copies of.*

sao mai *morning star.*

sao-tả *to transcribe.*

sáo *flute* CL cái, ống. thổi sáo *to play the flute.*

sáo *magpie* CL con.

sáo *bamboo blinds.*

sáo *stock phrase, hackneyed expression, cliché*

sào *pole* CL con, cái. nhầy sào *to pole-vault.*

sào *to sauté, pan-fry, stir-fry.*

sào *one tenth of a mẫu* [mow] *or 360 square meters.*

sào *R nest* [= tổ]. yến-sào *swallow's nest.*

sào-huyệt *lair, den, nest* [of beasts, pirates, rebels], *haunt, hide-out.*

sào *winnowing basket* CL cái.

sạo *to be a good talker.*

sạo *to rummage, forage* sục sạo.

sáp *wax; pomade; lipstick* sáp môi. sáp ong *beeswax.* phấn sáp *make-up.*

sáp *R to transplant rice seedlings.*

sáp môi *lipstick.*

sáp-nhập *to annex, incorporate.*

sáp son *lipstick.*

sát *to be close to, closely attached to.* theo sát *to follow closely.* dịch sát *to translate literally.*

sát *R to kill* [= giết]. ám-sát *to assassinate.* cố-sát *murder.* mưu-sát *to murder, assassinate.* ngộ-sát *manslaughter.* tự-sát *to commit suicide.*

sát *to be scratched, bruised* sây sát.

sát R *to examine* [= xét]. quan-sát *to observe.* cảnh-sát *police.* giám-sát *to supervise.* thị-sát *to inspect.* đô-sát *censor.* khảo-sát *to examine.*

sát cánh *to be side by side.*

sát-chủng *genocide.*

sát-hạch *to examine* [students].

sát-khí *violent temper.*

sát-mẫu *matricide.*

sát-nhân *homicide.* tên/kẻ sát-nhân *assassin.*

sát-nhi *infanticide.*

sát-phụ *patricide.*

sát-sinh *to take a life.* lò sát-sinh *slaughterhouse.*

sát-trùng *insecticide, antiseptic.*

sạt *to be broken, smashed.*

sạt-nghiệp *to be ruined financially.*

sau [SV hậu] *to be behind, after* | *behind, after, following* [opp. trước]. đằng sau *behind.* phía sau *the back.* đời sau *next life; next generation.* hôm sau *the following day.* cửa sau *back door.* sau khi *after* [something happens]. sau khi... *after... -ing.*

sau cùng *last, last of all.*

sau đây *below, as follows.*

sau hết *finally, last of all.*

sau này *hereafter, later on.*

sau nữa *moreover; next.*

sau rốt *last, last of all.*

sáu [SV lục] *six.* mười sáu *16.* sáu mươi *60.* thứ sáu *the sixth; Friday.* một trăm sáu (mươi/chục)

160. một trăm lẻ/linh sáu *106.*

tháng sáu *the sixth lunar month; June.* súng sáu *six-shooter.*

say [SV túy] *to be drunk, intoxicated* say rượu [opp. tỉnh]; *to be madly in love with, be very fond of.*

say-đắm *to be passionately in love with.*

say-mê *to be mad about.*

say nắng *sunstroke.*

say sóng *to be seasick.*

say-sưa *to be very drunk, be absorbed in* [reading, entertainment].

sảy *prickly heat.*

sảy *to winnow.*

sắc [= màu] *color, beauty; look, appearance; sex, women.* ngũ-sắc *the five colors.* xuất-sắc *outstanding.* cảnh-sắc *view, aspect.* thất-sắc *to turn pale.* nhan-sắc *beauty.* tửu-sắc *wine and women.* hiếu-sắc *lustful.*

sắc [of knife] *to be sharp* [opp. cùn, nhụt]. dấu sắc *mark for high tone and high rising tone.*

sắc *royal edict, decree.*

sắc *to boil medicinal herbs until getting thick liquid.*

sắc-bén *to be sharp.*

sắc cạnh *to be sharp-edged; to be sharp, intelligent, clever.*

sắc-chỉ *royal decree.*

sắc-dục *sex, lust.*

sắc đẹp *beauty.*

sắc-lệnh *decree* CL đạo.

sắc-luật *decree-order.*

sắc-manh *color-blindness.*

sắc-phong *to name.*

sắc-phục *formal dress.* sắc-phục đại-học *academic attire, cap and gown.*

sắc-sảo *to be smart, keen.*

sắc-thái *aspect, feature.*

sắc thuế *tax category.*

sắc-tố *pigment.*

sặc *to choke because one has swallowed the wrong way.*

sặc *to give forth strong smell.* sặc mùi rượu *to smell of liquor.*

sặc gạch *to vomit blood.*

sặc-sỡ *to be loud, flashy, gaudy, colorful.*

sặc-sụa *to smell, stink of.*

săm [Fr. chambre] *rented room; cheap hotel* nhà săm.

săm [Fr. chambre à air] *inner tube* [= ruột]. Cf. lốp, vỏ.

sắm *to buy, acquire* [furniture, property, jewels]; *to prepare; to play* [a part, vai, on the stage] sắm-sửa *to get ready; to shop.*

săn [SV lạp] *to hunt.* đi săn *to go hunting.* chó săn *hunting dog, police dog.*

săn bắn *hunting,*

săn bắt *to pursue, chase.*

săn đón *to be attentive to.*

săn-sóc *to look after, take care of.*

sắn [= khoai mì] *manioc, cassava.* bột sắn *tapioca.*

sẵn *to be or have ready ; -R in advance.* để sẵn *to prepare in advance.*

sẵn lòng *to be disposed or willing to.*

sẵn sàng *to be ready to... ; to be prepared.*

săng *coffin.*

săng [Fr. essence] *gasoline* ét-săng. trạm săng *gas station.* cây săng, cột săng *gas pump.*

săng sặc *to laugh heartily, giggle.*

sắp *to be arranged ; to arrange, put in order ; to set* [types chữ]. từ rày sắp đi *from now on.*

sắp R- *to be about to, on the point of* sắp sửa. sắp chết *about to die.*

sắp đặt *to make arrangements.*

sắp đống *to pile up, heap up.*

sắp hàng *to file in, line up, queue up.*

sắp hạng *to classify.*

sắp sẵn *to prepare, get ready.*

sắp-sửa *to get ready* (to), *prepare* (to); *to be about to, on the point of.*

sắt [SV thiết] *iron.* bằng sắt *made of iron.* đường sắt *railroad.* tủ sắt *safe.* Bức Màn Sắt *Iron Curtain.*

sắt *to cut up* [RV ra].

sắt R *lute.* cầm sắt *marital union, conjugal harmony.*

sắt-cầm* *marital union.* Sắt-Cầm Hòa-Hợp *Best of luck* [to newlyweds].

sắt đá *to be tough, indifferent.*

sắt tây *tin.*

sâm *ginseng root* nhân-sâm.

sâm-sẩm [DUP sẩm] *dusk, twilight.*

sấm [SV lôi] *to thunder* [subject giời/trời].

sấm *prophecy* lời sấm, sấm-ngôn, sấm-ngữ.

sầm *to crash, clash.* đâm sầm *to bump into.*

sầm *to become dark* [SV lại].

sầm-sập *to be beating, pelting.*

sầm-uất *to be busy, bustling.*

sẩm *to begin to get dark.*

sàm *Chinese amah* à sầm.

sầm *blind street-singer.*

sậm [of color] *to be dark.*

sân *courtyard; athletic field, tennis court.* gác sân *terrace.*

sân banh *football field, soccer field.*

sân bay *airfield.*

sân chơi *playground.*

sân khấu *stage* [in theater].

sân máy bay *airfield.*

sân quần *tennis court.*

sân vận-động *stadium.*

sẵn *to dash, hurl* [RV vào, đến, lại].

sẵn-sờ *to act violently, vehemently.*

sần sật *to be crunchy.*

sần sùi *to be rough* [to feel].

sấp *to lie on one's stomach, face down, prone* [opp. ngửa]. mặt sấp *reverse, tails* [of coin].

sấp *bundle, package, wad.*

sấp-ngửa *heads or tails.*

sấp sỉ *to approach, be approximately.*

sập *carved bed, platform* CL cái.

sập *to slam, bang.*

sập *to collapse.* xe sập mui *convertible (car).*

sâu [SV thâm] *to be deep, profound;* [of eyes] *sunken* [opp. nông]. bề/chiều sâu *depth.* đào sâu *to dig deep.* hố sâu *deep ditch, deep hole.*

sâu [SV trùng] *worm, insect* CL con. rau nào sâu ấy *like father like son.*

sâu bọ *insect(s).*

sâu cay *to be mordant, biting, caustic.*

sâu hoắm *to be very deep.*

sâu nhiệm *to be mysterious, secret.*

sâu quảng *cankerous sore.*

sâu răng *tooth decay.*

sâu sắc *to be profound.*

sâu xa *to be profound, deep* [in meaning].

sấu *crocodile* CL con. cá sấu *id.*

sầu *to be sad, sorrowful, melancholy, depressed* sầu muộn | *sadness, chagrin.* sorrow, grief. đa-sầu *melancholy* [by nature]. ưu-sầu *worry.* mối sầu, nỗi sầu *cause for chagrin.*

sầu-bi *grief* | *grief-stricken.*

sầu-cảm *to be melancholy.*

sầu-khổ *to be sorrowful, unhappy.*

sầu-muộn *to be grieved.*

sầu-não *to be very sad, deeply grieved.*

sầu-oán *sorrow and rancor.*

sầu-riêng *durian* CL quả.

sầu-thảm *to be dejected, downcast.*

sây *to be scratched* sây sát.

sấy *to dry over a fire, smoke.*

sầy *to be scratched and bruised* sầy da.

sầy *to happen, occur.* sầy đến/ra *id.*

sầy *to take a false step, slip, fail; to have a miscarriage.*

sầy chân *to slip, stumble over.*

sầy miệng *to make a slip-of-the-tongue.*

sầy tay *to be awkward with the hands.*

sậy *reed.*

se *to be dry ; to shrink, shrivel* [RV lại].

se sẽ [DUP sẽ] *to be rather soft, gentle.*

sẻ *to share, divide, saw up.* san sẻ *to share.*

sẻ *sparrow* chim sẻ CL con. bắn sẻ L *to look for a wife.*

sẽ [of voice, motion] *to be soft, gentle, light.*

sẽ R- *shall, will* [precedes main verb]. Cf. sắp, đã, chưa, không, chẳng, chả. Tôi sẽ bảo nó *I'll tell him.* Tôi sẽ không bảo anh ấy *I won't tell him.*

sém [= cháy] *to be burned* | *crust at the bottom of rice pot* [with đánh, cạo *to* scrape].

sen [SV liên] *lotus.* hạt sen (*dried*) *lotus seed.* hương sen (*whole*) *lotus fruit; shower head.* ngó sen *lotus rootstock.* hột sen (*fresh*) *lotus seed.* tu sen *lotus stamen.*

sen *young maid.*

sẻn *to be miserly.*

sẻng *shovel* CL cái ; CL *for shovelfuls.*

sèo *to sizzle.*

sẹo *scar* CL cái. lên sẹo *to heal over.*

sét *to be rusty* [= rỉ].

sét *clay* đất sét.

sét *thunderbolt.* tin nghe như sét đánh ngang tai *the news struck like a thunderbolt.*

sê-cầu *lime sherbet, ice.*

sề R *female.* lợn sề *sow which has had piglets.*

sên *snail* ốc sên CL con. yếu như sên *very weak.*

sền-sệt [of paste] *to be a little thick.*

sền-sệt *to make a shuffling noise.*

sênh *castanets.*

sềnh *to go far from, leave.*

sệp *to sit, fall or lie flat on the ground.*

sệt [of mixture, rice gruel] *to be thick.*

sêu [of future bridegroom] *to present gifts to one's parents-in-law.*

sếu *crane* CL con.

si R *to be stupid* ngu si; *to be infatuated with.*

si [Fr. cirage] *shoe polish.*

si tình *to be madly in love.*

sì *to be very black* thâm sì, đen sì.

sỉ *to buy or sell wholesale.*

sỉ R *shame.* liêm-sỉ *shame.* vô-(liêm-) sỉ *shameless.* quốc-sỉ *national disgrace.*

si-nhục *to dishonor, put to shame.*

si-vả *to dishonor, insult.*

sĩ R *scholar; warrior.* kẻ sĩ *man of letters, scholar.* cư-sĩ *retired scholar or official.* ẩn-sĩ *retired scholar.* bác-sĩ *doctor (medical).* chí-sĩ *revolutionary, scholar.* đạo-sĩ *Taoist priest.* hàn-sĩ *needy scholar.* học-sĩ *Bachelor of Arts.* họa-sĩ *painter.* lực-sĩ *athlete.* nữ-sĩ *woman writer, authoress.* nghệ-sĩ *artist.* dũng-sĩ *warrior.* nho-sĩ *Confucian scholar.* t.ến-sĩ *doctor* [of philosophy, letters, laws, etc.]. thượng-sĩ *warrant officer.* trung-sĩ *sergeant, petty officer.* hạ-sĩ *corporal, seaman first class.* binh-sĩ *soldiers, servicemen.* văn-sĩ *writer.* võ-sĩ *fighter, boxer, wrestler.*

sĩ-diện *face, pride.*

sĩ-phu *intellectual, scholar.*

sĩ-quan *officer* [= võ-quan]. hạ-sĩ-quan *non-commissioned officer.*

sĩ-quan an-ninh *security officer.*
sĩ-quan cấp tá *field officer, senior
officer.* sĩ-quan cấp tướng *general officer.* sĩ-quan cấp úy *company officer, junior officer, subaltern officer.* sĩ-quan công-binh *engineer officer.* sĩ-quan doanh trại
billeting officer. sĩ-quan điều động
deck officer. sĩ - quan giám - khảo
officer member of an examination board. sĩ-quan hành-chính *administrative officer.* sĩ-quan hành-chính quân-y *registrar (USA).* sĩ-quan hầu-cận *aide, orderly officer.*
sĩ-quan liên-lạc *liaison officer.* sĩ-quan pháo-binh *gunner officer.*
sĩ-quan phát-ngân *paymaster, disbursing officer, agent officer.*
sĩ-quan phân-phát *issuing officer.*
sĩ-quan phi-công, sĩ-quan phi-hành
flying officer. sĩ-quan quân-vụ
post executive. sĩ-quan quân-vụ-phó
post adjutant. sĩ-quan tài-chính và
tiếp-liệu *finance and supply officer.* sĩ-quan tế-mục-vụ *regimental
accountant and disbursing officer.*
sĩ-quan tham-mưu *staff officer.*
sĩ-quan tham-mưu pháo-binh *ordnance staff officer.* sĩ-quan thú-y
veterinary officer. sĩ-quan trực-nhật *officer of the day.* sĩ-quan
thường-trực *watch officer, watch
officer in a trench.* sĩ-quan
thám-thính *reconnaissance officer.*
sĩ-quan tuyển-mộ *recruiting officer.*
sĩ-quan tình-báo *intelligence officer.* sĩ-quan trừ-bị *reserve officer.* sĩ-quan tác-xạ *gun position
officer, range officer.* sĩ - quan
truyền-tin *signal officer.*
sĩ-số *enrollment, number of students.*
sĩ-tử *scholars, candidates at civil*

service examinations.
sị *to frown, scowl.*
sị-mặt *to look surly, sullen.*
sia [Fr. chier] *shit, night soil.*
sịa *to stab; to throw* [money].
siềm *to flatter, adulate.*
siềm nịnh *to flatter.*
siêng *to be diligent, industrious,
hardworking.*
siêng-năng *to be diligent, studious, laborious.*
siết *to draw tight, tighten, close*
siết chặt. êm siết *to hug tight.*
siêu *kettle, pot* CL cái.
siêu *to be leaning.*
siêu R *to surpass* siêu - quá, siêu-việt ; R *super, giant, ultra, sur-.*
siêu-âm-thanh [of aircraft] *supersonic, ultrasonic.*
siêu-đẳng *super, A-1.*
siêu-độ *to free* [souls] *from suffering.*
siêu-hình *metaphysical.*
siêu-hình-học *metaphysics.*
siêu-loại *to be above the average.*
siêu lòng *to be won over, yield.*
siêu-ngữ-học *metalinguistics.*
siêu-nhân *superman.*
siêu - nhiên *to be supernatural,
transcendental.*
siêu-phàm *to be outstanding, superhuman.*
siêu-quần *to be outstanding, superhuman.*
siêu-quốc-gia *to be international.*
siêu vẹo *to be awry, crooked, the
wrong way.*
siêu-việt *to be surpassing ; transcendental.*

sim *myrtle.*

sìn [Slang] *money, dough.*

sinh [= đẻ] *to be born ; to give birth to* [RV ra]; *R to live, be living; R to be raw, unripe* [= sống], *unfamiliar* | *R life* [as opposed to death, **tử**]; *R living things.* **bình-sinh** *during one's life.* **giáng-sinh** *birth* [of Jesus] ; *Christmas.* **nhà hộ-sinh** *maternity.* **ký-sinh** *parasite.* **phục-sinh** *rebirth; Easter.* **sát sinh** *to kill living beings.* **tái-sinh** *to come to life again.* **trường-sinh** *long life.* **vệ-sinh** *hygiene.* **hậu - sinh** *younger people, younger generation.* **bẩm-sinh** *innate, inherent.*

sinh *R student, young man* [used in names of occupations or stations of persons]. **tiên-sinh** *teacher ; Mr.* **nữ (- học) - sinh** *schoolgirl.* **thiếu-sinh** *young student.* **thư-sinh** *student, scholar.* **y-sinh** *doctor.* **môn-sinh** *student, disciple.* **thí-sinh** *candidate* [in exam]. **học - sinh** *student, pupil.*

sinh *R wind instrument consisting of a number of small pipes with metallic reeds.*

sinh *R sacrificial animal* **hi-sinh.**

sinh-dục *reproduction.*

sinh đẻ *to have children, procreate.*

sinh-hạ *to give birth to.*

sinh-hóa *life and death.*

sinh-hoạt *to live* | *life, existence.* **giá sinh-hoạt** *cost of living.* **tiêu-chuẩn sinh-hoạt** *standards of living.*

sinh-kế *means of livelihood.*

sinh-linh *human beings, people.*

sinh-lực *force, strength, energy.*

sinh-lý *physiology* | *physiological.*

sinh-lý-hóa *biology, physics and chemistry* [in pre-medical curriculum].

sinh-lý-học *physiology.*

sinh-mạng *human life.*

sinh-mệnh *human life.*

sinh-ngữ *modern language.*

sinh-nhai *to make a living.* **kế sinh-nhai** *means of livelihood.*

sinh-nhật *birthday.* **Lễ Sinh-nhật** *Christmas.*

sinh-nở *to have children.*

sinh-phần *tomb, sepulchre.*

sinh-quán *native place.*

sinh-quân *cadet, midshipman.*

sinh-sản *to produce, reproduce.*

sinh-sôi nảy-nở *to reproduce.*

sinh-thời *lifetime, life.*

sinh thực *reproduction.*

sinh-tố *vitamin.*

sinh-tồn *to exist, survive.*

sinh-trưởng *to grow up, grow, develop.* **sinh-trưởng ở nơi đồng quê** *to grow up in the countryside.*

sinh-tử *life and death.*

sinh-vật *living thing.*

sinh-vật-học *biology.*

sinh-viên *(university) student.*

sính *to like, be fond of.*

sính *R to engage* [teacher, expert], *to betroth* [one's daughter].

sính-lễ *betrothal gifts.*

sình *marsh, swamp.*

sình *to swell, distend* [RV lên].

sình sịch [of motor, train] *to pant.*

sít *to be next to each other.*

sịt *to sniff, snuffle.*

so *to compare.*

so [of child] *first-born.* Cf. dạ.

so bì *to compare.*

so le *to be uneven ;* [of angles] *alternate.* so le ngoài *alternate exterior.* so le trong *alternate interior.*

so sánh *to compare, liken.*

sò *clam, oyster* CL con.

sỏ *head* [of pig]. dầu sỏ *leader.*

sọ *skull, brainpan, cranium.* sọ dừa *coconut shell.* khoai sọ *taro.*

soái R *to lead, command* [= súy]. nguyên - soái *commander-in-chief* [old term].

soán *to rebel ; to usurp the throne.*

soàn soạt [of silk, paper] *to rustle.*

soạn *to arrange, sort, rearrange; to prepare, compile, write, compose, edit.* tòa soạn *editor's office.* lời tòa-soạn *editor's note.* [abbreviated to L.T.S.]. nhà soạn kịch *playwright.* nhà soạn nhạc *composer.* sửa soạn *to get ready.*

soạn R *food.*

soạn-giả *author.*

soát *to check, verify.* kiểm - soát *to control.* lục-soát *to search.* củ soát *to check.*

sóc *squirrel* CL con.

sóc R *to take care of* xem sóc, coi sóc, săn-sóc.

sóc R *first day of lunar month.* Cf. vọng.

sóc vọng *new moon and full moon.* thủy-triều sóc-vọng *the spring tides (syzygy).*

sọc *stripe* | *to be striped* sòng-sọc. lá cờ sao sọc *the Stars and Stripes.*

soi *to illuminate, light up* soi sáng. soi gương *to look at oneself in the mirror.*

soi-xét *to examine, study, investigate.*

sói *wolf* chó sói CL con ; *cub scout.*

sói [= hói] *to be bald* sói đầu.

sỏi *pebble* CL hòn, *gravel* đá sỏi.

sỏi [of children, non-native speakers] *to be clear and fluent* nói sỏi.

sỏi đời *to be experienced.*

sọm *to be very old, decrepit* già sọm.

son *to be red, vermilion.* đánh môi son *to apply lipstick.* sơn son *red-lacquered.* lòng son *loyalty.* lầu son *gynaeceum.* buôn son bán phấn *to be a madam.*

son [of young couple] *to be still childless.*

son [Fr. solde] *discount sale, clearance sale.*

son-phấn *make-up, cosmetics.*

són *to trickle; to dole out, deal out in small portions.*

sòn-sòn [of married woman] *to be prolific.*

song [= nhưng (mà)] *but, however* song le.

song *big rattan.*

song R *window.* chấn song *bar, railing.* đồng-song *school mate, classmate, fellow student.*

song R *pair, couple, double* [= đôi]. vô-song *without equal.*

song-đường *both parents.*

song-hành *to be parallel.*

song le *but, however.*

song-mã *a pair of horses.*

song-song *to go parallel, side by side.*

song-thân *both parents.*

Song-Thập *Double Ten* [Chinese national holiday, October 10].

Song-Thất *Double Seven* [July 7].

song thất lục bát *the 7-7-6-8 meter.*

song-toàn *both complete.*

sóng [SV **ba**] *wave; radio wave* CL **làn** | [of sea] *to be rough.* sóng ánh sáng *light wave.* sóng biến-điệu *modulated waves.* sóng bành-trướng *dilatation wave, expansion wave.* sóng cực ngắn *ultra-short waves.* sóng dọc *longitudinal waves.* sóng dài *long waves.* sóng duy-trì *continous waves.* sóng duy-trì biến-điệu *modulated continous waves.* sóng đàn-hồi *elastic waves.* sóng điện *electric waves.* sóng điện-tử *electronic waves.* sóng đứng *stationary vibration.* sóng hình cầu *spherical wave.* sóng hình sin *sine wave.* sóng không-gian *skywave.* sóng mang *carrier wave.* sóng mặt đất *ground wave.* sóng ngắn *short waves.* sóng phẳng *plane wave.* sóng trung-bình *medium frequency waves.* sóng tắt dần *damped waves.* sóng trực-tiếp *direct waves.* sóng từ-điện *electro-magnetic waves, Hertzian waves.*

sóng gió *ups and downs, adversity.*

sóng soài [to fall] *full length.*

sóng sượt [to lie] *full length.*

sóng thần *tidal wave.*

sòng *long-handled spoon-shaped scoop used for irrigating ricefield and operated by one person* **gàu sòng.** Cf. **gàu giai.**

sòng *gambling den, casino* **sòng bạc.**

sòng phẳng *to be honest, pay one's debts.*

sòng sọc *to be striped;* [of look] *to be fixed.*

sỗng *to be insolent, be impolite,*

not to use the appropriate personal pronouns **nói buông sỗng.**

sót *to omit, leave out* **bỏ sót.**

sống sót *to survive.* **không sót một người nào** *all of them, without exception.*

sọt *bamboo basket for fruits, vegetables; wastepaper basket.*

sô *coarse gauze used in mourning.*

số *figure, digit, number* CL **con;** *sum* **số tiền,** *amount, quantity.* **cây số** *milestone, kilometer.* **bản-số** *cardinal number.* **bội số** *multiple.* **đa-số** *majority.* **căn-số** *radical.* **chỉ-số** *salary index.* **dư-số** *remainder.* **định-túc-số** *quorum.* **nghiệm-số** *root* [of equation]. **phương-số** *square.* **phân-số** *fraction.* **điểm-số** *grade.* **thiểu-số** *minority.* **thương-số** *quotient.* **tỉ-số** *ratio.* **ước-số** *submultiple.* **đại-số** *algebra.* **hộp số** *gear box.* **sang số** *to change speed, shift gears.* **cần sang số** *gear-shift lever.* **sang số hai** *to change into second gear.* **vô số** *no lack of, plenty of; countless.* **xổ số** *to draw lottery* | *lottery.* **sĩ số** *enrollment, number of students.*

số *fate, destiny, lot* **số mạng, số-mệnh.** **thày số** *fortune teller.*

số À-rập *Arabic numeral or figure.*

số ba *third gear.*

số bị nhân *multiplicand.*

số chẵn *even number.*

số chia *divider.*

số dách *number one, topnotch.*

số đen *bad luck, bad fortune.*

số đỏ *good luck, good fortune.*

số độc-đắc *first prize* [in lottery].

số hai *second gear.*

số-học *arithmetic.*

số ít *singular.*

số không *zero.*

số-kiếp *fate, destiny.*

số La-mã *Roman numeral.*

số là *this is how it all started.*

số lẻ *odd number.*

số-lượng *quantity, amount, number.*

số-mệnh *fate, destiny.*

số một *low gear, first speed.*

số mũ *exponent.*

số-mục *number.*

số nguyên-tố *prime number.*

số nhà *address, house number.*

số nhân *multiplier.*

số nhiều *plural.*

số phải chia *dividend.*

số-phận *fate, destiny.*

số thập-phân *decimal number.*

số-thuật *astrology.*

số thương *quotient.*

sổ *notebook, register* CL cuốn, quyển; *account book.* ghi (vào) sổ *to enter, note.* đội sổ *to be at the bottom of a list.*

sổ *vertical stroke* [in writing Chinese characters] | *to cross out.*

sổ *to purge.* thuốc sổ *laxative.*

sổ *to slip away, get undone; to escape from.* đâm sổ ra *to rush out, run out.* tù sổ ngục *jailbreaker.*

sổ đen *black list.*

sổ mũi *to have a running nose.*

sổ-sách *records, books.*

sổ tay *notebook.*

sỗ-sàng *to be rude, discourteous.*

sốc *to lift.*

sộc *to dash, rush.*

sôi *to boil.* nước sôi *boiling water, hot water.*

sôi bụng *the stomach rumbles.*

sôi nổi *to be lively, be scandalous, seethe, be exciting.*

sồi oak *cây sồi.*

sồm [of beard] *to be bushy, shaggy.*

sồm soàm DUP *sồm.*

sồn sột [of things not well cooked] *to be crunchy.*

sông [SV giang, hà] *stream, river* CL con. bờ sông *riverside, river bank.*

sông đào *canal.*

sống [SV sinh] *to live; to be living, alive* [opp. chết] ; *to be raw, uncooked, rare* [opp. chín] ; *to do good business.* bắt sống *to catch alive.* còn sống *still living.* đời sống *life.* thịt sống *raw meat.*

sống *central rib, ridge, spine.* xương sống *spine, backbone, spinal column.*

sống [of chicken] *male* [= trống]. gà sống *cock, rooster.* Cf. đực ; hùng.

sống chết *(matter of) life and death.*

sống còn *to survive* | *vital.*

sống dao *back of knife blade.*

sống lại *to be revived, come to life again.*

sống lưng *backbone ; back.*

sống mái [SV thư-hùng] *hen and cock.* một trận sống mái *a decisive battle.*

sống mũi *bridge of the nose.*

sống sót *to survive.*

sống-sượng *to be rude, tactless.*

sống thác L *life and death.*

sồng sộc *to enter abruptly; to pounce on, dash at.*

sòng *to escape, slip away.*

sốp-phơ [Fr. chauffeur] *driver, chauffeur.*

sộp *to be wealthy, rich.*

sốt *to be hot; to be feverish; to be impatient, anxious* sốt ruột. cơn sốt *attack of fever.* Nó không sốt *He doesn't have any temperature.* cặp sốt *to take the temperature.*

sốt *at all* sốt cả. Cf. hết (cả). Không ai đến sốt cả *Nobody came at all.*

sốt cách-nhật *recurring fever.*

sốt-dẻo *to be fresh from the oven;* [of news] *hot.*

sốt-rét *malaria.*

sốt-ruột *to be impatient, anxious; to be dying to.*

sốt-sắng *to be eager, zealous.*

sốt thương-hàn *typhoid fever.*

sột-soạt [of paper, starched clothing] *to rustle.*

sơ R *to be elementary; distant* [opp. thân]; -R *roughly, sketchily.* ban sơ *origin.* cổ-sơ *primeval, primitive.* đơn-sơ *simple.*

sơ *fiber.*

sơ [Fr. sœur] *Catholic sister* CL bà.

sơ-bộ *preliminary steps* | *preliminary.*

sơ-cấp *elementary or primary level, first degree; primary.*

sơ-đẳng *elementary or primary level; primary.*

sơ-độ *zero.* sơ-độ tuyệt-đối *absolute zero.*

sơ-học *elementary education.*

sơ-khai *early* (times).

sơ-khảo *preliminary examination.*

sơ-lược *outline, sketch* | *sketchily.*

sơ sài *to be simple, modest.*

sơ-sinh *to be newly-born.*

sơ sơ *carelessly, negligently.*

sơ-thẩm *first hearing; first instance.* tòa sơ-thẩm *county court.*

sơ-xuất *to be careless, lax.*

sơ ý *to be careless, negligent.*

sớ *request, petition, memorial* [with dâng *to submit*].

sờ *to feel, touch* sờ mó.

sờ [Fr. sœur] *Catholic sister* CL bà.

sờ sẩm *to grope one's way.*

sờ soạng *to feel, grope.*

sờ sờ *to be obvious, evident, as plain as a pikestaff.*

sở *place of work, office, bureau;* CL *for fields, lands;* R *place, premises, headquarters.* cơ-sở *foundations.* hội-sở *headquarters* [of society]. công-sở *government office.* trú-sở *domicile.* trường-sở *school building, school site.* trụ-sở *headquarters.* xứ-sở *native country.* Anh ấy làm sở nào? *Where does he work?*

sở-dĩ *the reason why...* [là vì 'is']. Sở dĩ có chuyện đó là vì họ hiểu nhầm tôi *The reason why that happened was because they misunderstood me.*

sở-đắc *revenue, income.*

sở-đoản *weakness, foible, shortcoming.*

sở-hữu *to own* | *ownership, property.*

Sở-khanh *Don Juan, lady-killer* CL gã, chàng, thằng, tên.

sở-nguyện *wishes, desire.*

sở-phí *expenses, expenditures.*

sở-quan *to be involved, interested.*

bộ sở-quan *the department concerned.*

sở-tại [of people, authorities] *local.*

sở-thích *hobby, favorite, taste.*

sở-trường *strong point, specialty, hobby.*

sợ [SV cụ] *to fear, be afraid (of),* ghê sợ *to dread.* kinh sợ *to be frightened.* lo sợ *to worry.*

sợ hãi *to be fearful, afraid, frightened, scared.*

sợ-sệt *to be apprehensive, shy.*

sởi *measles* [with **lên** to have].

sợi *thread, fiber, filament, yarn;* CL *for threads, hairs, strings.* một sợi dây *a piece of string.*

sớm [SV tảo] *to be early, arrive early | early, soon | morning* sáng sớm. chết sớm *to die young.* đến sớm, tới sớm *to arrive ahead of time.* dậy sớm *to get up early, rise early.* càng sớm càng hay/tốt *the sooner the better.*

sớm mai *morning.*

sớm muộn *sooner or later.*

sớm sủa *early.*

sơn *to paint, be painted | paint, lacquer.* thợ sơn *(house) painter.* hai nước sơn *two coats of paint.* Sơn còn ướt ! *Wet paint!.*

sơn R *mountain* [= núi]. băng-sơn *iceberg.* giang-sơn *nation.* hỏa-sơn *volcano.* xuyên-sơn *tunnel.* Hi-mã-lạp (-á)- sơn *the Himalayas.*

sơn-ca *lark* CL con.

sơn-cước [of area, tribe] *mountain.* miền sơn-cước *mountain area.*

sơn-hà *fatherland, motherland.*

sơn-hệ *mountain range.*

sơn-lâm *mountains and woods.*

sơn son *to be red-lacquered.*

sơn-thủy *mountain and water.* tranh sơn thủy *landscape, scenery painting.*

sởn-sác *to be panicky.*

sờn *to be frayed, worn out, threadbare; afraid, discouraged.*

sờn chí *to be discouraged, disheartened.*

sờn lòng *to be discouraged, lose heart.*

sởn *to rise, stand up.*

sởn gai óc *to have goose pimples.*

sởn sơ [of vegetation, child] *to grow up nicely, look good.*

sởn tóc gáy *to make the hair stand on end.*

su-hào *turnip-cabbage, kohlrabi.*

sù [of dog] *to be shaggy ; to swell.* kếch sù *huge, enormous, tremendous.*

sù sì *to be rough.*

sù sụ *to cough repeatedly and loudly.*

sủa [of dog] *to bark.* Cf. cắn.

suất *portion, part, rate, ration ; amount, percentage ; performance, run* [at theater]. hối-suất *exchange rate.* suất thường-lệ 9 giờ *regular performance at 9.* công-suất *power.* định-suất *specified amount, fixed rate.*

suất *to be careless, heedless* khinh-suất.

súc *bale, bundle, billet* [of timber], *quarter* [of meat].

súc *to rinse* [mouth **miệng**, bottle **chai**].

súc R *to keep, rear, raise* [animals]. gia-súc *domestic animal.*

mục-súc *cattle breeding, animal husbandry.*

súc *R to hold, accumulate, contain ; to retract, contract.*

súc sắc *die* CL con. chơi súc sắc *to throw or cast the dice, play craps, play crap shooting.*

súc sích *chain* [of iron, etc.]; [Fr. saucisse] *sausage.*

súc-sinh *beast* [as distinguished from man].

súc-tích *to accumulate* [wealth].

súc-vật *domestic animals, pets, cattle, livestock.*

sục *to search* [premises].

sục sạo *to search.*

sui *to have bad luck* [= súi, rủi].

sui [= dâu gia, thông - gia] *to be allied through marriage bonds.*

súi *to have bad luck* súi quẩy.

sùi *to break out, erupt* [of rash], *grow ; to foam.* sần sùi *to be rough, scaly.*

sủi *to bubble* sủi bọt, boil up, *seethe.*

sum họp [of family, couple] *to gather, be united.*

sum vầy [of family, couple] *to gather, be united.*

sún [of tooth] *to be decayed.*

sún răng *to have decayed teeth, be toothless.*

sụn *to give in, sink.*

sụn *cartilage.*

sung *sycamore, fig* CL quả, trái.

sung *R to be complete, abundant* | *to assume* [duties]. bổ-sung *to fill* [gap, vacancy].

sung-chức *to assume one's function.*

sung-công *to confiscate, requisition, seize.*

sung-huyết *congestion.*

sung-mãn *to be complete, abundant.*

sung sức *to be in top shape.*

sung-sướng *to be happy.*

sung-túc *to be well off, wealthy, well-supplied.*

súng [SV sang, thương] *gun, rifle, firearm* CL khầu. báng súng *stock, butt.* cò súng *lock, trigger.* lòng súng, nòng súng *barrel.* miệng súng *muzzle.* nạp súng *to load a gun.* bắn súng *to shoot.* chĩa súng *to point the gun* [vào at]. loạt súng *salvo.* một phát súng *a gunshot.* thuốc súng *gunpowder.* thân súng *foreend* [of rifle].

súng bán-tự-động Garand *Garand rifle.*

súng bắn trái phá *howitzer.*

súng cối *mortar.* súng cối dã-chiến *field mortar.* súng cối phụ-chiến *trench mortar.* chân súng cối *mortar bed.*

súng cối xay *machine gun.*

súng đại-bác *cannon.* 21 phát súng đại-bác chào mừng *a 21-gun salute.*

súng đạn *ammunitions; warfare, war.*

súng hơi *compressed-air rifle.*

súng không dật *recoilless gun.*

súng lục *six-shooter, pistol.*

súng liên-thanh *machine gun.*

súng máy *machine gun ; automatic rifle.*

súng sáu *six-shooter, pistol.*

súng săn *shotgun, sporting gun.*

súng trường *rifle.* súng trường bắn phát một *magazine rifle.*

súng tự-động *automatic gun.*

sùng *to honor, venerate ; to be a devout follower* [of a religion].

sùng-bái *to honor, worship, to idolize.*

sùng R *affection, grace, favor* ân-sùng. đắc-sùng *to be in the good graces* thất-sùng *to lose favor.*

sùng-ái *to love; to confer favors on.*

súng *to be soaked and wet.*

súng *dropsy.*

suối [SV tuyền] *stream, spring, brook.* chín suối *Hades.* trèo đèo lặn suối *up hill and down dale.* nước suối *eau de vie.*

suối nước nóng *hot spring.*

suối vàng *Hades.*

suông *to be plain, tasteless, useless*] *plainly, uselessly.* hứa suông *hollow promise.* nói suông *empty words.*

suồng-sã *to be too familiar, impolite.*

suốt *quill, spindle, bobbin* [weaving].

suốt *to go through* | *throughout, all... long.* suốt ngày *all day long.* suốt đêm *all night.* suốt năm *throughout the year.* sáng-suốt *clear-sighted, enlightened, wise.* thấu suốt *to penetrate* [subject]. trong-suốt *transparent.*

súp [Fr. soupe] *soup.*

súp [Slang] *to cut out, leave off.*

súp-de [Fr. chaudière] *boiler.*

sụp *to fall in, give way, collapse, cave in; to prostrate oneself.*

sụp-đổ *to fall, collapse.*

sút *to diminish, drop, decrease, to get thin* [RV đi]; *to decline, be ruined* sa sút.

sút-kém *to fail.*

sút người *to lose strength.*

sụt [of prices, temperature] *to drop;* [of ground] *to cave in ; to lower* [value].

sụt giá *to be devaluated.*

suy *to think, reflect, consider; to deduce.*

suy *to decline, weaken* [opp. thịnh].

suy bì *to be jealous.*

suy chuyển *to change, move.*

suy-diễn *to deduce* [result].

suy-đoán *to deduce* [result].

suy-đồi *to degenerate, decline.*

suy-loại *to argue by analogy* | *analogist*

suy-luận* *to reason.*

suy nghĩ *to think, ponder, reflect, meditate.*

suy-nghiệm *to experiment.*

suy-nguyên *to reconstruct; to trace origin of* [something].

suy-nhược *to become weak.*

suy-quảng *to generalize.*

suy suyễn *to be stolen, displaced.* không suy suyễn *to be intact.*

suy tàn *to decline.*

suy tính *to think, calculate, reflect.*

suy-tôn *to venerate, adore.*

suy-tưởng *to think over, ponder.*

suy-vong *decadence, fall, loss.*

suy-xét *to examine.*

suy yếu *to become weak.*

suý R *chief, leader* chủ-suý ; *commander.* nguyên-suý *commander-in-chief.*

suyễn *asthma.*

sư [SV tăng] *Buddhist monk* CL ông. nhà sư *monk.* sư nữ *Buddhist nun.*

sư *R teacher, master* [= thầy]. giáo-sư *(high school) teacher ; university professor ; full professor.* mục-sư *pastor, minister.* giảng-sư *assistant professor* giáo-sư diễn-giảng *associate professor.* kỹ - sư *engineer.* pháp-sư *Taoist priest.* luật-sư *lawyer.* danh-sư *famous teacher; famous physician.* hương-sư *village teacher.* tiên-sư, tổ-sư *patron saint.* quân-sư *adviser.*

sư *R division* [in army].

sư-đệ *master and pupil, teacher and student* [relationship].

sư-đoàn *(army) division, corps.*

sư-phạm *pedagogy.* Trường Quốc-gia Sư-phạm *National Normal School.* Đại-học Sư-phạm *Faculty of Pedagogy, College of Education.*

sư-phụ *master, teacher* | *L you* [to teacher].

sư-tử *lion; unicorn* CL con. sư tử cái *lioness.* sư-tử con *lion cub.* múa sư-tử *lion dance.* mũi sư-tử *short and flat nose.*

sư-tử Hà-đông *jealous wife.*

sứ *china, porcelain.* bát sứ *porcelain bowl.* đồ sứ *chinaware.*

sứ *frangipani* [= đại].

sứ *envoy, ambassador.* đại-sứ *ambassador.* thiên-sứ *angel.* công-sứ *minister.* đặc-sứ *special envoy.* quỉ-sứ *devil.*

sứ-bộ *legation, embassy.*

sứ-đồ *apostle.*

sứ-giả *envoy, messenger.*

sứ-mạng *mission, task.*

sứ-mệnh *mission, task.*

sứ-quán *embassy, legation.*

sứ-thần *minister* [in charge of legation] ; *envoy.* sứ-thần toàn-quyền *minister plenipotentiary.*

sử *history, annals.* lịch-sử *history.* dã-sử *historical novel.* kinh-sử *the Classics and the Books of history.* tiểu-sử *biography.*

sử *R to employ, use; to send; to order.*

sử-dụng *to employ, use.*

sử-gia *historian.*

sử-học *history* [the study].

sử-ký *history.*

sử-liệu *historical documents.*

sử-lược *outline (of) history.*

sử-quan *histographer.*

sử-sự *to behave.*

sử xanh *history book.*

sự *R affair, event, thing, matter, business* [= việc] ; *CL for nouns denoting actions, events, states, etc.* bại-sự *to fail in one's undertaking.* binh - sự *military affairs.* công - sự *public business.* cố-sự *anecdote, story.* dân-sự *civil.* đa-sự *meddlesome.* đại-sự *big thing, important matter.* đồng-sự *colleague, co-worker.* gia - sự *family matters.* hành-sự *to act.* hiếu-sự *meddlesome.* hình-sự *criminal affairs.* lãnh-sự *consul.* hữu-sự *there is something important, something happens.* lý - sự *argumentative.* lịch-sự *elegant, urbane.* nhiễu-sự *troublesome.* phận sự *duty, function.* phụng-sự *to serve.* sinh-sự *to provoke* [quarrel]. tâm-sự *to confide.* thế-sự *things in this world.* thời-sự *newsreel ; current events.* thông-sự *interpreter.* trị-sự *administration.* tòng-sự

to be working [at some office].
tham-sự *senior clerk.* giám-sự *supervisor.* đốc-sự *section chief.* vạn-sự *everything.* vô-sự *well, all right, not sick, not wounded.* sự buôn bán *trade, commerce.*

sự R *to serve* phụng-sự.

sự-kiện *fact, event.*

sự-nghiệp *task, work, job, undertaking ; career.*

sự thật *truth.*

sự-thể *matters, affairs.* Sự-thể như thế này *Things are as follows.*

sự thực *truth.*

sự-tích *the facts ; story.*

sự-tình *events, facts, circumstances, details.*

sự-trạng *state of affairs.*

sự-vật *things.*

sự-vụ *affairs.* Viễn-Đông Sự-Vụ *Far Eastern affairs.* chánh sự-vụ *chief of service.* đồng-lý sự-vụ *director of service.*

sứa *medusa, jellyfish* CL con.

sửa [SV tu] *to repair, fix, mend, correct, amend ; to arrange, rearrange.* sửa lại *to mend, change, alter.* sắm sửa *to get ready ; to shop.* sắp sửa *to get ready.*

sửa chữa *to make repairs.*

sửa đổi *to change, amend, modify.*

sửa lỗi *to mend one's ways.*

sửa mình *to mend one's ways ; to correct oneself.*

sửa sang *to alter, improve, ameliorate.*

sửa soạn *to prepare, get ready.*

sửa tội *to punish, correct.*

sữa [SV nhũ] *milk; young* măng sữa. cà phê sữa *coffee with*

cream, milk and coffee. răng sữa *milk teeth, first teeth.* cai sữa *to wean.* vắt sữa *to milk.* bò sữa *milch cow.* lợn sữa *suckling pig.* vú sữa *wet nurse.* quả vú sữa *milk apple.* bơ sữa (*to like*) *good eating.* chai sữa *bottle of milk.* bầu sữa *baby bottle.* pha sữa *to make the formula* (*for infant*). người đưa sữa *milkman.*

sữa bò *cow's milk.* Nó bú sữa bò. *He's bottle-fed.*

sữa bột *powdered milk.*

sữa cây *tree sap; latex.*

sữa chua *yogurt.*

sữa dê *goat's milk.*

sữa đặc *condensed milk.*

sữa mẹ *mother's milk.* Thằng này bú sữa mẹ. *He's breast-fed.*

sữa tươi *fresh milk.*

sức [SV lực] *force, strength, might, power.* hết sức *to be exhausted physically; to go to the limit of one's power, do one's best.* lại sức *to recover one's strength.* có sức *strong.* cố sức *to try, endeavor, make efforts.* dưỡng-sức *to rest.* rán sức, gắng sức *to try, endeavor, make efforts.* giúp sức *to help.* hết sức *exhausted.* quá sức *excessively.* ra sức *to exert one's strength.* yếu sức *weak.*

sức [of official] *to order, instruct* [a subordinate].

sức R *to adorn.* phục-sức *dress.* trang sức *ornaments; jewelry.*

sức đẩy *thrust* [as of propeller chân vịt], *pressure* [as of wind], *buoyancy* [as of water].

sức học *ability* [of a student]; *educational background.*

sức khỏe *health.*

sức-lực *force, strength.*

sức mạnh *strength; force, violence.*

sức nặng *weight.*

sức nén *pressure.*

sức nóng *heat.*

sực *R- to act suddenly* [precedes main verb]. Tôi sực nhớ *I suddenly remembered.* Nó sực tỉnh *he woke up suddenly.*

sực [of smell] *to spread, penetrate.*

sực [Slang] *to eat.*

sưng *to be swollen* [RV **híp** for eyes, **húp, vêu, vù**].

sưng sỉa *to pull a long face.*

sừng [SV giác] *horn, antler.* mọc sừng *to be a cuckold.* cắm sừng *to cuckold.*

sừng-sỏ *to be wilful.*

sừng-sộ *to threaten* [especially with strong voice].

sừng-sững [DUP sừng] *to stand motionless* đứng sừng-sững.

sửng *R to be astonished, stupefied.*

sửng-sốt *to be stupefied, stunned, aghast, astounded.*

sững *to be motionless because of surprise.*

sưởi *to warm oneself; to bask* [in the sun **nắng**]. lò sưởi *fireplace; radiator.*

sườn *rib; flank, side, slope.* xương sườn *rib.* cạnh sườn *flank.* xương sườn cụt *spare rib.* sườn xào chua

ngọt *sweet and sour spare ribs.* sườn lợn *pork chop.*

sương *frost;* [= móc] *dew* | *to be frosty, dewy* [subject giời/trời].

sương *R widow* sương-phụ, sương-thê. cư-sương *to live in widowhood.*

sương mai *morning frost.*

sương móc *dew.*

sương mù *fog, mist.*

sương muối *hoarfrost, white frost.*

sướng *to be happy, gay, elated, satisfied* sung-sướng; *to be pleasing to* [mắt one's eyes, **miệng, mồm** one's palate, mouth, **tai** one's ears, **tay** one's hands].

sượng [of rice, potatoes] *to be half-cooked.*

sượng *to be embarrassed, ashamed* sượng mặt, sượng-sùng. sống-sượng *to be crude, impudent.*

sướt *to touch lightly; to scratch, graze.*

sướt-mướt *to cry bitterly.*

sứt *to be broken, cracked, notched, chipped.*

sứt môi *to have a harelip.*

sưu *to search out.*

sưu *taxes, head taxes.* đóng sưu *to pay taxes.* sưu cao thuế nặng *heavy taxes; heavy taxation.*

sưu-tầm *to look for, gather* [documents, data].

sưu-tập *to gather.*

sưu-thuế *taxes.*

sửu *the second Earth's Stem.* See chi.

T

ta *I* [used by person talking or thinking to oneself]; *I* [arrogant, second person pronoun being **người**]; *we* [inclusive of hearer] **chúng ta** [=**chúng mình, mình**]. **người ta** *our people, they.* **nước ta** *our country.* Ta nên sử-trí cách nào ? *How shall I deal with that ?* Chúng ta đi đi ! *Let's go.* Bọn ta có bao nhiêu người ? *How many are we ?* **tiếng ta** *our language, Vietnamese* [as opposed to French **tiếng tây**]. **quần áo ta** *Vietnamese clothes* [as opposed to Western clothes **quần áo tây**]. **quần ta** *Vietnamese trousers* [pajama-like, side-pleated, low-crotched, pocketless, flyless, as opposed to Western trousers **quần tây**]. **giầy ta** *Vietnamese shoes* [slipper-like, as opposed to Western shoes **giầy tây**]. **hành ta** *scallion* [as opposed to onion **hành tây**]. **măng ta** *bamboo shoots* [as opposed to asparagus **măng tây**]. **cơm ta** *Vietnamese food* [as opposed to French food **cơm tây**]. **thuốc ta** *Sino-Viet-namese medicine* [as opposed to Western medicine **thuốc tây**]. **đôi ta** *the two of us.* **dâu ta hay**

dâu tây ? *mulberries or straw-berries ?* **anh ta, bác ta ông ta** *he.* **chị ta, cô ta, bà ta** *she.* **đôi ta** *the two of us.*

ta thán *to complain.*

tá [= **lố**] *dozen.* **nửa tá** *half a dozen.* **một tá trứng** *a dozen eggs.*

tá *R field officer, senior officer* **đại-tá** *colonel.* **trung-tá** *lieutenant-colonel.* **thiếu-tá** *major.* **tướng-tá** *high-ranking officers.* **sĩ-quan cấp tá** *field officer, senior officer.* Cf. **tướng, úy.**

tá *R to help.* **phụ-tá** *assistant.*

tá *R to borrow* [= **mượn**].

tá-điền *tenant farmer.*

tá-ngữ *loan-word.*

tá-phương *liabilities* [as opposed to assets **thải-phương**].

tá-túc *to stay at someone's house.*

tà *flap* [of dress] **tà áo.**

tà *R to be crooked ; to be wicked, dishonest, demoniacal, heretical, evil* [opp. **chính**] ; *R to be slant-ed.* **buổi chiều tà** *late afternoon.* **gian tà** *treacherous.* **trừ tà** *to ward off evil spirits.* **cải tà qui chính** *to mend one's ways.*

tà-dâm *to be lustful, lewd.*

tà-dương *setting sun.*

tà-đạo *heterodoxy, paganism.*

tà-giáo *heterodoxy, paganism.*

tà ma *evil spirits.*

tà tà *to be slow.*

tà-tâm *evil mind.*

tà-thằn *evil spirit.*

tà-thuật *black magic, witchcraft.*

tà-thuyết *heresy.*

tả *to describe, depict* miêu-tả, mô-tả; *R to write.* diễn-tả *to express, render.*

tả *left hand side* [= trái]. [Cf. hữu]. bên tả *on the left hand side.* khuynh-tả *leftist.* cực-tả *extreme left.*

tả [of clothes] *to be ragged, torn.*

tả *R to flow, to slide down* [as loose earth] ; *to have diarrhea* đi tả. bệnh tả, dịch tả *cholera.* thẳng thổ tả *that jerk !*

tả-chân *to be realistic, realist* [in literature].

tả-dực *left wing.*

tả-ngạn *left bank* [of river].

tả-thực *see* tả-chân.

tả-tơi *to be ragged.* đánh tả-tơi *to beat* [someone] *hollow.*

tã *diaper* CL cái; *rags.* thay tã *to change diapers.* hãng cho thuê tã *diaper service.*

tạ *picul* [equivalent to 100 catties, or 100 kilograms].

tạ *dumbbell, shot* [athletics] CL quả. cử tạ *weight lifting.* ném tạ *shot-put.*

tạ *to thank or excuse oneself.* cảm-tạ *to thank.* đa tạ *many thanks.* tạ tội *to confess one's faults.*

tạ *R building on water or in garden.*

tạ-dĩ *to use as a pretext.*

tạ-thế *L to die, pass away.*

tác *R to make, act, do.* canh-tác *to farm.* công-tác *work; assignment, mission, task.* chế-tác *to create, invent.* động-tác *movement.* giai-tác *excellent piece of work.* hợp-tác *to cooperate.* cộng-tác *to collaborate.* tuyệt-tác *masterpiece.* xúc-tác *catalysis.* nguyên-tác *original.* phóng-tác *to adapt.* tạo-tác *to build.* sáng-tác *to be creative.*

tác-chiến *to make war.*

tác-dụng *action; effect.* khu-vực tác-dụng *radius of action.*

tác-động *to act* | *activity.* thể tác-động *active voice.*

tác-giả *author, writer.*

tác-nhân *agent.*

tác-phẩm *work* [literary or artistic].

tác-phong *manners, conduct, behavior.*

tác-quyền *copyright, royalty.*

tác-thành *to help* [young couple] *get married.*

tác-văn *essay writing.*

tác-xạ *fire.* nhiệm-vụ tác-xạ *fire mission.* quan-sát tác-xạ *observation of fire.* điều-chỉnh tác-xạ *adjustment of fire, ranging.* sự đúng mức của tác-xạ *accuracy of fire.* sĩ-quan tác-xạ *gun position officer, range officer.* thể-thức tác-xạ *classification of fire.*

tạc *to carve, sculpt* [statue **tượng**]. xuyên-tạc *to distort, fabricate.* ghi tạc *to engrave, remember.* giống như tạc *identical with.*

tạc *to toast the host.* Cf. thù.

tạc *R to explode.* oanh-tạc *to bomb.*

tạc-đạn *bomb, grenade, explosive.*

tách [Fr. tasse] *cup; CL for cupfuls.* một tách cà-phê *a cup of coffee.*

tách *to split, divide* [RV ra].

tách-bạch *to divide clearly, distinctly.*

tạch *pow !* [sound of firecracker].

tai [SV nhĩ] *ear* CL cái | *to slap* tát tai, bạt tai. lắng tai *to listen carefully.* rỉ tai *to whisper.* hoa tai *earring.* điếc tai *deaf; deafening.* nặng tai *hard of hearing.* thính tai *to have sharp ears.* ngoáy tai *to clean or pick the ears.* ráy tai *cerumen, earwax.* màng tai *tympanum, eardrum.* đau tai *earache, otalgia.* vành tai *external ear, pinna.* tai vách mạch rừng *walls have ears.*

tai *R calamity, catastrophe.* thiên-tai *natural disaster.* hỏa-tai *fire.* thủy-tai *flood.*

tai-biến *calamity, catastrophe.*

tai-hại *to be damaging.*

tai-họa *scourge, diaster.*

tai mắt *notable figure, V.I.P.*

tai-nạn *accident, disaster, calamity.*

tai tiếng *bad reputation.*

tai-ương *scourge, disaster.*

tái *to be pale* [RV mét, ngắt] tái mặt; [of meat] *rare, half-cooked.*

tái *R again.*

tái-bản *to republish, reprint, reissue* | *new edition.*

tái-bút *P.S.* [at the end of letter].

tái-cấp *to renew* [scholarship].

tái-cử *to reelect.*

tái-đăng *to reenlist.*

tái - giá [of widow] *to remarry* [= cải-giá].

tái-hồi *to return, go back.*

tái-hợp *to meet again.*

tái-lai *to return.*

tái-lập *to reestablish, restore.*

tái-phạm *to repeat an offense, relapse into crime.*

tái-phát *to reappear.*

tái-sinh *to be reborn.*

tái tam *repeatedly.*

tái-tạo *to recreate, restore.*

tài *talent, skill, genius, proficiency* | *to be talented* có tài. anh-tài *talent, genius.* cao-tài *high talent.* bất-tài *incapable.* đại-tài *great talent.* kỳ-tài *talent.* khẩu-tài *eloquence.* tú-tài *bachelor's degree.* thiên-tài *genius; endowment.* nhân-tài *talent, talented person.* vô-tài *incompetent.*

tài *driver, chauffeur* CL bác, ông.

tài *R riches, wealth.* gia tài *inheritance.* tiền tài *money.* phát-tài *to grow rich* [through business]. lý-tài *financial; mercenary.*

tài *R tailor.*

tài *R coffin* quan tài CL cỗ, chiếc.

tài *R to reduce* tài giảm.

tài-bàn *sort of card game using 120 cards.*

tài-binh *to reduce armanents, disarm.*

tài-bồi *to care for, look after, tend.*

tài-cán *talent.*

tài-chính *finances.*

tài-công *driver, chauffeur, stoke.*

tài-đức *talent and virtue.*

tài-giảm *to reduce, cut off.*
tài-hoa *talent, ability.*
tài-liệu *document, data, material.*
tài-lực *finances, resources.*
tài-mạo *talent and personality.*
tài-năng *talent, ability.*
tài-nghệ *art.*
tài-nguyên *resources.*
tài-phán *to judge | competence.*
tài-sản *property.*
tài-tình *to be clever.*
tài-tử *actor, actress, star; amateur |
amateurish.*
tài(-xế) *driver, chauffeur.*
tải *bag.* bao tài *gunny sack.*
tải *to carry, transport.* vận-tải *to
transport.*
tải-thương *to transport the wound-
ed.* máy bay trực-thăng tải-thương
casualty helicopter.
tại *R to be at or in* [= ở] | *at,
in.* hiện-tại *at present, now.*
tại *because ; because of* tại vì. tại
sao ? *Why ?*
tại-chức *to be in office.*
tại-đào *to be in flight.*
tại-ngoại *to be let out on bail.* tại-
ngoại hậu-cứu, tại-ngoại hậu-tra.
tại-ngũ *to be in service* [military].
tam *R three* [= ba]. đệ tam *the
third.* tam khoanh tứ đốm *by all
means.* đàn tam *samisen, three-
string instrument.*
tam-bản *sampan.*
tam bành *the three evil spirits of
wrath.*
tam-bảo *Buddhist Trinity.*
tam-cá-nguyệt *quarter, term.*

tam-cương *three fundamental
bonds* [prince and minister, **quân-
thần**, father and son **phụ-tử**,
husband and wife **phu-phụ**].
tam-cường *the Big Three.*
tam-đa *the three abundances.*
tam-đại *to be old, worn out.*
tam-điểm *Free Mason.*
tam-đoạn-luận *syllogism.*
tam-giác *triangle | triangular.*
tam-giáo *the three traditional re-
ligions in Vietnam, i. e. Buddhism
Phật, Taoism Lão and Confu-
cianism Nho.*
tam-hợp *mortar.*
tam-quan *three-door temple gate.*
tam-tài *to be tricolored.*
tam-tạng *the three pitakas, or
main divisions of the Pali Canon.*
tam-thể [of cat] *to be tricolored.*
tam-toạng *to speak or act at ran-
dom, sloppily.*
tám [SV bát] *eight.* thứ tám *eighth.*
mười tám *18.* tám mươi *80.* một
trăm tám (chục/mươi) *180.* một
trăm lẻ/linh tám *108.* tháng tám
eighth lunar month; August.
tám *variety of rice.*
tàm *fava* tàm đậu.
tàm *R silkworm.*
tạm *to be provisional, temporary |
provisionally, temporarily* [pre-
cedes or follows main verb] tạm
thời.
tạm biệt *temporary separation.*
tạm bợ *temporary.*
tạm thời *to be temporary | tempo-
rarily, for the time being.*
tan [SV tán] *to dissolve, melt; to*

disperse, disintegrate. đánh tan *to rout.* tan học *after school.*

tan-hoang *to be completely destroyed.*

tan nát *to be smashed, destroyed completely.*

tan rã *to disintegrate.*

tan-tành *to be broken up, smashed.*

tán R *to assist.*

tán *to flatter, coax; to court, woo;* R *to praise, laud* [= khen].

tán *parasol, sunshade* CL cái; *halo.*

tán *to pulverize, grind.*

tán R *to loosened, scattered* phântán | R *powder* [medicinal]. thoáinhiệt-tán *fever powder.* giải-tán *to break up, adjourn.* khuếch tán *diffuse.*

tán chuyện *to chat.*

tán dóc *to chat.*

tán-dương *to praise, laud.*

tán-đồng *to approve, agree.*

tán-loạn *to flee in confusion.*

tán-mạn *to be scattered.*

tán-thán *exclamation.*

tán-thành *to approve (of), be in favor of.*

tán-tỉnh *to coax, wheedle.*

tán-trợ *to aid, assist.*

tàn *ashes; remains, remnants, residue.* tàn thuốc lá *cigarette ashes.* cái gạt tàn thuốc lá *ash tray.*

tàn *to wilt, wither, fade;* R *to do damage to; cruel, tyrannical.*

tàn ác *to be cruel.*

tàn-bạo *to be cruel, tyrannical.*

tàn-binh *remnants* [of an army].

tàn-hại *to cause damage, do harm, injure.*

tàn-hương *freckles.*

tàn-khốc *to be cruel, atrocious.*

tàn-nhẫn *to be ruthless, atrocious, merciless* | *ruthlessly, mercilessly.*

tàn-phá *to destroy, demolish.*

tàn-phế *to be crippled.*

tàn-sát *to massacre, slaughter.*

tàn-tạ *to fade, wither, wane.*

tàn-tật *to be physically handicapped.*

tàn-tích *vestiges, traces.*

tản R *to be dispersed.*

tản R *umbrella* [= ô]; *parachute.*

tản-bộ *to take a constitutional (walk).*

tản-cư *to evacuate, move.*

tản mác *to be scattered.*

tản-mạn *to be scattered.*

tản-văn *prose.*

tang *tangent* số tang. Góc 45 độ có tang bằng một. *A 45° angle has 1 as tangent.*

tang *booty, plunder, stolen goods; evidence, proof* [phi, thối *to destroy*]. quả tang *redhanded.* bị bắt quả tang *caught in the act.*

tang [SV táng] *mourning.* để tang, cư tang *to be in mourning.* đoạntang, hết tang *end of mourning.* đám tang *funeral.* quốc-tang *state funeral, national mourning.* cưới chạy tang *wedding which takes place earlier than scheduled because somebody in either family is going to die.*

tang R *mulberry* [= dâu].

tang-chứng *evidence, proof.*

tang-điền *mulberry field.*

tang-gia *the bereaved family.*

tang-lễ *funeral.*

tang-phục *mourning clothes.*

tang-tảng [DUP tảng] *early in the morning.*

tang thương *to be wretched, miserable.*

tang tóc *mourning.*

tang-vật *piece of material evidence.*

táng *R to bury.* an táng *to inter.* mai táng *to bury.* hỏa táng *to cremate.* nhà táng *catafalque.* quốc-táng *state funeral.*

táng *R to lose* [by death] *; to lose* [something important].

táng-tận *to lose completely.*

tàng *R to store away; to hide, conceal.* viện bảo-tàng *museum.* kho tàng *treasure.* tiềm tàng *latent, concealed.*

tàng-hình *to become invisible.*

tàng tàng *to be a little crazy.*

tàng-trữ *to hide, conceal; to keep, preserve.*

tảng *CL for big stones.*

tảng *to pretend, feign, simulate* giả tảng.

tảng lờ *to pretend not to know, cut.*

tảng sáng *early in the morning.*

tạng *constitution; R viscera.* ngũ tạng *the five viscera* [heart **tâm,** liver **can,** stomach **tỳ,** lungs **phế,** kidneys **thận**].

Tạng *Tibet | Tibetan* Tây-tạng.

tanh *to smell like a fish.*

tanh *absolutely, quite* [used with **buồn** sad, dull, **nguội** cold, **vắng** desolate, deserted].

tánh *see* tính.

tạnh [of rain] *to stop; to stop raining* [subject giời/trời].

tao *I* [arrogant or familiar, second person pronoun being **mày**].

tao *R trouble, disorder.*

tao *R to be elegant.*

tao-đàn *literary group.*

tao-khách *poet, writer.*

tao-khang *wife in need.*

tao-loạn *trouble, warfare.*

tao-nhã *to be refined, cultured, elegant.*

tao-nhân *poet, writer.*

táo *jujube* táo ta; *apple* táo tây CL **quả, trái.** rượu táo *cider.*

táo *to be constipated* táo bón.

táo *Kitchen God* ông Táo.

táo *to be bold, daring* táo gan, táo-bạo.

táo-bạo *to be bold, daring.*

táo-quân *Kitchen God.*

táo-tợn *to be bold, daring.*

tào *R dregs, fermented grain mash* [used for sauce or seasoning].

tảo *R to be early* [= sớm].

tảo *R to sweep* [= quét].

tảo-hôn *early marriage.*

tảo-mộ *to clean and decorate the ancestral graves.* Lễ Tảo - Mộ *Memorial Day.*

tảo-thanh *to mop-up.*

tạo *to create, make* [RV nên, ra] ông Tạo, con Tạo *the Creator.* cải-tạo *to reform.* cấu-tạo *to form, make up.* chế-tạo *to make, manufacture.* đào-tạo *to train, form.* giả-tạo *artificial.* ngụy-tạo *to falsify.* nhân-tạo *artificial, man-made.* thiên-tạo *natural.* tu-tạo *to rebuild.* tái-tạo *to remake.* tân tạo *newly made.*

Tạo-hóa *the Creator, Nature.*
tạo-lập *to create, establish.*
tạo-phản *to rebel.*
tạo-tác *construction, public works.*
tạo-thành *to create.*
tạo-thiên *creation* [of the world].
Tạo-vật *Nature.*
táp *gust of wind.* bão táp *storm,
typhoon.*
táp-nham *hodgepodge.*
tạp *R to be mixed, miscellaneous,
sundry* hỗn-tạp.
tạp-chí *review, magazine, journal.*
tạp-dịch *odd jobs.*
tạp-hóa *sundry goods.*
tạp-nhạp *to be mixed.*
tạp-trở *miscellany.*
tát *to slap* | *slap* CL cái. tát một
cái *to give a slap.*
tát *to irrigate, bail out* [water].
tát tai *to slap* | *slap.*
tát trái *slap with the back of one's
hand.*
tạt *to stop off, stop by;* [of rain]
to lash, sting; to slap.
tàu *ship, boat* tàu thủy CL chiếc;
train tàu hỏa, *street car* tàu điện,
plane tàu bay; CL *for big leaves.*
bến tàu *pier; port.*
tàu *stable* tàu ngựa.
Tàu *China* | *Chinese.*
tàu bay *airplane. Also* máy bay.
tàu-bè *craft, vessels, ships.*
tàu bò *tank.*
tàu buôn *merchant ship.*
tàu chiến *warship.*
tàu điện *streetcar, trolley car.*
tàu hỏa *train.*
tàu ngầm *submarine.*

tàu ô *corsair.*
tàu thủy *ship, liner.*
tay [SV thủ] *hand, arm; handle;
sleeve; individual, person.* chân
tay *limbs; followers.* bàn tay *hand.*
ngón tay *finger.* móng tay *finger-
nail.* cẳng tay, cánh tay *arm.*
khuỷu tay, cùi tay *elbow.* gang
tay *span.* cổ tay *wrist.* nắm tay
fist. khăn tay *handkerchief.* sổ
tay *notebook.* ví tay *handbag.*
chắp tay *to join hands.* chỉ
tay *to point.* chia tay *to part.*
khoanh tay *to fold one's arms.*
mau tay, nhanh tay *nimble, agile.*
sẩy tay *to drop inadvertently.* vẫy
tay *to wave hands.* bắt tay *to
shake hands.* vỗ tay *to clap hands,
applaud.* xoa tay *to rub one's
hands.* không có tay *not to be able
to.* Anh ấy là tay giỏi *He's very
good.*
tay áo *sleeve.*
tay ba *trio* | *tripartite.*
tay đôi *duo* | *bilateral.*
tay hữu *right hand.*
tay không *empty hands.*
tay lái *tiller, steering wheel,
handlebar.*
tay mặt *right hand.*
tay phải *right hand.*
tay sai *lackey, servant.*
tay tả *left hand.*
tay trái *left hand.*
tay trắng *to be empty-handed,
penniless.*
tay trong *inside influence; fifth
column.*
tay tư *quartet* | *quadripartite.*
tay vịn *banister.*

táy máy *to be curious; to be klep-tomaniac.*

tày *to be equal to.*

tày-đình [of crime] *to be very big, very serious.*

tày trời *to be considerable, important.*

tắc *to cluck, click* tắc lưỡi.

tắc R *rule, principle, standard.* nguyên-tắc *principle.* phép-tắc *rules and regulations;* politeness. qui-tắc *rule.*

tắc *to be stopped up, obstructed, deadlocked* bế-tắc.

tắc-kè *chameleon.*

tắc-xi [Fr. taxi] *taxi cab.*

tặc R *rebel* [= giặc] nguy-tặc, nghịch-tặc, phản-tặc; *pirate* hải-tặc.

tăm *toothpick* CL cái.

tăm *air bubble, trace.* tiếng tăm *reputation.* biệt tăm, mất tăm, bặt tăm *no sign of life.*

tăm hơi *trace* [of missing person].

tắm [SV dục] *to bathe.* buồng/phòng tắm *bathroom.* hồ tắm *swimming pool.* quần áo tắm bể *swimming suit.* bà tắm *midwife.*

tắm-rửa *to wash oneself.*

tằm *silkworm* CL con. nghề chăn tằm *sericulture.*

tăng *to increase, raise* tăng gia, gia tăng [lên to] [opp. giảm].

tăng [Fr. tank] *tank* xe tăng CL chiếc.

tăng R *Buddhist monk.* bần tăng *I, a poor priest.*

tăng R *to hate.*

tăng-cường *to strengthen, reinforce.*

tăng-đồ *Buddhist clergy.*

tăng-gia *to increase, raise.*

tăng giá *to raise the prices.*

tăng-lữ *clergy.*

tăng-ni *Buddhist monks and nuns.*

tăng-tiến *to progress, make headway, improve.*

tằng R *great-grandparent or great-grandchild.*

tằng *see* tầng.

tằng tịu *to have a love affair.*

tằng-tổ *great-grandparent.*

tằng-tổ-mẫu *great-grandmother.*

tằng-tổ-phụ *great-grandfather.*

tằng-tôn *great-grandchild.*

tặng *to offer as a gift.* cấp tặng *to confer.* thân tặng, kính tặng *to... with the author's compliments.*

tặng-phẩm *gift.*

tắp *to be straight* thẳng tắp.

tắt [of fire, lamp] *to be extinguished; to extinguish, turn off.* tắt hơi, tắt nghỉ, tắt thở *to die.* rập tắt *to put out.*

tắt *to be shortened, abbreviated, brief* vắn tắt | *in a shortened way.* đường tắt *short cut.* tóm tắt (lại) *to sum up | in sum.* chữ tắt *abbreviation.* viết tắt *to abbreviate.*

tắt mắt *to be kleptomaniac.*

tấc [SV thốn] *one tenth of a* thước; *decimeter; inch;* CL *for hearts, sentiments* [literary].

tâm R *heart; mind* [=tim]; *center.* đề tâm [vào, đến/tới] *to pay attention (to), concentrate (on).* nhất-tâm *unanimously.* chuyên-tâm *assiduous, diligent.* dụng-tâm *to apply, oneself.* đồng - tâm *in* agreement. đang tâm to have the heart to. hảo-tâm kindness. kiên-tâm patient. lương-tâm conscience. lưu-tâm attentive, mindful. nhất tâm with undivided heart. vô-tâm heedless, careless. trung-tâm center. thiện-tâm zenith. hướng-tâm centripetal. ly-tâm centrifugal.

tâm-bệnh mental disorder, mental illness.

tâm chí will, determination.

tâm-địa heart, mind, nature.

tâm-giao [of friend] close, intimate.

tâm-hồn soul [of living person]. Cf. linh-hồn.

tâm-khảm the bottom of one's heart.

tâm-linh spirit.

tâm-lực energy.

tâm-lý psychology | psychological. chiến-tranh tâm-lý psychological warfare.

tâm-lý-học psychology [the science].

tâm-ngầm to be deceitful, underhanded.

tâm-nhĩ auricle.

tâm-niệm to meditate, ponder.

tâm-phúc [of friend] to be intimate, trustworthy.

tâm-sự confidences. bạn tâm-sự confidant.

tâm-thần soul, thought, mind.

tâm-thất ventricle.

tâm-tính character, disposition, nature.

tâm-tình sentiments, feelings.

tâm-trạng state of mind, mood.

tâm-trí mind.

tâm-tư idea, thought; anxieties.

tấm broken grains of rice.

tấm CL for bolts, pieces of cloth, boards, mirrors, tickets, pictures, planks [ván]; hides [da]; photographs [ảnh/hình], examples [gương]; hearts [lòng].

tặm-tắc to smack the tongue in sign of admiration.

tầm R to search for, look for, seek [= tìm]; to investigate, do research sưu-tầm.

tầm siren.

tầm range, height, (ship's) draught | R to be average, ordinary tầm thường.

tầm bậy wrongly, haphazardly, without training.

tầm bậy tầm bạ DUP tầm bậy.

tầm gửi mistletoe.

tầm nã to hunt for, track down.

tầm tã to rain torrentially.

tầm tầm auction room.

tầm thước to be of medium height.

tầm thường to be ordinary, common, commonplace.

tầm-xích monk's staff.

tầm-xuân dogrose.

tầm to soak, marinate.

tầm R mausoleum. lăng tầm imperial tombs.

tầm bổ to strengthen; to eat nourishing food.

tân to be virgin; R to be new, recent [= mới] [opp. cựu]. gái tân virgin. phá tân to deflower. tối-tân modern, up-to-date.

tân R guest, visitor [= khách]. buổi tiếp tân reception. lễ-tân protocol.

tân *the eighth Heaven's Stem.* See can.

tân *R bank, shore* [=bến].

tân *R to be peppery-hot* [=cay].

Tân Anh-cát-lợi *New England.*

tân-binh *recruit.*

Tân-Đại-Lục *the New World.*

tân-đáo *newly-arrived, immigrant* | *immigration.*

Tân-Đảo *New Hebrides.*

Tân-Đề-Li *New Delhi.*

Tân-Đức-Lí *New Delhi.*

Tân-Gia-Ba *Singapore.*

tân-giai-nhân *new bride.*

tân-giáo *Protestantism.*

tân-học *modern (western) education* [as opposed to traditional education **cựu-học**].

tân-hôn *to be newly-wed.* đêm **tân-hôn** *wedding night.*

tân-khách *guest.*

tân-khoa *new graduate.*

tân-khổ *sorrow, grief, hardship, adversity; misfortune.* Cf. cay đẳng.

Tân-Kim-Sơn *Australia.*

tân-kỷ-nguyên *new era.*

tân-lang *bridegroom.*

tân-lịch *Western calendar.*

Tân-Tây-Lan *New Zealand.*

Tân-Thế-Giới *the New World.*

tân-thời *to be modern, fashionable.*

tân-tiến *to be modern, advanced, progressive.*

Tân-Ước *New Testament.*

tân-văn *news; newspaper, review.* Mỗi-nhật Tân-văn *Daily News, Mainichi Shimbun.*

tấn *metric ton.*

tấn [Chinese boxing] *to stand firm.*

tấn *CL for plays* [tấn tuồng, tấn kịch]. Tấn bi-kịch sảy ra hồi 7 giờ tối. *The tragedy occurred at 7 p.m.*

tấn *to interrogate, beat* tra tấn.

tấn *to advance.* Cf. tiến.

tấn-công *to attack* | *attack, offensive* CL trận.

tấn-phong *to induct* [new official], *swear in.*

tấn-sĩ See tiến-sĩ.

tấn tới *to make progress* [in study, business].

tần *to simmer, braise in small amount of water.*

tần *R duckweed.*

tần *R frequency.* thượng-tần, cao-tần *high frequency.* âm-tần *audible frequency.* ảnh-tần, ảo-tần *image frequency.* hạ-tần *low frequency.*

tần-ngần *to be hesitant, wavering, irresolute.*

tần phiền *to bother, pester.*

tần-số *frequency* [electronics]. tần-số âm-nhạc *musical frequency.* tần-số bất-biến *constant frequency.* tần-số cao *high frequency.* tần-số cơ-bản *fundamental frequency.* tần-số điều-hòa *harmonic frequency.* tần-số chuyền-lưu *carrier frequency.* tần-số cộng-hưởng *resonance frequency.* tần-số giải-tòa *clearance frequency.* tần-số bóng *image frequency.* tần-số giới-hạn *cut-off frequency.* tần-số liên-minh *interallied frequency.* tần-số lúc nghỉ *rest frequency.* tần-số ngắt *cut-off frequency.* tần-số sinh-phách *beat frequency.* tần-số có thể hòa-hợp *tunable frequen-*

cy. tần-số phát-âm *audible frequency.* tần-số thấp *low frequency.* tần-số thường-lệ *operating frequency.* tần-số trung-gian *intermediate frequency.* tần-số trung-bình *medium frequency.*

tần-số-kế *frequency meter.*

tần-tảo *to be thrifty.*

tần-tấn *marriage, wedding.*

tần-tiện *to be thrifty.*

tần-mần *to waste one's time on trifles.*

tận *to go all the way to; to go up to, down to; R to be exhausted.* đến tận nơi *to come to the very spot* [to see for oneself]. giao tận tay *to deliver in person.* Phải đi tận Dakao mới mua được *I had to go all the way to Dakao to buy it.* Trèo lên tận trên ngọn cây *to climb all the way up to the treetop.* lặn xuống tận đáy bể *to dive all the way down to the sea bottom.* vô-tận *endless.* tường-tận *clearly, thoroughly.* tự-tận *to kill oneself.* khánh-tận [of finances] *exhausted.*

tận-lực *to exhaust one's strength, do one's best.*

tận-số *L to die.*

tận-tâm *to be devoted, dedicated | with all one's heart.*

tận-thế *end of the world.* ngày tận-thế *Doomsday.*

tận-tụy *to be devoted.*

tăng *to raise* [moral value].

tăng bốc *to raise, praise ; to over-praise.*

tầng *story* [of building], *layer, stratum* [in a structure]. thượng-

tầng không-khí *upper atmosphere, stratosphere.* Also từng.

tầng lớp (*social*) *class.*

tấp nập *to be animated, bustling, busy.*

tấp tểnh *to prepare oneself, have one's eyes on* [position, etc.].

tập *to practice, drill* luyện-tập. học tập *to learn, study.* ôn tập *review.* bài tập *exercise.*

tập *pad, ream ·of paper ; collection* [of prose văn-tập, poetry thi-tập].

tập *R to edit, compile* biên-tập. ban biên-tập *editorial board.*

tập *R to gather, unite.* triệu-tập *to call* [meeting].

tập dượt *to train, drill.*

tập-đoàn *community | to be collective.*

tập-hậu *to attack the enemy from the rear.*

tập-hợp *to assemble, gather.*

tập-kết *to assemble.*

tập-kích *to attack, ambush.*

tập-luyện* *to train, drill, practice.*

tập-quán *habit.*

tập-quyền *centralization of power.*

tập-sự *to be in training, on probation.* luật-sư tập-sự *apprentice lawyer.*

tập-tành *to exercise.*

tập-trung *to concentrate, centralize.* trại tập-trung *concentration camp.*

tập-tục *custom, tradition, mores.*

tất *socks* bít tất CL **chiếc** *for one,* **đôi** *for pair ; R knee.*

tất *certainly, surely; R to be necessary.* bất tất *not necessarily.* hà tất *what's the use of.* vị tất *not necessarily.*

tất *R to complete, finish* hoàn tất. chu-tất *perfect*.

tất *all.* Nó ăn tất *He ate everything ; he ate all of it.*

tất-cả *all, the whole | in all, all told.* tất cả mọi người *all men, everybody.* tất cả bao nhiêu *? how many in all? how much together ?*

tất có [*of condition*] *necessary.*

tất-nghiệp *to graduate.*

tất-nhiên *to be natural | naturally, of course.* lẽ tất nhiên *of course.*

tất-niên *year-end.*

tất-ta-tất-tười *DUP* tất tười.

tất-tả *to run here and there in a hurried manner* chạy tất tả.

tất tười *to be in a great hurry.*

tất yếu *to be essential, vital.*

tật *physical defect; bad habit, vice.* bệnh tật *disease and defect | to be sickly.* tàn tật *invalid, disabled, handicapped.*

tật đố *to be jealous.*

tật-nguyền *to be disabled, handicapped.*

tâu [*SV* tấu] *to report* [*to the king*].

tấu *R to report* [*to the king*] [= tâu].

tấu *to perform* [*music* nhạc]. độc-tấu *solo.* hòa-tấu *concert; symphony.* diễn tấu *to perform, play.*

Tầu *see* Tàu.

tầu *see* tàu.

tàu *opium pipe* dọc tầu.

tầu *R sister-in-law* [*one's elder brother's wife*] [= chị dâu].

tầu *to run away, escape, flee* đào tầu.

tầu-tán *to disperse, scatter, be lost.*

tầu-thoát *to escape, flee, run away.*

tậu *to purchase* [*property, car, livestock, thing of value*].

tây *west* [*Cf.* đông, nam, bắc] | *western, occidental, French* [*Cf.* ta]. phương tây, tây-phương *the west.* khoai tây *Irish potatoes.* măng tây *Western bamboo shoots — asparagus.* tỏi tây *Western garlic — leek.* cần tây *celery.* cơm tây *French food.* tiếng tây *French.* vợ tây, me tây *Vietnamese woman married to a Frenchman.* hành tây *Western scallion — onion.* dâu tây *Western mulberry—strawberry.* bánh tây *French bread, Italian bread.* lịch tây *Western calendar.* thuốc tây *Western medicine.* ông tây *European, Frenchman.* đông và tây *East and West.* Âu-Tây, thái-tây *the West.*

tây *R private, personal.*

Tây-Âu *Western Europe.*

Tây-Bá-Lợi-Á *Siberia | Siberian.*

Tây-Ban-Nha *Spain | Spanish.*

Tây-Đức *West Germany.*

tây-học *Western education.*

Tây-Kinh *Kyoto.*

Tây-phương *the West, Western powers.*

Tây-Tạng *Tibet | Tibetan.*

Tây-Trúc *India.*

tây-vị *to be partial, biased.*

tấy *to swell up* [*RV* lên].

tẩy *to erase, remove* [*with an eraser*] [*RV* đi]*; to bleach; R to remove, clean* [= rửa]. cái tẩy *pencil eraser.* thuốc tẩy *bleach; laxative.*

tày-chay *to boycott.*

tày-trăn *L feast in honor of some-body who just came back from a trip.*

tày trừ *to eradicate.*

tày-uế *to disinfect, clean; to purge.*

te te *cock-a-doodle-doo!*

té *to dash, splash* [water].

té [of person] *to fall.*

té ra *in reality, actually ; it turned out that.*

té-re *diarrhea.*

té-xiu *to faint.*

tè *noise of running water.*

tè-he *to sit on the floor with one's legs apart.*

tẻ [of rice] *ordinary, non-glutin-ous.* Cf. nếp.

tẻ *to look sad, be sad; to be dull.*

tẽ *to be detached, separated.*

tem [Fr. timbre] *postage stamp* CL con, cái. chơi tem *to be a stamp collector.*

ten *to be rusty.*

ten-sơ *tensor.*

tẻn *to be ashamed, embarrassed.*

teo *to shrink, shrivel* [RV lại].

teo *extremely* [sad buồn, deserted vắng].

tẻo-teo *to be smallish.*

tẹo *little bit, tiny bit.* bé tí tẹo *very tiny.*

tép *little shrimp, small prawn* CL con; *citrus cell.* muỗi tép *small mosquito.* pháo tép *small fire-cracker, small squib.*

tẹp-nhẹp [of things] *to be small, petty ;* [of character] *mean, petty.*

tẹt [of nose] *to be pug ; to be de-flated* [opp. phồng].

tê *to be numb; to have rheumatism.*

tê *that* [= ấy, đó].

tê R *rhinoceros* tê-giác.

tê bại *to be paralyzed.* bệnh tê-bại *polio.*

tê-giác *rhinoceros.*

tê-liệt *to be paralyzed.*

tê tái [of pain] *to be sharp, keen.*

tê tê *pangolin* CL con.

tê thấp *rheumatism.*

tế *to offer sacrifices to.*

tế [of horse] *to gallop.*

tế R *to be minute.*

tế R *son-in-law* [= rể].

tế R *to help, assist* cứu-tế.

tế-bào *cell* [biology].

tế-bần *to help the poor.* viện tế-bần *poorhouse.*

tế-độ *to assist, help, aid, relieve.*

tế-lễ *sacrifices, offerings.*

tế-nhị *to be subtle, delicate.*

tế-nhuyễn *clothing and jewels.*

tế-thế *to save the world* [used with an-bang].

tề R *to regulate, manage, admi-nister.* nhất tề *uniformly.*

tề [of village in the war zone du-ring the French-Vietnamese war] *to rally to the French instead of following the Vietminh.*

tề-tựu *to be all present.*

tề R *to slaughter* [animal]. đồ tề *butcher* [who kills the animals in slaughterhouse].

tề R *head.* tề-tướng *Prime Minister* [old term]. chủ-tề, chúa tề *ruler, leader.*

tễ *to compound medicine.* thuốc tễ *pills* [in Sino-Vietnamese medi-cine].

tệ *to be bad; R to be rotten, ragged, worn out.*

tệ *R- my, our* [in speaking of one's name, house, country etc...] *as* tệ xá *my house.*

tệ *very, quite, extremely.*

tệ *R currency* hóa-tệ. tiền-tệ *currency.* ngoại-tệ *foreign currency, foreign exchange.* Viện Phát-tệ *the Bank of Issuance.* quốc-tệ *national currency.*

tệ-đoan *corrupt practice.*

tệ hại *damage, harm.*

tệ-quốc *L my country.*

tệ-xá *L my humble house.*

tệch *to vanish, disappear.*

tệch *very* [light] nhẹ tệch.

têm *to prepare a betel quid.*

tên [SV danh] *name, personal name; CL for individuals.* đặt tên *to give a name* [cho 'to']. gọi tên *to call the roll.* Xe này đứng tên ai ? *In whose name was this car registered ?* ký tên *to sign one's name.* ba tên trộm *three burglars.*

tên [SV thỉ] *arrow* CL mũi. mũi tên *arrow* [on sign].

tên đạn *arrows and bullets, — the war.*

tên tuổi *name and age* [on application, file]*; fame.* có tên tuổi *famous.*

tênh *very* [sad] buồn tênh.

tết [SV tiết] *festival, New Year festival* [lunar calendar]. ăn tết *to celebrate the New Year.* Năm hết tết đến *The year is nearing its end.*

tết *to give presents to* [teacher, official].

tết *to plait, braid, weave.*

tết Cộng-hòa *Republic Day* [October 26].

tết Đoan-ngọ *Double Five Festival* [5th day of 5th lunar month].

tết Nguyên-đán *New Year Festival.*

tết nhất *festival(s), holiday(s).*

tết Trung-nguyên *Buddhist All Souls Festival* [15 day of 7th lunar month].

tết Trung-thu *Mid-autumn Festival* [15th day of 8th lunar month].

têu *ringleader* đầu têu.

têu *completely bald* trọc têu.

ti *R low, lowly, inferior; R- I, my, we, our.* tôn-ti *trật-tự hierarchy, status system.* mặc-cảm tự-ti *inferiority complex.*

ti *R silk, thread.*

ti hí (mắt lươn) *to be small-eyed.*

ti ti *to whimper, whine.*

ti tiện *to be lowly.*

tí *tiny bit.* một tí *a little bit.* nhỏ tí, bé tí *tiny.* tí nữa *in a little while.*

tí chút *a little bit.*

tí đỉnh *a little bit.*

tí hon *to be tiny, pent-sized.* thằng bé tí-hon *Tom Thumb.*

tí nhau *kid, child.*

tí tẹo *to be tiny.*

tí ti DUP tí.

tí tị DUP tí.

tí toét *to laugh often.*

tì *to lean* [vào on], *rest.*

tì *R spot, soil; mistake.*

tì-ố *to be soiled, smeared.*

tỉ-tì -*R to go on* [eating and drinking].

ti *billion.*

ti *R seal.* ngọc-tỉ *imperial seal.* quốc-tỉ *national seal.*

ti *R to compare* [= so sánh]. giả-tỉ *suppose...*

ti dụ *analogy, example; for example.*

tỉ-hiệu *to compare* | *comparative.*

tỉ-lệ *proportion, ratio.* tỉ-lệ thuận *direct ratio.* tỉ-lệ nghịch *inverse ratio.*

ti mi *to be meticulous, minute, detailed.*

ti như *for instance.*

ti-số *ratio, proportion.*

ti tê *to weep or talk incessantly.*

ti-thí *to enter a competition.*

ti-trọng *density.*

tí *anus.*

tị *tiny bit.* động một tị là... *at the slightest provocation...*

tị *to be jealous* ganh-tị, ghen-tị.

tị-nạnh *to envy, be jealous of.*

tia *jet* [of water nước], *beam* [of light sáng], *capillary* [máu], *ray, spark, gleam.*

tia alpha *alpha ray.*

tia âm-cực *cathode ray.*

tia bêta *beta ray.*

tia cực tím *ultra-violet ray.*

tia gamma *gamma ray.*

tia hoá-học *chemical rays.*

tia hồng-ngoại *infra-red ray.*

tia máu *capillary.* mắt có tia máu *bloodshot eyes.*

tia tử-ngoại *ultra-violet rays.*

tia vũ-trụ *cosmic rays.*

tia X *X-rays.*

tía *to be purple red.* đỏ mặt tía tai *blushing; all red.*

tía *father.* tía má nó *his father and mother.*

tía-tô *balm-mint, garden-balm.*

tỉa *to trim, prune* [hair, hedge], *shell* [corn, peas]; *to beat (or kill) one by one.* trồng tỉa *to till, cultivate.*

tỉa-gọt *to polish* [one's style].

tích *to accumulate, hoard, amass, store up.* ấm tích, bình tích *teapot.* diện-tích *area.* điện-tích *electric charge.* dung-tích *volume, capacity.* súc tích *to amass; to include, encompass.* thể-tích *volume.*

tích *R footprint; vestige, trace, mark, remnant; story, allusion.* biệt-tích *to disappear, vanish.* bút-tích *writings.* cổ-tích *historical monument ; old story.* dấu tích *trace, mark, vestige.* di-tích *posthumous word; trace, mark.* mất tích *to leave no traces behind.* sự tích *story.* thương-tích *wound.* vết tích *vestige, trace, mark.* tàn-tích *vestiges, remnants.*

tích *R to regret* [= tiếc]. khả-tích *regrettable.*

tích *R to analyze* phân-tích, giải-tích.

tích *R merit, exploit.* thành-tích *record, accomplishments, performance.*

tích *R backbone.* xà tích *key chain.*

tích *R formerly.*

tích-cực *to be active, positive, full of zeal and initiative* [opp. tiêu-cực].

tích hát *play, plot* [of a play].

tích-huyết *congestion.*

Tích-lan *Ceylon | Ceylonese.*

tích-lúy *to accumulate.*

tích-phân *integral calculus.*

tích-số *product* [of multiplication].
tích-số x với y *product of x into y.*

tích-súc* *to accumulate.*

tích tiều thành đại *many a little makes a mickle.*

tích-trữ *to hoard.*

tích-tụ *to agglomerate.*

tịch *R to confiscate, seize* tịch-biên, tịch-thu.

tịch [of Buddhist clergy] *to die* viên-tịch.

tịch *R twilight, dusk, evening.* chiêu-tịch *morn and eventide.* trừ-tịch *New Year's Eve.*

tịch *R to be lonesome, quiet, peaceful.*

tịch *R register, roll; citizenship.* quốc-tịch *nationality.* hộ-tịch *vital statistics, census.* nhập-tịch *to be naturalized.* thư-tịch *bibliography.* Việt-tịch *Vietnamese nationality, Vietnamese citizenship.* hồi-tịch *to resume one's original (Vietnamese) citizenship.*

tịch *R sleeping mat* [= chiếu]; *banquet, feast.* chủ-tịch *chairman, president.* đồng-tịch đồng-sàng *one's spouse, one's bedmate.* khuyết-tịch *absent.*

tịch-biên *to confiscate, seize.*

tịch-cốc *to fast.*

tịch-dương *L setting sun.*

tịch-ký *to confiscate, seize.*

tịch-mịch *to be lonesome, quiet, tranquil.*

tịch-thu *to confiscate, seize. Also* tịch-thâu.

tiếc [SV tích] *to regret, be sorry.* đáng tiếc *regrettable.* Tôi rất tiếc *I'm very sorry.* mến tiếc *to regret the departure of.* thương-tiếc *to mourn* [dead person].

tiếc rẻ *to regret* [a lost chance].

tiệc *banquet, dinner* CL bữa |with đãi, thết *to give, throw,* dọn, mở, ăn, dự *to attend*].

tiệc trà *tea party.*

tiệc tùng *banquets, dinners.*

tiêm *to prepare opium with a pick; to give an injection | opium pick* CL cái. thuốc tiêm *serum, vaccine.* ống tiêm *syringe.*

tiêm-la *syphilis.*

tiêm nhiễm *to imbue, impregnate; to contract* [habit].

tiêm tắt *to be meticulous.*

tiếm *to usurp* [throne ngôi, vị, power quyền] tiếm-đoạt.

tiếm-đoạt *to usurp.*

tiếm-nghịch *usurper* CL kẻ, tên.

tiềm *to braise.*

tiềm *R to be hidden* [under water] [= chìm].

tiềm-đỉnh *submarine.*

tiềm-lực *hidden force, latent power.*

tiềm-phục *to be latent ; to lie in ambush.*

tiềm tàng *to be hidden, latent, concealed.*

tiềm-thủy-đỉnh *submarine.*

tiềm-thức *subconsciousness.*

tiềm-tiệm *to be all right, acceptable.*

tiệm *store, shop.* chủ tiệm *shop-keeper, storekeeper.*

tiệm *R to be gradual* | *gradually.*

tiệm ăn *restaurant.*

tiệm cầm đồ *pawnshop.*

tiệm-cận *asymptotic.* đường tiệm-cận *asymptote.*

tiệm hút *opium den.*

tiệm nhầy *dance hall.*

tiệm-tiến *to be progressive.*

tiên *fairy, immortal being* CL ông [if male], bà, cô, nàng [if female]. thần tiên *magic, enchanting.* thủy-tiên *norcissus.* bát tiên *the Eight Immortals.*

tiên *R to be first* đầu tiên, trước tiên *to be the first* | *at first.* tổ-tiên *ancestor.* thoạt tiên *at first.*

tiên *R whip.*

tiên-cảnh *fairyland.*

tiên-chi *first notable* [in village].

tiên-cô *fairy.*

tiên-dược *miraculous drug ; elixir of life.*

tiên-đế *the late emperor.*

tiên đoán *to predict, foresee.*

tiên-hiền *ancient sage.*

tiên-lệ *precedent.*

tiên-liệt *late heroes.*

tiên-mẫu *late mother.*

tiên-nhân *ancestors, forefathers.*

tiên-nữ *fairy.*

tiên-phong *vanguard, shock troops; pioneer.*

tiên-phụ *late father.*

tiên-quân *late emperor.*

tiên-quyết [of condition] *pre-requisite.*

Tiên-Rồng* *the Fairy and the Dragon—ancestors of Vietnamese race.*

tiên-sinh *Mr.* | *Sir* [literary, formal].

tiên-sư *patron saint of a trade.*

tiên-thiên *a priori.*

tiên-tri *prophet* CL nhà.

tiên-vương *the late king.*

tiến [= tấn] *to move forward, advance, progress* [opp. lui, lùi, thoái]. tiến đến, tiến lại *to move in, come, close in.* tiến tới *to move toward.* cấp-tiến *progressive.* tiền-tiến *advanced.* xúc-tiến *to promote.* cải-tiến *to improve, ameliorate, better.*

tiến-bộ *to improve, make progress* | *progress.*

tiến-cử *to recommend, nominate, propose.*

tiến-hành *to carry on* [duties, work].

tiến-hóa *to develop gradually* | *evolution.*

tiến-sĩ *doctor.* Luật-khoa tiến-sĩ *Doctor of Laws, LL.D. (Legum Doctor).* Văn-khoa tiến-sĩ *Doctor of Letters, Litt.D. (Litterarum Doctor). Also* tấn-sĩ.

tiến-thoái *to advance and to retreat.* tiến-thoái lưỡng-nan *caught in a dilemma.*

tiến-triền *to progress.*

tiền *money, currency, coin, cash.* một số tiền, một món tiền *a sum of money.* túng tiền *hard-pressed for money.* tiền phạt *fine.* hết tiền *out of money.* nhiều tiền, lắm tiền *wealthy.* ăn tiền *O.K., all* *right*. giá tiền *price, cost*. giả tiền, trả tiền *to pay*. không tiền *penniless*. không mất tiền *free, gratis*. lấy tiền *to charge* [admission]. phí tiền *wasteful*. một quan tiền *a string of cash*.

tiền *a mace* — *one tenth of a* lạng '*tael*', *which is equivalent to 37.5 grams*.

tiền R *before, front* [=trước]. [*opp*. hậu]; R- *pre-* ; R- *early, as in* Tiền-Lê *the Earlier Lê Dynasty* [as opposed to Hậu-Lê the Later Lê Dynasty]. mặt tiền *facade, front*. tiền trảm hậu tấu *to behead* [someone] *before reporting to the king* — *to present one's superior with a fait accompli*. nhãn-tiền *in front of your eyes*. tiền-hậu bất nhất *inconsistent*.

tiền-án *police record*.

tiền bạc *money; wealth, riches*.

tiền-bối *elders*.

tiền bồi-thường *damages, reparations*.

tiền cọc *deposit*.

tiền công *salary, pay, wages*.

tiền của *wealth*.

tiền-duyên *predestined affinity*.

tiền đặt *deposit*.

tiền-đề *preamble, premise*.

tiền đền *damages, reparations*.

tiền-định *to be predestined*.

tiền-đồ *future, the road ahead*.

tiền-đội *vanguard*.

tiền giấy *paper money*.

tiền gốc *principal*.

tiền lãi *profit, interest, dividend*.

tiền-lệ *precedent*.

tiền lời *profit, interest, dividend*.

tiền mặt *ready money, cash*.

tiền ngay *ready money, cash*.

tiền-nhân *forefathers*.

tiền nong *money*.

tiền-oan *punishment for a crime committed during the previous existence*.

tiền phạt *fine*.

tiền phí *premium* [of insurance **bảo-hiểm**].

tiền-phong *vanguard*.

tiền phụ-cấp *allowance*.

tiền-sản *abortion*.

tiền-sử *prehistory; background*.

tiền-tài *riches, money, wealth*.

tiền-tệ *currency, money*. Viện Phát-hành Tiền-tệ *Bank of Issuance*.

tiền-tệ-học *numismatics*.

tiền thường *damages*.

tiền thưởng *bonus, reward*.

tiền-tiến *to be advanced, progressive*.

tiền tiêu *expenses; pocket money*.

tiền trợ-cấp *subsidy, award, allowance, subvention*.

tiền-tuyến *front lines*.

tiền vạ *fine*.

tiền vốn *capital, principal, assets*.

tiễn *to see* [someone] *off* tiễn chân, tiễn đưa.

tiễn R *arrow* [= tên]. hỏa-tiễn *rocket*.

tiễn R *to cut, trim*.

tiễn-biệt *to say goodbye*.

tiễn-hành *send-off party*.

tiện *to be convenient, be handy*. bất-tiện *not convenient*. phương-tiện *means*, thuận-tiện *favorable*.

tùy tiện *at one's convenience, as one sees fit.* giản-tiện *simple.* tự-tiện *without authorization.* đại-tiện *to defecate, have a bowel movement.* tiểu-tiện *to urinate, make water.* trung-tiện *to break wind.* nhất cử lưỡng tiện *to kill two birds with one stone.* nhân-tiện *to seize the opportunity; by the way, incidentally.*

tiện *to fashion on a lathe, turn, shape.* bàn tiện, máy tiện *lathe.* thợ tiện *turner.*

tiện R *to be humble, lowly* [= hèn] [opposite quí]; R *to be cheap, inexpensive* [= rẻ]; R- *my (humble) as* tiện nội *my wife.* bần-tiện *cheap, lowly.* hạ - tiện, đê - tiện, ty tiện *lowly, vile.* quí-tiện *high and low.* hà-tiện *miserly.*

tiện-dân *the lower classes.*

tiện-lợi *to be convenient, serviceable, profitable.*

tiện-nghi *facilities.*

tiện-thề *for convenience's sake; while we are on the subject.*

tiếng *noise; sound, voice* tiếng nói; *spoken word, spoken tongue, language; reputation, fame; hour* tiếng đồng hồ. lên tiếng *to speak up.* mang tiếng *to have or cause a bad reputation.* nghe tiếng *to hear of.* tiếng Việt *Vietnamese.* tiếng Anh *English.* danh - tiếng *famous; fame.* có tiếng *famous, renowned.* mất tiếng *to lose one's reputation.* tai tiếng *bad reputation.*

tiếng cười *laughter.*

tiếng đồn *rumor.*

tiếng đồng hồ *hour.*

tiếng động *noise, din.*

tiếng kêu *cry, scream, shriek.*

tiếng mẹ đẻ *mother tongue.*

tiếng một *vocabulary.*

tiếng nói *language, tongue; voice.*

tiếng sấm *peal of thunder.*

tiếng súng *gunshot.*

tiếng-tăm *reputation, bad reputation.*

tiếng vang *echo.*

tiếp *to receive* [visitors]. nghênh-tiếp *to welcome.*

tiếp *to graft, join.* gián-tiếp *to be indirect; indirectly.* trực-tiếp *to be direct; directly.* cây tiếp, cành tiếp *cutting.*

tiếp *to continue* [follows main verb]] on. còn tiếp "*to be continued*" [put at end of installment of text]. kế-tiếp, liên-tiếp *successively, one after another.* chuyển-tiếp *transition.*

tiếp-cận *to be adjoining, contiguous, adjacent.*

tiếp-cứu *to rescue, assist.*

tiếp-diễn *to go on.*

tiếp-đãi *to receive, welcome.*

tiếp-đầu-ngữ *prefix.*

tiếp đón *to greet, welcome.*

tiếp-giáp *to be adjoining, contiguous.*

tiếp-kiến [of high official] *to receive.*

tiếp-liệu *supplies.*

tiếp-nạp *to admit.*

tiếp-ngữ *affix.*

tiếp nhận *to receive, admit.*

tiếp rước *to welcome, entertain.*

tiếp-tân *reception (party).*

tiếp-tế *to supply* [food, munitions].
sĩ-quan tiếp-tế *supply officer.*
tiếp-tế bằng dù, tiếp-tế bằng phi-cơ *maintenance by air.* **tiếp-tế đạn-dược** *replenishment, ammunition supply.* **tiếp-tế thực-phẩm** *food supply.*
tiếp-thân-ngữ *infix.*
tiếp theo *"continued"* [put at head of second or later installment of text]; *following...*
tiếp theo và hết *"the last of a series".*
tiếp-thu *to receive, take over.*
tiếp-tục *to continue, go on.*
tiếp-tuyến *tangent.*
tiếp-vĩ-ngữ *suffix.*
tiếp - viện *to reinforce, rescue* [troops].
tiếp-xúc* *to contact* [followed by **với**].
tiệp *L rapid | victory.* **mẫn-tiệp** *quick-witted, smart, alert.*
Tiệp-Khắc *Czechoslovakia | Czech.*
tiết *blood of slaughtered animal.* Cf. **máu, huyết.**
tiết *bile, anger.* **lộn tiết, cáu tiết, điên tiết, nóng tiết** *to get mad.*
tiết *R joint, articulation.*
tiết *chastity, virtue* **trinh-tiết;** *reputation for such a virtue* **danh-tiết. thất-tiết** [of married woman] *to commit adultery,* [of widow] *to marry again.* **thủ-tiết** *to stay a widow.*
tiết *season; festival; detail; section* [of book]. **thời-tiết** *weather.* **chi-tiết** *detail.* **tiểu-tiết** *small detail.*
tiết *R to flow out, leak out; to disclose.* **bài-tiết** *secretion,* elimination.
tiết canh *blood pudding.*
tiết-chế *to be temperate; to check, limit.*
tiết-diện *section* [geometry].
tiết-độ *moderation.*
tiết-hạnh *virtue* [of woman].
tiết-kiệm *to be thrifty; to economize, save.*
tiết-lậu *to leak* [secret]; *to disclose, reveal, divulge.*
tiết-lộ *to leak* [secret].
tiết-mục *section.*
tiết-tấu *rhythm.*
tiết-tháo *moral integrity.*
tiệt *to destroy, exterminate* **trừ tiệt.**
tiêu *to spend* [money]; *to digest* [food]; [of food] *to be digestible.* **chuồng tiêu, cầu tiêu** *bathroom, latrine, toilet, lavatory.* **đi tiêu** *to go to the bathroom.* **ăn tiêu** *to spend.* **chi-tiêu** *to spend.* **thôi, tiêu rồi!** *Oh oh, that's (the end of) it!*
tiêu *flute with 6 effective holes, blown from one end* CL **ống** [with **thổi** *to play*]. **hắc-tiêu** *clarinet.*
tiêu *R mournful, desolate.*
tiêu *R null* **triệt-tiêu.**
tiêu *R night.* **nguyên-tiêu** *the 15th of the 1st lunar month.* **xuân-tiêu** *L spring night.*
tiêu *R banana* **ba-tiêu. tàu-tiêu** *L banana leaf.*
tiêu *black pepper.* Cf. **ớt. hạt/hồ tiêu** *black pepper.* **muối tiêu** *salt and pepper.*
tiêu *R news.*

tiêu R *symbol, standard.* mục-tiêu
aim, objective, target. thương-tiêu
trade mark.

tiêu-biểu *to symbolize* [cho precedes object] | *symbol.*

tiêu-chuẩn *standard, norm, model.*

tiêu-chuẩn-hóa *to standardize.*

tiêu-cực *to be negative, be passive,
lack zeal, lack initiative* [opp.
tích-cực].

tiêu-dao L *to stroll, wander.*

tiêu-diệt *to destroy, exterminate,
annihilate.*

tiêu dùng *to spend.*

tiêu-đề *theme.*

tiêu-điểm *focus.*

tiêu-điều *to be desolate.*

tiêu-độc *to be antiseptic.*

tiêu-hao *news.*

tiêu-hao *to be wasteful; to expend,
use up.*

tiêu-hiệu *emblem, symbol.*

tiêu-hóa *to digest.*

tiêu-hôn *to annul a marriage.*

tiêu-hủy *to destroy, raze.*

tiêu-khiển *to amuse oneself, while
away one's time.*

tiêu-ma *to be gone, melt away.*

tiêu mòn *to be used up.*

tiêu-ngữ *motto.*

tiêu-pha *to spend.*

tiêu sài *to spend.*

tiêu-sắc *to be achromatic.*

tiêu-sơ L *to be desolate.*

tiêu tan *to melt away, disintegrate,
be gone.*

tiêu tán *to be gone, be scattered,
be lost.*

tiêu-tao *to be sad.*

tiêu-thạch *saltpeter.*

tiêu-thổ *scorched earth.*

tiêu-thụ *to consume* | *to sell.* người
tiêu-thụ *consumer.* sức tiêu-thụ
consumption.

tiêu-trừ *to eliminate, abolish.*

tiêu-tức *news.*

tiếu R *io laugh* [= cười]; *to
laugh at, mock.*

tiếu-lâm *collection of funny stories
or dirty jokes; joke book.*

tiều *woodcutter* tiều-phu. ngư - tiều
canh độc *fisherman, woodsman,
plowman and scholar—the four
figures in painting or on garden
rock.*

tiều-phu *woodcutter.*

tiều-tụy *to be sad, dilapidated,
withered, pining, emaciated, haggard, shabby.*

tiểu *earthenware coffin used in
second burial.*

tiểu R *to be small* [= bé, nhỏ,
con] [opp. đại] | *Buddhist novice* CL chú. cực tiểu *minimum.*
tỉ tiểu *relative minimum.*

tiểu *to urinate* đi tiểu. nước tiểu
urine.

Tiểu-Á (Tể-Á) *Asia Minor.*

tiểu-ban *subcommittee.*

tiểu-bang *state* [in federation].

tiểu-chú *to brief.*

tiểu-công-nghệ *small industry,
handicraft.*

tiểu-dẫn *notice, foreword.*

tiểu-đăng-khoa *marriage* [as opposed to đại-đăng-khoa, graduation at imperial examination].

tiểu-đệ L I (*your younger brother*).

tiểu-đoàn *battalion.*

tiểu-đội *squad, small group.*

tiểu-đồng *houseboy, servant.*

tiểu-gia-đình *small family (composed of husband and wife and children)* [as opposed to extended family đại-gia-đình].

tiểu-hạm-đội *mosquito fleet, flottilla.*

tiểu-học *primary education, elementary education.* trường tiểu-học *primary school.* Cf. đại-học, trung-học.

tiểu-kỹ-nghệ *small industry.*

tiểu-liên *machine carbine, submachine gun.* tiểu-liên Sten *Sten machine carbine.* tiểu-liên Thompson *Thompson submachine gun.*

tiểu-lục-địa *subcontinent.*

tiểu-nhân *small man* [Confucianist sense] [opp. quân-tử].

tiểu-nhi *infant.*

tiểu-sản *to have a miscarriage.*

tiểu-sử *biography.*

tiểu-tâm *to be narrow-minded; to be careful.*

tiểu-thuyết *novel* CL cuốn, quyển.

tiểu-thuyết-gia *novelist.*

tiểu-thư *Miss; young lady.*

tiểu-thừa *Hinayana, Little Vehicle* [Buddhism].

tiểu-tiện *to urinate.*

tiểu-tiết *small detail.*

tiểu-tổ [Communist] *cell.*

tiểu-truyện *biography.*

tiểu-vũ-trụ *microcosm.*

tiểu *to put down, quell, repress.*

tiểu-phi *suppression of rebels.*

tiểu-trừ *to wipe out, exterminate.*

tim [SV tâm] *heart* [the organ] CL quả, con, trái. Cf. tâm. bệnh đau tim *heart disease.*

tim-la *syphilis.*

tim tím [DUP tím] *to be rather purple.*

tím *to be purple, violet.*

tím bầm *to be black and blue.*

tím gan *to be blue with anger.*

tím ruột *to be blue with anger.*

tìm [SV tầm] *to seek, look for, search for* [= kiếm] [RV ra, được, thấy].

tìm cách *to try to.*

tìm kiếm *to search, look and look.*

tìm ra *to find out.*

tìm thấy *to find.*

tìm tòi *to search, do research.*

tin [SV tín, tấn] *news, tidings | to inform.* báo tin *to inform.* loan tin *to announce.* đưa tin *to bring the news.* thông-tin *information.* truyền-tin *communication.* nguồn tin đáng tin cậy *reliable sources.*

tin [SV tín] *to trust, believe, have confidence* [ở in]. làm tin *in witness thereof.* con tin *hostage.* đức tin *faith.* của tin *souvenir, token.* lòng tin *confidence, trust.*

tin *to hit* [a target]. không tin *to miss.*

tin cần *to trust, rely on.*

tin cậy *to trust, rely on, depend on.*

tin đồn *rumor.*

Tin-Lành *the Gospel; Protestantism.*

tin mừng *good news* [marriage, childbirth].

tin nhầm *superstition | to be superstitious.*

tin tức *news.*

tin tưởng *to trust, believe, have confidence* [ở, vào in] | *belief, confidence.*

tin vịt *false report, hoax.*

tín *R to trust* [= tin]. bội - tín *breach of trust.* thất-tín *to break conpromise or trust.* tự-tín *self-one's fidence.* trung-tín *loyal.* Nông-tín-cuộc *Agricultural Credit Office.* Thương - tín *Commercial Credit.*

tín *R news* [= tin] âm-tín. thông-tín-viên *news correspondent.* thông-tín-bạ [student's] *report card.*

tín-dụng [economics] *credit.*

tín-điều *dogma.*

tín-đồ *follower* [of a religion], *believer.*

tín-hiệu *signal.*

tín-nghĩa *loyalty.*

tín-ngưỡng *religious beliefs, creed, faith.*

tín-nhiệm *to have confidence* | *confidence, trust.*

tín-phiếu *letter of credit.*

tín-phục *to trust.*

tín-vật *security, pledge.*

tinh *to be intelligent, clever, shrewd;* tinh mắt *to have good eyesight. to be malicious, cunning, wicked.*

tinh *to be fine, pure.* trắng tinh *pure white.* mới tinh *brand-new.* thủy-tinh *glass, crystal.*

tinh *nothing but, only.* Tinh những rêu (là rêu) *There's nothing but moss.*

tinh *sign.* cầm tinh con... *to be born under the zodiacal sign of* [one of the 12 animals of the Chinese zodiac, associated with the 12 Earth's branches (see chi)].

tinh *R star* [= sao]. cứu-tinh *Savior.* minh-tinh *movie or theater star.* Kim-tinh *Venus.* Mộc - tinh *Jupiter.* Thủy-tinh *Mercury.* Hỏa-tinh *Mars.* Thổ-tinh *Saturn.* hành-tinh *planet.* hộ-tinh, vệ-tinh *satellite.* phúc-tinh *lucky star.* định-tinh *star.* tuệ-tinh *comet.*

tinh *R essence; semen.* tửu - tinh *spirits of wine.* kết-tinh *to crystallize.*

tinh-anh *quintessence.*

tinh-binh *crack troops.*

tinh bột *amidon.*

tinh-cầu *star* [astronomy].

tinh-chế *to refine* [sugar, petrol]. sở tinh-chế (*sugar*) *refinery, oil distillery.*

tinh-dịch *semen.*

tinh-hảo *to be exquisite.*

tinh-hoa *essence, quintessence; cream, pick.*

tinh-khí *semen.*

tinh-khiết *to be clean, pure.*

tinh-kỳ *flag, banner.*

tinh-kỳ *week.*

tinh-lực *energy.*

tinh ma *to be cunning, crafty, wily.*

tinh nghịch *to be mischievous, roguish.*

tinh nhanh *to be quick, alert.*

tinh-nhuệ [of troops] *to be well-trained.*

tinh-quái *to be foxy, artful, cunning.*

tinh ranh *to be cunning, crafty, wily.*

tinh sương *early in the morning.*

tinh-tế *to be keen, subtle, discerning.*

tinh-thần *spirit* [as opposed to body], *morale.* bệnh tinh-thần *mental illness.*

tinh-thông *to be well-versed in.*

tịnh-trùng *spermatozoon.*

tinh-tú *the stars* [astronomy].

tinh-túy *see* tinh-hoa.

tinh-tường *to be clear, distinctly.*

tinh-vi *to be fine, meticulous, subtle.*

tinh-xảo *to be manufactured with skill.*

tinh ý *to be intelligent, sharp, perspicacious.*

tính R *personal character, temper, temperament, disposition, nature;* R *sex.* bản-tính *nature.* cá-tính *personality.* thiên-tính *natural disposition.* vui tính *jovial, happy.* khó tính *difficult to get along with.* đặc-tính *characteristics.*

tính R *clan name, family name.* bách-tính *the people.* quí-tính *your (honorable) name.*

tính [SV toán] *to calculate, compute, reckon, figure out* [RV ra]; *to plan to.* bài tính *problem* [in math]. bàn tính *abacus,* máy tính *calculating machine.* bàn tính *to discuss, deliberate.* suy tính *to think over.* ước tính *to estimate.*

tính-cách *character, nature.*

tính-chất *nature, property, characteristic.*

tính chia *division.*

tính cộng *sum, addition.*

tính dục *sexual desire.*

tính đố *problem* [in math].

tính giao *sexual intercourse* | *to have sexual intercourse.*

tính-hạnh *behavior, conduct.*

tính-khí *character nature.*

tính-mạng *life.*

tính-mệnh *life.*

tính nết *disposition, nature.*

tính nhẩm *to figure out silently.*

tính nhân *multiplication.*

tính phỏng *to estimate.*

tính tình *feelings, sentiments, disposition.*

tính trừ *subtraction.*

tính xấu *vice.*

tình R *feeling, sentiment; love, affection* ái-tình ; *desire, passion* dục-tình. bệnh (phong-)tình *vene real disease.* cảm-tình *affection, sympathy.* ái-tình *love, romance.* nhân-tình *lover.* vô-tình *inadvertently.* chân-tình *true love.* thất-tình *the seven passions* — hỉ, nộ, ai, cụ, ái, ố, dục. *joy, anger, sorrow, fear, love, hatred, desire.*

tình R *condition, state.* nội-tình *home situation.* hiện-tình *present conditions.* thực tình *honestly.*

tình R *pupil of the eye.*

tình-ái* *love, romance.*

tình-báo *intelligence.* Cộng - sản Tình-báo-cục *Cominform.*

tình-cảm *sentiment, feeling.* giàu tình-cảm *sentimental.*

tình-cảnh *situation, plight, condition.*

tình cờ *coincidental, accidental* | *coincidentally, accidentally, by chance.*

tình dục *sexual desire.*

tình duyên *marriage (bonds).*

tình-hình *situation.*

tình-nghi *to suspect.*

tình nghĩa *feelings versus duty.*

tình-nguyện *to volunteer to, be willing to | volunteer, voluntary.*

tình-nhân* *lover, mistress, sweetheart.*

tình nương *sweetheart.*

tình-thế *see* tình hình.

tình thực *to be sincere, genuine, real.*

tình thương *compassion, pity, mercy.*

tình tiết *details.*

tình - trạng *situation, condition, state of affairs*

tình-tự *to flirt.*

tình-ý *aim, purpose, intention.*

tình yêu *love.*

tỉnh *to regain consciousness, wake up* [from sleep] [RV dậy]. Cf. mê. bất tỉnh nhân sự *unconscious* [from fainting, etc.].

tỉnh *province* [as administrative unit]; *town, city* tỉnh thành [as opposed to countryside]. Đông-Tam-Tỉnh *Manchuria.*

tỉnh *R well* [= giếng].

tỉnh *R to reduce; lessen* tỉnh-giảm.

tỉnh-bộ *province cell* [of party].

tỉnh-giảm *to reduce, cut down.*

tỉnh-lỵ *county seat, township, chief town.*

tỉnh-ngộ *to wake up* [to reality], *have one's eyes opened.*

tỉnh ngủ *to wake up; to be a light sleeper.*

tỉnh-táo *to be wide awake, alert.*

tỉnh-thành *city, town.*

tỉnh-trưởng *governor of a province, province chief.*

tỉnh-ủy *provincial delegate, provincial commissioner; provincial committee(man).*

tĩnh *to be quiet, calm, tranquil, peaceful; static.* bình tĩnh *calm.* yên-tĩnh *calm, quiet, peaceful.*

tĩnh *altar.*

tĩnh-dưỡng [of convalescent] *to get rest.*

tĩnh-điện *static electricity.*

tĩnh-lực-học *statics* [as a branch of study].

tĩnh-mạch *vein* [biology].

tĩnh-mịch *to be quiet, calm, peaceful, noiseless.*

tĩnh-tâm *to have an untroubled mind.*

tịnh *absolutely, certainly* [vô not].

tít *to be almost invisible* [because of distance or rapid motion]. xa tít *to be very far away.* quay tít *to spin very fast.*

tịt *to be plugged up,* [of firecracker **pháo,** shell **đạn**] *to be a dud; to break out, swell; to be quiet.*

tịt mít *to remain silent, shut up.*

tiu *cymbal.*

tiu [French drive < English drive] *drive* [in tennis].

tiu-nghiu *to be embarrassed, ashamed.*

tíu tít *to crowd around making noise.*

to *to be large, big, bulky, husky, stout;* [cloth] *coarse* [opp. nhỏ,

bé] *big, much.* đầu to *(to have)
a large head.* to đầu to *be a big
shot.* bụng to *to have a big belly,
be paunchy;* [of woman] *to be
pregnant.* Nó cắn một miếng to
He took a big bite. Vải này to
sợi *This fabric is coarse.* Nước
sông lên to *The river has swollen
up.* nói to *to speak loudly.* đánh
to *to gamble high.* làm to *to be a
big shot.*

to gan *to be bold, daring.*

to kếch sù *to be huge, enormous.*

to lớn *to be big and tall.*

to tát *to be big, grand.*

to tướng (đại) *to be huge, enorm-
ous, tremendous.*

tò mò *to be curious, inquisitive.*

tò vò *wasp.* cửa tò vò *arch.*

tỏ *to express, reveal, declare, com-
municate clearly; to demonstrate,
prove* chứng tỏ.

tỏ *to be bright, luminous* sáng tỏ.

tỏ tường *clearly, precisely.*

toa *car* [in a train]. toa chở hàng
freight car. toa chở khách *pas-
senger car.*

toa [= đơn] *prescription* toa thuốc.

tòa [SV tọa] *official or ceremoni-
al seat, government palace, bureau.
court of law; CL for temples,
buildings.* đưa ra tòa *to bring to
court, sue.* mõ tòa *usher.* quan tòa
judge. trình tòa *to register.* tòa đô-
sảnh *prefecture, city hall.*

tòa án *court of law, tribunal.*
Tòa-Án Tối-Cao *Supreme Court.*
tòa-án quân-sự *court-martial.*

tòa báo *newspaper office.*

tòa đại-hình *criminal court.*

tòa phá-án *Supreme Court of
Appeal.*

tòa sen *Buddha's throne.*

Tòa Thánh *Holy See, the Va-
tican.*

tòa thượng-thẩm *Court of Ap-
peal.*

tỏa [of smoke, odor] *to spread,
emanate.*

tỏa *R to lock* [= khóa]. kiềm tỏa
chains, fetters. phong-tỏa *to block-
ade.* bế-tỏa *to blockade.* giải - tỏa
to release [funds]; *to move* [slum
population].

tỏa-cảng *to lock the harbor.* chính-
sách bế-quan tỏa-cảng *the closed-
door policy.*

toả-cầu-khuẩn *streptococcus.*

tọa *R to sit* [= ngồi] | *seat* [= tòa].
chủ-tọa *to preside over* [meeting].
cử-tọa *the audience.* an-tọa *to be
seated.*

tọa-độ *co-ordinates* [math]. *See*
hoành-độ, tung-độ.

tọa-hưởng *to enjoy without ef-
fort.*

tọa-lạc [of property] *to be located.*

tọa-vị *affix* [of a point].

toác *to be wide open.*

toạc *to be ripped, torn up* | *(to
speak) openly, frankly, bluntly,
flatly.*

toại *to be satisfied* toại ý.

toại-chí *to be satisfied.*

toại-nguyện *to have fulfilled
one's ambitions.*

toan *to intend to, be about to,
mean to.*

toan *R acid; sour.* nước cường-
toan *acid.* vị-toan *gastric juice.*
lưu-toan *sulphuric acid.*

toán *group, band, army.*
toán R *to calculate, figure out*
[= tính] | *mathematics* toán-học.
bút-toán *arithmetic.* kế-toán *book-keeper.* tính toán *to calculate.*
toán-học *mathematics* | *mathematical.* toán-học ứng dụng *applied mathematics.* toán - học sơ-cấp *elementary mathematics.* toán-học cao-cấp *higher mathematics.* toán-học đặc-biệt *special mathematics.* toán-học đại-cương *general mathematics.* toán-học thuần-túy *pure mathematics.*
toán-pháp *mathematics, arithmetic.*
toàn R *to be or have or do nothing but* | *there is nothing but* [object preceded optionally by nhưng]. Nhà họ toàn bằng gỗ cả. *Their house is made all of wood.* Tôi toàn giấy trăm cả. *I have only 100-piastre bills.* Nó toàn đi tắc-xi cả. *He takes nothing but a taxi.* Ngoài chợ toàn (những) dưa hấu (là dưa hấu). *There is nothing but watermelons in the market.*
toàn R *to be entire, whole, total, complete; to be perfect.* hoàn-toàn *perfect.* đại-toàn *complete.* bảo-toàn *to safeguard.* vẹn toàn *perfect.*
toàn-bị *to be complete, total.*
toàn-bộ *the whole.*
toàn-cầu *the whole world.*
toàn-dân *the whole people, everybody in the country, the whole race.*
toàn-diện *global, total* [of war].
toàn-gia *the whole family.*
toàn-lực *all one's strength.*
toàn-mỹ *perfect beauty.*

toàn-năng *to be all powerful, omnipotent, Almighty.*
toàn-phần [of baccalaureate] *complete.*
toàn-phương *quadratic.*
toàn-quốc *the whole nation* | *national, all-Vietnam.*
toàn-quyền *full powers* | *plenipotentiary* | *Governor-General.* Được toàn-quyền hành-động *to have carte blanche.* Sứ-thần toàn-quyền *Minister Plenipotentiary.* Toàn-quyền Đông-dương *Governor-General of* [pre-1945] *Indo-China.*
toàn-tài *to be accomplished, talented, perfect.*
toàn-thắng *total victory.*
toàn-thể *the whole..., all...*
toàn-thiện *to be perfect, flawless.*
toàn-thịnh *height, apogee, zenith, peak.*
toàn thời-gian *full-time.*
toàn-thực *total eclipse.*
toàn-trí *omniscient.*
toang *to be wide open* mở toang, *be shattered or ripped to pieces* vỡ toang, rách toang.
toang hoang *to be all broken, destroyed, demolished.*
toang toang *to speak loudly.*
toát *very cold* [lạnh toát] ; *very white* [trắng toát]; *to perspire, sweat* [toát mồ hôi].
toát R *to sum up, summarize.*
toát-yếu *summary, résumé, abstract, synopsis.*
tóc [SV phát] *hair* [of head] CL sợi *for single hairs,* mớ *for locks,* bộ *for whole heads.* Cf. lông. cúp/ cắt/hớt tóc *to give or get a hair-*

cut. uốn tóc, làm tóc *to have a permanent.* tiệm hớt tóc *barber shop.* tiệm uốn tóc *beauty parlor.* kết tóc se tơ *L to marry, wed.* chân răng kẽ tóc *the most minute details.* ruộm tóc *to dye one's hair.* đễ tóc *to grow one's hair.* rụng tóc *to lose hair.* búi tóc *to gather one's hair in a chignon* | *chignon, bun.*

tóc bạc *white hair, grey hair* [on old person] | *to be grey-haired, white-haired, hoary-haired.*

tóc giả *wig.*

tóc mai *sideburns.*

tóc mây *beautiful hair* [of woman].

tóc sâu *grey hair* [on young person].

tọc-mạch *to be curious.*

toe toét *to show one's teeth* [when grinning **cười**, talking **nói chuyện**, chewing betel **nhai giầu**].

tóe *to splash, splatter.*

tòe *to stretch out, spread out.*

toét [of eyes] *to be swollen and red, be rheumy because of conjunctivitis or trachoma; to spread* [lips **miệng**] *when grinning.*

toẹt *bluntly, squarely.* sổ toẹt *to cross out indiscriminately.*

toi [of efforts, money] *to be lost, useless;* [of chicken, cattle] *to die in epidemic* chết toi [RV mất]. tiền toi *wasted money.* công toi *lost labor.* cơm toi *wasted food.*

tòi *to poke out, stick out;* [of undergarment] *to be showing.*

tỏi *garlic* CL củ *for bulbs or heads,* nhánh *for clove.*

tom *tom-tom* [noise of drum].

tom *to gather, assemble.*

tóm *to nab, seize* tóm được, tóm lấy; *to sum up* [RV lại]. (nói) tóm lại *in sum, in short, in a nutshell.*

tóm cổ *to nab.*

tóm tắt *to sum up, summarize* | *summary.*

tóm thâu *to gather, unite.*

tòm *splash!* | *to fall* [in water].

tòm tem *to long for, yearn for.*

tõm *splash!*

ton-hỏn *to be all red.*

ton hót *to flatter, fawn on.*

tòn ten *to dangle, hang loose.*

tong *to be lost.*

tòng *see* tùng.

tọng *to stuff, cram.*

tóp *to shrink, be hollow.*

tóp mỡ *rendered fat.*

tóp tép *to chew noisily.*

tọp *to lose weight, become dwarfed* [RV đi lại].

tót *to hurry ahead.* nhảy tót *to jump with one leap.* chạy tót *to rush.*

tọt *to spring, leap, bounce.* nhảy tọt ra *to bounce out.* chạy tọt lên *to run to, dash to.*

tô *large bowl* [for noodles. etc...] CL cái ; *bowlful.*

tô *to draw, color.*

tô R *rent.* địa-tô, điền-tô *land rent.* giảm-tô *to reduce the rent.*

Tô-Cách-Lan *Scotland* | *Scottish, Scot.*

tố-đả *soda.*

tô-điểm *to embellish, adorn, decorate.*

tô-giới *concession* [in foreign city, e.g. British concession in prewar Shanghai].

tô-hô *to be stark naked.*

tô-thuế *taxes.*

tố *R to denounce, sue.* đấu-tố *denunciation.*

tố *R element* nguyên-tố. sinh - tố *vitamin.* kích-thích-tố *hormone.* yếu-tố *essential.*

tố *R storm.* dông tố *storm.*

tố-cáo *to denounce, accuse, charge.*

tố-cộng *to denounce communism.*

tố-giác *to denounce.*

tố-khổ [communist] *to denounce* [landlord, employer] *before the people's court as having done one some injustice.*

tố-nga *beautiful girl.*

tố-nữ *beautiful woman.*

tố-tạo *to mold, cast.*

tố-thiện [communist] *to praise before the "people's court".*

tố-tụng *lawsuit, legal case* | *to sue.*

tố-tụng-pháp *legal procedure.*

tổ [SV sào] *nest* [of bird **chim**], *hive* [of becs **ong**], *anthill; hotbed, den, lair.* Kiến tha lâu cũng đầy tổ *Little and often fills the purse.*

tổ *cell, group.* tiểu tổ *cell.*

tổ *only.* Làm thế chỉ tổ cho người ta ghét *That only makes people hate him.*

tổ *ancestor, forefather; patron saint, founder* ông tổ ; *R grandparent.* tằng-tổ *great-grandfather.* cao-tổ *great-great-grandfather.* thủy - tổ *ancestor.* Phật-tổ *Buddha.*

tổ *R cord* | *R to organize* tổ-chức. cải-tổ *to reform.*

tổ-ấm *favor which one owes one's ancestors.*

tổ - chức *to organize* | *organization.*

tổ đỉa *leech's nest.* rách như tổ đỉa *in rags and tatters.*

tổ-hợp *union, trust.*

tổ-mẫu *grandmother.*

tổ ong *beehive.*

tổ-phụ *grandfather.*

tổ-quốc *fatherland, motherland.*

tổ-sản *inheritance.*

tổ sâu *caterpillar's nest.*

tổ-sư *patron saint, founder.*

tổ-tiên *ancestor, forefather.*

tổ-tôm *card game using a deck of 120 cards and played by five persons.*

tổ tông *ancestor, forefather.*

tổ-truyền *hereditary.*

tổ-trưởng *cell head, team leader, group leader.*

tốc [of garment] *to be blown up* [by the wind].

tốc *R to be speedy.* cấp-tốc *urgent, pressing.* gia-tốc *to speed up, accelerate.* sơ-tốc *initial velocity.* hiện-tốc *remaining velocity.* Dục tốc bất đạt *Haste is of the devil.*

tốc-độ *speed, velocity, rate.* tốc-độ ban đầu *muzzle velocity, initial velocity.* tốc-độ di-chuyển *rate of march ; flight speed.* tốc - độ lên *upward component of the velocity, rate of climb, climbing speed.* tốc-độ lúc lên *take-off speed.* tốc-độ sơ-khởi *muzzle velocity, initial velocity.* tốc-độ thường *norm-*

al velocity. tốc-độ tối-đa *maximum speed*. tốc-độ tối-thiểu *minimum speed*. tốc-độ trung - bình *medium pace, average speed*. tốc-độ tuyệt - đối *absolute velocity ; ground speed*. tốc-độ tương - đối *air speed*. dổi tốc-độ *to shift gear*. hộp tốc-độ *gearbox*.

tốc-độ-kế *speedometer*.

tốc-hành [of train] *express, fast*.

tốc-ký *shorthand, stenography* | *stenographer*. máy tốc-ký *stenotype*.

tốc-lực *speed, velocity*. chạy hết tốc-lực *to run at full speed*.

tộc *R family, clan* [=họ]. gia-tộc *family*. đồng-tộc *of the same family*. trưởng-tộc *clan head*. dân-tộc *a people*. tam-tộc *the three clans (one's father's, one's mother's and one's wife's)*. cửu-tộc *the nine generations*. quí-tộc *aristocracy*. hoàng-tộc *royal family*. chủng-tộc *race*.

tộc-loại *family*. quan-hệ tộc - loại *genetic relationship*.

tộc-trưởng *clan head, patriarch*.

tôi [used to non relatives] *I, me* | *servant, slave, subject* [of king] [with **làm** to be]. chúng tôi *exclusive we, us* [he and I, they and I]. bầy tôi, bề tôi *subject*. vua tôi *king and subject*. Cf. ta.

tôi *to mix, slake* [lime], *to temper, harden* [iron].

tôi con *servant and child*.

tôi đòi *servant(s)*.

tôi mọi *slave*.

tôi tớ *servant, domestic help*.

tối [SV ám] *to be dark, obscure; to be slow-witted ; to get dark*

in the evening [subject giời/trời] | *evening* CL buổi. tối hôm qua *last night*. tối hôm nay *this evening*. tối đến *at night-fall, in the evening*. bóng tối *darkness*. buồng tối *dark room*. tối như mực *pitch dark*. bữa (ăn) tối *dinner*. sớm tối *morning and night*. Cf. sáng, chiều, trưa, đêm.

tối *R- very, extremely, most*.

tối-cao *high, supreme*.

tối-cần *to be essential*.

tối dạ *to be thick-headed*.

tối-đa *maximum*.

tối-hậu *last of all, ultimate, final*.

tối-hậu-thư *ultimatum*.

tối-huệ *most favored*.

tối-kỵ *to be avoided*.

tối mắt *to be blinded* [by profit, etc].

tối-mật *top secret*.

tối mịt *to be pitch dark*.

tối mò *to be pitch dark*.

tối mù *to be pitch dark*.

tối ngày *day and night, all day long*.

tối om *to be pitch dark*.

tối tăm *to be very dark, gloomy ; to be dark ; to faint*.

tối-tân *to be ultra-modern, most up-to-date*.

tối-thiểu *minimum*.

tồi *to be bad, mean, mediocre; R to be destroyed, wrecked*.

tồi-bại *to be bad, shameful, depraved*.

tồi-tàn *to be bad-looking, dilapidated*.

tồi-tệ *to be miserable ,mean, wicked*.

tội crime, offense, sin, guilt [can, phạm to commit]. có tội criminal, guilty. vô tội innocent. rửa tội to baptize. thú tội to confess. tha tội, thứ tội to pardon. xá tội to give amnesty. buộc tội to charge. can tội guilty of, đền tội to pay for, expiate. khinh-tội offense. trọng-tội crime.

tội ác crime.

tội-đồ exile.

tội lỗi sin, guilt.

tội-nghiệp pity | to feel sorry for.

tội-nhân defendant, culprit, offender.

tội-phạm offender, criminal.

tội tình misfortune.

tội-vạ fault.

tôm [SV hà] shrimp, prawn CL con. mắm tôm shrimp paste, bagong. áo đuôi tôm tailcoat. chạo tôm grilled shrimp paste on sugar cane. bánh phồng tôm deep-fried shrimp paste [for cocktails].

tôm he sea shrimp.

tôm hùm lobster CL con.

tôm rồng lobster CL con.

tôm tép shrimps.

tôn R grandchild [= cháu]. tằng-tôn great-grandchild. huyền-tôn great-great-grandchild. đích-tôn eldest son of one's eldest son. nội-tôn one's son's child. ngoại-tôn one's daughter's child. tử-tôn children and grand-children, — offspring.

tôn to honor, venerate tôn kính; to honor, elevate [làm as]. tự-tôn mặc-cảm superiority complex. lệnh-tôn your father [honorific]. chí-tôn the most venerable.

tôn-chi line, policy [of newspaper].

tôn-đồ apostle.

tôn-đường your parents.

tôn-giáo religion, faith.

tôn-kính to respect. honor, venerate.

tôn-miếu temple.

tôn-nghiêm to be solemn, grave.

tôn-ông L Sir.

tôn-phục to honor, respect.

tôn-sùng to honor.

tôn-sư master.

tôn-thất royal family.

tôn-tộc relative, kinsman.

tôn-trọng to respect, honor [treaty, etc.].

tôn-trưởng elder.

tôn-ty hierarchy tôn-ty trật-tự.

tốn [SV tồn] to cost [money, time, efforts]; to be costly, expensive hao tốn.

tốn R to be humble, unpretentious, modest khiêm-tốn.

tốn của to be ruinous.

tốn kém to be expensive, costly.

tốn tiền to be expensive.

tồn R to exist, remain, preserve, deposit. bảo-tồn to preserve. sinh-tồn to live. cộng-tồn to co-exist.

tồn-căn stub.

tồn-cổ to be conservative.

tồn-kho see tồn-khố.

tồn-khoản deposit [in bank].

tồn-khố storage. thuế tồn-khố storage fees.

tồn-tại to exist, survive.

tồn-tích to save | savings.

tồn-trữ to keep, conserve.

tồn-vong to exist and to disappear.

tồn *R to be costly* [= tốn]. **phí tồn** *expensive.*

tồn *R to damage, injure* **tồn hại, thương tồn.**

tồn-hại *to be harmful.*

tồn-phí* *expenses, expenditures.*

tồn - thất *to lose* | *loss, damage, casualty.*

tồn-thọ *to be life-shortening.*

tồn thương *to hurt* [pride], *wound.*

tông *R family; ancestor* tổ-tông; *sect, school, as* thiền - tông *Zen buddhism. See* tôn.

tống *to expel.* **tống tiền** *to blackmail.*

tống *to hit, strike.*

tống *R to see off* [= tiễn], *accompany, escort* hộ - tống. Cf. nghênh.

tống-biệt *to see* [someone] *off.*

tống-chung *to attend a funeral.*

tống cồ *to throw out, turn out, kick out, fire.*

tống-đạt *to transmit* [memorandum].

tống-giam *to arrest, take into custody.*

tống-khứ *to expel, kick out.*

tống ngục *to throw in jail.*

tống táng *to bury.*

tống-thư-văn *messenger.*

tồng *canton, district.* **cai tồng, chánh tồng** *canton chief.*

tổng *R- general.*

tổng-bộ *central committee* [of a party].

tổng-chi-huy *Commander-in-Chief.*

tổng-chủ-giáo *archbishop.*

tổng-công-đoàn *General Confederation of Labor.*

tổng-cộng *grand total.*

tổng-cục *head office.*

tổng-đình-công *general strike.*

tổng-đốc *province chief* [in pre-Republican days].

tổng-động-binh *general mobilization.*

tổng-động-viên *general mobilization.*

tổng-giám-mục *archbishop.*

tổng-hành-dinh *general headquarters.*

tổng-hội *general association.*

tổng-hợp *synthesis* | *synthetic.*

tổng-kết *summary; grand total.*

tổng-khởi-nghĩa *general uprising.*

tổng-lãnh-sự *consul general.* **tòa tổng-lãnh-sự** *consulate general.*

tổng-luận *summing-up, recapitulation.*

tổng-lý [obs.] *prime minister; general manager.*

tổng-nha *general office.* Cf. nha.

tổng-phản-công *general counter-offensive.*

tổng-quát *general view* | *in general.*

tổng-số *grand total.*

tổng-tấn-công *general offensive.*

tổng-tham-mưu *general staff* CL bộ.

tổng-thanh-tra *inspector-general.*

tổng-thống *President, Chief Executive* [of a republic]. **phó-tổng-thống** *Vice president* [of a republic] **Dinh Tổng-thống** *the Presidential Palace.* **Phủ Tổng-thống** *the Presidency.*

tổng-thống-phủ *the Presidency.*

tồng-thư-ký *secretary general.*

tồng-trấn *governor.*

tồng-trưởng *minister, secretary.*
Cf. bộ-trưởng.

tồng-tuyền cử *general elections.*

tồng-tư lệnh *Commander-in-Chief*

tồng-ủy(-viên) *general commission-er.*

tốp *group, band squad.*

tốt [SV hào] *to be good ;* [of we-ather] *fine ;* [of day] *auspicious, lucky* [opp. xấu]. tươi tốt *beauti-ful, fresh.*

tốt R *soldier. servant ; chessman equivalent to "pawn"* CL con. điền-tốt *farmer, peasant.* ngục tốt *jailer.* sĩ-tốt *off cers and men.* tiêu-tốt *buck private ; a nobody.*

tốt bụng *to be kind-hearted.*

tốt duyên *happy marriage.*

tốt đẹp *to be fine.*

tốt đôi *to make a nice couple.*

tốt lành *to be good, fine; auspi-cious.*

tốt mã *to have good looks.*

tốt mái *to be prolific* [of woman].

tốt-nghiệp *to graduate.*

tốt số *to be lucky.*

tốt tiền *to be remunerative.*

tốt tươi *to be beautiful.*

tột *highest degree.*

tột bậc *top-level, topnotch.*

tột đinh *summit, peak.*

tơ [SV ti] *silk, thread* ông Tơ *God of Marriage.* kết tóc xe tơ *to marry.*

tơ *to be young, tender* [of chicken, girl]. trai tơ *young man.*

tơ duyên *marriage bonds.*

tơ hào *not in the least, not at all.*

tơ hồng *thread of marriage.*

tơ lòng *ties of affection.*

tơ mành *fine silk.*

tơ tưởng *to dream.*

tớ *servant* đầy tớ | *I* [familiar] [se-cond person pronoun being đằng ấy].

tờ *sheet of paper ; CL for papers, newspapers* [= tờ báo]. giấy tờ *papers, documents.*

tờ bồi *papers.*

tờ khai *declaration, statement.*

tờ mờ *to be dark, somber, dim.*

tơi *to be torn* tả tơi.

tơi *mantle* áo tơi. áo tơi mưa *raincoat.*

tơi bời *to be ragged, in disorder.*

tơi tả *to be in rags, in tatters.*

tới [= đến] *to come, arrive* tới nơi; *to reach, attain; to advance.* lui tới *to frequent.* tấn tới *progress.* đi tới *to move forward.*

tới tấp *to beat repeatedly ; to rain hard.*

tởm *to loathe so much as to be-come nauseous ; to be nauseating.* ghê tởm *nauseating, disgusting.*

tởn *to be curled up ; to be excited, stirred.*

tợn *to be daring, bold; naughty* dữ-tợn. hung-tợn | -R *much, well* [colloquial]. khó tợn *very tough.*

tợp *sip, mouthful.*

tu *to drink straight out of the bottle or teapot.*

tu R *to blush, be ashamed.*

tu *to enter religion, become a Buddhist monk* đi tu. thầy tu *monk, Buddhist priest.*

tu *R to repair.* trùng-tu *to restore.*

tu *R beard* [= râu] *; hair, awn, stamen.*

tu-bổ *to repair* [building, historical site], *improve.*

tu-chính *to amend* | *amendment.*

tu-chính-án *amendment.*

tu-chinh *to decorate, adorn.*

tu-dưỡng *to nurture, cultivate.*

tu-hành *to lead a religious life.*

tu-hú *black cuckoo* CL con.

tu-luyện *to practice, drill, train.*

tu-mi *beard* (râu) *and eyebrows* (mày)—*man* [as apposed to woman].

tu-nghiệp *in-service training.* lớp tu-nghiệp *refresher course, seminar, workshop.*

tu-sĩ *monk.*

tu-thân *to improve oneself.*

tu-thư *to write books.* Sở Tu-thư *Publications Bureau.*

tu-tinh *to improve, mend one's ways*

tu-từ(-học) *rhetoric.*

tu viện *monastery.*

tú *R handsome, refined, elegant* | *bachelor of arts* tú-tài. cầm-tú *florid, ornate.*

tú *R star, constellation* tinh-tú.

tú-bà *madam.*

tú-tài *baccalaureate, high school diploma or degree, scholastic degree similar to a bachelor's degree.* Cf. cử-nhân, tiến-sĩ.

tù *jail* lao tù | *to be in jail ;* [of waters **nước**, pond **ao**] *to be stagnant.* cầm tù *to hold prisoner.* án tù *prison sentence.* bỏ tù *to jail.* ở tù, bị tù, ngồi tù *to be in*

jail. nước tù *stagnant waters.*

tù-binh *prisoner of war.*

tù chính-trị *political priooner.*

tù đày *prisoner, exiled.*

tù hãm *to be cooped up.*

tù-nhân *prisoner.*

tù-phạm *prisoner.*

tù tội *imprisonment.*

tù-trưởng *tribal chief.*

tù-và *horn.*

tủ *cupboard. cabinet, chest, closet, wardrobe* [đóng *to* build] *; jackpot.* học tủ *to cram only a subject likely to be asked about.* trúng tủ *to get the question one has crammed.*

tủ áo *closet, wardrobe.*

tủ gương *mirror-wardrobe.*

tủ hàng *store window.*

tủ két [Fr. caisse] *safe.*

tủ kính *store window.*

tủ sách *bookcase; library.*

tủ sắt *safe.*

tủ thuốc *medicine chest.*

tụ *to gather, assemble, unite* [RV lại]. đoàn-tụ *to be together.* quần-tụ *to stick together.* Cf. tán.

tụ *R sleeve.* lãnh-tụ *leader, chief.*

tụ-điện *to condense electricity.* máy tụ-điện *condenser.*

tụ họp *to meet, gather together.*

tụ-hội *to converge.*

tụ-tập *to meet, gather.*

tua *tassel; stamen.*

tua [Fr. tour] *turn; ride.*

tua tủa *to bristle out.* tua tủa những *bristling with.*

túa *to flow or run toward* [RV ra, đến].

tủa *to bristle,* [of sparks] *fly.*

tuân *to obey, follow* [rule, order] tuân theo.

tuân-hành *to carry out, execute.*

tuân-thủ *to obey, abide by.*

tuấn *R to be superior, eminent.*

tuấn-tú *to be refined, elegant.*

tuần *week, decade* [ten days, ten years]. tuần lễ *week.* thượng-tuần *first ten days of a month; early.* trung-tuần *second decade of a month; mid.* hạ-tuần *third decade of a month; late.* độ tứ-tuần *about forty years old.*

tuần *R round* | *to turn around.*

tuần *to visit, guard, patrol.* đi tuần *to patrol.*

tuần *phasis* [of moon].

tuần-báo *weekly.*

tuần-chiến *combat patrol.*

tuần - dương - hạm *cruiser* CL chiếc. tuần-dương-hạm thiết - giáp *armored cruiser.* tuần-dương-hạm chiến-đấu *battle cruiser.*

tuần-dương hàng-không mẫu-hạm *aircraft cruiser.*

tuần-hành *to march, parade* | *march, parade.*

tuần-hoàn *to circulate, be recurring* | *circulation* [of blood]. bộ máy tuần-hoàn *the circulatory system.*

tuần-lễ *week.*

tuần-phiên *village nightwatchman.*

tuần-phòng *patrol.* tuần-phòng an-ninh *protective patrol, security patrol.*

tuần-phủ *province chief* [pre-Republican days].

tuần-san *weekly.*

tuần-thám *reconnaissance patrol.*

tuần-tiễu *to patrol.*

tuần-tự *to be in order* | *in order, step by step.*

tuần-vũ *province chief* [pre-Republican days].

tuẫn *R to be sacrificed along with* [the dead], *die for.*

tuẫn-đạo *to be a martyr.*

tuẫn-giáo *to be a martyr.*

tuẫn-nạn *to die a martyr.*

tuẫn-tiết *to sacrifice one's life for a good cause.*

tuất *the eleventh Earth's Stem.* See chi.

tuất *to feel sorry for, aid.*

tuất-cấp *to subsidize, aid.*

túc *R cereal* mễ-túc.

túc *R foot* [= chân]. thủ-túc *follower.*

túc *R to be sufficient* [= đủ]. tự-túc *self-sufficient.* sung-túc *well-off, well-to-do.*

túc *R to lodge for the night.* ký-túc-xá *boarding school, dormitory.* tá-túc *to stay temporarily at someone's house.*

túc-cầu *football, soccer.*

túc-hạ *L you, sir.*

túc-mễ *cereals.*

túc-số *quorum.*

túc-trí (đa-mưu) *to be shrewd, clever, resourceful.*

túc-trực *to wait, be on hand.*

tục *custom, usage* | *to be vulgar* thô tục, *obscene* tục tĩu. phong-tục *customs and manners.* trần-tục *this world.* tên tục *nickname.*

tục *R to continue* tiếp-tục· liên-tục *continuity.* lục-tục *one after another.*

tục-bản *to reprint, reissue.*

tục-chùy *clutch.*

tục-danh *first name, nickname.*

tục-huyền *to remarry.*

tục-lệ *customs, traditions·*

tục-lụy *L trouble of this world.*

tục-ngữ *proverb.*

tục tằn *to be vulgar, coarse.*

tục tỉu *to be vulgar, obscene, smutty.*

tục-trần *the world | wordly.*

tục-truyền *tradition | according to a legend.*

tục-tử *lout, boor.*

tuế *R year of age* niên·tuế [=tuồi]. vạn·tuế ~R *long live...!*

tuế-nguyệt *L time.*

tuế-phí *annual expenses.*

tuế-sai *precession.*

tuệ *R comet* tuệ·tinh.

tuệ *R to be intelligent, bright, keen.* đuốc tuệ *the light of knowledge.* trí·tuệ *intelligence* [psychology].

tuệ-tinh *comet* [= sao chổi].

tuếch *to be empty* rỗng tuếch, *wide open.*

tuếch toạc *to be indiscreet.*

tui *see* tôi.

túi *pocket, purse, pouch, small bag, sac* [*with* bỏ, đút *to put in*, móc *to take out of, pick*]. Coi chừng móc túi! *Beware of pickpockets!*

túi bụi *to work* [làm] *ploddingly ; to beat* [đánh] *to a pulp ; to stone repeatedly ; to curse or scold* [mắng] *vehemently.*

túi cơm *rice bag.* giá áo túi cơm *fashion plate, worthless person.*

túi dết *knapsack*

tủi *to lament* [*one's lot*, thân, phận *etc.*], *be ashamed, feel hurt.* buồn tủi *grieved.*

tủi nhục *to be ashamed, hurt.*

tụi *group, band*

tum húp *to be swollen.*

túm *to snatch, grab.*

tùm-lum *to be thick·foliaged.*

tủm tỉm *to smile.*

tụm *to unite, gather* xúm năm tụm ba *to gather by groups of three or five.*

tủn mủn *to be small, mean.*

tung *to throw, fling, hurl ; to start* [news].

tung *R to be vertical* [= dọc] [opp. hoành].

tung *R trace, vestige.*

tung-độ *ordinate* Cf. hoành-độ, tọa-độ.

tung-hoành *to act freely, do what one pleases.*

tung-hô *to cheer, acclaim.*

tung-tăng *to run here and there.*

tung-tích *traces, whereabouts, footprints.*

tung-tóe *to be spilled all over·*

túng *to be hard up* túng tiền ; *to be hard pressed by want or lack of.* lúng túng *not to know what to do, to be at a loss.*

túng *R to let go.* dung túng *to abet.*

túng bấn *to be hard pressed for money, be needy.*

túng thế *to be at the end of one's rope.*

túng tiền *to be hard pressed for money.*

tùng R *to follow* [=theo]. Also lòng. tùy-tùng, tháp-tùng *to accompany* [president, high-ranking official]. phụ-tùng *accessories, spare parts.* tam-tòng *the three obedience.*

tùng R *second cousin* tùng đường-đệ.

tùng *plexus* [anatomy].

tùng R *pine tree* [=thông].

tùng-chinh *to enlist in army, go to war.*

tùng-đàm *biographical notes.*

tùng-học *to stud .*

tùng-hương *colophony, rosin.*

tùng-phạm *accomplice.*

tùng-phục *to submit oneself to.*

tùng quân *to enlist.*

tùng-sự *to serve, work.*

tùng - thư *collection, series* [of books].

tùng-tiệm *to be thrifty.*

tùng xẻo *to cut* [criminal, adulteress] *to pieces.*

tụng R *to praise, laud, eulogize.* ca tụng *to praise.* chúc - tụng *to congratulate.*

tụng *to read aloud, recite, chant* [prayers kinh] tụng niệm.

tụng *litigation* kiện-tụng.

tụng-đình *court of law.*

tụng-niệm *to pray and to meditate* [of Buddhist].

tuổi [SV tuế] *year of age; title* [of gold, silver] có tuổi *to be elderly.* Cháu mấy tuổi? *How old are you?* How old is he/she?

Ông ấy hơn tuổi tôi. *He's older than I* Ông ấy hơn tôi ba tuổi. *He's three years older than I.* nhỏ tuổi, trẻ tuổi *young.* đứng tuổi *mature.* ít tuổi *young.* lớn tuổi *advanced in age.* trăm tuổi L *to die.* đến tuổi *to come of age.* đến tuổi lấy vợ *to be of marrigeable age.* vàng mười tuổi *pure gold.*

tuổi cao *to be elderly.*

tuổi già *old age.*

tuổi hạc *old age.*

tuổi tác *to be old.*

tuổi thơ *young age, childhood.*

tuổi trẻ *youth.*

tuổi xanh *tender age, youth.*

tuôn *to flow, spill out, come out.*

tuồn tuột *to be slippery.*

tuồng *play* CL vở, *film; appearance. manner; sort, kind, type.* vai tuồng *role. part.* thày tuồng *stage manager, producer.* như tuồng.... *to act as if....* tuồng bất-nhân *ungrateful sort.*

tuồng cải-lương *modern theater, modern play.*

tuồng cổ *traditional theater, opera.*

tuồng tàu *Chinese opera.*

tương tây *modern play.*

tuốt *to pluck off, rub in one's fingers; to draw* [sword gươm].

tuốt *all.* ăn tuốt *to eat everything.* đánh tuốt *to beat everybody.*

tuốt cả *all.*

tuốt tuột *all.*

tuột *to slide down; to slip; to act in a flash* [follows verb of motion]. nói tuột móng heo *to speak frankly.* đi tuột lên Đàlạt *to go all the way to Dalat.* trơn tuột *slippery.* thẳng tuột *straight.* tuột da *scratched.*

túp *hut, tepee* CL cái. túp lều tranh *straw hut.*

tụt *to slide down ; to drop or fall behind.* Em bé tụt quần *Baby's pants fell down.* Nó bị tụt xuống thứ nhì *He dropped down to the second place.*

tuy *though, although, despite the fact that, in spite of the fact that* tuy rằng.

tuy là *though, although.*

tuy-nhiên *however.*

tuy rằng *though, although, despite the fact that, in spite of the fact that.*

tuy thế *however.*

tuy vậy *however.*

túy *R essence* tinh-túy. thuần - túy *pure, unadulterated.* quốc - túy *something essentially national, something essentially Vietnamese.*

túy *R to be drunk* [= say].

túy-lúy *to be dead drunk.*

tùy *R to follow* [= theo] *; to be up to.* Tùy anh đấy ! *It's up to you.* Cái đó cũng tùy *It all depends.*

tùy-bút *essays.*

tùy cơ (ứng-biến) *to act according to the circumstances.*

tùy-nghi *for appropriate action.*

tùy-phái *messenger.*

tùy tâm *as one wishes.*

tùy theo *according to.*

tùy thích *as one wishes, at one's discretion, to one's liking.*

tùy-thuộc *to depend on* | *dependent.*

tùy-tiện *at your convenience, as you see fit.*

tùy-tùng *to accompany.* đoàn tùy-tùng *retinue, suite.*

tùy-viên *attaché.* tùy-viên thương-mại *commercial attaché.* tùy-viên báo-chí *press attaché.* tùy - viên quân-sự *military attaché.*

tùy ý *as one wishes, freely.*

tủy *marrow* [of bone].

tụy *R to be sad, be distressed, languish* tiều-tụy.

tụy *R pancreas.*

tụy *R subterranean.*

tụy-đạo *tunnel.*

tụy-tạng *pancreas ; sweetbread.*

tuyên *R to declare, proclaim.*

tuyên án *to declare a sentence.*

tuyên-bố *to declare, state, announce* | *announcement, declaration, statement* CL bản.

tuyên-cáo *to proclaim, declare.*

tuyên-chiến *to declare war.*

tuyên-dương *to praise, commend, cite.*

tuyên-ngôn *declaration, manifesto* CL bản.

tuyên-thệ *to swear* [allegiance, etc.] lễ tuyên-thệ nhậm-chức *oath of office.* Tổng thống đã làm lễ tuyên-thệ nhậm chức *the President was sworn into office.*

tuyên-truyền *propaganda.* bộ máy tuyên truyền *propaganda machine.* cán-bộ tuyên-truyền *propaganda cadres.*

tuyên-úy *chaplain.*

tuyến R wire, ray, line. vô-tuyến-điện radio. chiến-tuyến battlefront, front. giới-tuyến boundary. quang tuyến luminous rays. tiền-tuyến frontline. trận-tuyến battlefront, front. kinh-tuyến meridian. vĩ-tuyến parallel. trung-tuyến median. ngoại-tuyến outline. kim-tuyến lamé.

tuyền See toàn.

tuyền R spring [= suối]. cửu-tuyền, hoàng-tuyền the Hades.

tuyền-đài the Hades.

tuyền R to recruit; to select. tái-tuyền to select again, reelect. trúng-tuyền to pass an exam, be selected.

tuyền-cử to elect | elections CL cuộc. tổng-tuyền-cử general elections.

tuyền-dụng to select, recruit [civil servants].

tuyền-lựa to select.

tuyền-thủ player [selected for game].

tuyền-trạch to select.

tuyết to snow [subject giời, trời] | snow. bão tuyết snow storm. giày tuyết snow shoes. Bạch-tuyết Snow White.

tuyệt R to be cut off | extremely, perfectly. cự-tuyệt to decline someone's advances. đoạn - tuyệt với to break with. tuyệt vô âm-tín not to be heard of. tuyệt đẹp extremely beautiful.

tuyệt to be unique, peculiar.

tuyệt-bút masterpiece.

tuyệt-chủng to stamp out a race.

tuyệt-diệu to be admirable, terrific, marvelous, wonderful.

tuyệt-đích perfection.

tuyệt-đối to be absolute. Cf. tương-đối.

tuyệt-giao to break off relations.

tuyệt không not at all, by no means.

tuyệt-luân to be unequalled.

tuyệt-mạng L to die.

tuyệt-mệnh L to die.

tuyệt-nhiên absolutely.

tuyệt-sắc to be extremely beautiful.

tuyệt-tác masterpiece.

tuyệt-thực to go on a hunger-strike.

tuyệt-trần to surpass everybody.

tuyệt-tự to be without offspring, heirless.

tuyệt-vọng to be desperate, disappointed.

tuyn [Fr. tulle] tulle.

tư four [following a numeral in the ten order, but not mười itself]; fourth. ba mươi tư 34. Cf. bốn, tứ. thứ tư fourth | Wednesday. trăm tư 140. hai nghìn tư 2,400. ba phần tư three quarters. tay tư quadripartite. ba vạn tư 34,000.

tư to be private. nhà tư private house. sở tư private business or office. gia-tư private property; personal effects. vô tư impartial, unbiased.

tư to transmit [official communication]. thông-tư circular.

tư R to help, assist.

tư R money, capital. đầu-tư to invest. lao-tư labor and capital.

tư R natural disposition. thiên-tư natural endowment.

tư *R posture, carriage* phong-tư, tư-thái, tư-thế.

tư *R to think* tư-lự. vô tư-lự *to be carefree.* tương-tư *to be lovesick* | *love-sickness.*

tư-bản *capital; capitalism* | *to be capitalist(ic).* tư-bản nhân-dân *people's capitalism.*

tư-cách *aptitude, qualification; personality, dignity.*

tư-cấp *to give financial assistance.*

tư-chất *gift.*

tư-dưỡng *to nurture, nourish, maintain.*

tư-điền *privately-owned rice-fields.*

tư-gia *private home; private individual.*

tư-hiềm *personal resentment.*

tư-hữu *private ownership.*

tư-hữu-hóa *to become a private owner; to make* [somebody] *a property-owner.*

tư-lệnh *to command* | *command* CL bộ; *commander.* tổng-tư-lệnh *commander-in-chief.*

tư-liệu *materials.*

tư-lịnh *to command* | *command.*

tư-lợi *personal interests.*

tư-lự *to be pensive, worried.*

tư-nhân *private individual.*

tư-pháp *justice.* Bộ-trưởng Tư-pháp *Minister of Justice, Attorney-General.* quyền tư-pháp *judiciary powers.* Cf. hành-pháp, lập-pháp.

tư-sản *private property.* giai-cấp tư-sản *bourgeoisie.* tiểu tư-sản *small bourgeois.*

tư-sinh [*of child*] *illegitimate.*

tư-tế *priest.*

tư-thất *private house, residence.*

tư-thông *to commit adultery, act in collusion, connive* [**với** *with*].

tư-thù *personal rancor.*

tư-thục *private school.*

tư-tình *personal relationships; love affair.*

tư-trang *jewelry, property.*

tư-trào *current of thought.*

tư-tưởng *to think* | *thought.* nhà tư-tưởng *thinker.*

tư-vấn *consultative.*

tư-vị *to be impartial.*

tứ *R market.*

tứ *idea, thought* [*in literature*]. thi tứ *inspiration.* ý-tứ *thoughtful; ideas*

tứ *R four* [=**bốn**]. Cf. tư. đệ-tứ *fourth.* tứ-thập *40.* thập-tứ *14.* Đệ-tứ Quốc-tế *Fourth Internationale.*

tứ-bảo *the four precious articles—inkslab, ink stick, writing brush, paper.*

tứ bề *all four sides.*

tứ-bình *the four panels, four scroll*

tứ-chi *the four limbs.*

tứ chiếng *everywhere.*

tứ cố vô thân *to be all alone, without any friends.*

tứ-dân *the four social classes — scholars, farmers, craftsmen, merchants.*

tứ đức *the four virtues in a woman—proper employment* **công,** *proper demeanor* **dung,** *proper* speech ngôn, proper behavior hạnh.

tứ-hải the four oceans. tứ hải giai huynh-đệ all men are brothers.

tứ-linh the four supernatural creatures—dragon long, unicorn ly, tortoise qui, phoenix phượng.

tứ phía on all sides.

tứ-quí the four seasons.

tứ-sắc a kind of card game.

tứ-tán to be scattered around.

tứ-thời the four seasons.

Tứ-thư the Four Books.

tứ-trụ the four highest-ranking court officials in imperial Vietnam and China—văn-minh, võ-hiền, cần-chính, đông-các.

tứ-tuần the age of forty.

tứ tung to be pell mell | all over the place.

tứ-tuyệt four-line poem.

tứ-xứ everywhere.

từ from; since từ lúc, từ khi. từ nay, từ rày, từ bây giờ from now on. từ đầu from the beginning. từ đây lên Dalat from here to Dalat.

từ R word, expression, part of speech. danh-từ noun. đại-danh-từ pronoun. động-từ verb. hình-dung-từ, tính-từ adjective. trạng-từ adverb. mạo-từ, quán-từ article. số-từ numeral. liên-từ conjunction. giới-từ preposition. thư-từ correspondence. diễn-từ speech. đáp-từ reply [to a speech]. huấn-từ speech, address [with recommendations and teachings]. chủ-

từ subject. túc-từ object, complement.

từ R to leave, abandon, disown [child].

từ R to be mild, kind, gentle, compassionate từ bi. hiền-từ sweet, gentle, kind. nhân-từ kind. gia-từ L my mother.

từ R magnet. điện-từ electromagnet.

từ R ancestral hall [usually in a separate house] từ-đường. thủ-từ temple janitor.

từ to resign [chức a position], to bid farewell từ-biệt, từ giã, giã từ. không từ... not minding... not objecting to...., at the risk of....ing.

từ L to be slow từ từ to be slow, to act slowly.

từ-bi to be compassionate, benevolent, merciful.

từ-biệt to say goodbye to, take leave.

từ-bỏ to renounce, forsake.

từ-chối to refuse, decline.

từ-chức to resign.

từ-chương literature.

từ-cú sentence.

từ-cực magnetic pole.

từ-dịch to resign.

từ-điển dictionary [of words and expressions]. Cf tự-điển.

từ-độ magnetization, magnetism.

từ-đường ancestral temple.

từ giã to say goodbye to, leave, take leave of [a person].

từ-hoá to magnetize.

từ-hôn to cancel a marriage.

từ-khước to refuse, decline.

từ-lực *magnetic force.*

từ-mẫu *L my mother.*

từ-nan *to be hesitant because of difficulty.*

từ-ngữ *term, expression, compound word.*

từ-phụ *L my father.*

từ-quan [of official] *to resign.*

từ-tại *to be mild, kind.*

từ-tâm *kind heart.*

từ-thạch *magnet.*

từ-thiện *to be benevolent. philanthropic, charitable.*

từ-tính *magnetism.*

từ-tốn *to be gentle, sweet.*

từ-trần *L to die.*

từ-trở *magnetic resistance, reluctance.*

từ-trường *magnetic field.*

từ từ *to act gently, slowly.* Đi từ từ đợi tôi nhé! *Please go slowly and wait for me.*

tử *R child, son* [= con]; *viscount* tử-tước. [Cf công, hầu, bá, nam]; -*R in titles of ancient philosophers, as:* Khổng-tử *Confucius,* Master Kung. Mạnh-tử *Mencius.* Lão-tử *Lao-tzu.* Trang-tử *Chuang-tzu.* thiên-tử *the emperor.* hoàng-tử *prince, His Highness.* (hoàng-) thái-tử *crown prince.* nghĩa-tử *adopted child.* đệ-tử *student, disciple.* quân-tử *the superior man.* công-tử *mandarin's son; dandy, dude.* sĩ-tử *student, scholar.* bào-tử *spore.* tài-tử *amateur.*

tử *R to be purple, violet.*

tử *R to die* [= chết]. tự-tử *to commit suicide.* vấn-đề sinh-tử *matter of life and death.*

tử-âm *consonant (sound).*

tử-chiến *deadly fight.*

tử-cung *uterus.*

tử-đạo *martyr.*

tử-đằng *wisteria.*

tử-địa *deadly ground.*

tử-hình *death penalty.*

tử-nạn *to die in an accident.*

tử-ngoại *ultraviolet.*

tử-ngữ *dead language* [opp. sinh-ngữ].

tử-phần *native land.*

tử-phần *grave, tomb.*

tử-sĩ *war dead.*

tử-tế *to be kind, nice* | *well, decently; carefully.*

tử-thần *death.*

tử-thi *dead body, corpse.*

tử-thù *mortal enemy.*

tử-thương *to die of a serious wound.*

tử-tội *capital punishment.*

tử-tôn *children and grandchildren — offspring.*

tử trận *to die in battle.*

tử-tù *prisoner ready for the electric chair.*

tử-tức *offspring, progeny.*

tử-tước *viscount.*

tử-vi *name of a star; astrology.*

tự *R Chinese character, letter* [= chữ]; *courtesy name* | *to have the courtesy name of...* Hán-tự *Chinese character.* biểu-tự *fancy name, nickname.* văn-tự *writing, spelling, orthography, written language; deed, contract.*

tự *R- self, oneself.* tự-xát *to commit suicide.*

tự clues, beginning, loose ends [of problem] tình-tự.

tự R Buddhist temple [= chùa] am-tự, phật-tự.

tự R from [= từ], because; R to be natural, spontaneous. tự cổ chí kim from ancient times.

tự R preface [= tựa]; order. thứ tự order. tiểu-tự foreword.

tự R to resemble. tương-tự similar [to each other], identical.

tự R heir, offspring. kế-tự, thừa-tự to succeed, carry on. tuyệt-tự heirless.

tự-ái self-pride, pride.

tự-ải to hang oneself.

tự-cao to be conceited.

tự-chủ to be self-governing, autonomous, independent.

tự-dạng handwriting.

tự-do to be free | freedom, liberty. Đảng Tự-do Liberal Party.

tự-dưng all of a sudden, without reason.

tự-đại to be haughty.

tự-đắc to be proud, conceited.

tự-điển dictionary [giving individual morphemes and corresponding Chinese characters]. Cf. từ-điển.

tự-động to be automatic.

tự-hào to be proud.

tự-hệ writing system.

tự-học to study by oneself; self-taught.

tự-hồ as if, as though.

tự-khắc automatically.

tự-khi to delude oneself.

tự-kiêu to be proud.

tự-kỷ self-, auto-.

tự-lập to be independent.

tự-liệu to manage by oneself.

tự-luận foreword.

tự-lực to be self-reliant.

tự-mãn to be contented with oneself.

tự-mẫu alphabet.

tự-nghĩa meaning, sense.

tự-nghĩa-học semantics.

tự-nguyện to volunteer.

tự-nhiên to be natural, of course | naturally.

tự-phụ to be pretentious.

tự - quyết self - determination. nguyên-tắc tự-quyết the principle of self-determination.

tự-sát to commit suicide.

tự-sinh [of reaction] spontaneous.

tự-tại to be satisfied, content.

tự-tận to commit suicide.

tự-thuật to be autobiographical, to narrate.

tự-thừa to raise [a number] to a certain power, square, cube.

tự-tích handwriting, written evidence.

tự-tiện without asking for permission.

tự-tin self-confidence.

tự-tín self-confidence.

tự-tỉnh introspection.

tự - tôn mặc - cảm superiority complex.

tự-trị to be autonomous, self-governing.

tự-trọng to respect oneself | self-respect.

tự-túc to be self-sufficient.

tự-tử *to commit suicide.*

tự-ty mặc-cảm *inferiority complex.*

tự-vẫn *to commit suicide.*

tự-vận *to commit suicide.*

tự-vệ *self-defense, auto-defense.*

tự-vị *dictionary.* tra tự-vị *to look up in a dictionary.*

tự-vựng *vocabulary, glossary, lexicon.*

tự-xưng *to call oneself | self-styled.*

tự-ý *to act voluntarily.*

tựa tựa [DUP tựa] *to resemble vaguely, be analogous to.*

tựa [SV tự] *preface, foreword* [with đề *to write*].

tựa *to lean* [vào *on*]. nương-tựa *to rely on.*

tựa [SV tự] *to resemble.*

tựa-hồ *it seems that, as if, as though.*

tức *to be stifled; to be angry, furious* (at). bực-tức *angry, mad.*

tức *to mean or equal* [so-and-so] tức là.

tức R *income; news.* lợi-tức *income.* tin tức, tiêu-tức *news.*

tức R *to rest* [= nghỉ] hưu tức; *to breathe* [= thở]; R *to put out* [the light, the fire] [= tắt].

tức bụng *to be too full from eating.*

tức bực *to be annoyed, aggravated, angry, irritated.*

tức cảnh *inspired by beautiful scenery.*

tức cười *cannot help laughing | to be funny.*

tức giận *to be angry; furious.*

tức khắc *right away, at once, immediately, instantly.*

tức khí *to be angered, vexed.*

tức là *that is to say; to mean.*

tức mình *to be annoyed, irritated.*

tức ngực *to have a weight on one's chest.*

tức thì *right away.*

tức thị *that is to say.*

tức thời *right away, at once.*

tức tốc *at once, at full speed.*

tức tối *to be furious.*

tức-vị *to ascend the throne.* lễ tức-vị *coronation.*

tưng bừng *to be bright, radiant, busy, bustling.*

tưng hửng *to be dumbfounded.*

từng *story, stratum, layer* [see tầng]; *quantity, amount | one by one, two by two, etc.* [the noun optionally followed by một]. từng bước một *step by step, gradually, carefully.* từng người một *one by one.* từng năm cuốn một *by groups of five (books).* từng nhà *each house.* dịch từng chữ *to translate word for word.* từng ấy *that much.* từng này *this much.*

từng *to experience* [doing something] đã từng. Tôi đã từng ở bên Lào *I have lived in Laos.* Tôi chưa từng thấy ai như thế *I've never seen anybody like that.*

từng-trải *to be experienced | experience.*

từng *to rent* [a house] *by paying key money.*

tước *title of nobility.* See công, hầu, bá, tử, nam. chức - tước *functions and title* [as something one cares for]. ngũ-tước *the five titles of nobility.* công-tước *duke.* hầu-tước *marquis.* bá-tước *count.* tử-tước *viscount.* nam-tước *baron.*

tước *R small bird, sparrow.* hoàng-tước, kim-tước *oriole.* khổng-tước *peacock.* linh-tước *lark.* ô-tước *swallow.*

tước *to skin, peel, bark, strip, take away.*

tước-binh *to disarm.*

tước bỏ *to take off.*

tước-chức *to dismiss, fire.*

tước-đoạt *to seize, appropriate.*

tước khí-giới *to disarm.*

tước-lộc *title and honors.*

tước - quyền *to take away the power* [of someone].

tước-sĩ *lord, peer.*

tước-vị *title, dignity.*

tươi [of food, drink] *to be fresh;* [of vegetable] *green;* [of color] *bright;* [of person] *gay* | *on the spot, immediately.* chết tươi *to drop dead, die instantly.*

tươi cười *to be gay, smiling.*

tươi tắn *to be cheerful.*

tươi tinh *to be merry, pleasant.*

tươi tốt *to be fresh, fine.*

tưới *to water* [plants cây, lawn cỏ]; *to sprinkle* [street đường in hot weather, clothes before ironing]; *to irrigate* [ricefield ruộng]. bình tưới *watering can.*

tươm *to be neat, be neatly dressed; to be decent, correct.*

tươm *to be in rags* rách tươm.

tươm tất *to be correct, decent.*

tương *thick soy sauce, soybean jam* | *R liquid.* đậu tương *soybeans; soybean milk.* huyết-tương *plasma.*

tương *R to be mutual* | *R- each other, one another.* hỗ-tương *mutual, reciprocal.*

tương *R to be about to.*

tương-ái *to love each other* | *mutual love.*

tương-biệt *to be separated, different.*

tương-can *to be interrelated.*

tương-dị *to be different from each other.*

tương-đắc *to be in agreement, get together fine.*

tương-đối *to be corresponding to each other;* [opp. tuyệt-đối] *to be relative.*

tương - đồng *to resemble each other.*

tương-đương *to be equivalent, correspond* [với to].

tương-hỗ *to be mutual, be reciprocal.*

tương-hợp *to be compatible.*

tương-khắc *to be incompatible.*

tương-kính *mutual respect.*

tương-lai *to be future* | *future.*

tương-ngộ *to meet.*

tương-phản *to contradict each other, be contrary.*

tương-phùng *to meet.*

tương-quan *relationship* CL mối.

tương-tàn *to destroy each other.* huynh-đệ tương-tàn *fratricidal war, internecine war.*

tương-tế *mutual help.*

tượng-thân *mutual affection.*

tương-thích *compatible.*

tương-tín *mutual confidence.*

tương-tranh *conflict, struggle.*

tương-trợ *to help each other* | *mutual aid.*

tương-truyền *tradition.*

tương-tư *to be love-sick* ốm tương-tư.

tương-tự *to be similar to* [each other].

tương-ứng *to respond to each other.*

tương-xứng *to match each other; symmetrical, corresponding.*

tướng *general; rebel leader; chessman corresponding to the King.* đại-tướng *air marshal;* *lieutenant general.* thiếu-tướng *air commodore; brigadier-general.* thượng-tướng *general; air chief marshal.* thống-tướng *general of the army.* trung-tướng *air vice-marschal; major general.* sĩ-quan cấp tướng *general officer.* Cf. tá, úy. cờ tướng *chess.*

tướng *to be real big.* to tướng *real big, enormous, huge.*

tướng *R appearance, physiognomy; prime minister* tể-tướng. thủ-tướng *prime minister, premier.* xem tướng, coi tướng *to practice phrenology; to consult a phrenologist or physiognomist.* thầy tướng *phrenologist, physiognomist.*

tướng giặc *rebel leader.*

tướng-lãnh *commander.*

tướng-mạo *physiognomy, countenance.*

tướng-sĩ *officers.*

tướng-soái *general.*

tướng-số *physiognomy and astrology.*

tướng-súy *general.*

tướng-tá *generals and high-ranking officers.*

tướng tay *palm-reading.*

tướng-thuật *phrenology, physiognomy.*

tường *wall* [of brick or stone] CL bức.

tường *to know or expose clearly* | *detailed* tường-tận. am-tường *familiar with* [subject]. để kính tường *for your information.*

tường *R auspicious, propitious* cát-tường.

tường-tận *to be clear and thorough* | *clearly.*

tường-tế *to be careful, detailed.*

tường-thuật *to report, relate* [clearly].

tường-trình *to report.*

tường-vi *hedgerose.*

tưởng *to believe, think* [rằng, là that]; *to believe wrongly.*

tưởng *R to think* [about]; *to think, imagine.* không-tưởng *utopia* | *to be utopic.* tư-tưởng *thought.* hồi-tưởng *to recall, recollect.* tin-tưởng *to believe in, have confidence in.* mộng-tưởng *dream, illusion.* mơ tưởng *to dream.* Tôi thiết tưởng *I think.*

tưởng R to praise, encourage, reward.

tưởng-kim reward, bonus.

tưởng-lệ to encourage, reward.

tưởng-lục certificate of recognition.

tưởng nhớ to remember.

tưởng-niệm to think or meditate over.

tưởng-thưởng to reward.

tưởng-tượng to imagine, picture, visualize | imagination | imaginary, fictitious.

tưởng-vọng to hope, desire.

tượng statue, bust, image, figurine, idol CL bức, pho. tạc tượng to sculpt a statue. đúc tượng to cast a statue.

tượng R worker, craftsman.

tượng R elephant [= voi]. quản-tượng mahout, elephant keeper. hải-tượng seal, walrus. ruột tượng sash. thẳng ruột tượng straight-forward.

tượng R appearance, phenomenon hiện-tượng; chessman comparable to the bishop. ấn-tượng impression. khí-tượng appearance; atmospheric conditions.

tượng bán-thân bust.

tượng-hình [of writing system] pictographic.

tượng-trưng to stand for, symbolize [cho precedes object]; to be symbolic | symbol.

tướt children's diarrhea [with đi to have].

tượt to skid, skate.

tườu monkey.

tửu R wine [= rượu], alcohol, liquor.

tửu-bảo L waiter.

tửu-điếm bar, restaurant, inn, tavern.

tửu-gia restaurant, wine shop.

tửu-lâu restaurant.

tửu-lượng drinking power, drinking capacity.

tửu-quán bar, restaurant.

tửu-sắc wine and women.

tửu-tinh spirits of wine.

tựu R to come, arrive, succeed, to approach, assume, accept [job]. tề-tựu to gather. thành-tựu to succeed.

tựu-chức to assume one's duties. enter on duty.

tựu-học first day of school.

tựu-trung in sum, the gist of it.

tựu-trường first day of school, beginning of school year.

ty bureau, office, division, service. công-ty company.

ty R to be lowly, vile. tự-ty mặc-cảm complex of inferiority. Also ti.

ty-chức I [a lowly official].

ty-tiện to be lowly, base, vile.

tý the first Earth's Stem. See chi.

tỳ R stain, spot; blemish, flaw. Also tì.

tỳ R maid nữ-tỳ, thị-tỳ. Also tì.

tỳ R spleen con tỳ.

tỳ-bà pear-shaped guitar.

tỳ-nữ servant.

tỳ-ố stain, spot, blot, blemish.

tỳ-tạng spleen.

tỷ-thiếp *harem servant, concubine.*

tỷ-vị *spleen and stomach.*

tỷ *to compare.* Also tỉ.

tỷ *billion.* Also tỉ.

tỷ R *imperial seal.*

tỷ R *elder sister* [= chị].

tỷ-dụ *example | for example, for instance.*

tỷ-hiệu *to compare.*

tỷ-lệ *proportion. scale, ratio.*

tỷ-như *take for instance.*

tỷ-số *proportion.*

tỷ thí *to compete.*

tỷ-trọng *density* [of matter].

ty R *to avoid.* dân tị-nạn *refugee.*

ty R *nose* [= mũi].

ty *the sixth Earth's Stem. See* chi.

ty-âm *nasal (sound).* ty-âm hai môi *bilabial nasal.* ty - âm nứu *alveolar nasal.* ty-âm cúa (cứng) *palatal nasal.* ty-âm cúa mềm *velar nasal.*

ty-hiềm *to avoid suspicion.*

TH

tha to excuse, forgive, pardon; to free, set free, let go, release [RV **ra**]. buông tha to let go, spare.

tha [of animal] to carry in the mouth; [of bird] to carry in the beak.

tha R other [= **khác**]. ái-tha, vị-tha altruist(ic).

tha-bổng to free, acquit.

tha-hồ to act as one pleases [precedes or follows main verb].

tha-hương foreign country.

tha lỗi to forgive, pardon.

tha-ma cemetery, graveyard, burial ground CL **bãi**.

tha-nhân another person, other persons.

tha-phương foreign land.

tha-thiết* to be insistent, earnest; to be concerned with.

tha-thứ to forgive, pardon, excuse.

tha-thướt* to be graceful [of dress, gait].

tha tội to forgive, pardon.

thà had rather, would prefer. Thà chết còn hơn chịu nô-lệ I had rather die than be a slave. chẳng thà it'd be better [if...].

thả to release; to turn loose [fowl, cattle, prisoner] [RV **ra**]; to fly [kite **diều**], drop [anchor **neo**, bomb **bom**], slacken [reins **cương**], deposit [fish **cá** in pond], drop [paratroopers **lính nhảy dù**]. thong thả leisurely, slowly. thư-thả free.

thả cửa to act as one pleases and without moderation [follows main verb]. đánh bạc thả cửa to gamble at one's heart's content.

thả lỏng to give a free hand.

thả rông to let wander, leave unbridled.

thả sức to act freely.

thác water falls thác nước CL **cái**. lên thác xuống ghềnh up hill and down dale.

thác L to die. sống thác life and death.

thác R to entrust. phó thác, ký-thác, ủy-thác to entrust. thoái-thác to make excuses. quản-thác trusteeship.

thác R to open up [undeveloped areas], enlarge [territory, by recla-

mation of land or by conquest],
exploit [resources] khai-thác.

thác *R troubled.*

thác-loạn *to be troubled.*

thác-nhi-viện *day nursery.*

thạc *R to be large, great.*

thạc-sĩ *"agrégé", Ph. D., Ed. D.*

thách *to challenge, dare, defy;
to demand a high price.* Bà nói
thách quá *That's a lot you are
asking for.*

thách cưới [of girl's family] *to
demand gifts* [from future bride-
groom].

thách-đố *to challenge.*

thạch *soft pea-flour jelly, jello-
like dessert dish, agar-agar;
sea-weed.* in thạch *to ditto* [by
means of agar-agar].

thạch *R stone, rock* [= đá]. cẩm
thạch *marble.* ngọc-thạch *jade.*
hóa-thạch *fossil.* hỏa-thạch *silex,
flint.* phù - thạch *pumice-stone.*
sa - thạch *sandstone.* phún - thạch
lava. tín-thạch *arsenic.* từ-thạch
magnet.

thạch-anh *quartz, rock crystal.*

thạch-ấn *lithography.*

thạch-bản *lithography.*

thạch-cao *gypsum, plaster-stone.*

thạch-du *petroleum.*

thạch-hoa *agar-agar.*

thạch-hóa *to petrify.*

thạch-hoàng *orpiment.*

thạch-học *petrography.*

thạch-khí *stone implements.* thời-
đại thạch-khí *the Stone Age.*

thạch-lựu *pomegranate.*

thạch-ma *amianthus.*

thạch-mặc *graphite.*

thạch-nhũ *stalactite, stalagmite.*

thạch-nhung *asbestos.*

thạch-nữ *barren woman.*

thạch-sùng *house lizard.*

thạch-thùng *house lizard.*

thạch-tín* *arsenic. See* nhân-ngôn.

thạch-trụ *stone pillar.*

thai *embryo, fetus* bào-thai CL
cái. có thai *to be pregnant.*
hoài-thai, thụ - thai *to become
pregnant.* đầu - thai *to become
incarnate.* phôi-thai *embryonic.*
trụy-thai *to have an abortion.*
quái-thai *monster.*

thai-bàn *placenta.*

thai-bào *uterus.*

thai-nghén *to be pregnant.*

thai-sinh *to be viviparous.* Cf.
noãn-sinh.

thái *to cut up* [food]. thái mỏng
to slice.

thái *R attitude, manner, aspect.*
biến-thái *variant ;* [phonemics] *po-
sitional variant, submember, al-
lophone;* [morphemics] *allomorph.*
hình thái *form, morphology.*
ngữ-thái-(học) *morphology* [of
words]. sắc-thái *aspect, feature.*
trạng-thái *state.*

thái *R to be excessive; to be
peaceful.*

thái *R to be prosperous* [opp. bĩ].

thái *R to pick up.*

Thái *Thai* [tribal name]; *Thai*
[Siamese].

thái-bán *the larger half.*

thái-bình *to be peaceful, pacific.*

Thái-Bình-Dương *the Pacific
Ocean.*

thái-cổ *to be ancient.*

thái-dương *temple* [on either side of forehead].

thái-dương *the sun.*

thái-dương-hệ *the solar system.*

thái-độ *attitude, air, manner.*

thái-giám *eunuch.*

thái-hậu *queen mother.*

Thái-Lan *Thailand, Siam* | *Thai, Siamese.*

thái-miếu *imperial temple.*

thái-quá *to be excessive.*

thái-tây *Occidental, Western.*

thái-thú *Chinese governor* [old times].

thái-tử *crown prince.*

thài-lài *name of an edible herb.*

thài *to dismiss* [official], *discard* sa thải. bị thải *riffed.* đào thải *to select, weed out.*

thải *R to lend* [opp. tá]. công-thải *public debt, national debt.*

thải-hồi *to fire, dismiss, discharge.*

thải - phương *assets* [as opposed to liabilities **tá-phương**].

tham *to be greedy, be unscrupulously ambitious; to desire, covet.*

tham *R to collate, compare, consider.*

tham *R to participate; to confer, counsel.*

tham ăn *to be gluttonous.*

tham-chiến *to participate in the war.* các nước tham-chiến *belligerent countries.*

tham-chiếu *to compare, correlate.*

tham-chính *to enter politics, take part in state affairs.*

tham-chính-viện *state council.*

tham-dự *to take part (in).*

tham-gia *to take part (in).*

tham-khảo *to do research, consult* [reference]. sách tham-khảo *reference book; bibliography.*

tham-lam *to be greedy, covetous.*

tham-luận *to discuss.*

tham muốn *to desire, covet.*

tham-mưu *staff, general staff* CL bộ. trưởng tham-mưu *chief of staff.* tồng-tham-mưu *general staff.*

tham-mưu-trưởng *chief of staff.*

tham-nghị-viên *senator.*

tham-nghị-viện *senate.*

tham-ô [of official] *to be greedy, corrupt.*

tham-quan *greedy official.*

tham-sự *chief clerk.*

tham-tá *chief clerk.*

tham-tán *counselor.*

tham-tàn *to be greedy and harsh.*

tham-vấn *corresponding* [member].

tham-vọng *ambition.*

tham-vụ (ngoại-giao) *secretary of embassy.* đệ-nhất tham-vụ *first secretary of embassy.*

thám *R to explore, spy, to search, seek information* thám thính. dò-thám *to spy.* mật-thám *secret service.* trinh-thám *detective.*

thám-hiểm *to explore* | *explorer* CL nhà.

thám-hoa *third highest academic title in old system* [the first two are **trạng-nguyên, bảng-nhỡn**].

thám-sát *reconnaissance, scouting.*

thám-thính *to reconnoiter.* phi-
cơ thám-thính *reconnaissance
plane.*

thám-tử *detective* CL nhà.

thảm *carpet* CL tấm.

thảm *R to be tragic* bi-thảm, *sad*
sầu-thảm, thê-thảm, *pitiful, lamen-
table.*

thảm-cảnh *pitiful sight or situa-
tion.*

thảm-đạm *to be melancholy,
desolate, gloomy.*

thảm hại *to be pitiful.*

thảm-họa *disaster, calamity, tra-
gedy.*

thảm-khốc *to be tragic, dreadful,
awful, terrible, horrible.*

thảm-kịch *tragedy, drama* CL tấn.

thảm sầu *to be sad, grieved.*

thảm thiết *to be heart-rending,
tragic.*

thảm-thương *to be pitiful, sor-
rowful.*

thảm-trạng *distressing sight, sad
state.*

than [SV thán] *coal, charcoal.*
bút chì than *charcoal* [for draw-
ing]. mỏ than *coal mine.* bệnh
than *anthrax.*

than [SV thán] *to lament, com-
plain, moan, groan.* than ôi !
alas! khóc than *to cry, wail.* dấu
than *exclamation mark.* lời than,
tiếng than *complaint.*

than bùn *peat.*

than củi *charcoal; fuel.*

than đá *coal, anthracite.*

than đá gầy *anthracite.*

than hầm *coal.*

than hồng *live charcoal* [glowing
but not flaming].

than luyện *coke.*

than mỏ *coal.*

than phiền *to complain.*

than tàu *charcoal.*

than-thân *to complain about one's
lot.*

than thở *to lament, moan.*

than tiếc *to regret.*

than vãn *to lament, moan.*

than xương *bone-black, animal
charcoal.*

thán *R carbon, coal* [= than].
cốt-thán *bone black, animal char-
coal.* môi-thán *coal.* mộc-thán
charcoal. nê-thán *peat.*

thán *R to lament, praise, admire*
[= than]. ta-thán *to complain.*
tán-thán *to praise.*

thán-hóa *to carbonize.*

thán-khí *carbon dioxide.*

thán-phục *to admire.*

thán-từ *interjection.*

thản *R to be calm, even, un-
eventful.* bình-thản *uneventful.*

thản-nhiên *to be poker-faced,
indifferent, unemotional, calm,
unmoved.*

thang *ladder* CL cái, *staircase* CL
cầu. bắc thang *to set up, stand
up a ladder.* bậc thang *rung of
ladder.* cầu thang *staircase.*

thang *soup served with* bún
noodles; R hot water; CL *for
prescriptions* [Sino - Vietnamese
medicine]. thuốc thang *medicine,
medication.*

thang cây *wooden ladder.*

thang dây *rope ladder.*

thang gác *staircase, stairs.*

thang gập *stepladder.*

thang gỗ *wooden ladder.*

thang máy *elevator, lift.*

thang mây *path of glory.*

thang tre *bamboo ladder.*

tháng [SV nguyệt] *month.* có tháng, thấy tháng *to menstruate.* tháng này *this month.* tháng trước *last month.* tháng sau *next month.* hàng tháng *monthly.* sang tháng *next month.*

tháng ba *3rd lunar month; March.*

tháng bầy *7th lunar month; July.*

tháng chạp *12th lunar month ; December.*

tháng chín *9th lunar month; September.*

tháng đủ *30-day month.*

tháng giêng *1st lunar month; January.*

tháng hai *2nd lunar month; Fe-bruary.*

tháng một *11th lunar month; November.*

tháng mười *10th lunar month; October.*

tháng năm *5th lunar month; May.*

tháng sáu *6th lunar month; June.*

tháng tám *8th lunar month; Au-gust.*

tháng tháng *each month, every month.*

tháng thiếu *29-day month.*

tháng tư *4th lunar month; April.*

thảng hoặc *occasionally, if by chance.*

thanh CL *for sticks, swords* gươm, kiếm, *thin pieces of material.*

thanh R *sound; tone, voice, noise* thanh-âm, âm-thanh. bình-thanh *le-vel tone.* đồng thanh *unanimous-ly.* súng liên-thanh *machine-gun.* phát-thanh *to broadcast, beam.* máy phóng-thanh *microphone.* thất-thanh *to lose one's voice.* truyền-thanh *to broadcast.* âm-bình-thanh *high level tone.* dương-bình - thanh *high - rising tone.* thượng-thanh *low-rising tone.* khứ-thanh *high-falling tone, going tone.* nhập-thanh *entering tone.* siêu-thanh *supersonic.*

thanh R *to be green, be blue* [=xanh] ; *to be young.*

thanh R *to be pure, fine* [= trong]; [*of sound*] *unvoiced, voiceless* [= điếc] [Cf. trọc]. đêm thanh *serene night.*

thanh R *fame, reputation.*

thanh-âm *sound.*

thanh-âm-học *phonetics.*

thanh-ba *sound wave.*

thanh-bạch *to be poor but honest.*

thanh-bần *to be poor but unsullied.*

thanh-bình *to be peaceful.*

thanh-cảnh *to be moderate, be a light eater, be delicate.*

thanh-cao *to be noble, distinguish-ed.*

thanh-danh *reputation, renown, name.*

thanh-đạm [*of meal*] *to be frugal.*

thanh-điệu *rhythm, cadence.*

thanh-đồng *bronze.*

thanh-đới *vocal bands, vocal lips, vocal "cords".*

thanh-giáo *Puritanism.*

thanh-học *acoustics.*

thanh-huyền *vocal "cords".*
thanh-khiết *to be pure, clean.*
thanh-la *cymbals.*
thanh-lâu *brothel.*
thanh-lịch *to be refined, elegant.*
thanh-liêm [of official] *to be honest.*
thanh-luật *prosody.*
thanh-mẫu *initial* [in phonetics].
thanh-minh *festival comparable to Memorial Day.*
thanh-minh *to state, declare, deny, clarify.*
thanh-môn *glottis* [= hầu].
thanh-nghị *healthy discussion; public opinion.*
thanh-nhã *to be elegant, refined.*
thanh-nhàn *to be leisurely.*
thanh-niên *youth, the youth | young.* thanh - niên tiền - phong *vanguard youth.* Bộ Thông-tin và Thanh-niên *Department of Information and Youth.*
thanh-quản *larynx.*
thanh-sắc *voice and beauty.*
thanh-sử *history.*
thanh-tao *to be noble, elevated, exalted.*
thanh-thế *prestige, influence.*
thanh-thiên bạch-nhật *in broad daylight.*
thanh-tịnh *to be chaste, pure.*
thanh-toán *to clear up* [accounts], *settle.*
thanh-toán-viên *liquidator.*
thanh-tra *to inspect | inspector.* tổng-thanh-tra *inspector general.*
thanh vắng *to be quiet, deserted.*
thanh-xuân *youth.*

thánh *saint, sage* CL ông | *R to be holy, royal, sacred; good, talented.* nói thánh nói tướng *to boast.* Tòa-thánh *the Vatican.* Đức Thánh-Cha *the Pope.* Lễ Các Thánh *All Saints' Day.* Nói thì thánh lắm *He's just a good talker.* Ông ấy thánh rượu *He's quite a drinker.* thần-thánh *gods and saints, deities.*
thánh-ca *hymn.*
thánh-chỉ *imperial edict.*
thánh-đản *Christmas, birthday.*
thánh-địa *the Holy Land.*
thánh-đường *church.*
thánh-giá *crucifix, the Holy Cross.*
thánh-hiền *sages and saints; Confucian deities.*
thánh-hoàng *the Emperor.*
thánh-kinh *the Bible.*
thánh-mẫu *the Holy Mother.* Đại-hội Thánh-mẫu *the Marian Festival.*
thánh-nhân *saint, sage.*
thánh-thần* *saints and gods.*
thánh-thể *Eucharist.*
thánh-thể *the emperor's person.*
thánh-thi *psalm.*
thánh thót [of rain] *to drip, fall drop by drop;* [of music] *tọ be sweet and slow.*
thánh-tích *relics.*
thành *to succeed* thành-công [opp. bại]; *to become* thành ra, trở thành | *into | as a result, that is why.* thành ra *to become | as a result.* thành thử *as a result.* Thành hay bại tùy ở anh *Whether we will succeed or fail depends on you.* Nó sẽ thành cái cây *It*

will become a tree. Cái đó sẽ trở thành một chướng-ngại *It will become an obstacle.* Cái này sẽ thành ra vật vô-dụng *This will become worthless.* biến thành *to turn into.* làm thành *to make up.* Ông nói thế, thành tôi không đi nữa *Because he said so, I didn't go.* hoàn-thành *to complete, finish.* khánh-thành *to inaugurate, dedicate, open.* tạo-thành *to make up, create.* lão-thành *veteran.* trưởng-thành *to grow up.*

thành *citadel, fortress, wall; walled city, city, metropolis; edge, wall* [of well **giếng,** container], *parapet.* đô-thành *prefecture* [of Saigon - Cholon]; *capital city.* hoàng-thành *imperial city.* kinh thành *capital city.* nội-thành *the inner city, the city proper.* ngoại-thành *the suburbs.* Tử-cấm-thành *the Forbidden Purple City.* tỉnh-thành *city; urban.* Vạn-lý Trường-thành *the Great Wall* [of China].

thành *R to be honest, sincere.* chân-thành *honest, sincere.* trung-thành *loyal.* lòng thành, tắc thành *sincerity.*

thành-án *to receive a sentence.*

thành bại *success and failure.*

Thành-cát Tư-hãn *Gengis Khan.*

thành-công *to succeed* | *success.*

Thành-Công-Hồ *Lake Success.*

thành đạo *to attain spiritual perfection.*

thành-đạt *to succeed.*

thành-đinh *to become of age.*

thành-hình *to take shape.*

thành - hoàng *tutelary god* [of village, town].

thành-hôn *to marry.*

thành-khẩn *to be sincere, honest.*

thành-kiến *prejudice, preconceived idea.*

thành-kính *to be devoted and respectful.*

thành-lập *to form, set up, establish.*

thành-lũy *walls and ramparts.*

thành - ngữ *idiom, expression; proverb.*

thành-niên *to come of age.* vị-thành-niên *minor.*

thành-phần *component, constituent; composition; background.* thành-phần trực-tiếp *immediate constituents* [as in syntax]. thành-phần của phái-đoàn Việt-Nam *the composition of the Vietnamese delegation.*

thành-phố *city, town.* hội - đồng thành-phố *municipal council.*

thành-tật *to become an invalid.*

thành thật *to be sincere, honest, genuine.*

thành-thị *city, town.*

thành-thục *to be ripe, mature, experienced.*

thành thử *consequently, as a result.*

thành thực *to be sincere, honest, genuine.*

thành-tích *record, deed, performance, accomplishments.*

thành-trì *wall and moat.*

thành tựu *to succeed, achieve, be successful.*

thành-văn [of law, etc.] *written.*

thành thơi *to be free, at ease, relaxed.*

thạnh *See* thịnh.

thao *raw silk.*

thao *R sheath.*

thao *R to hold tight, squeeze, clasp.*

thao *R to exercise, drill.* thể-thao *sports.*

thao-diễn [military] *maneuver.*

thao láo [of eyes] *to be wide open.*

thao-luyện *to drill, train.*

thao-lược* *tactics, strategy.*

thao-thao *to speak volubly, speak interminably.*

thao-trường *drill ground, parade ground.*

thao-túng *to control* [people, opinion].

tháo *to dismantle, untie, undo, unlace* [shoes], *take apart, dismount* [RV ra], *drain* [pipe, sink, sewer].

tháo *R to exercise, drill.*

tháo *R integrity* tiết tháo.

tháo dạ *to have diarrhea.*

tháo thân *to escape, get away.*

tháo tổng *to have diarrhea.*

tháo vát *to manage* [by oneself]. *be resourceful.*

thảo *to draft* [text]. bản thảo *draft.*

thảo *to be pious, generous, devoted, virtuous.* lòng thảo *filial piety; generosity.*

thảo *R to send a punitive expedition against* thảo-phạt.

thảo *R to examine, scrutinize.*

thảo *R grass* [= cỏ]. vườn bách-thảo *botanical gardens.* chữ thảo *cursive writing* [in Chinese calligraphy]. cam-thảo *licorice.*

thảo-am *grass hut, cottage.*

thảo-án *draft, rough draft.*

thảo ăn *to be generous.*

thảo bản *rough copy.*

thảo-cầm-viên *botanical gardens* [with birds].

thảo-dã *country, countryside* | *to be rustic, rural.*

thảo-điền *fallow field.*

thảo-đường *grass hut, cottage.*

thảo-khấu *bandit, pirate.*

thảo-luận *to discuss, debate* [về, đơn about].

thảo-lư *thatched cottage, hut.*

thảo mao-trùng *infusoria.*

thảo-mộc *vegetation, plants.*

thảo nào! *no wonder!*

thạo *to be adept or expert at, be familiar with.*

thạo đời *to be experienced.*

thạo nghề *experienced, skilled.*

thạo tin *well-informed.*

tháp *tower, stupa.* bảo-tháp *Buddhist stupa.* kim-tự-tháp *pyramid* [same shape as the character **kim**].

tháp ngà *ivory tower.*

thạp *cylindrical jar to contain water or rice.*

Thát (-đát) *Tartar, Mongol.*

thau *brass;* (*brass*) *washing-basin* CL cái | *to clean out* [tank, etc.]

tháu [SV thảo] *to scrawl, scribble* viết tháu.

tháu cáy *to bluff* [in gambling].

thay *to change* [clothes, tools, method]; *to replace, succeed, substitute for.*

thay! *how...! may thay! fortunately! lạ thay! how strange!*

thay chân *to replace, succeed.*

thay đổi *to change, be changed.*

thay lòng *to change, switch one's allegiance.*

thay lông *to molt.*

thay mặt *to represent* [object preceded by **cho**].

thay thế *to replace, substitute* [for **cho**].

thay vì *instead of, in lieu of.*

thày *See* thầy.

thảy *See* thầy.

thắc mắc *to be worried, anxious, tormented.* Có điều chi thắc-mắc... *If you have any question,...*

thắc thỏm *to desire.*

thăm *to go and see, visit; to examine* [patient]*; to inquire.*

thăm *ballot* CL lá. rút thăm *to draw lots.* bỏ thăm *to cast a vote,* vote [cho for]. thùng thăm *ballot box, urn.*

thăm bệnh *to make a sick call.*

thăm dò *to inquire, feel, investigate.*

thăm hỏi *to visit, call on.*

thăm nom *to visit, take care of.*

thăm thẳm *to be very deep.*

thăm viếng* *to visit.* thăm viếng xã-giao *to pay a courtesy call.*

thẩm [of color] *to be deep, dark;* [of love, feelings] *ardent, intense* đằm thắm.

thẩm *to be very deep* thăm thẳm, *very far* xa thẳm.

thăn *fillet.*

thằn-lằn *lizard* CL con.

thăng *to be raised in official rank, be promoted; R to go up* [opp. giáng]; [of medium **đồng**] *to awake from a trance.*

thăng *Vietnamese dry quart, liter.*

thăng-bằng *to be level, balanced, in equilibrium* | *equilibrium, balance.*

thăng-ca *lark.*

thăng-chức *to promote; to be promoted.*

thăng-giáng *to go up and down; to promote and demote.*

thăng-hà [of king] *to die.*

thăng-hoa *to sublimate.*

thăng-thiên *Ascension.*

thăng-thưởng *to be promoted; to promote.*

thăng-tiến *to promote* [a force like labor, cần-lao] *in status.*

thăng-trầm *ups and downs, vicissitudes, rise and fall.*

thăng-trật *to be promoted.*

thắng [= được] *to win, outdo, overcome, vanquish, conquer, defeat, be victorious* [over] [opp. bại, phụ]. đại-thắng *great victory.* đắc-thắng *to score a victory.* chiến-thắng *victory.* toàn-thắng *complete victory.*

thắng *to saddle, harness* [a horse]; *to be dressed up.*

thắng *to stop* [vehicle]; | *brake* CL cái. Cf. hãm, phanh.

thắng-bại *to win and to lose* | *victory or defeat.*

thắng bộ *to be all dressed up.*

thắng-cảnh *beautiful scenery, scenic spot.*

thắng-lợi *victory, success.*

thắng phụ *to win and to lose.* bất phân thắng-phụ *to fight an indecisive battle.*

thăng-tích *scenic spot* [of historical value].

thăng trận *to win the war* | *victory.*

thằng *R cord, rope, string.* chuẩn-thằng *norm, standard.* xích-thằng *red thread—symbol of marriage.*

thằng *CL for boys and "inferiors" or "contemptible" men.* thằng bé *the boy.* thằng bé đánh giày *the shoeshine boy.* thằng con tôi *my little boy.*

thằng-bè *pelican.*

thằng-chài *kingfisher.*

thẳng [SV trực] *to be straight, direct, right* [opposite of **nghiêng, lệch** *slanting, oblique*]; *righteous, fair, just, honest; straightforward* | *at one go, in one gulp, at a stretch.* căng-thẳng *tense.* đứng thẳng *to stand upright.* nói thẳng *to speak straight, speak bluntly.* ngay thẳng *righteous, honest.*

thẳng băng *to be perfectly straight.*

thẳng góc *to be perpendicular.*

thẳng một mạch *to go or run straight to.*

thẳng tay *to act or punish severely.*

thẳng tắp *to be perfectly straight.*

thẳng thắn *to be straight, righteous.*

thặng *R remainder* [of division].

thặng *R vehicle; degree.* thượng-thặng *first degree, top level.*

thặng-dư *surplus.*

thặng-số *surplus, excess.*

thắp *to light* [lamp **đèn,** candle **nến,** torch **đuốc,** incense sticks **hương**].

thắt *to tie, make a knot, wear* [a necktie] | *to become narrow* [RV **lại**].

thắt chặt *to tighten.*

thắt cổ *to hang oneself.*

thắt lưng *belt* CL cái.

thâm *to be black; to be black and blue* thâm tím; [lips] *to be blue.*

thâm *R to be deep, profound* [= **sâu**] [opp. **thiển**]; *to be cunning, shrewd, foxy.*

thâm-cảm *deep gratitude.*

thâm-căn cố-đế *to be deep-rooted.*

thâm-cung *inner palace.*

thâm-cứu *to investigate thoroughly.*

thâm-độc *to be shrewd and obnoxious, cunning, crafty.*

thâm-giao *close friendship.*

thâm-hiểm *ta be cunning, dangerous.*

thâm-nhập *to penetrate deeply, infiltrate.*

thâm-niên *tenure, seniority* [in employment].

thâm-sơn cùng-cốc *remote areas.*

thâm-tâm *bottom of one's heart.*

thâm-thiềm *to be cruel.*

thâm-thúy *to be profound and subtle.*

thâm-tín *to be convinced.*

thâm-trầm *to be profound; to be undemonstrative, uninhibited.*

thâm-uyên* [of knowledge] *to be profound.*

thâm-viễn *to be profound.*

thâm-ý *hidden motive, underlying design.*

thấm *to soak, absorb; to be penetrating; to be sufficient* thấm thía. không thấm (vào đâu) *insufficient.* giấy thấm *blotter.*

thấm nhuần *to be impregnated, saturated.*

thấm nước *to absorb water, be absorbent.* không thấm nước *waterproof.*

thấm thấu *osmosis.*

thấm thía [of pain, sorrow] *to be piercing, penetrating.*

thấm thía *to suffice.* Ăn thế thì thấm thía gì? *That's hardly enough.*

thấm thoát [of time] *to fly* | *before you know it.* Thì giờ thấm thoát như thoi đưa *Time flies.* Thấm thoát chúng tôi về nước đã hai năm rồi *Imagine that! It has already been two years since we returned to Vietnam.*

thầm *to speak in a whisper, act within one's mind* | *-R, R-secretly.* âm-thầm *quietly, secretly.* nghĩ thầm *to think to oneself.* nói thầm *to whisper.* cười thầm *to laugh in one's sleeves.* mừng thầm *to rejoice inwardly.* ngồi thầm *to sit in the dark.* thì thầm *to whisper.*

thầm kín *in secret, secretly.*

thầm lén *in secret, secretly, stealthily.*

thầm vụng *secretly, on the sly.*

thẩm *R to try, examine, judge.* bồi-thẩm *jury.* sơ-thẩm *first circuit.* thượng - thẩm, phúc - thẩm

Court of Appeals. thính - thẩm *hearings.*

thấm *blotter* giấy thấm.

thẩm-định *to appreciate, appraise, judge.* Ủy-ban Thẩm-định Hỗ-tương Giá-trị Văn-hóa Đông-Tây *Committee for the Mutual Appreciation of Eastern and Western Cultural Values.*

thẩm-mỹ *to appreciate the beautiful* | *esthetics.*

thẩm-phán *to judge* [in court] | *judge* CL viên.

thẩm-quyền *competence, jurisdiction; authority.*

thẩm-sát *to investigate, examine.*

thẩm-thấu *osmosis.*

thẩm-vấn *to interrogate; inquire, examine.*

thẫm [of color] *to be dark.*

thậm *R very, quite.*

thậm-chí *even.*

thậm tệ [to scold] *mercilessly, vehemently.*

thậm thụt *to sneak in and out.*

thậm-từ *excessive words, abuse.*

thân [= mình] *body; trunk* [of tree], *stem* [of plant]; *body* [of dress]; *R life, existence* | *in person* thân-hành, thân-chinh. chung-thân *during the rest of one's days.* nuôi thân *to support oneself.* bán - thân *bust.* độc - thân *single, unmarried.* thuế thân *head tax.* cái thân tôi *my person.* phòng ~ thân *for self defense.* xuất-thân *to begin as, start as.* tu-thân *to improve oneself.*

thân [of friend] *to be close, intimate, dear* [opp. sơ] | *L*

parent. song-thân *both parents.*
hoàng-thân *prince, His Highness.*
mẫu - thân *mother.* phụ - thân
father. thân với *to be a close
friend of.*
thân *R notably.* hương-thân *village
notable.* văn-thân *scholar.*
thân *the ninth Earth's stem. See
chi.*
thân-ái *to be affectionate.* chào
thân-ái *affectionately yours.*
thân-bằng *relatives and friends.*
thân-binh *partisans.*
thân-cận *to be close, intimate.*
thân-chinh [of king] *to conduct
war himself; to go or act in
person.*
thân-cô *to be alone, lonely.*
thân-danh *reputation.*
thân-gia *parent of one's son-in-
law, parent of one's daughter-
in-law.*
thân-hành *to act or go in person.*
thân-hào *notable, gentry.*
thân-hình *body.*
thân-hữu *close friend.* tình thân-
hữu *friendship.*
thân-mật *to be close, intimate,
informal.*
thân-mẫu* *mother.*
thân mến *dear.*
thân mình *body.*
thân người *human body; a man.*
thân-nhân *kin, relative, next of
kin.*
thân-nhiệt *body temperature.*
thân oan *to vouch to the inno-
cence of somebody.*
thân-phận *fate, destiny; condition,
state, status.*

thân-phụ* *father.*
thân-quyến *family.*
thân-sĩ *member of the gentry.*
thân-sinh *parents.* ông thân - sinh
ra anh ấy *his father.*
thân-thế *life (history).*
thân-thể *body.*
thân-thích *relatives, kith and kin.*
thân-thiện *to be friendly, cordial.*
hiệp-ước thân - thiện *treaty of
friendship.*
thân-thiết *to be close, intimate.*
thân-thuộc *relatives.*
thân-tín *to by trustworthy, depend-
able.*
thần *R deity; divine being, tute-
lary god, spirit.* god [not Chris-
tian or Buddhist] | *to be miracu-
lous, marvelous, supernatural.*
thiên thần *angel.* vô-thần *atheistic.*
tử-thần *death.* thồ-thần *God of
the Soil.*
thần *R spirit, mind; force, energy.*
an-thần *sedative.* tâm-thần *mind.*
thất thần *to be frightened out of
one's wits.* tinh-thần *spirit; mo-
rale.*
thần *R morning, dawn.*
thần *R hour, time.* bất thần *all
of a sudden, without warning.*
thần *R lip [= môi].* trọng-thần-
âm, song-thần-âm *bilabial.* khinh-
thần-âm *labiodental.*
thần *minister, official [in a monar-
chy] | your minister [in addres-
sing the king or emperor], I [used
by subject to king] | R subject
[= tôi].* gian-thần *traitor.* nịnh-
thần *flatterer.* quân-thần *relation-
ship between the prince and his*

subjects. quần-thần, triều-thần *all the mandarins* trung-thần *loyal minister.* sứ-thần *envoy.*

thần-bí *to be mystical.*

thần-chủ *ancestral tablet.*

thần-công *cannon.*

thần-dân *the people.*

thần-diệu *to be miraculous, marvelous.*

thần-dược *marvelous cure.*

thần-đạo *Shintoism.*

thần-đồng *infant prodigy.*

thần-giao *mental telepathy.*

thần-hạ *I, your humble subject* [used by official to emperor].

thần-hiệu [of drug] *to have miraculous effects.*

thần-học *theology.*

thần-hôn *morn and eventide.*

thần-hồn *soul, spirit.*

thần-kinh *nerve.*

thần-kinh *capital city, metropolis.*

thần-kinh-hệ *nervous system.*

thần-kỳ *to be wonderful, wondrous, marvelous.*

thần-linh *spirit, deity.*

thần-phật *deities.*

thần-phụ *Catholic priest, Catholic father.*

thần-phục *to submit oneself.*

thần-quyền *spiritual power; divine rights.* Cf. thế-quyền.

thần-thánh *gods and saints.*

thần-thánh-hóa *to deify.*

thần-thế *to have connections, know influential people.*

thần-thoại *mythology.*

thần-tích *stories of the gods.*

thần tiên *deities and immortals; fairy* | *marvelous, wonderful, heavenly.*

thần tình *to be clever.*

thần-tử *subject, servant.*

thần-vị *ancestral tablet.*

thần-xỉ-âm *labiodental sound.*

thấn thờ *to look haggard.*

thận *kidney* CL quả, trái. ngoại-thận *testicles.*

thận R *to be cautious.* cẩn-thận *careful.*

thận-ngôn *to watch one's language.*

thận-trọng *to be cautious.*

thấp [SV đê] *to be low;* [= lùn] *to be short* [of height] [opp. cao]; *to be poor* [at games] [opp. cao].

thấp *rheumatism* tê thấp.

thấp R *to be wet, humid.* ẩm-thấp *humid, muggy.*

thấp bé *to be short, tiny.*

thấp hèn *to be lowly.*

thấp-kém *to be low, inferior.*

thấp thoáng *to appear vaguely or intermittently.*

thấp thỏm *to be anxious, restless.*

thập R *ten* [= mười]. lễ Song-Thập *Double Ten Festival.* Hồng-Thập Tự *Red Cross..* chữ thập *cross* [shape of Chinese character thập]. đệ-thập *the tenth.*

thập R *to collect, gather* thu-thập.

thập-ác *cross.*

thập-bội *to be tenfold.*

thập-can *the ten Heaven's Stems—cyclical terms* (giáp, ất, bính, đinh, mậu, kỷ, canh, tân, nhâm, quí) *used in numbering a series or reckoning years.*

thập-cằm *to be varied, miscellaneous, sundry.*

thập-giới *the Ten Commandments.*

thập-lục *sixteen (-stringed instrument).*

thập-nhị chi *the twelve Earth's Stems—cyclical terms* (tý, sửu, dần, mão, thìn, tỵ, ngọ, mùi, thân, dậu, tuất, hợi) *used in reckoning years, months, days and hours, and corresponding to the 12 zodiacal signs.*

thập-phân *to be decimal.*

thập-phần *one hundred percent, completely, perfectly.*

thập-phương *everywhere.* khách thập-phương *pilgrims.*

thập - thành [of prostitute] *shameless.*

thập thò *to go in and out; to hesitate at the door.*

thập-toàn *to be perfect, faultless.* Nhân vô thập-toàn *No one is perfect.*

thập-tự *cross.*

Thập-Tự-Quân *Crusades, Crusaders.*

thất *R seven* [= bảy]. đệ-thất *the seventh.* ngày Song-Thất *Double Seven Festival.*

thất *R to lose* [= mất]. tổn-thất *loss.*

thất *R house; R wife.* cung - thất *palace.* thành gia - thất *to get married.* tư-thất *private residence, home.* tôn-thất *the royal family.* chính-thất *first wife.* thứ-thất *second wife.* kế-thất *second wife* [of a widower].

thất-bại *to fail, lose* | *failure.*

thất-bát *to be irregular; inconsistent.*

thất-cách *to be improper.*

thất-cơ *to miss the opportunity, fail in business.*

thất cước *to be uprooted.*

thất-đảm *to be frightened.*

thất điên bát đảo *to be upset, be turned upside down.*

thất-đức *to be inhuman, cruel.*

thất - học *to be illiterate.* nạn thất-học *illiteracy.*

thất-kinh *to be terrified.*

thất-lạc [of object] *to get lost, be misplaced.*

thất-lễ *to be impolite, rude, bad-mannered.*

thất-lộc *to pass away.*

thất-luật *to violate a rule about prosody.*

thất-nghiệp *to be unemployed, out of work.* nạn thất-nghiệp *unemployment.*

thất-ngôn *seven-beat meter* [in poetry].

thất-niêm *to violate a rule about "tonal cohesion" in poetry.*

thất-phu *boor, coarse person.*

thất-sách *thwarted plan; to be improperly done.*

thất-sắc *to turn pale, turn white.*

thất sở *to be a displaced person, be a D.P.*

thất tha thất thểu DUP thất thểu.

thất-thanh *to lose one's voice* [as in yelling for help].

thất-thân *to lose one's virginity.*

thất-thể *to lose one's position.*

thất-thều *to stagger, reel.*

thất-thố *to make a slip of the tongue.*

thất-thủ [of military position] *to be lost, fall.*

thất-thường *to be irregular.*

thất-tiết *to be disloyal* [to one's king, one's husband].

thất-tín *to break one's promise.*

thất-tình *the seven passions* — hỉ *joy,* nộ *anger,* ai *sorrow,* cụ *fear,* ái *love,* ố *hate,* dục *lust.*

thất-trận *to lose a battle.*

thất-ước *to break one's promise.*

thất-vọng *to be disappointed.*

thật [SV chân] *to be real, true, genuine* [opp. giả] *real(ly), very.* Cf. thực. nói thật *to speak the truth.* chân-thật, thành-thật, ngay thật *honest, sincere.* sự thật *the truth.*

thật bụng *to be sincere.*

thật lòng *to be sincere.*

thật ra *actually.*

thật tâm *to be sincere.*

thật tình *to be sincere.*

thật vậy *in fact, indeed.*

thâu *See* thu.

thâu *throughout.*

thâu canh *all night.*

thâu đêm *all night.*

thấu *to penetrate, understand thoroughly* hiểu thấu, thấu rõ, thấu hiểu; [of cold] *to get to* [bones xương]. thấm-thấu *osmosis.*

thấu-đáo [of knowledge] *to be thorough.*

thấu - kính *lens.* thấu - kính ghép *coupled lenses.* thấu-kính lõm *concave lens.* thấu-kính có nắc

echelon *lenses.* thấu - kính lồi convex *lens.* thấu - kính hội - tụ converging *lens.* thấu-kính phân-tán diverging *lens.*

thấu-lộ *to disclose, reveal.*

thấu-quang *to be transparent.*

thấu-triệt *to know thoroughly, know the ins and outs of.*

thầu R *to steal, swipe.*

thầu *to contract; to award a contract.* nhà thầu, chủ thầu contract-or. gọi thầu, cho đấu thầu *to invite bids.* bỏ thầu *to bid.*

thầu dầu castor-oil *plant.*

thầu khoán *contractor, builder* CL nhà, tay.

thầu lại *to subcontract.*

thây *corpse, dead body.*

thây kệ... *leave... alone, so much the worse for...*

thây ma *corpse.*

thấy [SV kiến] *to see, perceive, feel; RV for* trông, ngó, nhìn, xem *to look,* nghe *to listen, etc.*

thầy [SV sư] *master* [with tớ servant]; *teacher* [with trò student]; *father* [with đẻ, me, mẹ mother]; CL *for traditional scholars or white-collared workers* [as opposed to thợ *manual workers*] | *you* [used to teacher, father, first person pronoun being con]; *I* [used by teacher, father].

thầy bói *soothsayer.*

thầy chùa *Buddhist monk.*

thầy dòng *friar, monk.*

thầy đẻ *father and mother.*

thầy địa-lý *geomancer.*

thầy đồ *traditional teacher, Confucian scholar.*

thầy giáo *teacher, instructor.*

thầy giùi *instigator.*

thầy kiện *lawyer.*

thầy ký *clerk.*

thầy lang *medicine man, physician.*

thầy me *father and mother.*

thầy mẹ *father and mother.*

thầy mo *sorcerer.*

thầy pháp *sorcerer.*

thầy phù-thủy *sorcerer.*

thầy số *astrologer.*

thầy thông *interpreter.*

thầy thợ *white-collared workers and manual workers | to seek to buy an office.*

thầy thuốc *physician, doctor.*

thầy tớ *boss and servant.*

thầy trò *teacher and student.*

thầy tu *Buddhist monk.*

thầy tuồng *stage manager.*

thầy tướng *physiognomist.*

thầy *to throw (away).*

thầy *R* cả thầy *in all, all told.* hết thảy *all..., the whole...*

the *silk, gauze.*

the *borax* hàn the.

the thé [of voice] *to be shrill, shrieking, piercing.*

thè *to stick out* [one's tongue lưỡi] [RV ra].

thẻ *badge* [of office], *card, filing card, identity card; divining stick* [= săm].

thẻ căn-cước *identity card.*

thẻ kiểm-tra *identity card.*

thèm *to thirst for, crave for, desire.* đã thèm *satiated.* thèm vào ! *I don't care a pin for it !*

thèm khát *to thirst for.*

thèm muốn *to desire, covet.*

thèm thuồng *to desire very much.*

then *door bar, bolt, latch* [with cài, gài *to pull*]. cửa đóng then gài *secluded, secure.*

then chốt *door bar and door bolt | key* [problem, position].

thèn thẹn *DUP* thẹn.

thẹn *to blush, be shy* cả thẹn, hay thẹn, *feel ashamed* hổ thẹn.

thẹn thò *to be shy.*

thẹn thùng *to be shy, coy.*

theo [SV tùy] *to follow* [person, religion đạo, method phương-pháp, example gương], *accompany, pursue, trail |following..., according to, in accordance with.* tùy theo *to be up to* [someone]. noi theo *to follow* [example]. tiếp theo *following; "continued".*

theo chân *to follow the steps of.*

theo dõi *to pursue; to follow* [developments].

theo đòi *to try to copy, try to ape, try to keep up with.*

theo đuôi *to copy, imitate, ape.*

theo đuổi *to pursue* [happiness], *follow* [one's career].

theo gót *to dog somebody's footsteps; to copy, imitate, ape.*

theo hút *to follow closely.*

theo kịp *to catch up with.*

theo sát *to follow closely.*

theo trai *to elope with a man.*

thẹo *scar* [= sẹo].

thép *steel.* dây thép *wire, line; telegram.* dây thép gai *barbed wire.* đanh thép *firm, strong.*

thép già *hard steel.*

thép non *mild steel, soft steel.*
nhà máy thép *steelwork.*

thét *to scream. roar, yell* [RV lên]. gầm thét *to roar.*

thét *to be hard ; - R by dint of.*
Mưa thét rồi cũng phải tạnh *Let it rain ; it will have to stop some time.*

thê *R to be cold, desolate* thê-lương.

thê *R to be pitiful, sad* thê thảm.

thê *R wife.* đa-thê *polygyny* | *polygynous.* hiền-thê *you, (my good wife).* vị-hôn-thê *fiancée.* phu-thê *husband and wife.* Cf. thiếp. năm thê bảy thiếp *to be a polygamist.*

thê-lương *to be sad and lonely.*

thê-nhi *wife and children.*

thê-noa *wife and children.*

thê-thảm *to be sorrowful, tragic.*

thê-tử *wife and children.*

thế *to be thus* [= vậy] | *manner, way.* thế nào *how; by all means, at any rate.* như thế so, *thus.* thế này *this way.* thế ấy *that way.* tuy thế *in spite of all that.* (nếu) thế thì... *if it is so, then,..* (vì) thế cho nên *that's why.* (như) thế là *then.* thế rồi *then.*

thế *power, influence; aspect, condition, position.* thế công, công-thế *offensive.* thế thủ, thủ - thế *defensive.* cục-thế *situation.* địa-thế *terrain.* đại-thế *the general situation.* đắc-thế *to be rising.* sự-thế *course of events.* quyền-thế *power, influence.* thừa thế *to take advantage of an opportunity.* tình-thế *situation.* túng thế *pushed against the wall.*

thế *R the world; life; age, generation* [= đời]. hậu-thế *future generations, posterity.* xuất-thế *to be born.* tạ-thế *to die.* trần-thế *this life.* thân-thế *life.* thệ-thế *to die.*

thế *to replace* thay thế. tiền thế chân *deposit, security.*

thế *R to shave.*

thế-chân *to make a deposit.*

thế-chiến *world war.*

thế cô *to be all alone.*

thế công *offensive.*

thế-cục *world situation; life.*

thế-đại *generation, age, era.*

thế-đồ *the way of the world.*

thế-gia* *good family, good stock.*

thế-gian *the world.*

thế-giới *the world.* cả thế-giới *the whole world.* Cựu-thế-giới *the Old World.* Tân-thế-giới *the New World.* toàn-thê thế-giới *the whole world.* thế - giới chiến-tranh *world war.* thế - giới đại-chiến *world war.*

thế-giới-ngữ *esperanto.*

thế-hệ *generation.*

thế-huống *the world situation.*

thế-huynh *one's teacher's son; one's father's friend's son.*

thế-kỷ *century* [tiền-bán first half, hạ-bán second half]. nửa thế-kỷ *half a century.*

thế-lực *influence, power.* có thế-lực *powerful, influential.*

thế-nhân *man(kind).*

thế-phát *to shave one's head* [in order to become a Buddhist monk].

thế-phiệt *nobility; blue blood.*

thế-quyền *temporal powers*. Cf. thần-quyền.

thế-sự *the affairs of this world*.

thế-tập *to be hereditary*.

thế-tất *surely, inevitably*.

thế-thái *the ways of this world*. [used with nhân-tình].

thế thủ *defensive*.

thế-tổ *ancestor*.

thế-tộc *nobility*.

thế-tục *to be temporal, worldly*.

thế-vận(-hội) *World Olympic Games*.

thề [SV thệ] *to swear, pledge* thề bồi, thề nguyền, thề thốt. lời thề *oath, vow*. chửi thề *to swear, curse*.

thề-bồi *to swear*.

thề gian *to commit perjury*.

thề-nguyền *to swear*.

thề-thốt *to swear*.

thể *to understand, take into consideration*. thể theo lời yêu-cầu của... *at the request of...*

thể *ability, capability*. có thể *to be able to, can, may*. không (có) thể *to be unable to*. có thể rằng... *it's possible that...* nếu có thể *if possible*. Thể nào tôi cũng đi. *I'm going at all costs, by all means*. một thể *at the same time*. nhân-thể, tiện-thể *while one has the chance; incidentally, by the way*. như thể, ví thể *in case* [something happens], như thể (là) *as if*.

thể *R body, substance*. cơ-thể *body*. cụ-thể *concrete*. cố-thể *solid*. dịch-thể *liquid*. chính-thể *form of government, régime*. quốc-thể

national reputation. sự-thể *the matter*. khí-thể *gas*. thân-thể *body*. thiên-thể *heavenly bodies*. toàn-thể... *the whole...* trọng-thể *solemn*.

thể *form; linguistic form* ngữ-thể. *voice*. thể -ing *the -ing form;* thể thụ-động *the passive voice*.

thể-cách *manner, way*.

thể-chất *substance, matter*.

thể-chế *system*.

thể-diện *honor, face* [with giữ *to keep,* mất, thất *to lose*].

thể-dục *physical education*. Cf. đức-dục, trí-dục.

thể-lệ *rules and regulations*.

thể-lượng *to be tolerant*.

thể nào *no matter what, at any cost* [cũng *precedes verb*].

thể-nhiệt *body temperature*.

thể-nữ *maid of honor*.

thể-tài *materials*.

thể-tất *to excuse, forgive*.

thể-thao *sports* | *to be sportslike*.

thể-tháo *See* thể-thao.

thể-thống *dignity, decorum*.

thể-thức *form, formality, ways*.

thể-tích *volume*.

thệ *R to swear* [= thề] tuyên-thệ.

thệ *R to flow; to die* thệ-thế.

thệ-thế *L to pass away*.

thệ-ước *to swear, vow*.

thếch *very* [moldy, mildewed mốc].

thêm [SV gia] *to add* [vào *to*], *increase; -R to do or have in addition, to act further*. Cf. bớt.

thềm *porch, veranda*. trước thềm năm mới *on the threshold of the New Year*.

thênh thang *to be spacious, roomy, vast.*

thênh thênh *to feel free.*

thếp *ream* [of paper giấy].

thếp *to coat with metal.*

thếp vàng *to gild.*

thết *to treat* [somebody to eating or drinking]; *to give, throw* [party tiệc, dinner cơm].

thết đãi *to entertain.*

thêu *to embroider.*

thêu dệt *to fabricate, make up, invent* [story].

thêu thùa *to embroider.*

thi [SV thí] *to take an examination, take a test, participate in a contest, a race | examination, test, race, competition* CL kỳ, cuộc. đi thi *to take an exam.* hỏng thi *to fail, flunk.* trường thi *examination compound* [where civil service exams were given]. chấm thi *to serve as examiner.* hỏi thi *to give an oral exam.* đề thi *examination question.* bài thi *paper, examination book.* coi thi *to proctor* [at exam]. thi ngựa *horse race.* ngựa thi *race horse.*

thi R *corpse, dead body* tử-thi.

thi R *to distribute* [alms, etc.]; *to put into effect* [regulations, law], *carry out, implement* thi hành; *to do* [favor ân].

thi R *poetry* [= thơ]. cổ-thi *ancient poetry.* cầm kỳ thi họa *music, chess, poetry, painting.* Kinh Thi *the Book of Poetry.*

thi-bá *great poet.*

thi-ca *poems and songs.*

thi-cử *examinations.*

thi đậu *to pass an examination.*

thi đình *court examination.*

thi đỗ *to pass an examination.*

thi-đua *emulation.* thi đua võ-trang *armament race.*

thi-gia *poet.*

thi-hài *corpse, dead body.*

thi-hành *to carry out* [order, measure, mission], *enforce, put into effect, implement.*

thi-hào *great poet.*

thi-họa *poetry and painting.*

thi-hỏng *to fail, flunk.*

thi hội *second-degree examination* [at the capital].

thi-hứng *inspiration.*

thi hương *first degree examination* [at provincial level].

Thi-Kinh *Book of Poetry.*

thi-lễ *to be noble, distinguished.*

thi lên lớp *final exam* [at the end of a year of study].

thi lục-cá-nguyệt *semester exam.*

thi-luật *prosody.*

thi ngựa *horse race.*

thi-nhân *poet.*

thi nhập-học *entrance examination.*

thi ô-tô *auto race.*

thi ra *final examination* [for graduction].

thi rớt *to fail, flunk.*

thi sắc đẹp *beauty contest.*

thi-sĩ *poet.*

thi-tập *collected poems.*

thi-thể *dead body, corpse.*

thi-thố *to show, display* [talent].

thi tốt-nghiệp *final examination* [for graduation].

thi trượt *to fail, flunk.*

thi-văn *literature.*

thi vấn-đáp *oral examination.*

thi-vị *poetic flavor.*

thi viết *written examination.*

thi-xã *poets' circle.*

thi xe đạp *bicycle race.*

thi xe hơi *auto race.*

thí *R to test* [= thi]; *to compare.* ứng-thí *to take an exam.* khảo-thí *to examine.*

thí *R to give* bố-thí [alms]; *to sacrifice* [chessman].

thí *R to murder.*

thí-dụ *example, for example* thí-dụ như.

thí-nghiệm *to experiment.* phòng thí-nghiệm *laboratory.*

thí-sinh *candidate* [to an examination].

thí-thân *to sacrifice one's life.*

thí-xả *charity.*

thì *R time* | *then. Also* thời. dạy thì *to reach puberty.*

thì-là *dill.*

thì thào *to whisper.*

thì thầm *to whisper.*

thì thọt *to dash in and out.*

thì thụp *to go down on one's knees then get up again, make repeated obeisances.*

thỉ *R arrow.* hồ thỉ *bow and arrows.*

thỉ-thạch *battlefield.*

thị *yellow persimmon-like fruit* CL quả. dấu hoa thị *asterisk.*

thị *R market* [= chợ]; *R city.* thành-thị. đô-thị *metropolis, large city.*

thị *R to see.* cận-thị *near-sighted.* viễn-thị *far-sighted.* khinh-thị *to despise.* miệt-thị *pháp-đình contempt of court.* điện-thị *television.*

thị *R to show, announce.* cáo-thị, yết-thị *announcement, poster.* chỉ-thị *instructions, directives.* ám-thị *to hint at.* biểu-thị *to express.*

thị *R to desire, covet.*

thị *R to wait upon* [= chầu].

thị *R family, clan;* - *R* [middle name for women]. Nguyễn-thị *the Nguyen clan.*

thị *R true; this, that.* đích thị *that's it.* chính-thị *it's exactly.*

thị-chính *city affairs.* tòa thị-chính *city hall.*

thị-chứng *eyewitness.*

thị-dân *city dweller, urban population.*

thị-dục *desire, lust.*

thị-độ *power* [of lens, magnifying glass]; *visibility.*

thị-giác *eyesight, vision.*

thị-hiếu *hobby; liking, desire.*

thị-khu *borough, district.*

thị-lực *power of vision.*

thị-nữ *L maid.*

thị oai *to display one's force, demonstrate.*

thị-phi *L right and wrong; gossip; politics.*

thị-phủ *L whether or not.*

thị-quan* *eunuch.*

thị-sai *parallax.* thị-sai theo mặt đất *horizontal parallax.* thị-sai hàng ngày *diurnal parallax, geocentric parallax.*

thị-sảnh *city hall.*

thị-sát *to inspect.*

thị-tài *to be conceited.*

thị-thành* *city.*

thị-thực *to certify, notarize.*

thị-tinh *town, city.*

thị-trấn *town, community.*

thị-trường *market* [economics].

thị-trường chứng-khoán *Stock Exchange.*

thị-trưởng *mayor* [of city].

thị-tứ *store; business district.*

thị-tỳ *maid-servant.*

thị-uy *to show off one's strength or power.*

thị-vệ *imperial guard.*

thị-xã *city, township.*

thia lia *ducks and drakes* [the game].

thìa *spoon* CL cái ; CL *for spoonfuls* [= muỗng] thìa cà-phê *teaspoon.* thìa súp *tablespoon, soup spoon.*

thích *to like, be fond of* ưa thích | *pleasure, enjoyment* cái thích. mặc thích *at will, at pleasure.* sở-thích *one's like.* tùy thích *as one pleases.* vui thích *to be glad, pleased.*

thích R *to release* phóng-thích.

thích R *to explain* giải-thích. chú-thích *to annotate; footnote.*

thích R *relative* [on one's mother's side] thân-thích *relative.*

thích *to poke* [elbow, arm, etc.] *against* [vào]. chen vai thích cánh [of crowd] *jostling.*

thích *to tattoo; to engrave.*

thích R *to stab.* hành-thích *to assassinate, murder.*

thích R *a Buddhist* [đi to be].

Thích-ca *Shakyamuni, Buddha.*

thích chí *to be pleased, content.*

thích-đáng *to be appropriate, suitable, fitting.*

thích-hợp *to be appropriate; to suit, fit* [với precedes object].

thích-khách *murderer, assassin, killer.*

thích-nghi *to be appropriate, adequate, suitable.*

thích-nghĩa *to explain.*

thích-ứng *to be appropriate, adequate; to adapt (oneself)* [với to].

thích ý *to be pleased, content.*

thiếc *tin.* mỏ thiếc *tin mine.* thợ thiếc *tinsmith.* hàng thiếc *tin shop.* tấm thiếc *tinfoil.*

thiêm-thiếp *to be asleep.*

thiềm R *toad* [= cóc].

thiềm *to be wicked* thâm-thiềm.

thiềm R *to shame, to be unworthy of.*

thiềm-bộ *our ministry, our Department.*

thiềm-chức *I (an unworthy official).*

thiềm-độc *to be wicked, evil.*

thiềm-khoa *our college, our faculty.*

thiềm-nha *our office.*

thiềm tòa *our office, our Embassy, our Consulate, etc.*

thiềm-viện *our Institute, our university.*

thiên R *sky, heaven* [= giời/trời]; *God, nature; R- celestial, divine, natural.* Mưu sự tại nhân, thành sự tại thiên. *Man proposes, God disposes.*

thiên R *thousand* [= nghìn/ngàn].

thiên *CL for chapters, feature articles, novels, etc.* đoản-thiên *short.* trường-thiên *long* [of novel].

thiên *R- to be partial to, -ist.*

thiên *R to change, shift; to move* [residence, capital **đô**].

thiên-bẩm *to be innate.*

thiên-can *heaven's stem* [one of ten cyclical terms used in numbering a series or reckoning years]. Cf. thập-can.

thiên-chúa *God* [Christian]. đạo Thiên-chúa *Catholicism.*

thiên-chức *heaven's mandate.*

thiên-cổ *antiquity.* người thiên-cổ *deceased person.*

thiên-công *the Creator.*

thiên-cơ *fate, destiny.*

thiên-đàng *See* thiên đường.

thiên-đình *the Celestial Court* [of the Jade Emperor].

thiên-đinh *zenith.*

thiên-định *determinism.*

thiên-đường *Paradise.*

thiên-hà *the Milky Way.*

thiên-hạ *the whole world, people.*

thiên-hình vạn-trạng *multiform.*

thiên-hoàng *the Mikado.*

thiên-hương *rare beauty* CL trang [used with **quốc-sắc**].

thiên-kiến *prejudice, bias.*

thiên-kim *very precious.*

thiên-lôi *God of thunder.*

thiên-lý *10,000-mile* [road]— *highway.*

thiên-mệnh *destiny, fate.*

thiên-nga *swan.*

thiên-nhai *horizon, skyline.*

thiên-nhiên *Nature | to be natural.*

thiên-phú *to be innate.*

thiên-sứ *angel.*

thiên-tai *natural disaster.*

thiên-tài *genius.*

thiên-tải *(once in) a thousand years.*

thiên-tạo *to be natural.*

Thiên-Tân *Tien Tsin.*

thiên-thạch *aerolite.*

thiên-thai *Paradise, Eden.*

thiên-thần *angel.*

thiên-thể *heavenly body.*

thiên-thời *cholera.*

thiên-thu *eternity.*

thiên-tính *nature, innate, trait, character.*

Thiên-trúc *L India.*

thiên-trụy *varicocele.*

thiên-tư *innate gift.*

thiên-tử *the Emperor — Son of Heaven.*

thiên-văn *astronomy.*

thiên-văn-đài *observatory.*

thiên-vị *to be partial, unjust.*

thiến *to geld, castrate.* gà (sống) thiến *capon.*

thiền *Zen Buddhism; contemplation, meditation.* cửa thiền *Buddhist temple.* tham thiền *to enter into meditation.* tọa-thiền *to sit in deep meditation.*

thiền *R cicada.*

thiền-định *silent meditation.*

thiền-đường *Buddhist temple.*

thiền-gia *Buddhist monk.*

thiền-môn *Buddhist temple.*

thiền-sư *monk.*

thiền-tôn(g) Zen sect, Zen school.
thiền R to be shallow [= nông]; R- my [opinion, etc.].
thiền-cận to be shallow, superficial.
thiền-kiến my (shallow) opinion.
thiền-nghĩ to think in a superficial manner. Tôi thiền-nghĩ in my humble opinion.
thiền-trí superficial mind.
thiền-ý my (shallow) opinion.
thiện R to be good, virtuous [as opposed to **ác**]. chân, thiện, mỹ the true, the good and the beautiful. tận thiện perfection. việc thiện charity. hoàn-thiện, toàn-thiện perfect. từ-thiện philanthropic.
thiện R expert, skillful.
thiện-ác good and evil.
thiện-cảm sympathy.
thiện-chí good will.
thiện-chiến [of troops] to be experienced, trained, seasoned.
thiện-nam tín-nữ Buddhist followers or pilgrims of both sexes.
thiện-nghệ to be an expert.
thiện-xạ good shot, marksman.
thiện-ý good intentions.
thiêng to be supernatural, sacred khôn thiêng, linh thiêng.
thiêng liêng to be sacred.
thiếp concubine tiểu-thiếp [Cf. thê] | L I tiện - thiếp [used by woman] [second person pronoun being **chàng**].
thiếp card. danh-thiếp calling card bưu-thiếp postcard. hồng-thiếp wedding announcement [on red paper].

thiếp to be nearly unconscious [in sleep or hypnosis] [RV đi]. đồng-thiếp medium.
thiệp card. thiệp mời card of invitation.
thiệp R to ford [= lội]; R to be involved; to be courteous lịch-thiệp. giao-thiệp to know, frequent. can-thiệp to interfere, intervene.
thiệp-đời to be experienced.
thiệp - liệp to be superficial, shallow.
thiết R iron [= sắt].
thiết to display, arrange; to build. trần-thiết to display, arrange. kiến-thiết to build, erect.
thiết [of friend] close thân-thiết. chí-thiết very close [friend].
thiết to care for, have interest in [mostly used in the negative]. Tôi không thiết học-hành gì nữa. I don't feel like studying any more.
thiết R to steal. đạo-thiết robber.
thiết R to suppose giả-thiết.
thiết-bị to build up [army, etc.]
thiết-đạo railroad, railway.
thiết-đồ cross section, exploded view.
thiết giáp armor [of tank, ship].
thiết-giáp-hạm armored ship.
thiết-hài tap dance shoes. khiêu-vũ thiết-hài tap dance.
thiết-kế to draw up a plan. thiết-kế đô-thị town planning.
thiết-lập to set up, establish, found.
thiết-lộ railway, railroad.

thiết-nghĩ *to think* [used with first person].

thiết-tha* *to be ardent, passionate, earnest, insistent.*

thiết-thực *to be realistic, practical.*

thiết-tưởng *to think* [used with first person].

thiết-yếu *to be essential, vital.*

thiệt *to lose; to suffer loss, injury or damage.* thua thiệt *to lose.* hơn thiệt *to gain and to lose; gain and loss.*

thiệt R *tongue* [= lưỡi]. khẩu-thiệt *oral, verbal.* tiểu-thiệt *epiglottis.*

thiệt *see* thật.

thiệt-bối-âm *dorsal (sound).*

thiệt-căn *root* [of tongue].

thiệt-chiến *argument, debate.*

thiệt-đầu-âm *apical (sound).*

thiệt hại *to lose | loss.*

thiệt-mạng *to die* [in battle, accident].

thiệt-thân *to harm oneself, hurt oneself.*

thiệt thòi *to suffer losses.*

thiêu *to burn* hỏa thiêu. chết thiêu *burned to death.*

thiêu đốt *to burn.*

thiêu-hủy *to burn down, destroy.*

thiêu-sống *to burn alive.*

thiêu-táng *to cremate.*

thiêu-thân *ephemera, ephemerid, May fly.*

thiếu *to be incomplete, insufficient; to need, lack, be in want of, be short of* [object follows]; *there is a lack or shortage of; to owe.* Họ thiếu lương-thực

They ran out of provisions. Danh-sách này thiếu. *This list is not complete.* giả lại thiếu *to shortchange.* Chúng tôi thiếu tiền. *We lack money.* Chúng tôi không thiếu người. *We don't lack manpower.* Tôi còn thiếu anh ta hai vạn. *I still owe him twenty thousand piasters.* Thiếu tí nữa thì nó chết chẹt ô-tô *He almost got run over by a car.* Năm giờ thiếu năm *Five minutes to five.* Cf. đủ, thừa, kém. túng thiếu *hard-up.* Tháng này thiếu *This month has only 29(or 28) days.*

thiếu R *to be young.*

thiếu ăn *to be underfed; malnutrition.*

thiếu gì *there's no lack of | not to lack.*

thiếu hụt *deficit.*

thiếu máu *to be anemic.* bệnh thiếu máu *anemia.*

thiếu mặt *to be absent.*

thiếu-nhi *young child(ren).*

thiếu-niên *young man.*

thiếu-nữ *young girl.*

thiếu-phụ *young woman.*

thiếu-quân *young king.*

thiếu-sinh *young student.*

thiếu-tá [army] *major;* [air force] *major;* [navy] *lieutenant-commander.* Cf. đại-tá, trung-tá, thiếu-úy, thiếu-tướng.

thiếu-thốn *to lack* [money].

thiếu-thời *youth.*

thiếu-tướng [army or air force] *brigadier-general.* Cf. đại-tướng, thống-tướng, thượng-tướng, trung-tướng, thiếu-tá, thiếu-úy.

thiếu-úy [army or air force] second lieutenant; [navy] ensign. Cf. đại-úy, trung-úy, thiếu-tá, thiếu-tướng.

thiếu-xót gap, lacuna, shortcoming.

thiều R music tiếng thiều. quốc-thiều national anthem.

thiều R spring; spring-like.

thiều-quang L spring day.

thiểu R to be little, small. tối-thiểu minimum. giảm-thiểu to reduce, cut down.

thiểu-não to look sad, have a pitiful look.

thiểu-số minority [opp. đa-số]. dân-tộc thiểu-số ethnic minorities.

thiệu R to continue, carry on. giới-thiệu to introduce, present.

thím [SV thẩm] one's chú's wife, i. e. father's younger brother's wife, aunt CL bà | you [used by nephew or niece to thím, first person pronoun being cháu]; I [used to nephew or niece, second person pronoun being cháu]; you [used to Chinese woman]; CL for Chinese women. chú thím tôi my uncle and his wife.

thin thít to keep silent im thin thít.

thìn the fifth Earth's Stem. See chi.

thinh to be silent. làm thinh to keep quiet, pass over [something] in silence.

thinh See thanh.

thính powdered grilled rice.

thính to have keen sense of hear-

ing or smelling; R to hear, listen [= nghe]. bàng-thính to audit [course]. dự-thính to attend [lecture]. thám-thính to explore, reconnoiter. thị-thính audio-visual.

thính-chúng audience.

thính-giả listener. Cf. khán-giả.

thính-giác hearing [sense].

thính mũi to have a good nose.

thính tai to be sharp of hearing.

thính-thị audio-visual. Trung-tâm Thính-thị Anh-ngữ English Language Laboratory [where audio-visual aids are used].

thình-lình to be unexpected, sudden bất thình lình | all of a sudden bất thình lình.

thình thịch to thump.

thình thình [of heart **trống ngực**] to beat madly.

thỉnh to strike [bell **chuông**] in temple or before altar.

thỉnh R to request; R invite [=mời]. kính thỉnh We respectfully invite, We have the honor to invite. tái-thỉnh to invite a second time.

thỉnh-cầu to request, entreat.

thỉnh-giáo to ask for advice.

thỉnh-nguyện petition.

thỉnh thoảng from time to time, now and then.

thịnh to prosper, flourish [opp. suy]. cường-thịnh prosperous.

thịnh-hành to be popular.

thịnh-nộ great anger, fury.

thịnh-soạn [of meal] to be copious.

thịnh suy rise and fall.

thịnh-tình kindness, thoughtfulness CL tấm.

thịnh-trị *peace and prosperity.*

thịnh-vượng *to be prosperous.*

thít *to stop crying* [DUP thin thít].

thịt [SV nhục] *flesh; meat; meat, pulp* [of fruit] | *to butcher, murder.* bắp thịt *muscle.* làm thịt *to butcher.* xác thịt *carnal body* [as opposed to spirit]. hàng thịt *butcher's shop.* ăn thịt *carnivorous.* ăn thịt người *anthropophagous, cannibalistic.* kiêng thịt *to be on a vegetarian diet.* bắp cải nhồi thịt *stuffed cabbage.* bị thịt *obese.*

thịt bạc nhạc *stringy meat.*

thịt bò *beef*

thịt cừu *mutton.*

thịt đông *frozen meat.*

thịt gà *chicken.*

thịt heo *pork.*

thịt lợn *pork.*

thịt mỡ *fat meat.*

thịt nạc *lean meat.*

thịt nai *venison.*

thịt quay *roast pork.*

thịt-thà *meat.*

thịt vịt *duck.*

thiu [of rice cơm] *to be stale;* [of meat thịt] *to be rotten, tainted.*

thiu *sad* buồn thiu.

thiu thối *to be rotten.*

thiu thiu *to be dozing.*

thó *clay* đất thó.

thó [slang] *to swipe.*

thò *to stick out* [neck cổ, head đầu, hand tay]. thập thò *to hesitate at the door.*

thò lò DUP lò. thò lò mũi xanh [of child] *to have a running nose.*

thò lò *teetotum* CL con.

thỏ [SV thố] *rabbit, hare* CL con | *L moon.* cho ăn thịt thỏ *to stand* [somebody] *up.* thỏ lặn *the moon has set.* Anh ấy nhát như thỏ *He daren't say "Boo" to a goose.* ngọc-thỏ *L the moon.*

thỏ nhà *rabbit.*

thỏ rừng *hare.*

thỏ thẻ [of voice, words] *to be soft, pleasant.*

thọ *to live long* | *longevity.* hưởng thọ [of deceased person] *to be* [so many years old]. giảm thọ, tồn thọ *to cut down life span.* trường thọ *to live long.* phúc-lộc-thọ *progeny, honors and longevity.*

thọ *see* thụ.

thoa *to rub, anoint, use* [perfum, vaselin, pomade].

thoa R *hairpin.* quần-thoa *the fair sex.*

thóa R *to spit.*

thóa-mạ *to insult, revile, abuse.*

thòa *bronze, brass* đồng thòa.

thỏa *to be pleased, satisfied.* ổn thỏa *settled, arranged.*

thỏa chí *to be satisfied, content.*

thỏa dạ *to be satisfied, content.*

thỏa-đáng *to be satisfactory; appropriate, proper, fitting.*

thỏa-hiệp *to agree* | *agreement.*

thỏa lòng *to be satisfied, content.*

thỏa-mãn *to be satisfied.* làm thỏa-mãn *to satisfy; to meet* [a need nhu-cầu].

thỏa thích *to one's heart's content.*

thỏa-thuận *to agree, consent.*

thoai thoải DUP thoải.

thoái R *to withdraw* [= lui, lùi] [opp tiến]. tiến thoái lưỡng nan to be caught in a dilemma, be caught between two fires. triệt-thoái to withdraw.

thoái-bộ to regress.

thoái-chí to be discouraged.

thoái-hóa to degenerate, deteriorate.

thoái lui to withdraw, go back, draw back.

thoái-ngũ to be demobilized. quân-nhân thoái-ngũ veteran.

thoái-nhượng to yield, concede.

thoái-thác to use a pretext.

thoái-vị to abdicate.

thoải [of slope] to be gentle.

thoải to feel relaxed, feel well, feel at ease thoải mái.

thoại R speech, words, conversation. đồng-thoại children's story. điện-thoại telephone. đàm-thoại to converse; conversation. bạch-thoại colloquial Chinese [as opposed to literary Chinese **văn-ngôn**]. quan-thoại mandarin Chinese.

thoán to usurp [the throne of].

thoán-nghịch to rebel.

thoán-vị to usurp the throne.

thoang thoáng summarily, sketchily, hurriedly.

thoang thoảng [of odor] to be vague, lingering, faint.

thoáng to be aerated, ventilated, well-aired thoáng gió, thoáng hơi, thoáng khí.

thoáng to see or recognize vaguely. thấp thoáng to appear and disappear; to be fleeting. nhìn thoáng to see [somebody or something] pass by quickly. Tôi thấy loáng thoáng có mấy người. I saw just a sprinkling of people.

thoảng [of wind, odor] to waft by faintly, softly, rapidly. thỉnh thoảng from time to time, now and then, sometimes, occasionally.

thoát to fleet by thấm thoát.

thoát to escape from trốn thoát. tầu-thoát to flee. giải-thoát to liberate, free. lối thoát outlet, way out. dịch thoát to give a free translation.

thoát hiểm to get out of danger.

thoát khỏi to escape from.

thoát-ly to be emancipated from.

thoát-thai to be born.

thoát thân to escape from danger.

thoát-y-vũ strip tease.

thoạt as soon as. thoạt mới vào as soon as we came in. thoạt nghe when one first hears that.

thoạt đầu at the beginning.

thoạt kỳ thủy at the beginning.

thoạt tiên at the beginning.

thoăn thoắt to walk briskly.

thoắng to talk or speak rapidly liến thoắng.

thoắt to occur quickly, happen before one realizes it,

thóc paddy, unhusked rice. Cf. gạo, cơm, lúa.

thóc gạo rice, grain, cereals.

thóc giống rice seeds.

thóc lúa cereals.

thóc mách to gossip, be a tale-bearer.

thọc to thrust, poke; to put [hands **tay** in pockets **túi** for instance]. thọc gậy bánh xe to put grit in the bearings.

thọc lét to tickle.

thoi *to hit with the fist, punch* [một cái *once*] | *punch.*

thoi *shuttle* CL con, cái; *ngày tháng thoi đưa time flies.* hình thoi *diamond-shaped.*

thoi *ingot* [*of gold* vàng, silver bạc], *stick* [*of Chinese ink* mực].

thoi thóp *to breathe very lightly.*

thoi vàng *imitation ingots made of gild paper for offerings to spirits.*

thói *habit, manners,* quen thói *to have the habit of.* xấu thói *ill-mannered.*

thói đời *the ways of this world.*

thói phép *ways, manners. rules.*

thói quen *habit, practice.*

thói thường *as a rule, generally.*

thói tục *customs and manners.*

thói xấu *bad habit, vice.*

thòi *to project, jut out; to get out* [money tiền].

thỏi *stick, piece, bar.*

thòm thèm *to be still hungry or thirsty because one hasn't had enough.*

thon *to be thin, tapering; slim, slender.*

thon lỏn *to be brief, concise; neatly arranged, neatly packed* gọn thon lỏn.

thon thót *to be jumpy.*

thong dong *to be leisurely, walk leisurely.*

thong manh *to have cataract.*

thong thả *to act leisurely, be disengaged or free.* đi thong thả *to go slowly.* ra vô thong thả *free admission.* Thong thả đã! *Hold it !*

thòng *to drop* [rope]; [*of rope*] *to hang, dangle* lòng thòng.

thòng lọng *slip knot, noose, lasso, running knot.*

thống *to drop* [one's arms on the side]; *to be hanging.*

thóp *sinciput, bregmatic fontanel — the soft spot on a baby's heart or head.*

thóp *weak point, central point, key.* biết thóp *to stumble on.*

thót *to pull in* [one's stomach bụng] [RV lại, vào]; *to become narrower; to be hollow, sunken.*

thót *to jump.*

thọt *to be club-footed.*

thọt *to dash through a small opening.*

thô *to be coarse, rough; to be boorish, rude; crude* [*in workmanship*].

thô-bỉ *to be boorish, rude.*

thô kệch *to be grotesque.*

thô-lậu *to be boorish.*

thô lỗ *to be boorish, rude, vulgar.*

thô-sơ *to be rudimentary.*

thô-tục *to be obscene, crude, vulgar.*

thô thiển *to be awkward and superficial.*

thố *to put, display, arrange.* thi thố *to display* [capability]. thất thố *to make an error.*

thố *R rabbit* [= thỏ].

thồ *pack-saddle.* ngựa thồ *pack-horse.*

thổ *tribesman in North Vietnam; Cambodian.*

Thổ *Turkey* | *Turkish* Thổ-Nhĩ-Kỳ.

thổ *R earth, land, ground.* lãnh-thổ *territory.* thủy-thổ *climate,* điềnthổ *land property.* công - thổ *government-owned land.* Cf. kim, mộc, thủy, hỏa. độn thổ *to disappear under the ground.* hạ-thổ *to bury under the ground.*

thổ *prostitute.* nhà thổ *prostitute; house of prostitution, house of ill fame.*

thổ *to spit, vomit* [blood].

thổ-âm *dialect.*

thổ-công *Kitchen God* | *one who knows every nook and corner of* [a place].

thổ-dân *aborigine.*

thổ-địa *ground, earth; God of the soil.*

thổ-hào *village bully.*

thổ-huyết *to vomit blood.*

thổ-lộ *to reveal* [personal problems]; *to unburden, open* [can-tràng, tâm-tình *heart*].

thổ mộ *buggy.*

thổ-ngơi *habitat.*

thổ-ngữ *dialect.*

Thổ-Nhĩ-Kỳ *Turkey* | *Turkish.*

thổ phi *bandit, brigand; looter* | *to loot, steal.*

thổ sản *local produce or product.*

thổ tả *cholera.*

thổ-thần *God of the soil.*

Thổ-tinh *Saturn.*

thổ-trạch *landed property, estate.* thuế thổ - trạch *real estate tax, property tax.*

thổ-trước *aborigine.*

thốc [*of wind*] *to blow violently; to run at one stretch, run all the way to.*

thộc *See* thốc.

thôi *to stop, cease, quit* [doing something] *a stretch* | *that's all* [occurs optionally at end of predication which has chi]... mà thôi... *that's all.* thôi học *to quit school.* Thôi mà ! *That's enough.* Nó chỉ ăn (mà) thôi. *He only eats.* một thôi đường *a stretch of the road.* nói một thôi một hồi *to talk on and on.*

thôi [*of color*] *to run.*

thôi R *to urge.*

thôi miên *to hypnotize* | *hypnotism.*

thôi thì *we might as well...* [sentence ends with vậy].

thôi thúc *to urge.*

thối *to stink, smell bad;* [*of fruit, meat*] *to be rotten.* hôi thối *to stink.*

thối [= thoái] *to withdraw, recede.*

thối *to give back the change* [RV lại] [= thúi].

thối hoắc *to be fetid.*

thối lui *to go back, step back, back up.*

thối nát *to be rotten.*

thối tai *otorrhoea.*

thối tha *to be stinking, fetid.*

thối thây *lazy-bones, good-for-nothing.*

thời *trayful* [of food in banquet cỗ].

thổi [*of wind*] *to blow; to blow* [fire lửa, whistle còi]; *to play* [a wind instrument], *pump* [bellows bễ], *cook* [rice cơm]. Bà ấy thổi cơm tháng/trọ *She takes boarders, She runs a boarding house.*

thổi nấu *to cook.*

thổi sáo *to whistle.*

thôn [= xóm] *hamlet, small village.* hương-thôn *village, countryside.* nông-thôn *countryside.* xã-thôn *village.*

thôn *R to swallow* [= nuốt].

thôn-dã *countryside.*

thôn-nữ *country girl.*

thôn ổ *countryside.*

thôn-quê *countryside.*

thôn-tính *to swallow, engulf, annex.*

thôn-trại *farm.*

thôn-trang *farm.*

thôn-xã* *village community.*

thốn *R pressing.* thiếu thốn *to lack, need.*

thốn *R inch* [= tấc]. bạch-thốn-trùng *tapeworm.*

thôn-thức [*of heart*] *to palpitate, throb; to sob.*

thốn thến *to be bare and hanging.*

thông [SV tùng] *pine tree* CL cây. lá thông *pine needle.* nhựa thông *turpentine.* trái thông *pine cone.*

thông *to be intelligible; to communicate, transmit; to ream out* [tube ống, pipe điếu]. đi thông qua *to go through.* cảm-thông *to understand, comprehend.* giao-thông *transportation.* lưu-thông *to circulate; traffic.* truyền - thông *to communicate.* phổ-thông *to popularize.* khai-thông *to clear, drain.*

thông *R to be intelligent, be fluent or versant.* đọc thông chữ Anh *fluent in English.*

thông-báo *to warn, advise.*

thông-báo-hạm *communication ship.*

thông-bệnh *common disease.*

thông-cáo *communiqué* CL bản. thông-cáo chung *joint communiqué.*

thông-dâm *to have a love affair* [with với].

thông-dịch *to translate* | *translator.*

thông-dịch-viên *translator.*

thông-dịch-xã *translation service.*

thông-dụng *to be commonly used.*

thông-đạt *to transmit* [official memorandum, etc.].

thông-điện *official telegram.*

thông-điệp *message, circular; diplomatic note* CL bức.

thông-đồng *to be in cahoots* [với with], *connive.*

thông-gia *see* thân-gia.

thông-gian *to commit adultery.*

thông-hành *to move, circulate.* giấy (or sổ) thông-hành *laissez-passer, passport.*

thông hiểu *to understand.*

thông hơi *to be aerated, well-aired.*

thông khí *See* thông-hơi.

thông-lại *clerk.*

thông-lệ *general rule.*

thông lưng *to be in cahoots* [với with], *connive.*

thông-minh *to be intelligent.*

thông-ngôn *to be the interpreter* | *interpreter* [with làm *to be, serve as*].

thông-phán *clerk.*

thông-phong *lamp chimney, lamp glass.*

thông-qua *See* thông-quá.

thông-quá to pass, approve [motion, proposal]; transit.

thông-số parameter.

thông-suốt to penetrate.

thông sức to instruct | circular.

thông-tấn to inform.

thông-tấn-xã new agency. Việt-Nam Thông-tấn-xã Vietnam Press.

thông-thái to be learned, erudite.

thông-thạo to be expert.

thông-thiên-học theosophy.

thông-thư almanac.

thông-thương to trade with.

thông-thường to be general, universal.

thông-tin to inform | information. Bộ Thông-tin và Thanh-niên Department of Information and Youth.

thông-tri to inform, advise, notify.

thông-tục colloquial, popular.

thông ước to be commensurable.

thống large porcelain vase.

thống R all, whole. hệ-thống system.

thống R to hurt, feel painful [=đau].

thống R to govern.

thống-chế marshal CL viên.

thống-đốc pre-war French Governor in South Vietnam ; governor. Thống-đốc Ngân-hàng Quốc-gia Governor of the National Bank.

thống-hệ* system.

thống-kê statistics.

thống-khổ to be suffering, unhappy.

thống-lãnh commander-in-chief.

thống-mạ to offend, insult.

thống-nhất to unify | unification, unity.

thống-soái general.

thống-suất to control, lead.

thống-sứ pre-war French Governor ["Resident Superior"] in North Vietnam. Cf. khâm-sứ, thống-đốc.

thống-thiết to be touching, moving.

thống-thuộc to depend on.

thống-trị to rule | rule, domination.

thống-tướng general. Cf. thượng-tướng, đại-tướng, trung-tướng, thiếu-tướng.

thộp to nab thộp ngực, thộp cổ.

thốt to utter; to speak, tell. thưa-thốt to answer. thề thốt to swear.

thốt R suddenly thốt nhiên.

thốt-nhiên suddenly.

thốt-nốt sugar palm.

thơ [SV thi] poetry. làm thơ to write poetry, compose a poem. nhà thơ poet. ngâm thơ to chant or recite a poem. một bài thơ a poem. câu thơ verse, line of poetry. nguồn thơ inspiration.

thơ see thư.

thơ to be young, tender. ngây thơ to be naive, childlike, innocent. trẻ thơ young child. ngày thơ childhood days. con thơ young child [son or daughter]. tuổi thơ childhood.

thơ ấu to be young.

thơ dại to be naive, innocent.

thơ ngây* to be childlike, naive.

thơ phú poetry.

thơ thần to roam, wander.

thơ thốt to be scattered.

thơ yếu to be young and weak, young and helpless.

thở *fiber* [in muscle], *grain.*

thở-lợ [superficial] *courtesy.*

thờ [SV phụng, sự] *to worship, venerate.* nhà thờ *shrine; church.* bàn thờ *altar.* đền thờ *temple.* đồ thờ *cultual objects.*

thờ ơ *to be indifferent, cold.*

thờ phụng *to worship.*

thờ phượng *see* thờ phụng.

thờ thẫn *to be dazed, stunned.*

thở *to breathe.* hết thở, tắt thở *to die.*

thở dài *to sigh.* than thở *to complain, lament.* hơi thở *breath.*

thở hồn-hễn *to pant.*

thở ra *to exhale.*

thở than* *to complain, lament, sigh.*

thở vào *to inhale.*

thợ [SV tượng, công] *workman, worker, artisan, craftsman.* thợ chuyên-môn *skilled worker.*

thợ bạc *goldsmith, silversmith, jeweler.*

thợ bạn *fellow-worker.*

thợ cả *foreman.*

thợ cạo *barber, hairdresser.*

thợ điện *electrician.*

thợ giày *shoemaker, cobbler.*

thợ giặt *laundryman.*

thợ Giời *the Creator.*

thợ hồ *bricklayer.*

thợ may *tailor.*

thợ máy *mechanic.*

thợ mộc *carpenter, cabinet maker.*

thợ nề *bricklayer.*

thợ nguội *fitter, plumber.*

thợ rèn *blacksmith.*

thợ sơn *painter.*

thợ tạo *the Creator.*

thợ thiếc *tinsmith.*

thợ thuyền *worker(s).*

thợ tiện *turner, lathe worker.*

thợ Trời *the Creator.*

thợ vẽ *draftsman.*

thời [= thì] *then* | *time, moment, season; opportunity, chance* thời-vận *tứ* thời *the four seasons.* cổ-thời *ancient times.* nhất thời *for a while; temporary.* hết thời *outdated.* hợp-thời *timely.* đồng-thời *at the same time.* hiện thời *at present, now.* đương-thời *contemporary.* kịp thời *in time.* lỡ-thời *to miss the opportunity.* tạm-thời *temporary.* lâm thời *provisional.* tức-thời *right away.* thiếu thời *youth.* Nếu vậy thời, nếu thế thời *If that's the case, then...*

thời-bệnh *epidemic; mal du siècle.*

thời bình *peacetime.*

thời-buổi *times.* thời buổi này *these days.*

thời-cơ *opportunity, occasion.*

thời cục *situation.*

thời-cuộc *see* thời-cục.

thời-dụng-biểu *class schedule, work schedule.*

thời-đại *times, age, epoch, era.*

thời-đàm *conversation.*

thời-giá *current price.*

thời-gian *time* [as opposed to space không-gian] ; *period of time.*

thời-giờ *time.* Thời giờ là vàng bạc *Time is money.* Mất thời giờ *It's a waste of time.*

thời hạn *limited period, time-limit.*

thời-khắc *time.*

thời-khắc-biểu *time-table, schedule.*

thời-khí *climate, temperature.* bệnh thời-khí *epidemic.*

thời-khóa-biểu *class schedule.*

thời-kỳ *period of time.*

thời loạn *wartime.*

thời-sự *current events.* phim thời-sự *newsreel.*

thời-thế *circumstances, conditions.*

thời thức *fashion.*

thời-tiết *weather, climate.*

thời-tiết-học *climatology.*

thời-trang *fashion, style.*

thời-vận *luck, fortune.*

thời-vụ *current events.*

thơm [SV hương] *to be fragrant, smell good* [with intensifiers **lừng, ngát, phức, tho**]; [of reputation **tiếng, danh**] *good* | *perfume, scent.* trái thơm *pineapple.* rau thơm *dill, coriander, Chinese parsley.* dầu thơm *perfume.* mùi thơm *fragrance, perfume, scent.*

thơn thớt *to pay lip service.*

thờn-bơn *sole* cá thờn bơn.

thớt *chopping board.* mặt thớt *brazen-faced, shameless.*

thớt CL *for elephants, gardens, rafts.* một thớt voi *one elephant.*

thu *fall, autumn* mùa thu | L *year.* mùa thu *fall.* ngàn thu *a thousand years.*

thu [= thâu] [opp. chi] *to collect, gather* [RV vào]; *to reduce the size* [RV lại] thu bé, thu nhỏ; *to withdraw* [troops **binh, quân**]. tịch-thu *to seize, confiscate.* chi-thu *in and out; assets and liabilities; receipts and ex-*

penditures. trực-thu *direct* [taxes]. gián-thu *indirect* [taxes].

thu *mackerel, cod* cá thu.

thu-bé *to reduce* [RV lại, vào].

thu-dụng *to gather; to employ.*

thu gọn *to abridge, digest; to put in order.*

thu hẹp *to narrow* [RV lại].

thu-hình *to gather oneself together.*

thu-hoạch *to gather* [harvest]; *to obtain* [results].

thu-hồi *to recover, take back, claim back.*

thu không *curfew bell* [announcing the closing of city gates].

thu-lôi *lightning rod.*

thu lượm *to reap, pick up, get.*

thu-nạp *to receive, admit.*

thu-nhặt *to pick up, gather.*

thu-nhỏ *to reduce* [RV lại, vào].

thu-phân *autumnal equinox.*

thu-phục *to win* [hearts **nhân-tâm**].

thu-thanh *to record* [sound, voice]. máy thu thanh *radio receiver, radio set, tape recorder.*

thu-thập *to gather, round up.*

thu vén *to arrange, put in order.*

thu xếp *to arrange, put in order, settle* [problem].

thú [= muông] *quadruped.* mãnh-thú *ferocious beast.* vườn bách-thú *zoo.* thú dữ, ác-thú, dã-thú *wild beast.* cầm-thú *birds and animals.*

thú *to be delightful, pleasurable* | *pleasure, delight.* lý-thú *interest;*

interesting. vui thú *pleasure; to have fun.*

thú *to confess, admit, own, come forward, give oneself up.*

thú R *to guard* [frontier post]. ính thú *frontier guard.*

thú R *governor* thái-thú.

thú R *to take a wife.* hôn-thú *marriage.* giấy giá thú *certificate of marriage.* tái-thú *to remarry.*

thú-nhận *to confess* | *confession.*

thú-tâm *bestiality.*

thú-tính *bestiality.*

thú-vật *animal, beast.*

thú-vị *to be pleasant, interesting* | *interest, delight.*

thú-y *veterinarian.*

thù *to resent* thù oán, *be hostile to, hate* thù ghét | *resentment, rancour, hatred; foe, enemy, adversary* kẻ thù. báo thù, giả thù, trả thù, phục-thù *to avenge.* quân thù *the enemy.*

thù R *to be unique, special* | *peculiarly, singularly* đặc-thù.

thù R *allo-*

thù R *to reward, compensate, requite.*

thù-âm *allophones.*

thù đáp *to pay in return.*

thù địch *to be the enemy* | *enemy, foe.*

thù ghét *to hate and resent.*

thù hằn *to be resentful, be hostile, bear grudge.*

thù hiềm *to be resentful* | *hatred, resentment.*

thù-hình *allotropic.*

thù-lao *compensation, remuneration.*

thù lù *to be huge, big.*

thù oán *to be resentful, be vindictive.*

thù-tạc *to offer wine.*

thù-tiếp *to entertain.*

thù-ứng *to entertain.*

thủ R *to guard, defend; to watch, keep watch; to keep, observe* tuân-thủ | R *defensive* thể thủ [as opposed to **công** *offensive*]. bảo-thủ *conservative.* phòng-thủ *to defend* | *defense.* khán-thủ *watchman, janitor, guard.* tuân-thủ *to abide by.*

thủ R *hand* [=tay]; -R *hand, expert* | *to take.* pháo-thủ *artillery,* thủy-thủ *sailor.* cầu-thủ *football player, soccer player.* sinh-thủ *raw hand,—novice.* du-thủ *vagrant, hoodlum.* đấu-thủ *opponents.* phật - thủ *Buddha's hand* [the fruit]. địch-thủ *opponent, foe, enemy.*

thủ R *head* [=đầu]; *pig's head* thủ lợn. nguyên-thủ *head, leader.*

thủ - ấn *fingerprints* | *to handprint, engrave, print.*

thủ-bản *manuscript.*

thủ-bút *autograph.*

thủ-cấp *head* [of decapitated man].

thủ-chi *top village notable.*

thủ-công *handicraft.*

thủ-cựu *to be conservative.*

thủ-dâm *to masturbate.*

thủ-đoạn *action, act, deed; method, plan.*

thủ-đô *capital city.*

thủ-hạ *follower, henchman, underling.*

thủ-hiến *governor.*

thủ-khoa *valedictorian.*

thủ-lãnh *leader, chief.* Hội-nghị thủ-lãnh *Summit conference.*

thủ-lễ *to observe good manners.*

thủ-môn *goalkeeper.*

thủ-mưu *instigator.*

thủ-ngục *jailkeeper, warden.*

thủ-ngữ *sign language.*

thủ-phạm *principal culprit or defendant.*

thủ-phận *to be content with one's lot.*

thủ-phủ *capital city, metropolis.*

thủ-quí *cashier, treasurer.*

thủ-thành *goalkeeper.*

thủ-thế *defensive.* Cf. công-thế.

thủ-thỉ *to whisper, talk confidentially.*

thủ-thuật *lab work ; dexterity; surgery.* thủ-thuật hóa-học *chemical lab work.* làm thủ-thuật *to do lab work.*

thủ-thư *librarian.*

thủ-tiết [of widow] *to be loyal to the memory of one's husband.*

thủ-tiêu *to destroy, dispose of, exterminate, liquidate.*

thủ-trưởng *leader, chief-of-state.*

thủ-túc *close associate or aide, follower.*

thủ-tục *procedure.*

thủ-từ *temple janitor.*

thủ-tự *Buddhist temple janitor.*

thủ-tướng *prime minister, premier.* cựu-thủ-tướng *the former premier.* tân thủ-tướng *the new premier.* dinh thủ-tướng *the premier's palace.*

thủ-xướng *to instigate, start* [an idea].

thụ *to receive* [= nhận]; *R to bear, endure, suffer.* bẩm-thụ *to be endowed.*

thụ *L to give; to teach.* giáo-thụ *teach* [a subject] [*professor.* truyền-thụ *to hand over to* [skill, trade].

thụ *R tree* [= cây] | *to plant, cultivate, sow.* cổ-thụ *old tree.* đại-thụ *big tree.*

thụ-bệnh *to fall sick, be taken ill.*

thụ-động *to be passive.* phòng-thủ thụ-động *civil defense.* thể thụ-động *passive voice.*

thụ-giáo *to receive instruction.*

thụ-hình *to undergo punishment.*

thụ-thai [of woman] *to conceive.*

thụ-trai [of Buddhist monks or followers] *to eat.*

thua [SV bại, phụ] *to lose* [game, lawsuit kiện, war trận], *be defeated (by)* [opp. ăn, được]. chịu thua *to concede, give up the fight.* Chương-trình ấy không ăn thua gì *That program didn't amount to anything.*

thua kém *to be inferior.*

thua lỗ *to lose* [in business], *fail.*

thua thiệt *to suffer injury, loss.*

thua xa *to be far inferior to.*

thùa *to sew* [buttonholes khuyết]. thêu thùa *needlework.*

thùa *see* thuở.

thuần *to be pure ; to be experienced.* Nó thuần một màu *They're only in one color.*

thuần *to be kind-hearted, simple-hearted* thuần-hậu, thuần tính; [of horse] *easy to manage, well-tamed.*

thuần-khiết *to be pure, unadulterated.*

thuần-kim *pure gold.*

thuần-lý *to be rational.*

thuần-nhất *to be pure, unmixed.*

thuần-phong *good morals* [used with **mỹ-tục**].

thuần-thục *to be talented, accomplished, skilled.*

thuần-túy *to be pure, unadulterated.*

thuẫn *shield.* hậu-thuẫn *backing, support.* mâu-thuẫn *to condradict; contradiction.*

thuận *to consent, agree; R to go along with* [= suôi; opp. ngược, nghịch]; [of wind] *to be favorable.* phiếu thuận, thăm thuận *"yes" -vote.* hòa-thuận *peace, harmony, concord.* thỏa - thuận, ưng - thuận *to agree, consent approve.* quy-thuận *to rally to.* thuận buồm suôi gió *a safe (boat) trip.*

thuận-cảnh *favorable circumstances.*

thuận-hòa* *concord, harmony.*

thuận-lợi *to be favorable, advantageous.*

thuận tiện *to be convenient, favorable.*

thuật *to relate, narrate, recount, tell, report.* Tôi xin thuật lời ông X. *And I quote Mr. X.* dẫn-thuật *to quote.* dịch-thuật *to translate.* tự - thuật *autobiography.* tường-thuật *to report, relate, narrate.* trần-thuật *to report, testify.*

thuật *art, method, science.* ảo-thuật *prestidigitation, magic.* chiến-thuật *tactics.* học-thuật *learning.* kiếm-thuật *fencing, swordplay.* kỹ-thuật *technique; technical.* mỹ-thuật *arts.* nghệ-thuật *art.* quỉ-thuật *magic, prestidigitation.* quyền-thuật *boxing.*

thuật-chức *consultation with one's government.*

thuật-ngữ *technical jargon, terminology.*

thuật-sĩ *magician.*

thuật-số *divination.*

thúc *to push, goad, urge, spur* hối-thúc; *to dun, ask, beset for payment; to give a blow with elbow.*

thúc *R to bind, tie; to conclude.* câu-thúc *to tie, bind; to detain, imprison.* kết-thúc *to conclude.* quản-thúc *to keep under surveillance.*

thúc *R father's younger brother* thúc-phụ [= chú]. quốc-thúc *the emperor's uncle.*

thúc bá [of cousins] *german, first* [A's father is B's father's brother]. Cf. con chú con bác.

thúc đẩy *to push* [a program chương - trình] *through, urge* [someone to do something].

thúc-giục *to push, urge.*

thúc-mẫu *aunt — wife of one's uncle.* Cf. thím, thằm.

thúc-phụ *L paternal uncle.* See chú.

thúc-thủ *to remain helpless.*

thục [= thọc] *to put, poke, thrust.*

thục *R to redeem, ransom* [= chuộc]. tiền chuộc *ransom.* chuộc tội *to make reparation for one's crime.*

thục *R to be ripe, cooked* [= chín] [opp. sinh] *; treated, tanned, slaked ; to be experienced, accomplished* thành thục.

thục R *village school.* nghĩa-thục, tư-thục *private school.*

thục R *to be pure, virtuous, chaste.*

thục-mạng *at the risk of one's life.*

thục-nữ *virtuous woman.*

thục-thân *at the risk of one's life.*

thuê [SV tô] *to rent. charter; to hire.* cho thuê *to rent, let.* nhà cho thuê *house for rent.* tiền thuê nhà [house] *rent.* cho thuê lại *to sublet, subcontract.* làm thuê (làm mướn) *to work for wages* may thuê vá mướn *to be a seamstress.*

thuế *taxes, duties* [with **đánh** to levy, **nộp, đóng** to pay, **trốn** to dodge, **thu** to collect]. quan-thuế *customs duties.* sưu thuế *taxes.* hàng lậu thuế *smuggled goods.* khai thuế *to make out an income tax return.*

thuế-biểu *tax schedule.*

thuế gián-thu *indirect taxes.*

thuế lợi-tức *income tax.*

thuế-má *taxes.*

thuế-quan* *customs.*

thuế-suất *tax schedule, tax rates.*

thuế thân *head tax.*

thuế trực-thu *direct taxes.*

thuế trước-bạ *registration fees.*

thuế-vụ *taxes; tax bureau.*

thui *to barbecue* [a whole animal]. den thui *very black.* Thui ra mới biết béo gầy *The proof of the pudding is in the eating.*

thui thủi *to be lonely, walk alone.*

thúi *See* thối.

thụi *to hit with the fist, punch.*

thum thủm DUP thủm.

thùm thụp *to punch repeatedly.*

thủm *to smell bad.*

thun lủn *to be too short.*

thùn *to back out.*

thung *Chinese ash-tree ; L father.*

thung dung *to act or walk leisurely* | *to be unhurried.*

thung-huyên L *father and mother.*

thung lũng *valley, dale.*

thung thổ *area, region.*

thúng *bamboo basket* [carried on the head or at the end of a pole]; CL *for basketfuls.*

thúng mủng *baskets.*

thúng thắng *to cough once in a while.*

thùng *large container* [such as bucket, can, barrel, cask **thùng rượu,** keg, pail, letter-box **thùng thư,** etc.], car trunk **thùng xe.** Thùng rỗng hay kêu *Empty vessels make the most noise.*

thùng phần *to be a business associate* [**với** of] ; *to connive with.*

thùng thình [of coat] *to be too big.*

thủng *to be perforated, have a hole.* chọc thủng, đâm thủng *to punch a hole* [in paper, cloth]; *to break through* [enemy's line]. lỗ thủng *hole.* nghe thủng *to understand.*

thủng thẳng *to act slowly, leisurely.*

thủng thỉnh *to walk or speak slowly.*

thũng *swelling* [of cheek, limb, etc.]; *beriberi, dropsy* phù thũng.

thụng [of clothes] *to be roomy, too big.* áo thụng *ceremonial robe with large sleeves, academic gown.* lụng thụng *roomy, wide.*

thuốc *medicine, drug, medication, remedy* CL **môn;** *poison; tobacco* **thuốc lào,** *cigarette* **thuốc lá,** *opium* **thuốc phiện.** đơn **thuốc** *prescription.* thày **thuốc** *physician.* hút **thuốc** *to smoke.* hiệu **thuốc** *pharmacy, drugstore.* bóp **thuốc** *cigarette holder.* tàn **thuốc** *cigarette ashes* học **thuốc** *to study medicine.* làm **thuốc** *to practice medicine.* tiêm **thuốc** *to give (or get) an injection.* uống **thuốc** *to take medicine.*

thuốc bắc *Chinese medicinal herbs.*

thuốc bổ *tonic.*

thuốc bột *medicinal powder.*

thuốc chén *potion.*

thuốc cao *medicinal plaster.*

thuốc đánh răng *toothpaste.*

thuốc điếu *cigarette.*

thuốc độc *poison.* đánh **thuốc độc** *to poison.*

thuốc kháng-sinh *antibiotics.*

thuốc lá *cigarette* CL điếu.

thuốc lào *tobacco* [for water-pipe].

thuốc-men *medicine, medication.*

thuốc mê *anesthetic.*

thuốc nam *Vietnamese medicinal herbs.*

thuốc nhuộm *dye.*

thuốc pháo *powder* [for firecrackers].

thuốc phiện *opium.*

thuốc rượu *tincture.*

thuốc rượu iốt *tincture of iodine.*

thuốc rượu quỳ *litinus solution.*

thuốc sổ *laxative.*

thuốc súng *gunpowder.*

thuốc tẩy *laxative; bleach.*

thuốc tễ *pills.*

thuốc-thang *medication.*

thuốc tiêm *medicine for injection.*

thuốc tiên *efficacious medicine, cureall.*

thuốc tiêu *aperient.*

thuốc tím *potassium permanganate.*

thuốc trường-sinh *elixir of life.*

thuốc viên *pill, tablet, capsule.*

thuộc *to belong to* [về *precedes object optionally*]; *to be responsible to* **phụ-thuộc, trực-thuộc.** **thân-thuộc** *kith and kin.*

thuộc [SV **thục**] *to know* [*lesson* **bài,** *road* **đường**] *by heart.* quen **thuộc** *to be acquainted.*

thuộc *to tan* [hide].

thuộc-địa *colony.*

thuộc-hạ *subordinate, underling, inferior.*

thuộc-quốc *territory, country.*

thuộc-viên *subordinate.*

thuôn *to be tapering.*

thuôn *to cook* [meat] *with scallion, etc.*

thuồng luồng *serpentlike monster.*

thuổng *hoe* CL cái, *shovel adz(e).*

thuở [*past*] *times.* muôn **thuở** *eternally.* từ **thuở** *since the time when...*

thuở ấy *at that time, in those days.*

thuở bé *childhood.*

thuở nay *up to now, nowadays.*

thuở nhỏ *childhood.*

thuở trước *before, formerly.*

thuở xưa *before, formerly.*

thụp *to squat rapidly* [RV **xuống**]; *to prostrate oneself.*

thút-thít *to sob.*

thụt *to pump.* ống **thụt** *pump, piston.*

thụt *to draw back, pull pack, pull in* [RV vào]; *to recoil, spring back* [RV lại]; *to decrease* [salary], *embezzle.* thậm thụt *on the sly.*

thụt két *to embezzle, misuse* [funds].

thụt lùi *to go backward.*

thúy *R green, emerald.*

thùy *R to hang | border* biên-thùy.

thùy *R lobe.* tiểu-thùy *small lobe.*

thùy *R who ?* [= ai ?].

thùy-dương *weeping willow.*

thùy-liễu *weeping willow.*

thùy-mị *to be sweet.*

thủy *R water* [= nước]; *R- hydro-* tàu thủy *steamboat.* lính thủy *sailor.* đi đường thủy *to go by boat; surface* [mail]. hấp cách thủy *to steam, double-boil.* hạ - thủy *to launch, christen* [boat]. hồng-thủy *deluge.* dẫn-thủy nhập - điền *irrigation.* sơn-thủy *landscape.*

thủy *R beginning.* chung-thủy *loyal.* kỳ-thủy *originally.* khởi-thủy *beginning.*

thủy-binh *navy man, sailor, seaman.*

thủy-binh lục-chiến *marine.*

thủy-bình *water level.*

thủy-chiến *naval battle.*

thủy-chung *to be consistent, loyal.*

thủy-cục *water supply office* sảncấp-thủy-cục.

thủy-đạo *waterway; seaway.*

thủy-đậu *chicken-pox.*

thủy-điện *hydro-electric.*

thủy-điện-lực *hydro-electric power.*

thủy-đội *flotilla.*

thủy-động *hydrodynamic.*

thủy-học *hydrology.*

thủy-lạo *flood.*

thủy-liệu-pháp *hydrotherapy.*

thủy-lộ *waterway.*

thủy-lôi *torpedo.*

thủy-lôi-đỉnh *PT boat, torpedo boat.*

thủy-lợi *water resources; hydraulics.*

thủy-lục-không (quân) *army, navy and air force.*

thủy-mặc *water color* [using Chinese ink].

thủy-môn *lock.*

thủy-ngân *mercury.*

thủy-ngưu *water buffalo.*

thủy-phi-cơ *seaplane.*

thủy-phủ *palace of the River God.*

thủy-quân *navy man; the Navy.*

thủy-quân lục-chiến-đội *Marine Corps.*

thủy-sản *marine products.*

thủy-sư *squadron.* thủy-sư đô-đốc *admiral.*

thủy-tạ *pavilion on or near the water.*

thủy-tai *flood.*

thủy-tặc *sea pirate.*

thủy-thể *liquid.*

thủy-thổ *climate.*

thủy-thủ *sailor* [Cf. English *hand*].

thủy-thũng *dropsy.*

thủy-tiên *narcissus, daffodil.*

thủy-tinh *glass, crystal.*

Thủy-tinh *Mercury.*

thủy-tĩnh *hydrostatic.*

thủy-tổ *first ancestor.*

thủy-triều *tide.*

thủy-triều-ký *tide-recorder.*

thủy-vận *sea transport.*

thủy-xa *water wheel.*

thụy *R auspicious; lucky.*

Thụy-Điển *Sweden | Swedish.*

Thụy-Sĩ *Switzerland | Swiss.*

thuyên *R to move.*

thuyên *R to recover [from illness]* thuyên giảm.

thuyên-chuyển *to transfer, re-shuffle* [officials].

thuyên-giảm [of illness] *to recede.*

thuyền *boat, sampan, junk* CL chiếc [with **đi, chơi** to ride, **chèo** to row];*-R ship.* chiến-thuyền *warship.*pháo-thuyền *gunboat.*thương-thuyền *merchant ship; merchant marine.* cùng hội cùng thuyền *to be in the same boat.* du-thuyền *yacht.*

thuyền bè *boats and rafts, — craft.*

thuyền buồm *sailboat.*

thuyền chài *fishing boat, fisherman.*

thuyền mành *junk.*

thuyền nan *basket boat.*

thuyền rồng *imperial boat.*

thuyền tán *apothecary's mortar.*

thuyền-trưởng *captain* [of a boat], *skipper.*

thuyết *to persuade (influence by talk, esp. politically) | R to speak, tell, say; to explain, extoll | -R doctrine, ideology, -ism.* diễn-thuyết *to speak, make a speech, give a lecture, give a talk.* giả-thuyết *hypothesis.* học-thuyết *theory.* biện-thuyết *to argue.* lý-thuyết *theory; theoretical.* tà-thuyết *heterodoxy, he-*

resy. tiểu-thuyết *novel.* khẩu-thuyết *oral presentation.* xã-thuyết *editorial.* thương-thuyết *to negotiate.*

thuyết-giáo *to preach.*

thuyết-khách *diplomat, envoy.*

thuyết-minh *to explain.*

thuỷnh-thoảng *See* thỉnh-thoảng.

thư *R book* [= sách]. *tứ-thư the Four Books.* dâm-thư *pornography.* Ban Tu-thư *Textbook Division.* Sở Tu-thư *Bureau of Publications.* quốc-thư *credentials.* văn-thư *document.* chứng-thư *deed, certificate.* thủ-thư *librarian.*

thư [= thơ] *to write | letter* CL bức, lá; *mail; correspondence.* người phát thư *mailman.* bao thư *envelope.* thư mật *confidential letter.* bí-thư *private secretary.* quốc-thư, ủy-nhiệm-thư *credentials.* Thư bất tận ngôn "I cannot write about everything I'd like to tell you" [at the end of a letter].

thư *R female bird.* anh-thư *heroine.*

thư *R to defer; to be free, at ease, slow.*

thư *R elder sister; young girl.* tiểu-thư *Miss.*

thư *R ulcer.* ung-thư *cancer.*

thư-án *writing desk.*

thư-cục *bookstore.*

thư-cuồng *bibliomania.*

thư-điểm *bookstore.*

thư-đồng *scholar's houseboy.*

thư-hùng *female and male;* [of battle] *decisive.* Cf. sống mái, trống mái.

thư-hương *literary fame; scholar's family.*

thư-khố *library.*

thư-ký *secretary,* **clerk.** thư - ký kiêm thủ-quĩ *secretary-treasurer.* tổng thư-ký *secretary general.*

thư-mục *book catalogue.*

thư-nhàn *to be unoccupied, free, leisurely.*

thư-pháp *calligraphy.*

thư-phòng *study room.*

thư-quán *bookstore.*

thư-sinh *student.*

thư-thả *to have leisure.*

thư-thái *to feel fine, feel wonderful, feel rested.*

thư-tịch *books; bibliography.*

thư-tín *letters, correspondence.*

thư-trai *study room.*

thư-trang *book club ; library.*

thư-từ *to correspond* [**với** with] | *letter, correspondence.*

thư - viện *library.* quản-thủ thư-viện *librarian.*

thư-viện-học *library science.*

thư-viện-trưởng *(head) librarian.*

thư-xã *book club ; library.*

thứ *order, rank, sort, type, kind, category; R time, -th* [prefix for ordinal numbers]; *inferior in quality; F second-born, R second. vice-, under-.* Ông ấy nói tám thứ tiếng *He speaks eight languages.* Bình thứ *Pretty good; C* [in grading]. Thứ *Passable, passing; D.* thứ đến *next comes.* ngôi thứ *hierarchy.* con thứ *second-born son.*

thứ *R to be ordinary, numerous.*

thứ *R to be considerate.*

thứ *R to pardon* dung-thứ, tha-thứ, khoan-thứ.

thứ ba *third; Tuesday.*

thứ-bậc *rank, status.*

thứ bảy *seventh; Saturday.*

thứ bét *lowest category.*

thứ-dân *the small people, the masses.*

thứ hai *second; Monday.*

thứ-hạng *rank, hierarchy.*

thứ-mẫu *stepmother.*

thứ-nam *second son.*

thứ năm *fifth; Thursday.*

thứ-nhân *commoner.*

thứ nhất *first.*

thứ nhì *second.*

thứ-nữ *second daughter.*

thứ sáu *sixth; Friday.*

thứ-thất *concubine, secondary wife.*

thứ - trưởng *undersecretary.*

thứ-xuất *the issue* [i.e.child] *of a concubine.*

thứ tư *fourth; Wednesday.*

thứ-tự *order.* có thứ-tự *orderly, neat.* thứ-tự a, b, c *alphabetical order.* thứ-tự ngày tháng, thứ-tự thời-gian *chronological order.*

thừ *to be dumbfounded* thừ người.

thử *to try, test, sample, prove.* thử bằng số 9 *to cast out the nines.* thuốc thử *reactive, reagent.* diễn thử *to rehearse.*

thử *R this* [opp. bỉ].

thử *R heat, sun* [= nắng]. cảm-thử *sunstroke.*

thử *R mouse, rat* [= chuột]. dã-thử, điền-thử *field-mouse.* địa-thử *mole.* tùng-thử *squirrel.* phi-thử, tiên-thử *bat.*

thử-thách *to challenge, try[trying*.

thự *R to sign.* tư-thự *private* [deed].
phó-thự *countersigned*.

thự *R manor, mansion.* biệt-thự
villa.

thưa *to reply or speak politely; to
report to authorities; to sue;* [par-
ticle of address preceding polite
2nd-personal pronoun]. thưa ông
Sir.

thưa [of hair, vegetation] *to be thin,
sparse, thinly scattered;* [of comb]
to be large-toothed [opp. bí]; [of
mesh] *coarse, wide.*

thưa gửi *to talk* [to a superior]
in a respectful way.

thưa kiện *to sue.*

thưa thốt *to speak up, put forth.*
Biết thì thưa thốt *Speak when
you are talking about, Speak
when you are spoken to.*

thưa thớt *to be thinly populated.*

thừa *to be left over, superfluous; to
have left over or superfluous* [ob-
ject follows] | *there is / are left
over.* đầu thừa đuôi thẹo *odds and
ends.* bằng thừa *to be a waste* [of
time, efforts]. Ông ấy biết thừa
rồi, Ông ấy thừa biết *He certainly
knew all about it.* người thừa
extra thumb. đồ thừa *leftovers.* dư
thừa *surplus.* thừa sống thiếu chết
[to beat] *to a pulp.*

thừa *to avail oneself of* [opportu-
nity cơ, dịp].

thừa *to inherit; to receive* [order].

thừa *L to receive* [from above].

thừa của *even if I had enough
(money) to throw away.*

thừa cơ *to take advantage of the
opportunity.*

thừa dịp *See* thừa cơ.

thừa-hành *to execute, carry out,
discharge* [duties].

thừa-huệ *to receive* [food that
has been offered to a deity].

thừa hưởng *to inherit, enjoy.*

thừa-kế *to inherit* | *heir.*

thừa lương *to go out for some
fresh air.*

thừa-nhận *to recognize; acknow-
ledge.* trẻ con vô-thừa-nhận *waif.*

thừa-phát-lại *process server.*

thừa-phục *to convince.*

thừa-phương *to square* [a number].

thừa-số *factor.*

thừa sức *to have sufficient strength
or capability.*

thừa-thãi *to have plenty.*

thừa-tiếp *to receive, welcome.*

thừa-trừ *compensation.*

thừa-tự *heir* [with ăn to fall].

thừa-tướng [obsolete] *Prime
minister.*

thửa [= đặt] *to order* [merchandise
but **not** food] | *made to order.*
Cf. gọi.

thửa *CL for gardens, fields; plot.*

thức *to stay awake, be awake, stay
up.* đánh thức *to wake up* [some-
body]. đồng hồ báo thức *alarm
clock.*

thức *item, thing.* thức ăn *food.*

thức *R manner, form, fashion,
style, pattern, law.* trình-thức
pattern. cách-thức, thể-thức *ways,
procedures.* chính-thức *official.*
công-thức, định-thức, phương-
thức *formula.* hình-thức *form,
shape.*

thức R *knowledge*. kiến-thức *knowledge*. học-thức *education, learning* nhận-thức *to realize*. trí-thức *intellectual, intelligentsia*.

thức-dạng *form*.

thức đêm *to stay up late*.

thức-giả *learned people, people who know*.

thức giấc *to wake up*.

thức khuya *to stay up late*.

thức-thời *to be abreast of the times*.

thức-tinh *to wake up* [to a fact].

thức-tự *to be literate*. bất thức-tự *illiterate*.

thực *see* thật. kỳ thực *in fact, actually, in reality*.

thực R *to eat* [= ăn] | tuyệt-thực *to go on a hunger strike*. ẩm-thực *eating and drinking*.

thực R [of insects] *to eat up slowly, corrode*. nhật-thực *eclipse of the sun*. nguyệt-thực *eclipse of the moon*. khuy-thực *partial eclipse*.

thực R *to grow* [plants, vegetables].

thực R *to grow, develop, reproduce; to colonize*. phong, thực, cộng *feudalists, colonialists and communists*.

thực-bào *phagocytic*. tính thực-bào *phagocytosis*.

thực-dân *to colonize* | *colonialist, colonialism*.

thực-dụng *to be practical*.

thực-đơn *menu*.

thực-hành *to put to practice; to be practical* | *practice* [as opposed to theory lý-thuyết].

thực-hiện *to realize, fulfill, achieve*.

thực-lực *real strength, real talent, real ability*.

thực-nghiệm *to be experimental, empirical*.

thực-nghiệp *industry*.

thực-phẩm *food, foodstuffs, provisions*. thực-phẩm dự-trữ *reserve (or emergency) rations*. thực-phẩm đóng hộp *preserved rations*. thực-phẩm hỏa-đầu-vụ *mess rations*.

thực-quản *oesophagus*.

thực-quyền *real power*.

thực-sự *reality, truth; truly*.

thực-tài *real talent*.

thực-tại *really, truly* | *reality*.

thực-tâm *to be honest*.

thực-tập *practical training*. thực-tập giáo-khoa *practice teaching*.

thực-tế *to be realistic, be practical* | *reality*.

thực-thà *to be honest, sincere, frank; naive*.

thực-thể *reality, entity*.

thực-thụ *titular, full* [professor, etc.].

thực-tiến *to be practical*.

thực-trạng *real situation*.

thực-vật *vegetation*.

thực-vật-học *botany*. nhà thực-vật-học *botanist*.

thưng *unit of measurement* [for cereals].

thừng *rope*.

thước [SV sích] *meter, meter stick* thước tây, *Vietnamese meter* [0.4 meters]; *yardstick, ruler* thước kẻ. kích-thước *dimensions, measurements*. tầm-thước *average*.

thước *jay*. ô-thước *magpie*.

thước dây *tape-measure*.

thước đo góc *protractor*.

thước gắp *folding rule.*

thước khối *cubic meter.*

thước kẹp *calliper-square* [shoe-maker's], *size, stick.*

thước nách *T-square.*

thước thợ *T-square.*

thước tính *slide rule.*

thước vuông *square meter.*

thưới [of lip] *to be protruding.*

thược dược *peony.*

thườn thượt [of face, etc.] *to be long.*

thưởn *to be long.*

thương *to feel sorry for; to love, be fond of.* lòng thương *compassion.* tình thương *love.*

thương *to be wounded; R to hurt, injure.* vết thương *wound.* nhà thương *hospital.* xe cứu - thương *ambulance.*

thương *R trade, commerce; R discussion.* Hoa-thương *Chinese merchant.* ngoại - thương *foreign trade.* hội-thương, hiệp - thương *to talk, negotiate.* Thanh-thương-hội *Junior Chamber of Commerce, Jaycee.* phú-thương *wealthy merchant.* tiểu-thương *small merchant.* thông-thương *trade relations.* nội-thương *domestic trade.* doanh-thương *business, trade.*

thương *quotient.*

thương *note in the classic pentatonic scale sounding like re (D).* *See also* cung, giốc, chủy, vũ.

thương *R blue.*

thương *R spear.*

thương-binh *wounded soldier(s).*

thương-cảng *commercial port.*

thương-chính *customs service.*

thương-cồ *trader.*

thương-cục *commercial firm.*

thương-điếm *commercial firm.*

thương-đội *caravan.*

thương-gia *businessman, trader.*

thương-giới *business world.*

thương-hải *ocean* [said to change into mulberry field **tang - điền** every hundred years].

thương-hại *to feel sorry for.*

thương-hàn *typhoid fever.*

thương-hội *chamber of commerce.*

thương-khẩu *commercial port.*

thương-khố *warehouse.*

thương-lượng *to negotiate.*

thương-mái *See* thương-mại.

thương-mại *to carry on trade* | *trade, commerce.* phòng thương-mại *chamber of commerce.*

thương-nghị *to negotiate.*

thương-nghiệp *business, trade.*

thương nhớ *to miss, mourn over.*

thương-phụ *commercial port.*

thương-số *quotient.*

thương-tâm *to be sorrowful, pitiful, heart-rending.*

thương-thuyền *merchant marine.*

thương-thuyết *to negotiate.*

thương-tích *wound.*

thương-tiếc *to regret, mourn over.*

thương-tiêu *trade mark.*

thương-tồn *to harm.*

thương-trường *business world, market.*

thương-ước *trade agreement.*

thương-vụ *commercial affairs.*

thương-xót *compassion.*

thương-yêu *to love.*

thưởng *see* thưởng.

thường *to be ordinary, customary, usual, habitual* | *usually, ordinarily, as a rule, habitually, customarily, generally.* bất-thường *extraordinary.* bình-thường *normal.* khác thường *unusual.* phi-thường *unusual.* tầm-thường *ordinary.* thất thường *irregular.* như thường *as usual.* lẽ thường *common sense.* thường thường *usually, as a rule.* coi thường *to neglect, belittle, underestimate.* khinh thường *to belittle.*

thường R *to compensate* [= đền] bồi thường.

thường R *to taste* [= nếm]. tiên-thường *to taste in advance; pre-anniversary offering.*

thường R *garments.*

thường-dân *common people; civilian.*

thường dùng *to be of current use.*

thường-đàm *current conversation.*

thường-lệ *common rule.*

thường ngày *every day, day after day.*

thường-niên *to be annual.*

thường-phục *every-day clothes, business suit; «informal»* [on invitation cards].

thường-thức *general knowledge.*

thường thường *ordinarily, usually, generally.*

thường-tình *common, normal.*

thường-trực *to be permanent, standing.*

thường-vụ *routine business.*

thường-xuyên *to be permanent, regular.*

thưởng *to reward, tip; to give* [as a tip]; *to enjoy* [flowers **hoa**, moon **nguyệt**, **trăng**, springtime **xuân**]. phần thưởng *reward, award, prize.* tiền thưởng *cash reward.* giải thưởng *prize.* thăng-thưởng *to promote.* vô thưởng vô phạt *harmless.* Cf. phạt.

thưởng-lãm *to enjoy.*

thưởng-ngoạn *to enjoy, admire, behold.*

thưởng-tưởng *to reward, encourage.*

thưởng-thức *to enjoy, appreciate.*

thượng R *still.* hòa-thượng *Buddhist monk.*

thượng R *on, above* [= trên] | R *upper, top, supreme* [= cao] | R *to go up* [= lên] [opp. hạ]. sân thượng *terrace* [on roof]. cao-thượng *noble.* đồng-bào thượng *tribal people, highland people* [as opposed to delta people **kinh**]. thượng mã *to mount* [a horse]. chơi nước thượng *to want to dominate one's friends.*

thượng R *to like* [= chuộng], *esteem, exalt* sùng-thượng.

thượng-cấp *higher echelon; superiors, higher authorities.*

thượng-cổ *antiquity.*

thượng-du *highlands.*

thượng-đẳng *top rank, A-1.*

Thượng-Đế *God.*

Thượng-Hải *Shanghai.*

thượng-hạng *first class, A-1, grade A.*

thượng-hảo-hạng *first class, A-1.*

thượng-huyền *first quarter of the moon.*

thượng-khách *honor guest, guest of honor.*

thượng-lộ *to set out, start off* [on a trip]. *Thượng-lộ bình-an! Bon voyage! Have a nice trip!*

thượng - lưu *upstream* | *higher classes.*

thượng-nghị-viên *Senator, Lord.*

thượng-nghị-viện *Senate.*

thượng-sách *the best way.*

thượng-sĩ *warrant officer* [army, air force, navy]. *thượng-sĩ nhất*

chief warrant officer. Cf. hạ-sĩ, trung-sĩ, thượng-tướng.

thượng-tầng *upper stratum.*

thượng-thẩm *Court of Appeals.*

thượng-thư [obs.] *minister.*

thượng-tố *to appeal.*

thượng-tuần *first decade of a month.*

thượng-tướng [army and air force] *general.* Cf. đại-tướng, trung-tướng, thiếu-tướng, thống-tướng, thượng-sĩ.

thượng-võ *to be sportslike.*

thướt-tha *to be graceful, slender.*

thượt *to be long* dài thượt, lượt thượt.

TR

tra *to put or fit* [a part such as a tenon into another such as a mortise]; *to put* [rice **gạo** in pot, salt **muối** in food]. tháo ra tra vào *to take apart then put together.*

tra *to investigate* điều-tra ; *to examine, inspect* thanh-tra, kiểm-tra; *to interrogate* tra hỏi, tra tấn; *to look up* [dictionary **tự - vị, tự-điển**].

tra cứu *to examine, study, investigate.*

tra hỏi *to interrogate, question.*

tra khảo *to examine, study; to investigate.*

tra tấn *to interrogate, beat up, torture.*

tra vấn *to interrogate, question.*

tra xét *to investigate, probe into.*

trá *to be false, deceitful* dối trá, giả trá, gian trá, man trá, trí trá.

trá hình *to disguise oneself.* khiêu-vũ trá hình *costume ball.*

trá hàng *to pretend to surrender.*

trá *to gild* trá vàng, *silver-plate* trá bạc.

trá-bại *to pretend to lose, feign defeat.*

trá-hôn *to substitute another girl for the bride.*

trà *tea* [both the leaves and the beverage]. *See* chè. phòng trà *tearoom.* tiệc trà *tea (party).*

trà *camelia* hoa trà, trà-hoa. trà-dư tửu-hậu *after-tea, after-drink.*

trà cụ *tea service.*

trà-dư tửu-hậu [of conversation] *after - tea, after-drink.*

trà-hoa *camelia.*

trà-thất *teahouse.*

trà trộn *to mingle* [in a crowd].

trà-thủy *gratuities, tips.*

trà *kingfisher* chim trà.

trả *see* giả.

trả đúa *to retaliate.*

trác *R to cut* [gems], *polish.*

trác *R table, stand.*

trác *R to be eminent.*

trác-táng *to be debauched, depraved.*

trác-tuyệt *to be outstanding.*

trác-việt *to be outstanding.*

trạc *degree, approximation* trạc độ. vào trạc ba mươi *about thirty years old.*

trạc *to get* [food, ride] *without expense.*

trách *to take to task, to blame, reproach, complain.* quở-trách *to scold.* khiển-trách *to blame, impeach.*

trách *R responsibility* trách-nhiệm. nhà chuyên-trách, nhà chức-trách *the authorities.* trọng-trách *heavy task.* cơ-quan hữu-trách *responsible agency.*

trách-bị *to be a perfectionist.*

trách cứ *to hold someone responsible.*

trách mắng *to reprimand, scold.*

trách móc *to reproach, reprove, reprimand.*

trách-nhiệm *responsibility.* chịu trách-nhiệm *to be responsible.*

trách-vụ *responsibilities, duties.*

trạch *R house, home.* thổ-trạch *property, real estate.*

trạch *R to select* tuyển-trạch.

trạch *R marsh.*

trạch *R beneficence, favor* ân trạch.

trai *see* giai.

trai *R to fast* [= chay].

trai *oyster* CL con. hạt trai, ngọc trai *pearl.* mũ lưỡi trai *cap* [with visor].

trai *R study room* thư-trai.

trai-giới *abstinence.*

trai tráng *to be young and strong]* youth.

trai trẻ *to be young.*

trái *see* quả. bánh trái *cakes and fruits.* lên trái *to have small-pox.* trồng trái *to vaccinate against small-pox.*

trái *outside room of a house.* Nhà này có ba gian hai trái *This house has three central compartments and two outside rooms.*

trái *R debt.*

trái [opp. phải] *to act contrary to, be contrary to, be wrong;* [of garment] *to be inside out ;* [SV tả] *to be left* [as opposed to right **mặt, phải**] ; *to disobey* [order **lệnh**] | *wrongly.* phải trái *right and wrong.* bên (tay) trái *on the left, to the left.* mặt trái *reverse side.* đi bên trái *to keep to the left.*

trái cây *fruit.*

trái-chủ *creditor.*

trái-chứng *illness, sickness.*

trái cựa [of strokes in Chinese characters] *to be or write in wrong order.*

trái đất *the earth.*

trái-khoản *debt.*

trái khoáy *contradiction.*

trái lại *on the contrary; on the other hand.*

trái mắt *to be shocking to the eyes.*

trái mùa *to be untimely.*

trái ngược *to contradict, be contradictory.*

trái phá *shell.* trái phá châm nổ *armor-piercing shell.* trái phá chiếu sáng illuminatin shell.* trái phá cỡ lớn practice shell.* trái phá hỏa-mù, trái phá khói smoke shell.* trái phá nổ high-explosive shell, bursting shell.* trái phá nổ cao time shell.* trái phá lửa incendiary shell, fuse shell.* trái phá xuyên-phá tracer shell.* trái phá tập dummy projectile.*

trái phép *to be unlawful, illegal.*

trái tai *to be shocking to the ears.*

trái thơm *pine-apple* [= dứa].

trái tim *L heart.*

trải *to spread* [mat **chiếu**, rug **thảm**, etc.].

trải *to experience* trải qua. từng trải *to be experienced*.

trại *farm, plantation* trại nông, nông-trại; *camp; barracks* trại lính. cắm trại *to camp*. lửa trại *jamboree*. camp fire. trang-trại *farm, villa*.

trại *to mispronounce as...*

trại-chủ *farm-owner*.

trại giam *concentration camp*.

trại giáo-hóa *reeducation center*.

trại hủi *leper colony*.

trại tập-trung *concentration camp*.

trám *olive* CL quả, trái. hình miếng trám *diamond-shaped*.

trám *to stop up, caulk*.

trảm *R to behead* [=chém], *cut, chop, execute* trảm-quyết, sử-trảm.

trạm *relay station, resting place for mailmen*. phu trạm *mailman, postman*.

trạm cấp-cứu *aid station, aid post*. trạm cấp-cứu chính *main dressing station*. trạm cấp-cứu tiền-tuyến *advanced dressing station*.

trạm cứu-thương *first-aid station, medical station*.

trạm săng *gas station*.

trán *forehead, brow* CL cái. chạm trán *to confront, face, cope* [**với** with]

tràn *to overflow; to spread* [**đến, tới, sang, vào** into]. đầy tràn *overflowing*. lan tràn *to spread*.

tràn ngập *to submerge, inundate*.

tràn-trề *to be overflowing*.

tràn-trụa *to be overflowing*.

trang *page* [of book].

trang *to flatten, plane, rake; to shuffle* [cards **bài**].

trang CL *for heroes, etc*. một trang anh-kiệt *a hero*.

trang *R country home, farm*. nghĩa-trang *cemetery*.

trang *R to decorate; R dress*. cải-trang, giả-trang *to disguise*. hành-trang *luggage*. nam-trang *man's clothes*. hóa-trang *to make-up* [for the stage]. nhung-trang *military uniform*. nữ-trang *jewels*. ngụy-trang *to camouflage*. Âu-trang *Western clothes*. thời-trang *fashion*.

trang *R dignified* trang-nghiêm, trang-trọng, nghiêm-trang.

trang-điểm *to adorn oneself*.

trang-hoàng *to decorate, deck*.

trang-kim *gold paper*.

trang-nghiêm *to be serious, solemn*.

trang-nhã *to be refined, elegant*.

trang sức *to adorn, embellish*.

trang-trải *to pay back, settle* [debts].

trang-trí *to decorate; to be ornamental*.

tráng *to rinse* [dishes, glasses]; *to apply coat of enamel* **men** *or paint; to spread thin* [dough, etc.] *so as to make pancakes, omelets, etc*. đổ tráng miệng *dessert*. trứng tráng *omelet*. bánh tráng *rice waffle; rice paper* [to wrap the **chả giò** — Saigon meat rolls].

tráng *R to be strong, brave*. cường-tráng, hùng-tráng *virile, strong*. lính tráng *soldiers*.

tráng-kiện *to be strong and healthy, hale and hearty*.

tráng-lệ *to be stately, imposing.*

tráng-sĩ *valiant man.*

tràng *see* trường.

tràng [= trường] *bowels, intestine.* trực tràng *rectum.* manh tràng *caecum.* nhuận-tràng *laxative.*

tràng *chain, string* [of beads, flowers, firecrackers, etc.] ; *salvo, round* [of applause].

tràng hạt *rosary.* lần tràng hạt *to tell one's beads.*

tràng hoa *garland of flowers, lei.*

tràng-mạng *veil.*

tràng nhạc *necklace of small bells; scrofula, king's evil.*

tràng pháo *string of firecrackers.*

trạng *master, expert ; holder of doctor's degree* CL ông.

trạng *R state, condition* tình trạng; *appearance, aspect, shape.* thực-trạng *the real situation.* mao-trạng *villus.*

trạng *R act, deed.* cáo-trạng *indictment.* công-trạng *merit.*

trạng ăn *great eater.*

trạng-huống *situation.*

trạng-nguyên *first doctoral candidate* [under old system].

trạng rượu *great drinker.*

trạng-sư *lawyer.*

trạng-thái *state, condition, situation.*

trạng-từ *adverb.*

tranh *sixteen-string instrument placed horizontally and plucked with picks* đàn tranh, đờn tranh.

tranh *grass used for thatching* cỏ tranh. nhà tranh, lều tranh *hut.*

tranh *picture, painting* CL bức.

tranh *to dispute, compete;to wrangle, quarrel, contend* chiến-tranh *war.* giao - tranh *to fight.* Nam - Bắc phân-tranh *civil war.* cạnh - tranh *to compete.*

tranh ảnh *pictures, illustrations.*

tranh-biện *to debate, discuss, argue.*

tranh-chấp *controversy, difference, dispute.*

tranh-cường *to compete by force.*

tranh-đấu* *to struggle | struggle* CL cuộc.

tranh-đoạt *to seize, usurp.*

tranh-giành *to dispute.*

tranh hùng *to fight for supremacy.*

tranh khôn *to match wits.*

tranh-luận *to debate | debate* CL cuộc.

tranh-phong *to fight, struggle.*

tranh-thủ *to fight for* [independence độc-lập] ; *to save* [time thời-gian].

tranh-tụng *to sue.*

tránh *to avoid, dodge; to stand aside to make passage.* trốn tránh *to avoid, shun.* không tránh được *inevitable, unavoidable.*

tránh mặt *to avoid* [person].

tránh tiếng *to avoid something compromising.*

trành *to lean, bend.* tròng trành *unsteady.*

trạnh *large tortoise.*

trạnh lòng *to be susceptible.*

trao *see* giao.

trao đổi *to exchange.*

tráo *to substitute or switch false article for true one* đánh tráo.

tráo trở *to be dishonest, crooked.*

trào *see* triều.

trào *to overflow; to foam* trào bọt.

trào R *to ridicule, jeer.*

trào bọt *to foam.*

trào bọt mép *to drivel, slobber, slaver, drool.*

trào-lộng *to mock, ridicule, jeer.*

trào máu *to vomit blood.*

trào-phúng *satire | to be satirical.*

trào-tiếu *to laugh at, jeer at,mock.*

tráo R *nail, claw.*

tráp *wooden container, betel box* tráp giầu, *jewel-box.*

trát *to coat, smear.*

trát *warrant, order, summons* trát đòi.

trau *to polish, adorn.*

trau-giồi *to cultivate* [virtue đức-hạnh], *enlarge, better* [knowledge học-thức, kiến-thức].

trầu *tung tree.* dầu trầu *tung oil.*

trảy *to pick* [fruit].

trắc *species of hard wood.*

trắc [of tone] *to be uneven* [sắc, hỏi, ngã, nặng, *as opposed to the even tones* bằng, huyền].

trắc R *to measure, fathom.* bất-trắc *unforeseen, unexpected.*

trắc R *side.*

trắc R *to feel sorry for.*

trắc-ẩn *pity, compassion.*

trắc-diện-học *planimetry.*

trắc-địa *to survey land | geodesy.*

trắc-đồ *profile.* trắc-đồ ngang *cross section.* trắc-đồ dọc *longitudinal section.*

trắc-lượng *to measure | land survey.*

trắc-nghiệm *to test, experiment.*

trắc-thất *concubine.*

trắc trở *to be difficult.*

trặc *to be dislocated, out of joint, go wrong* trục-trặc.

trăm [SV bách] *hundred.* một trăm hai (mươi / chục) *120.* hai trăm tư [= hai trăm bốn mươi/chục] *240.* hàng trăm *hundreds of.* phần trăm *hundredth, percent.* ba trăm rưởi [= ba trăm năm mươi/chục] *350.* bốn trăm mốt [= bốn trăm mười] *410.* năm trăm linh / lẻ tám *508.*

trăm họ *the people.*

trăm năm *a man's life; for ever.* bạn trăm năm *one's spouse.*

trăm tuổi *to pass away.*

trăm *pike* CL con.

trăm *earring.*

trăn *boa constrictor* CL con.

trăn *to roll, toss.*

trăn trọc *to toss in bed, have insomnia.*

trăng *see* giăng.

trăng trắng [DUP trắng] *to be whitish.*

trắng [SV bạch] *to be white;* [of hands (hai bàn) tay] *to be empty;* blank | -R [to speak] *frankly.* mặc/bận đồ trắng *dressed in white.* lòng trắng trứng *egg-white.* bỏ trắng *to leave blank.* chân trắng *commoner.* giấy trắng *writing paper, blank page.* kính trắng *eyeglasses, reading glasses.* phiếu trắng *abstention.* trong trắng *pure, innocent.*

trắng án *to be acquitted.*

trắng bạch *to be very white, pale.*

trắng bệch *to be whitish.*

trắng giã [of eyes] to be white.

trắng hếu [of skin] to be light, white.

trắng mắt to be disillusioned.

trắng mởn [of complexion] to be tender white.

trắng ngà to be ivory-white.

trắng nhợt to be very pale.

trắng nõn [of complexion] to be soft and light.

trắng phau to be very white.

trắng răng to be young.

trắng tinh to be immaculate, spotless.

trắng toát to be immaculate, spotless.

trắng trẻo to have a light complexion.

trắng trợn to be blunt; cynical; rude.

trắng xóa to be dazzling white.

trâm hairpin.

trâm-anh (thế-phiệt) nobility.

trầm R to sink [= chìm]; R heavy, serious trầm trọng. trầm mình to drown oneself. thăng-trầm ups and downs. thâm-trầm deep, undemonstrative.

trầm aloe-wood.

trầm [of voice] to be deep, low. lên bồng xuống trầm modulating, singing [tone of voice].

trầm-hùng to be moving.

trầm-hương aloe-wood.

trầm-lặng to be quiet, taciturn.

trầm-luân to be immersed in misfortune.

trầm-mặc to be quiet, taciturn.

trầm-ngâm to be pensive.

trầm-tĩnh to be quiet, taciturn.

trầm-trệ to be heavy, slow, stagnant.

trầm-trọng [of illness] to be serious.

trầm-trồ to praise, laud; to be full of admiration.

trầm-tư mặc-tưởng to be meditating.

trầm to suppress, hush up.

trẫm R to drown oneself trẫm mình.

trẫm I, we [used by king].

trân R to be precious.

trân-châu pearl.

Trân-Châu-Cảng Pearl Harbor.

trân-trọng respectfully, solemnly. Tôi xin trân-trọng giới-thiệu cùng quý-vị... I have the honor and privilege to present to you...

trấn market town, town thị-trấn.

trấn R to repress, quell.

trấn-áp to repress, overwhelm.

trấn-định to appease, soothe.

trấn-phục to reduce to submission.

trấn-thủ to guard, defend [a place].

trấn-tĩnh to control oneself, keep calm.

trần to be half-naked, [sword] drawn. cởi trần, ở trần half-naked. đầu trần hatless, bare. lột trần to strip; to unmask, uncover. trần như dộng stark-naked.

trần ceiling trần nhà. quạt trần ceiling fan.

trần R dust [= bụi]; R world, life. cõi trần this world. phàm trần this human world. chồi phất-trần duster [made of rooster's feathers]. phong-trần adversity, hardships. từ-trần to die.

trần *R to be old.*

trần *R to display, expose; to explain oneself* phân-trần. điều-trần petition.

trần-ai *this world.*

trần-bì *dried tangerine skin, used for medicinal purposes.*

trần-cấu *dirt, filth.*

trần-duyên *lot, destiny, fate.*

trần-gian *the world, this world.*

trần-hoàn *this world.*

trần-liệt *to lay out, display.*

trần-lụy *pains of life.*

trần-phàm *life.*

trần-tấu *to report to the king.*

trần-thế *this world.*

trần-thiết *to arrange, display; to decorate.*

trần-thuật *to explain, testify.*

trần-thuyết *to explain, set forth, assert.*

trần tình *to set forth, petition.*

trần trụi *to be stark-naked.*

trần-truồng *to be naked.*

trần-tục *human life.*

trận *combat, battle, violent outburst; CL for fights, wars, attacks, matches rains, storms, etc.* mặt trận *front, war theater.* tử-trận *to die in action.* ra trận *to go into battle.* bại-trận *defeated, beaten.* thắng trận *victorious.* ngựa trận *war horse.* tập-trận *manœuver, military exercise.* một trận cười *a fit of laughter.* một trận đòn *a rain of blows, a thrashing, a spanking.*

trận-địa *battlefield, battleground.*

trận đồ *strategy, plan.*

trận giặc *war.*

trận mạc *battle, sight, combat.*

trận-tuyến *battle line.*

trận-vong *to die in battle.* tướng-sĩ trận vong *war dead.*

trâng-tráo *to be brazen-faced.*

trập [geom.] *to rotate* [a plane].

trập-trùng *to accumulate* [of waves, mountains].

trật *level, grade, echelon.* phẩm-trật *official rank.* thăng-trật *to promote.*

trật *to be erroneous, wrong; to be off position or natural course.* xe lửa bị trật bánh *the train was thrown off the rails.*

trật bánh *to be derailed.*

trật đường *to take the wrong road.*

trật - trưỡng *to be staggering, reeling.*

trật-tự *order* [with giữ *to maintain,* làm rối *to disturb*]. vô-trật-tự *disorderly.* tôn-ti trật-tự *hierarchy.* trật-tự công-cộng *public order.* có trật-tự *orderly.*

trâu *water buffalo, carabao* CL con [chăn *to tend*]. chuồng trâu *buffalo stable, buffalo shed.* đầu trâu mặt ngựa *ruffian, hoodlum, hooligan.*

trâu bò *livestock, cattle.*

trâu cái *she-buffalo, buffalo-cow.*

trâu con *buffalo-calf* [=nghé].

trâu mộng *gelded buffalo.*

trâu nái *buffalo cow.*

trâu ngựa *slaves.*

trấu *rice husk.* như trấu [of mosquitoes muỗi] *to be abundant.*

trầu *see* giàu.

trầy *to smear, soil, tarnish.*

trầy *to be lazy, negligent.*

trày *to be scratched, skinned.*

trày trật *to have great difficulty.*

trày trụa *to be all scratched up.*

trày *to travel, go.*

trày hội *to make a pilgrimage.*

tre [SV trúc] *bamboo.* khóm tre *a clump of bamboos* lá tre *bamboo leaves.* măng tre *bamboo shoots.* lũy tre *bamboo hedge, girdle of bamboos.* tre già măng mọc *the young succeed the old.* đũa tre *bamboo chopsticks.*

trẻ [SV thiếu] [opp. già] *to be young* | *young child* CL đứa. lớn bé già trẻ *old and young—everyone.* con trẻ *children.* tuổi trẻ *youth.* trai trẻ *young, virile.* trò trẻ *kid's stuff.*

trẻ con *child, kid, youngster.*

trẻ em *child, kid.*

trẻ già* *young and old.*

trẻ lại *to be rejuvenated.*

trẻ măng *to be very young.*

trẻ mỏ *children, kids.*

trẻ thơ *very young child.*

treo [SV huyền; giảo] *to hang, suspend; to display* [flag]; *to offer* [prize giải]. chết treo *hanged.*

treo bảng *to publish the list of successful candidates* [in examination].

treo cổ *to hang* [criminal].

treo cờ *to display flags.*

treo giải *to offer a prize.*

treo giò *to suspend* [a soccer player], *penalize.*

treo gương *to set an example.*

treo mồm *to be starved.*

tréo *to be at an angle, crossed.*

trèo *to climb, scale; to be impolite to "superiors".* leo trèo *to climb.* chơi trèo *to frequent somebody above oneself.* trèo cao ngã đau *the higher one climbs, the farther one falls.*

trèo đèo lặn suối *up hill and down dale.*

trèo leo* *to climb.*

trèo non vượt biển *up hill and down dale.*

trẹo *to be off natural position; to be out of joint, be dislocated;* [of neck] *stiff;* [of ankle] *sprained;* [of truth] *distorted.*

trẹo cổ *to have a stiff neck.*

trẹo họng *to lie.*

trét *to smear; to caulk.*

trê *catfish, silurus.*

trề *to purse, pout* [one's lips mỏ, môi].

trễ *to be late.* trễ mười phút *ten minutes late.* bê trễ *tardy, dragging.* đến trễ *to be late, come late.* Đồng hồ tôi trễ *My watch is slow.*

trễ *to be hanging, drooping.*

trễ giờ *to be late.*

trễ nải *to be tardy; to be lazy.*

trệ *to be stopped; to be late, obstructed* đình trệ *held up, delayed.* ngưng trệ *delayed, stopped.*

trệ *to fall, hang.*

trệch *to veer off, miss* [target].

trên *to be above, on, upon, over, upper* ở trên | *above, on, upon, over.* Quyển sách để trên bàn *The book is on the table.* Trên bàn có kiến *There are ants on the table.* trên gác, trên lầu *upstairs.* trên trần *on the ceiling.* trên giời/trời *in the* *sky.* người trên *superior.* cấp trên *higher rank.* nhà trên *main building* [as opposed to **nhà dưới** *outbuilding*]. tầng trên *upper floor.* môi trên *upper lip.* hàm trên *upper jaw.* trên không *in the air.* trên bộ *on land, ashore.* trên dưới *around* [a certain amount]. Bề Trên *Superior* [of monastery, convent]. trên đời này *in this world.* trên căn bản bình-đẳng *on a equal basis.*

trệt *to be flattened.* phố trệt *one-storied house squeezed in between others.*

trêu *to tease, pester, plague; to flirt; to provoke.*

trêu chọc *to tease.*

trêu gan *to irritate, vex, provoke.*

trêu ghẹo *to tease, pester, plague.*

trêu người *to irritate, vex, provoke.*

trều tráo *to chew briefly.*

trều trào *to be overflowing.*

tri *R to know* [=biết]. vô - tri *inanimate.* tương-tri *to understand each other.* tiên-tri *prophet.* cố-tri *old friend.* thông-tri *to inform; circular.*

tri *R- chief, head.*

tri-âm *close friend.*

tri-ân *gratitude* CL lòng.

tri-châu *district chief* [in North Vietnam highlands]. Cf. tri-huyện, tri-phủ.

tri-giác *perception.*

tri-giao *friendly relations.*

tri-hành *theory and practice.*

tri-hô *to shout for help.*

tri-huyện *district chief* [in delta]. Cf. tri-phủ, tri-châu.

tri-kỷ *close friend.*

tri-năng *knowledge and ability.*

tri-ngộ *friendship at first sight.*

tri-phủ *county chief* [in delta]. Cf. tri-châu, tri-huyện.

tri-tâm *close friend.*

tri-thù *trifle.*

tri-thù *L spider.*

tri-thức *knowledge.*

tri-trọng *R arms and ammunitions.*

trí *mind, spirit, wit, intelligence ; knowledge, wisdom.* tài trí *ability and intelligence.* nhanh trí *quick.*

trí *R to arrange, lay out, display.* bài-trí *to lay out, display.* vị-trí *position.* bố-trí *to deploy.* xử-trí *to decide; to behave.*

trí *R to resign, retire.* hưu-trí *retired.*

trí-dục *mental education.* Cf. đức-dục, thể-dục.

trí-dũng *wisdom and courage.*

trí khôn *intelligence.*

trí-lự *mind, wit.*

trí-lực *force of mind.*

trí-mưu* *resourcefulness.*

trí não *brain, mind.*

trí nhớ *memory.*

trí-sĩ *retired official.*

trí-thức *intellect | intellectual, intelligentsia.*

trí-trá *to be crafty, wily.*

trí tri *to deepen knowledge.*

trí-tuệ *intelligence.*

trí tưởng-tượng *imagination.*

trí-xảo *to be astute, cunning.*

trì *R to hold; to support, help.* duy-trì *to preserve, maintain.* hộ-trì, phù-trì *to help, assist.* trụ-trì [of monk] *to stay* [at certain temple]. kiên-trì *patient.*

trì *R pond* [=ao]. điện-trì *battery* [elect.]. thành-trì *rampart and moat.*

trì *R to be slow, tardy* [=chậm].

trì-chí *to be patient.*

trì-độn *to be dull, apathetic, lazy.*

trì-hoãn *to delay, procrastinate.*

trì-thủ *to guard, preserve.*

trĩ *hemorrhoid.*

trĩ *pheasant* CL con.

trĩ *R infant.* ấu-trĩ *to be young.* ấu-trĩ-viên *kindergarten.* thời-kỳ ấu-trĩ *infancy.*

trĩ mũi *polyp(us)* [in the nose].

trị *R to administer* cai-trị *govern, rule* thống-trị; *to cure* [disease, patient] điều-trị, trị-liệu; *to punish* trừng-trị. bất-trị *unruly. uncontrollable.* bình-trị *to pacify.* chính-trị *politics; political.* tự-trị *self-governing, autonomous.* trừng-trị *to punish, chastise.* nghiêm-trị *to punish severely.* dân-trị [government] *by the people.*

trị *R to be worth.* giá-trị *value.*

trị-an *to pacify, administer, maintain order.*

trị-giá *to be worth* [so much].

trị-liệu *to cure.*

trị-liệu-pháp *therapy.*

trị-số *value.*

trị-sự *to manage.* Ban trị-sự *Board of Directors.*

trị-thủy *to control floods; flood control, dike-building.*

trị tội *to punish.*

trị-vì [of king] *to reign, rule.*

trích *R to pick* [flowers, fruit, etc.]; *to pick out.* chỉ-trích *to point out the faults of, criticize.*

trích *to extract, excerpt, take out* [RV ra]; *to set aside* [a certain amount].

trích-dịch *to translate excerpts.*

trích-diễm *excerpts* [from literary works].

trích-đăng *to print, publish parts of...*

trích-huyết *to take blood.*

trích-lục *duplicate, copy.*

trích-yếu *summary, outline, abstract, synopsis.*

trịch *to be very heavy* trình-trịch.

trịch-thượng *to hold a superior rank ; to be lofty, aloof.* giọng trịch-thượng *condescending tone.*

triền *slope* [of mountain **núi**], *basin* [of river **sông**].

triền *to be wrapped up.*

triền miên *to be tangled up, confused.*

triển *R to open out, unfold* khai-triển ; *to extend, postpone* triển-hạn. phát-triển *to develop.* tiến-triển *to develop, progress.*

triển-hạn *to extend a deadline.*

triển-khai* *to open out, unfold.*

triển-kỳ *see* triển-hạn.

triển-lãm *to exhibit* | *exhibit* (ion) CL cuộc. triển-lãm hội-họa *painting exhibit.*

triển-vọng *prospect, expectation, outlook.*

triện *seal, stamp.* chữ triện *seal characters.*

triết *R to be wise.* nhà hiền-triết *philosopher.*

triết *R to bend, break ; R tenth* [used in indicating reduced price] *as* bát-triết *20 percent off.*

triết-gia *philosopher.*

triết-học *philosophy* [the study].

triết-lý *philosophy* [of a man or religion].

triết-nhân *philosopher.*

triệt *to suppress, remove,, exterminate; to withdraw* [troops **binh**]. thoái-triệt *to withdraw.*

triệt *to penetrate* | *thorough going.* thấu - triệt, quán - triệt *to know thoroughly.*

triệt-để *to be radical, thorough, systematic* | *thoroughly, radically, absolutely, completely, radically.*

triệt-hạ *to quell, put down.*

triệt-hồi *to dismiss, recall* [official].

triệt-lộ *to bar the way.*

triệt-tiêu *to cancel.* triệt-tiêu số đạo-hàm *to cancel a derivative.*

triệt-thoái* *to withdraw.*

triệt-thối *to withdraw.*

triều *R morning.*

triều-mộ *morning and evening.*

triều-tịch *morning and evening.*

triều *royal court* triều-đình; *dynasty, family.*

triều [= trào] *tide.* thủy-triều *id.*

triều-chính *court affairs, state affairs.*

triều-cống *to bring tribute to* [suzerain].

triều-đại *dynasty.*

triều-đình *the Imperial Court.*

triều-kiến *royal audience.*

triều-nghi *court rites.*

triều-phục *court dress.*

triều-thần *court officials.*

Triều-Tiên *Chosen, Korea* | *Korean. Cf.* Cao-ly, Đại-Hàn.

triệu *million.* hai triệu rưởi *2,500,000.* hàng triệu *millions of. Cf.* tỉ, ức, vạn.

triệu *to summon; to call.*

triệu *R omen, augury, foreboding, presage.* cát-triệu *good omen.*

triệu-chứng *symptom; omen.*

triệu-hồi *to recall* [an official].

triệu-phú *millionaire.*

triệu-tập *to call* [a meeting], *muster, convoke* [assembly].

trinh *to be virgin, righteous, chaste.* phá trinh *to deflower.* mất trinh *to lose virginity.* đồng-trinh *young virgin.* màng trinh *hymen.*

trinh *R to spy.*

trinh-bạch *to be chaste, pure.*

trinh-nữ *virgin.*

trinh-phụ *loyal wife.*

trinh-sát *to spy.*

trinh-tiết *virginity.*

trinh-thám *detective.*

trình *R journey, length of a journey* hành-trình. lộ-trình *itinerary, route.*

trình *to report* trình báo [to authorities], *show* [papers]. tờ trình *report.* tường - trình *to report; report.* phúc-trình *to report (again).*

trình *R interval, limit; pattern.* chương-trình *program, plan.* quá-trình *process.* công-trình *labor, toil.* khóa-trình *curriculum.* nghị-trình *agenda.*

trình bày *to present, display.*

trình-diện *to report* [to, **trước**, a body].

trình-độ *degree, extent, level, standard.*

trình-thức *model, norm, pattern.*

trình tòa *to register* [model, patent].

trình-trịch [DUP trịch] *to be weighty.*

trình-tự *sequence, order; process.*

trịnh trọng *to be formal.*

trìu-mến *to be fond of, love; to be affectionate.*

trĩu *to be weighted down, bent.* nặng trĩu *very heavy.*

tro *cinders, ashes.*

trò *young student, page.* học trò *student, schoolboy, pupil.* thầy trò *teacher and student.* vẽ trò *to complicate things.* vai trò *role, part.* chuyện trò *to talk, chat.* nhà trò *songstress.* pha trò *to kid, joke, to be a comedian.*

trò *game, trick, feat.*

trò chơi *game.*

trò chuyện *to talk.*

trò cười *laughing stock.*

trò đời *human comedy.*

trò đùa *joke, trick, prank.*

trò em *young pupil, schoolboy, schoolgirl.*

trò hề *jest, joke; buffoonery.*

trò khỉ *aping; monkey business.*

trò nhỏ *schoolboy.*

trò qui-thuật *magician's trick.*

trò trẻ (con) *children's stuff.*

trò trống *nothing.* không ra trò trống gì cả *to amount to nothing.*

trỏ *to point, show.* ngón tay trỏ *index finger.*

trọ *to stay overnight; to board, room.* nhà trọ *boarding house.* ăn trọ, ở trọ *to stay at, board at.* quán trọ *inn.* thổi cơm trọ *to keep a boarding house, take boarders.*

trọ trẹ *to speak with a heavy accent.*

tróc [of skin **da**] *to peel off,* [of bark **vỏ**, scale **vẩy**, paint **sơn**] *to fall off.*

tróc *to hunt for.*

tróc nã *to hunt for, track down.*

trọc [of head] *to be shaven,* [of mountain] *bare.*

trọc *R to be impure, muddy* [= thanh]; *R* [of sound] *voiced.* ô-trọc *filthy, odious, corrupt.*

trọc đầu *shaven-headed.*

trọc lốc *to be completely shaven, hairless.*

trọc-phú *nouveau riche, upstart.*

trọc tếu *to be completely shaven, hairless.*

trói *to bind, tie up* [a person] [RV lại]. cởi trói, mở trói *to untie* [victim of burglary, hold-up, etc].

trói buộc *to tie up* [with obligations].

trói *to be emptied.* hết trọi *all gone ; at all.* trơ trọi *lonely.*

trõm [of cheeks] *hollow,* [of eyes] *sunken.*

tròn [SV viên, cầu] *to be round, spherical,* [of moon] *full ; to fulfill.* vòng tròn *circle.* quả tròn *sphere.* hình tròn *round, spherical ; circle, sphere.* hai năm tròn *two full years.* làm tròn *to fulfill.* hội-nghị bàn tròn *roundtable conference.*

tròn trặn *to be perfectly round.*

tròn trĩnh *to be plump, roundish.*

tròn xoe *to be perfectly round.*

trọn *entire, whole | entirely, completely | to fulfill* [**đạo** duty].

trọn đời *during one's entire life.*

trọn vẹn *to be complete, whole, integral*

trong [SV thanh] *to be pure, clear, transparent* [opp. đục]. trăng trong *clear moonlight.*

trong [SV nội] *to be in, inside, inner; among* trong số. ở trong, bên trong *inside.* áo trong *undergarment.* trong Sài-Gòn *in Saigon* [as opposed to a place in the north]. trong ba tháng *duri-g three months.* trong năm *late last year.* trong rừng *in the jungle.* Trong hai người, ai giàu hơn? *Which of the two is wealthier?*

trong khi *while.*

trong khi ấy *meanwhile, in the meantime.*

trong sạch *to be pure, clean.*

trong suốt *to be transparent, clear.*

trong trắng *to be pure, clean.*

trong vắt *to be very clear, limpid, transparent.*

trong vòng *within* [a period of time].

tróng *reed cradle* CL cái.

tròng *noose, lasso ; trap, snare.* vào tròng *trapped.*

tròng *pupil* [of the eye].

tròng lọng *slip-knot, noose.*

tròng-trành *to rock, be unstable.*

trọng R *to be heavy* [= nặng], R *important* [opp. khinh] | *to respect, honor* [person, treaty] [opp. khinh] kính-trọng, tôn-trọng. quan-trọng *important.* nghiêm-trọng *grave, serious.* tự-trọng *self-respect.* hệ-trọng *vital, crucial.* long-trọng *solemn.* quí-trọng *to esteem and respect.* sang-trọng *noble.* trầm-trọng *grave, serious* [of crisis]. trân-trọng *to have the honor to.*

trọng R *second in seniority, second.* Cf. mạnh, quí.

trọng-bệnh *serious illness.*

trọng-dụng *to use at an important function.*

trọng-đãi *to treat well.*

trọng-đại *to be important.*

trọng-đông *the second month of winter.*

trọng-hậu *to be generous, liberal.*

trọng-học *mechanics.*

trọng-lực *weight, gravity.*

trọng-lượng *weight.* trọng lượng nguyên-tử *atomic weight.* trọng-lượng phân-tử *molecular weight.* trọng-lượng riêng *specific weight.* trọng-lượng nguyên *gross weight.* trọng-lượng ròng *net weight.*

trọng-mãi *broker.*

Trọng-ni *Confucius.*

trọng-nông *to be a physiocrat.*

trọng-pháo *heavy artillery.*

trọng-tài *umpire.*

trọng-tải [of vessel] *to have a tonnage of.*

trọng-tâm *center of gravity, hub; important point, center of importance.*

trọng-thể *to be solemn.*

trọng-thần-âm *bilabial sound* Cf. khinh-thần-âm.

trọng-thu *the second month of autumn.*

trọng-thương *to be mercantile.*

trọng-thương *to be heavily wounded, severely wounded.*

trọng-thưởng *to reward generously.*

trọng-tội *serious offense, crime.*

trọng-trách *heavy responsibility.*

trọng vọng *to honor, respect.*

trọng-xuân *the second month of spring.*

trọng-yếu *to be important, vital, essential.*

trót *to act completely, entirely ; to round off, complete, finish off.*

trót *to have committed already* [an error, a crime]. Nó trót dại lấy của ông cái bút *He was stupid enough to steal your pen.*

trô trố [DUP trố] *to stare at, goggle.*

trố *to have eyes wide-open.*

trố mắt *to goggle.*

trồ *to shoot forth, put forth, sprout.*

trổ *to show off, display* [talent **tài**].

trổ *to carve, chisel, engrave* chạm-trổ.

trổ bông *to bloom.*

trổ hoa *to bloom.*

trốc *top, peak, summit.*

trôi *to drift ;* [of time] *to pass, fly.* chết trôi *to be drowned.* Ngày tháng trôi qua *Time flies.* Anh ta nuốt không trôi ba nghìn bạc của tôi *He tried in vain to get my three thousand piasters — they were some bitter pills.*

trôi *marble dumplings* bánh trôi — *made of white rice flour, with rock sugar fillings.*

trôi chảy *to go well, run smoothly ;* [of style] *easy, flowing.*

trôi giạt *to be stranded, run aground ; to drift, roam.*

trôi nổi *to be adrift.*

trôi sông *to drown* [as a punishment].

trối *see* giối.

trối *to be exhausted, overwhelmed.*

trối chết *beyond measure.*

trồi *to emerge* [RV lên], *jut out* [RV ra] ; [of price] *go up.*

trồi *bud* [with đâm *to give forth*].

trổi [of music, noise] *to go off ; to stand, rise.*

trội *to excel.*

trội-khoản *credit* [in account]. Cf. khiếm-khoản.

trộm [SV đạo] *to steal ; -R to act furtively ; R- to venture to* [think nghĩ]. kẻ trộm, thằng ăn trộm *burglar.* vụ trộm *burglary.* trộm vặt *cat-burglary, petty theft.* hôn trộm *to steal a kiss.* đánh trộm *to ambush.*

trộm cắp *robbers, thieves.*

trộm cướp *burglars, bandits.*

trộm nhớ *to miss secretly.*

trộm phép *to take the liberty of.*

trôn *bottom, eye* [of needle]; *behind.* xoáy trôn ốc *spiral.* bán trôn nuôi miệng *to be a prostitute.*

trốn [SV đào] *to flee, escape* [khỏi *from*]. chạy trốn *to run away.* lẩn trốn *to escape.* chơi đi trốn *to play hide - and - seek.*

trốn học *to play hooky, play truant.*

trốn lính *to dodge the draft.*

trốn mặt *to hide, to avoid* [somebody].

trốn thoát *to flee, escape from.*

trốn thuế *to dodge taxes.*

trốn tránh *to evade, dodge; to be at large.*

trộn *to mix* pha trộn ; *to stir, blend, mingle.*

trông [SV khán] *to look ; to have the appearance of ; to wait for* trông chờ, trông đợi ; *to look after.*

trông cậy *to rely on, depend on.*

trông chờ *to wait for.*

trông chừng *to watch out ; it seems that.*

trông coi *to watch over, guard.*

trông đợi *to expect, hope.*

trông mong *to expect, hope.*

trông nom *to look after ; to oversee, supervise.*

trông thấy *to see.*

trống [SV cổ] *drum* CL cái [with **đánh, khua** to beat]. mặt trống *drumhead.* dùi trống *drumstick* [not fowl's leg]. ôm trống *pregnant.* không kèn trống *without fanfare.* vừa đánh trống vừa ăn cướp *to burglarize a place and ring the burglar alarm at the same time.*

trống [= sống] [of chicken] *male.* gà trống *rooster, cock.* Cf. mái.

trống [of place] *to be empty, vacant, unprotected.* chỗ trống *blank ; vacant place, vacancy.* Điền vào chỗ trống *Fill in the blanks.* nhà trống *empty house.* đất trống *vacant lot.*

trống bồi *paper tambourine.*

trống canh *vigil drum.*

trống không *to be empty.*

trống mái *male and female ; showdown.*

trống ngực *heart - beat.*

trống-quân *folk song contest in the countryside.*

trống trải *to be exposed.*

trống rỗng *to be empty.*

trồng *see* giồng.

trồng đậu *to vaccinate against small-pox.*

trồng tỉa *to plant, till, grow.*

trồng trái *to vaccinate against small-pox.*

trồng trọt *to vaccinate.*

trơ *to be motionless ; to be alone.* trơ-trọi ; *to be indifferent, shameless.* trơ như phổng đá *stock-still.* trơ như đá *firm, steadfast.*

trơ mắt *to stand and look, be powerless, be helpless.*

trơ tráo *to be shameless, brazen.*

trơ trên *to be ashamed ; shameless, impudent.*

trơ trọi *to be all alone.*

trơ trơ *to be motionless, still ; to be unmoved, indifferent.*

trớ [of baby] *to spit* [milk].

trơ trụi *to be stripped, leafless.*

trở trêu *to dupe, deceive ; to be ironical.*

trở *to return* [to a place] [RV lại, về]. cách-trở *separated.* hiểm trở *rugged.* trắc trở *difficult.*

trở R *to hamper, impede, hinder, prevent* ngăn trở, cản trở. điện-trở *resistance* [electricity]. cách trở *to separate.* hiểm trở *rugged* [terrain]. trắc trở *difficult.*

trở cờ *to be a turncoat.*

trở lực *obstacle* [with **vượt** to overcome].

trở mặt *to betray.*

trở nên *to become.*

trở ngại *obstacle.*

trở thành *to become.*

trợ *R to help.* bang-trợ *to support.* bảo-trợ *to assist; to sponsor.* tương-trợ *mutual aid.* nội-trợ *housewife.* viện-trợ *to aid.* cứu-trợ *aid, rescue.* tán-trợ *hội-viên patron member.* Ủy-ban Cứu-trợ Quốc-tế *International Rescue Committee.*

trợ *R chopsticks* [= đũa].

trợ-bút *assistant editor.*

trợ-cấp *to give aid or grant to, subsidize.*

trợ-lý *assistant.* Trợ-lý Ngoại-trưởng Phụ-trách Viễn đông Sự-vụ *Assistant Secretary of State for Far Eastern Affairs.*

trợ-động-từ *auxiliary verb.*

trợ-giáo *elementary schoolteacher.*

trợ-tá *assistant.*

trợ-lực *to assist, aid.*

trợ-thì *to be temporary, makeshift.*

trợ-từ *particle.*

trơi *in ma trơi will-o'-the-wisp.*

trời *see giời.*

tròm *to overlap.*

trơn *to be smooth, slippery; to be fluent; -R completely* [gone, finished] *; [of silk, material] solid, plain, without design.*

trơn-tru *to go on smoothly, run smoothly.*

trớn *impetus, impact, elan.* quá trớn *to go too far.*

trớn *to have eyes wide-open* [because of anger or agony].

tru *to execute, condemn to death.*

tru *to howl, holler.*

tru-di *to execute, kill.*

tru-di tam-tộc *to execute a culprit's own family, his mother's and his wife's.*

tru-tréo *to holler, yell.*

trú *R day.*

trú *to take shelter; to dwell, live, stop, reside.* lưu-trú *to stay, reside.* đồn-trú [of troops] *to be stationed.* cư-trú *to live, dwell, reside.*

trú-ẩn *to take shelter.* hầm trú ẩn *air raid shelter.*

trú chân *to stop off at; to stay.*

trú-dạ *day and night.*

trú-dân *resident.*

trú-nhân *refugee.*

trú-nhân chính-trị *political refugee.*

trú-ngụ *to dwell, stay, sojourn, reside.*

trú-sở *dwelling, residence, domicile.*

trú-sứ *minister, envoy.*

trú-xứ *to reside; Resident.* Tổng-trưởng trú-xứ *Resident minister.*

trù *to manage, plan* trù-tính, trù-hoạch.

trù *to curse, cast a spell;* [Slang] *to be after, be implacable toward* [student, one's child].

trù *R kitchen.*

trù-bị *to prepare, get ready.*

trù-định *to plan to.*

trù-hoạch *to plan.*

trù-liệu *to plan.*

trù-mật *to be densely populated;* [of population] *to be dense.*

trù-phòng *kitchen.*

trù-phú *to be prosperous.*

trù-tính *to plan to.*

trù-trừ *to hesitate, falter, waver.*

trụ *R pillar* [= cột]. tứ trụ *the four highest ranking dignitaries in the imperial court* — văn-minh, cần-chánh, võ-hiền, đông-các.

trụ *R time.* vũ-trụ *universe.*

trụ-sở *headquarters, main office, seat.*

trụ-trì *head monk, resident monk* [in Buddhist temple].

truân *R hardship* gian-truân.

truân-chiên *L hardship, difficulties.*

truất *to dismiss, fire; to dethrone* phế-truất.

truất-hữu *to expropriate.*

truất ngôi *to dethrone.*

truất-phế* *to dethrone.*

truất-vị *to dethrone.*

trúc *small bamboo* [Cf. tre]; *R bamboo* [= tre]; *flute.*

trúc *R to build, construct.* kiến-trúc *architecture.*

trúc *to nose down.*

trúc-bâu *calico.*

trúc-đào *oleander.*

trúc-mai *bamboo and plum tree, friendship; conjugal love.*

trúc-trắc [of style] *to be awkward, clumsy;* [of undertaking] *to be difficult.*

trục *to jack up* [RV lên]. cần trục *jack, crane.*

trục *axle, axis.* Trục Bá-linh Đông-Kinh *the Berlin-Tokyo axis.*

trục *R to expel.* máy bay khu-trục *fighter* (plane).

trục chuyền sức *axle of transmission.*

trục kéo *crane.*

trục-lợi *to be mercantile, be mercenary, seek profit.*

trục-trặc *to run into difficulties; to go awry;* [of machine] *to run with difficulty.*

trục-xuất *to expel, deport.*

trụi *to be stripped bare, lose leaves, lose one's hair; -R completely, all* [gone hết, mất].

trúm *eel-pot.*

trùm *to cover, envelop | hamlet notable* CL ông; (gang) *leader* chúa trùm.

trùm chăn *to sit on the fence | fence-sitter.*

trun *to be elastic.*

trùn *to back up, retract* [RV lại].

trung *to be loyal, faithful* [opp. gian, nịnh]. chữ trung *loyalty.*

trung *R center, middle, interior; R central;* [of vowel] *mid.*

Trung- *R Chinese, Sino-*

trung-bình *average | on the average.* tốc-độ trung-bình *average speed.* Mỗi ngày chúng tôi đi trung-bình 600 cây số *We averaged 600 kilometers a day.*

trung-bộ *central part; Central Vietnam.*

trung-can *loyalty.*

trung-châu *delta.*

Trung-Cồ *Middle Ages | medieval.*

Trung-Cộng *Communist China, Chinese Communists.*

trung-du *midlands.*

trung-dung *happy medium; Doctrine of the Mean.*

trung-đẳng *intermediate* (grade).

trung-đoàn *regiment.* Cf. tiểu-đoàn, đại-đoàn; trung-đội.

trung-đoàn-trưởng *colonel.*

trung-đoạn *apothème.*

trung-độ *medium, intermediate degree.*

trung-đội *section, platoon.* trung-đội bảo-tu *servicing flight.* trung-đội chỉ-huy *headquarters platoon.* trung-đội công-xưởng *maintenance platoon.* trung-đội kỹ-thuật *service echelon.* trung-đội làm cầu *bridging platoon.* trung-đội quân-y trung-đoàn *regimental medical platoon.* trung-đội sửa xe *maintenance platoon.* trung-đội truyền-tin *signal platoon.*

trung-đội-trưởng *platoon leader.*

Trung-Đông *Middle East.*

trung-gian *intermediary, middleman, go-between* [with **làm** to be, act as].

trung-hậu *to be loyal.*

Trung-Hoa *China.* Trung-Hoa Quốc-gia *Nationalist China.* Trung-Hoa Tự-do *Free China.*

trung-hòa *to be neutral* [physics, chemistry].

trung-hòa-tử *neutron.*

trung-học *secondary education.* Cf. đại-học, tiểu-học. trường trung-học *high school, secondary school, lycée.* giáo-sư trung-học *high school teacher.* học-sinh trung-học *high school student.*

trung-hưng *Restoration.*

trung-kiên *to be faithful, loyal.*

trung-kỳ *Central Vietnam* [no longer used].

trung-lão *to be middle-aged.*

trung-lập *to be neutral.*

trung-lập-hóa *to neutralize.*

trung-liên *automatic rifle.*

trung-liệt *to be loyal and virtuous.*

trung-lưu *middle class.* Cf. thượng-lưu, hạ-lưu.

Trung-Nga *Sino-Soviet.*

trung-nghĩa *to be loyal.*

trung-nguyên *Vietnamese All Souls' Day* [15th day of 7th lunar month].

Trung-Nhật *Sino-Japanese.*

trung-phần *central part; Central Vietnam.*

trung-quân *to be loyal to the king.*

trung-quân *headquarters* [of ancient army].

Trung-Quốc *China.*

trung-sản *middle class, bourgeoisie.*

trung-sĩ *sergeant.* Cf. hạ-sĩ, thượng-sĩ, trung-úy, trung-tá, trung-tướng. trung-sĩ nhất *master-sergeant, first sergeant.* trung-sĩ cấp-liệu *regimental supply sergeant.* trung-sĩ hỏa-thực *mess sergeant.* trung-sĩ huấn-luyện-viên *drill sergeant.* trung-sĩ phát-ngân-viên *pay sergeant.* trung-sĩ tuần-trực *sergeant of the week.*

trung-tá *lieutenant colonel.* Cf. thiếu-tá, đại-tá, trung-sĩ, trung-úy, trung-tướng.

trung-tâm *center.* Trung-tâm Thính-thị Anh-ngữ *English Language Laboratory.* trung-tâm huấn-luyện *training center.*

trung-thành *to be loyal.*

trung-thần *loyal subject.*

trung-thiên *zenith.*

trung-thu *mid-autumn.*

trung-tín *to be loyal, faithful.*

trung-tiện *to break wind, blow a fart.* Cf. tiểu-tiện, đại-tiện.

trung-trinh *loyalty.*

trung-trực *to be loyal, upright.*

trung tuần *2nd decade* [in a month].

trung-tuyến *median.*

trung-tướng *major general.* Cf. thiếu-tướng, đại-tướng, thượng-tướng, trung-tá, trung-úy, trung-sĩ.

trung-úy (*first*) *lieutenant;* [navy] *lieutenant junior grade.* Cf. thiếu-úy, đại-úy, chuẩn-úy, trung-tá, trung-tướng, trung-sĩ.

trung-ương *to be central* | *headquarters.* chính-phủ trung-ương *central government.*

Trung-Việt *Central Vietnam.*

trúng *to hit* [target, jackpot]; *to be victim of* [a plot **mưu, kế**]; *to be hit* [by arrow **tên**, bullet **đạn**] | *accurately, on the dot.* đoán trúng *to guess right.* số trúng *winning number.* Ông ấy trúng cái xe hơi *He won a car in the lottery.*

trúng cách *to fulfill the requirements.*

trúng-cử *to get elected.*

trúng độc *to be intoxicated, poisoned.*

trúng gió *to be caught in a draft.*

trúng kế *to be the victim of a foul play.*

trúng-phong *to be caught in a draft.*

trúng-thử *to get a sunstroke.*

trúng-thực *to get food poisoning.*

trúng tủ [of examince, student] *to be asked the only question one has studied for.*

trúng-tuyền *to pass the examination.*

trùng [of string] *to be slack* [opp. căng]; [of trousers] *to be hanging.*

trùng *to coincide* [**với** with.]. Chúng tôi trùng tên nhau *He's my namesake.*

trùng *R duplicate, repeated* trùng phức.

trùng *R insect.* côn-trùng, *worm;* germ, microbe. vi-trùng *germ, microbe.* sát-trùng *antiseptic.* ký-sinh-trùng *parasite.*

trùng-cửu *Double Nine* [9th day of 9th lunar month].

trùng-dương *oceans.*

trùng điệp *repetition ; reduplication* | *repetitious, duplicating ; reduplicative.*

trùng-lai *to come in large numbers.*

trùng-ngũ *Double Five* [5th day of 5th lunar month].

trùng-phùng *to meet again.*

trùng-tên *to have the same name.*

trùng-thập *Double Ten* [10th day of 10th lunar month].

trùng-trình *to linger, loiter ; to waver ; to procrastinate.*

trùng trùng điệp điệp *numerous, indefinite.*

trùng-tu *to reconstruct, rehabilitate, restore.*

trùng-vi *siege.*

trũng *to be concave, low, hollow.* chỗ trũng *depression.* Nước chảy chỗ trũng *The rich get richer.*

truồng *to be naked* cởi truồng, ở truồng. Cf. trần. trần truồng *stark naked.*

trút *anteater CL* con.

trút *to pour ; to leave* [load] *; to cast aside* [linh-hồn soul]. Mưa như trút nước *It was pouring.*

trút-sạch *to clean* [dishes] *; to get rid of completely.*

trụt *to slide down.*

truy *to quiz; R to chase, pursue* [case; problem].

truy-cản *to intercept.*

truy-cấp *to pay retroactive pay.*

truy-cứu *to investigate, search for.*

truy-điệu *to commemorate* [dead heroes].

truy-hoan *pleasure - seeking.*

truy-kích *to pursue and attack.*

truy-lĩnh *to receive retroactive pay.*

truy-nã *to hunt, look for, track down* [suspect, criminal].

truy-nguyên *to identify the source; to reconstruct* [form].

truy-niệm *to commemorate.*

truy - phong [of horse **ngựa**] *run - away.*

truy-phong *to be honored posthumously.*

truy-tặng *to bestow* [title] *posthumously.*

truy-tầm *to hunt, look for* [suspect, criminal].

truy-thu *to collect arrears.*

truy-tố *to sue, prosecute.*

truy-vấn *to interrogate, question.*

trụy *R to drop.*

trụy-lạc *to degenerate, decline, be debauched, be dissolute.*

trụy-thai *to have an abortion.*

truyền *to climb, jump; to transmit* [inheritance, tradition]; *to transmit, communicate* [news] ; *to teach, hand over.* cổ-truyền *traditional.* gia-truyền [trade] *family.* di-truyền *hereditary.* tục-truyền *according to legend.* lưu-truyền *to hand down.* thất-truyền *to be lost because no longer taught.*

truyền *to order.*

truyền-bá *to spread, diffuse, popularize, disseminate.*

truyền-đạo *to preach a religion.*

truyền-đạt *to communicate.*

truyền-điện *to conduct electricity.*

truyền-đơn *leaflet, handbill* CL tờ.

truyền-giáo *to preach a religion.* nhà truyền-giáo *missionary.*

truyền-hình *to transmit the image.* vô - tuyến truyền - hình *television* [= điện-thị].

truyền-huyết *blod transfusion.*

truyền-khẩu *to transmit orally, transmit by way of mouth.* học truyền-khẩu *oral instruction.*

truyền-nhiễm [of disease] *to be communicable, contagious.*

truyền-nhiệt *to conduct heat.*

truyền-thanh *to broadcast.* vô-tuyến truyền-thanh *wireless, radio.*

truyền thần *to draw a life portrait.*

truyền - thông *to communicate* [ideas].

truyền-thống *to be traditional* | *tradition.*

truyền-thụ *to teach, instruct.*

truyền-tin *communication.*

truyền-tụng *laudatory tradition.*

truyền-tử nhập-tôn *to be hereditary.*

truyện *story, tale* [with **bày, đặt, vẽ** *to fabricate,* **kể** *to sell,* *relate,* **kiếm** *to pick up a fight.* **gợi** *to stimulate*]; *literary genre consisting of narrative in verse.*

truyện gẫu *chat, bull.*

truyện-ký *biography.*

truyện phiếm *chat, idle talk.*

truyện văn *to talk, converse.*

trư *R hog* [= lợn]. dã-trư, sơn-trư *will boar.* hải-trư *porpoise, bottlenosed dolphin.*

trứ *R to write, compose* [= trước] *R to be clear, evident.*

trứ-danh *to be famous, prominent, well-known, famed.*

trứ-giả *(the) author, (this) writer.*

trứ-tác *to write, compose.*

trứ-thuật *to write, compose.*

trừ *to subtract, deduct; to exclude, suppress, remove, eliminate* [RV đi] | *except, save.* diệt-trừ *to eradicate.* tiểu-trừ *to repress.* bù trừ *to compensate.* tính trừ *subtraction.* 6 trừ 2 còn 4 *six minus two equals four.* Anh phải trừ 15 phần trăm thuế *You must deduct 15 percent for taxes.* trừ chủ-nhật *except Sundays.*

trừ *R to put aside, keep aside.*

trừ-bì *to leave out the covering, not to count the crate or box.*

trừ-bị *to keep aside* | *reserve.* sĩ-quan trừ-bị *reserve officer.*

trừ-khử *to wipe out, quell, exterminate, eradicate.*

trừ phi *unless.* Không ai cầm ô trừ phi trời mưa *Nobody carries an umbrella unless it rains.*

trừ-tịch *New Year's eve.*

trừ-trùng *to be antiseptic.*

trữ *to save, keep aside, hoard.* tích-trữ *to hoard* lưu-trữ *to keep, preserve* [archives]. oa-trữ, tàng-trữ *to receive* [stolen goods].

trữ-kim *reserve; savings.*

trưa *to be late* [in the morning] | [SV ngọ] *noontime* CL ban, buổi. Trưa chưa? *Is it late yet? Is it noon yet?* Chưa trưa *It's not late yet; It's not twelve yet.* ngủ trưa *to get up late; to take a siesta.* dạy trưa *to get up late.* bữa trưa, cơm trưa *lunch, luncheon.*

trực *R to be straight, honest, righteous* [= thẳng]. cương-trực *upright, righteous.* túc-trực *to be on hand.*

trực-giác *intuition.*

trực-hệ *direct lineage.*

trực-khuẩn *bacillus.*

trực-ngôn *honest language, sincere words.*

trực-thăng *to rise straight.* phi-cơ trực-thăng *helicopter* [cứu - thủy *rescue,* liên-lạc *liaison,* tải-thương *casualty,* thám-thính *reconnaissance*].

trực-thu [of taxes] *to be direct* [opp. gián-thu].

trực-tiếp *to be direct, immediate* [opp. gián-tiếp] túc-từ trực-tiếp *direct object.*

trực-tràng *rectum.*

trực-trùng *bacillus.*

trưng *to display.* sáng trưng *to be very bright.*

trưng *to summon; to collect, confiscate, own a concession; to raise* [troops].

trưng bày *to display, exhibit.*

trưng-binh *to recruit soldiers, raise troops, conscript.*

trưng-cầu *to request, solicit.* trưng-cầu dân-ý *referendum.*

trưng-dụng *to requisition* [for government use].

trưng-tập *to requisition.*

trưng-thu *to confiscate.*

trưng-thuế *to collect or levy taxes.*

trưng-triệu *omen.*

trứng [SV đản, noãn] *egg* CL cái, quả [đẻ *to lay*, luộc *to boil*, bác *to scramble*, rán *to fry*, đập *to break*, đánh *to beat*, tráng *to make an omelet*]. vỏ trứng *eggshell.* buồng trứng *ovary.* lòng trắng trứng *egg white, albumen.* lòng đỏ trứng *egg yolk.* trứng gà *chicken egg.* trứng vịt *duck egg.* trứng tươi *fresh egg.* trứng ung *rotten egg.* đẻ ra trứng *oviparous.* chả trứng *western omelet.*

trứng cá *spawn; blackhead, comedo* [with nặn *to extract*].

trứng lộn *half-hatched egg.*

trứng nước *to be in infancy.*

trừng *to stare* trừng mắt.

trừng R *to punish, chastize.* thanh-trừng *to purge.*

trừng-giới *to correct, punish.* nhà trưng-giới *reformatory.*

trừng-phạt *to punish.*

trừng-thanh* *to purge.*

trừng-trị *to punish.*

trừng trừng *to be staring.*

trước [SV tiên, tiền] *to be before, in | front of* [opp. sau] *before, in front of; R beforehand, in advance.* đến trước *to arrive ahead of time.* hôm trước *the other day.* tháng trước *last month.* trước mắt... *in front of someone's eyes.* trước mặt... *in the presence of....* mặt trước *facade.* cửa trước *front door, front gate.* đằng trước *front.* lúc trước, khi trước *before.* mắt trước mắt

sau *to look around oneself.* năm năm về trước *five years ago.*

trước *see* trứ.

trước-bạ *to register.*

trước đây *before.*

trước hết *first of all, in the first place, to begin with.*

trước kia *before, formerly, previously.*

trước nhất *first of all, in the first place.*

trước sau *before and after.*

trước tiên *first of all.*

trương *see* trang. phụ-trương *supplement.*

trương *to swell up, extend, expand,* open up [RV lên, ra].

trương *to open* khai-trương.

trương *to display, exhibit; to boast.* chủ - trương *to advocate.* phô-trương *to boast, show off.*

trương-mục *account* [with mở *to open*].

trương-tuần *village watchman.*

trướng *to swell.*

trướng R *mosquito net* [= màn]; *curtain, tapestry, hangings; laudatory writing* [in praise of a promotion, wedding, etc.].

trướng R *to rise, overflow.* bành-trướng *to expand.*

trường [= tràng] R *bowels, intestine.* can - trường *courage, fortitude.* đại-trường *large intestine.* tiểu-trường *small intestine.* manh-trường *caecum.* trực-trường *rectum.*

trường [SV hiệu, thục] [= tràng] *school* nhà trường, trường học ;

R *field, place.* sa-trường, chiến-trường *battlefield.* hí-trường *theater.* kịch-trường *theater.* nhạc-trường *band shell, auditorium, music hall.* pháp-trường *execution ground.* vũ-trường *dance hall.* trường công, trường nhà nước *public school.* trường tư *private school.* trường bán - công *semi-public school.* trường tiểu-học *elementary school, primary school.* trường trung-học *secondary school, high school.* trường đại - học *university, college, faculty.* công-trường *square; work camp;* « men working ». thương-trường *business world.*

trường [= tràng] R *to be long* [= dài] [opp. đoản]. sở trường *specialty.* suốt đêm trường *all night long.*

trường bay *airfield.*

trường-chinh *the long march.*

trường-cửu *to be lasting.*

trường-dịch *intestinal juice.*

trường đua *race-track.*

trường-hợp *circumstances; case.*

trường-kỳ *long term | long, prolonged.*

trường luật *law school.*

trường-mệnh *longevity.*

trường ốc *school building.*

trường - qui *examination rules; school regulations.*

trường-sinh *immortality.* thuốc trường-sinh *elixir of life.*

trường-sở *school site, school building.*

trường-thành *long wall.* Vạn-Lý Trường-Thành *the Great Wall.*

trường thi *examination compound.*

trường-thiên *long* [poem, novel].

trường-thọ *longevity.*

trường thuốc *medical school.*

trường-tiền *the mint.*

trường-tồn *to last, endure.*

trưởng *to be the eldest in the family* [Cf. thứ, cả] | *head, chief,* R-, -R -*general, general-.* thuyền-trưởng *captain* [of a ship]. cảnh-sát-trưởng *police chief, sheriff.* bộ-trưởng *minister, secretary of state* [in charge of department or ministry **bộ**]. viện-trưởng *rector, president* [of university **viện đại-học**]; *director* [of an institute **học-viện**]. khoa - trưởng *dean* [of a college **(phân-)khoa**]. quận-trưởng *district chief.* tỉnh-trưởng *province chief.* xã-trưởng *village chief.* bí - thư - trưởng *secretary-general.* tiểu - đội - trưởng *squad leader.* trung-đội-trưởng *platoon leader.* hội - trưởng *president* [of society]. gia-trưởng *family head.* lý-trưởng *village mayor.* thứ-trưởng *undersecretary of state.*

trưởng R *to grow.* sinh-trưởng *to grow up.*

trưởng-ban *section chief, department chairman, committee head.*

trưởng-giả *bourgeoisie, bourgeois.*

trưởng-lão *elderly; presbyterian.*

trưởng-nam *eldest son.*

trưởng-nữ *eldest daughter.*

trưởng-phố *precinct head.*

trưởng-thành *to grow up into manhood.*

trưởng-tộc *head of a clan, patriarch.*

trưởng-ty *service chief.*

trượng *unit of ten* [Vietnamese] *feet.*

trượng *cane, stick, rod.*

trượng *R elder* lão-trượng.

trượng-nhân *L father-in-law.*

trượng-phu *husband; man, hero.*

trượt *to slip, skid ; to fail, flunk* [examination] [opp. đỗ, đậu].

trượt bánh *to skid.*

trượt chân *to slip.*

trượt tuyết *to skate.* xe trượt tuyết *sleigh, toboggan.* giày trượt tuyết *skates.*

trừu [= cừu] *sheep.*

trừu *R to wrest, force.*

trừu-tượng *to be abstract* [opp. cụ-thể].

trừu-tượng-hóa *to abstract.*

U

u *nurse, wet nurse* u em; *mother* [rural]. thầy u *father and mother.*

u *to swell* [on body] [RV lên].

u *R to be dark* âm u.

u *R to be quiet, secluded* u-tĩnh.

u-ám *to be overcast, dark, cloudy.*

u ẩn *to be secret, hidden.*

u em *wet nurse.*

u già *old maid-servant.*

u-hồn *soul, spirit.*

u-huyền *to be obscure, abstruse.*

u-mặc *to be humorous.*

u mê *to be obscure, dark.*

u-ran *uranium.* quặng kẽm u-ran *pitchblende, uraninite.*

u-sầu *to be dark and sad.*

u-tịch *to be lonely, remote.*

u-u minh-minh *to be illiterate, ignorant.*

ú a ú ớ DUP ú ớ.

ú ớ *to speak incoherently* [as in sleep], *mutter.*

ù *to make a noise like thunder.* ông ù *thunder.*

ù *to hurry up* [RV lên].

ù *to win* [in certain card games].

ù ù cạc cạc *to be ignorant.*

ù tai *to be nearly deafened, have ringing in one's ears.*

ủ *to cover* [food] *with cloth.*

ủ *to be sad, gloomy.*

ủ ấp* *to cherish* [ambitions].

ủ dột *to be sorrowful, doleful.*

ủ rũ *to be wilted, sad-looking.*

ụ *mound, tumulus; -R excessively.* giàu ụ *excessively wealthy.*

úa *to be wilted, dried up, turn yellow.*

ùa [of crowd, water] *to rush, dash.*

ủa *what? how come? oh!*

uần *to be confused.*

uần-khúc *secret, mysterious.*

uần-súc *to be profound.*

uất *to be angry, indignant, frustrated* [RV lên]. phẫn uất *indignant.*

uất-hận *rancor, resentment.*

uất ức *to be indignant* [because of injustice].

Úc *see* Úc-châu, Úc-Đại-Lợi. châu Úc *Australia.*

Úc-châu *Australia | Australian.*

Úc-Đại-Lợi *Australia | Australian.*

ục *to hit with the fist.*

ục ịch *to be heavy, clumsy.*

ục ục *glug glug.*

uế *R dirt, garbage.* ô uế *filth.* phóng uế *to defecate.* tẩy uế *to disinfect.*

uế-khí *fetid odors.*

uế-tạp *to be dirty.*

uế-vật *dirt, filth, garbage.*

uể-oải *to be lazy, sluggish, non-chalant.*

úi chà ! *hey! well!*

ùi [= là] *to iron, press* [linen]; *to push.* bàn ùi *iron.* xe ùi *đắt bull-dozer.*

um [of smoke] *to be thick;* [to scold] *vehemently.*

um-tùm [of vegetation] *to be thick, luxuriant, dense.*

ùm *to jump* [into the water].

ùn *to accumulate, pile up, crowd in.*

ủn ỉn *to be slow and awkward because fat.*

ung *ulcer, boil, abscess, cancer.*

ung [of egg] *to be addle, rotten, putrid.*

ung dung *to be calm, poised, relaxed.*

ung độc *abscess.*

ung nhọt *boil.*

ung thư *cancer.*

úng [of fruit] *to be rotten, spoiled.*

úng thủy *to be spoiled because of excess water.*

ủng *see* úng.

ủng *boots.*

ủng-hộ *to support, back* [a man, a cause].

uôn-pham *wolfram.*

uốn *to bend* uốn cong.

uốn éo *to wriggle, swing hips; to play hard to get.*

uốn lưng *to humiliate oneself.*

uốn lưỡi *to curl one's tongue* [to produce a trill].

uốn nắn *to shape* [character].

uốn quanh *to wind around, mean-der.*

uốn thẳng *to straighten out* [a bent stick].

uốn tóc *to have or give a permanent.* tiệm uốn tóc *beauty parlor.*

uống [SV ẩm] *to drink; to take* [medicine]. đồ uống *drink, beve-rage.*

uổng *to waste.* uổng quá ! *what a pity ! what a shame!* ép uổng *to force.* oan uổng *to be the victim of an injustice.* chết uổng *to die in vain.*

uổng công *to waste.*

uổng mạng *to waste one's life.*

uổng-phí *to waste, squander.*

uổng-tiền *to waste money.*

úp *to turn* [lid, cover] *into normal position; to turn* [cup, bowl, hand]. đánh úp *to carry out surprise attack.* lật úp *to overthrow.*

úp mở *to be equivocal, unclear.*

ụp *to fall in, collapse* đồ ụp.

út [of child] *to be the youngest,* [of finger] *be the little one.* con út *youngest child.* em út *youngest brother or sister.*

ụt ịt *to be fat, stocky.*

uy [= oai] *authority, prestige.*

uy-danh *prestige, fame.*

uy-hiếp *to oppress.*

uy-quyền *authority, power.*

uy-thế *prestige.*

uy-tín *prestige.*

úy *R to fear.*

úy *officer.* Cf. **tá, tướng.** đại-úy [army, airforce]*captain;* [navy]*lieutenant.* trung-úy [army] *lieutenant;* [navy] *lieutenant junior grade.* thiếu-úy [army and air force] *second lieutenant;* [navy] *ensign.* chuẩn-úy [army] *student officer, candidate officer;* [navy] *midshipman.*

ủy *to entrust, appoint, depute* | *-R commissioner, commissar.* tỉnh-ủy *provincial commissar.* Cao-ủy *High Commissioner.* Tổng-ủy *Commissioner General.*

ủy *R to reassure, comfort, console* an-ủy [= ủi], *to pay a visit of condolence to, send one's condolences, inquire after* ủy-vấn.

ủy-ban *committee, commission.* ủy-ban chấp-hành *executive committee.*

ủy-hội *commission.* Ủy-hội Kiểmsoát Quốc-tế *International Control Commission.* Ủy-hội Kinh-tế Áchâu Viễn-đông *ECAFE.*

ủy-khúc *complications, details.*

ủy-mị *to be soft, lack determination.*

ủy-nhiệm *to accredit.* thừa ủynhiệm (TUN) *by order of.*

ủy - nhiệm - thư *credentials* [of envoy].

ủy-nhiệm-trạng *credentials.*

ủy-quyền *to give power of attorney, proxy.*

ủy-thác *to entrust.*

ủy-viên *commissioner, commissar.*

ủy-viên-hội *committee, commission.*

uyên *R mandarin duck.* chia uyên rẽ thúy *to separate a couple.*

uyên-bác [of learning] *to be profound vast.*

uyên-thâm [of learning] *to be profound.*

uyên-tuyền *deep source.*

uyên-ương *lovers as an inseparable couple.*

uyển *R garden.* ngự-uyển *imperial garden.* thượng - uyển *heavenly garden.* văn-uyển *literary corner* [in newspaper].

uyển - chuyển [of movements] *supple;* [of style] *flowing;* [of singing voice] *to be melodious.*

Ư

ư [final particle] *really* ? Thế ư ?
Is that so ?

ư R *in, at, on, by, from.*

ứ *to be stagnant, overcrowded ; to
accumulate* [RV lại].

ứ-đọng *to stagnate ; not to sell.*

ứ-huyết *congestion.*

ứ xe *traffic jam.*

ừ *yes* [not used to "superiors"] ;
all right, O. K. Ừ nhỉ ! *Oh
yes !* Cf. vâng, dạ.

ừ-hữ *to say « yes » and not mean
it.*

ưa *to like, be fond of, take to.*

ưa may *luckily.*

ưa ngọt *to like flattery.*

ưa nịnh *to like flattery.*

ưa thích *to like, be fond of.*

ứa [of tears nước mắt, sweat mồ
hôi] *to ooze, flow gently, exude.*

ức *one hundred thousand* [mười
vạn, một trăm ngàn *preferred*].

ức *to be indignant* [because of
injustice or oppression] uất-ức ;
R to oppress, bully ức-hiếp, oan-
ức *to be the victim of an injustice.*

ức *R to remember.* ký-ức *memory.*

ức-chế *to oppress.*

ức-đoán *to estimate.*

ức-hiếp *to bully, oppress.*

ức-thuyết *hypothesis.*

ực *to swallow loudly, gulp.*

ưng *hawk, falcon* CL con. khuyền-
ưng *henchmen.*

ưng *to consent, agree* ưng-ý ; *to
like.*

ưng-chuẩn *to approve, pass.*

ưng-thuận *to consent, agree.*

ưng-ý *to consent, agree.*

ứng *to advance money for someone
else.* Anh cứ ứng tiền ra, tôi
sẽ xin hoàn lại anh sau. *Please
pay for it, I'll reimburse you
later.*

ứng *R to respond; to turn out to
be true; R to answer, agree to,
correspond to.* thích-ứng *to be
appropriate.* phản-ứng *to react,
respond.* tiếp-ứng *to rescue.* thù
ứng *to return* [entertainment].

ứng - biến *to cope with new
situation.*

ứng-cử *to be a candidate* [in an
election], *run.* Năm ấy ông ta ra
ứng-cử Tổng-thống *He was a
presidential candidate that year.*

ứng-cử-viên *candidate* [in an election].

ứng-dụng *to apply* | [of subject of study] *applied.*

ứng-đáp *to answer, reply.*

ứng-đối *to reply, answer.*

ứng-khẩu *to speak extemporaneously, improvize.*

ứng-thí *to be a candidate* [in an examination].

ứng-viên *applicant.*

ửng *to dawn* ửng hồng; *to blush* ửng đỏ.

ước *to desire, wish for, hope for* ao ước mong ước *to wish, desire, expect.* mơ ước *to wish, dream.*

ước *R to promise, engage, pledge* | -R *treaty, agreement, pact.* điều-ước *treaty.* hiệp-ước *treaty, pact* CL bản. hòa-ước đối-Nhật *Japanese Peace Treaty.* bội-ước *to break a promise.* Cựu-ước *the Old Testament.* giao-ước *agreement.* khế-ước *contract.* qui-ước *agreement, pact.* Tân-ước *the New Testament.* thất-ước *to break a promise.* thương-ước *trade agreement.* thỏa-ước *agreement.* đính-ước *to agree together, to promise a marriage.* thệ-ước *vow, oath.* hiến-ước *constitutional act.*

ước *to estimate; approximately.*

ước chừng *about, approximately.*

ước ao* *to wish for, long for.*

ước-chương *convention, agreement.*

ước-định *to estimate.*

ước độ *about, approximately.*

ước gì *I wish.* Ước gì tôi có ... *I wish I had ....*

ước hẹn *to promise.*

ước-lược *to reduce, summarize.* ước-lược phân-số thành ra mẫu-số chung *to reduce two fractions to a common denominator.*

ước-lượng *to estimate.*

ước mong* *to wish, desire, expect.*

ước mơ* *to wish, dream.*

ước-số *divisor* [math.], *submultiple.*

ước-tính *to estimate.*

ươm *to unwind* [silk **tơ** from cocoon].

ướm *to try on* [garment]; *to put out feeler, sound out.*

ướm hỏi *to sound out with a question.*

ướm lòng *to sound intentions.*

ướm lời *to put out a feeler.*

ươn [of meat, fish] *to be spoiled, not fresh; to be under the weather* ươn mình; *to be incapable, bad.*

ươn hèn *to be a coward, be incapable.*

ươn mình *to be under the weather.*

ươn ướt [DUP ướt] *to be damp, moist, wet.*

ườn *to be lazy.* nằm ườn *to lie idle.*

ưỡn *to stick out* [chest **ngực**, belly **bụng**, etc.].

ưỡn ẹo *to have a rolling gait, swing the hips, wriggle.*

ưỡn ngực *to throw out one's chest.*

ương *to be stubborn, hard-headed.*

ương *R calamity.* tai-ương *calamity, scourge.*

ương *R central* trung-ương.

ương *to grow seedlings.* vườn ương cây *nursery.*

ương *R female of mandarin duck.* uyên-ương *lovers as an inseparable couple.*

ương gàn *to be stubborn and queer.*

ương-ngạnh *to be stubborn.*

ướp *to preserve* [meat thịt, fish cá, etc.] *with salt* muối, *fishsauce* nước mắm, *or ice* nước đá; *to perfume* [tea trà] *with flower petals or stamens; to embalm* [corpse].

ướt *to be wet.* ướt như chuột lột *to be soaked to the skin, drenched.*

ướt át *to be wet, damp.*

ướt sũng *to be soaked and wet.*

ưu *to be very well done | very good, excellent, A* [school grade]. *Cf.* bình, thứ.

ưu *R to worry* ưu-tư, ưu-sầu, ưu-phiền. phân-ưu *to show sympathy* [to bereaved person].

ưu-ái *affection, solicitude.*

ưu-đãi *to favor, treat with special attention.*

ưu-đẳng *best.*

ưu-điểm *good point, strength. Cf.* nhược-điểm.

ưu-hạng *best.*

ưu-phiền *to worry, be sad, be mournful, distressed.*

ưu-sầu *to be sad, sorrowful.*

ưu-sinh-học *eugenics.*

ưu-thắng *to be prevailing, predominant.*

ưu-thế *preponderance.*

ưu-tiên *priority.*

ưu-tú *to be brilliant, outstanding, eminent.*

ưu-tư *to be worried, apprehensive.*

ưu-việt *to be outstanding, eminent.*

V

va *he, she; him, her.*

va *to bump into, collide against.*

va-li [Fr. valise] *suitcase* CL cái, chiếc.

va-ni [Fr. vanille] *vanilla.*

vá *to mend, patch* [clothes, road, etc.]; [of dog, cat] *to be spotted, brindled.* chắp vá *to patch.* khâu vá *to sew; needlework.*

vá víu *to soup up, do things in sloppy fashion.*

và *and, together with.*

và *to shovel* [food] *with chopsticks.*

vả *fig* CL quả, trái.

vả *to slap.* sỉ vả *to insult, chastize, scold.*

vả *moreover, however, besides, at any rate, anyhow* vả chăng, vả lại.

vả chăng *moreover, besides.*

vả lại *moreover, besides.*

vã *to throw* [water] *on one's face.*

vã *to eat food without rice* ăn vã.

vạ *misfortune; fine.* tai vạ *calamity.* ăn vạ, bắt vạ *to claim damage.* nằm vạ *to claim damage by staging lying down strike.* phạt vạ *to fine.* tội vạ *misfortune.* vu vạ *to slander, accuse falsely.* quyền rơm vạ đá *no power but many responsibilities.*

vạ tiền *fine.*

vạ vịt *unexpected misfortune.*

vác *to carry* [farm tool, lance, rifle, box, bag, etc.] *on the shoulder; to bring* [oneself **mặt, xác**]. gánh vác *to shoulder* [responsibility]. khiêng vác, khuân vác *to carry* [heavy things].

vác mặt *to be haughty, conceited.*

vạc *range boiler* CL cái.

vạc *bittern* CL con.

vạc *to whittle, cut.*

vách *partition, wall* CL bức.

vạch *to make a line* | *tailor's marker* CL cái.

vạch *to uncover* [a part of the body] [RV ra].

vạch đường *to show the way.*

vạch mặt *to unmask.*

vạch rõ *to point out.*

vai *shoulder; rank, status; part, role* vai trò, vai tuồng [with **đóng, thủ** to play]. bằng vai *equal.*

vai chính *leading part or role.*

vai phụ *extra.*

vai trò *role, part.*

vai tuồng *role, part.*

vai vẻ *status.*

vái *to greet or pay respect by shaking joined hands.* vái một vái *to kowtow once.* khấn vái *to pray and do obeisances.*

vài *a few, some, two or three* một vài, vài ba.

vài ba *a few.*

vải [SV bố] *cloth, material, fabric, cotton cloth.*

vải *ancestor* ông vải.

vải [SV lệ-chi] *litchi* CL quả, trái.

vải bông *flannelette.*

vải hoa *print cloth.*

vải màn *gauze, tulle* [used to make mosquito nets].

vãi *Buddhist nun* CL bà.

vãi *to spill, be spilled, strew.*

vãi cứt *to flee* [chạy] *for life; to be beaten* [thua].

vãi đái *to be scared* [sợ].

vại *cylindrical earthenware jar* [for rice, water].

vạm vỡ *to be muscular, sturdy, athletic.*

van *to implore, entreat, beseech.*

van [Fr. valve] *valve.* van ba mảnh *tricuspid valve.* van hai mảnh *mitral valve.*

van lạy *to entreat, beseech.*

van lơn *to implore, entreat, beseech.*

van nài *to beseech, insist.*

van xin *to beseech, entreat, beg.*

ván *plank, board* CL tấm, *wooden bed; coffin* CL cổ. đo ván *to be knocked out* [in boxing].

ván CL *for chess* cờ *or card* bài *games.*

ván *20-cent coin.*

ván địa *bottom of a coffin.*

ván thiên *top of a coffin.*

vàn *see* vạn. muôn vàn *many, countless.*

văn *to end.* Văn hát chưa ? *Is the play over yet ?* Khách đã văn *Most patrons have left the place.*

vãn R *to be late* [afternoon, in life].

vãn R *to pull, draw, recover.* cứu-vãn *to save*

vãn *to visit* [site cảnh, temple chùa].

vãn hồi *to return, restore* [order], *save* [a situation].

vãn-sinh L I [your student].

vạn [muôn] *ten thousand;* [pluralizer R] *all, every.* một vạn mốt *11,000.* hai vạn hai *22,000.* ba vạn rưởi *35,000.* ba vạn sáu nghìn ngày *a man's life* [100 years or 36,000 days].

vạn *swastika* chữ vạn.

vạn *guild.*

vạn-an *peace ; good health.*

vạn-bảo *pawn-office.*

vạn bất đắc dĩ *quite unwillingly, very reluctantly.*

vạn-cổ *eternally.*

vạn-đại *eternally, for ever.*

vạn-kiếp *eternally ; forever.*

Vạn - Lý Trường - Thành *the Great Wall* [of China].

vạn-năng *almighty, all powerful.*

vạn-nhất *in case, if ever, if by any chance.*

vạn-phúc *"ten thousand happinesses".*

vạn-quốc *all the nations.* Hội Vạn-Quốc *League of Nations.*

vạn-sự như-ý *everything as you wish it to be.*

vạn-thọ *emperor's birthday.*

vạn-toàn *to be perfectly safe, be perfect.*

vạn-trạng *multiform* [used with **thiên-hình**].

vạn-tuế *long live...!*

Vạn-Tượng *Vientiane.*

vạn-vật *Nature.*

vạn-vật-học *natural sciences.*

vang *to echo, (re)sound.* tiếng vang *echo.* âm vang *sonorant.*

vang [Fr. vin] *European wine.* vang trắng *white wine.* vang đỏ *red wine.*

vang dậy *to resound.*

vang dội *to resound, ring.*

vang động *to resound, ring.*

vang lừng [of fame] *to be widespread.*

vang tai *to be deafening.*

váng *film, skim* [on boiled milk].

váng *to be slightly dizzy* choáng váng, váng đầu.

váng-tai *to be deafening, earsplitting.*

vàng [SV hoàng] *to be or turn yellow.* nhuộm vàng *to dye yellow.* mầu vàng *yellow.* giống da vàng *Yellow Race.*

vàng [SV kim] *gold ; false gold ingot or paper offered in ceremonials* | *golden.* cá vàng *goldfish.* tiệm vàng *jewel shop.* ngai vàng, ngôi vàng *throne.* mạ vàng *to gild.* tiền vàng *gold coin.*

vàng-anh *oriole* CL con.

vàng bạc *gold and silver; riches, wealth.*

vàng cốm *gold nuggets.*

vàng diệp *gold foil, gold leaf.*

vàng đá* *loyalty, love.*

vàng khè *to be very yellow.*

vàng lá *gold leaf, gold foil.*

vàng mã *votive paper.*

vàng mười *pure gold.*

vàng nén *ingot gold.*

vàng ngọc *valuable things.*

vàng ròng *pure gold.*

vàng quì *thin goldleaf.*

vàng thoi *gold in bars.*

vàng tâm *canary-wood.*

vàng vàng *to be yellowish.*

vàng y *pure gold.*

văng *R to go, pass.* dĩ-văng *the past.* lai văng *to frequent.* phát văng *to banish.*

văng lai* *to move back and forth, move around.*

văng phản* *to travel back and forth.*

vanh vách *to know by heart.*

vành *fringe, edge, border, ring, rim* [of wheel].

vành *way, method.*

vành bánh *rim* [of wheel].

vành móng ngựa *horseshoe; bar* [in tribunal], *witness stand.*

vành ngoài *outer circle.*

vành tai *helix* [of ear].

vành trong *inner circle.*

vành vạnh *to be perfectly round.*

vào [RV nhập] [=vô] *to go or come in, enter; to join; to move from north to south* [in Vietnam]; [RV] *in ; into.* lối vào *entrance.* cửa ra vào *door.* Đóng cửa vào *Close the window.* Nó chạy vào cửa hàng xe đạp *He ran into the bicycle shop.* thêm vào *to add to.* đem vào *to bring in.* kéo vào *to drag in.* Cf. ra.

vào khoảng *approximately, about.*

vát [Fr. watt] *watt.*

vạt *skirt* [of Vietnamese dress].

vạt *to bevel.*

vạt áo *skirt, flap-end.*

vay *to borrow* [money, food]. cho vay *to lend, loan* [money, food]. vay mượn *to borrow.* Cf. mượn.

vay lãi *to borrow* [money] *on interest.*

váy *skirt* CL cái, *petticoat.*

vảy *scale* [of fish, etc.]; *scab.* đánh vảy *to scale* [a fish]. đóng vảy [of a cut, wound] *to heal over.*

vảy *to sprinkle* [water].

vẫy *to wave* [hand, flay]; *to wag* [tail].

vạy *to be crooked.* tà vạy *dishonest, crooked.*

văm *to chop, hash* băm văm.

văn *literature, letters; R culture, civilization* | [of official] *civilian* [as opposed to military **võ**]; *R writing; R in names of languages,* as Việt-văn *Vietnamese,* Anh-văn *English,* Hán-văn *Chinese,* Hàn-văn *Korean,* Hòa-văn *Japanese.* bình-văn *to chant, recite, declaim.* tư-văn *non-official letter.* nhà văn *writer.* cổ-văn *classical language or literature.* kim-văn *modern language or literature.* công-văn *official letter.* tản-văn *prose.* vận-văn *poetry, verse.* đồng-văn *sharing the same writing system.* thành-văn [of law] *written.* đạo-văn *to plagiarize.*

văn *R to hear* [=nghe] | *R news* tân-văn.

văn-bài *composition, writing.*

văn-bằng *diploma.*

văn-bút *letters.* Hội Văn-bút *P. E. N.* [Playwrights, Poets, Essayists and Novelists] *Club.*

văn-chỉ *Temple of Literature, shrine dedicated to Confucius* [in each village].

văn-chương *literature.*

văn-đàn *literary club, literary group.*

văn-gia *man of letters, writer.*

văn-giai *civil service hierarchy.*

văn-hào *great writer, man of letters.*

văn-hiến *civilization.*

văn-hoa [of style] *to be flowery.*

văn-hóa *culture; education, schooling, background* | *cultural.* mộ nền văn-hóa cực-thịnh *a highly developed culture.* Nha Văn-hóa *Office of Cultural Affairs.* Tồ-chức (Giáo-dục, Khoa-học và) Văn-hóa Liên-hợp-quốc *Unesco.*

văn-hóa-vụ *cultural affairs.*

văn-học *literature.*

văn-học-sử *literary history.*

văn-khế *contract, act.*

văn-khoa (*faculty of*) *letters.* Đại-Học Văn-Khoa, Văn-Khoa Đại-học-đường *Faculty of letters, College of arts, Faculty of arts.*

văn-khố *literary treasure.*

văn-kiện *document.*

văn liệu *literary materials.*

Văn-Miếu *Temple of Literature* [in big cities].

văn-minh *to be civilized* | *civilization* CL nền.

văn-nghệ *arts and letters.* cuộc phục-hưng văn-nghệ *literary renaissance.* chương - trình văn - nghệ *musical program.*

văn-nghiệp *literary career.*

văn-nhã *to bc cultured, refined, elegant.*

văn-nhân *man of letters.*

văn-phái *literary school.*

văn-phạm *grammar.*

văn-pháp *syntax.*

văn-phòng* *study room, office, secretariat; cabinet* [in ministry or department]. Đồng-lý văn-phòng *Director of Cabinet.* Chánh văn-phòng *Chief of Cabinet.* Tham-chánh văn - phòng *Attaché of Cabinet.* văn - phòng tứ - bảo *the scholar's four precious articles— inkslab, inkstick, writing brush and paper.*

văn-quan *civil official.*

văn-sách *traditional Sino-Viet-namese dissertation, essay* [at civil service examinations].

văn-sĩ *writer, man of letters.*

văn-tập *anthology.*

văn-tế *funeral oration* CL bài.

văn-thân *scholar.*

văn-thân *to tattoo.*

văn-thể *literary form, genre, type.*

văn-thơ *prose and poetry, literature.*

văn-thư *writings, papers ; document, letter.*

văn-tuyển *anthology, selected works.*

văn-từ *writings ; literature, style.*

văn-tự *writing system, orthography, written language ; contract, deed* CL bức.

văn-uyển *literary corner* [in magazine, newspaper].

văn vần *poetry, verse.*

văn-vật *to be civilized, cultured, sophisticated.*

văn vẻ [of style] *literary.*

văn võ *civil and military.* văn võ toàn tài *both a scholar and a warrior.*

văn xuôi *prose.*

văn-xương *God of Literature.*

vắn *to be short, brief* [opp. dài]. tin vắn *newsbrief.*

vắn tắt *to be brief | briefly speaking.*

vằn *to be striped.* ngựa vằn *zebra.*

vằn vèo *to be winding, tortuous.*

vặn *to wring* [neck cổ, họng], *turn* [key thìa khóa]. *twist, screw; to drive* [car, plane — *with steering wheel*] vặn lái; *to wind or set* [watch or clock đồng hồ]; *to turn, switch* [light đèn] *on* [RV lên]; *to quiz, question* vặn hỏi, hỏi vặn. ốc vặn *snail.*

vặn vẹo *see* vằn vèo.

văng *to be thrown, hurled, catapulted, flung about, thrown out, to fling, throw; to use* [profanity tục]. bỏ văng *to abandon, give up entirely.*

văng vẳng *to hear or be heard vaguely from a distance.*

vắng [of place] *to bc deserted,* [of person] *to be absent.* thanh vắng *to be quiet and deserted.*

vắng bóng *to be without* [somebody].

vắng khách *to have few customers.*

vắng mặt *to be absent.* án vắng mặt *judgment in absentia, by default.*

vẳng ngắt *to be completely deserted.*

vẳng nhà *not to be in, not to be home, to be out, be absent.*

vẳng tanh *to be quite deserted.*

vẳng teo *to be deserted.*

vẳng tin *not to receive any news from..., not to hear from..,*

vẳng vẻ *to be deserted.*

vẳng vặc [of moonlight] *to be clear, bright.*

vẳng *to hear or be heard vaguely from a distance.*

vắt *to wring* vắt khô [clothes, wash], *squeeze* [citrus fruit], *milk* [cow]. Vắt hết nước đi, vắt kỹ đi *Wring it well.* nước cam vắt *orangeade, orange juice* [with soda].

vắt *jungle leech* CL con.

vắt [of liquid] *to be very clear, crystal clear, limpid* trong vắt.

vắt *to throw* [garment] *over one's shoulder* vắt vai; *to throw* [linen on clothesline]; *to put* [hand **tay**] *over one's forehead — sign of pensiveness; to cross* [one leg over the other] vắt chân (chữ ngũ).

vắt vẻo *to be swinging high, perched up high.*

vặt [of items] *to be miscellaneous ;* [of expenses, theft] *petty, trifling ;* [of jobs] *odd, insignificant.* lặt vặt *miscellaneous.* thù vặt *to resent trifling matters.* vụn vặt *minute, trifling.* sai vặt *to send* [someone] *on small errands.* ăn quà vặt *to eat often, have a nibble here or there.* việc vặt *odd jobs.* tiền tiêu vặt *pocket money.* đồ vặt *odd things, odds and ends.* ăn cắp vặt *petty theft, kleptomania.*

vặt *to pluck* [hair, feathers, vegetables], *gather* [vegetables].

vặt vãnh *to be miscellaneous, small.*

vâm *big elephant.* khỏe như vâm *as strong as a horse.*

vân *grain, vein* [in marble, wood].

vân *silk cloth with woven design* (*of clouds*). Cf. lụa.

vân R *cloud* R [= mây].

vân R *to say* [that].

vân-mẫu *mica.*

vân mòng *news.*

Vân-Nam *Yunnan.*

vân-thê L *the road to honors.*

vân-tinh *nebula.*

vân vân *and so on, and so forth, et coetera* [abbreviated v. v.].

vấn *to roll* [turban or one's hair] *around* [head].

vấn R *to ask* [= hỏi]. cố-vấn *adviser.* chất vấn *to question.* học-vấn *learning, education.* thầm-vấn *to investigate.* thông-vấn, tham-vấn *corresponding* [member]. tư-vấn *consultative.* nghi-vấn *interrogative; question.* truy-vấn *to quiz, grill.*

vấn-an *to inquire about someone's health.*

vấn-danh *pre-betrothal ceremony* [where names and ages of prospective bride and bridegroom are exchanged].

vấn-đáp *questions and answers.* thi vấn-đáp *oral examination.*

vấn-đề *problem, topic, subject, question, matter* [with **đặt** *to pose*, **nêu** *to raise*, **giải-quyết** *to solve*].

vấn-tam *to ask oneself.*

vấn-tội *to question* [a suspect].

vấn vít *to be involved in.*

vấn vương *to be involved in, pre-occupied with; to be in love.*

vần [SV vận] *rhyme; syllable; alphabet.* đánh vần *to spell aloud* [a word]. vần quốc-ngữ *the quoc-ngu alphabet.*

vần *to pivot* xoay vần; *to move* [heavy object] *by rolling it along; to turn* [pot of rice] *around to get an even fire.* xoay vần *turn* [of events].

vẩn [of liquid] *to be turbid, cloudy, muddy;* [of sky] *murky, overcast.* vớ vẩn *undecided; mixed-up.*

vẩn đục *to be turbid, muddy.*

vẩn vơ *to be vague, undecided, wavering.*

vẫn R- *to be or act still, just the same, always.* vẫn còn ; *to have been* [doing so and so].

vẫn R *to fall.*

vẫn R *to die.* tự-vẫn *to commit suicide.*

vẫn-thạch *meteor, aerolith.*

vận *to be dressed* ăn vận. vận Âu-phục *to wear Western clothes.*

vận *to move about, transport.* chuyên-vận *to ship.* giang-vận *river transportation.* thủy-vận *sea or river transportation.* không-vận *air transportation.* lục-vận *land transportation.*

vận *luck* [with gặp to meet with]; *destiny, fate* [đạt, đỏ, hên, may, tẩy good; đen, sui, rủi bad]; *exercise, campaign, movement.* chuyên vận *to have a change of luck* [for the better].

hậu-vận *future.* thế-vận-hội *the Olympic Games.* Á-vận-hội *the Asian Games.* hắc vận *bad luck.* hồng vận *good luck.* lỡ vận *to miss a chance.*

vận R *rhyme* [= vần]. cước-vận *final rhyme.* yêu-vận *medial rhyme.* âm-vận *initial and final.* âm-vận-học *phonology.*

vận áo xám *ill luck.*

vận bĩ *adverse circumstances.*

vận chuyền* *to transport.*

vận-dụng *to put to use.*

vận đen *bad luck.*

vận đỏ *good luck.*

vận-động *to exercise, move, campaign* | *exercise, motion, campaign.* sân vận-động *stadium.* vận-động tuyền-cử *electoral campaign.*

vận-động-trường *stadium.*

vận-hà *canal.*

vận-hạn *bad luck, misfortune.*

vận-hành *to move, revolve.*

vận-hội *opportunity, chance.*

vận-mạng *destiny, fate, lot.*

vận-mệnh *destiny, fate, lot.*

vận - phí *freight, transportation costs.*

vận-số *lot, destiny, fate.*

vận-tải *to transport, ship.* xe vận-tải *truck.*

vận tẩy *good luck.*

vận-tống *to transport.*

vận-văn *poetry, rhythmic prose.* [as opposed to prose tản-văn].

vâng *to obey* vâng lời *yes—you are right ; yes, I agree* [it is so or it is not so] [polite particle ;

not used to answer yes-or-no question]. (biết) vâng lời *to obey, be obedient.* gọi dạ bảo vâng *to say "dạ" when called upon and « vâng » when told something.* biết vâng lời *obedient.*

vâng lệnh *to obey the order.*

vâng lời *to obey, comply (with).*

vâng mệnh *to obey the order.*

vâng theo *to obey, comply (with).*

vầng *disc* [of moon, etc.] ; CL *for suns, moons, etc. ; aureole, halo.*

vấp *to trip, stumble* [over **phải**] ; *to come up against* [difficulties].

vấp váp *to hesitate* [in speech].

vập *to run or collide against, bump* [**vào** into].

vất *see* vứt.

vất vả *to work hard, toil;* [of work] *to be laborious, hard.*

vất vưởng *to be uncertain, undecided, unstable.*

vật *thing, object, creature, being ; animal* CL con ; *matter, body.* động-vật *animate being.* loài vật *the animal kingdom.* thực-vật *vegetables, plants.* nhân-vật *figure.* súc-vật, thú-vật *animal, beast.* hóa-vật *goods, merchandise.* vạn-vật *Nature.* duy-vật *materialistic.* Tạo-vật *Nature.*

vật *to slam* [an adversary in wrestling. a child in playing]; *to wrestle* [**nhau** together]; *to toss* [in bed]. đô-vật *wrestler.* nằm vật ra *to collapse, fall flat.*

vật R *do not... ! * [= chớ, đừng].

vật-chất *matter, material thing* | *to be material(ist).*

vật-dục *sexual desire.*

vật-dụng *materials* [that one uses].

vật-giá *price of goods.*

vật-liệu *materials* [building, etc., but **not** reference materials].

vật-lộn *to struggle, fight.*

vật lực *material resources.*

vật-lý (-học) *physics* | *physical.* nguyên-tử vật-lý-học *nuclear physics.*

vật-nài *to insist.*

vật thể *material body.*

vật vã *to throw oneself on the ground; to writhe in bed* [with pain, sorrow].

vật vờ *to be faltering, irresolute.*

vấu *to scratch, pinch.*

vẩu [of teeth] *to be buck, projecting.*

vây [= vi] *fin* [of fish], *paddle, flapper* [of whale, ect.]; *shark's fin soup.* giương vây *to put on airs.*

vây [SV vi] *to encircle, surround* vây tròn, vây bọc; *to round up* vây bắt ; *to besiege, blockade* vây hãm. giải vây *to raise a siege.*

vây cánh *follower, following, support.*

vấy *to be stained.* vấy máu *to be blood-stained.*

vầy *to be united* sum vầy.

vầy [= vậy] *to be thus.* như vầy *as follows, thus.*

vẫy *to wave* [hand **tay**, handkerchief **mùi soa**, flag **cờ**], *wag* [tail **đuôi**]; *to wave to.* vùng vẫy *to struggle, put up a fight* [to free oneself].

vẩy vùng *to agitate, struggle, bestir oneself; to be free.*

vầy *see* vầy.

vậy *to be thus, so* [=thế]. (nếu) vậy thì [if it is so] *then.* ở vậy [of widow] *not to remarry.* bởi vậy *that's why.* đã vậy *if it is so.* đành vậy *to resign to the situation.* như vậy *thus.* sao vậy? *why is it so?* vì vậy *that's why* [mà, cho nên introduced main clause].

vậy *to act reluctantly because one has no choice.* Không có mầu xanh thì tôi lấy mầu vàng vậy *If you don't have it in green I'll take yellow then.* Sáng nay không có phở, con ăn xôi vậy nhé *They don't sell noodles this morning. Will you have some sticky rice instead, honey?*

vậy [final particle] *L and so it is.*

vậy mà *yet, nevertheless.*

vậy nên *that's why.*

vậy thì *then.*

ve *cicada* ve sầu CL con.

ve *flash* CL cái; *CL for flaskfuls.*

ve *to court, flirt, woo.* vuốt ve *to caress.*

ve [Fr. revers] *lapel.*

ve sầu *cicada.*

ve vãn *to court, woo.*

vé *ticket, coupon* CL cái, tấm. vé khứ - hồi *return ticket, round trip ticket.* lấy vé, mua vé *to buy tickets.* người soát vé *conductor.* chỗ bán vé *ticket office.* vé số *lottery ticket.*

vè *mudguard, fender.*

vè *satirical folk song* CL bài.

vẻ *appearance, air, mien; look, countenance* vẻ mặt. vui vẻ *to be gay, merry.* làm ra vẻ *to put on airs.* có vẻ *to look all right; to look, seem (to)...*

vẻ mặt *look, countenance.*

vẻ ngoài *appearance.*

vẻ người *appearance, look.*

vẻ vang *to be glorious, proud.* làm vẻ vang *to do honor.*

vẽ [SV họa] *to draw, paint* [picture], *sketch ; to pencil, touch up* [one's eyebrows **lông mày**] *; to lead, show, indicate, invent.* bầy vẽ *to invent.* Lúc vẽ *drawing, sketch, painting.* tranh vẽ *drawing.* thợ vẽ *artist.*

vẽ mặt [of actor, actress] *to make-up.*

vẽ phác *to sketch, outline.*

vẽ vời *to invent, create.*

vẹm Vietminh.

ven *edge, fringe.*

vén *to raise* [curtain **màn**] *pull up, draw up, lift, roll up* [sleeve **tay áo**]. See xắn.

vẻn vẹn *only, just* [a certain number].

vẹn *to be perfect, complete* trọn vẹn. nguyên vẹn *intact.*

vẹn lời *to keep one's promise.*

vẹn mười *perfect.*

vẹn toàn *to be perfect.*

veo *to run or sell quickly.*

veo *to be very limpid* trong veo.

veo veo *speedily, swiftly, quickly.*

véo *to pinch* cấu véo.

véo von [of singing voice] *to be high-pitched and melodious.*

vèo *to be very fast, rapid, to zoom* | *fast, rapidly.* đánh vèo một cái *before one realizes.*

vẹo *to be twisted, crooked, distorted.*

vẹo vọ *to be twisted, crooked.*

vét *to clean out, dredge; to steal.* vơ vét *to make a clean sweep, clean up, steal.* tàu vét *dredge; last train, local train.*

vẹt *parrot, parakeet* CL con. như vẹt *parrot-like.*

vẹt *to level, chamfer, scrape.*

vẹt-ni [Fr. vernis] *varnish, shellac.*

về *to roll* [tobacco] *between two fingers or into a ball;* [of mandolin or banjo player] *to move the pick rapidly when hitting a long note.*

vế [SV cồ] *thigh* CL bắp; *member* [of equation, of couplet, of pair of parallel sentences] ; *authority, influence, rank, status* vai vế. lép vế *to lack influence, get the worst of it.*

về [SV hồi, quí] *to return; to return to, go back to, go to, concern* | *to, towards, in, at, about, concerning.* giỏi về khoa-học *good in sciences.* về phía nam *to the south.* lui về *to retreat to.* giờ về, trở về *to go back (to).* độ ba tháng về trước *about three months ago.* về mùa đông *in winter.* còn về *as for, as to.* nói về *to speak about.* thuộc về *to belong.* đi về *to go back (home).* ra về *to leave* [a place]. Phần này về anh *This share goes to you.* về việc ấy *concerning that matter.*

về già *to become old.*

về nước *to return to one's country, go home, come home.*

về phần *as for, as to.*

về sau *later on.*

vệ *edge, side* [of road, etc].

vệ R *to protect.* phòng-vệ *to protect, guard.* bảo-vệ *to protect.* hộ vệ *to escort.* tự-vệ *self-defense, auto-defense.* oai-vệ *imposing.*

vệ-binh *bodyguard, guard.*

Vệ-Đà *Veda.*

vệ-sĩ *bodyguard.*

vệ-sinh *hygiene, sanitation* | *to be hygienic, sanitary.* nhà vệ-sinh *toilet.* hố vệ-sinh *septic tank.* giấy vệ-sinh *toilet paper.*

vệ-tinh *satellite* [astronomy]. vệ-tinh nhân-tạo *man-made satellite* [with **phóng** *to launch*].

vện [of dog] *to be spotted.*

vênh *to warp, buckle; to hold up* [face **mặt**] *in conceit.*

vênh vang *to look proud, arrogant.*

vênh váo *to be haughty, arrogant.*

vênh *to hold up* [face **mặt, râu, tai**].

vết *spot, stain, blot; trace, track; scab.* vết thương *wound.* bới lông tìm vết *to find fault.* dấu vết *trace.*

vết bẩn *spot, stain.*

vết chân *footprint.*

vết răn *wrinkle.*

vết thương *wound.*

vết-tích *traces, vestiges.*

vệt *long mark, streak.*

vêu [of face] *long;* [of idle person] *to pull a long face.*

vều *to be swollen.*

vều *to purse* [lips **môi**]; *to be pursed, puffed out, swollen.*

vi *R to surround* [= vây] | *R circumference, enclosure.* chu-vi *circumference.* phạm-vi *domain, field.* tứ-vi *all sides, all around.* trùng-vi *siege.*

vi *R to act* [as] [= làm]. hành-vi *action, behavior.*

vi *R to be tiny, subtle, delicate; mysterious; ultra short; R-micro.* kính hiển vi *microscope.*

vi *R to go against, disobey.*

vi [= vây] *(shark's) fin.* vi cá nấu măng tây *shark's fin soup with asparagus.*

vi-âm *microphone.*

vi-băng *evidence, certificate.*

vi-bội *to violate* [pledge, etc.].

vi-cảnh *petty offense, minor infraction of the law.*

vi-hành [of king] *to travel incognito.*

vi-khuẩn *bacteria, germ.*

vi-ngữ-học *microlinguistics.*

vi-phạm *to violate* [agreement, etc.]. giấy chứng vi-phạm *ticket* [given by policeman].

vi-phân *to be infinitesimal,* [of calculus] *differential.*

vi-phim *microfilm.*

vi-ta-min *vitamin.*

vi-tế *to be small, fine.* ngữ-học vi-tế *microlinguistics.*

vi-trùng *microbe, germ.* cực-vi-trùng *virus.*

vi vu [of wind] *to whistle.*

ví *to compare* [**với** with] | *sup posing, if.*

ví *wallet, billfold* ví tiền CL cái.

ví bằng *if, in case.*

ví dầu *if, in case.*

ví dù *if, in case.*

ví dụ *example* | *for example.*

ví như *if, in case.*

ví phỏng *if, in case.*

ví thế *if, in case.*

ví thử *if, in case.*

ví tiền *purse.*

ví von *to compare, make comparison.*

vì *to have regard, or consideration for* nể vì, vì nể | *because; due to, in view of, because of* vì chưng, vì rằng, bởi vì, tại vì. bởi vì, tại vì *because (of).* vì sao *for what reason.* vì thế cho nên, vì vậy cho nên *because of that.* Sở dĩ... là vì... *The reason why... is because...*

vì *throne ; place, station ; CL for stars.* làm vì *for form's sake; as a figurehead.* trị-vì *to reign, rule.* thay vì *instead of, in lieu of.*

vì chưng *because, for, since.*

vì nể *to have regard or consideration for.*

vì rằng *because, for, since.*

vì *treillis mat used to line bottom of double boiler called* **chõ.**

vĩ *R tail* [= đuôi]. thủ-vĩ *head and tail, beginning and end.* tiếp-vĩ-ngữ *suffix.*

vĩ *R to be great, heroic.* hùng-vĩ *martial* [music].

vĩ *R latitude* vĩ-tuyến. Cf. **kinh.**

vĩ-cầm *violin.*

vĩ-đại *to be great, imposing.*

vĩ-đạo *latitude, parallel.*

vĩ-độ *latitude.*

vĩ-nghiệp *great career.*

vĩ-nhân *great man.*

vĩ-tuyến *latitude, parallel.* bên kia vĩ-tuyến *across the parallel.*

vị *taste* [good or bad], *flavor* | CL *for dinner courses, ingredients in Sino-Vietnamese medicine.* vô-vị *tasteless, insipid ; tedious, dull.* hương-vị *flavor.* mỹ-vị *delicacy.* hải-vị *sea food.* thú-vị *delight, pleasure.* đồ gia-vị *spices.* ngũ-vị *the five tastes or spices.*

vị R *seat, condition, rank, position ;* CL *for deities or persons of some status.* quí-vị thính-giả *dear (honorable) listeners.* bài-vị, thần-vị *ancestral tablet.* chư-vị *gentlemen.* đơn-vị *unit.* âm-vị *phoneme.* ngữ-vị *morpheme.* thứ-vị *rank.* tước-vị *rank, title.* thoái-vị *to abdicate.* thưa liệt-quí-vị, thưa (quí-) liệt-vị *Gentlemen* địa-vị *position, status.* chức-vị *position, job, station.* bản-vị *standard* [in banking]. kế-vị *to succeed.* nhân-vị chủ nghĩa *personalism.* an-vị *to be seated.*

vị R *to speak of, to say.*

vị R *stomach.* dịch vị *gastric juice.*

vị R *because (of)* | R *to have consideration for, be partial to* thiên-vị, tây-vị, tư-vị.

vị *see* mùi.

vị R *not yet* [= chưa].

vị R *to compile* | *list.* tự-vị *glossary, dictionary.*

vị chi *that is equal to, that comes to.*

vị-dịch *gastric juice.*

vị-dịch-tố *pepsin.*

vị-giác *sense of taste.*

vị-hôn-phu *fiancé.*

vị-hôn-thê *fiancée.*

vị-kỷ *to be selfish.*

vị-lai *future.*

vị-lợi *to be interested in or concerned with one's own interests.*

vị-tạng *stomach.*

vị-tất *not necessarily.*

vị-tha *to be altruistic.*

vị-thành-niên *to be minor* [of age].

vị-thứ *rank, status.*

vị-toan *gastric juice.*

vị-trí [military] *position.*

vị-tướng [Elect] *phase* [= tuần, biến-tướng]. cùng vị tướng *in phase, in step.* làm cùng vị-tướng *to synchronize.* ngoài vị-tướng *out of phase.* góc vị-tướng *phases angle.* vị-tướng phù-hợp *concurrent phases.* vị-tướng trái nhau *opposite phases.*

vị-vong-nhân *widow.*

via [French vieux] *to be old* | [Slang] *the old man* ông via. ông via tôi *my father.* bà via tao *my mother.*

vía [SV phách] *life principle* [a man has 7, a woman 9]. hú vía ! *phew ! what a narrow escape !* ngày vía *birthday.*

via *border, edge, rim, side.* via hè *sidewalk.*

việc [SV sự, dịch, vụ] *work, task, job, business ; thing, matter, affair.* công ăn việc làm *job.* làm việc *to work.* bận việc *busy.* **việc chi** *see* việc gì. **việc gì** *what's the use of | to concern* [**đến** precedes object]. Việc gì mà phải đợi ! *What's the use of waiting ? No need to wait.* Việc gì đến anh ? *Does it concern you at all ? It is none of your business.* Có việc gì không ? *Did he get hurt ?* Không việc gì cả *He's not hurt; It's all right* [nothing serious]. Chuyện này không việc gì đến anh cả *This does not concern you at all.*

việc vặt *odd jobs, small chores.*

viêm *R flame | hot* [season] viêm-nhiệt ; *-R inflammation, -itis.* phế-viêm *pneumonia.*

viêm *R to be sharp, pointed, sharp, acute, cunning, shrewd.*

viêm-nhiệt [of season] *to be hot.*

viên *CL for things of regular shape, such as pills, bullets, bricks, tiles, etc. | to roll into balls* [RV lại]. một viên thuốc nhức đầu *a· tablet of aspirin.* hai viên vi-ta-min *two vitamin pills.* một viên đạn *a bullet, a slug.* một viên gạch *a brick* [complete one] |Cf một hòn gạch *a piece of broken brick*].

viên *R to be round* [= tròn].

viên *CL for officials, officers, etc.* một viên thủ-quĩ *a treasurer.* một viên đại-tá *a colonel.*

viên *-R -er, -or* [suffix denoting agents or actors]. quan-sát-viên

observer. đảng-viên *member* [of a party]. tùy-viên *attaché.* chuyên-viên *expert.* hội-viên *member* [of society, association]. nhân-viên *staff (member) ; personnel.* liên-lạc-viên *liaison man.* sinh-viên *university student.* kiểm-soát-viên *checker, conductor, controller.* phát-ngân-viên *payer, teller.* cộng-sự-viên *collaborator, co-worker, colleague.* thông-dịch-viên, phiên-dịch-viên *translator.* xướng-ngôn-viên *(radio) announcer.*

viên *R garden* [= vườn]. công-viên *park.* hoa-viên *flower garden.* lạc-viên *paradise.* thảo-cầm-viên *botanical gardens.* điền-viên *countryside (life).*

viên *R monkey.*

viên-chức *official.*

viên-hoạt *to go on smoothly, without a hitch.*

viên-mãn *to be perfect.*

viên-ngoại *notable.*

viên-tịch [of Buddhist priest] *to die.*

viền *to hem, bind, fringe, edge | binding, hem, band, edge* đường viền.

viền vòng *to be chimerical, utopian.*

viễn *R to be far away* [= xa]. [opp cận]. vĩnh-viễn *permanent.*

viễn-ảnh *perspective, outlook.*

viễn-ấn *teletype.*

viễn-ấn-viên *teletype operator.*

viễn-cách *to be separated, apart.*

viễn-cảm *telepathy.*

viễn-cảnh *perspective.*

viễn-chinh *expeditionary ; expedition.*

viễn-du *long trip*
Viễn-Đông *the Far East.*
viễn-khách *stranger.*
viễn-kính *telescope.*
viễn-phương *remote place, far-away place.*
Viễn-Tây *Far West.*
viễn-thị *to be long sighted, far-sighted.*
viễn-thông *tele-communications.*
viễn-vật-kính *telelens.*
viễn-vọng *to aim too far.*
viễn-vọng-kính *telescope.*
viện *F, -R institute, house, hall.* viện đại - học *university* viện hàn-lâm *academy.* viện khảo-cứu *research institute.* Viện Pasteur *Pasteur Institute.* Viện khảo-cổ *Institute of Historical Research.* Viện Hối-đoái *Exchange office.* học-viện *school, institute.* Học-viện Quốc-gia Hành-chính *National Institute of Administration.* đại-học-viện *university.* hải-học-viện *oceanographic institute.* nghị-viện *parliament.* cô-nhi-viện *orphanage.* bệnh-viện *hospital.* pháp-viện *court, tribunal.* thư-viện *library.* chúng-nghị-viện, hạ-nghị viện *House of Representatives, House of Commons.* lưỡng-viện *bicameral.* bảo-tàng-viện *museum.* tu-viện *convent.* chủng-viện *monastery.* tham-nghị-viện, thượng-nghị-viện *Senate, House of Lords.*
viện *to invoke* |reason lẽ pretext cớ].
viện *to assist, aid, succor* | *assistance.* ngoại - viện *foreign aid.* cứu-viện *to rescue.* nội-viện *fifth column.*

viện-binh *reinforcements* [milit.].
viện-dẫn *to cite, quote.*
viện-quân *reinforcements.*
viện-trợ *to assist, aid* | *aid.* Phái-đoàn Viện-trợ Hoa-Kỳ *the United States Operations Mission; the U.S. Aid Mission.* viện-trợ kinh-tế *economic aid.* viện-trợ quân-sự *military aid.*
viện-trưởng *House Speaker; rector, president* [of university]; *director* [of institute].
viếng *to pay a visit of condolence; to visit* thăm viếng. phúng viếng *to pay respects to* [the deceased]. *See* điếu.
viết [SV tả] *to write* | *writing implement, pen, penholder* CL cái. chữ viết *handwriting; writing.*
viết *R to say.*
viết chì *pencil.*
viết lách *to write.*
viết máy *fountain pen.*
viết tắt *to abbreviate.*
Việt *Vietnam* | *Vietnamese* tiếng Việt. Việt-Mỹ *Vietnamese-American.* Hoa-Việt *Sino-Vietnamese.* Việt-Pháp *Franco - Vietnamese.* Bắc-Việt *North Vietnam.* Trung-Việt *Central Vietnam.* Nam-Việt *South-Vietnam.*
Việt *R to pass over, exceed, transcend.* siêu-việt *outstanding.*
Việt-Bắc *North Viet-Nam.*
Việt cổ *old Vietnamese (literature).*
Việt-cộng *Vietnamese communists.*
Việt-gian *traitor, quisling.*
Việt-kiều *Vietnamese national or resident* [in a foreign country].

Việt-kim *Vietnamese piaster, Vietnamese currency.*

Việt kim *modern Vietnamese literature.*

Việt-Minh *Vietnamese Independence League* (**Việt**-Nam Độc-Lập Đồng-**Minh**) [communist].

Việt-Nam *Vietnam, Viet-Nam* | *Vietnamese.*

Việt-ngữ *Vietnamese* [language].

Việt-sử *Vietnamese history.*

Việt-văn *Vietnamese* [language or literature].

vin *to pull down* [tree branch] [RV xuống]; *to rely on* [argument] [**vào** precedes object].

vịn *to lean on, rest on* [**vào** precedes object]. *tay* vịn *arm; banister.*

vinh *R to be honored* | *honor, glory* [opp. nhục].

vinh dự *honor* | *to be honored.*

vinh-hạnh *honor* | *to be honored.*

vinh-hiền *to be successful, honored.*

vinh-hoa *honors.*

vinh-nhục *honor and dishonor.*

vinh-quang *to be glorious* | *glory.*

vinh-qui [of successful examinee] *to return to one's village.*

vinh-thăng *to be promoted.*

vinh-thân *to be honored.*

vĩnh *R to be eternal, perpetual* vĩnh-cửu, vĩnh-viễn | *perpetually, eternally, for ever.*

vĩnh-biệt *to part for ever* | *good bye for ever.*

vĩnh-cửu *to be everlasting, permanent, eternal.*

vĩnh-quyết *death.*

vĩnh-viễn *to be everlasting, eternal.* tù vĩnh-viễn *life imprisonment.*

vịnh *bay, gulf.*

vịnh *to chant* [poetry] ngâm vịnh; [in poetry] *to sing of.* bài thơ vịnh mùa thu *a poem about autumn.*

vít *to pull down* [something flexible].

vít [Fr. vis] *screw* con vít.

vịt *sauce dispenser.*

vịt [SV áp] *duck, drake* CL con. tin vịt *false report.* chân vịt *propeller.* mỏ vịt *duck's bill; speculum.*

vịt bầu *fat duck.*

vịt cái *duck.*

vịt con *duckling.*

vịt đực *drake.*

vịt giời *wild duck.*

víu *to cling.*

vo *to roll into balls; to wash* [rice gạo].

vo-vo *to buzz.*

vó *hoof; foot, leg.* lo sốt vó *worried to death.* bốn vó *four legs.*

vó *square dipping-net.*

vò *jar* CL cái; CL *for jarfuls.*

vò *to rumple, crumple, crush;* [RV nát]; *to rub* [hair đầu while washing], *scratch* [one's ears, đầu, tai etc.]. giày vò *to torment.*

vò võ *to be lonely.*

vỏ *shell* [of egg trứng, snail ốc, oyster trai, etc.]; *bark* [of tree cây]; *skin* [of fruit] ; *rind* [of melon dưa], *peel, crust, tire* vỏ xe [as opposed to inner tube **ruột**]; *empty bottle; sheath* [of sword]; *appearance, exterior* vỏ

ngoài. Nước cam bán hai đồng một chai giả vỏ *The orangeade sells for two piasters a bottle, and you have to return the bottle.* Tránh vỏ dưa gặp vỏ dừa *to jump from the frying pan into the fire.* Vỏ này không ruột *This is a tubeless tire.* bóc vỏ, lột vỏ *to peel.*

vỏ bào *shavings.*

vỏ chuối *banana skin.* trượt vỏ chuối *to fail, flunk* [an exam].

vỏ quít *tangerine skin.* Vỏ quít dày móng tay nhọn *Diamond cut diamond.*

võ *to be lean, skinny.*

võ [also **vũ**] [of official] *to be military* [as opposed to civilian **văn**] | *art of fighting, wrestling, pugilism, jiu-jitsu, judo.* có võ *to know the art of fighting for self-defense.* thượng-võ *martial, sportslike.* đánh võ, đấu võ *to fight, wrestle.*

võ-bị *military training.* trường võ-bị *military academy.*

võ biền *military.*

võ-công *exploit, feat* [of arms].

võ-dũng *to be brave.*

võ-đài *ring* [in boxing].

võ-đoán *to decide arbitrarily, be arbitrary.*

võ-giai *military hierarchy.*

võ-khí *weapon, arms.*

võ-khoa *military science.*

võ-khố *arsenal.*

võ-lực *force, violence, force of arms.*

võ-nghệ *the art of fighting for self-defense* [with fists, kicks or arms].

võ-phu *to be brutal.*

võ quan *army officer* CL viên.

võ-sĩ *boxer, pugilist ; warrior.*

võ-sĩ-đạo *Bushido, moral code of chivalry in feudal Japan.*

võ-thuật *military arts.*

võ-trang *to arm, equip* | *armaments.* tái-võ-trang *to rearm.*

võ-tướng *general, military leader.*

võ vẽ *to know sketchily* [how to do something], *know imperfectly.*

võ *screech-owl* cú vọ CL con.

vóc *height, stature* [of a person]. hình vóc. sức vóc *force, stength.*

vóc *brocade.*

vọc *to stir, play with.*

vọc vạch *to know partly.*

voi [SV tượng] *elephant* CL con. ngà voi *elephant tusk.* vòi voi *elephant's trunk.* cá voi *whale.*

vòi *spout* [of teapot, kettle **ấm**] ; *tap, faucet, trunk* [of elephant **voi**], *horn* [of insect].

vòi [of children] *to clamor for.*

vòi rồng *firemen's hose.*

vòi vọi *to be sky-high.*

vọi *very far, very high.*

vòm *vault, dome, watch-tower.* vòm canh.

vòm canh *sentry box, watchtower.*

vòm cúa *hard palate.*

vòm trời *vault of the sky.*

von vót *to be sky-high.*

vòn vẹn *only.*

vong R *to be lost ; to die ; R to flee.* lưu-vong *in exile.* suy-vong *to degenerate.* trận-vong *war dead.*

vong *R to forget* [= quên].
vong-ân *to be ungrateful.*
vong-bản *to be uprooted.*
vong-gia (thất-thồ) *to be a displaced person.*
vong-hồn *soul* [of dead person].
vong-linh *soul* [of dead person].
vong-mạng *to be careless, reckless, daredevil.*
vong-nhân *the dead.*
vong-quốc *to lose one's country* [to invaders].
vòng *to trace a circle, move in a circle | circle, ring ; hoop* [with **đánh, chơi** *to roll*]; *cycle ; round enclosure ; bracelet, necklace, collar.*
vòng cung *arc.*
vòng hoa *wreath.*
vòng luần quần *vicious circle.*
vòng quanh *to be round | round, around.*
vòng tròn *circle.*
vòng vây *siege.* phá vòng vây *to raise a siege.*
võng *hammock* CL cái | *to carry in a hammock.*
võng *R net* [= lưới].
võng-mạc *retina* [of the eye].
vọng *to pay one's way to village elite.*
vọng *R to look towards, hope | R fifteenth day of lunar month* [Cf. sóc]. hy-vọng *to hope.* bái-vọng *to kowtow* [a far-away deity]. cuồng-vọng *crazy ambition.* danh-vọng *honors* [of office]. dục-vọng *lust.* hoài-vọng *to yearn, desire.* kỳ-vọng *to admire, esteem.* khát-vọng *to desire, yearn for.* ngưỡng-

vọng *to admire and respect.* trọng-vọng *to respect.* viễn-vọng-kính *telescope.* thất-vọng *to despair, be disappointed.* tham-vọng *ambition.* cao - vọng *ambition.* tuyệt-vọng *hopeless.* Hảo-vọng-giác *Cape of Good Hope.*
vọng *R to be absurd, wild, false, fantastic.*
vọng *to echo, resound* [RV lại].
Vọng-Các *Bangkok.*
vọng cổ *name of a traditional tune.*
vọng-đăng *lighthouse.*
vọng-phu *to wait for one's husband.*
vọng-tưởng *to be utopian, fantastic.*
vót *to whittle, sharpen* [pencil] ; [of trees, mountains] *to be very tall.*
vọt *switch, rod* [used for punishment] roi vọt. Yêu cho vọt, ghét cho ăn *Spare the rod and spoil the child.*
vọt *to gush forth, squirt out ; -R to dash.*
vô *see* vào.
vô *R not to have | R- -less, un-, im-, in-.* hư·vô *nothingness ; nil:* tuyệt vô âm-tín *no news at all.* Nhân vô thập toàn *No man is perfect.*
vô-ân *to be ungrateful.*
vô-biên *to be limitless, boundless.*
vô-bồ *to be useless.*
vô-can *not to be involved* [in something].
vô-căn-cứ *groundless. without any foundation.*

vô-chính-phủ *to be anarchic* | *anarchy.*

vô-chủ *to be without an owner, be abandoned.*

vô-cớ *to be unprovoked, without reason.*

vô-cơ [matter] *to be inorganic.* Cf. hữu-cơ.

vô-cớ *see* vô-cố.

vô-cùng *to be endless* | *-R, R- very, quite, extremely.*

vô-cùng-tận *to be infinite.*

vô-cực *to be infinite.*

vô-danh *to be anonymous; to be without fame, unknown, obscure.*

vô-dụng *to be useless, good for nothing.*

vô-duyên *to lack charm; to be unlucky in love.*

vô-đạo *to be immoral.*

vô-địch *to be a champion* | *champion* CL nhà.

vô-định *to be undetermined, unsettled.*

vô-định-hình *amorphous.* tính vô- định-hình *amorphism.*

vô-độ *to be excessive, immoderate.*

vô-giá *to be priceless, invaluable.*

vô-giáo-dục *to be ill-bred.*

vô-hại *to be harmless.*

vô-hạn *to be limitless, boundless.*

vô-hạnh *to lack virtue.*

vô-hậu *to be heirless.*

vô-hệ-thống *to be unsystematic.*

vô-hiệu *to be ineffective, be without effect.*

vô-hình *to be invisible.*

vô-học *to be ill-bred, uneducated.*

vô-ích *to be useless.*

vô-kế *to be without a solution, be helpless.*

vô-kể *to be innumerable, numberless.*

vô-lại *to be idle, good for nothing.*

vô-lăng [Fr. volant] *steering wheel.*

vô-lễ *to be impolite.*

vô-liêm-sỉ *to be shameless.*

vô-luận *regardless of, no matter.*

vô-lý *to be illogical, nonsensical, absurd, impossible.*

vô-mục-đích *to be purposeless.*

vô-nghĩa *to be ungrateful.*

vô nghĩa(-lý) *to be meaningless, nonsensical, absurd.*

vô-nhân(-đạo) *to be inhuman.*

vô-ơn *to be ungrateful.*

vô-phép *to be impolite.*

vô-phúc *to be unfortunate.* Vô- phúc cho... *Woe to...*

vô-sản *to be proletarian.*

vô-sỉ *to be shameless.*

vô-song *to be without equal, unparalleled.*

vô-số *to be innumerable* | *plenty of, lots of.*

vô-sự *to be all right ; to be unoccupied.*

vô-tang *to be without evidence.*

vô-tâm *to be absent-minded.*

vô-tận *to be inexhaustible, endless.*

vô-thần *to be atheistic.*

vô-thừa-nhận *to be forsaken, derelict ;* [of child] *abandoned ; foundling.*

vô-tình *to be indifferent ; to be unintentional.*

vô-tội *to be innocent, non-guilty.*

vô-tri(-giác) *to be inanimate.*

vô-tuyến *wireless.*

vô-tuyến-bội-xuất *radiomultiplex*

vô-tuyến-điện *wireless telegraphy, radio.* liên-lạc vô-tuyến-điện *radio communication.* máy vô-tuyến-điện nhắm hướng *radio compass, radio direction finder, radio goniometry.*

vô-tuyến-điện-báo *wireless telegraphy, radio telegraphy.*

vô-tuyến-điện-thoại *radio telephone, wireless telephone.*

vô-tuyến-điện-thư *radioletter.*

vô-tuyến-điện-tín *radiogram, radiotelegram.*

vô-tuyến-truyền-hình *television.*

vô-tuyến-truyền-thanh *radio broadcast.*

vô-tư *to be impartial.*

vô-tư-lự *to be carefree.*

vô vàn *to be innumerable.*

vô-vi *inaction* [Taoism].

vô-vị *to be tasteless, insipid ; to be dull, uninteresting.*

vô-ý *to be careless, negligent.*

vô-ý-thức *to be unconscious ; to be absurd.*

vố *blow, stroke, nasty trick* [with chơi *to play*].

vồ *to spring upon* [object preceded by lấy].

vồ *mallet, club.*

vồ ếch *to fall down.*

vồ vập *to receive* [customers] *warmly.*

vồ *see* vầu.

vỗ *to clap* [hands **tay**], *slap* [wings **cánh**], *tap* [shoulder **vai**, table **bàn**], *pat* ; [of waves] *to hit, dash* ; *to comfort* ; *to repudiate, deny* [debt **nợ**]. tiếng vỗ tay *applause.* bản vỗ *galley* (*proof*).

vỗ về *to comfort, console.*

vốc *to pick up in one's hand(s)* | CL *for handfuls.*

vôi *lime.* tôi vôi *to slake, slack, kill lime.* quét vôi *to whitewash, paint.* đá vôi *limestone.* lò vôi *limekiln.* nước vôi *limewater.*

vôi hồ *mortar.*

vôi sống *quicklime, burnt lime, caustic lime.*

vôi tôi *slaked lime, hydrated lime.*

või *variety of tea.*

vội *to hurry; to be hasty, urgent, pressing.*

vội vã *to hurry.*

vội vàng *to act or be done in a hurry.*

vốn [SV **bản**] *capital, principal; origin* | *originally.* vốn người *to be a native of.* giá vốn *cost price.* bỏ vốn *to invest.*

vốn là *here's the whole story from the beginning.*

vốn liếng *capital, funds.*

vốn lời *capital and interest. considerate.*

vồn vã *to be eager, attentive,*

vòng *to be arched, curved.* cầu vòng *rainbow.*

vơ *to act wrongly* | *to sweep off, pick up, steal.* vơ đũa cả nắm *to generalize.* nhận vơ *to claim falsely.*

vơ vẩn *to act aimlessly.*

vơ vét *to clean up.*

vớ *to grab, snatch* [RV được]: *to get* [RV phải] [something bad],

vớ *sock* CL chiếc *for one,* đôi *for a pair.*

vớ vẩn *to be foolish, stupid.*

vờ *to pretend to, feign, make believe, simulate* giả vờ.

vờ *ephemerid.*

vờ vĩnh *to pretend.*

vở *notebook;* CL *for plays* hát, kịch, tuồng. sách vở *books (and notebooks),*

vỡ [of china, glassware] *to be broken, smashed;* *to leak out* vỡ lở; *to clear* [land] *for cultivation.* đánh vỡ *to break.* Cf. gẫy, dứt. Vỡ đê *The dike broke.*

vỡ bụng *to split one's sides* [laughing].

vỡ chum *to have a baby.*

vỡ lòng *to initiate* [child] *to learning.* sách vỡ lòng *primer.*

vỡ lở [of plot] *to leak out, be unmasked, be laid bare.*

vỡ nợ *to go bankrupt.*

vỡ tan *to be broken to pieces.*

vợ [SV phụ, thê] *wife* CL người. lấy vợ [of man] *to get married.* bỏ vợ, đễ vợ *to divorce.* cưới vợ *to get married.* góa vợ, hóa vợ *widower.* vợ chưa cưới *fiancée.*

vợ bé *concubine.*

vợ cả *first wife.*

vợ chồng *husband and wife.*

vợ con *wife and child(ren).*

vợ hai *secondary wife.*

vợ kế *second wife.*

vợ lẽ *secondary wife.*

vơi *not to be full;* [of water mark, etc.] *to go down, abase* [RV đi].

với *to join* [somebody] | *with, together with, and, against* với lại. Tôi không thích làm với ông ta *I don't like to work for him.* nói với *to say to, speak to.* quen biết với nhau *to know each other.* Hắn một khóa với tôi *He and I belong to the same class.* Hắn một làng với tôi *He and I come from the same village.* Chúng mình anh em với nhau *We are like brothers.* Hai tay ấy bồ với nhau lắm *They are great pals.* Cho tôi đi với *Let me go with you.* Thong thả đợi tôi với *Hold it, wait for me.* Các anh với (lại) tôi *you boys and I.* đánh nhau với *to fight against.*

với *to reach out for* [something], *call out to someone who has just left the place.*

với lại *moreover, on the other hand.*

với nhau *together, one another, each other.*

vời *to summon, convoke.*

vời *far-away, distant.*

vợi *to decrease, lessen, abase, diminish* [RV đi, xuống]; *to draw off, get* [water].

vờn [of animal] *to leap, caper before prey.*

vớt *to skim; to fish out, pull out of the water, pick up; to rescue* cứu vớt; *to save, rescue* [examinee].

vớt vát *to rescue, recuperate.*

vọt *spoon-net, scoop-net; tennis racket, ping-pong paddle.* quần vọt *tennis.*

vu *to slander, calumniate, libel* nói vu.

vu *R wild, uncultivated* hoang-vu.

vu-cáo *to accuse falsely, calumniate.*

vu-hoặc *to slander, libel.*

vu-khống *to calumniate, slander.*

vu-oan *to slander, calumniate.*

vu-qui *wedding.*

vu-vạ *to slander, accuse falsely.*

vu vơ *to be vague, uncertain, groundless.*

vú *breast, udder* CL cặp, đôi; *wet nurse, old maid servant.* loài có vú *mammal.*

vú bõ *nurses, servants.*

vú em *wet nurse.*

vú già *old maid servant.* đầu vú *nipple ; pacifier.*

vú giả *falsies.*

vú sữa *wet nurse ; milk fruit.*

vú vê *breast.*

vù *to be swollen.*

vù *to buzz, hum, whir ; -R to move, run, fly very fast.*

vù vù *to whir.*

vũ *R feather* lông vũ *feather* [as opposed to **lông mao** 'hair'].

vũ *R to rain* [= mưa]. phong-vũ-biểu *barometer.*

vũ *see* võ.

vũ *R to dance* [= múa]. khiêu-vũ *to dance.* ca vũ *singing and dancing.*

vũ *R space* [as opposed to time **trụ**]. vũ-trụ *the universe.*

vũ-báo *violence, vehemence, rage.*

vũ-biểu *pluvioscope.*

vũ-điệu *dance.*

vũ-kế *rain gauge, pluviometer.*

vũ-khúc *ballet.*

vũ-lộ *imperial favor.*

vũ-lượng *rainfall.*

vũ-nữ [girl] *dancer, ballet dancer; taxi-girl.*

vũ-phiếu *dancing ticket.*

vũ-trụ *the universe.*

vũ-trụ-học *cosmography.*

vũ trụ quan *world view.*

vũ-trụ-tuyến *cosmic rays.*

vũ-trường *dance hall.*

vụ *season, period ; harvest, crop ; business, duty, affairs; CL for accidents, calamities, disasters. etc.* một vụ lụt *a flood* vụ cháy ở Gia-Kiệm *the Gia-Kiệm fire.* vụ trộm *burglary.* vụ ám sát *an assassination* vụ ném bom *bomb raid.* một vụ kiện *a lawsuit.* sự-vụ *affairs.* chức-vụ *position, job.* nghĩa-vụ *duty.* trách-vụ *responsibilities.* nội-vụ *affair ; Interior, Home.* nhiệm vụ *task, duty.* học-vụ *educational affairs.* vụ hối-lộ *bribery.* công-vụ *civil service; official business.* vụ-chiêm *fifth month crop.* vụ mùa *tenth month crop.*

vụ *spinning top.*

vụ *to chase after, pursue.*

vụ-lợi *to be commercial, mercantile.*

vụ-thực *to strive for reality.*

vua [SV vương] *king* CL ông ; *magnate.* vua dầu hỏa *oil magnate.* vợ vua *queen.*

vua bếp *Kitchen God.*

vua chúa *princes, lords, kings, rulers.*

vua tôi *king-subject* [relationship].

vục *to dip into the water.*

vui *to be joyful, amused, merry ;* [opp. buồn] *to be amusing.*

vui chơi *to have a good time.*

vui đùa *to play, amuse oneself.*

vui lòng *to be pleased.*

vui miệng *to be carried by one's own conversation.*

vui mừng *to be glad.*

vui sướng *to be happy.*

vui tai *to be pleasant to hear.*

vui thích *to be glad, happy.*

vui thú *to be pleased, delighted.*

vui tính *to be gay, jovial.*

vui tươi *to be bright, gay.*

vui vầy *happy reunion.*

vui vẻ *to be joyful, gay.*

vùi [= chôn] *to bury ; to ill-treat.*

vùi dập *to ill-treat, handle roughly.*

vun *to earth up* [tree], *gather in a mound.*

vun bón *to fertilize* [earth].

vun đắp *to earth up.*

vun trồng *to cultivate.*

vun tưới *to take care* [of tree].

vun vút *to rise high.*

vùn vụt *to move fast.*

vụn *to be crushed, broken, fragmented, powdery, dusty, pulverulent* | *debris, fragments, scrap, crumbs.* băm vụn *to hash.* bẻ vụn *to break to pieces.* cắt vụn *to cut to pieces.* đập vụn *to smash to pieces.* giấy vụn *waste paper.*

sắt vụt *scrap iron.* nát vụn *broken to smithereens.*

vụn vặt *to be fragmentary.*

vung *lid* [on cooking pot].

vung *to throw up, swing* [arms]; *to throw away* [money], *to broadcast* [secret].

vung tứ-linh *above all limits.*

vung va vung vầy DUP vung vầy.

vung vầy *to swing one's arms.*

vùng *region, area.* vùng an-toàn *zone of security.* vùng bị bắn *beaten zone.* vùng biên-giới *border area.* vùng cấm *prohibited area, restricted area.* vùng hạ-cánh *landing area, landing zone.* vùng hậu-phương *rear area.* vùng hoạt-động *zone of action, zone of fire, zone of responsibility.* vùng nguy-hiểm *danger area, danger space, no man's land.* vùng phân-tán *dispersion zone.* vùng hành-binh *maneuvering area.* vùng mục-tiêu *target area, objective zone.* vùng phi-quân-sự *demilitarized zone.* vùng tập-hợp *collecting zone.* vùng tập-kết *assembly area.* vùng tiền-đồn *outpost zone.* vùng trú-quân *tạm billeting area.*

vùng *to leave a place in a hurried and angry manner* vùng vằng.

vùng dạy *to rise up.*

vùng vằng *to speak angrily, throw things around because of anger.*

vùng vẫy *to move about freely; to struggle, wrestle.*

vũng *hole, puddle; roadstead.* vũng nước *a holeful of water.*

vụng *to act on the sly* thầm vụng.
ăn vụng *to eat on the sly.*

vụng [SV chuyết] *to be unskillful,
clumsy, awkward, unhandy.* thợ
vụng *tinker.*

vụng dại *to be silly, foolish.*

vụng ở *to behave awkwardly.*

vụng tính *to miscalculate.*

vụng về *to be awkward, uns-
killful, clumsy.*

vuông [SV phương] *to be square,*
[of angle] *right* | *square piece* [of
fabric]. vuông vải *a square of
cloth.* hình vuông *square.* thước
vuông *square meter.* cây-số vuông
square *kilometer.* ô vuông *square.*
kẻ ô vuông *checked.* mẹ tròn con
vuông *mother and child doing
well.* khăn vuông *square scarf
folded in two and tied under
the chin.*

vuông góc *quadrature.*

vuông tròn *to be perfectly ar-
ranged.*

vuông vắn *to have a perfectly
square shape, be regularly
shaped.*

vuốt *to smooth* [hair **tóc,** mustache
or beard **râu,** clothes **quần áo,**
etc.] *with the hand ; to caress.*
ngắm vuốt *to look into the mirror;
to admire oneself, be vain, be
particular about one's appear-
ance.*

vuốt *claw* [of tiger, etc.], *talon*
[of hawk, etc.].

vuốt bụng *to pass the hand over
the stomach* [because of sorrow,
pain].

vuốt ve *to caress, fondle ; to
pat.*

vút *to be very tall* cao vút.

vụt *to lash with a whip ; -R to
move, run, fly rapidly.*

vừa *to be reasonable ; to be
just right, moderate, so so, pas-
sable, fair; -R not too, mo-
derate.* Nó không vừa đâu *He's
got a terrible temper; He's
no chicken.* Học vừa chứ ! *Don't
study too hard.* Hút vừa
thôi ! *Smoke moderately !*

vừa *to fit, suit, satisfy, please
vừa lòng, vừa ý; to be suited,
pleased.* Đôi giầy này anh đi
vừa không ? *Does this pair of
shoes fit you ?* Nếm hộ xem đã
vừa chưa hay mặn quá *Please
taste it to see whether it's too
salty or not.* Vừa rồi ! *Enough !
(that's the right amount).*

vừa... vừa... *both... and...,...and
... at the same time.* Nó vừa
khóc vừa cười *He was crying
and laughing at the same time.*
Chị ấy phải vừa đi học vừa đi
làm *She had to work while
going to school.*

vừa *R- to have just this moment
done so ; just, recently, lately
mới vừa, vừa mới.* Ông ấy vừa
đi xong *He just left.* vừa chín
just ripe. vừa kịp *just in time.*

vừa chừng *to be moderate, just
right.*

vừa đôi (phải lứa) *to be well-
matched.*

vừa đủ *to be sufficient, enough.*

vừa khít *to be a good fit.*

vừa lòng *to be pleased.*

vừa lúc *just at the moment when.*

vừa lửa *to be well-matched* [used with xứng đôi].

vừa mắt *to be pleasant to the eyes.*

vừa miệng *to be tasty.*

vừa mồm *to watch one's language, control one's language.*

vừa mới *just, recently, lately.*

vừa phải *to be just right ; to be reasonable.*

vừa rồi *lately, recently.*

vừa vặn *to act in time, be fitting or suitable, fit to a T.*

vừa vừa *to act with moderation.*

vựa *mortar* [construction] | *to be stale* [RV ra].

vựa *huge bamboo vat used to store grain ; storage room, granary, grange.*

vựa lúa *rice bowl* [area].

vựa thóc *rice bowl* [area].

vực *gulf, pit, abyss, chasm.* một giời một vực *diametrically opposed.*

vực *to help* [sick person, etc.] *to stand up* [RV dậy, lên] ; *to defend, assist* bênh vực.

vực *R area, zone* khu-vực.

vừng *sesame.*

vừng *see* vầng.

vững *to be stable, firm; to stay, remain in power* đứng vững; [of argument] *to stand.*

vững bền *to be stable, durable.*

vững bụng *to be sure, confident.*

vững chải *to be stable, firm.*

vững chắc *to be stable, firm.*

vững dạ *to be reassured, confident.*

vững lòng *to be reassured.*

vững tâm *to be reassured, confident.*

vững vàng *to be stable, steady.*

vựng *R to compile.* ngữ-vựng, tự-vựng *vocabulary, glossary.*

vươn *to stretch* [oneself mình, tay, vai, neck cổ, etc.].

vườn [SV viên] *garden* CL cái, thửa, ngôi. thầy lang vườn *quack.* về vườn *to retire; to be dismissed.* người làm vườn *gardener.* ngoài vườn *out in the garden.*

vườn bách-thảo *botanical gardens.*

vườn bách-thú *zoo.*

vườn cảnh *flower garden.*

vườn hoa *flower garden; park.*

vườn ruộng *gardens and rice-fields.*

vườn rau *vegetable garden, truck farm, kitchen garden.*

vườn tược *gardens.*

vườn ương cây *nursery.*

vượn *gibbon* CL con.

vương *R king* [= vua]. đế-vương *monarch.* nữ-vương *queen.* quốc-vương *king.* xưng-vương *to proclaim oneself emperor.* quân-vương *king, monarch.*

vương *to be seized by, tangled in.*

vương-đạo *the right way.*

vương-giả *prince.*

vương-mạo *crown.*

vương-phi *imperial concubine.*

vương-quốc *kingdom.*

vương vải *to be scattered, dropped.*

vương-văn *to be preoccupied with.*

vương-vít *to be involved, tangled in.*

vướng *to be caught in, entangled in, mixed up in.*

vướng-víu *to be entangled in, involved in.*

vượng R *to prosper, flourish, thrive.* thịnh-vượng *to be thriving, prosperous.* hưng-vượng *prosperity.*

vượt *to exceed, cross* [mark, limit **mức**]; *to pass* [car], *overtake, run past; overcome* [difficulty **khó khăn**, obstacle **trở lực**], *escape* [from prison **ngục**], *pull ahead* [in a race], *surpass.* Chúng ta phải vượt qua mọi trở lực *We have to overcome all difficulties.*

vượt bể *to cross the ocean.*

vượt ngục *to break jail.*

vượt-tuyến *to escape from across the parallel.* sinh-viên vượt-tuyến *refugee student.*

vứt [= **vắt**] *to throw away, discard* vứt bỏ.

vưu R *to be extraordinary, unusual, rare.*

vưu-vật R *rare thing; beautiful woman.*

vỹ see vĩ.

X

xa [SV viễn] *to be far, far away* [opp. gần]. gần xa *far and wide*. lo xa *far-sighted*. Tôi bị xa nhà *I was away from home*. Xa Saigon quá *Too far from Saigon*.

xa R *vehicle, car* [= xe]. hỏa-xa *railroad train*. điện-xa *tramcar, streetcar*. công-xa *government car*. quân-xa *military vehicle*. khí-xa *automobile*. phong-xa *wind-mill*. thủy-xa *water wheel*.

xa cách *to be separated*.

xa gần* *far and wide*.

xa-hoa *to be extravagant, luxurious, lavish*.

xa lạ [of a place] *to be foreign, unfamiliar*.

xa lánh *to move away from, shy, shun*.

xa lắc *to be far away*.

xa-lộ *highway, speedway, turnpike*.

xa-mã *carriages and horses — high living*.

xa-phu *driver, rickshawman*.

xa tắp *to be very far, far-away*.

xa thẳm *to be far-away, far off*.

xa tít *to be far-away*.

xa vời *to be far-away, distant, remote*.

xa xăm *to be far-off, remote, distant*.

xa xỉ *to be spendthrift*. đồ xa-xỉ *luxury item*.

xa-xôi *to be far-away, distant*.

xá *to bow deeply*.

xá L, R- *my* [used for one's younger relatives]. xá-đệ *my younger brother*.

xá R *house, dwelling*. cư-xá *quarters* [students, staff, officers], *billet*. phố-xá *the streets*. lao-xá *jail*. học-xá *students' hostel*. đại-học-xá *students' hostel*. ký-túc-xá *boarding school*. bệnh-xá *clinic, infirmary*. tệ-xá L *my humble abode*.

xá R *to forgive, pardon*. ân-xá *amnesty*. đại-xá *to forgive, pardon*.

xá-đệ *my younger brother*.

xá-lợi *Buddha's relics*.

xá-miễn *to pardon, forgive*.

xá-muội *my younger sister*.

xá-tội *to forgive, pardon*.

xà *beam, girder, main beam* [of a roof].

xà *R* snake [= rắn]. bạch-xà *white snake*. măng-xà *python, boa*. độc-xà *viper*.

xà-beng *lever*.

xà-bông [Fr. savon] *soap*.

xà-cạp *puttees, legging*.

xà-cừ *mother-of-pearl*.

xà-ích *groom*.

xà-lách [Fr. salade] *salad*.

xà-lan [Fr. chalande] *lighter, barge, scow*.

xà-lim [Fr. cellule] *prison cell*.

xà-lỏn [Fr. sarong] *shorts*.

xà-lông [Fr. salon] *living room, living room furniture*.

xà-lúp [Fr. chaloupe] *launch, longboat* CL chiếc.

xà-mâu *spear*.

xà-phòng [Fr. savon] *soap*. một bánh xà-phòng *a cake of soap*. xà-phòng thơm *toilet soap*.

xà-tích *key chain*.

xà-xẻo *to cheat, cut, squeeze*.

xả *R to sacrifice, give alms*.

xả-kỷ *to sacrifice one's life*.

xả-mệnh *to sacrifice one's life*.

xả-thân *to sacrifice one's life*.

xã *R soil; commune, village, community | social*. hội-xã *society, corporation*. thư-xã *book company, publishing house*. làng-xã *the village community*. hội-đồng hàng-xã *village council*. hợp-tác-xã *cooperative*. thị-xã *municipality*. văn-xã *literary club*. thi-xã *literary club* [grouping poets]. công-xã *"commune" — communist collective farm*. Hội-đồng Kinh-(-tế) xã(-hội) *Economic and Social Council*. Quốc-xã *nazi(ism)*. hữu-xã *fraternity*.

xã-đoàn *group, society, association*.

xã-giao *social relations, public relations, social etiquette, savoir-vivre | to be well-acquainted with etiquette, be diplomatic*.

xã-hội *society | societal, social; socialist, socialistic*. phản-xã-hội *anti-social*. Bộ Xã-hội *Department of Social Action*.

xã-hội-học *sociology | sociological*.

xã-lao *social affairs, social work; social action and labor*.

xã-luận *editorial* CL bài.

xã-tắc *soil and cereals*. sơn-hà xã-tắc *the country, the nation*.

xã-thôn *commune, hamlet | communal*.

xã-thuyết *editorial* CL bài.

xã-trưởng *village chief*.

xã-viên *member (of cooperative)*.

xạ *musk* xạ-hương.

xạ *R to shoot* [arrow, gun]. ẩn-xạ *unobserved fire, blind fire*. phóng-xạ *radio-active*. súng cao-xạ *antiaircraft gun*. trực-xạ *direct fire*. gián-xạ *indirect fire*. tác-xạ *fire*. phún-xạ *jet*. thiện-xạ *good shot, expert rifleman*.

xạ-biểu *ballistic range, firing table, range table*.

xạ-hương *musk*.

xạ-hương-lộc *musk deer*.

xạ-hương-ly *muskrat*.

xạ-kích *to shell, fire*.

xạ-ngưu *musk ox*.

xạ-thủ *automactic rifleman, gunner*.

xác *corpse, dead body* xác chết CL cái; *residue, husk, exuviae of animals* [such as cast skin of snake, shell of crab, etc.]. nhà xác *morgue.* to xác to be big. kiết-xác, xơ-xác *very poor.*

xác *R to be exact, precise, true, authenticated* xác-thực, đích-xác, chuẩn-xác, chính-xác. đích-xác, chính-xác *to be precise, accurate.* minh-xác *to clarify, reaffirm.* tinh-xác *to be concise.*

xác chết *dead body, corpse.*

xác-đáng *to be exact, accurate, appropriate.*

xác-định *to fix, define, affirm.*

xác-nhận *to acknowledge, affirm, confirm.*

xác-pháo *residue of firecracker.*

xác-suất *probability* [math].

xác-thịt *flesh, body* [as opposed to spirit].

xác-thực *to be true, genuine.*

xác-xơ *to be ragged, tattered ; to be very poor.*

xách *to carry* [briefbag, case, suitcase] *hanging from hand and by means of a handle.*

xách *rumen, first stomach* [in ruminant].

xai [of bone] *to be dislocated.*

xách-mé *to call somebody by his name, not to use the appropriate status indicator.*

xái *residue, dregs* [of opium **thuốc phiện**].

xài *to spend* tiêu-xài *; to eat, use.*

xam xám |DUP xám] *to be greyish, be pale grey.*

xám *to be gray, grey.*

xám mặt *to grow pale.*

xám ngắt *to be very pale.*

xám xanh *to be livid.*

xám-xì *to be ash-grey.*

xám-xịt *to be dark-grey.*

xảm *to caulk.*

xạm mặt *to be ashamed.*

xanh [SV lam] *to be blue ;* [SV thanh] *to be green ; unripe* [opp. chín]; *to be young;* đầu xanh *to be pale.* xanh da giời/trời *blue.* xanh lá cây *green.* tuổi xanh *tender age.* xuân xanh *youth.*

xanh *frying pan* CL cái.

xanh biếc *to be of a deep skyblue.*

xanh da trời *to be sky-blue.*

xanh dờn *to be green, verdant.*

xanh lá cây *to be green.*

xanh lè *to be green, unripe.*

xanh mét *to be tallowy.*

xanh ngắt *to be very green, deep blue.*

xanh rì *to be green* [of **grass**].

xanh rờn *to be verdant.*

xanh um [of trees, leaves] *to be verdant.*

xanh xao *to be very pale, livid.*

xao động *to be agitated, excited, upset.*

xao láng *to neglect.*

xao nhãng *to forget or neglect* [duties, etc].

xao xuyến *to be stirred, moved, excited, upset.*

xáo *to turn upside down, upset, mix.*

xáo *to cook* [meat] *with bamboo shoots* [**măng**] *and spices.*

xáo trộn *to mix, mix up; to put upside down, upset* [hierarchy, etc.].

xào *to stir-fry* [sliced meat] *with onions, vegetables and a small amount of sauce.*

xào [slang] *to chew up.*

xào-xạc *to be noisy.*

xào-xáo *to fry and boil ; to cook ; to toil and moil.*

xào *R to be skillful* [= khéo]. đẫu-xào *fair* CL cuộc. tinh-xào *clever, ingenuous.* tiêu-xào *small skill.* tuyệt-xào *very clever.*

xào-năng *skill.*

xào-ngôn *clever words; good talker.*

xào-quyệt *to be shrewd, cunning.*

xào thủ *skilled worker, skillful craftsman.*

xào-trá *to be cheating, two-faced, shrewd, treacherous.*

xạo *to be a jerk; to talk* (nói) *or act* (làm) *as a jerk.* ba sạo *jerk.*

xáp *to get near, approach* [RV lại, tới]. xáp mặt *to face.*

xát *to rub.* chà-xát ; *to rub with* [alcohol, salt]. xô-xát *fight.*

xay *to grind in a mill* [in order to remove rice husk, make flour, etc.]. súng cối xay *machine gun.* cối xay *mill.* nhà máy xay lúa *rice mill.*

xắn *to roll up* [one's sleeves **tay áo**, trouser legs **ống quần**]. Cf. vén.

xắn *to carve, cut* [food with knife or chopsticks, earth with spade or hoe].

xăng *-R to act wrongly* xăng-bậy.

xẳng *to be curt.*

xắp-xỉ *to be about to reach* [age, height].

xắt *to cut up* [RV nhỏ], *slice* [RV mỏng].

xấc *to be impolite, ill-mannered* xấc-láo.

xâm *to feel giddy, dizzy.*

xâm *R to usurp, invade.* ngoạixâm *foreign invasion.*

xâm - chiếm *to invade, occupy, seize.*

xâm-đoạt *to usurp, seize.*

xâm - lăng *to invade | invasion, aggression* CL cuộc. kẻ xâm-lăng, quân xâm-lăng *the aggressor.*

xâm-lấn *to intrude on* [territory, rights], *encroach.*

xâm - lược *to invade | invasion, aggression* CL cuộc.

xâm-nhập *to enter, infiltrate.*

xâm-phạm *to transgress, violate* [object optionally preceded by **đến/tới**].

xâm-thực *to eat up gradually.*

xẩm *to be twilight; to be blind | blind street musician.*

xẩm *Chinese amah* à sầm.

xấp *package, quire, wad* [of paper money].

xấp xỉ *to be approximately the same | approximately, roughly, about.* xấp xỉ nhau *to be nearly equal, nearly alike.*

xâu *to thread* [needle], *string* [objects, flowers, keys, coins] *| string; gang.*

xâu xé *to tear* [one another **nhau**] *to pieces; to fight an internecine war.*

xấu *to be bad* [of quality] [opp. tốt];
to be bad-looking, ugly, homely
[opp. đẹp]. xấu như ma *as ugly as
sin.* bêu xấu *to speak evil of; to
put to shame, disgrace.* nói xấu
to speak evil of.

xấu bụng *to be wicked, bad,
naughty.*

xấu hồ *to be ashamed; be shame-
ful.*

xấu mã *to have an ugly physical
appearance.*

xấu máu *to have an ailing cons-
titution.*

xấu mặt *to be ashamed.*

xấu nết *to have a bad character.*

xấu người *to have an ugly
appearance.*

xấu số *to be unfortunate, ill-fa-
ted, unlucky; meet death* [in acci-
dent, etc.].

xấu tiếng *to have a bad name.*

xấu tính *to have a bad charac-
ter.*

xấu xa *to be shameful; to be bad,
wicked, evil.*

xấu xí *to be homely, bad-looking,
unattractive.*

xây [SV kiến] *to build, construct,
erect.*

xây *to turn* [face mặt, back lưng].

xây dựng *to build, construct, re-
construct; to be constructive.*

xây đắp *to build, build up.*

xe [SV xa] *vehicle, cart, car-
riage, bicycle, car* CL chiếc
[with đi *to ride, use,* cầm, đánh,
lái *to drive,* tậu, sắm, *to buy*].
| *to transport in a conveyance
on wheels, take.* bánh xe *wheel.*

mui xe *top.* đệm xe *car seat.*
thùng xe, hòm xe *car trunk.* vặn
xe, lái xe *to drive, operate.* phóng
xe *to drive fast, speed.* đoàn xe
convoy. Xe đi nhà thương rồi
They took him to the hospital.

xe ba bánh *tricycle.*

xe ba gạc *delivery tricycle.*

xe bình bịch *motorcycle.*

xe bò *ox cart.*

xe buýt [Fr. autobus] *bus.*

xe ca *highway bus, long-distance
bus.*

xe cao-su [Fr. caoutchouc] [obs.]
rickshaw. .

xe cộ *vihicles, cars; traffic.*

xe cút-kít *wheelbarrow.*

xe cứu hỏa *fire truck.*

xe cứu-thương *ambulance.*

xe đám ma *hearse.*

xe đạp [with đi, cưỡi, đạp *to
ride*] *bicycle.*

xe đạp ba bánh *tricycle.*

xe điện *streetcar.*

xe đò *bus.*

xe đòn đám ma *hearse.*

xe độc-mã *one-horse carriage.*

xe gắn-máy *motorized bicycle.*

xe hàng *bus.*

xe hoa *float.*

xe hỏa *train.*

xe hòm¹ *limousine.*

xe hơi *automobile.*

xe kéo *rickshaw.*

xe lô *rented car.*

xe lôi *pedicab* [with driver in front
pulling]. Cf. xe xích-lô.

xe lăm-bét-ta [from trade-mark
Lambretta] *motor scooter.*

xe lửa *train.*

xe máy *bicycle.*

xe máy dầu *motorcycle.*

xe mô-bi-lét [Fr. mobilette] *junor-size motorcycle.*

xe mô-tô [Fr. motocyclette] *motorcycle, motor-bike.*

xe ngựa *(horse) carriage.*

xe ô-tô [Fr. auto] *automobile.*

xe pháo *cars, means of conveyance; traffic.*

xe song-mã *two-horse carriage.*

xe tang *hearse.*

xe tay *rickshaw.*

xe tăng [Fr. tank] *tank.*

xe thổ-mộ *horse carriage, gig.*

xe thơ *mail truck.*

xe trượt tuyết *sleigh.*

xe vét-pa [from trade-mark Vespa] *motor scooter.*

xe vòi rồng *fire truck.*

xe xích-lô [Fr. cyclo-pousse] *pedicab* xe xích-lô đạp [with **đi** to ride, **đạp** to operate]. xe xích-lô máy *motorized pedicab.*

xé *to tear, tear up, rend* [RV ra].

xé nát *to tear to pieces.*

xé nhỏ *to tear to pieces.*

xé rách *to tear.*

xé tan *to tear to pieces.*

xé toạc *to tear.*

xé vụn *to tear to pieces.*

xẻ *to split up, cut(up), saw up; to dig* [canal **rãnh, mương**, etc.], *cut.* thợ xẻ *sawyer.* chia-xẻ *to share.* mổ xẻ *to dissect* [body, problem]. khoa mổ xẻ *surgery.*

xem [SV khán] *to look at, watch* [performance, show]; [SV niệm]

to read silently, consider, examine. Xem nào ! *Let me see !* Anh nhìn xem *Look and see.* Chuyện đó ông xem như không cần *He considers that unnecessary.*

xem bệnh *to examine a patient.*

xem bói *to consult a fortune teller.*

xem chừng *to seem to; it seems that.* Cf. coi chừng.

xem dường *to seem to; it seems that.*

xem hát *to go to the theater, see a play.*

xem mạch *to feel* [someone's] *pulse.*

xem mặt *to see a candidate bride before deciding on the marriage.*

xem như *to seem to; it seems that.*

xem qua *to take a quick look at.*

xem ra *to seem to; it seems that.*

xem số *to read the horoscope.*

xem tuổi *to study the horoscope of a boy and a girl prior to a marriage.*

xem tướng *to consult a physiognomist.*

xem xét *to examine, consider, inspect.*

xen *to insert; to edge one's way* [**vào** into], *interfere.*

xén *to trim around the edge.* thợ xén *barber.*

xén *haberdashery.* hàng xén *smallwares vendor.*

xéo *to step on, trample, tread* [**lên** on].

xéo *to be slanting, oblique.*

xéo *to scram.* Xéo đi ! *Scram !*

xèo *to cut off; cut up, hew.* tùng xèo *punishment of one hundred cuts.*

xẹo *to be slanting, oblique.* xiên xẹo *shifty.*

xẹo xọ *to be slanting, aslant.*

xép *to to secondary, small, supplementary.* ga xép *local station* [as opposed to express station]. gác xép *attic.*

xẹp *to become flat, be flattened, be deflated* [RV xuống].

xét *to examine, consider, pass judgment on.* tra xét *to investigate, probe into.* suy xét *to think over.* nhận-xét *to observe; to notice.* xem xét *to examine.* dò xét *to investigate.* khám xét *to search.*

xét đoán *to judge.*

xét hỏi *to question.*

xét nét *to examine closely.*

xẹt *to become flat, be flattened.*

xê *to move.*

xê dịch *to move, change place.*

xê ra *to move over.*

xê xích *to move, shift back and forth.*

xế *to be slanted,* [of sun, moon] *to be sinking, wane.*

xế bóng *decline of day; old age.*

xế chiều *decline of day.*

xế cửa *almost right in front of* [house, etc.].

xệ *to be drooping, flowing, baggy, flabby.*

xếch *to be raised, turned up* [RV lên]; [of eyes] *slant.*

xệch *to be aslant, awry.* méo xệch *deformed.*

xếp *to fold; to arrange, put in order; put away, brush aside* RV lại]; *to set* [chữ *types*]. thu xếp *to arrange, settle.* Ông xếp theo thứ-tự a, b, c hộ tôi *Please put them in alphabetical order for me.* khăn xếp *ready-to-wear turban.*

xếp bằng (tròn) *to sit* [flat on floor or bed] *cross-legged.*

xếp đặt *to arrange, put in order, organize.*

xếp đống *to pile up.*

xếp hàng *to stay in line, stand in line, queue up.*

xếp xó *to shelf, neglect.*

xều *to foam, slabber, slaver.*

xi [Fr. cire] *wax, sealing wax, polish.* Sàn này cần đánh xi *This floor needs to be waxed; This floor needs a wax job.* phong bì gắn xi *sealed envelope.*

xi *to make hissing noise to urge infant to urinate* (đái) *or defecate* (ịa). Sao không xi nó ? *Why didn't you take him to the bathroom ?* [said after child wetted or soiled his pants].

xi-măng [Fr. ciment] *cement.*

xi-mo [Fr. ciment] *cement.*

xi-moong [Fr. ciment] *cement.*

xí *toilet, latrine, rest room* chuồng xí, nhà xí.

xí *to claim* [share phần].

xí *banner.*

xí-nghiệp *enterprise.*

xí-phần *to claim a share.*

xỉ-xóa *to forget about debts, forget about who owes whom what; to forget about* [something].

xì [of gas] *to escape, leak out;* [of firecracker] *to be dead, be a dud; to let the air out of* [tire]. Nó thích đốt pháo xì *He likes to break a firecracker, then burn 'the powder in it so as to get a fizz.*

xì-xà xì-xụp *DUP* xì-xụp.

xì-xào *to whisper.*

xì xằng *to be so so.*

xì-xụp *to eat* [soup] *noisily; to prostrate oneself repeatedly.*

xì-xụt *to sniffle, snuffle.*

xỉ *R tooth* [= răng] [Cf. nha]; *age* niên-xỉ. khuyết-xỉ *toothless.* thần-xỉ-âm *labiodental (sound).* nhũ-xỉ *milk tooth.*

xỉ-âm *dental (sound).*

xỉ-chất *dentine.*

xỉ-hệ *dentition.*

xia *excrement.*

xỉa *to pick* [one's teeth]; *to brush* [one's teeth] *with medical powder, charcoal powder, using toothpick or using areca husk; to jab* [with hand or knife] xỉa xói.

xỉa *to count out* [coins, bills]. đếm xỉa *to pay attention* [đến/tới to] *take into account, take into consideration.*

xích *chain* CL cái | *to chain up* [RV lại]. xích xe đạp *bicycle chain.* xích tay *to handcuff, manacle.* xiềng xích *chains, fetters.* xúc-xích *sausage.*

xích *to move away, shift, move over.* Xích ra! *Move over!*

xích *R yard, meter* [= thước].

xích *R to be red* [= đỏ].

xích *R to reject.* bài-xích *to be against.*

xích-dảng *the reds, the communists.*

xích-đạo *equator* CL đường.

Xích-Đạo *Ecuador.*

xích-đế *fire god.*

xích-đu *rocking chair.*

xích-hóa *to bolshevize, sovietize, communize.*

xích-ly *dysentery.*

xích-mích *to disagree.*

xích-quân *the Red Army.*

xích-thằng *the bond of marriage* CL sợi.

xiếc [Fr. cirque] *circus.* Gánh xiếc to nhất Á-châu *Asia's biggest circus troupe.* trò xiếc *trick, feat.* Chủ nhật trước tôi cho các cháu đi xem xiếc *I took our kids to the circus last Sunday.*

xiệc [Fr. cirque] *circus* hát xiệc. âm-nhạc hát xiệc *circus music.*

xiêm *skirt* CL cái.

Xiêm(-La) *Thailand, Siam* | *Thai, Siamese.* Cf. Thái.

xiêm áo *clothes. garments.*

xiên *to stab or pierce* [through qua].

xiên *to be oblique, slanting.*

xiên-xéo *to be oblique, slanting.*

xiên-xẹo *to be crooked. shifty.*

xiềng *chains, fetters, shackles, irons* | *to put in irons* [RV lại].

xiềng-xích *irons and chains, fetters.*

xiềng liểng* *to be defeated badly.*

xiết *to rub hard;* [of water] *flow fast; to tighten* [RV chặt], *close* [ranks] [RV chặt].

xiết chặt *to squeeze, clasp strongly ; to tighten, close* [ranks].

xiêu *to be leaning ; to be convinced, be won over.*

xiêu *R to be dispersed.*

xiêu-bạt *to drift away.*

xiêu-lòng *to be convinced, be persuaded, be won over.*

xiêu vẹo *to be aslant, awry.*

xin *to ask for, beg for* [something]; *to ask* [person], *request, beseech.* Xin lỗi ông *I beg your pardon; excuse me.* ăn xin *tó beg* [for food].

xin lỗi *to apologize ; to apologize before* [someone].

xin phép *to ask for permission, ask for authorizaton ; to apply for a leave of absence* [of employee] ; [of student] *to send in one's excuse.*

xin thẻ *to consult the oracles.*

xin vâng *yes, (I'll do that).*

xin xăm *to consult the oracles.*

xin-xỏ *to bother with requests.*

xìn *to be stingy, miserly* bủn-xỉn.

xinh *to be cute, pretty.*

xinh-đẹp *to be pretty.*

xinh xắn *to be cute, lovely, adorable.*

xinh xinh *to be rather cute.*

xịt [of gas] *to escape, leak out ; to spray* [insecticide etc,]. đoàn xịt thuốc trừ muỗi *DDT spray team.*

xíu *to be very tiny* nhỏ xíu, chút xít *a tiny bit.*

xìu *peanut candy* kẹo xìu.

xìu *to look tired, be exhausted.* tế xìu *to faint, swoon.*

xịu *to look sullen.*

xo *to shrug* [shoulders vai] ; *to shrink* [RV lại]. Ông ấy xo vai *(or* vai xo*) He has hunched up shoulders.*

xó *corner, nook.* bỏ xó *to shelf, neglect.* Anh ấy cứ du dú ở xó nhà *He's a stay-at-home.* ma xó *household spirit.*

xó xỉnh *remote corner.*

xò *to pull out.*

xò *to thread* [needle].

xỏ *to put* [clothes áo, shoes giày] [RV vào].

xỏ *to play a nasty trick on ; -R to act knavishly, roguishly* [follows main verb] ; *to be knavish, roguish, mischievous.* xỏ lá.

xỏ-lá *to be knavish, roguish ; rude, impolite ; to be a trickster, be a swindler.*

xỏ mũi *to lead by the nose.*

xỏ-xiên *to be a trickster, be a cheater.*

xoa *to rub* [a sore part, alcohol, etc.].

xoa bóp *ro massage.*

xóa *to erase, cross out, annul* xóa bỏ [RV đi].

xóa-bỏ *to cross out ; to annul.*

xóa nhòa *to be blurred, fade away.*

xòa *to spread out* [RV ra].

xòa *to laugh* [cười] *something aside.*

xõa [of hair] *to be flowing, hang* [RV xuống].

xoạc *to spread wide apart.*

xoài *mango* CL quả, trái.

xoài *to be outstretched.* ngã xoài *to fall full length.*

xoan *Japanese lilac.* trái xoan *oval-shaped.*

xoàn *diamond* hột xoàn, hạt xoàn.

xoang *tune, melody, aria.*

xoàng *to be tolerably good, so so, weak, mediocre* loàng xoàng ; [of meal] *frugal, simple.* xuềnh xoàng *simple, plain, unaffected.*

xoàng-xĩnh *to be mediocre.*

xoay *to turn* [on axis], *change direction ; to manage to get* [money tiền, job việc] ; *to be resourceful.*

xoay tít *to rotate at full speed.*

xoay trần *to be stripped to the waist* [while working in the heat].

xoay-vần *to turn around, revolve.*

xoay-xở *to manage, be resourceful.*

xoáy *to swirl, eddy* | *eddy* CL cái.

xoáy *to swipe.*

xoáy trôn ốc *spiral.*

xoăn [of hair] *to be curly, wavy.*

xoắn *to twist, be twisted; to hold on to, hang on to, cling to* xoắn lấy.

xoắn *to be finished; quite, entirely, completely.*

xóc *to shake, stir, adjust;* [of

road] *to be bumpy;* [of car] *jolty.* đòn xóc *stick, flail.* muỗi đòn xóc *anopheles.*

xóc đĩa *game using coins that one shakes in a bowl.*

xọc *to be striped* | *stripe.*

xoe *to be perfectly round.*

xòe *to spread, stretch* [wings cánh, tail đuôi, fingers tay], *unfold or open* [fan quạt].

xoẹt [of knife, clap of thunder] *to cut fast* | *fast.*

xoi *to clear* [pipe], *bore through, drill, groove.*

xoi bói *to find fault.*

xoi móc *to find someone's faults.*

xóm [SV thôn] *hamlet, subdivision of a village.* hàng xóm *hamlet after hamlet.* (người) hàng xóm *neighbor.* bà con lối xóm *neighbors.*

xóm giềng *neighborhood.*

xóm làng *hamlet, village.*

xong *to finish; -R to finish doing something* [second verb in series] | *afterwards, then.* Xong chưa ? *Have you finished ? Is it finished ?* Xong rồi *Yes, it's finished; Yes, I have finished.* xong (rồi) *afterwards.* làm xong *to finish* [a job]. Anh ấy đã dịch xong rồi *He already finished the translation.* Hôm qua nó vừa làm xong bài thì tôi đến *Yesterday he had just finished his homework when I came.* Tôi sắp xong đây *I'm about through now.*

xong chuyện *to be all over.* làm cho xong chuyện *to do hurriedly.*

xong đời *to have done with life.*

xong hẳn *to finish completely.*

xong nợ *to get over with* [debt, etc.].

xong xuôi *to be finished or completed.*

xoong [Fr. casserole] *saucepan.*

xọp *to lose weight, get smaller* [RV lại, đi].

xót [of pain] *to be smarting, sharp, burning; to feel sorry for, feel compassion for* thương xót. đau xót *to be grieved.* chua xót *bitter.*

xót dạ *to suffer.*

xót ruột *to suffer* [because of loss, waste].

xót thương* *to feel sorry for; to mourn over.*

xót xa *pain.*

xô *to give a push, shove.* đỗ xô đến [of crowd] *to rush in.*

xô-bồ *to be pell-mell.*

xô đẩy *to push, jostle.*

xô xát *to scuffle, brawl | scuffle, brawl, fight* CL cuộc.

xổ [of hair, thread, seam] *to become untied, undone; to escape, break loose* xổ-lồng; *to set free, discharge; to dash, rush, run headlong.* cuộc xổ-số *lottery drawing.* thuốc xổ *laxative.*

xốc *to raise up, lift up* [patient, drunkard] [RV dậy, lên].

xốc-vác *to be able to work hard.*

xốc-xếch [of person, clothes] *to be untidy, disarrayed, slovenly.*

xộc *to dash, rush* xồng xộc.

xộc-xệch See xốc-xếch.

xôi *steamed glutnous rice.* ăn xôi *to die.*

xối *to pour* [water].

xối R *to act quickly or temporarily.* ăn xối ở thì *to live from day to day, live from hand to mouth.*

xồm *to be hairy,* [of beard râu] *bushy.*

xồm-xoàm *to speak while one's mouth is full.*

xồm *to squat* [on the heels] ngồi xồm.

xôn-xao *to be lively, be bustling; to be stirred up, be in an uproar.*

xông *to rush, charge, pounce or bear down upon.*

xông [of smell] *to exhale, pass off into the air; to have a steam bath.*

xông đất *to be the first caller on New Year's Day.*

xông khói *to smoke* [room, objects].

xông nhà *to be the first caller on New Year's Day.*

xống *skirt.* áo xống *clothes.*

xốp [of soil] *to be spongy, crispy* [DUP xôm xốp].

xốt [Fr. sauce] *sauce, gravy* nước xốt.

xốt xột *right away, at once.*

xơ *fiber, filament, coir | to be threadbare, tattered, ragged, very poor; to fuzz* [RV ra]. nghèo xơ *poor as a church mouse.*

xơ [Fr. soeur] *sister, nun* bà xơ. trường xơ *Catholic school.*

xơ múi *profit, gain.* Tôi không xơ múi gì cả *I didn't touch one penny* [of theirs].

xơ-xác *to be ragged, be very poor.*

xớ *to squeeze* bớt xớ.

xờ [Fr. sœur] *sister, nun* bà xờ. trường xờ *Catholic school, parochial school.*

xơi *a long time.* Còn xơi mới đỗ *He will have to wait very long before he can pass the exam.*

xơi *to eat or drink* [polite verb used only of other people]. Ông xơi cơm chưa ? *Have you eaten yet ? Have you had dinner ?* Mời bà xơi nước (trà) *Have some tea.*

xới *to turn up* [earth đất], *dig, scoop* [cooked rice cơm from pot].

xu [Fr. sou|sou, *cent, penny; money.* không xu *penniless.* bòn xu *to extort money* [from spouse, parents, brothers, and sisters].

xu R *to pursue, follow.*

xu-hướng *tendency, inclination, bent.*

xu-lợi *to be mercantile, run after money.*

xu-mị *to flatter.*

xu-nịnh *to flatter.*

xu-phụ *to flitt.*

xu phụ *to be attached to.*

xu-thế *tendency.*

xu-thời *to be an opportunist.*

xú R *to be ugly; to stink.*

xú-danh *bad name.*

xú-diện *ugly face.*

xú-tiết *to be depraved.*

xú-uế R *to stink | stench.*

xù *to be hairy,* [of hair] *bushy.*

xù-xì *to be rough* [to the touch].

xũ *coffin.* hàng xũ *coffin-maker; coffin shop; coffin-makers street.*

xua *to drive away.*

xua đuổi *to drive away, chase.*

xua tay *to brush aside, dismiss, make a gesture with the hand to say "no".*

xuân *spring* [the season] mùa xuân; *year of age* [of young people], *year; youth; love, romance* | *to be young.* tân-xuân *new year.* Cung - Chúc Tân - Xuân *Happy New Year.* lập-xuân *beginning of spring.*

xuân R *cedrela chinensis; L father.*

xuân bảng *list of successful examinees.*

xuân-cảnh *spring scenery.*

xuân-đường L *father.*

xuân-huyên L *father and mother.*

xuân lan *spring orchid.*

xuân-phân *spring equinox.*

xuân thu *the Spring and Autumn Annals.*

xuân-tiêu *spring night.*

xuân xanh *young age, youth, flower of youth.*

xuẩn *to be dull-witted, be stupid* ngu xuẩn.

xuất *to advance* [money tiền, capital vốn]; R *to exit, go out, come out* [= ra] [opp. nhập]; R *to surpass* | R *ex-; to produce* sản - xuất. công-xuất *absent* [on official mission].

xuất bản *to publish.* nhà xuất-bản *publisher.*

xuất-binh *to go to battle.*

xuất-cảng *to export* | *export.*

xuất-chi h *to conduct a military expedition.*

xuất-chính *to enter politics, begin public career.*

xuất-chúng *to be outstanding.*
xuất-danh *to make oneself a name.*
xuất-dương *to go abroad.*
xuất-đầu lộ-diện *to show up, appear in public.*
xuất-gia *to leave one's home* [to become Buddhist monk or nun].
xuất-giá [of girl] *to get married.*
xuất-hản *to perspire.*
xuất-hành *to go out of the house* [on New Year's day].
xuất-hiện *to appear.*
xuất-khẩu *to export; to speak up, open one's mouth.*
xuất-lệnh *to issue an order.*
xuất-lực *to exert oneself, strive to, endeavor to.*
xuất-nạp *expenditures and receipts.*
xuất-ngoại *to go abroad.*
xuất-nhập *to go in and out* | *in and out* [correspondence, people, entries in books].
xuất-nhập-cảng *import-export.* Ngân-hàng Xuất-nhập-cảng *Import Export Bank.*
xuất-phát *to emit, send forth.*
xuất-phẩm *product, production.*
xuất-sắc *to be outstanding, remarkable, notable.*
xuất sứ *to go on a mission.*
xuất-thân *to come from* [a certain social class].
xuất-thế *to be born.*
xuất-trận *to go to war* | *sortie.*
xuất vốn *to provide capital, invest.*
xuất-xứ *origin.*
xúc *to scoop up.*
xúc *R to touch; R to encourage, promote, incite.* cảm-xúc *touched, moved.* tiếp-xúc *contact.*

xúc-cảm *to be moved, touched* | *emotion.*
xúc-cảnh *to be moved by a scenery.*
xúc-động *to be moved* | *emotion.*
xúc-giác *touch* [the sense]; *feelers* [of insects].
xúc-phạm *to offend.*
xúc-quan *organ of touch.*
xúc-tác *to catalyze* | *catalysis.*
xúc-tiến *to promote, push forward.*
xúc-tiếp* *to contact* [object preceded by với].
xúc-xắc *die, dice.*
xúc-xích [Fr. saucisse] *sausage; chain.*
xúc-xiềm *to incite, excite.*
xuề-xòa *to be simple, easy to get along with.*
xuề *to be capable of* [doing something]. Cf. được, nổi. Tôi sợ các anh ấy không làm xuề *I'm afraid they can't do it.*
xuềnh xoàng *to be simple or unaffected.*
xui *to incite, urge, prompt, drive, instigate, induce, egg on.*
xui *to be unlucky.*
xui bảo *to prompt, advise.*
xui bày *to induce, urge.*
xui giục *to induce, urge, incite.*
xui nên *to cause, bring about.*
xui khiến *to cause* [something to happen]; *to incite* [something or someone or somebody to do something].
xui xiềm *to induce, urge.*
xúi *see* xui.
xúi quầy *to be unlucky.*

xùi to be rough xằn xùi [to the touch]; [of skin] to break out [RV lên, ra].

xum xoe to be a busy body, be catering too much.

xúm [of a crowd] to gather; to gather around in great crowds [RV đến, lại].

xúm đen to mass.

xúm đến to arrive in mass.

xung R to dash; R be furious; R conflict with, be inauspicious [opp. hợp].

xung-bệnh to fall ill.

xung-đột to clash, conflict | clash, fighting CL trận or cuộc.

xung hăm attack, assault.

xung-khắc to be incompatible [với 'with'], disagree, conflict, differ in opinion.

xung-kích to attack, assault, fight.

xung-phong to assault, fight hand to hand | assault troops, storm-troops, shock troops, vanguard. quân xung-phong vanguard or shock troops.

xung quanh around, round.

xung-thiên to go up the sky.

xung-trận to go to war.

xung-yếu to be strategic, important.

xung-xuất to denounce.

xúng xính to be dressed in over-size clothes.

xuôi [SV thuận] R to go down-stream [opp. ngược]; to be along; to be favorable, be fluent, be successful. văn xuôi prose. xong xuôi to be completed suc-cessfully. Nghe có xuôi không? Does it sound all right? đường xuôi down below. thuận buồm xuôi gió good trip; "Bon Voya-ge". không xuôi to go wrong, go badly. mạn xuôi down the river; dounstream. hai tay buông xuôi to die.

xuôi lòng to consent, acquiesce.

xuôi tai to be pleasant to the ear.

xuống [SV hạ] to go down, come down, get off | down, downward, down to. xuống ngựa to dismount. xuống tàu to sail, embark. ngồi xuống to sit down. cúi xuống to bend down. nằm xuống to lie down. hạ xuống to lower. Nó bước xuống thuyền He stepped into the boat. Phải lặn xuống nước You must dive under the water. Cô ấy nhầy xuống sông tự-tử She jumped into the river to commit suicide. Nó vứt con búp-bê xuống đất She threw the doll down the floor.

xuống giá to drop in price.

xuống giọng to go down in in-tonation.

xuống giốc to decline, wane.

xuống lệnh to give an order.

xuống lỗ to die.

xuồng launch, speedboat, motor boat CL chiếc.

xuồng see thuồng.

xúp [Fr. soupe] soup.

xúp [Fr. supprimer] toca ncel, cut out.

xụp to fall down, collapse.

xụt-xịt to whine, snivel, whimper.

xụt-xùi to whine, whimper.

xúy *to blow, puff* | R *flute.* cổ-xúy *to stir, incite.*

xuyên *to go through* | R *trans-.*

xuyên R *river.* sơn-xuyên *hills and streams.*

xuyên-lục-địa [of missile] *intercontinental.*

xuyên-phá *to perforate.*

xuyên qua *to go through, pierce.*

xuyên - sơn *to go through a mountain.* đường xuyên-sơn *tunnel* [through a mountain].

xuyên-tạc *to distort* [facts, etc.], *make up, fabricate.*

xuyên - tâm *to be diametrical, central, radial.*

xuyến *bracelet* CL chiếc *for one,* đôi *for a pair.*

xuyết R *to connect.* điểm xuyết *to adorn, decorate.*

xuýt *to be all but.. .* [precedes main verb] | *a little more and...* Con chó nhà bên cạnh xuýt bị ô-tô cán chết *Our neighbor's dog almost got run over by a car.*

xuýt chết *to escape death narrowly.*

xuýt nữa *a little more and...* [may precede or follow subject] Ông ta xuýt nữa bị chết; Xuýt nữa ông ta bị chết A *little more and he would have been dead.*

xuýt-xoa *to wail, moan.*

xuýt xoát *to be approximately* [the same]; *almost, nearly.*

xứ *region, area, locality, district, state; country, nation.* bản-xứ *local.* người bản xứ *native* [of a place], *autochtone, aborigene.* nhà xứ *parish.* cha xứ *priest.* tứ-xứ *everywhere.*

xứ sở *native country, home country.*

xử *to decide, regulate, judge;* R *to behave* cư-xử, xử-thế. phân xử *to judge.* tự xử *to judge for oneself, comdenn onesef.*

xử án *to give judgment.*

xử bắn *to execute* [criminal] *by firing squad, shoot.*

xử-dụng *to use, put to use.*

xử giảo *to hang* [criminal].

xử hòa *to settle a difference out of court; to reconcile.*

xử-kiện *to judge a case in court.*

xử-ký *to behave, act.*

xử-lý *to be in charge of.*

xử-lý thường-vụ *chargé d'affaires.*

xử-nữ *virgin.*

xử-nữ-mạc *hymen.*

xử-quyết *to execute* [criminal].

xử-sự *to behave.*

xử tử *to sentence to death; to execute.*

xử-thế *to behave in life, to deal with the situation.*

xử-trảm *to behead.*

xử trí *to act.*

xử xét *to judge, consider.*

xưa [SV sơ] *to be old, ancient.* khi xưa, thuở xưa *once upon a time.* ngày xưa *formerly, in the old days.* từ xưa tới nay, từ xưa đến nay *from long ago up to now.* ngày xửa ngày xưa *once upon a time.*

xưa kia *formerly, once upon a time.*

xưa nay *before and now, always, up to now.*

xức to put or use [perfume, oil]. phép xức dầu thánh extreme unction.

xưng to announce [one's name **tên**]; to confess [crime, sin **tội**] ; R to praise.

xưng-danh to introduce oneself.

xưng - đế to proclaim oneself emperor.

xưng-hô to address [one another].

xưng-hùng (**xưng - bá**) to proclaim oneself a suzerain.

xưng-tội to confess [to a priest].

xưng-vương to proclaim oneself emperor.

xứng R to be worthy, R fitting, be a good match | R scale. tương-xứng corresponding. không xứng với not equal to [one's task **chức-vụ**].

xứng-đáng to be worthy, merit, deserve.

xứng đôi to be well-matched.

xứng - hợp to be appropriate, suitable, fitting.

xước to be scratched ; [of skin] abraded, galled.

xược to be ill-mannered, impolite, rude, insolent **hỗn-xược**.

xương [SV cốt] bone CL cái. bộ xương skeleton. gỡ xương to bone [while eating]. rút xương to bone [before cooking]. khớp xương joint. gầy dơ xương skinny, gaunt.

xương bả vai shoulder blade.

xương bánh chè kneepan, kneecap, patella.

xương bồ calamus.

xương cụt sacrum.

xương đòn gánh clavicle, collar-bone.

xương hông hip bone.

xương mỏ ác sternum.

xương ống tibia, shin.

xương quai xanh clavicle, collarbone.

xương rồng cactus.

xương sọ skull.

xương sống backbone, spine. có xương sống vertebrate.

xương sụn cartilage.

xương sườn rib.

xương tủy bone and marrow.

xương-xẩu to be bony.

xương xương to be thin, skinny, lanky.

xướng to call out [names].

xướng R to sing. hát xướng to sing.

xướng-ca to sing ; to be an actor or actress.

xướng-danh to call the roll.

xướng-họa to sing back and forth.

xướng-tùy a wife's duty.

xướng-xuất to instigate, promote, propound.

xưởng workshop, plant, factory, mill, yard **công-xưởng**.

xưởng máy factory, plant, works.

xưởng thợ workshop.

Y

y *24th letter in the alphabet.* cầu
chữ y *the Y-shaped Bridge.*

y *he | him.*

y *to follow* [words, sentence, etc.].

y *R clothes.* Hồng-y *red robe,
purple cassock; cardinal.*

y *R medicine; medical doctor,
physician* y-sinh, y-sĩ. danh-y *famous physician.* quân-y *army
surgeon.* thú-y *veterinarian.* đông-
y *Sino-Vietnamese medicine.*

y-chuẩn* *to approve.*

y-dược *medicine and pharmacy.*
Y-Dược Đại-học-đường *Faculty
of Medicine and Pharmacy.*

y-án *to uphold a sentence.*

y-hẹn *to keep an appointment.*

y-học *medicine* [the branch of
study].

y-khoa *medicine.* y-khoa bác-sĩ
M.D., medical doctor. Y-khoa
Đại-học-đường *Faculty of Medicine.*

y lời *to keep one's promise.*

y-nguyên *to be intact.*

y như *exactly like.*

y-phục *clothes, clothing, garments.*

y-phương *prescription.*

y-sĩ *physician, medical doctor.*

y-sinh *medical student, physician.*

y-sư *doctor.*

y-tá *public health assistant.* nữ-y-tá
nurse.

y-tế *public health; medicine.* cán-sự
y-tế *public health worker.*

y-thuật *the art of healing, medicine.*

y-viện *hospital.* quân-y-viện *army
hospital.*

ý *thought, idea, intention, opinion,
attention.* cố ý *on purpose.* đề ý
to notice, pay attention [đến,
tới 'to']. đắc-ý *gratified.* vô ý *to
be inattentive, absent-minded,
careless.* làm vừa ý *to please.*
phật-ý *to take offense.* đại-ý *gist.*
hội-ý *ideographic; association.*
sáng ý *intelligent.* hữu-ý *purposely.*
như-ý, toại-ý *satisfied.* tự-ý *of
one's own free will.*

Ý *Italy | Italian.*

ý-chí *will.*

ý-chí *intention, purpose, will.*

ý chừng *maybe, perhaps.*

Ý-Đại-Lị *Italy | Italian.*

Ý-Đại-Lợi *Italy | Italian.*

ý-định *idea, thought, intention.*

ý-hợp *to agree.*

ý-hướng *intention.*

ý-kiến *opinion, viewpoint, view* trao-đổi ý-kiến *to exchange views.*

ý muốn *desire, wish.*

ý nghĩ *thought, reflection.*

ý-nghĩa *meaning, sense, significance.* có ý-nghĩa *to be significant.*

ý-ngoại *to be unexpected.*

ý-nhị *significance, charm* | *to be meaningful, charmful.*

ý-niệm *concept, idea.*

ý-thức *conscience* | *to have an idea of, conceive of.*

ý-thức-hệ *ideology.*

ý-trung-nhân *dream girl, dream boy.*

ý-tứ *to be considerate, thoughtful* | *thought; attentiveness, considerateness.*

ý-tưởng *thought, idea.*

ý-vị *interest* | *to be interesting.*

ỳ *to stay put.*

ỷ *to rely on* [as an asset], *lean on, count on* [power **quyền,** talent **tài,** position **thế**].

ỳ [of big] *to be fat.*

ỷ-lại *to depend* [on **vào**].

yếm V*ietnamese bra.* yếm dãi *bib.*

yếm R *to be sick and tired of, disgusted.*

yếm-nhân *to be a misanthrope.*

yếm-thế *to be pessimistic, misanthropic.*

yểm *to exorcize* [by means of amulet **bùa**], *cast a spell.*

yểm R *to cover, conceal.*

yểm R *nightmare.*

yểm-hộ *to cover, protect, support.* yểm-hộ gián-tiếp *indirect support.*

yểm-hộ mau lẹ, yểm-hộ chống *quick support.* yểm-hộ thì *direct support.*

yểm-tàng *to conceal, hide.*

yểm-trừ *to exorcize,*

yên *to be calm, peaceful, quiet, still.* bình-yên *to be well, safe.* ngồi yên *to sit still.*

yên *saddle* yên ngựa. lên yên *to horse.* đóng yên *to saddle* [a horse].

yên xe đạp *bicycle saddle.*

yên R *smoke* [=khói]; R *tobacco, opium.* tửu, sắc, yên, đồ *wine, women, opium and gambling.* giới-yên *prohibition of opium.*

yên-hàn *to be quiet, tranquil.*

yên hoa *opium and women.*

yên lặng *to be silent quiet.*

yên lòng *to be assured, not to worry.*

yên nghỉ *to rest.*

yên ổn *to be safe, secure.*

yên-tâm *to have peace of mind, feel assured.*

yên-trí *to feel assured* [**rằng** that].

yến *measure equal to ten cân.*

yến R *banquet, dinner.* dạ-yến *dinner party* Ông được nhà vua ban yến *The king invited him to a dinner.*

yến [=én] *swallow* CL con; *swallow's nest* [as a delicacy].

yến-ẩm *banquets and dinners* | *to fare sumptuously.*

yến-hội *banquet.*

yến-oanh *lovers.*

yến tiệc *banquets* | *to entertain or eat sumptuously.*

yểng *blackbird* CL con.

ʿ *throat* yết hầu.

R to see or visit [a high official], *inquire after.*

ết *to display* [notice list announcement] niêm-yết.

yết bảng *to display notice or peacard* [giving names of successful candidates in examination].

yết-hầu *throat, pharynx.*

yết-kiến *to see or visit* [official].

yết-thị *to post, display, announce, publicize, advertise* | *notice, announcement.*

yêu [SV ái] *to love, cherish.* người yêu *lover, sweetheart.* tình yêu *love, passion.*

yêu *demon, spirit* CL con.

yêu *R to request.*

yêu *R to be tender* [=non].

yêu *R waist.*

yêu-cầu *to ask, request.* lời yêu-cầu *request.* Cf. yêu-sách

yêu-chuộng *to love, be fond of.*

yêu-dấu *to love, cherish.*

yêu-đào *beautiful girl.*

yêu-đạo *sorcery, witchcraft.*

yêu đương *to love, be affectionate.*

yêu-kiều *to be graceful, charming.*

yêu-ma *demon, spirit, ghost.*

yêu-mến *to love.*

yêu nước *to be a patriot.*

yêu-quái *ghosts, spirits.*

yêu-sách *to demand, request* | *demand, request.*

yêu-tà *demons, evil spirits.*

yêu-thuật *witchcraft, sorcery.*

yêu-tinh *phantom, monster.*

yêu thương *to love.*

yếu [SV nhược] *to be weak, feeble* [opp. khỏe, mạnh]. hèn yếu *weak, defenseless, coward.* đau yếu *ill, sick.* phái yếu *the weaker sex.* Tôi ăn yếu *I eat very little.* yếu *R to be essential, important.* khẩn-yếu *urgent.* trọng-yếu *serious.* toát-yếu *summary, abstract.* chủ-yếu *essential, vital.*

yếu đau *to be sick, sickly.*

yếu-đạo *strategic road.*

yếu-địa *strategic ground or position.*

yếu-điểm *essential point, crux; sensitive point.* Cf. nhược-điểm.

yếu đuối *to be weak, feeble.*

yếu-hèn *to be a weakling.*

yếu-lược *outline, summary* | *to be elementary.*

yếu mềm *to be weak, feeble.*

yếu-nhân *important figure, V.I.P.*

yếu-ớt *to be weak, feeble.*

yếu-phạm *main culprit, principal.*

yếu sức *to be weak, debilitated.*

yếu-thế *to be in a bad position, to have no influence.*

yếu-tố *factor, element.*

yểu *to die young* chết yểu.

yểu *R to be graceful, be pretty ; deep, obscure.*

yểu-điệu *to be graceful and pretty.*

yểu-tướng *to look sickly, show sign of a premature death.*

yểu-thọ *early death.*

yểu-tử *early death.*

yểu-vong *to die young.*